ስመ ቅድሳት

(የመጽሐፍ ቅዱሳዊ ስሞች ፍቺ)

ማርቆስ ደስታ ንጉሤ

ISBN 978-99944–75–92-6

አድራሻ

ethiopish@gmail.com

ሀ

ሀሩፋዊ ~ Haruphite: 'ሰልካካ፤ ቀጭኜን፤ ሸንቃጣ' ማለት ነው። በጺቅላግ ዳዊትን ከተቀላቀሉ ወታደሮች አንዱ፤ "ጌድሮታዊው የዘባት፤ ኤሉዛይ፤ ኢያያሙት፤ በዓልያ፤ ሰማራያ፤ **ሀሩፋዊው** ሰፋጥያስ፤" (1 ዜና 12:5)

ሀደሳ ~ Hadassah: አደስ፤ አደሴ፤ አደሲ... ማለት ነው። [አደስ- ለቅባት ማዘጋጃ የሚሆን ጥሩ ሽታ ያለው ተክል ነው።] ከመጽሐፈ አስቴር፤ የአስቴር ሌላ ስም፤ (አስ 2:7)

ሀዶራም፤ አዶራም ~ Hadoram: የአደራ፤ የተከበረ... ማለት ነው። **ሀዶራም:** የዮቅጣን ሦስተኛ ልጅ፤ "ያራሕንም፤ **ሀዶራም**ንም፤ አውዛልንም፤" (ዘፍ 10:27፤ 1 ዜና 1:21)

አዶራም:

1. የንጉሡ ቶዑ ልጅ፤ "ቶዑም ከአድርአዛር ጋር ሁል ጊዜ ይዋጋ ነበርና ዳዊት አድርአዛርን ወግቶ ስለመታው ደኀንነቱን ይጠይቅ ዘንድ ይመርቀውም ዘንድ ልጁን **አዶራም**ን ወደ ዳዊት ላከው ..." (1 ዜና 18:10)

2. የእስራኤል ንጉሡ፤ የሮብዓም አስገባሪ የነበረ፤ "ንጉሡም ሮብዓም አስገባሪውን **አዶራም**ን ሰደደየእስራኤልም ..." (2 ዜና 10:18)

ሁለት ወንዞች ~ Padan-aram: 'ለም መሬት' ማለት ነው። "ይስሐቅም አርባ ዓመት ሲሆነው ርብቃን አገባ እርስዋም በ**ሁለት ወንዞች** መካከል ያለ የሶርያዊው የባቱኤል ልጅና የሶርያዊው የላባ እኅት ና (ዘፍ 25:20፤ 28:2፤ 5-7፤ 31:18)

ሁል ~ Hul: 'ከብ' ማለት ነው። የአራም ሁለተኛ ልጅ፤ የሴም የልጅ ልጅ፤ "የአራምም ልጆች ዑፅ፤ **ሁል**፤ ጌቴር፤ ሞሶሕ ናቸው።" (ዘፍ 10:23)

ሂሌል ~ Hillel: ህልል፤ እልልታ፤ ተደጋጋሚ ጥሪ፤ ጩኸት፤ መዝሙር፤ አምላክን ማመስገን፤ ደስታon መግለጽ... ማለት ነው። [ተዛማጅ ስሞች- **ሀሌ ሉያ፤ ማዕሌት፤ ማህለህ፤ ይሃሌልኤል**] 'ሀሌል' ከሚለው ግስ የተገኘ ስምነው። በእስራኤል ላይ ፈራጅ የነበረው የዓብዶ አባት፤ **ሂሌል** ፤ (መሣ 12:13፤15)

ሂዳይ ~ Hiddai: 'ደስታዬ' ማለት ነው። ከሠላሳ ሰባቱ የዳዊት የክብር ዘበኞች አንዱ፤ "**ሂዳይ**፤ ዓረባዊው አቢኣልቦን፤ ቢርሔማዊው" (2 ሳሙ 23:31)

ሀሌሉያ ~ Alleluia, Praise ye the LORD: ሀሌ ለ ያሕ፤ ለሕያው ጌታ ዘመረ፤ የአምላክን ስም ጠራ፤ እግዚአብሔርን አመሰገነ... ማለት ነው። [ተዛማጅ ስሞች- **ሂሌል፤ ማህለህ፤ ማህለት፤ ይሃሌልኤል**] 'ሀሌ' እና 'ለ'ያሕ' ከሚሉ ቃላት የተመሠረተ ቃል ነው።

'ሀሌ'- ሃሎ፤ እልል ማለት፤ መጨህ፤ መጣራት፤ ማመስገን፤ መዘመር፤ መዝፈን ማለት ነው።

'ያ'- ያሕ፤ ያሕዊ፤ ሕያው፤ ዘላለማዊ አምላክ፤ እግዚአብሔር ማለት ነው። [ሀሌታና እልልታ በምሥጢር አንድ ነው፤ ስብሑ፤ እግዚእ ፤ ስብሑ፤ ያሕ እግዚእ አምላክ / **ኪወክ / እ**]

[በዕብራይስጥ "እግዚአብሔርን አመስግኑ" ማለት ነው።/ የ**መቅቃ**]

ሀሌ ሉያ / Alleluia: ነቢዩ ዮሐንስ ገ7ኤይ ያያውን ሲናገር የተጠቀመው ቃል፤ (ራእ 19:1፤3፤ 4፤ 6)

ሃሌሉያ / Praise ye the LORD: ንጉሥ ዳዊት በመዝሙር ያመሰገነበት ቃል፤ **ሃሌሉያ**፤ (መዝ116:19)

ሃሜአ ~ Meah: ማያ፤ መመልከቻ፤ መጠበቂያ... ማለት ነው። ['መቶ ማለት ነው። ' ተብሎም ይተረጎማል] በነህምያ ዘመን፤ የኢየሩሳሌም ቅጥር እንደገና ሲገነባ፤ ለአንድኛው ማማ የተሰጠ ስም፤ "... ሳንቃዎቹንም አቆሙ፤ እስከ **ሃሜአ** ግንብና እስከ ሐናንኤል ግንብ ድረስ ቀደሱት" (ነህ 3:1፤ 12:39)

ሃሩም ~ Harum: ራማ፤ከፍተኛ... ማለት ነው። የይሁዳ ወገን፤ "ቆጽ ዓኡብን፤ ጸቤባን፤ የ**ሃሩም**ንም ልጅ የአሐርሐልን ወገኖች ወለደ።" (1 ዜና 4:8)

ሃራ ~ Hara: ተራራማ መሬት፤ ከፍተኛ ቦታ... ማለት ነው። [ነጸ፤ ሐርነት የወጣ፤ ጭዋ ማለት ነው። / **አ** / **ኪወk**] ፤ "... የሮቤልንና የጋድን ልጆች የምናሴንም ነገድ እኩሌታ አፈለሰ፤ እስከ ዛሬም ወዳሉበት ወደ አላሐና ወደ አቦር፤ ወደ **ሃራ**ና ወደ ጐዛን ወንዝ አመጣቸው።" (1 ዜና 5:26)

ሃቃጣን ~ Hakkatan: ሕጻን፤ ወጣት፤ ታዳጊ... ማለት ነው። ከባቢሎን ከምርኮ ከተመለሱ የሃቃጣን ልጅ ይገኝበታል፤ "ከዓዝጋድ ልጆች የ**ሃቃጣን** ልጅ ዮሐናን፤ ከእርሱም ጋር መቶ አሥር ወንዶች።" (ዕዝ 8:12)

ሃዳድ ~ Hadad: የተወደደ ማለት ነው።

1. የባዳድ ልጅ፤ "ሑሳምም ሞተ፤ በስፍራውም የምድያምን ሰዎች በሞዓብ ሜዳ የመታ የባዳድ ልጅ **ሃዳድ** ነገሠ የከተማውም ስም ዓዊት ተባለ።" (ዘፍ 36:35፤ 1 ዜና1:46)

2. የኤዶማውያን ንጉሥ፤ "በአልሐናንም ሞተ፤ በእርሱም ፋንታ **ሃዳድ** ነገሠ የከተማይቱም ስም ፋዑ ነበረ ሚስቱም

የሜዛዛብ ልጅ የመጥሬድ ልጅ መሄጣብኤል ነበረች ሃዳድም ሞተ።" (1 ዜና 1:50፤51)

3. "እግዚአብሔርም ከኤዶምያስ ነገሥታት ዘርየኤዶምያስን ሰው **ሃዳድ**ን ጠላት አድርጎ በሰሎሞን ላይ አስነሣው።" (1 ነገ11:14-22)

4. "ማስማዕ፤ ዱማ፤ ማሣ፤ **ኩዳን**፤ ቴማን፤" (1 ዜና 1:30)

ሃጽሌልፎኒ ~ Hazelelponi: 'ጥላዬ፤ ጠለሳዬ፤ ከለላዬ፤ መጽናኛዬ' ማለት ነው። በይሁዳ የዘር ሐረግ የኤጣም ልጅ፤ "እነዚህም የኤጣም አባት ልጆች ናቸው ኢይዝራኤል፤ ይሽማ፤ ይድባሽ፤ እኅታቸውም **ሃጽሌልፎኒ**" (1 ዜና 4:3)

ሄማን፤ ኤማን ~ Heman: ሃማን፤ አማን፤ ያመነ፤ የታመነ፤ ሰላም ያገኘ፤ እርቅ የፈጠረ... ማለት ነው። [ተዛማጅ ስሞች: - ሐማ፤ አሒማን፤ አማና፤ አሜን፤ አሞን፤ አኪመን፤ ያሚን]

'አመነ' ከሚለው ግስ የመጣ ስምነው።

    ሄማን: በጥበበኛነቱ የሚታወቀው የኢይዝራኤላዊው የኤታን ልጅ፤ "...ከኤታንና ከማሐል ልጆች ከ**ሄማን**ና ከከልቀድ ከደራልም ይልቅ ጥበበኛ ነበረ። በዙሪያውም ባሉ አሕዛብ ሁሉ ዝናው ወጣ።" (1 ነገ 4:31፤ 1 ዜና 2:6)

    ኤማን: የሳኦል የልጅ ልጅ፤ **ኤማን**፤ "አገልጋዮቹና ልጆቹ እነዚህ ናቸው ከቀዓት ልጆች ዘማሪው **ኤማን** ነበረ እርሱም የኢዮኤል ልጅ..." (1 ዜና 6:33፤ 15:17)

ሄርማን ~ Hermas: 'ሜርኩሪ' ማለት ነው። በሮሜ የነበረ ክርስቲያን፤ ቅዱስ ጳውሎስ በመልእክቱ ሰላምታ ያቀርብለት፤ (ሮሜ 16:14) "ለአስቀሪጦንና ለአፍሌሶንጺ ለሄርሜንም ለጰጥሮባም ለ**ሄርማን**ም ከእነርሱም ጋር ላሉ ወንድሞች ሰላምታ አቅርቡልኝ።"

ሄርሜን ~ Mercurius: መርቆርዎስ፤ ምሩቅ ዋስ፤ ጥበብን ነጋሪ፤ የምሥራችን አብሳሪ ማለት ነው። [ሜርኩሪ

በጥንት ሮማውያን ዘንድ የንግድ አምላክ ተብሎ የሚታመን ሲሆን፤ በሰው እና በአምላክ መካከልም መልእክተኛ ሆኖ ያገለግል ነበር::] "በርናባስንም ድያ አሉት፤ ጳውሎስንም እርሱ በመናገር ዋና ስለ ነበረ **ሄርሜን** አሉት::" (ሐዋ 14:12)
[ስም ጣያት፤ በመንታ መንገድ ላይ የሚያቆመውት:: መሪ፤ አስተማሪ፤ ትርጁማን፤ አፈ በሃማን ማለት ነው:: / **ኪወh/ እ**]

ሄርሞጌኔስ ~ **Hermogenes:**

'ከሜርኩሪ የተወለደ' ማለት ነው:: በሐዋርያው ጳውሎስ የእስያ ጉዞ ደቀመዝሙር የነበረ፤ በኋላ ግን ተለይቶ ሄዱል፤ ወደ ጢሞቴዎስ በላከው ሁለተኛ መልእክት ጠቅሶታል፤ "በእስያ ያሉቱ ሁሉ ከእኔ ፊቀቅ እንዳሉ ታውቃለህ፤ ከእነርሱም ፊሎጎስና **ሄርሞጌኔስ** ናቸው::" (2 ጢሞ 1:15)

ሄሮድስ ~ **Herod:** 'ጀብደኛ' ማለት

ነው:: ሮማዊ ንጉሥ፤ ጌታ በተወለደበት ዘመን ፍልስጥኤምን ይገዛ የነበረ፤ "ኢየሱስም በይሁዳ ቤተ ልሔም በንጉሡ በ**ሄሮድስ** ዘመን በተወለደ ጊዜ፤ እነሆ፤ ሰብአ ሰገል..." (ማቴ 2:1)

ሄሮድዮና ~ **Herodion:** 'የጀግና

ዝማሬ' ማለት ነው:: [**ሄርደዮና** ~ በጥንት ዘመን የመንግሥት ጠባቂና አማካሪ አምላክ፤ ተብላ የምትታመን፤] በሮሜ የነበረች ክርስቲያን፤ ቅዱስ ጳውሎስ በላከው የሰላምታ ደብዳቤ የተጠቀሰች፤ "ለዘመዴ ለ**ሄርደዮና** ሰላምታ አቅርቡልኝ፤ ከንርቀሱ ቤተ ሰዎች በጌታ ላሉት ሰላምታ አቅርቡልኝ::" (ሮሜ 16:11)

ሄና ~ **Hena:** 'በጥባጭ' ማለት ነው::

የሶርያ ከተማ የነበረ፤ "የሐማት ንጉሥ፤ የአርፋድ ንጉሥ፤ የሴፈርዋይም ከተማ ንጉሥ፤ የ**ሄናና** የኢዋ ንጉሥ ወዴት አሉ?" (2 ነገ 19:13፤ ኢሳ 37:13)

ሄኖh ~ **Enoch:** እጩ፤ የተመረጠ፤ ቅዱስ ማለት ነው:: [ተዛማጅ ስሞች- **ሄኖ**ግ ፤ **ሄኖk**]

[ሐዲስ ቅዱስ ማለት ነው:: / **ኪወh / እ**]
በመጽሐፍ ቅዱስ በዚህ ስም የሚታወቁ ሰዎች: -

1. የቃየል ልጅ ሁኖ፤ የጋይዳድ አባት፤ **ሄኖh**፤ (ዘፍ 4:17)
2. አብርሃም ከኬጡራ የወለደው የምድያም ልጅ **ሄኖ**ግ፤ (ዘፍ 25:4)
3. የያዕቆብ በኩር፤ የሮቤል ልጅ፤ **ሄኖ**ግ፤ (ዘፍ 46:9)

ሄኖግ ~ **Hanoch:** 'ጽኑ ብርቱ' ማለት ነው::

1. የምድያም ሁስተኛ ልጅ፤ "የምድያምም ልጆች ጌፈር፤ ኤፈር፤ **ሄኖ**ግ፤ አቢዳዕ፤ ኤልዳዓ ናቸው፤ እነዚህ ሁሉ የኬጡራ ልጆች ናቸው::"(ዘፍ 25:4)
2. የሮቤል ልጅ፤ "የሮቤልም ልጆች **ሄኖ**ግ፤ ፈሉሰ፤ አስሮን፤ ከርሚ::" (ዘፍ 46:9፤ ዘጸ 6:14፤ ዘኍ 26:5፤ 1 ዜና 5:3)

ሄኖም ~ **Hinnom:** 'ሐዘን' ማለት ነው::

"ድንበሩም በ**ሄኖም** ልጅ ሸለቆ አጠገብ ኢየሩሳሌም ወደይምትባለው ወደ ኢያቡሳዊው ወደ ደቡብ ..." (ኢያ 15:8)

ሄኖስ ~ **Enos:** 'ሥጋዊ፤ ምድራዊ

ሰው፤ ሟች' ማለት ነው:: የአዳም ሁስተኛ ልጅ፤ የሴት ልጅ፤ "ሴትም ሁለት መቶ አምስት ዓመት ኖረ **ሄኖስን**ም ወለደ::" (ዘፍ 5:6- 11፤ ሉቃ 3:38)

ሄኖን ~ **AEnon:** ዓይኑን፤ አይኖቹ...

ማለት ነው:: በሳሌም አቅራቢያ፤ ዮሐንስ ያጠምቅበት የነበረ ቦታ፤ "ዮሐንስም ደግሞ በሳሌም አቅራቢያ በ**ሄኖን** በዚያ ብዙ ውኃ ነበርና ያጠምቅ ነበር::" (የሐዋ 3:22)

ሄኖk ~ **Enoch:** ... [**ሄኖh**- ከሚለው

ጋር አንድ አይነት ትርጉም አለው:: የማቱሳላ አባት ሁኖ፤ የያሬድ ልጅ፤ **ሄኖk**፤ (ዘፍ 5:18)

ሄኖክ፤ ሄኖነ ~ Henoch: 'ቅዱስ'
ማለት ነው።
1. የያሬድ ልጅ ሁኖ፤ የማቱሳላ አባት፤
"ያሬድ፤ **ሄኖክ**፤ ማቱሳላ፤ ላሜሕ፤" (1 ዜና
1:3)
2. አብርሃም ከኬጡራ የወለደው የምድያም
ልጅ፤ **ሄኖነ** ~ የምድያምም ልጆች ጌፌር፤
ዔፌር፤ **ሄኖነ**፤ አቢዳዕ፤ ኤልዳዓ..." (1 ዜና
1:33)

ሄጌ ~ Hegai, Hege: ሃጌ፤ ሐጊ፤
ህጋዊ፤ ሐግ አክባሪ፤ ሐግን የጠበቀ ማለት
ነው።
'ሐግ' ከሚለው ግስ የተገኛ ስም ነው።

    ሄጌ / Hegai: የንጉሡ የአርጤክስስ
ጃንደረባ፤ **ሄጌ**፤ (አስ 2:8)

    ሄጌ / Hege: (አስ 2:3)

ህንደኬ ~ Candace: 'እመቤት፤
የአገልጋዮች ንግሥት' ማለት ነው።
የኢትዮጵያ ንግሥት፤ "ተነሥቶም ሄደ።
እነሆም፤ **ህንደኬ** የተባለች የኢትዮጵያ
ንግሥት አዛዥና ጃንደረባ ... ሊሰግድ ወደ
ኢየሩሳሌም መጥቶ ነበር፤" (ሐዋ 8:27)

ህንድ ~ India: 'እንዲያ፤ ምስጋና'
ማለት ነው። ህንድ አገር፤ (አስ 1:1 እና 8:9)
"በአርጤክስስም ዘመን እንዲህ ሆነ ይህም
አርጤክስስ ከ**ህንድ** ጀምሮ እስከ ኢትዮጵያ
ድረስ በመቶ ሃያ ሰባት አገሮች ላይ ነገሠ።"

ሆሃም ~ Hoham: 'አምላክ ያበጀው'
ማለት ነው። ከነዓን በእስራኤላውያን እጅ
በወደቀችበት ዘመን የነበረ የኬብሮን ንጉሥ፤
"ስለዚህም የኢየሩሳሌም ንጉሥ አዶኒዜዴቅ
ወደ ኬብሮን ንጉሥ ወደ **ሆሃም**፤ ወደ የርሙት
ንጉሥ ..." (ኢያ 10:3)

ሆሣዕና ~ Hosanna: ዋሴ ና፤ አዳኔ
ና፤ ጠባቂዬ ድረስ... ማለት ነው። 'ዋስ' እና
'ና' ከሚሉ ቃላት የተመሠረተ ቃል ነው።

ጌታ ወደ ኢየሩሳሌም በገባ ጊዜ ሕጻናት
ካዜሙት ቃል፤ **ሆሣዕና** ፤ "...**ሆሣዕና**
ለዳዊት ልጅ በጌታ ስም የሚመጣ የተባረከ
ነው፤ **ሆሣዕና** በአርያም እያሉ ይጮኹ ነበር።
" (ማቴ 21:9)
[እድነና፤ እድነንኩ፤ አባክኽ እድነን...
መድኃኒትነት፤ መሆን ወይም መባል። / **ኪወክ** /
እ]

ሆሴዕ ~ Hosea: ዋሴ፤ አዳኔ፤
መዳኒቴ... ማለት ነው። ከደቂቅ ነቢያት
አንዱ፤ የበሪ ልጅ።"...በእስራኤልም ንጉሥ
በዮአስ ልጅ በኢዮርብዓም ዘመን ወደ ብኤሪ
ልጅ ወደ **ሆሴዕ** የመጣ የእግዚአብሔር ቃል
ይህ ነው።" (ሆሴ 1:1፤2) ፤ [እድነነ፤ ባልሐ፤
ረድኣ፤ አውፅአ፤ እመሥገርት ማለት ነው። /
ኪወክ / **እ**]

ሆራም ~ Horam: 'ራማ፤ ከፍተኛ፤
ተራራማ' ማለት ነው። የደቡባዊ ምዕራብ
ፍልስጥኤም፤ በእስራኤል በተያዘበት ወቅት
የነበረ፤ የጌራራ ንጉሥ፤ "በዚያን ጊዜም የጌዝር
ንጉሥ **ሆራም** ለኪሶን ለመርዳት ወጣ..."
(ኢያ10:33)

ሆር፤ ሐር፤ ሑር ~ Hur: 'ዘዋሪ፤
መሿለኪያ፤ ጠባብ መስኮት የመሰለ' ማለት
ነው።
1. የካሌብ ልጅ፤ "ዓዙባም ሞተች፤ ካሌብም
ኤፍራታን አገባ እርስዋም **ሆር**ን ወለደችለት።
" (1 ዜና 2:19፤ 50፤ 4:1፤4፤ 2 ዜና 1:5)
2. የሙሴ እኅት ፤ የማርያም ባል፤ **ሐር**፤ "...
ሙሴና አሮንም **ሐር**ም ወደ ኮረብታው ራስ
ወጡ።" (ዘጸ 17:10-12)
3. ከምድያም ነገሥታት አንዱ፤ **ሑር**፤
"...የምድያም ነገሥታት ኤዊ፤ ሮቆም፤ ሱር፤
ሑር፤ ሪባ ነበሩ የቢዖርንም ልጅ በለዓምን
ደግሞ በሰይፍ ገደሉት።" (ዘኍ 31:8)

ሆሻማ ~ Hoshama: ሆሴ ሰማ፤
ዋሴ ሰማ፤ አዳኔ ሰማ፤ አምላኬ አዳመጠኝ...
ማለት ነው።
'ዋስ' እና 'ሰማ' ከሚሉ ሁለት ቃላት የተገኘ
ስም ነው።

የምርኮኛው የኢኮንያ ልጅ፥ **ሆሻማ**፥ "ፈዳያ፥ ሼናጾር፥ ይቃምያ፥ **ሆሻማ**፥ ነዳብያ ነበሩ።" (1 ዜና 3፡18)

ሆሻያ ~ Hoshaiah: ዋስ ያህ፥ ሕያው ዋስ፥ አምላክ ያዳነው... ማለት ነው።
1. የኢየሩሳሌምን ቅጥር እንደገና ለመጠገን በተደረገው ሂደት ተባባሪ የነበረ፥ "ከአነርሱም በኋላ **ሆሻያ**፥ የይሁዳም አለቆች እኩሌታ፥" (ነህ 12፡32)
2. "የጫጫፍራ አለቆችም ሁሉ የቃሬያም ልጅ ዮሐናን የ**ሆሻያ**ም ልጅ ያእዛንያ ሕዝብም ሁሉ ከታናሹ ጀምሮ እስከ ታላቁ ድረስ ቀረቡ፥" (ኤር 42፡1፥ 43፡2)

ሆቲር ~ Hothir: 'በላጭ፥ የሚበልጥ...' ማለት ነው። የኤማን ሦስተኛ ልጅ፥ "ከኤማን የኤማን ልጆች ቡቅያ፥ መታንያ፥ ... ሐናኒ፥ ኤልያታ፥ ጊዶልቲ፥ ሮማንቲዔዘር፥ ዮሽብቃሻ፥ መሎቲ፥ **ሆቲር**፥ መሐዝዮት" (1 ዜና 25፡4፥28)

ሆዲያ ~ Hodijah: ሆደ ያሕ፥ ውደ ሕያው፥ ጌታ የወደደው... ማለት ነው። [ተዛማጅ ስሞች- **ሆዳይዋ፥ ሆድ**] 'ውድ' እና 'ሕያው' ከሚሉ ሁለት ቃላት የተመሠረተ ስም ነው። በመጽሐፍ ቅዱስ ውስጥ በዚህ ስም የሚታወቁ ሰዎች: -
1. ከዕዝራ ጋር ሕዝቡን ሕግ ያስተምሩ ከነበሩ ሌዋውያን አንዱ፥ **ሆዲያ**፥ (ነህ 8፡7)
2. ሌዋዊ፥ **ሆዲያ**፥ (ነህ 10፡13)
3. በነህምያ ዘመን የቃል ኪዳኑን ደብዳቤ ካተሙት አንዱ፥ **ሆዲያ** ፥ (ነህ 10፡18)

ሆዳይዋ ~ Hodaiah, Hodaviah: ሆደ ያሕ፥ ውደ ሕያው፥ ጌታ የወደደው፥ የእግዚአብሔር ወዳጅ... ማለት ነው። ('ምስጉን' ተብሎም ይተረጎማል።) [ተዛማጅ ስሞች- **ሆዲያ፥ ሆድ**] 'ውድ' እና 'ያህ' (ሕያው) ከሚሉ ቃላት የተገኘ ስም ነው። በመጽሐፍ ቅዱስ ውስጥ በዚህ ስም የሚታወቁ ሰዎች:-

   ሆዳይዋ / Hodaiah: የኤልዮዔናይ ልጅ፥ **ሆዳይዋ**፥ (1 ዜና 3፡24)

   ሆዳይዋ / Hodaviah:
1. ከአባቶቻቸው ቤቶች አለቆች አንዱ፥ **ሆዳይዋ**፥ (1 ዜና 5፡24)
2. የብንያም ወገን የሐሰኑ ልጅ ፥ **ሆዳይዋ**፥ (1 ዜና 9፡7)
3. የባቢሎን ንጉሥ ናቡከደነፆር ከማረካቸው ምርኮኞች ወደ ኢየሩሳሌምና ወደ ይሁዳ ወደ እየከተማቸው ከተመለሱ፥ የሌዊ ወገን የሆነ፥ **ሆዳይዋ**፥ (ዕዝ 2፡40)

ሆድ ~ Hod: ውድ፥ የተወደደ፥ የተመሰገነ... ማለት ነው። [ተዛማጅ ስሞች- **ሆዲያ፥ ሆዳይዋ**] 'ውድ' ከሚለው ቃል የተገኘ ስምነው። ከአሴር ነገድ የሆነ፥ የጸፋ ልጅ፥ **ሆድ**፥ "ሃጋል፥ ቤሪ፥ ይምራ፥ ቤጼር፥ **ሆድ**፥ ሳማ፥ ሰሊሳ፥ ይትራን፥ ብኤራ ነበሩ" (1 ዜና 7፡37) [ዕብ፥ ጸዳል፥ ውበት፥ ምስጋና፥ በቁም ክርሥ፥ (አማርኛ) / **ኪወክ / አ**]

ለ

ለሃይሮኢ ~ Lahairoi: 'ያለ እና የሚያየኝ' ማለት ነው። አጋር በምደረ በዳ ስትንከራተት ካለፈችባቸው ቦታዎች፥ "ይስሐቅም ብኤር**ለሃይሮኢ** በሚለዓት ምንጭ መንገድ መጣ በአዜብ ምድር ተቀምጦ ነበርና።" (ዘፍ 24:62)

ለሕሚ ~ Lahmi: 'ጦረኛ' ማለት ነው። የጎልያድ ወንድም፥ "ደግሞም

ከፍልስጥኤማውያን ጋር ሰልፍ ነበር የያዒርም ልጅ ኤልያናን የጦሩ የቦ እንደ ሸማኔ መጠቅለያ የነበረውን የጌት ሰው የጎልያድን ወንድም **ለሕሚ**ን ገደለ" (1 ዜና 20:5)

ለሕማስ ~ Lahmam: 'መና፤

ቀለብ፤ ምግብ' ማለት ነው። በይሁዳ በደልዳላው ክፍል የነበረ ከተማ፤ "አዶላም፤ ከበን፤ **ለሕማስ**፤ ኪትሊሽ፤ ግዴሮት፤ ቤትዳጎን፤ ናዕማ፤ መቄዳ አሥራ ስድስት ከተሞችና መደሮቻቸው" (ኢያ15:40)

ለቁም~ Lakum: ለመቆም፤

ለመነሣት፤ ለመጽናት፤ ለመመከት… ማለት ነው። [ተዛማጅ ስሞች- **ቀሙኤል፤ ቁሚ፤ አኪቃም፤ አዶኒቃም፤ ኢዮአቄም፤ ዓዝሪቃም፤ ኤልያቄም፤ ያቄም፤ ዮቄም፤ ዮአቄም]**

'ቆም' ከሚለው ግስ የመጣ ስም ነው። ለንፍታሌም ልጆች ነገድ ርስት የተሰጠ፤ የቦታ ስም፤ (ኢያ19:33)

ለቦና ~ Lebonah: ልቦና፤ ልባም፤

ደፋር፤ ጀግና፤ አስተዋይ… ማለት ነው። [ተዛማጅ ስሞች- **ልባዎት፤ ልብና፤ ልብድዮስ]**

'ልብ' ከሚለው ቃል የመጣ ስም ነው። በሴሎ አጠገብ ከቤቴል በስተ ሰሜን የሚገኝ የከተማ ስም፤ (መሳ21:19)

ለአዳን ~ Laadan: ለዳን፤ ለዳኛ፤

ለፍርድ፤ ለሥርዓት… ማለት ነው። 'ዳኝ' ከሚለው ግስ የተገኘ ስምነው። በመጽሐፍ ቅዱስ ውስጥ በዚህ ስም የሚጠወቁ ስዎች:-

1. የኤፍሬም ልጅ፤ (1 ዜና 7:26)
2. "ከጌድሶናውያን **ለአዳን**ና ሰሜኢ ነበሩ።" (1 ዜና 23:7፤ 8፤ 9፤ 26:21)

ለኡማውያን ~ Leummim:

'ሕዝብ' ማለት ነው። የድዳን ልጅ፤ "የቅሳንም ሳባንና ድዳንን ወለደ። የድዳንም ልጆች አሦርያውያን፤ ለጡሳውያን፤ **ለኡማውያን** ናቸው።" (ዘፍ 25:3)

ለዓዳ ~ Laadah: 'መመሪያ' ማለት

ነው። የሴሎ ልጅ፤ "የይሁዳም ልጅ የሴሎም ልጆች የሌካ አባት ዔር፤ የመሪሳ አባት **ለዓዳ**፤ ከአሽቤአ ቤት የሚሆኑ ጥሩ በፍታ የሚሠሩ ወገኖች፤" (1 ዜና 4:21)

ለኪሶ ~ Lachish:

'የማይበገር፤ የማይናወጥ፤ የማይሰበር፤ የማይታጠፍ፤ ጠንካራ' ማለት ነው። የአምራውያን ግዛት የሆነ፤ የስምዖን አዋሳኝ፤ በኢየሩሳሌም በስተደቡብ የሚገኝ ከተማ፤ "ስለዚህም የኢየሩሳሌም ንጉሥ … ወደ **ለኪሶ** ንጉሥም ወደ ያፌዓ፤ ወደ አዶላም ንጉሥም ወደ ዳቤር ልኮ። ወደ እኔ ውጡ።" (ኢያ 10:3፤ 5)

ለጡሳውያን ~ Letushim:

'ውቅር፤ ቅጥቅጥ' ማለት ነው። የድዳን ሁለተኛ ልጅ፤ "… የድዳንም ልጆች አሦርያውያን፤ **ለጡሳውያን**፤ ለኡማውያን ናቸው" (ዘፍ 25:3)

ለፊዶት ~ Lapidoth: 'ብርሃን፤

ስልጡን፤ ንቁ' ማለት ነው። "በዚያ ጊዜም ነቢይቱ የ**ለፊዶት** ሚስት ዲቦራ በእስራኤል ላይ ትፈርድ ነበረች" (መሳ 4:4)

ሉሒት ~ Luhith: 'ርብራብ' ማለት

ነው። በሞዓብ የነበረ የቦታ ስም፤ "ልቤ ስለ ሞዓብ ጩኸ ከእርስዋም የሚሸሹ ወደ ዞዓር ወደ ዔግላት ሺሊሺያ ኮብለሉ በ**ሉሒት** ዓቀበት ላይ እያለቀሱ ይወጣሉ..." (ኢሳ 15:5)

ሉቃስ ~ Lucas, Luke: ሊቅ ዋስ፤

ሊቅ፤ 0ዋቂ፤ አስተዋይ፤ የተማረ፤ ቀዳሚ፤ መንገድ መሪ፤ አስተማሪ... ማለት ነው። [ተዛማጅ ስሞች- **ሉክዮስ፤ ሉቂዮስ፤ ሊቅሒ ሌካ]**

'ሊቅ' እና 'ዋስ' ከሚሉ ቃላት የተመሠረተ ስም ነው።

ሉቃስ / Lucas: የቅዱስ ጳውሎስ አገልጋይ የነበረ፤ **ሉቃስ**፤ (ፊል 1:24)

ሉቃስ / Luke: ሐኪም የነበረ፤ ወንጌላዊው **ሉቃስ**፤(ቆላ 4:14)

ሉክዮስ ~ Lucius: ሊቅ ዋስ፤ 0ዋቂ፤ አስተዋይ፤ የተማረ፤ መንገድ መሪ... ማለት ነው:: [ተዛማጅ ስሞች- **ሉቃስ፤ ሉቂዮስ፤ ሊቅሒ፤ ሌካ**]
'ሊቅ' እና 'ዋስ' ከሚሉ ሁለት ቃላት የተገኘ ስም ነው::
. በአንጾኪያ ባለችው ቤተ ክርስቲያን ነቢይና መምህር የነበረ፤ **ሉክዮስ**፤ (ሥራ 13:1)
. 'የጴጥሮስ መልእክት ወደ ሮሜ ሰዎች'ን የጻፈ፤ ጤርጥዮስ የጠቀሰው አገልጋይ፤ **ሉክዮስ**፤ (ሮማ 16:21)

ሉድ ~ Lud: 'ግጭት፤ ብጥብጥ' ማለት ነው:: ከሴም ልጆች አራተኛው፤ "የሴምም ልጆች ኤላም፤ አሦር፤ አርፋክስድ፤ **ሉድ**፤ አራም ናቸው::" (ዘፍ 10:22)

ሊሳኔዮስ ~ Lysanias: ልሳነ ዋስ፤ አጽናኝ ንግግር፤ ሐዘንን የሚያረቅ... ማለት ነው:: በሳቢላኒስ የአራተኛው ክፍል ገዥ የነበረ፤ "ጢባርዮስ ቄሣርም በነገሠ በአሥራ አምስተኛይቱ ዓመት ... **ሊሳኔዮስም** በሳቢላኒስ የአራተኛው ክፍል ገዥ ሆነው ሳሉ፤" (ሉቃ 3:1)

ሊቃአንያ ~ Lycaonia: 'የተኩላ አገር' ማለት ነው:: በታንጻ፤ እስያ የሚገኝ ደሴት፤ "ሕዝቡም ጳውሎስ ያደረገውን ባየ ጊዜ ... በሊ**ቃአንያ** ቋንቋ፤ አማልክት ሰዎችን መስለው ወደ እኛ ወርደዋል አሉ" (ሐዋ 14:11)

ሊቅሒ ~ Likhi: ሊቅ፤ ቀዳሚ፤ አስተዋይ፤ 0ዋቂ፤ ምሁር፤ መሪ፤ ተመራማሪ፤ በዕድሜ የበለጠ... ማለት ነው:: [ተዛማጅ ስሞች- **ሉቃስ፤ ሉክዮስ፤ ሉቂዮስ፤ ሌካ**]
'ላቀ' ከሚለው ግስ የተገኘ ስምነው:: የምናሴ ወገን፤ የሽሚዳ ልጅ፤ **ሊቅሒ**፤ (1 ዜና 7:19)

ሊቢያ ~ Libya: ልበያ፤ ልብ ያይሕ፤ ልበ ሐያው፤ የአምላክ ልብ፤ እግዚአብሔር የወደደው... ማለት ነው:: [ተዛማጅ ስሞች- **ልባዎት፤ ልብና፤ ልቢድዮስ**]
'ልብ' እና 'ያሕ' ከሚሉ ቃላት የተገኘ ያገር ስም ነው::
በሰሜን ምሥራቅ አፍሪቃ የሚገኝ ግዛተ (ግብፅን ሳይጨምር) ፤ (ሥራ 2:10)

ሊባኖስ ~ Lebanon: 'ነጭ' ማለት ነው:: ከፍተኛና ረጅም የሶርያ ተራራ፤ "እስክ ሴይርም ከሚያወጣው ወና ከሆነው ተራራ ጀምሮ ከአርሞንዔም ተራራ በታች በ**ሊባኖስም** ሸለቆ ውስጥ እስካለው ..." (ኢያ 11:17)
[ፍችው፤ ቢሐት እንደማለት፤ ነጭ ነጭ ወይም ነጫጭ ማለት ነው:: / **ሊ**ዐክ / አ]

ሊኖስ ~ Linus: ቦርም የነበረ ክርስቲያን፤ "...ኤውግሎስና ጵዴስ **ሊኖስም** ቅላውዲያም ወንድሞችም ሁሉ ሰላምታ ያቀርቡልሃል::" (2 ጢሞ4:21)

ላሃድ ~ Lahad: "ማመን፤ ማመስገን' ማለት ነው:: የኢኤት ልጅ፤ "የሃባልም ልጅ ራያ ኢኤትን ወለደ ኢኤትም አሐማይንና **ላሃድን** ወለደ..." (1 ዜና 4:2)

ላህቢም~ Lehabim: 'ነበልባል' ማለት ነው:: የአገር ስም፤ "ምጽራይምም ሉዲምን፤ 0ናሚምን፤ **ላህቢምን**፤ ነፍታሌምን፤ ፈትሩሲምን..." (ዘፍ 10:13)

ላልተማሩ ~ Barbarian: በር በሪያን፤ የባሪያ ልጅ፤ ሕገ አራትን ያላወቀ፤ ነጻ ያልወጣ፤ እንደተፈጠረ ያለ ሕዝብ፤ ለእግዚአብሔር መንገሥት እንግዳ... ማለት ነው:: [ተለዋጭ ስሞች- **አረማውያን፤ እንግዳ**]
Barbarian- 'በር' ፤ 'በረ' እና 'ያሕ' ከሚሉ ቃላት የተገኘ ስም ነው:: ሕገ እግዚአብሔርን ያላወቀ፤ "ለግሪክ ሰዎችና **ላልተማሩም**፤ ለጥበበኞችና ለማያስተውሉም ዕዳ አለብኝ፤" (ሮሜ 1:14)

ላማ ~ Lama: ለምን፤ ለምንድን ነው፤ ስለ ምን... ማለት ነው።
ጌታ በመስቀል ላይ ሆኖ ከተናገራቸው ቃላት፤ "በዘጠኝ ሰዓትም ኢየሱስ፦ ኤሎሄ ኤሎሄ **ላማ** ሰበቅታኒ? ብሎ በታላቅ ድምፅ ጮኸ። ይህም፦ አምላኬ አምላኬ ስለ ምን ተውኸኝ? ማለት ነው።" (ማቴ 27:46)

ላሜህ ~ Lamech: የሚመታ፤ ምች፤ መች፤ ብርቱ... ማለት ነው።
Lamech- 'ለመች' ከሚለው ቃል የተገኘ ስምነው።
. የቃየን አምስተኛ ትውልድ የሆነው፦ (ዘፍ 4:18-24)
. የማቱሳላ ልጅ ሁኖ የኖህ አባት፦ (ዘፍ 5:25-31 ፤ ሉቃ 3:36)

ላሲያ ~ Lasea: 'ጠቢብ' ማለት ነው።
የከተማ ስም፤ "በጭንቅም ጥግ ጥጉን አልፈን ለላሲያ ከተማ ወደ ቀረበች ...ስፍራ መጣን።" (ሐዋ 27:8)

ላባ ~ Laban: 'ነጭ፤ አንጸባራቂ' ማለት ነው። የይስሐቅ ሚስት፤ የርብቃ ወንድም፤ (ዘፍ 24:10፤29-60፤ 27:43፤ 29:5) "ለርብቃም **ላባ** የተባለ ወንድም ነበራት ላባም ወደ ውጪ ወደ ውኃው ምንጭ ወደ ሰውዮው ሮጠ።"

ሌሒ ~ Lehi: መንጋጋ፤ አገጭ... ማለት ነው። በይሁዳ የነበረ የቦታ ስም፤ "ፍልስጥኤማውያንም ወጡ፤ ... በ**ሌሒ** ላይም ተበታትነው ተቀመጡ" (መሳ 15:9፤ 14፤19)

ሌሳ ~ Laish: 'አንበሳ' ማለት ነው። የፈልጢ አባት፤ የዳዊት ሚስት፤ የሚልካ የመጀመሪያ ባል፤ "ሳኦል ግን የዳዊትን ሚስት ልጁን ሚልኮልን አገሩ ጋሊም ለነበረው ለ**ሌሳ** ልጅ ለፈልጢ ሰጥቶ ነበር።" (1 ሳሙ 25:44፤ 2 ሳሙ 3:15)

ሌሼም ~ Leshem: ለሽም፤ ለስም፤ ለመጠሪያ፤ ለመታወቂያ... ማለት ነው።

'ስም' ከሚለው ቃል የመጣ ስም ነው። ዳን ተብላ የተጠራች፤ የቦታ ስም፤ "የዳንም ልጆች ዳርቻ አልበቃቸውም የዳንም ልጆች ከ**ሌሼም** ጋር ሊዋጉ ወጡ፤ ...በአባታቸው በዳን ስም **ዳን** ብለው ጠሩዋት።" (ኢያ 19:47)

ሌካ ~ Lecah: ሊቅ፤ ቀዳሚ፤ ዐዋቂ፤ የተማረ፤ ንቁ፤ አስተዋይ... ማለት ነው።
[ተዛማጅ ስሞች- **ሉቃስ፤ ሉክዮስ፤ ሉቂዮስ፤ ሊቅሒ**]
'ላቀ' ከሚለው ግስ የተገኘ ስምነው።
በይሁዳ የዘር ሐረግ የተጠቀሰው **ሌካ**፤ (1 ዜና 4:21)

ሌዊ ~ Levi: ሊቬ፤ ልቤ፤ ልባዊ፤ ተወዳጅ... ማለት ነው። [ተዛማጅ ስሞች- **ሊቢያ፤ ልባዎት፤ ልብና፤ ልብድዮስ፤ ሌዋውያን**]
'ልብ' ከሚለው ቃል የተገኘ ስምነው። በመጽሐፍ ቅዱስ ውስጥ በዚህ ስም የሚጠራቁ ሰዎች: -
1. የያዕቆብና የልያ ሦስተኛ ልጅ፤ "ደግሞም ፀነሰች፤ ወንድ ልጅንም ወለደች አሁንም ባሌ ወደ እኔ ይጠጋል፤ ሦስት ወንዶች ልጆችን ወልጄለታለሁና አለች ስለዚህም ስሙን **ሌዊ** ብላ ጠራችው።" (ዘፍ 29:34)
2. በጌታ የዘር ሐረግ የተጠቀሰ፤ የሚልኪ ልጅ፤ (ሉቃ 3:24፤ 29)
3. የእልፍዮስ ልጅ፤ ሐዋርያው **ሌዊ**፤ (ማር 2:14) ፤ (ሉቃ 5:27፤ 29)
[ስሙ "ይጠጋል" ማለት ነው። / **መቅቃ**]

ሌዋውያን ~ Levites: ልባውያን፤ ልባዊ፤ የተወደዱ፤ የሌዊ ወገን፤ የሌዊ አገር ሰዎች... ማለት ነው። [ተዛማጅ ስም- **ሌዊ**]
. የአሮን የልጅ ልጅ ፊንሐስ የሌዋውያን አባት ተብሎ ተጠራ፦ (ዘጸ 6:25)
. ለእግዚአብሔር በኩራት ሆነው ስለተለዩ በእስራኤል ርስት አልነበራቸውም፤ (1 ነገ 8:4፤ ዕዝ2:70)

ልዩኔሲፎሩ ~ Onesiphorus:

"አትራፊ' ማለት ነው። በኤፌሶንየነበረ ክርስቲያን፤ ለጳውሎስ በሮም በጎ ነገርን ያደረገ፤ "ጌታ ልዩኔሲፎሩ ቤተ ሰዎች ምሕረትን ይስጥ፤ ብዙ ጊዜ አሳርፎኛልና፤" (2 ጢሞ 1:16-18፤4:19)

ልስጥራን ~ Lystra:

'የተበተኑ' ማለት ነው። "ወደ ደርቤና ወደ ልስጥራንም ደረሰ፤ እነሆም፤ በዚያ የአንዲት ያመነች አይሁዳዊት ልጅ ጢሞቴዎስ የሚባል አንድ ደቀ መዝሙር ነበረ፤ አባቱ ግን የግሪክ ሰው ነበረ" (ሐዋ 14:1)

ልቅሶ ~ Baca:

በፍልስጥኤም አገር ያለ ሸለቆ፤ ወደ ሕያው ቤተ መቅደስ የሚሽሹበት፤ እስራኤላውያን በባይን ጎሊናቸው ያዩት ቦታ፤ "በልቅሶ ሸለቆ ውስጥ በወሰነው ስፍራ የሕግ መምህር በረከትን ይሰጣልና።" (መዝ 84:6)

ልባዎት ~ Lebaoth:

ልባት፤ ልባም፤ ደፋር፤ ጀግና፤ አስተዋይ... ማለት ነው። [ተዛማጅ ስሞች- ሊቢያ፤ ሌዊ፤ ልብና፤ ልብድዮስ]

'ልብ' ከሚለው ቃል የተገኘ ስም ነው። በነቢዩ ኢያሱ የተጠቀስ የከተማ ስም፤ ልባዎት፤ (ኢያ 15:32)

ልብና ~ Libnah:

ልቦና፤ ልቡና፤ ልባዊ፤ አስተዋይ... ማለት ነው። [ተዛማጅ ስሞች- ሊቢያ፤ ሌዊ፤ ልባዎት፤ልብድዮስ]

'ልብ' ከሚለው ቃል የመጣ ስም ነው። 'ሌበናን' የሚለው የአገር ስም የተገኘው ከዚህ ነው።

እስራኤላውያን ከግብፅ ከወጡ በኋላ ካለፉባቸው ቦታዎች፤ ልብና፤ (ዘኍ 33:20፤ 21) ፤ (ኢያ 10:29-32፤12:15)

ልብድዮስ ~ Lebbaeus:

ልብ ዋስ፤ ልባዊ ዋስ፤ ደፋር፤ አስተዋይ፤ ጀግና... ማለት ነው። [ተዛማጅ ስሞች- ሊቢያ፤ ሌዊ፤ ልባዎት፤ ልብና]

Lebbaeus- 'ልብ' እና 'ዋስ' ከሚሉ ቃላት የተገኘ ስም ነው።

ከአሥራ ሁለቱ ሐዋርያት አንዱ የሆነው፤ የሐዋርያው የታዴዎስ ሁለተኛ ስም፤ "...ማቴዎስም፤ የእልፍዮስ ልጅ ያዕቆብም ታዴዎስም የተባለው ልብድዮስ፤" (ማቴ 10:3)

ልያ ~ Leah:

'ጠውላጋ' ማለት ነው። የላባ ትልቁ ልጅ፤ የያዕቆብ ሁለተኛ ሚስት፤ "ለላባም ሁለት ሴቶች ልጆች ነበሩት የታላቂቱ ስም ልያ የታናሿቱ ስም ራሔል ነበረ።" (ዘፍ 29:16)

ልዳ ~ Lydda:

'ግጭት፤ ብጥብጥ' ማለት ነው። "ጴጥሮስም በየስፍራው ሁሉ ሲዞር በልዳ ወደሚኖሩ ቅዱሳን ደግሞ ወረደ።" (ሐዋ 9:32፤35፤38)

ሎሩሃማ ~ Lo-ruhamah:

'ምሕረት ያጣ፤ ይቅርታየሌለው፤ የተረገመ' ማለት ነው። "ደግሞ ፀነሰች ሴት ልጅንም ወለደች። እግዚአብሔርም:- ይቅር እላቸው ዘንድ የእስራኤልን ቤት ከእንግዲህ ወዲህ አልምርምና ስምዋን ሎሩሃማ ብለህ ጥራት" (ሆሴ 1:6፤ 2:23)

ሎቤኒ ~ Libni:

'ነጭ' ማለት ነው። የጌድሶን ልጅ፤ የሌዊ ወገን፤ "የጌድሶንም ልጆች እንደ ወገኖቻቸው ሎቤኒ፤ ሰሜኢ. ናቸው" (ዘጸ 6:17፤ ዘኍ 3:18፤21)

ሎዓሚ ~ Lo-ammi:

'ኢአማንያን፤ ያላመነ፤ ሕዝቤ ያልሆነ' ማለት ነው። (ሆሴ 1:9፤ 10) "እግዚአብሔርም:- ሕዝቤ አይደላችሁምና፤ እኔም አምላክ አልሆናችሁምና ስሙን ሎዓሚ ብለህ ጥራው አለው።"

ሎዛ ~ Luz:

ለውዛ፤ ለውዝ፤ የለውዝ ተከል... ማለት ነው።

. ቤቴል ተብላ የተጠራች፤ ጥንታዊ የከነዓን ከተማ፤ "ያዕቆብም ያንን ስፍራ ቤቴል ብሎ ጠራው አስቀድሞ ግን የዚያች ከተማ ስም ሎዛ ነበረ።" (ዘፍ 28:19፤ 35:6)

. በኬጢያውያን አገር የነበረ የቦታ ስም፥ "... ስምዋንም **ሎዛ** ብሎ ጠራት..." (መሣ 1:26) [...ለውዝ፥ ለውዛም፥ የለውዝ ቦታ... / **ኪወክ** / **አ**]

ሎይድ ~ Lois: 'ቅን፣ ተግባቢ' ማለት ነው። የጢሞቴዎስ አያት፥ "በአንተ ያለውን ግብዝነት የሌለበትን እምነትህን ... በአያትህ በ**ሎይድ** በእናትህም በኤውንቄ ነበረባቸው፥ በአንተም ደግሞ እንዳለ ተረድቼአለሁ" (2 ጢሞ 1:5)

ሎድ ~ Lod: ልድ፣ ልጅ፣ ውልድ፣ ትውልድ... ማለት ነው። ከግዞት ከተመለሱ፥ የሎድ ልጆች ይገኙበታል፥ "የ**ሎድ**ና የሐዲድ የኦኖም ልጆች፥ ሰባት መቶ ሀያ አምስት።" (ዕዝ 2:33)

ሎዶቅያ ~ Laodicea: 'ፍትሐዊ፣ እውነተኛ ሕዝብ' ማለት ነው። "በ**ሎዶቅያ**ም ወዳለው ... አሜን የሆነው፥ የታመነውና እውነተኛው ምስክር፥ በእግዚአብሔርም ፍጥረት መጀመሪያ የነበረው እንዲህ ይላል።" (ራእይ 3:14)

ሎጥ ~ Lot: 'ልጥ፣ ነጠላ፣ ሻሽ፣ የፊት መሸፈኛ' ማለት ነው። የታራ ልጅ፣ የናኮር ልጅ፣ የሐራን ልጅ፥ "የታራም ትውልድ እነሆ ይህ ነው። ታራ አብራምንና ናኮርን ሐራንንም ወለደ ሐራንም **ሎጥ**ን ወለደ" (ዘፍ 11:27፣ 31)

ሐ

ሐሊ ~ Hali: 'ሐብል፣ ድሪ፣ ያንገት ጌጥ' ማለት ነው። የአሴር ድንበርተኛ፥ በሔልቃት እና በቤጤን መካከል ያለ ከተማ፥ "ድንበራቸውም ሔልቃት፥ **ሐሊ**፥ ቤጤን፥ አዚፍ፥" (ኢያ 19:25)

ሐልሑል ~ Halhul: 'ሐዘን' ማለት ነው። በይሁዳ የተራራማው ክፍል የነበረ ከተማ፥ "**ሐልሑል**፥ ቤትጹር፥ ጌዶር፥ ማዕራት፥ ቤትዓኖት፥ ኤልትቆን ስድስት ከተሞችና መንደሮቻቸው።" (ኢያ 15:58)

ሐመዳቱ ~ Hammedatha: 'ሕገ ወጥ፣ አጥፊ' ማለት ነው። የሐማ አባት፥ "ከዚህም ነገር በኋላ ንጉሡ አርጤክስስ የአጋጋዊውን የ**ሐመዳቱ**ን ልጅ ሐማን ከፍ ከፍ አደረገው፥ አከበረውም ..." (አስ 3:1፣10፥ 8:5፥ 9፥24)

ሐሙል ~ Hamul: 'አምላካዊ፣ ይቅር ባይ' ማለት ነው። የይሁዳ ልጅ፥ የፋሬስ ሦስተኛ ልጅ፥ "የይሁዳም ልጆች ዔር፥ አውናን፥ ሴሎም ... የፋሬስም ልጆች ኤስሮም፥ **ሐሙል**" (ዘፍ 46:12፤ 1 ዜና 2:5)

ሐማ ~ Haman: ሐማን፣ አማን፣ ታማኝ፣ ሰላማዊ... ማለት ነው። [ተዛማጅ ስሞች:- **ሄማን፣ አሒማን፣ አማና፣ አሜን፣ አሞን፣ አኪመን፣ ያሚን**] የእንግሊዝኛው መጽሐፍ ቅዱስ 'Haman ~ ሐማን' ሲል፥ የአማርኛው በማሳጠር 'ሐማ' ይላል። **Haman-** ሐማን ከሚለው ቃል የተገኘ ስም ሲሆን፥ የቃሉ ምንጭ ደግሞ 'አመነ' የሚለው ግስ ነው።
የአጋጋዊው የሐመዳቱን ልጅ ፥ የፋርስ ንጉሥ አርጤክስስ ከፍተኛ ሥልጣን የሰጠው የአይሁድ ጠላት። አይሁድን ለማጥፋት አቅዶ ነበር፥ ነገር ግን ባዘጋጀው መስቀል ራሱ ተሰቀለ፥ (አስ 3፡1)

ሐማት ~ Hamath: 'ምሽግ' ማለት ነው። ከሶርያ ታላላቅ ከተሞች አንዱ፥ "ወጡም ምድሪቱንም ከጺን ምድረ በዳ በ**ሐማት** ዳር እስካለችው እስከ ረአብ ድረስ ሰለሉ።" (ዘኊ 13:21)

ሐማትሱባ ~Hamath-zobah: 'በዘብ የሚጠበቅ፣ ጠንካራ ምሽግ' ማለት ነው። "ሰሎሞንም ወደ **ሐማትሱባ** ሄደ አሸነፋትም።" (2 ዜና 8:3)

ሐሞና ~ Hamonah: 'የብዙ ብዙ' ማለት ነው። በነቢዩ ሕዝቅኤል የተጠቀስ ከተማ፣ "ደግሞም የከተማይቱ ስም **ሐሞና** ይባላል። እንዲሁ ምድሪቱን ያጸዳሉ።" (ሕዝ 39:16)

ሐሞን ~ Hammon: 'ፍል ውኃ' ማለት ነው።

1. የአሴር ከተማ፣ "ከዚያም ወደ ዔብሮን፣ ወደ ረአብ፣ ወደ **ሐሞን**፣ ወደ ቃና እስከ ታላቁ ሲዶናም ደረሰ።" (ኢያ 19:28)
2. ከንፍታሌም ርስት ተወስዶ ለሌዋውያን ከተማነት የተሰጠ፣ (1 ዜና 6:76)

ሐሞንጎግ ~ Hamon-gog: 'ብዙ ተራራ' ማለት ነው። የተገደሉ የጎግ ሠራዊት መቀበሪያ ሸለቆ፣ "... በዚያም ጎግንና ብዛቱን ሁሉ ይቀብራሉ የሸለቆውንም ስም **ሐሞንጎግ** ብለው ይጠሩታል።" (ሕዝ 39:11፣15)

ሐሱም ~ Hashum: 'ሀብታም' ማለት ነው።

1. ከባቢሎን ምርኮ ከተመለሱ፣ "የ**ሐሱም** ልጆች፣ ሦስት መቶ ሀያ ስምንት..." (ነህ 7:22)
2. ዕዝራ የሕጉን መጽሐፍ ሲያነብ በስተግራ ከቆሙት፣ (ነህ 8:4) "... መልከያ፣ **ሐሱም**፣ ሐሽበዳና፣ ዘካርያስ፣ ሜሱላም በግራው በኩል ቆመው ነበር።

ሐሡፋ ~ Hashupha: 'እርቃን፣ እራቁት' ማለት ነው። ከግዞት ከተመለሱ፣ "ናታኔም፣ የሲሐ ልጆች፣ የ**ሐሡፋ** ልጆች..." (ነህ 7:46)

ሐሳድያ ~ Hasadiah: 'አምላክ የረዳው' ማለት ነው። ከፈድያ ልጆች አንዱ፣ "ሐሹባ፣ አሄል፣ በራክያ፣ **ሐሳድያ**፣

ዮሻብሒሔድ አምስት ናቸው" (1 ዜና 3:20)

ሐሴሶንታማር ~ Hazezon-tamar: 'ተምር መግረዝ' ማለት ነው። የቀድም ስሙ 'ዓይንጋዲ' የነበረ ቦታ፣ ...ዓይንጋዲ በተባላች በ**ሐሴሶን** ታማር ናቸው ብለው ለኢዮሣፍጥ ነገሩት።" (2 ዜና 20:2)

ሐሴቦን ~ Heshbon: ውስጣዊ በልብ ያለ፣ የታሰበ፣ ሐሳባዊ... ማለት ነው። የስሙ ምንጭ 'ሐሳብ' የሚለው ቃል ነው። የአሞራውያን ንጉሥ፣ የሴዖን ዋና መቀመጫ የነበረ፣ የቦታ ስም፣ "...እስራኤልም በአሞራውያን ከተሞች ሁሉ በ**ሐሴቦንና** በመንደሮቹ ሁሉ ተቀመጠ። (ዘኍ 21:26)

ሐሰረሞትን ~ Hazarmaveth: ሐሰረ ሞት፣ የሞት እሥር፣ የአሳር፣ የስቃይ የመከራ ሞት... ማለት ነው። የዮቅጣን ሦስተኛ ልጅ፣ "ዮቅጣንም ኤልሞዳድን፣ ሣሌፍንም፣ **ሐሰረሞትንም**፣" (ዘፍ 10:26)

ሐስራ ~ Hasrah: አሳሩን ያየ፣ መከራን የተቀበለ፣ ምስኪን ድሃ... ማለት ነው። የስሙ ምንጭ 'አሳር' የሚለው ቃል ነው። የቲቋዋ አባት፣ "ኬልቅያስና እንዚያ ንጉሥ ያዘዛቸው ወደ ልብስ ጠባቂው ወደ **ሐስራ** ልጅ ወደ ቲቋዋ ልጅ ወደ ሴሌም ሚስት ወደ ነቢይቱ ወደ ሕልዳና ሄዱ..." (2 ዜና 34:22)

ሐሩስ ~ Haruz: "ቅን" ማለት ነው። "አሞጽም መንገሥ በጀመረ ጊዜ የሀያ ሁለት ዓመት ጉልማሳ ነበረ፣ በኢየሩሳሌምም ሁለት ዓመት ነገሠ፣ እናቱም የዮጥባ ሰው የ**ሐሩስ** ልጅ ሜሱላም ነበረች።" (2 ነገ 21:19)

ሐራን ~ Haran: 'ተራራማ' ማለት ነው።

1. የታራ ልጅ፣ "ታራም መቶ ዓመት ኖረ፣ አብራምንና ናኮርን **ሐራንንም** ወለደ።" (ዘፍ 11:26)

2. የሰሜኢ ልጅ፣ "የሰሜኢ ልጆች ሰሎሚት፣ ሐዝኤል፣ **ሐራን** ሦስት ነበሩ። እነዚህ የለአዳን አባቶች ቤቶች አለቆች ነበሩ።" (1 ዜና 23:9)

3. የካሌብ ልጅ፣ "የካሌብም ቁባት ዔፋ **ሐራን**፣ ሞጻን፣ ጋዜዝን ወለደች" (1 ዜና 2:46)

4. የታራ ልጅ፣ **ካራን፣** "...የክብር አምላክ ለአባታችን ለአብርሃም በ**ካራን** ሳይቀመጥ ገና በሁለት ወንዝ መካከል ሳለ ታየና..." (ሐዋ 7:2፣4)

ሐራዳ ~ Haradah: ራደ፣ ፈራ፣ ተንቀጠቀጠ... ማለት ነው። እስራኤል ከግብፅ ወጥተው በምድረ በዳ ካለፉባቸው ቦታዎች፣ "ከሻፍር ተራራም ተጉዘው በ**ሐራዳ** ሰፈሩ።" (ዘኍ 33:24፣25)

ሐሬፍ ~ Hareph: 'መፈልፈል፣ መጠርጠር፣ ፍሬን ከገለባ መለየት' ማለት ነው። በይሁዳ የዞር ሐረግ፣ የካሌብ ልጅ፣ የቤት-ጋዴር አባት'፣ "የቤተ ልሔም አባት ሰልሞን፣ የቤት ጋዴር አባት **ሐሬፍ።**" (1 ዜና2:51)

ሐርሃያ ~ Harhaiah: 'የፈጣሪ ቁጣ' ማለት ነው። የዑዝኤል አባት፣ "በአጠገባቸውም ወርቅ አንጠረኛው የ**ሐርሃያ** ልጅ ዑዝኤል አደሰ..." (ነህ 3:8)

ሐርሑር ~ Harhur: ሐሩር፣ ያረረ፣ የሞቀ፣ የሚያቃጥል... ማለት ነው። 'ሐሩር' ከሚለው ቃል የተገኘ ስም ሲሆን፣ የቃሉ ምንጭ ደግሞ 'አረረ' የሚለው ግስ ነው። 'ሐረር' እና 'ሐራሬ' የመሳሰሉ ስሞች የመጡት ከዚህ ቃል ነው። የባቢሎን ንጉሥ ናቡከደነፆር ከማረካቸው ምርኮኞች ወደ ኢየሩሳሌምና ወደ ይሁዳ ወደ እየከተማቸው ከተመለሱ የአገር ልጆች መካከል የ**ሐርሑር** ልጆች ይገኙበታል፣ (ዕዝ 2:51) ፣ (ነህ 7:53)

ሐርሳ ~ Harsha: አራሽ፣ ሠራተኛ፣ በግብርና የሚተዳደር... ማለት ነው። 'አረስ' ከሚለው ቃል የተገኘ ስም ነው። ከባቢሎን

ምርኮ ከተመለሱት የሐርሳ ልጆች ይገኙበታል፣ "የ**ሐርሳ** ልጆች፣ የበርቆስ ልጆች" (ዕዝ 2:53፣ ነህ7:54)

ሐርቦና ~ Harbonah: ሐርበኛ፣ ዐርበኛ፣ ጦረኛ፣ ተዋጊ... ማለት ነው። 'ሐርብ' ከሚለው የግእዝ ቃል የተገኘ ስም ነው። "በንጉሡም ፊት ካሉት ጃንደረቦች አንዱ፣ "በንጉሡም ፊት ካሉት ጃንደረቦች አንዱ **ሐርቦና።** እነሆ ሐማ ለንጉሡ በጎ ለተናገረው ለመርዶክዮስ ያሠራው ርዝመቱ አምሳ ክንድ የሆነው ግንድ በሐማ ቤት ተተከሎአል አለ..." (አስ 7:9)

ሐርኔፍር~ Harnepher: 'ማለህለህ' ማለት ነው። ከአሴር ነገድ፣ የጾፉ ልጅ፣ "የጾፋም ልጆች ሱዋ፣ **ሐርኔፍር፣**" (1 ዜና7:36)

ሐርድ~ Harod: መራድ፣ መንቀጥቀጥ፣ መናወጥ... ማለት ነው። የጌዲያን ሠራዊት፣ ከምድማውያን ባይረጉት ፍልሚያ፣ የስፍራቱ ምንጭ፣ "...በ**ሐርድ** ምንጭ አጠገብም ሰፈሩ የምድያምም ሰፈር ከእነርሱ ወደ ሰሜን በኩል በሞሬ ኮረብታ አጠገብ በሸለቆው ውስጥ ነበረ።" (መሳ 7:1)

ሐሻቢያ ~ Hashabiah: ሐሳብ ያሕ፣ አሳብ ሕያው፣ እግዚአብሔር ያሰበው... ማለት ነው። [ተዛማጅ ስሞች - **ሐሽብያ፣ ሐሽባ፣ አሳብያ**]

'ሐሳብ' እና 'ያሕ'(ሕያው) ከሚሉ ሁለት ቃላት የተመሠረተ ስም ነው። የቃሉ ምንጭ ደግሞ 'አሰበ' የሚለው ግስነው።

1. በዳዊት ዘመን በሌዊ ላይ የተሾመ የቀሙኤል ልጅ፣ **ሐሽቢያ፣** (1 ዜና 27:17)

2. ከሌዋውያኑ አለቆች አንዱ፣ (2 ዜና35:9)

3. በመጽሐፈ ዕዝራ የተጠቀሰው ሊቀ ካህን፣ (ዕዝ 8:24)

ሐሽብያ ~ Hashabiah: ሐሳብ ያሕ፣ አሳብ ሕያው፣ እግዚአብሔር ያሰበው...

ማለት ነው። [ተዛማጅ ስሞች - **ሐሽቢያ ፤ ሐሹባ ፤ አሳብያ**]

'ሐሳብ' እና 'ያሕ'(ሕያው) ከሚሉ ሁለት ቃላት የተመሠረተ ስም ነው። በመጽሐፍ ቅዱስ **ሐሽቢያ** በሚል ስም የሚጠሩ ሰዎች፦

1. ከሜራራ ወገን የሆነ **ሐሽቢያ**፤ (1 ዜና 6:45)

2. ከኤዶታም የኤዶታ ልጅ **ሐሽቢያ**፤ (1 ዜና 25:3)

3. በመጽሐፈ ነህምያ የተጠቀሰ **ሐሽቢያ**፤ (ነህ 3:17)

4. የሌዋውያን አለቃ የነበረ **ሐሽቢያ**፤ (ነህ 10:11፤ 12:24)

5. በመጽሐፈ ነህምያ የተጠቀሰ ሌላ **ሐሽቢያ**፤ (ነህ 11:22)

ሐሹባ ~ Hashubah: አሳቢ፤

አስታዋሽ... ማለት ነው። [ተዛማጅ ስሞች - **ሐሽብያ፤ ሐሽቢያ፤ አሳብያ**]

'አሰበ' ከሚለው ግስ የመጣ ስም ነው። ከዘሩባቤል ልጆች አንዱ፤ **ሐሹባ**፤ (1 ዜና 3:20)

ሐሽሞን ~ Heshmon: 'ለም አፈር'

ማለት ነው። በይሁዳ የታቸኛው መጨረሻ ክፍል የሚገኝ ቦታ፦ "አማም፤ ሽማዕ፤ ሞላዳ፤ ሐጸርጋዳ፤ **ሐሽሞን**" (ኢያ 15:27)

ሐቁፋ ~ Hakupha: አቃፊ፤ ደጋፊ፤

ተቀባይ... ማለት ነው። 'አቀፈ' ከሚለው ቃል የተገኘ ስም ነው። ከግዞት ከተመለሱ የ**ሐቁፋ** ልጆች ይገኙበታል፦ "የበቁቅ ልጆች፤ የ**ሐቁፋ** ልጆች፤ የሐርሑር ልጆች..." (ዕዝ 2:51፤ ነህ 7:53)

ሐታት ~ Hathath: 'ሐቲት፤

ፍርሃት፤ ድንጋጤ' ማለት ነው። የቄኔዛዊው የጎቶንያል ልጅ፦ "...የጎቶንያልም ልጅ **ሐታት** ነበረ" (1 ዜና 4:13)

ሐቴርስታ ~ Tirshatha: 'ገዥ፤

አስተዳዳሪ' ማለት ነው። "**ሐቴርስታም**: - በኣርምና በቴማ.ም የሚፈርድ ካህን እስኪነሣ

ድረስ ከቅዱስ ቅዱሳን አትበሉም አላቸው" (ዕዝ 2:63፤ ነህ 7:65፤70)

ሐኒኤል ~ Hanniel: ሐና ኤል፤

አምላክ ሐና... ማለት ነው። [ተዛማጅ ስም - **አኒኤል**]

'ሐና' እና 'ኤል' ከሚሉ ሁለት ቃላት የተመሠረተ ስም ነው። ትርጉም 'ሐና' ማለት በረከት፤ ቸርነት፤ ስጦታ ማለት ሲሆን፤ 'ኤል' ደግሞ ኃያል አምላክ ማለት ነው። ስለዚህ 'ሐኒኤል' የሚለው የበረከት አምላክ፤ የቸርነት ጌታ፤ የእግዚአብሔር ስጦታ ተብሎ ይተረጎማል። የአሴር ነገድ አለቃ የሆነ፤ የዕዋ ልጅ፤ (1 ዜና 7:39)

ሐና ~ Anna, Annas, Hannah: ጸጋ፤ ቸርነት፤ በረከት፤ ልገሳ፤ ርኅራኄ... ማለት ነው። [ተዛማጅ ስሞች- **ሐናኒ፤ ሐናን፤ ሐኖን፤ አናኒ**]

የቃሉ ምንጭ 'ሆነ' የሚለው ግስ ነው። በመጽሐፍ ቅዱስ ውስጥ 'ሐና' በሚለው ስም የሚታወቁ ሦስት ሰዎች አሉ።

ሐና / Anna: ከአሴር ወገን የምትሆን የፋኑኤል ልጅ ነቢይት **ሐና**፤ (ሉቃ 2:36፤ 37)

ሐና / Annas: የአይሁድ ሊቀ ካህን የነበረው፤ **ሐና**፤ (ዮሐ 18፡ 13) ፤ (ሉቃ 3:2)

ሐና / Hannah: የሕልቃና ሚስት፤ የነቢዩ ሳሙኤል እናት፤ **ሐና**፤ (1 ሳሙ 1፡ 14-16)

[የቃሉ ትርጉም "ጸጋ" ማለት ነው። / **መቅቃ**]

[ምሕረተ እግዚአብሔር ማለት ነው። / **ደተወ / አ**]

ሐናቶን~ Hannathon: 'የጸጋ

በረከት' ማለት ነው። ከዛብሎን ከተሞች አንዱ፤ "ድንበሩም በሰሜን በኩል ወደ **ሐናቶን** ዘረጋ፤ መውጫውም በይፍታሕኤል ሸለቆ ነበረ።" (ኢያ 19:14)

ሐናኒ ~ Hanani:

ሐናኔ፤ ሐናዬ፤ ጸጋዬ፤ ስጦታዬ፤ ሁብቴ... ማለት ነው፡፡ [ተዛማጅ ስሞች- **ሐና፤ ሐናን፤ ሐናን፤ አናኒ**] ዳዊትና የሠራዊቱ አለቆች ከአሳፍና ከኤማን ከኤዶታም ልጆች በመሰንቆና በበገና በጸናጽልም ትንቢት ከሚናገሩት ሰዎች ለማገልገል ከተለዩ፤ በአገልግሎታቸው ሥራ ከሠሩ መካከል፤ (1 ዜና 25:4፤25:25)

ሐናን ~ Hanan:

ሐነን፤ ጸጋ የተሰጠው፤ ምሕረት ያገኘ፤ ይቅር የተባለ ማለት ነው፡፡ [ተዛማጅ ስሞች- **ሐና፤ ሐናኒ፤ ሐናን፤ አናኒ**]

በመጽሐፍ ቅዱስ በዚህ ስም የሚታወቁ ሰዎች:-

1. ከአለቆች አንዱ፤ ከብንያም ወገን የሆነ፤ **ሐናን**፤ (1 ዜና 8:24)
2. የሳኦል ወገን ከሆነው ከኤሴል የተወለደው **ሐናን**፤ (1 ዜና 8:38)
3. የንጉሡ ዳዊት ጦሯፍራ የነበረ፤ **ሐናን**፤ (1 ዜና 11:43)
4. የእግዚአብሔር ሰው የኔዴልያ ልጅ **ሐናን**፤ (ኤር 35:4)
5. የባቢሎን ንጉሡ ናቡከደነጾር ወደ ባቢሎን ከማረካቸው ምርኮኞች ወደ ኢየሩሳሌምና ወደ ይሁዳ ወደየከተማቸው ከተመለሱ የአገር ልጆች፤ **ሐናን**፤ (ዕዝ 2:46)
6. ዕዝራን ከተባበሩት ሌዋውያን አንዱ፤ **ሐናን**፤ (ነህ 8:7)
7. በነህምያ የተጠቀስ፤ የቃል ኪዳኑን ደብዳቤ ካተሙት አንዱ፤ **ሐናን**፤ (ነህ 10:22፤ 23)

ሐናንኤል ~ Hananeel:

ሐናነ ኤል፤ የሐና አምላክ፤ የአምላክ እግዚአብሔር ስጦታ... ማለት ነው፡፡ [ተዛማጅ ስሞች- **ሐኒኤል፤ ሐናንያ፤ አናንያ፤ አኒኤል**]

'ሐናን' እና 'ኤል' ከሚሉ ሁለት ቃላት የተመሠረተ ስም ነው፡፡ በኢየሩሳሌም ቅጥር አቅራቢያ የነበረ የግንብ መጠሪያ፤ (ነህ 3:1)

ሐናንያ ~ Hananiah:

ሐነነ ያሕ፤ የሕያው እግዚአብሔር ስጦታ... ማለት ነው፡፡ [ተዛማጅ ስሞች- **ሐኒኤል፤ ሐናንኤል፤ አናንያ፤ አኒኤል**]

'ሐናን' እና 'ያሕ'(ያሕዌ ፤ ሕያው) ከሚሉ ሁለት ቃላት የተመሠረት ስም ነው፡፡ በመጽሐፍ ቅዱስ በዚህ ስም የሚታወቁ ሰዎች:-

1. የዘሩባቤል ልጅ፤ **ሐናንያ**፤ (1 ዜና 3:19፤ 21)
2. የብንያም ወገን አለቃ **ሐናንያ**፤ (1 ዜና 8:24)
3. የሔማን ልጅ **ሐናንያ**፤ (1 ዜና 25:4 ፤ 23)
4. ለዓዝዝያን በሠራዊት ውስጥ የሰልፈኞች አለቃ የነበረው **ሐናንያ**፤ (2 ዜና 26:11)
5. የሪያ የተባለ የዘበኞች አለቃ፤ አያት፤ (ኤር 37:13)
6. የሴዴቅያስ አባት፤ **ሐናንያ**፤ (ኤር36:12)
7. "ሐናን፤ ዓናያ፤ ሆሴዕ፤ **ሐናንያ**፤ አሱብ፤" (ኤር 10:23)
8. የቤባይ ልጅ፤ **ሐናንያ**፤ (ዕዝ10:28)
9. ካህኑ የኤርምያስ ልጅ፤ **ሐናንያ**፤ (ነህ 12:12፤13)
10. ሽቱ ቀማሚ የነበረ፤ **ሐናንያ**፤ (ነህ 3:8)
11. የሰሌምያ ልጅ፤ **ሐናንያ**፤ (ነህ3:30)
12. ሐሰተኛው ነቢይ፤ **ሐናንያ**፥ (ኤር 28:17)
. **አናንያ**፤ (ዳን 1:6፤7)

ሐናንያ ~ Ananias:

የሕያው ታላቅ በረከት፤ አምላክ የለገሰው... ማለት ነው፡፡

1. ሊቀ ካህኑ፤ (ሐዋ 23:2-5፤24:1)
2. በኢየሩሳሌም የነበረ አማኝ፤ "ጴጥሮስም:- **ሐናንያ** ሆይ፤ መንፈስ ቅዱስን ታታልልና ከመሬቱ ሽያጭ ታስቀር ዘንድ ሰይጣን በልብህ ስለ ምን ሞላ?" (ሐዋ 5:1-11)

3. በደማስቆ የነበረ አንድ ደቀ መዝሙር፤ "በደማስቆም **ሐናንያ** የሚሉት አንድ ደቀ መዝሙር ነበረ..." (ሐዋ 9:10-17)

ሐኔስ ~ Hanes: 'ጸጋ ቢስ' ማለት ነው፡፡ በግብፅ አገር ያለ፤ የቦታ ስም፤ "አለቆች ምንም በጣኔዎስ ቢሆኑ፤ መልክተኞቻቸውም ምንም ወደ **ሐኔስ** ቢደርሱ" (ኢሳ 30:4)

ሐኖን ~ Hanun: ሐናን፤ እግዚአብሔር የሰጠው፤ ይቅር የተባለ፤ ባለ ጸጋ... ማለት ነው፡፡ [ተዛማጅ ስሞች- **ሐና**፤ **ሐናኒ፤ ሐናን፤ አናኒ**]
በመጽሐፍ ቅዱስ በዚህ ስም የሚታወቁ ሰዎች:-
1. የናዖስ ልጅ **ሐኖን**፤ (2 ሳሙ 10:1-14)
2. የኢየሩሳሌምን ቅጥር በማደስ ከተባበሩት አንዱ፤ **ሐኖን**፤ (ነህ 3:30)
3. ከዛኖዋ ሰዎች ጋር የኢየሩሳሌም ቅጥር፤ የሸለቆውን በር ያደሰ **ሐኖን**፤
(ነህ 3:13)

ሐካልያ ፣ ኤኬላ ~ Hachaliah: 'አምላክ ያነቃው' ማለት ነው፡፡ የነህምያ አባት፤ "የ**ሐካልያ** ልጅ የነህምያ ቃል፡፡ በሃያኛው ዓመት በካሴሉ ወር እንዲህ ሆነ" (ነህ 1:1፤ 10:1)

ኤኬላ~ Hachaliah: ዳዊት ከሳኦል ሸሽቶ ከተሸሸገባቸው አምባዎች አንዱ፡፡ (ሳሙ 23:19)

ሐውራን ~ Hauran: 'ዋሻ' ማለት ነው፡፡ የፍልስጥኤም ክፍለ ግዛት የሆነ፤ በሕዝቅኤል የተጠቀስ ቦታ፤ "...በሐማት ድንበር መካከል ያለው ሲብራይም፤ በ**ሐውራን** ድንበር አጠገብ ያለው ሐጸርሃቲኮን" (ሕዝ 47:16፤17)

ሐዞ ~ Hazo: 'ራእይ' ማለት ነው፡፡ ናሆር ከሚልካ የወለደው ልጅ፤ "ኮዛት፤ **ሐዞ**፤ ፌልዳሥ፤ የድላፍ፤ ባቱኤል ናቸው" (ዘፍ 22:22)

ሐዲ ~ Addi: 'ጌጥ' ማለት ነው፡፡ በጌታ የዘር ሐረግ፤ የዮሳ ልጅ፤ የሚልኪ አባት፤ "የሚልኪ ልጅ፤ የ**ሐዲ** ልጅ፤ የዮሳ ልጅ፤ የቆሳም ልጅ፤ የኤልሞዳም ልጅ፤ የኤር ልጅ" (ሉቃ 3:28)

ሐዲድ ~ Hadid: መውደድ፤ ማፍቀር... ማለት ነው፡፡ በብንያም ነገድ፤ በሎድ አቅራቢያ፤ ያለ ቦታ፤ "የሎድና የ**ሐዲድ** የአኖም ልጆች፤ ሰባት መቶ ሀያ አምስት፡፡" (ዕዝ 2:33፤ ነህ 7:37)

ሐዳሻ ~ Hadashah: ሀዲስ፤ አዲስ፤ ያላረጀ፤ እንግዳ፤ ቀድሞ ያልነበረ፤ አሁን የመጣ... ማለት ነው፡፡ 'አደስ' ከሚለው ግስ የተገኘ ስም ነው፡፡ ከይሁዳ ከተሞች አንዱ፤ "ጽናን፤ **ሐዳሻ**፤ ሚጊዳልጋድ፤ ዲልዓን፤" (ኢያ 5:37)

**ሐዳድሪሞን ~
Hadadrimmon:** 'ሪሞን ለተባለ አምላከመጸሊየ' ማለት ነው፡፡ለንጉሥ ኢዮሲያስ ሞት ብሔራዊ ሃዘን የተካሄደበት፤ የመጊዶን ሸለቆ፤ "በዚያ ቀን በመጊዶን ሜዳ እንደ ነበረው እንደ **ሐዳድሪሞን** ልቅሶ ታላቅ ልቅሶ በኢየሩሳሌም ይሆናል" (ዘካ 12:11)

ሐድላይ ~ Hadlai: 'ያምላከ ዕረፍት' ማለት ነው፡፡ የኤፍሬም አገር ሰው፤ "... የሰሎምም ልጅ ይሐዝቅያ፤ የ**ሐድላይም** ልጅ ዓሜሳይ ከሰልፍ በተመለሱት ላይ ተቃወሙአቸው፡፡" (2 ዜና 28:12)

ሐጊ ~ Haggi: ሐጊ፤ ሐጋ፤ ሐገገ፤ ሐጋዊ ሆነ፤ ሐግ አከበረ... ማለት ነው፡፡ [ተዛማጅ ስም- **ሐጌ፤ ሐግያ**] 'ሐገ' ከሚለው ግስ የተገኘ ስም ነው፡፡ የጋድ ሁለተኛ ልጅ **ሐጊ**፤ (ዘፍ 6:16)

ሐጌ ~ Haggai: ሐጌ፤ ሐጋዊ፤ ሥርዓት ተከታይ፤ ትእዛዝ ተቀባይ፤ ሰንበትን የሚጠብቅ፤ በዓላትን የሚያከብር... ማለት ነው፡፡ [ተዛማጅ ስም- **ሐጊ፤ ሐግያ**] ከአሥራ ሁለቱ ደቂቅ ነቢያት አንዱ፤ ነቢዩ **ሐጌ**፤ (ዕዝ 6:14)
[የሰው ስም: ነቢይ፤ ካሥራ ኹለቱ ደቂቅ ነቢያት አንዱ፡፡ በዓል ዘተወልደበዓል ማለት ነው፡፡ / ኪወኪ/አ]

ሐግሪ ~ Haggeri: ሐገሬ፤ አገሬ፤
አገራዊ ማለት ነው፡፡ ['አገረ፤ እግር፤
መንገደኛ፤ እንግዳ ማለት ነው' ተብሎም
ይተረጎማል፡፡]
'አገር' ከሚለው ቃል የመጣ ስም ነው፡፡
ከዳዊት ኃያላን አንዱ፤ የሚብሐር አባት፤
ሐግሪ፤ (1 ዜና 11:38)

ሐግያ ~ Haggiah: ሐገያ፤ ሐገ ያሕ፤
ሐገ ሕያው፤ የሕያው እግዚአብሔር ሐግ...
ማለት ነው፡፡ [ተዛማጅ ስም- **ሐጌ፤ ሐጊ**]
'ሐግ' እና 'ያሕ' (ያሕዌ ፤ ሕያው) ከሚሉ
ቃላት የተመሠረተ ስም ነው፡፡ የሜራሪ ልጅ፤
ሐግያ፤ (1 ዜና6:30)

ሐጡስ ~ Hattush: 'ከኃጢአት
የነፃ' ማለት ነው፡፡
1. ከባቢሎን ምርኮ ከተመለሱ፤ "መሉክ፤
ሐጡስ፤ ሴኬንያ፤ ሬሁም፤ ሜሪሞት፤" (ነህ
12:3)
2. "ሐጡስ፤ ሰበንያ፤ **መሉክ**፤ ካሪም፤" (ነህ
10:4)

ሐጢል ~ Hattil: 'ትልቅ ኃጢአት'
ማለት ነው፡፡ (ዕዝ 2:57) "የስፋጥያስ
ልጆች፤ የ**ሐጢል** ልጆች፤ የፈከራት ልጆች፤
የሐዚቦይም ልጆች፤ የአሚ ልጆች፡፡"

ሐጢጣ ~ Hatita: ሐጢጣ፤
ኃጢአት... ማለት ነው፡፡ ከበረኞች ልጆች
አንዱ፤ "የበረኞች ልጆች የሰሎሞን ልጆች፤
የአጤር ልጆች፤ የጤልሞን ልጆች፤ የዓቁብ
ልጆች፤ የ**ሐጢጣ** ልጆች፤ የሶባይ ልጆች..."
(ዕዝ 2:42፤ ነህ 7:45)

**ሐጸርሃጢኮን ~ Hazar-
hatticon:** 'የታጠረ መካከለኛ
መንደር' ማለት ነው፡፡ ከሐማት አለፍ ብሎ
ሐውራን ከመደረሱ በፊት ያለ መንደር፤
"ሐማት፤ ቤሮታ፤ በደማስቆ ድንበርና
በሐማት ድንበር መካከል ያለው ሲብራይም፤
በሐውራን ድንበር አጠገብ ያለው
ሐጸርሃጢኮን" (ሕዝ 47:16)

ሐጸርሹዓል ~ Hazar-shual:
አጥረ ሳዓል፤ አጥረ ሺህ አውል፤ ሺህ ሰውን
አስሮ መያዝ የሚችል... ማለት ነው፡፡
"ቤትጸሌጥ፤ **ሐጸርሹዓል**፤ ቤርሳቤህ፤
ቢዝዮትያ" (ኢያ 15:28፤ ነህ11:27)

ሐጸርአዳር ~Hazar-addar:
'አጥር አደር፤ የታጠረ፤ የታሰረ፤ በግዞት ያለ
ትውልድ' ማለት ነው፡፡ በፍልስጥኤም
የደቡባዊ አዋሳኝ ያለ መንደር፤ "...
መውጫውም በቃዴስ በርኔ በደቡብ በኩል
ይሆናል ወደ **ሐጸርአዳር** ይሄዳል ወደ
ዓጽም ያልፋል" (ዘኁ 34:4)

ሐጼሮት ~ Hazeroth: አጥራት፤
አጥሮች፤ ክልል፤ መንደር... ማለት ነው፡፡
'አጥር' ከሚለው ቃል የተገኘ ስም ነው፡፡
እሥራኤላውያን ከግብፅ ምድር ከወጡ በኋላ
ካረፉባቸው ቦታዎች፤ "ሕዝቡም ከምጸኅት
መቃብር ወደ **ሐጼሮት** ተጓዘ በሐጼሮትም
ተቀመጡ፡፡" (ዘኁ 11:35፤ 12:16፤
33:17, 1:1)

ሐጽሪ ~ Hezrai: አጥር፤ ዙሪያ፤
የታጠረ፤ የተከለለ፤ የተከበበ... ማለት ነው፡፡
'አጠረ' ከሚለው ቃል የተገኘ ስም ነው፡፡
ከሠላሳው የዳዊት ኃያላን አንዱ፤
"ቀርሜሎሳዊው **ሐጽሪ**፤ አርባዊው ፈዓራይ፤
" (2 ሳሙ 23:35)

ሐጾር ~ Hazor: አዙር፤ ዙሪያ፤
አጥር... ማለት ነው፡፡ 'አጥር' ከሚለው ቃል
የተገኘ ስም ነው፡፡
1. ከመሮን ሐይቅ በስተሰሜን ተራራዎች፤
የከነዓውያን ጠንካራ ምሽግ፤"ዲሞና፤
ዓድዓዳ፤ ቃዴስ፤ **ሐጾር**፤ ዪትናን፤" (ኢያ
15:23)
2. **አሶር፤** "የባቢሎን ንጉሥ ናቡከደነጾር ስለ
መታ ስለ ቄዳርና ስለ **አሶር** መንግሥታት
እግዚአብሔር እንዲህ ይላል..." (ኤር
49:28-33)

3. "ዚፍ፤ ጤሌም፤ በዓሎት፤ **ሐጾር**ሐዳታ፤ **ሐጾር** የምትባለውም ቂርያትሐጾር፤" (ኢያ 15:25)

ሐፍሲባ ~ Hephzibah:

'ደስታዬነሽ' ማለትነው።

1. የእስራኤል ንጉሥ፤ የምናሴ እናት፤ "ምናሴ ... አምሳ አምስት ዓመት ነገሠ የእናቱ ስም**ሐፍሲባ** ነበር" (2 ነገ 21:1)

2. ስለ ጽዮን በምሳሌነት የተነገረ፤ **ደስታዬ**፤ "... እግዚአብሔር በአንቺ ደስ ብሎታልና፤ ምድርሽም ባል ታገባለችና አንቺ። **ደስታዬ** የሚኖርባት ትባያለሽ። ምድርሽም ባል ያገባች ትባላላች።" (ኢሳ 62:4)

ሐራም ~ Huram:

'ራማ፤ ከፍተኛ፤ የተከበረ፤ የትልቅ ሰው ዘር' ማለትነው።

1. የቤላ ልጅ፤ "ጌራ፤ አቢሁድ፤ አቢሱ፤ ናዕማን፤ አሐዋ፤ ጌራ፤ ሰፋፋም፤ **ሐራም**።" (1 ዜና 8:4)

2. **ኪራምአቢ**፤ "አሁንም ከብልሃተኞችህ ጋር ከጌታዬም ከአባትህ ከዳዊት ብልሃተኞች ጋር ይሆን ዘንድ **ኪራምአቢ** የሚባል ብልሃተኛና አስተዋይ ሰው ሰድጄልሃለሁ።" (2 ዜና 2:13፤ 4:11፤16)

ሑሻም ~ Hushah:

'ፈጥና ደራሽ፤ ሰላም ጠባቂ' ማለት ነው። በይሁዳ የዘር ሐረግ የተጠቀሰ፤ "የጌዶርም አባት ፋኑኤል የ**ሑሻም** አባት ኤጽር እነዚህ የቤተ ልሔም አባት የኤፍራታ የበኩሩ የሆር ልጆች ናቸው።" (1 ዜና 4:4)

ሑቆቅ ~ Hukkok:

'ቅኑን፤ ቀኖና የተቀነነ፤ ደንበ፤ ወዋጅ ...' ማለት ነው። ከዮርዳኖስ አቅራቢያ፤ የናፍታሊ አዋሳኝ፤ የዛብሎን ከተማ፤ "ድንበሩም ወደ ምዕራብ ወደ አዝኖት ታቦር ዞሬ፤ ከዚያም ወደ **ሑቆቅ** ወጣ ..." (ኢያ 19:34)

ሑሪም ~ Huppim:

'የተጠበቀ' ማለት ነው። "የብንያምም ልጆች ቤላ፤ ቤኬር፤ አስቤል የቤላ ልጆችም ጌራ፤ ናዕማን፤

አኪ፤ ሮስ፤ ማንፌን፤ **ሑሪም** ጌራም አርድን ወለደ" (ዘፍ 46:21፤ 1 ዜና 7:12)

ሑፋም ~ Hupham:

'የዳር አገር ሰው' ማለት ነው። የብንያም ልጅ፤ "ከ**ሑፋም** የሑፋማውያን ወገን" (ዘኍ 26:39)

ሒልባ ~ Helbah:

'ለም' ማለት ነው። የአሴር ከተማ፤ "አሴርም የዓኮንና የሲዶንን የአሕላብንም የአከዚቢንም የ**ሒልባ**ንም የአፌቅንም የረአብንም ሰዎች አላወጣቸውም።" (መሣ 1:31)

ሔልቃይ ~ Helkai:

'ለም ምላስ፤ አንደበተ ርቱዕ' ማለት ነው። በኢዮቄም ዘመን የነበረ ሊቀ ካህን፤ "ከሰበንያ ዮሴፍ፤ ከካራም ዓድና፤ ከመራዮት **ሔልቃይ**፤" (ነህ 12:15)

ሔልዳይ ~ Heldai:

'ዓለማዊ' ማለት ነው።

1. ለአሥራ ሁለተኛው የመቅደስ አገልግሎት የተመደበ አለቃ፤ "ለአሥራ ሁለተኛው ወር አሥራ ሁለተኛው አለቃ ከጎቶንያል ወገን የነበረው ነጦፋዊው **ሔልዳይ** ነበረ በእርሱም ክፍል ሀያ አራት ሺህ ጭፍራ ነበረ።" (1 ዜና 27:15)

2. ከባቢሎን ምርኮ ከተመለሱ፤ "ከባቢሎን ከመጡት ምርኮኞች ከ**ሔልዳይ**ና ከጦብያ ከዮዳዔም ውሰድ በዚያም ቀን ..." (ዘካ 6:10)

ሔማም ~ Homam:

ሕመም፤ እክል፤ ጉዳት ማለት ነው። የሎጣን ልጅ፤ "የሎጣንም ልጆች ሐሪ፤ **ሔማም** ቲምናዕ የሎጣን እኀት ነበረች" (1 ዜና 1:39)

ሔሬስ ~ Heres:

'ፀሐይ' ማለት ነው። የተራራ ስም፤ "አሞራውያን በ**ሔሬስ** ተራራና በኤሎን በሸዓልቢምም በመቀመጥ ጸኑ ..." (መሣ 1:35)

ሔሬብ ~ Oreb:

'ቁራ' ማለት ነው። የምድያም መስፍን፤ "የምድያምን ሁለቱን

መኳንንት **ሔሬብ**ንና ዜብን ያዙ ሔሬብንም በሔሬብ ዓለት አጠገብ ገደሉት፤ ዜብንም በዜብ መጥመቂያ ላይ ገደሉት ምድያምንም አሳደዱ..." (መሳ 7:20-25)

ሔርማ ~ Hormah: 'እዳሪ መሬት፣ የተተወ፣ የማይታረስ' ማለት ነው።
"ይሁዳም ከወንድሙ ከስምዖን ጋር ሔደ፣ በጽፋት የተቀመጡትንም ከነናውያንን መቱ፣ ፈጽመውም አጠፉአት። የከተማይቱንም ስም **ሔርማ** ብለው ጠሩአት።" (መሳ 1:17)

ሔቤር ~ Heber: ኅብር፣ አባሪ፣ ረዳት፣ ተባባሪ... ማለት ነው። [ተዛማጅ ስሞች- **ዔቦር፣ አቤር፣ ዔብሪ፣ ዔብሮን፣ አቤር፣ ዔቤር፣ ዔብሮና፣ ዕብራዊ፣ አቦር፣ ኬብሮን**]
'አበረ' ከሚለው ግስ የተገኛ ስም ነው። በመጽሐፍ ቅዱስ በዚህ ስም የሚታወቁ ስዎች: -
1. ከአሴር ወገን፣ የበሪዓ ልጅ፣ **ሔቤር**፣ (ዘፍ 46:17)
2. የአይሁዳዊው፣ የሦኮን አባት፣ **ሔቤር**፣ (1 ዜና 4:18)
3. ከብንያም ወገን የሆነው፣ **ሔቤር**፣ (1 ዜና 8:17፣18)
4. ሲሣራን የገደለች (ኢያዔል) ባል፣ **ሔቤር**፣ (መሳ 4:21)

ሔትሎን ~ Hethlon: 'ስርቻ፣ ስውር ሥፍራ' ማለት ነው። በፍልስጥኤም ሰሜናዊ ድንበር፣ የቦታ ስም፣ "የምድሪቱም ድንበር ይህ ነው። በሰሜኑ ወገን ከታላቁ ባሕር ጀምሮ በ**ሔትሎን** መንገድ ወደ ጽዳድ መግቢያ" (ሕዝ 47:15፣ 48:1)

ሔዋን ~ Eve: ሕያዋን፣ ሕያው፣ የማይሞት፣ የማያልፍ፣ ለሁልጊዜ የሚኖር... ማለት ነው።
ከአዳም አጥንት ለአዳም የተፈጠረች የመጀመሪያዋ ሴት: "አዳምም ለሚስቱ

ሔዋን ብሎ ስም አወጣ፣ የሕያዋን ሁሉ እናት ናትና።" (ዘፍ 3:20 ፣ 2:21፣ 22)
[በቁም: መጀመሪያ ሴት: የአዳም ሚስት: ሕያዊት: እም ሕያዋን/ **ኪወክ / ኦ**]

ሔልቃና ~ Elkanah: ኤል ቀና፣ ለአምላክ የቀና፣ ለእግዚአብሔር ታዛዥ... ማለት ነው።
'ኤል' እና 'ቀና' ከሚሉ ቃላት የተመሠረተ ስም ነው። በመጽሐፍ ቅዱስ ውስጥ በዚህ ስም የሚታወቁ ስዎች:-
1. እግዚአብሔር ከገብፅ ምድር ካወጣቸው፣ የቆሬ ልጅ፣ **ሔልቃና**፣ (ዘጸ 6:24) ፣ (1 ዜና 6 ፣ 26፣35)
2. የነቢዩ ሳሙኤል አባት፣ **ሔልቃና**፣ (1 ዜና 6:27፣ 34)
3. የሌዊ ወገን፣ የአሳ አባት፣ **ሔልቃና**፣ (1 ዜና 9:16)
4. ቆርያዊው፣ **ሔልቃና**፣ (1 ዜና 12:6)
5. የይሁዳ ንጉሥ የአሐዝ የቤቱ አዛዥ የነበር፣ በዝክሪ የተገደለ፣ **ሔልቃና**፣ (2 ዜና 28:7)

ሑልዳ ~ Huldah: በንጉሥ ኢዮስያስ ዘመን፣ ልብስ ጠባቂ የነበረው የሴሌም ሚስት፣ ነቢይት ሑልዳ፣ "...ወደ ልብስ ጠባቂው ወደ ሐስራ ልጅ ወደ ቲቁዋ ልጅ ወደ ሴሌም ሚስት ወደ ነቢያቱ ወደ **ሑልዳ**ና ሔዱ እርስዋም በኢየሩሳሌም በሁለተኛው ክፍል ተቀምጣ ነበር ከእርስዋም ጋር ተነጋገሩ።" (2 ነገ 22:14፣ 2 ዜና 34:22)
[ፈሮ ታናሽ አውሬ፣ ምድር የሚፍር፣ የሚቆፍር። / **ኪወክ / ኦ**]

ሕዝቂ ~ Hezeki: ሕዝቄ፣ ኃይሌ፣ ብርታቴ፣ ጉልበቴ... ማለት ነው። [ተዛማጅ ስሞች- **ሕዝቅኤል፣ ሕዝቅያስ**]
'ሕዝቅ' ከሚለው ቃል የመጣ ስም ነው።
የኤልፍዓል ወገን የሆነ፣ ብንያማዊው **ሕዝቂ** "**ሕዝቂ**፣ ሔቤር፣ ይሽምራይ፣ ይዝሊያ፣ ዮባብ፣ የኤልፍዓል ልጆች" (1 ዜና 8: 17፣ 18)

ሕዝቅኤል ~ Ezekiel: ሕዝቀ ኤል፤ የአምላክ ኃይል... ማለት ነው። [ተዛማጅ ስሞች- **ሕዝቂ፤ ሕዝቅያስ**]
'ሕዝቅ' እና 'ኤል' ከሚሉ ቃላት የተመሠረተ ስም ነው።
ከበቢት ነቢያት፤ የቡዝ ልጅ፤ ነቢዩ **ሕዝቅኤል፦** "...ወደ ቡዝ ልጅ ወደ ካህኑ ወደ **ሕዝቅኤል** መጣ ..." (ሕዝ 1:3 ፤24:24) [እግዚአብሔር ብርታት ይሰጣል /**መቅቃ**]

ሕዝቅያስ ~ Ezekias, Hezekiah, Hizkiah, Hizkijah:
ሕዝቀ ዋስ፤ ብርቱ አዳኝ፤ ኃያል አምላክ፤ ኃያል መለኮት፤ ሕያው ኃይል ማለት ነው። [ተዛማጅ ስሞች- **ሕዝቂ፤ ሕዝቅኤል**]
'ሕዝቅ' እና 'ዋስ'(ሕያው፤ ኤል) ከሚሉ ቃላት የተመሠረተ ስም ነው። በመጽሐፍ ቅዱስ ውስጥ በዚህ ስም የሚታወቁ ሰዎች፦-

ሕዝቅያስ / Ezekias: በጌታ የኔሱ ሐረግ የተጠቀሰው፤ **ሕዝቅያስ፤** (ማቴ 1:9)

ሕዝቅያስ / Hezekiah:
1. የአካዝ ልጅ፤ ንጉሥ፤ **ሕዝቅያስ፤** (2 ነገ 18:1)
2. ከነገሥታት ወገን የሆነ፤ የነዓርያ ልጅ፤ **ሕዝቅያስ፤** (1 ዜና 3:23)

ሕዝቅያስ / Hizkiah: የነቢዩ ሶፎንያስ አያት፤ **ሕዝቅያስ፤**(ሶፎ 1: 1)

ሕዝቅያስ / Hizkijah: ከነህምያ ጋር የቃል ኪዳኑን ደብዳቤ ከአተሙት አንዱ፤ **ሕዝቅያስ፤** (ነህ 10:17)

ሐሎን ~ Hilen, Holon: 'ዋሻ፤ ስውር ቦታ' ማለት ነው። በይሁዳ ከተማ፤ ለካህናት የተለየ ክፍል፤ "ኤሽትሞዓንና መስምርያዋን፤ **ሐሎን**ንና መስምርያዋን፤ ዳቤርንና መስምርያዋን፤" (1 ዜና6:58)

ሐሎን / Holon: 'አሸዋማ' ማለት ነው።

1. ከይሁዳ ተራራማ ከተሞች አንዱ፤ "ዓናብ፤ ኤሽትሞዓ፤ ዓኒም፤ ጎሰም፤ **ሐሎን**፤ ጊሎ አሥራ አንድ ከተሞችና መንደሮቻቸው። " (ኢያ 15:51፤ 21:15)
2. የሞዓባውያን ከተማ፤ "በሜዳ ላይ፤ በ**ሐሎን**፤ በያሳ፤ በሜፍዓት ላይ፤" (ኤር 48:21)

ሐሳ ~ Hosah: ዋሴ፤ ዋስ፤ ዋስትና፤ አዳኝ፤ መጠጊያ... ማለት ነው።
'ዋስ' ከሚለው ግስ የመጣ ስምነው። በዚህ ስም የሚጠሩ አንድ ሰው እና አንድ ቦታ አሉ።
. የመራሪ ወገን የሆነው፤ በረኛው **ሐሳ**፤ (1 ዜና 16:38)
. በአሴር ወገን ድንበር የሆነ የቦታ ስም፤ **ሐሳ**፤ (ኢያ 19:29)

ሐሪ፤ ሱሬ ~ Hori: ዘላን፤ ዘዋሪ፤ ከርታታ... ማለት ነው። 'በዋሻ የሚኖሩ ማለት ነው።' ተብሎም ይተረጎማል።
1. የሐሪያው የሴይር ልጅ፤ የሎጣን ልጅ፤ "የሎጣን ልጆችም **ሐሪ**፤ ሄማም ናቸው የሎጣንም እኅት ቲምናዕ ናት።" (ዘፍ 36:22፤1 ዜና 1:39፤ ዘፍ36:30)
2.የሰፈጥ አባት፤ **ሱሬ፤** "ከስምያን ነገድ የ**ሱሬ** ልጅ ሰፈጥ" (ዘኍ 13:5)

ሐሬም ~ Horem: 'የተቀደሰ፤ የተለየ' ማለት ነው። ከታጠሩ የንፍታሌም ከተሞች አንዱ፤ "ቃዴስ፤ ኤድራይ፤ ዓይንሐጾር፤ ይርኦን፤ ሚግዳልኤል፤ **ሐሬም**፤ ቤትዓናት፤ ቤትሳሚስ አሥራ ዘጠኝ ከተሞችና መንደሮቻቸው።" (ኢያ 19:38)

ሐር ~ Hor: ሐረት፤ መሐር፤ መሔድ፤ መራመድ፤ መሽከርከር... ማለት ነው።
1. እስራኤላውያን ከግብፅ ከወጡ በኋላ፤ በምድረ በዳ ከሰፈሩባቸው ቦታዎች፤ የተራራ ስም፤ "ከቃዴስም ተጉዘ የእስራኤልም ልጆች ማኅበር ሁሉ ወደ **ሐር** ተራራ መጡ።" (ዘኍ 20:22-29፤33:37)

2. ከፍልስጤማውያን ድንበሮች አንዱ፤ "የሰሜንም ዳርቻችሁ ይህ ይሆናል ከታላቁ ባሕር ወደ **ሔር** ተራራ ምልከት ታመለከታላችሁ፡፡" (ዘኍ 34:7፤8) [ኍረው፤ ኖር፤ የሰው ስም፤ ኸያጅ፤ ዘዋሪ፡፡ / **ኪወክ / እ**]

ሔሮናይም ~ Horonaim: 'ሁለት ዋሻ' ማለት ነው፡፡ በአርሞን በስተደቡብ የተገነባ የሞዓባውያን ከተማ፤ "... በሉሒት ዓቀበት ላይ እያለቀሱ ይወጣሉ፤ በ**ሔሮናይም**ም መንገድ የዋይታ ጩኸት ያነሣሉ፡፡" (ኢሳ 15:5፤ ኤር 48:3፤5፤34)

ሔባ ~ Hobah: 'ስውር ስፍራ' ማለት ነው፡፡ በደማስቆ በስተሰሜን የነበረ ቦታ፤ አብርሃም፤ ወንድሙን ሎጥን ከምርኮ ለማስለቀቅ የዘመተበት ቦ ታ፤ "ብላቴኖቹንም ከፍሎ በሌሊት እርሱ ከባሪያዎቹ ጋር ወረደባቸው፤ መታቸውም፤ በደማስቆ ግራ እስካለችውም እስከ **ሔባ** ድረስ አሳደዳቸው፡፡" (ዘፍ 14:15)

ሔዛ ~ Azzan: 'በጣም ብርቱ' ማለት ነው፡፡ የፈልጢኤል አባት፤ "ከይሳኮር ልጆች ነገድ አንድ አለቃ የሔዛ ልጅ ፈልጢኤል፤" (ዘኍ 34:26)

ሔዴሽ ~ Hodesh: 'አዲስ' ማለት ነው፡፡ በቢንያም የዘር ሐረግ የተጠቀሰ፤ "ከሚስቱ ከ**ሔዴሽ** ዮባብን..." (1 ዜና 8:9)

መ

መሐት ~ Mahath: 'መያዝ' ማለት ነው፡፡ የቀዓት ወገን፤ "የሱፍ ልጅ፤ የሕልቃና ልጅ፤ የ**መሐት** ልጅ" (1 ዜና6:35)

መሃናይም ~ Mahanaim: 'የእግዚአብሔር ሠራዊት' ማለት ነው፡፡ ያዕቆብ የእግዚአብሔርን መላእክት ያየበትን ስፍራ የሰየመበት፤ "ያዕቆብም ባያቸው ጊዜ፤ እነዚህ የእግዚአብሔር ሠራዊት ናቸው አለ የዚያንም ስፍራ ስም **መሃናይም** ብሎ ጠራው፡፡" (ዘፍ 32:1፤2)

መሐዝዮት ~ Mahazioth: 'ራእይ' ማለት ነው፡፡ የኤማን ልጅ፤ "ከኤማን የኤማን ልጆች ቡቅያ፤ መታንያ ... ሆቲር፤ **መሐዝዮት**" (1 ዜና 25:4፤30)

መሔጣብኤል ~ Mehetabeel, Mehetabel: ማህተብ ኤል፤ ማኅተመ ኤል፤ የጌታ ማዕተብ፤ የአምላክ ቃልኪዳን ማረጋገጫ፤ የአምላክ ማህተም... ማለት ነው፡፡ [ተዘማጅ ስም-**መሔጣብኤል**]

Mehetabeel- 'ማሐተብ' እና 'ኤል' ከሚሉ ሁለት ቃላት የተመሠረተ ስም ነው፡፡ በመጽሐፍ ቅዱስ ውስጥ በዚህ ስም የሚታወቁ ስዎች: -

መሔጣብኤል / Mehetabeel: ነህምያ የኢየሩሳሌምን ቅጥር እንዳይሠራ ለማስፈራራት ጦብያና ሰንባላጥ ከላኩት፤ የድላያ አባት፤ የሸማያ ቅድም አያት፤ **መሔጣብኤል**፤ (ነህ6:10)

መሔጣብኤል / Mehetabel: የንጉሥ ሃዳር ሚስት፤ የመጥሬድ ልጅ፤ **መሔጣብኤል**፤ (ዘፍ36:39)

መሐላ ~ Mahalah: መሐላ፤ መጭህ፤ መማል፤ መጣራት፤ መዘመር... ማለት ነው፡፡ የገለዓድ እንት ፤ የመለኬት ልጅ፤ (1 ዜና 7:18) "እንቱ መለኬት ኢሱዕን፤ አቢዔዝርን፤ **መሐላ**ን ወለደች፡፡"

መሐሤያ ~ Maaseiah: መሳያሕ፤ ምስ ያሕ፤ ምስ ሐያው፤ የአምላክ መድሐኒት፤ የጌታ ፈውስ፤ ሕያው መፍትሄ... ማለት ነው፡፡ [ተዘማጅ ስሞች- **መዕሤያ**]

‘መሲሕ’ እና ‘ያሕ’(ያሕዌ፤ ሕያው) ከሚሉ ሁለት ስሞች የተመሠረተ ስም ነው።
. የባሮክ እና የሠራያ አያት፤ ካህኑ ኔሪያ ልጅ፤ **መሕሤያ** ፡ (ኤር 32:12፤ 51:59)
. **መዕሤያ**-(1 ዜና 15:18፤ 20)

መለኬት ~ Hammoleketh:
ምሉኪት፤ ሀማልከት፤ አማልኪት፤ መለኪት፤ ገኘር (ለሴት) ፤ ንግሥቲቱ፤ የምትመለክ፤ የምትገዛ... ማለት ነው።

Hammoleketh- ‘አምልኮት’ ከሚለው ቃል የመጣ ስም ነው።

የማኪር ልጅ፤ የገለዓድ እኅት ፡ **መለኬት**፤ (1 ዜና 7:18)

መሉኪ~ Melicu: መላኩ፤
መልእከተኛ፤ አገልጋይ ማለት ነው።‘መላክ’ ከሚለው ቃል የተገኘ ስም ነው።
የሜራራውያን ወገን የሆነ፤ **መሉኪ**፤ (ነህ 12:14)

መሉክ ~ Malluch: መሉክ፤ ምሉክ፤
የሚመለክ፤ ገኘር፤ ንጉሥ... ማለት ነው።
[ተዛማጅ ስሞች- **መለኬት ፤ ሚልኪ፤ ማሉክ፤ ሜሌክ፤ ሞሎክ**]

‘መለክ’ ከሚለው ግስ የመጣ ስምነው። በመጽሐፍ ቅዱስ ውስጥ በዚህ ስም የሚታወቁ ሰዎች:-
1. ከባቢሎን ግዞት ከተመለሱት መካከል፤ (ነህ 12:2፤3)
2. የባኒ ልጅ፤ **መሉክ**፤ (ዕዝ10:29)
3. ከካሪም ወገን የሆነ፤ **መሉክ**፤ (ዕዝ 10:32)
4. ካህኑ **መሉክ**፤ (ነህ 10:4)
5. ከነህምያ ጋር የቃል ኪዳኑን ደብዳቤ ካተሙት አንዱ፤ **መሉክ**፤ (ነህ 10:27)
. የሜራራውያን ወገን የሆነ፤ **ማሉክ**- (1 ዜና 6:44፤45)

መላልኤል ~ Mahalaleel: መሐለ
ለኤል፤ ማለ ለኤል፤ በአምላክ መማል፤ ጌታን መጥራት፤ ያምላክን ስም መጥራት... ማለት ነው። [ተዛማጅ ስሞች- **ሃሌሉያ፤ ሂሌል፤ ማሀለህ፤ ማህለት**]

‘መሐለ’ እና ’ኤል’ ከሚሉ ቃላት የተመሠረተ ስም ነው። የቃሉ ምን‍ጭ ‘ሃለ’ የሚለው ግስ ሆኖ ትርጉሙም ጨኸ፤ ተጣራ፤ ማለት ነው። በመጽሐፍ ቅዱስ ውስጥ በዚህ ስም የሚታወቁ ሰዎች:-
1. ከአዳም ጀምሮ አራተኛ ትውልድ የሆነው፤ የቃይናን ልጅ፤ **መላልኤል**፤ (ዘፍ 5:12-17) ፤ (1 ዜና 1:2) ፤ (ሉቃ 3:37)
2. ከይሁዳ ወገን፤ የፋሬስ ልጅ፤ **መላልኤል**፤ (ነህ 11:4)

መላልኤል ~ Maleleel: ማለ ለኤል፤
ለአምላክ ማለ፤ የአምላክን ስም ጠራ... ማለት ነው። የቃይናን ልጅ፤ “ቃይናንም መቶ ሰባ ዓመት ኖረ፤ **መላልኤል**ንም ወለደ” (ዘፍ 5:12)

መላጥያ ~ Melita: ‘ማር፤ ጣፋጭ...’
ማለት ነው። ሐዋርያው ጳውሎስ በጉዞው ያረፈባት፤ የሜዲትራንያን ደሴት፤ “በደኅና ከደረስን በኋላ በዚያን ጊዜ ደሴቲቱ **መላጥያ** እንድትባል ዐወቅን።” (ሐዋ 27/28:1)

መልእከተኞች ~ Ambassador:
አምባሳደር፤ አምባ አሳዳሪ፤ ባለአምባራስ፤ የአምባ አስተዳዳሪ፤ የንጉሥ ተወካዮች፤ የጌታ መልከተኞች... ማለት ነው።

Ambassador- ‘አምባ’ እና ‘አሳዳር’ ከሚሉ ሁለት ቃላት የተመሠረተ ስም ነው።
. ወደ ይሁዳ መልእክት ያደርሰ፤ “እርሱም:- የይሁዳ ንጉሥ ሆይ፤ ... ከእኔ ጋር ያለው እግዚአብሔር እንዳያጠፋህ ይህን በእርሱ ላይ ከማድረግ ተመለስ ብሎ **መልእከተኞችን** ላከበት” (2 ዜና 35:21)
. “**መልእከተኞችን** በባሕር ላይ የደንገል መርከቦችንም በውኃ ላይ ለምትልክ ምድር ወዮላት! እናንተ ፈጣኖች **መልእከተኞች** ሆይ፤ ወደ ረጅምና ወደ ለስላሳ ሕዝብ፤ ከመጀመሪያው አስደንጋጭ ወደ ሆነ ወገን፤ ወደሚሰፍርና ወደሚረግጥ፤ ወንዞችም ምድራቸውን ወደሚከፍሉት ሕዝብ ሂዱ።” (ኢሳ 18:2)

. "ነገር ግን የባቢሎን መሳፍንት **መልእክተኞች** በአገሩ ላይ ስለ ተደረገው ተአምራት ይጠይቁት..." (2 ዜና 32:31 ፤ 2 ዜና 35:21 ፤ ኢሳ 30:4)

. "እነሆ፥ ኃይለኞቻቸው በሜዳ ይጮኻሉ የሰላም **መልእክተኞች** መራራ ልቅሶ ያለቅሳሉ፥" (ኢሳ 33:7) ፤ "እርሱ ግን ... **መልእክተኞች**ን ወደ ግብፅ ላከ፥" (ሕዝ 17:15)

. "ስለ ቲቶ ... ስለ ወንድሞቻችን የሚጠይቅ ቢኖርም የአብያተ ክርስቲያናት **መልእክተኞች**ና የክርስቶስ ክብር ናቸው፥" (2 ዜና 5:20 ፤ 8:23)

መልከጼዴቅ ~ Melchisedec,
Melchizedek: የስሙ ምንጭ መንታ (ሁለት) ሲሆን፤ ትርጉሙም ሁለት ነው፥ ይኸውም 'መላከ' እና 'መልክ' የሚሉት ናቸው፥

'መልክ' እና 'ጻድቅ' ከሚሉ ቃላት የተገኘው 'መልክ ጻድቅ' የሚለው ስም ነው፥ ትርጉሙ: መልከ ጼዲቅ፤ የእውነት መልክ፤ የአምላክ መልክ፤ የጌታ አምሳያ... ማለት ነው፥

'መላከ' እና 'ጽድቅ'ከሚሉ ቃላት የተገኘው 'መልአከ ጽድቅ' የሚለው ስም ነው፥ ትርጉሙ: መልአከ ጻድቅ፤ የሕያው መልአክ፤ የጽድቅ መላክተኛ... ማለት ነው፥ [የጽድቅ ንጉሥ / **መቅቃ**]

መልከጼዴቅ / Melchisedec:
የሳሌም ንጉሥና የልዑል እግዚአብሔር ካህን፤ "...አንተ እንደ **መልከ ጼዴቅ** ሹመት ለዘላለም ካህንነህ ይላል፥" (ዕብ 5:6)

መልከጼዴቅ / Melchizedek:
አብርሃም ኮሎዶነምርንና ከእርሱ ጋር የነበሩትን ነገሥታት ወግቶ ከተመለሰ በኋላ ተቀብሎ የባረከው፤ ዐሥራትንም ከአብርሃም የተቀበለ ንጉሥና ካህን፤ (ዘፍ 14:18-20)

መልኪኤል ~ Malchiel: መልከ
ኤል፤ የአምላክ መልክ፤ የጌታ አምሳያ...

ማለት ነው፥ [ተዛማጅ ስሞች- **መልኪያ**፤ **ሚካኤል**፤ **ሚካያ**፤ **ሚካያስ**]

'መልክ' እና 'ኤል' ከሚሉ ቃላት የተመሠረተ ስም ነው፥

ወደ ግብፅ ከገቡት ከእስራኤል ልጆች ከአሴር ወገን፤ "የበሪዓ ልጅ፤ **መልኪኤል**፤ (ዘፍ 46:17)

መልኪያ ~ Malchiah,
Malchijah, Melchiah: መልከ
ያሕ፤ የሕያው መልከ፤ ሕያው አምላክ ፤ ጌታ እግዚአብሔር... ማለት ነው፥ [ተዛማጅ ስሞች- **መልኪኤል**፤ **ሚካኤል**፤ **ሚካያ**፤ **ሚካያስ**]

'መልክ' እና 'ያሕ' ከሚሉ ቃላት የተመሠረተ ስም ነው፥ በመጽሐፍ ቅዱስ ውስጥ በዚህ ስም የሚታወቁ ሰዎች:-

መልኪያ / Malchiah:
1. የጾስኮር አባት፤ **መልኪያ**፤ (ኤር 38:1)
2. የጉድፍ መጣያውን በር ያደሰ፤ **መልኪያ**፤ (ነህ 8:4)
3. ከወርቅ አንጥረኞቹ አንዱ፤ **መልኪያ**፤ (ነህ 3:31)
4. የሬካብ ልጅ፤ **መልኪያ**፤ (ነህ 3:14)

መልኪያ / Malchijah:
1. በዳዊት ዘመን፤ ለመቅደሱ አገልግሎት በዕጣ ከተመደቡ፤ **መልኪያ**፤ (1 ዜና 24:9)
2. በእግዚአብሔር ቤት ቁመው ከሚያመሰግኑ መካከል፤ **መልኪያ**፤ (ነህ 12:42)
3. የካሪም ልጅ፤ **መልኪያ**፤ (ነህ 3:11)

መልኪያ / Melchiah: የጾስኮር
አባት፤ ካህኑ **መልኪያ**፤ "ይህም የሆነው ንጉሡ ሴዴቅያስ፤ የባቢሎን ንጉሥ ናቡከደነጾር ይወጋናልና ስለ እኛ፤ አባከህ፤ እግዚአብሔርን ጠይቅ ከእኛም ይመለስ ዘንድ ምናልባት እግዚአብሔር ከእኛ ጋር እንደ ተአምራቱ ሁሉ ያደርግ ይሆናል ብሎ የ**መልኪያ**ን ልጅ ... ወደ ኤርምያስ በላከ ጊዜ ነው" (ኤር 21:1)

መልጥያ ~ Melatiah: 'ምላተ
ሕያው፤ አምላክ ያድናል' ማለት ነው።
የኢየሩሳሌምን ቅጥር በመጠገን ከተባበሩ፤
የገባዖን ሰው፥ "በአጠገባቸውም ገባዖናዊው
መልጥያና ሜሮኖታዊው ያዶን... የምጽጺ
ሰዎች አደሱ።" (ነህ3:7)

መሎቲ ~ Mallothi: ሙላት፤
ሙላት፤ ሙሉነት፤ ሙሉ መሆን... ማለት
ነው።ከኤማን ልጆች አንዱ፥ "ከኤማን
የኤማን ልጆች ቡቅያ ...ጊዶልቲ፤
ሮማንቲዔዘር፤ ዮሸብቃሻ፤ **መሎቲ**፤ ሆቲር፤
መሐዝዮት" (1 ዜና25:4፤26)

መምሬ ~ Mamre: መመሪ፤ መምሬ፤
መምህር፤ መሪ፤ አስተማሪ... ማለት ነው።
'መራ' ከሚለው ቃል የመጣ ስምነው።
አብርሃም በኬብሮን ያረፈበት የቦታ ስም፤
(ዘፍ 14:13፤ 24)

መሢሕ ~ Messiah, Messias:
ሙሣያሕ፤ መሲሀ፤ ምስ፤ ምሳ፤ መፍትሄ፤
መድሐኒት... ማለት ነው። ['የተቀባ ማለት
ነው።' ተብሎም ይተረጎማል] 'ምስ'
ከሚለው ቃል የተገኛ ስምነው።

 መሢሕ / Messiah: 'መሢሕ'
የሚለው መጠሪያ በኦሪትና በነቢያት ዘመን
ይታወቅ ነበር፤ "ስለዚህ እወቅ አስተውልም
ኢየሩሳሌምን መጠገንና መሥራት ትእዛዝ
ከሚወጣበት ጀምሮ እስክ አለቃው እስክ
መሢሕ ድረስ ሰባት ሱባዔና ስድሳ ሁለት
ሱባዔ ይሆናል ..." (ዳን 9:25) ፤ "ከስድሳ
ሁለት ጊዜ ሰባትም በኋላ **መሢሕ** ይገደላል፤
በእርሱም ዘንድ ምንም የለም የሚመጣውም
አለቃ ሕዝብ ከተማይቱንና መቅደሱን
ያጠፋሉ ..." (ዳን 9:26)

 መሢሕ / Messias: ሐዋርያው
እንድርያስ ጌታኢየሱስን የጠራበት ስም፤
"እርሱ አስቀድሞ የራሱን ወንድም ስምዖንን
አገኘውና። **መሢሕን** አግኝተናል አለው፤
ትርጓሜውም ክርስቶስ ማለት ነው" (ዮሐ
1:41፤ 42)

መስመና ~ Mishmanna:
'መድለብ፤መወፈር' ማለት ነው። ያንበሳ ፊት
ከነበራቸውና ከዳዊት ሠራዊት ጋር
ከተቀላቀሉ፤ ጋዳውያን አራተኛው፤
"ሦስተኛው ኤልያብ፤ አራተኛው **መስመና፤**"
(1 ዜና 12:10)

መሥሬቃ ~ Masrekah:
ምሥራቅ፤ የፀሐይ መውጫ... ማለት ነው።
የኤዶምዓዊው፤ የሠምላ አገር፤ "ሃዳድም
ሞተ፤ በስፍራውም የ**መሥሬቃው** ሠምላ
ነገሠ" (ዘፍ 36:36፤ 1 ዜና 1:47)

መስኩ ~ Meadow: [ሜዳ ~
Meadow የሚለውን ቃል ይመልከቱ]
ፈርዖን በአየው ሕልም፤ በውኃ ዳር ላሞች
የሚሰማሩበት፤ (ዘፍ 41:2)

መስጴጦምያ ~ Mesopotamia:
'በወንዞች መካከል ያለ አገር' ማለት ነው።
በሁለቱ ወንዞች- ኤፍራጥስ እና ጤግሮስ -
መካከል የነበረ አገር፤ "...ከጌታውም ዕቃ
መልካም መልካሙን ይዞ ተነሣ ተነሥቶም
ወደ **መስጴጦምያ** ወደ ናኮር ከተማ ሄደ"
(ዘፍ 24:10፤ ዘዳ 23:4፤ መሣ 3:8፤10)

መሪሳ ~ Mareshah: መርሻ፤
ምትክ... ማለት ነው። በደልዳላው የየሁዳ
ግዛት የነበረ ከተማ፤ "ኢትዮጵያዊውም ዘሪ
አንድ ሚሊዮን ሰዎችና ሦስት መቶ ሰረገሎች
ይዞ ወጣባቸው ወደ **መሪሳም** መጣ።" (2
ዜና 14:9፤10)

መሪባ ~ Meribah: መሪአባ፤ መሪ
አባ፤ ፈተኛ አባት፤ የቀደሙ አባቶች... ማለት
ነው። (ክርክር ተብሎም ይተረጎማል።)
"ስለ እስራኤልም ልጆች ክርክር።
እግዚአብሔር በመካከላችን ነውን ወይስ
አይደለም? ሲሉ እግዚአብሔርን
ስለተፈታታኑት የዚያን ስፍራ ስም ማሳህ፤
ደግሞም **መሪባ** ብሎ ጠራው።" (ዘጸ 17:7)

መራዮት ~ Meraioth: ምሬት፤ መኮምጠጥ፤ መማረር፤ መከፋት፤ ማመጽ... ማለት ነው።

1. የማርያ አባት፤ ከኤልዛር ወገን የሆነ ካህን፤ (1 ዜና 6:6፤7፤52)

2. ከባቢሎን ምርኮ ከተመለሱ፤ "ከሰበንያ ዮሴፍ፤ ከካሪም ዓድና፤ ከ**መራዮት** ሔልቃይ፤" (ነህ 12:15)

መርመሲማ ~ Parmashta: 'የበላይ' ማለት ነው። የሐመዳቱን ልጅ የአይሁድን ጠላት፤ የሐማን ልጅ፤ "በርያ፤ ሰርባካ፤ **መርመሲማ**፤ ፋፉዮስ፤ አርሳዮስ፤ ዛቡታዮስ የሚባሉትን፤" (አስ 9:9)

መርዓላ ~ Maralah: 'መወዝወዝ፤ መነቅነቅ' ማለት ነው። በዘብሎን ነገድ ድንበር ያለ፤ ጉልህ ስፍራ፤ "ድንበራቸውም በምዕራብ በኩል ወደ **መርዓላ** ወጣ፤ እስከ ደባሼትም ደረሰ በዮቅንዓም ፊት ለፊት ወዳለው ወንዝ ደረሰ" (ኢያ 19:11)

መርዶክዮስ ~ Mordecai: መርደ፤ ሐዘንተኛ... ማለት ነው። ከብንያም ነገድ፤ የኢያዕር ልጅ፤ "አንድ አይሁዳዊ የቂስ ልጅ የሰሜኢ ልጅ የኢያዕር ልጅ **መርዶክዮስ** የሚባል ብንያማዊ በሱሳ ግንብ ነበረ" (አስ 2:5)

መሮዳክ ባልዳን ~ Berodach-baladan, Merodach-baladan: ሜሮዳክይፈርዳል ማለት ነው። የባቢሎን ንጉሥ፤ ወደ ሕዝቅያስ የእርቅ መልእክት የላከ፤ "በዚያም ወራት የባቢሎን ንጉሥ የባልዳን ልጅ **መሮዳክ ባልዳን** ሕዝቅያስ ታምሞ እንደ ተፈወሰ ሰምቶ ነበርና ደብዳቤና እጅ መንሻ ላከለት" (ኢሳ 39:1)

መቄዳ ~ Makkedah: መከዳ፤ ማከዳ፤ መከታ፤ ግንብ፤ አጥር ማለት... ነው። የአገር ስም፤ "**የመቄዳ** ንጉሥ፤ የቤቴል ንጉሥ" (ኢያ 12:16)

መቄዶንያ ~ Macedonia: 'ትርፍ መሬት' ማለት ነው።በግሪክ በስተሰሜን የነበረ በሮማውያን የሚተዳደር አገር፤ ጳውሎስ ባየው ራእይ፤ አንድ ሰው ተሻገርና እርዳን እያለ ቆም ሲለምነው ያየበት፤ "ራእይም ለጳውሎስ በሌሊት ታየው፤ አንድ የመቄዶንያ ሰው። ወደ **መቄዶንያ** ተሻገርና እርዳን እያለ ቆም ሲለምነው ነበር" (ሐዋ 16:9)

መቅሔሎት~ Makheloth: 'ጉባኤ፤ ማኅበር' ማለት ነው። እስራኤላውያን ከግብፅ ሲወጡ ካረፉባቸው ስፍራዎች፤ "ከ**መቅሔሎትም** ተጉዘው ቦታሐት ሰፈሩ" (ዘኍ 33:26)

መቅደሱ ከፍታ ~ Heaven: ሒዋን፤ ሕያዋን፤ የሕያው ቦታ፤ የዘላለማውያን ማረፊያ... ማለት ነው። [ተለዋጭ ስሞች- ሰማይ፤ ቅዱስ ማደሪያ] Heaven- 'ሕያዋን' ከሚለው ቃል የመጣ ስም ነው።

. ከፍተኛ ቦታ፤ "...እግዚአብሔር በላይ ሆኖ ይጮኻል፤ በቅዱስ ማደሪያውም ሆኖ ድምፁን ያሰማል በረቱ ላይ እጮግ ... ይጮኻል።" (ኤር 25:30)፤ ከፍተኛ ቦታ፤ "እግዚአብሔር ከ**መቅደሱ ከፍታ** ሆኖ ተመልክቶአልና፤ ከ<u>ሰማይ</u> ሆኖ ምድርን አይቶአልና፤" (መዝ 102:19)፤ <u>ከፍ</u> ባለው በእስራኤል ተራራ ላይ እተከለዋለሁ፤ ቅርንጫፎችም ያወጣል ፍሬም ያፈራል ... በቅርንጫፌቹም ጥላ በከንፍ የሚበርር ሁሉ ይጠጋል" (ሕዝ 17:23)

መብል ~ Mess: ምሳ፤ ምስ፤ ምስሕ፤ ምግብ፤ ቀለብ... ማለት ነው። Mess- 'ምሳ' ከሚለው ቃል የተገኘ ነው። የያዕቆብ ልጆች በግብፅ አገር በወንድማቸው በዮሴፍ ሲጋበዙ፤ "በፊቱም ካለው **መብል** ፈንታቸውን አቀረበላቸው የብንያምም ፈንታ ከሁሉ አምስት..." (ዘፍ 43:34) ፤ (2 ሳሙ፡11:8)

መብሶም ~ Mibsam: 'መልካም ጠረን፣ ጥሩ ሽታ፣ ሽቶ' ማለት ነው።
1. የእስማኤል ልጅ፣ (ዘፍ 25:14፣ 1 ዜና 1:29) "ነባዮት፣ ቄዳር፣ ነብዳኤል፣ **መብሶም**፣ ማስማዕ፣"
2. የስምዖን ልጅ፣ (1 ዜና 4:25) "ልጁ ሰሎም፣ ልጁ **መብሶም**፣ ልጁ ማስማዕ"

መና ~ Manna: **ምን**፣ ምነ፣ ምነው፣ ምንድን ነው? ማለት ነው።
'ምን' ከሚለው ቃል የተገኘ ስምነው። ከግብፅ ከወጡ በኋላ የእስራኤላውያን ምግብ፣ እስራኤላውያን ያወጡለት ስም፣ "የእስራኤልም ልጆች ባዩት ጊዜ ያ ምን እንደ ሆነ አላወቁምና እርስ በእርሳቸው፣ ይህ ምንድር ነው? ተባባሉ። ሙሴም፡- ትበሉት ዘንድ እግዚአብሔር የሰጣችሁ እንጀራ ነው። የእስራኤልም ወገን ስሙን **መና** ብለው …" (ዘጸ 16:15)

መናሐት ~ Manahath: ምን አጣ፣ ሁሉን ያገኘ፣ የሁሉ ጌታ… ማለት ነው። 'ምን' እና 'አጣ' ከሚሉ ሁለት ቃላት የተመሠረተ ስም ነው።
የቦታ ስም፣ (1 ዜና 8:6፡7)

መዓሳል ~ Mashal: መሳል፣ መጠየቅ፣ መዋዋል… ማለት ነው። (1 ዜና 6:74) "ከአሴርም ነገድ **መዓሳልና** መስምርያዋ፣ ዓብዶንና መስምርያዋ"

መዓራ ~ Mearah: 'ዋሻ' ማለት ነው። የቦታ ስም፣ (ኢያ 13:4) "በደቡብም በኩል የኤዋውያን፣ የከነዓናውያን ምድር ሁሉ፣ ለሲዶናውያንም የምትሆን **መዓራ** እስከ አሞራውያን ዳርቻ እስከ አፌቅ ድረስ፣"

መዓካ ~ Maachah: መቅ፣ ማመቅ፣ ወደታች መጫን… ማለት ነው።
1. በሶርያ ግዛት ስር የነበረ አገር፣ "የአሞን ልጆች በዳዊት ዘንድ እንደተጠሉ ባዩ ጊዜ … ከ**መዓካ** ንጉሥም አንድ ሺህ ሰዎች፣ ከጦብም አሥራ ሁለት ሺህ ሰዎች ቀጠሩ።" (2 ሳሙ 10:6፡8፣1 ዜና 19:7)

2. የጌሹር ንጉሥ፣ የተልማይ ልጅ፣ "… ሦስተኛውም ከጌሹር ንጉሥ ከተልማይ ልጅ ከ**መዓካ** የተወለደው አቤሴሎም ነበረ" (2 ሳሙ 3:3)
3. ከሦላሳዎች የንጉሥ ዳዊት ዘበኞች የአንዱ፣ የሐናን አባት፣ **ማዕካ**፣ "ከእርሱም ጋር ሠላሳ ሰዎች ነበሩ፣ የ**ማዕካ** ልጅ ሐናን፣ ሚትናዊው ኢዮሣፍጥ፣" (1 ዜና 11:43)
4. የአቢሴሎም ልጅ፣ የንጉሥ አቢያ እናት፣ **ሚካያ**፣ "ሦስት ዓመት በኢየሩሳሌም ነገው የእናቱም ስም **ሚካያ** ነበረ…" (2 ዜና 13:2)
5. የጌት ንጉሥ፣ የአንኩስ አባት፣ "ከሦስት ዓመትም በኋላ ከሳሚ ባሪያዎች ሁለቱ ወደ ጌት ንጉሥ ወደ **መዓካ** ልጅ ወደ አንኩስ …" (1 ነገ 2:39)

መዓይ ~ Maai: 'ርኅሩኅ' ማለት ነው። በኢየሩሳሌም ቅጥር ኤደሳ ወቅት፣ በዜማ አገልግሎት ከተሳተፉ፣ (ነህ 12:36) "ወንድሞቹም ሸማያ፣ ኤዝርኤል፣ ሚላላይ፣ ጊላላይ፣ **መዓይ**፣ ናትናኤል፣ ይሁዳ፣ አናኒ የእግዚአብሔርን ሰው የዳዊትን የዜማውን ዕቃ ይዘው ሄዱ ጸሐፊውም ዕዝራ በፊታቸው ነበረ።"

መዓድያ ~ Maadiah: ማዕደ ያሕ፣ ሕያው ምግብ… ማለት ነው። ከምርኮ ከተመለሱ ካህናት አንዱ፣ "**መዓድያ**፣ ቢልጋ፣ ሸማያ፣ ዮያሪብ፣ ዮዳኤ" (ነህ 12:6)

መዕሣይ ~ Maasiai: መሳያ፣ ምሥሢህ፣ ምስ፣ ምሳ፣ መድኃኒት፣ መፍትሔ… ማለት ነው። [ተዛማጅ ስሞች- **መዕሢያ**፣ **መሕሢያ**]
'ምስ' ከሚለው ቃል የመጣ ስምነው። ከባቢሎን ምርኮ ከተመለሱ መካከል በኢየሩሳሌም ከተቀመጡ፣ ካህኑ የዓዲኤል ልጅ፣ **መዕሣይ**፣ (1 ዜና 9:12)

መዕሢያ ~ Maaseiah: መሲ ያሕ፣ መሳያሕ፣ የአምላክ መድኃኒት፣ የጌታ መፍትሔ… ማለት ነው። [ተዛማጅ ስሞች- **መሕሢያ**፣ **መዕሣይ**]

'መሢሕ' እና 'ያሕ'(ያሕዌ፤ ሕያው) ከሚሉት ሁለት ስሞች ተጣምሮ የተመሠረተ ስም ነው።
በመጽሐፍ ቅዱስ ውስጥ በዚህ ስም የሚታወቁ ሰዎች:-

1.በንጉሥ ዳዊት ትእዛዝ፤ በናያስ በመስንቆ ምሥጢር ነገር ያዜሙ ከነበሩ፤ ከሌዋውያን በሁለተኛ ተራ የሆነው፤ **መዕዜያ**፤ (1 ዜና 15:18፤ 20)

2. የካህኑ የኢዮሴዴቅ ልጅ፤ የኢያሱ ልጅ፤ በግዞት ሲኖሩ፤ የሌላ አገር ሴቶችን ካገቡ የእስራኤል ካህናት አንዱ፤ **መዕዜያ**፤ (ዕዝ 10:18)

3. ካህኑ የካሪም ልጅ፤ (ዕዝ10:21)

4. ካህኑ የፋሰኩር ልጅ፤ **መዕዜያ**፤ (ዕዝ 10:22)

5. የፌሐት ሞዓብ ልጅ፤ **መዕዜያ**፤ (ዕዝ 10:30)

6. የዓዛርያስ አባት፤ የሐናንያ ልጅ፤ **መዕዜያ**፤ (ነህ3:23)

7. ዕዝራ የሕጉን መጽሐፍ ሲያነብ በጎኑ ከቆመት አንዱ፤ **መዕዜያ**፤ (ነህ 8:4)

8. ዕዝራ የሕጉን መጽሐፍ ሲያነብ በጎኑ ከቆመት አንዱ ሌዊያዊ፤ **መዕዜያ**፤ (ነህ 8:7)

9. ከነህምያ ጋር ቃል ኪዳን ከተፈራረሙት ወገን አንዱ፤ (ነህ 10:25፤ 26-27)

10. የባሮክ ልጅ **መዕዜያ**፤ (ነህ 11:5)

11. የብንያም ወገን፤ የቆላያ አባት፤ የኢቲኤል ልጅ፤ **መዕዜያ**፤ (ነህ 11:7)

12. ሌሎች ሁለት ካህናት በዚህ ስም ይታወቃሉ፡ "ካህናቱም ኤልያቄም፤ **መዕዜያ**፤ ሚንያሚን፤ ሚካያ፤ ኤልዮዔናይ፤" ፤ "ዘካርያስ፤ ሐናንያ መለከት ይዘው፤ **መዕዜያ**፤ ሸማያ፤ አልዓዘር ... ኤጽር ቆምን:- መዘምራኑም ..." (ነህ 12:41 ፤ 42) 13. በነቢዩ ኤርምያስ የተጠቀሰ፤ የሴዴቅያስ አባት፤ ሐሰተኛ ነቢይ፤ (ኤር 29:21)

14. በኢዮሄ ንጉሥና ዘመን የመቶ አለቃ የነበረው፤ የዓዳያን ልጅ፤ (2 ዜና 23:1)

15. በዖዝያ ንጉሥና ዘመን አለቃ የነበረ፤ **መዕዜያ**፤ (2 ዜና 26:11)

16. በአካዝ ንጉሥና ዘመን፤ የንጉሡ ልጅ፤ በዝክሪ የተገደለ፤ **መዕዜያ**፤ (2 ዜና 28:7)

17. የኢየሩሳሌም አለቃ የነበረ፤ **መዕዜያ**፤ (2 ዜና 34:8)

18. በኢዮቄም ንጉሥና ዘመን አለቃ የነበረ ሌዊያዊው የሰሎም ልጅ፤ (ኤር 35:4)

☐ ካህኑ የኔርያ ልጅ፤ **መሕዜያ፤** (ኤር 32:12፤ 51:59)

መዕዳይ ~ Maadai: ማዕድ፤
ምግብ... ማለት ነው። ከምርኮ ከተመለሱ፤ እንግዳ ሚስቶችን ካገቡ፤ (ዕዝ 10:34) "ከባኒ ልጆችም፤ **መዕዳይ**፤ ዓምራም፤"

መክቢና~ Machbenah: 'መሐላ'
ማለት ነው። በይሁዳ የዘር ሐረግ፤ የሱሳን ልጅ፤ "ደግሞም የመድማናን አባት ሸዓፍንና የ**መክቢና**ንና የጊብዓን አባት ሱሳን ወለደች የካሌብም ሴት ልጅ ዓክሳ ነበረች" (1 ዜና 2:49)

መክነድባይ ~ Machnadebai:
'መቀንደቢያ' ማለት ነው። ከግዞት ከተመለሱ፤ በዕዝራ ትእዛዝ እንግዳ ሚስቶቻቸውን ከፈቱ፤ የባኒ ልጅ፤ "ሰሌምያ፤ ናታን፤ ዓዳያ፤ **መክነድባይ**" (ዕዝ10:40)

መጊዶ ~ Megiddo: 'መናገሻ' ማለት ነው። "የአዚፍ ንጉሥ፤ የታዕናክ ንጉሥ፤ የ**መጊዶ** ንጉሥ" (ኢያ 12:21)

መጋቢዎች ~ Sheriffs: ሽሪፍ፤
ሽራፊ፤ ቀራጭ፤ ግብር ሰብሳቢ.... ማለት ነው።
Sheriff- 'ሽሪፊ' ከሚለው ግስ የመጣ ስም ነው፤ ለባቢሎን መንግሥት ግብር ሰብሳቢ የነበሩ፤ (ዳን 3:2)

መጌብስ ~ Magbish: 'ምእመናን' ማለት ነው። ከባቢሎን ምርኮ ከተመለሱ፤

የመጌብስ ልጆች ይገኙበታል፤ "የመጌብስ ልጆች፤ መቶ አምሳ ስድስት" (ዕዝ 2:30)

መጌዶል ~ Magdala: ግድል፣ ታላቅ ሥራ… ማለት ነው። በጌልገላ የነበረ የከተማ ስም፤ "ሕዝቡንም ካሰናበተ በኋላ ወደ ታንኳይቱ ገብቶ ወደ **መጌዶል** አገር መጣ" (ማቴ 15:39)

መጌዶን ~ Migron: አፋፍ፣ ገደል… ማለት ነው። "ወደ አንጋይ መጥቶአል፤ በ**መጌዶን** በኩል አልፎአል፣ በማክማስ ውስጥ ዕቃውን አኖሮአል" (ኢሳ 10:28)

መግደላዊት ~ Magdalene: መቅደላዊት ማለት ነው። የሴላዋ ማርያም መለያ፣ ያገር ስም፤ "ከእነርሱም **መግደላዊት** ማርያምና የያዕቆብና የዮሳ እናት ማርያም የዘብዴዎስም የልጆቹ እናት ነበሩ" (ማቴ 27:56፤61፤ 28:1)

መግዲኤል ~ Magdiel: መግደለ ኤል፣ ያምላክ ሥራ፣ የአምላክ ገድል… ማለት ነው። ከኢሳው ወገን፣ ከኤዶም አለቆች፣ "**መግዲኤል** አለቃ፣ ዒራም አለቃ፣ እነዚህ በግዛታቸው ምድር በየመኖሪያቸው የኤዶም …" (ዘፍ 36:43፤ 1 ዜና 1:54)

መግጲዓስ ~ Magpiash: 'መጋፈያ' ማለት ነው። የቃል ኪዳኑን ደብዳቤ ከፈረሙት አንዱ፤ "ሔሪፍ፣ ዓናቶት፣ ኖባይ፣ **መግጲዓስ**፣ ሜሱላም" (ነህ 10:20)

መጥሬድ ~ Matred: 'የንቱሥ በትር' ማለት ነው። የመሄጣብኤል እናት፣ "…በስፍራውም ሃዳር ነገሠ፤ የከተማውም ስም ፋዑ ነው፤ ሚስቱም የሜዛሃብ ልጅ **መጥሬድ** የወለደቻት መሄጣብኤል ትባላለች" (ዘፍ 36:39፤ 1 ዜና 1:50)\

መጽሐፈ መክብብ ~ Ecclesiastes: 'ሰብከት' ማለት ነው።

መፍራት ~ Fear: ፈሪ፣ ፈራ፣ ፍራት፣ ጭንቀት፣ ጥንቃቄ… ማለት ነው።

ፈሪሃ እግዚአብሔር፤ "የጥበብ መጀመሪያ እግዚአብሔርን **መፍራት** ነው ሰነፎች …" (ምሳ 1:7) ፤ (ኢዮ 28:28 ፤ መዝ 19:9)

ሙሺ ~ Mushi: መዋሴ፣ ዋሴ፣ አዳኔ… ማለት ነው። [ተዛማጅ ስም- **ሙሴ**] 'ዋስ' ከሚለው ግስ የተገኘ ስምነው። የሜራሪ ልጆች፤ **ሙሲ**፤ (ዘጸ 6:19) ፤ (ዘኁ 3:20)

ሙሴ ~ Moses: መዋሴ፣ ዋስ መሆን፣ ከችግር ማዳን፣ ከገዘት፣ ከእስራት ነጻ ማውጣት… ማለት ነው። [ተዛማጅ ስም - **ሙሲ**]

'ዋስ' ከሚለው ግስ የተገኘ ስምነው። ሊቀ ነቢያት ሙሴ፣ "ሕጻኑም አደገ፣ ወደ ፈርዖንም ልጅ ዘንድ አመጣችው፣ ለእርስዋም ልጅ ሆነላት። እኔ ከውኃ አወጣቸዋለሁና ስትልም ስሙን **ሙሴ** ብላ ጠራችው።" (ዘጸ 2:10) ፤ (ሡራ7:22)

ሙራ ~ Myra: በታናሿ እስያ፣ በሉቅያ ያለ ዋና ከተማ፤ "በኪልቅያና በጵንፍልያም አጠገብ ያለውን ባሕር ከተሻገርን በኋላ በሉቅያ ወዳለ ወደ **ሙራ** ደረስን" (ሐዋ 27:5)

ሚላላይ ~ Milalai: ማላሊ፣ ተጣሪ፣ እልል ባይ፣ ተደማጭ… ማለት ነው። ከባቢሎን ምርኮ ከተመለሱ፣ የኢያሩሳሌምን ቅጥር በመጠገን ከተባበሩ አንዱ፤ "ወንድሞቻም ሸማያ፣ ኤዝሬኤል፣ **ሚላላይ**፣ ጊላላይ … ጸሐፊውም ዕዝራ በፊታቸው ነበረ።" (ነህ 12:36)

ሚልኪ ~ Melchi: መላኬ፣ መሉኬ፣ ጌታዬ፣ አምላኬ… ማለት ነው። [ተዛማጅ ስሞች- **መሉኪ፣ መሉኪ፣ ማሎኪ፣ ሜሌኪ፣ ሞሎኪ**]

'መለክ' ከሚለው ግስ የመጣ ስምነው። በጌታ የዘር ሐረግ የተጠቀሰ፣ የሐዲ ልጅ፣ **ሚልኪ**፤ (ሉቃ 3:28)

ሚልኪሳ ~ Malchi-shua:
መልአክ ሽዋ፤ ሺህ መለክ፤ የብዙዎች አምላክ፤
የብዙ ሕዝብ ንጉሥ... ማለት ነው።
Malchi-shua- 'መለከ' እና 'ሽዋ' ከሚሉ
ሁለት ቃላት የተመሠረተ ስም ነው። የንጉሥ
ሳኦል ልጅ፤ **ሚልኪሳ**፤ (1 ዜና 8:33)

ሚልካ ~ Milcah: ምሉክ፤ ጎሽ፤
ንግሥት... ማለት ነው።
1. የሐራን ልጅ፤ የናኮር ሚስት፤
"...የአብራም ሚስት ስምዋ ሦራ ነው የናኮር
ሚስት የሐራን ልጅ **ሚልካ** ናት፤ ሐራንም
የሚልካና የዮስካ አባት ነው።" (ዘፍ 11:29፤
22:20፤23፤ 24:15፤24፤47)
2. የኦፌር ልጅ፤ የሰለጽዓድ አራተኛ ልጅ፤
"የኦፌርም ልጅ ... የሰለጽዓድም የሴቶች
ልጆቹ ስም ማህለህ፤ ኑዓ፤ ዔግላ፤ **ሚልካ**፤
ቲርጸ ነበረ።" (ዘኁ 26:33፤27:1፤36:11፤
ኢያ 17:3)

ሚልኪያስ ~ Malachi: መልአክ
ዋስ፤ መልአክ፤ ምስከር፤ መልአከተኛ፤
አገልጋይ... ማለት ነው።
'መልአክ' እና 'ዋስ' ከሚሉ ቃላት
የተመሠረተ ስም ነው።
[መልከተኞች / **መቅቃ**]
ከደቂቅ ነቢያት አንዱ፤ ነቢዩ **ሚልኪያስ**፤
(ሚል 1:1-5)

**ሚልኮም ~ Malcam,
Malcham, Milcom:** ምልካም፤
መልከዓም፤ አምላኪ፤ አምልኮት ያለው፤
አምላክ ያለው... ማለት ነው። [ተዛማጅ
ስሞች- **ማልካም፤ ሞሎክ**]

ሚልኮም / Malcam: "...
ለእስራኤል ልጆች የሉትምን? ወይስ ወራሽ
የለውምን? ስለ ምን **ሚልኮም** ጋድን ወረሰ?
ሕዝቡስ በከተሞቹ ላይ ስለ ምን
ተቀመጠ?"(ኤር 49:1)

ሚልኮም / Malcham: በሶፎንያስ
የተጠቀሰው፤ የጣዖት

ስም"...በእግዚአብሔርና በንጉሣቸው
በ**ሚልኮም** ምለው የሚስግዱትን" (ሶፎ 1:5)
. የሸሐራይ ልጅ፤ **ማልካም**፤ (1 ዜና8:9፤
10)

ሚልኮም / Milcom: ንጉሥ
ሰሎሞን የሳተበት የጣዖትስም፤ (1 ነገ 11:5)

ሚሎ ~ Millo: ሚሉ፤ ሙሉ ፤
ያልጉደለ... ማለት ነው።
"ዳዊትም በአምባይቱ ውስጥ ተቀመጠ፤
የዳዊትም ከተማ ብሎ ጠራት። ዳዊትም
ዙሪያዋን ከ**ሚሎ** ጀምሮ ወደ ውስጥ
ቀጠራት።" (2 ሳሙ 5:9)
ቤተሚሎ- (መሳ 9:6)

ሚሳቅ ~ Meshach: 'የከብር
እንግዳ' ማለት ነው። ለሚሳኤል የተሰጠው
መጠሪያ፤ "የጃንደረቦቹም አለቃ ... ዳንኤልን
ብልጣሶር፤ አናንያንም ሲድራቅ፤
ሚሳኤልንም **ሚሳቅ**፤ አዛርያንም አብደናጎ
ብሎ ጠራቸው" (ዳን 1:7 ፤2:49)

ሚሳኤል ~ Mishael: ሚሸል፤ ምስለ
ኤል፤ ምስለ ኃያል፤ አምላከን የመሰለ...
ማለት ነው። [ተዛማጅ ስም- **ሚሼአል**]
'መልከ' እና 'ኤል' ከሚሉ ቃላት የተገኛ
ስም ነው። በመጽሐፍ ቅዱስ ውስጥ በዚህ
ስም የሚታወቁ ሰዎች:-
1. የሙሴ እና የአሮን ወገን የሆነ የዑዝኤል
ልጅ፤ **ሚሳኤል**፤ (ዘፍ 6:22)
2. ዕዝራ የሕጉን መጽሐፍ ሲያነብ በአጠገቡ
ከቆሙት፤ **ሚሳኤል**፤ (ነህ
8:4)
3. ወደ ባቢሎን ከተወሰዱ የእስራኤል ልጆች፤
ሚሳኤል፤ (ዳን 1:6)

ሚስያ ~ Mysia: 'መማሰን፤ መላወስ፤
መዘቅጥ' ማለት ነው። ጳውሎስ
በሐዋርያዊው ጉዞ ካለፋባቸው ቦታዎች፤
"በ**ሚስያም** አንጻር በደረሱ ጊዜ ወደ ቢታንያ
ይሄዱ ዘንድ ሞከሩ..." (ሐዋ 16:7፤8)

ሚሻም ~ Misham: 'ማንጻት'
ማለት ነው። ብንያማዊ፤የብንያማዊው

የኤልፍዓል ልጅ፤ "የኤልፍዓልም ልጆች ዔቤር፤ **ሚሻም**፤ አኖንና ሎድን መንደሮቻቸውንም የሠራ ሻሚድ" (1 ዜና 8:12)

ሚሸአል ~ Mishal: መሳል፤ መጠየቅ፤ መደራደር... ማለት ነው። የቤታ ስም ... [ተዛማጅ ስም- **ሚሳኤል**] ከአሴር ርስት የአንዱኛው ከተማ ስም፤ **ሚሸአል**፤ (ኢያ 19:26)

ሚብሐር~ Mibhar: 'ምርጥ' ማለት ነው። ከዳዊት ኃያላን አንዱ፤ የሐግሪ ልጅ፤ "የናታንም ወንድም ኢዮኤል፤ የሐግሪ ልጅ **ሚብሐር**፤" (1 ዜና 11:38)

ሚብሳር ~ Mibzar: 'መከልከያ፤ ምሽግ' ማለት ነው። ኤዶማዊው አለቃ፤ የዔሳው ወገን፤ "ቄኔዝ አለቃ፤ ቴማን አለቃ፤ **ሚብሳር** አለቃ፤" (ዘፍ 36:42፤ 1 ዜና 1:53)

ሚትሪዳጡ ~ Mithredath: 'ሕግ መጣስ' ማለት ነው።
1. የፋርስ ንጉሥ የቂሮስ መዝገብ ቤት ሐላፊ፤ "የፋርስ ንጉሥ ቂሮስም በመዝገቡ ላይ በነበረው በ**ሚትሪዳጡ** እጅ አወጣቸው፤ ለይሁዳም መስፍን ለሰሳብሳር ቈጠራቸው።" (ዕዝ 1:8)
2. በሰማርያ ኃላ የነበረ፤ "በአርጤክስስ ዘመን ቢሽላም፤ **ሚትሪዳጡ**፤ ጣብኤል ተባባሪዎቻም ለፋርስ ንጉሥ ለአርጤክስስ ጻፉ ደብዳቤውም በሶርያ ፊደልና በሶርያ ቋንቋ ተጽፎ ነበር።" (ዕዝ 4:7)

ሚትቃ ~ Mithcah: 'ጣፋጭ' ማለት ነው። እስራኤላውያን ወደ ቃል ኪዳን አገር ባደረጉት ጉዞ ካረፉባቸው በታዎች አንዱ፤ "ከታራም ተጉዘው በ**ሚትቃ** ሰፈሩ" (ዘኍ 33:28፤29)

ሚኒ ~ Minni: 'መከፈል' ማለት ነው። የአርመን ክፍል የሆነ የቦታ ስም፤ "... የ**ሚኒን** የአስከናዝንም መንግሥታት ሰብስቡባት አለቃንም በላይዋ አቁም፤ እንደ

ጠጉራም ኩብኩባ ፈረሶችን በላይዋ አውጡ" (ኤር 51:27)

ሚኒት ~ Minnith: 'ማከፋፈል' ማለት ነው። በዮርዳኖስ በስተምሥራቅ የሚገኝ ቦታ፤ "ከአሮዔርም እስከ **ሚኒት**ና እስከ አቤልከራሚም ድረስ ሀያ ከተሞችን በታላቅ አገዳደል መታቸው..." (መሳ 11:33)

ሚኒያሚን ~ Miamin, Miniamin: ምን ያምን፤ የታመነ፤ ቀኝ እጅ... ማለት ነው።
1. በሕዝቄል ዘመን የነበረ፤ ሌዊያዊ፤ "በካህናቱም ... ይሰጡ ዘንድ ዔዶን፤ **ሚንያሚን**፤ ኢያሱ፤ ሽማያ፤ አማርያ፤ ሴኬንያ ከእጁ በታች ነበሩ።" (2 ዜና 31:15)
2. የኢየሩሳሌምን ቅጥር በመጠገን ከተባበሩ ካህናት አንዱ፤ **ሚያሚን**፤ "ከአብያ ዚክሪ፤ ከ**ሚያሚን** ሞዓድያ፤" (ነህ 12:17)

ሚካ ~ Micah, Micha: ሚካ፤ ሚልካ፤ መልከ፤ ውብት፤ ቋንጆና... ማለት ነው። ምንጩ 'መልከ' የሚለው ቃል ነው። በመጽሐፍ ቅዱስ ውስጥ በዚህ ስም የሚታወቁ ሰዎች:-
1. የመሪባል ልጅ፤ **ሚካ**፤ (1 ዜና 8:34፤ 35)
2. የተራራው የኤፍሬማዊ አገር ሰው፤ **ሚካ**፤ (መሳ 18፤ 19:1-29፤ 21:25)
3. የዑዝኤል ልጆች አለቃ **ሚካ**፤ (1 ዜና 23:20)
4. የኢዮኤል ልጅ፤ **ሚካ**፤ "ልጁ ጎግ፤ ልጁ ሰሜኢ፤ ልጁ **ሚካ**፤" (1 ዜና 5:5)

   ሚካ / Micha: መልከ ማለት ነው።
1. የሜምሪቦስቴም ልጅ፤ "ለሜምሪቦስቴም **ሚካ** የተባለ ታናሽ ልጅ ነበረው..." (2 ሳሙ 9:12)

2. የቃል ኪዳኑን ደብዳቤ በማተም ከተባበሩ፦ "ፌልያ፤ ሐናን፤ **ሚካ**፤ ረአብ፤ ሐሹብያ፤" (ነህ 10፡11)

3. የዘብዲ ልጅ፦ "በጸሎትም ጊዜ ምስጋናን የሚቀነቅኑ አለቃው የአሳፍ ልጅ የዘብዲ ልጅ የ**ሚካ** ልጅ መታንያ..." (ነህ 11፡17፤22)

ሚካኤል ~ Michael: የአምላክ መልክ እና የአምላክ መልእክተኛ የሚሉ መንታ ትርጉሞች አሉት፡፡ [ተዛማጅ ስሞች- **መልኪኤል፤ መልኪያ፤ ሚካያ፤ ሚኪያስ**] 'መልክ' እና 'ኤል' ከሚሉ ቃላት የተመሠረተ ስም ሲሆን ትርጉሙ 'መልክ ኤል' ሁኖ፤ አምላክን የመሰለ... ማለት ነው፡፡ 'መልአክ' እና 'ኤል' ከሚሉ ቃላት የተመሠረተ ስም ሲሆን፤ ትርጉሙ 'መልአክ ኤል' ሆኖ፤ የጌታ መልአክ፤ የአምላክ መልእክተኛ፤ የእግዚአብሔር አገልጋይ... ማለት ነው፡፡ በመጽሐፍ ቅዱስ በዚህ ስም የሚታወቁ አሥር ስዎች እና አንድ መልአክ አሉ፡፡

1. የስቱር አባት፤ **ሚካኤል** ፤ "ከአሴር ነገድ የ**ሚካኤል** ልጅ ስቱር" (ዘኍ13፡13)

2. ከጋድ ወገን፤ በባሳን ምድር ከተቀመጡ፦ **ሚካኤል**፤ (1 ዜና 5፡13)

3. የኢዬሳይ ልጅ፦ **ሚካኤል**፤ (1 ዜና 5፡14)

4. የሳምላ ልጅ፦ **ሚካኤል**፤ (1 ዜና6፡40)

5. የይዝረሕያ ልጅ፦ **ሚካኤል**፤ (1 ዜና7፡3)

6. የብንያማዊው የበሪዓ ልጅ፦ **ሚካኤል**፤ (1 ዜና 8፡16)

7. ዳዊትም ከፍልስጥኤማውያን ጋር ሳኦልን ሊወጋ በመጣ ጊዜ ከምናሴ ወገን ስዎች ወደ ዳዊት ከከዱ፦ **ሚካኤል**፤ (1 ዜና 12፡20)

8. የዖምሪ አባት፤ **ሚካኤል**፤ (1 ዜና27፡18)

9. የኢዮሣፍጥ ልጅ፦ **ሚካኤል**፤ (2 ዜና 21፡2,4)

10. የስፋጥያስ ልጅ፦ **ሚካኤል**፤ (ዕዝ8፡8)

11. ከዋነኞቹ አለቆች አንዱ፦ **ሚካኤል**፤ "የፋርስ መንግሥት አለቃ ግን ሃያ አንድ ቀን ተቋቋመኝ እነሆም፤ ከዋነኞቹ አለቆች አንዱ

ሚካኤል ሊረዳኝ መጣ ...፡፡" (ዳን 10፡13)፤ የመላእክት አለቃ፤ (ይሁዳ 1፡9)

ሚካያ ~ Michaiah: ... ['**ሚካኤል** /Michael'- ከሚለው ስም ጋር አንድ አይነት ትርጉም አለው] ... [ተዛማጅ ስሞች- **መልኪኤል፤ መልኪያ፤ ሚካኤል፤ ሚኪያስ**] በመጽሐፍ ቅዱስ ውስጥ በዚህ ስም የሚታወቁ ስዎች:-

1. የይሁዳ ንጉሥ የአብያ እናት ሁና፤ የገብዓ ስው የኡርኤል ልጅ፤ **ሚካያ**፤ (2 ዜና 13፡2)

2. ሌዋዊው የዘኩር ልጅ፦ **ሚካያ**፤ (ነህ 12፡35)

3. የኢየሩሳሌምን ቅጥር ለመመገን ቆርጠው ከተነሡ ካህናት አንዱ፦ **ሚካያ**፤ (ነህ 12፡41)

ሚክምታት ~ Michmethah: መቾ መታ፤ ምቾ፤ መቾ መታህ... ማለት ነው፡፡ 'መቾ' እና 'መታ' ከሚሉ ቃላት የተመሠረተ ስም ነው፡፡ የምናሴ ድንበር መጨረሻ፤ የቦታ ስም፤ (ኢያ 17፡7)

ሚክሪ ~ Michri: ምክሪ፤ ምክር፤ ተግሣጽ፤ ትምህርት፤ ቃለ እግዚአብሔር... ማለት ነው፡፡ 'መከሪ' ከሚለው ግስ የመጣ ስም ነው፡፡ ብንያማዊው የአዚ አባት፤ **ሚክሪ**፤ (1ዜና 9፡8)

ሚኪያስ ~ Micaiah, Michaiah: ሚካ ያሕ፤ መልክ ሕያው፤ መልክ ዋስ፤ የአምላክ አምሳያ... ማለት ነው፡፡ [ተዛማጅ ስሞች- **መልኪኤል፤ መልኪያ፤ ሚካኤል፤ ሚካያ**]

Michaiah- 'መልክ' እና 'ያሕ' (ያሕዌ፤ ሕያው፤ ዋስ) ከሚሉ ሁለት ቃላት የተመሠረተ ስም ነው፡፡ [አንደ እግዚአብሔር ያለ ማነው /**መቅቃ**] በመጽሐፍ ቅዱስ ውስጥ በዚህ ስም የሚታወቁ ስዎች:-

ሚከያስ / Micaiah: የይምላ ልጅ፤ ነቢዩ ሚከያስ፤ (1 ነገ 22:8-28)

ሚከያስ / Michaiah:

1. ንጉሡ ኢዮሣፍጥ፤ የእግዚአብሔርን ሕግ ያስተምሩ ዘንድ፤ ከላካቸው መሳፍንት፤ **ሚከያስ**፤ (2 ዜና 17:7)

2. "ንጉሡም ካህኑን ኬልቅያስን፤ የሳፋንንም ልጅ አኪቃምን፤ የ**ሚከያስንም** ልጅ ዓክቦርን፤ ጸሐፊውንም ሳፋንን፤ የንጉሡንም ብላቴና ዓሳያን።" (2 ነገ 22:12)

3. የገማርያ ልጅ፤ **ሚከያስ**፤ (ኤር 36:11፤ 13)

ሚዛህ ~ Mizzah: 'ፍርሃት' ማለት ነው። የራጉኤል ልጅ፤ "የራጉኤልም ልጆች እነዚህ ናቸው፤ ናሐት፤ ዛራ፤ ሣማ፤ **ሚዛህ** እነዚህም የዔሳው ሚስት የቤሴሞት ልጆች ናቸው።" (ዘፍ 36:13፤17፤ 1 ዜና 1:37)

ሚያሚን ~ Miamin,

Mijamin: መያምን፤ ማመን፤ የሚያምን፤ የሚታመን፤ታማኝ፤ ቀኝ እጅ... ማለት ነው።

1. ከግዞት ከተመለሱ እስራኤላውያን፤ በዕዝራ ትእዛዝ እንግዳ ሚስቶቻቸውን እንዲፈቱ ከተደረጉ አንዱ፤ "ከእስራኤልም ከፋሮስ ልጆች፤ ራምያ፤ ይዝያ፤ መልከያ፤ **ሚያሚን**፤ አልዓዛር፤ መልከያ፤ በናያስ፤" (ዕዝ 10:25)

2. ከዘሩባቤሎን ጋር ከምርኮ ከተመለሱ፤ "አዶ፤ ጌንቶን፤ አብያ፤ **ሚያሚን**" (ነህ 12:5)

ሚያሚን ~ Mijamin: ሚያምን፤ እሚታመን... ማለት ነው።

1. በዳዊት ከተመሠረቱት የ ሃያ አራት ካህናት ምድብ፤ የስድስተኛው ተራ አለቃ፤ (1 ዜና 24:10) "ስድስተኛው ለ**ሚያሚን**፤ ሰባተኛው ለአቆስ፤"

2. (ነህ 10:7) "ሜሱላም፤ አብያ፤ **ሚያሚን**፤ መዓዝያ፤ ቤልጋል፤ ሸማያ እነዚህ ካህናት ነበሩ።"

ሚዲን ~ Middin: መዳኝ፤ መዳኖ፤ ዳኝነት የሚካሄድበት፤ ፍትሕ የሰፈነበት ቦታ... ማለት ነው።

'ዳኝ' ከሚለው ግስ የተገኘ የቦታ ስም ነው። በመጽሐፈ ኢያሱ ከተጠቀሱትና እስራኤላውያን ከግብጽ ከወጡ በኋላ ካለፉባቸው ስድስት ከተሞች አንዱ፤ (ኢያ 15:61)

ሚግዳልኤል ~ Migdalel: መግደለ ኤል፤ ያምላክ ገደል፤ የአምላክ ማማ... ማለት ነው። በንፍታሌም ከተያዙ ምሽጎች አንዱ፤ (ኢያ 19:38) "ቃዴስ፤ ኤድራይ፤ ዓይንሐጾር፤ ይርአን፤ **ሚግዳልኤል**፤ ሐሬም፤ ቤትዓናት፤ ቤትሳሚስ አሥራ ዘጠኝ ከተሞችና መንደሮቻቸው"

ሚግዳልጋድ~ Migdalgad: መግደለ ጋድ፤ ገደለ ጋድ፤ የገድ ማማ... ማለት ነው። የይሁዳ ከተማ፤ "ጽናን፤ ሐዳሻ፤ **ሚግዳልጋድ**፤ ዲልዓን፤" (ኢያ 15:37)

ሚግዶል ~ Migdol: ማማ ማለት ነው።

1. በሰሜን ግብፅ የነበረ፤ ጠንካራ ምሽግ፤ "በግብፅ ምድር በ**ሚግዶል**ና በጣፍናስ በሜምፍስም በጵትሮስም አገር ስለ ተቀመጡ አይሁድ ሁሉ ወደ ኤርምያስ የመጣ ቃል ይህ ነው" (ኤር 44:1፤ 46:14)

2. "ተመልሰው በ**ሚግዶል**ና በባሕር መካከል፤በበአልዛፎንም ፊት ለፊት ባለው በፌሀሒሮት ፊት እንዲሰፍሩ ለእስራኤል ልጆች ተናገር ከእርሱም አጠገብ በባሕር ዳር ትሰፍራላችሁ።" (ዘፍ 14:2፤ ዘኍ 33:7፤8)

ሚጤሊን ~ Mitylene: 'ቁስለኛ፤ አካለ የጎደለ' ማለት ነው። ጳውሎስ ከቆሮንቶስ ወደ ይሁዳ ባደረገው ሐዋርያዊ ጉዞ ከአስተማረባቸው አንዱ፤ የደሴት ዋና ከተማ፤ "...በነገውም ወደ ሳሞን ተሻገርን በትሮጊሊዮም አድረን በማግሥቱ ወደ **ሚሊጤን** መጣን።" (ሐዋ 20:14)

ማህለህ ~ Mahlah: ማሃላህ፤ መሐላ፤ መማል፤ መጭኅ፤ በአምላክ ስም ቃል መግባት፤ ጌታን መጥራት... ማለት ነው። 'መሃላ' ከሚለው ቃል የመጣ ስም ነው። የቃሉ ምንጭጭ 'ሃለ' የሚለው ግስ ነው። [ተዛማጅ ስሞች- ሀሌ ሉያ፤ ሂሌል፤ ማዕሌት፤ ይሃሌልኤል] የሰለጽዓድ ልጅ **ማህለህ** ፤ (ዘኍ 26:33)

ማሌሴዓር ~ Marsena: 'የሚያዋጣ፤ ጢቃሚ' ማለት ነው። ከሰባቱ የፋርስና የሜዶን መሳፍንት አንዱ፤ "በመንግሥቱም ቀዳሚያዎች ሆነው የሚቀመጡ የንጉሡ ባለምዋሎች ...ሜሬስ፤ **ማሌሴዓር**፤ ምሙካን በአጠገቡ ሳሉ።" (አስ 1:14)

ማልካም ~ Malcham: ... [ሚልኮም / Malcham, Molech- የሚለውን ስም ይመልከቱ] የአባቶች ቤቶች አለቆች የነበሩ፤ የሻሐራይ ልጅ፤ **ማልካም**፤ (1 ዜና 8:9፤10)

ማልኮስ ~ Malchus: መልከ ዋስ፤ መለኩሴ፤ መነኩሴ መሆን፤ የአምላክ መልእከተኛ... ማለት ነው። 'መልክ' እና 'ዋስ' ከሚሉ ቃላት የመጣ ስም ነው። ጌታን ሊይዙ ከመጡ ካህናት ጋር የነበረ፤ ጴጥሮስ ጆሮውን የቆረጠው፤ የሊቀ ካህናቱ ባርያ፤ **ማልኮስ**፤ (ዮሐ 18:10)

ማሎክ ~ Malluch: መለከ፤ መሉከ፤ ምሉኩ፤ ገዥ፤ ንጉሥ... ማለት ነው። [ተዛማጅ ስሞች- መሉኪ፤ መሉክ፤ ሚልኪ፤ ሜሌክ፤ ሞሎክ] 'መለከ' ከሚለው ግስ የተገኘ ስምነው። በሰሎሞን ዘመን፤ ለእግዚአብሔር ቤት ማደሪያ አገልግሎት ከተሰጡ፤ ከሌዊ ነገድ፤ የምራሪ ወገን፤ **ማሎክ** ፤ (ዜና 6:44)

ማአምለጥ ዓለት (የማአምለጥ አለት) ~ Sela-hammahlekoth: ሳለ መለኮት፤ ስለ መለኮት፤ ስለፈጣሪ፤ ስለ እግዚአብሔር... ማለት ነው። **Sela-hammahlekoth-** 'ስለ' እና 'መለኮት' ከሚሉ ቃላት የተመሠረተ ስም ነው። ፍልስጥኤማማውያን አገሩን በመውረራቸው፤ ዳዊት ከሳዖል ለማምለጥ የቻለበት መንገድ፤ "...ስለዚህ የዚህ ስፍራ ስም የ**ማአምለጥ ዓለት** ተባለ" (1 ሳሙ 23:28)

ማሣ ~ Massa: ማስ፤ ማስነ፤ ተንገላታ... ማለት ነው። የእስማኤል ልጅ፤ (ዘፍ 25:15፤ 1 ዜና 1:30) "ማስማዕ፤ ዱማ፤ **ማሣ**፤ ኩዳን፤ ቴማን"

ማሳህ ~ Massah: ምስ፤ ማሳህ፤ መፈታተን፤ መከራከር፤ ማጉረምረም... ማለት ነው። መሪባ ተብሎ የተጠራው፤ የእስራኤል አባቶች በምድረ በዳ እግዚአብሔርን የተፈታተኑበት፤ "ስለ እስራኤልም ልጆች ከርከር፤ እግዚአብሔር በመካከላችን ነውን ወይስ አይደለም? ሲሉ እግዚአብሔርን ስለተፈታተኑት የዚያን ስፍራ ስም **ማሳህ**፤ ደግሞም መሪባ ብሎ ጠራው" (ዘጸ 17:7፤ መዝ 95:8፤9፤ ዕብ 3:8)

ማሴ ~ Mesha: 'ማዕከል' ማለት ነው። 'ማሴው' ከሚለው ቃል የተገኘ የቦታ ስም ነው።[ማሴው፤ **ኪወh**] በዚህ ስም የሚታወቁ አንድ ሰው እና አንድ ቦታ አለ፤
. እስራኤላውያን በአረብ ምድር የሰፈሩበት፤ የቦታ ስም፤ (ዘፍ 10:30)
. የአባቶች ቤቶች አለቆች ከነበሩ፤ የሻሐራይ ልጅ፤ (1 ዜና 8:9)

ማሴሮንም ~ Misrephoth-maim: 'የፈላ ውሃ' ማለት ነው። "እግዚአብሔርም በእስራኤል እጅ አሳልፎ ሰጣቸው መቱአቸውም፤ ወደ ታላቁም ሲዶና፤ ወደ **ማሴሮንም**፤ ... አሳደዱአቸው ... መቱአቸው።" (ኢያ 11:8)

ማስማዕ ~ Mishma: መሰማ፤ መስማት፤ መረዳት፤ ማዳመጥ... ማለት ነው፡፡ 'ሰማ' ከሚለው ቃል የመጣ ስምነው፡፡ በመጽሐፍ ቅዱስ ውስጥ በዚህ ስም የሚታወቁ ሰዎች:-

1. የእስማኤል ልጅ፤ **ማስማዕ** ፤ (ዘፍ 25:14)

2. የስምዖን ልጅ፤ **ማስማዕ** ፤ (1 ዜና 4:25)

ማሪያም ~ Miriam: መሪ እማ፤ ፈተኛ እናት፤ ታላቅ እናት፤ የመጀመሪያ እናት... ማለት ነው፡፡ [ተዛማጅ ስሞች- **ማርያ፤ ማርያም**]

'መሪ' እና 'እማ' ከሚሉ ቃላት የተመሠረተ ስም ነው፡፡

የአሮን እናት **ማሪያም**፤ "የአሮን እናት ነቢይቱ **ማሪያም**ም ከበሮ በእጅዋ ወሰደች ሴቶችም ሁሉ በከበሮና በዘፈን በኂላዋ ወጡ" (ዘጸ 15:20)፤ (1 ዜና 6:3)

ማራ ~ Mara: መራራ፤ ጐምዛዛ፤ ኮምጣጣ... ማለት ነው፡፡ (ሩት 1:20) "እርስዋም:- ሁሉን የሚችል አምላክ አስመርሮኛልና **ማራ** በሉኝ እንጂ ኑዓሚን አትበሉኝ"

ማርቆስ ~ Marcus, Mark: ምሩቅ ዋስ፤ ምሩቅ፤ የተመረቀ፤ የተባረከ፤ ትሑት፤ ምስጉን... ማለት ነው፡፡ 'ምሩቅ' እና 'ዋስ' ከሚሉ ሁለት ቃላት የተመሠረተ ስም ነው፡፡

ማርቆስ / Marcus: የቅዱስ ጳውሎስ አገልጋይ የነበረ፤ (ጢሞ 4:11) ፤ (ፊል1:24)፤ "ከተገረዙት ወገን ያሉት፤ የበርናባስ የወንድሙ ልጅ **ማርቆስ**..." (ቈላ 4:10)

ማርቆስ / Mark: ወንጌላዊ፤ "በእግዚአብሔር መንግሥት ከጳውሎስ ጋር አብረው የሚሠሩት **ማርቆስ** የተባለው ዮሐንስ፤" (ሥራ 12:12)

ማርታ ~ Martha: መሪ እታ፤ መሪ እናት ፤ የመጀመሪያ ቤት ልጅ፤ ታላቅ እናት ... ማለት ነው፡፡

'መሪ' እና 'እታ' ከሚሉ ቃላት የተገኘ ስም ነው፡፡ የአልዓዛርና የማርያም እናት ፤ **ማርታ**፤ (ሉቃ 10:38)

ማርያ ~ Mary: መሪ፤ ፈተኛ ፤ ቀዳሚ፤ የመጀመሪያ... ማለት ነው፡፡ 'መሪ' ከሚለው ቃል የተገኘ ስም ነው፡፡ ጳውሎስን ያስተናገደች፤ **ማርያ**፤ (ሮሜ16:6)

ማርያም ~ Mary, Miriam: መሪ፤ መሓሪ፤ መሪ እማ፤ የመጀመሪያዋ እናት፤ ቀዳሚዋ እመቤት... ማለት ነው፡፡ [ተዛማጅ ስሞች- **ማሪያም፤ ማርያ**]

'መሪ' እና 'እማ' ከሚሉ ቃላት የተመሠረተ ስም ነው፡፡ በመጽሐፍ ቅዱስ ውስጥ በዚህ ስም የሚታወቁ ሰዎች:-

ማርያም / Mary:

1. የጌታ ኢየሱስ ክርስቶስ እናት **ማርያም**፤ "ወደ ቤትም ገብተው ሕጻኑን ከእናቱ ከ**ማርያም** ጋር አዩት..." (ማቴ 2:11፤ ሥራ 1:14)

2. መግደላዊት **ማርያም**፤ (ሉቃ 8:3)

3. የማርታና የአልዓዛር እናት **ማርያም**፤ "ማርታም ኢየሱስ እንደ መጣ በሰማች ጊዜ ልትቀበለው ወጣች፤ **ማርያም** ግን በቤት ተቀምጣ ነበር፡፡" (ዮሐ 11:20፤ 31፤ 33)

4. የድንግል **ማርያም** እናት ፤ የቀለዮጳም ሚስት **ማርያም**፤ (ዮሐ 19:25) ፤ (ማቴ 27:61፤ ማር15:47)

5. የማርቆስ እናት **ማርያም**፤ "...ማርቆስ ወደ ተባለው ወደ ዮሐንስ እናት ወደ **ማርያም** ቤት መጣ፤" (ሥራ12:12)

ማርያም / Miriam:

1. የአሮን እናት **ማርያም**፤ (ዘጸ15:20) ፤ "የእንበረምም ልጆች አሮን፤ ሙሴ፤ **ማርያም**፡፡" (1 ዜና 6:3)

2. የዕዝራ ልጅ፤ የዬቴር ልጅ **ማርያም**፤ (1 ዜና 4:17)

ማሮት ~ Maroth: ምሬት፤ የሚመር፤ የሚኮመጥጥ፤ ሐዘን፤ መከራ... ማለት ነው፡፡

'መረረ' ከሚለው ግስ የመጣ ስም ነው።
[ተዛማጅ ስም- **ሜራሪ**]
የቦታ ስም፤ "... በ**ማሮት** የምትቀመጠው
በጎነትን ትጠባበቃለች" (ሚክ 1:12)

ማሮን ~ **Merom**: 'መራማ፣ ከፍተኛ
ሥፍራ' ማለት ነው። ከዮርዳኖስ ወንዝ
በተጠለፈ ውኃ፤ የተፈጠረ ሐይቅ፤
"እነዚህም ነገሥታት ... እስራኤልን
ለመውጋት መጥተው በ**ማሮን** ውኃ አጠገብ
አንድ ሆነው ሰፈሩ።" (ኢያ 11:5፤7)

ማቱሳላ ~ **Mathusala,
Methuselah**: ማቱስ አለ፤ ማዕት
አለ፤ ብዙ ኖረ... ማለት ነው። (ሙቶስ አለ፤
ሕያው ሞት፤ ሙቶ የሚኖር ተብሎም
ይተረጎማል።) [ተዛማጅ ስም - **ማቱሣኤል**]
'ማእት' እና 'አለ' ከሚሉ ሁለት ቃላት
የተገኘ ስም ነው።

    ማቱሳላ / **Mathusala**: በጌታ የዘር
ሐረግ የተጠቀሰ፤ የሄኖክ ልጅ ሆኖ፤ የኖኅ
ቅድመ አያት፤ (ሉቃ 3:37)

    ማቱሳላ / **Methuselah**: በዘጠኝ
መቶ ስድሳዘጠነኛ ዓመቱ ሲሞት፤ በእድሜ
ባለጸጋነቱ ቀዳሚውን ቦታ ይዟል፤ (ዘፍ
5:21-27)

ማቱሣኤል ~ **Methusael**: የጌታ
ሞት፤ የአምላክ ሞት፤ የኃያል ሰው ሞት፤
ታላቅ ሞት... ማለት ነው። [ተዛማጅ ስም -
ማቱሳላ]
'ሞት' እና 'ኤል' ከሚሉ ሁለት ቃላት
የተገኘ ስም ነው። የአዳም ልጅ የቃየል የልጅ
ልጅ፤ **ማቱሣኤል**፤ (ዘፍ 4:18)

ማታትዩ ~ **Mattathias**: የጌታ
ስጦታ ማለት ነው።
1. የአሞጽ ልጅ፤ "የዮና ልጅ፤ የዮሴፍ ልጅ፤
የ**ማታትዩ** ልጅ፤ የአሞጽ ልጅ፤ የናሆም ልጅ፤
የኤስሊም ልጅ" (ሉቃ 3:25)
2. የሴሜይ ልጅ፤ "የናጌ ልጅ፤ የማአት ልጅ፤
የ**ማታትዩ** ልጅ የሴሜይ ልጅ፤ የዮሴፍ ልጅ፤"
(ሉቃ3:26)

ማታን ~ **Mattan, Matthan**:
'ስጦታ' ማለት ነው።
1. በዮዳሄ ዘመን በቤተመቅደሱ የተገደለ፤
የበአል ካህን፤ "የአገሩም ሕዝብ ሁሉ...
የበአልንም ካህን **ማታንን** በመሠዊያው ፊት
ገደሉት። ካህኑም ለእግዚአብሔር ቤት
አስተዳዳሪዎችን ሾመ።" (2 ነገ11:18)
2. የአልዓዛር ልጅ፤ የያዕቆብ አባት፤
"ኤልዮድም አልዓዛርን ወለደ፤ አልዓዛርም
ማታንን ወለደ፤ **ማታንም** ያዕቆብን ወለደ፤"
(ማቴ 1:15)
3. የስፋጥያስ አባት፤ "ኤርምያስም ለሕዝቡ
ሁሉ የተናገረውን ቃል የ**ማታን** ልጅ
ስፋጥያስ፤ የጻስኮርም ልጅ ጎዶልያስ፤
የሰሌምያም ልጅ ዮካል፤ የመልክያም ልጅ
ጻስኮር ሰሙ።" (ኤር38:1)

ማታንያ፤ ሙታንያ፤ መታንያ ~
Mattaniah: ማታን ያሕ፤ የሕያው
ስጦታ... ማለት ነው።
1. የይሁዳ ንጉሥ የሴዴቅያስ የቀድሞ ስም፤
"የባቢሎንም ንጉሥ የዮአኪንን አጎት
ማታንያን በእርሱ ፋንታ አነገሠ ..." (2 ነገ
24:17)
2. የሚካ ልጅ፤ "በቅበቃር፤ ኤሬስ፤ ጋላል፤
የአሳፍ ልጅ የዝክሪ ልጅ የሚካ ልጅ **መታንያ**"
(1 ዜና9:15)
3. የይዒኤል አባት፤ "የእግዚአብሔርም
መንፈስከአሳፍ ወገን በነበረው በሌዋዊው
በ**ማታንያ** ልጅ በይዒኤል ልጅ ... መጣ" (2
ዜና 20:14)
4. "ከኤላም ልጆችም፤ **ሙታንያ**፤ዘካርያስ፤
ይሒኤል፤ አብዲ፤ ይሬሞት፤ ኤልያ።" (ዕዝ
10:26)
5. ከባቢሎን ምርኮ ከተመለሱ፤ የዛቱዕ ልጅ፤
"ከዛቱዕ ልጆችም፤ ኤሊዮኤናይ፤ ኢልያሴብ፤
ሙታንያ፤ ይሬሞት፤ ዛባድ፤ ዓዚዛ።" (ዕዝ
10:27)
6. ከባቢሎን ምርኮ ከተመለሱ፤ የፈሐት
ሞዓብ ልጅ፤ "ከፈሐት ሞዓብ ልጆችም ...

መታንያ፤ ባስልኤል፤ ቢንዊ፤ ምናሴ።" (ዕዝ 10:30)

7. ከባቢሎን ምርኮ ከተመለሱ፤ የባኒ ልጅ፤ "ወንያ፤ ሜሪሞት፤ ኤልያሴብ፤ *መታንያ*፤" (ዕዝ 10:37)

8. ከባቢሎን ምርኮ ከተመለሱ፤ የዘኩር አባት፤ "በዕቃ ቤቶችም ላይ ካህኑ ሰሌምያን፤ ጸሐፊውንም ሳዶቅን፤ ከሌዋውያንም ፈዳያን ሾምሁ ከእነርሱም ጋር የ*መታንያ* ልጅ የዘኩር ልጅ ...ማከፋፈል ነበረ" (ነህ 13:13)

9. የኤማን ልጅ፤ "ከኤማን የኤማን ልጆች ቡቅያ፤ *መታንያ*፤ ዓዛርዔል፤ ሱባኤ፤ ኢያሪሙት፤ ሐናንያ፤ ሐናኒ ..." (1 ዜና 25:4፤16)

10. በንጉሡ ሕዝቅያስ ዘመን፤ ቤተመቅደሱን በማንጻት ከተባበሩ፤ የአሳፍ ልጅ፤ "ከኤሊጸፋንም ልጆች ሺምሪና ይዒኤል፤ ከአሳፍም ልጆች ዘካርያስና *መታንያ*፤ ከኤማንም ልጆች ...ተነሡ።" (2 ዜና 29:13)

ማቴዎስ ~ **Matthew:** ምአቲ ዋስ፤
መአቲው፤ ማቲ፤ የብዙኃን ዋስ፤ ብዙዎችን የሚያድን... ማለት ነው።
'መአተ' እና 'ዋስ' ከሚሉ ቃላት የተመሠረተ ስም ነው። ከአራቱ ወንጌላውያን አንዱ፤ ቀራጮ *ማቴዎስ*፤ (ማቴ 9:9)

ማትያስ ~ **Matthias:** የአምላክ
ስጦታ ማለት ነው። "ኢዮስጦስም የሚሉትን በርስብያን የተባለውን ዮሴፍንና *ማትያስን* ሁለቱን አቆሙ።" (ሐዋ 1:23)

ማኑኄ ~ **Manoah:** መኖኅ፤ ማረፍ፤
መረጋጋት፤ መጽናናት... ማለት ነው።
ዳንዓዊው፤ የሶምሶን አባት፤ "ከዳን ወገን የሆነ *ማኑኄ* የሚባል አንድ የጾርዓ ሰው ነበረ፤ ሚስቱም መካን ነበረች፤ ልጅም አልወለደችም።" (መሣ 13:2)

ማኔ ~ **Mene:** 'ቁጥር' ማለት ነው።
"የነገሩም ፍቺ ይህ ነው *ማኔ* ማለት፤

አግዚአብሔር መንግሥትህን ቈጠረው ፈጸመውም ማለት ነው።" (ዳን 5:25፤26)
[*ማኔ*: ስፈረ፤ ቈጠረ፤ ፈጸም / አ/ ኪወክ]

ማንፉን ~ **Muppim:** 'መሰሪ፤
እባብ' ማለት ነው። የብንያም ልጅ፤ የቤላ ልጅ፤ "የብንያምም ልጆች ቤላ... ሮስ፤ *ማንፉን*፤ ሐፊም ጌራም አርድን ወለደ" (ዘፍ 46:21)

ማአት ~ **Maath:** በቤታ የዘር ሐረግ
የተጠቀሰ፤ "የናጌ ልጅ፤ የ*ማአት* ልጅ፤ የማታትዩ ልጅ የሴሜይ ልጅ ..." (ሉቃ 3:26)

ማዕሌት ~ **Mahalath:** መሐላ፤
ማኅለት፤ ማሕሌት፤ የአምላክን ስም መጥራት፤ መዘመር፤ እልል... ማለት ነው።
[ተዛማጅ ስሞች- *መሐላት*፤ *ሃሌ ሉያ*፤ *ሂሌል*] 'ሃሌ' ፤ 'መሐላ' ከሚለው ቃል የመጣ ስም ነው።

. የያቆብ ወንድም፤ የዔሳው ሚስት፤ *ማዕሌት*፤ (ዘፍ 28:9)

. *መሐላት*- (2 ዜና 11:18)
[ወንጀል፤ ግፍ፤ ቢደል፤ አሉታ፤ እንቢታ፤ ኃጢአት ክፋት፤ ህመም፤ በሽታ፤ ቁስል ማለት ነው። / ኪወክ / አ]

ማዕራት ~ **Maarath:** ምሬት፤
ፀፀት፤ ሐዘን... ማለት ነው። በይሁዳ ተራራዎች የነበረ ቦታ፤ "ሐልሐል፤ ቤትጹር፤ ጌዶር፤ *ማዕራት*፤ ቤትዓኖት፤ ኤልትቆን ስድስት ከተሞችና መንደሮቻቸው።" (ኢያ 15:59)

ማዕካታውያን ~ **Maachathi:**
'መቀጨ' ማለት ነው። የማዕካ ነዋሪ፤ "የምናሴ ልጅ ኢያዕር እስክ ጌሹራውያንና እስከ *ማዕካታውያን* ዳርቻ ድረስ የአርጎብን ምድር ሁሉ ወሰደ ..." (ዘዳ 3:14; ኢያ 12:5፤ 13:11፤ 13) ፤ (2 ሳሙ 23:34፤ 2 ነገ 25:23፤ ኤር 40:8)

ማዕድ ~ Feast: ፌስታ፤ ደስታ፤ ድግስ፤ ግብዣ... ማለት ነው። [ተለዋጭ ስሞች- **ሰርግ፤ በዓል፤ ግብዣ**]
አብርሃም ሥላሴን በቤቱ ተቀብሎ ሲያስተናግድ፤ "**ማዕድ** አቀረበላቸው፤ ቂጣንም ጋገረ እንርሱም በሉ፤" (ዘፍ 19:3)

ማኪ ~ Machi: 'ማነስ' ማለት ነው። የጉዲኤል አባት፤ የከንዓንን ምድር ለመሰለል ከኢያሱና ከካሌብ ጋር ከሄዱት፤ "ከጋድ ነገድ የ**ማኪ** ልጅ ጉዲኤል።" (ዘኍ 13:15)

ማኪር ~ Machir: ምኪር፤ መካር፤ መኪሪ... ማለት ነው።
1. የምናሴ ትልቁ ልጅ፤ "ለምናሴ ነገድ ዕጣ ይህ ነው የዮሴፍ በኩር እርሱ ነውና፤ የምናሴም በኩር የገለዓድ አባት **ማኪር** ብርቱ ስልፈኛ ስለ ነበረ ገለዓድንና ባሳንን ወረሰ።" (ኢያ 17:1)
2. ዓሚኤል ልጅ፤ "ንጉሡም። ወዴት ነው? አለው ሲባም ንጉሡን፡- እነሆ፤ እርሱ በሎዶባር በዓሚኤል ልጅ በ**ማኪር** ቤት አለ አለው።" (2 ሳሙ 9:4፤5፤ 17:27-29)

ማዘሮት ~ Mazzaroth: 'አሥራ ሁለተኛው ምልክት (በኮከብ ቆጠራ)' ማለት ነው። "ወይስ **ማዘሮት** የሚባሉትን ከዋክብት በጊዜያቸው ታወጣ ዘንድ፤ ወይስ ድብ የሚባለውን ኮከብ ከልጆቹ ጋር ትመራ ዘንድ ትችላለህን?" (ኢዮ 38:32)

ማይናን ~ Menan: 'ምኑን፤ መናኒ፤ ዝግጁ' ማለት ነው። የማጣት ልጅ ሆና፤ የሜልያ አባት፤ "የዮናን ልጅ፤ የኤልያቄም ልጅ፤ የሜልያ ልጅ፤ የ**ማይናን** ልጅ፤ የማጣት ልጅ፤ የናታን ልጅ" (ሉቃ3:31)

ማዶ ~ Madai: መዲያ፤ መዳኛ፤ ዳኝነት የሚካሄድበት አገር፤ ፍርድ የሚስጥበት ቦታ፤ ዋና ከተማ... ማለት ነው። [ተዛማጅ ስሞች- **ማዶ፤ ማዶን፤ ሜዳን፤ ምድያ፤ ምድያም**]
የያፌት ልጅ፤ **ማዶ**፤ (ዘ2 10:2)

ማድማና ~ Madmannah: ማአደ መና ማለት ነው። በደቡባዊ የይሁዳ ግዛት የሚገኝ ከተማ፤ "ኪሲል፤ ሔርማ፤ ጺቅላግ፤ **ማድማና**፤ ሳንሳና፤" (ኢያ15:31)

ማዶን ~ Madon: መዳን፤ መዳኝ፤ መዳኛ፤ ዳኝነት ማካሄድ፤ ፍርድ መስጠት... ማለት ነው። [ተዛማጅ ስሞች- **ማዶ፤ ማዶ፤ ሜዳን፤ ምድያ፤ ምድያም**]
ዮባብ የነገሡበት፤ የአገር ስም፤ (ኢያ 11:1)

ማጎርሚሳቢብ ~ Magor-missabib: "በነጋውም ጰስኮር ኤርምያስን ከግንድ ውስጥ አወጣው። ኤርምያስም እንዲህ አለው፡- እግዚአብሔር ስምህን፡- **ማጎርሚሳቢብ** እንጂ ጰስኮር ብሎ አይጠራህም።" (ኤር 20:3)

ማጎግ ~ Magog: መጓጓት፤ መሳሳት... ማለት ነው። (ብዙ፤ ማብዛት ማለት ነው። ተብሎም ይተረጎማል / ኪወክ / አ) የያፌት ሁለተኛ ልጅ፤ "የያፌት ልጆች ጋሜር፤ **ማጎግ**፤ ማዶ፤ ያዋን፤ ይልሳ፤ ቶቤል፤ ሞሳሕ፤ ቴራስ ናቸው" (ዘፍ 10:2)

ማጥሪ ~ Matri: 'የሕያው ዝናብ' ማለት ነው። የብንያም ነገድ፤ ወገን የሆነ፤ "የብንያምንም ነገድ በየወገናቸው አቀረበ፤ ዕጣውም በ**ማጥሪ** ወገን ላይ ወደቀ። የማጥሪንም ወገን በየሰዉ አቀረበ፤ ዕጣውም በቂስ ልጅ በሳኦል ላይ ወደቀ ፈለጉትም፤ አላገኙትምም።" (1 ሳሙ 10:21)

ሜሌክ ~ Melech: ምሉክ፤ ገሦ፤ ንጉሥ...ማለት ነው። [ተዛማጅ ስሞች- **መሉኪ፤ መሉክ፤ ሚልኪ፤ ማሉክ፤ሞሉክ**]
'መለክ' ከሚለው ግስ የመጣ ስም ነው። የሚካ ልጅ፤ (1 ዜና 8:35፤ 9:41)

ሜልኪሳ ~ Malchishua, Melchi-shua: መልክ ዋስ፤ መልአከ ሸዋ፤ የሸዋች አዳኝ፤ የሺህ አምላክ፤ የብዙዎች ጌታ... ማለት ነው።

Melchi-shua- 'መለከ' እና 'ሽዋ' ከሚሉ ሁለት ቃላት የተመሠረተ ስም ነው፡፡ የሳኦል ልጅ፤ በፍልስጥኤማውያን የተገደለ፤ (1 ሳሙ 31:2)

ሚልኮል ~ Michal: መልከ ኤል፤ የአምላክ አምሳያ፤ የሕያው መልከ፤ የተዋበ፤ ያማረ... ማለት ነው፡፡ [ተዛማጅ ስሞች- **ሚካኤል፤ ሚካያ**] 'መልከ' እና 'ኤል' ከሚሉ ቃላት የተገኘ ስም ነው፡፡ የሳኦል ልጅ፤ "...የታናሿቱም ስም **ሚልኮል** ነበረ፡፡" (1 ሳሙ 14:49፤ 50)

ሚልያ ~ Melea: ሙል..፤ ሙ..ሉ፤ ያልጎደለ... ማለት ነው፡፡ የኤልያቄም አባት ሆኖ፤ የማይናን ልጅ፤ "የዮናን ልጅ፤ የኤልያቄም ልጅ፤ የ**ሚልያ** ልጅ፤ የማይናን ልጅ፤ የማጣት ልጅ፤ የናታን ልጅ" (ሉቃ 3:31)

ሚልዳር ~ Melzar: 'መጋቢ' ማለት ነው፡፡ የጃንደረቦቹ አለቃ በዳንኤልና በአናንያ በሚሳኤልና በአዘርያ ላይ የሾመው፤ **ሚልዳርን**፤ (ዳን 1:11፤16)

ሚምፊቦስቴ ~ Mephibosheth: 'ጣዖታትን ማጥፋት' ማለት ነው፡፡ የሳኦል ልጅ፤ "ንጉሡም ለሳኦል የወለደቻቸውን የኢዮ፟ሔል ልጅ የሪጽፋን ሁለቱን ልጆች ሄርሞንንና **ሚምፊቦስቴን** ለመሐላታዊውም ... ወሰደ፤" (2 ሳሙ 21:8)

ሚምፊስ ~ Memphis: መንፊስ ማለት ነው፡፡ የግብፅ ሰሜናዊ ዋና ከተማ የነበረ፤ "እነሆ፤ ከጥፋት ሸሽተው ሄዱ፤ ግብፅም ትሰበስባቸዋለች፤ **ሚምፊስም** ትቀብራቸዋለች ሳማም የብራቸውን ጌጥ ይወርሳል ..." (ሆሴ 9:6)

ሚምፊስ ~ Noph: 'የማር ሰፈፍ' ማለት ነው፡፡ የግብፅ ከተማ፤ **ሚምፊስ** ሌላ ስም፤ "የጣኤሳስ አለቆች ሰነፉ፤ ሆነዋል፤ የ**ሚምፊስም** አለቆች ተሸንግለዋል ..." (ኢሳ

19:13፤ ኤር.2:16፤ 44:1፤ 46:14፤19፤ ሕዝ 30:13፤16)

ሚሱላም ~ Meshelemiah, Meshullam: መሳለመ ያሕ፤ የሕያው ሰላም፤ የአምላክ ሰላም፤ የሕያው እርቅ... ማለት ነው፡፡ [ተዛማጅ ስም- **ሚሰላም**] 'መሳለም' (ሰላም) እና 'ያሕ' (ያሕዌ፤ ሕያው) ከሚሉ ሁለት ቃላት የተመሠረተ ስም ነው፡፡

ሚሱላም / Meshelemiah: የየሕዜራ አባት፤ **ሚሱላም**፤ (1 ዜና 9:21)

ሚሱላም / Meshullam:
1. በይሁዳ ንጉሥ በኢዮአታም ዘመንና በእስራኤል ንጉሥ በኢዮርብዓም ዘመን፤ ከሰባቱ የአባቶቻቸው ቤቶች ወንድም፤ **ሚሱላም**፤ (1 ዜና 5:13)
2. የፈዳያ ልጅ ሆኖ የዘሩባቤል ልጅ፤ **ሚሱላም**፤ (1 ዜና 3:19)
3. ብንያማዊው፤ የሪዓ ልጆች ፤**ሚሱላም**፤ (1 ዜና 8:17)
4. ብንያማዊው የሆዳይዋ ልጅ ሆኖ፤ የሰሉ አባት፤**ሚሱላም**፤ (1 ዜና 9:7፤ ነህ 11:7)
5. ከግዞት ተመልሰው በኢሩሳሌም ከተቀመጡ፤ የስፋጥያስ ልጅ፤ **ሚሱላም**፤ (1 ዜና 9:8)
6. በንጉሥ ኢዮስያስ ዘመን የነበረ፤ **ሚሱላም**፤ (2 ዜና 34:12)
7. በዕዝራ ዘመን የነበረው ሌዊያዊ አለቃ፤ **ሚሱላም**፤ (ዕዝ 8:16)
8. "ወደ አለቆቹም ወደ አልዓዛር፤ ... ወደ **ሚሱላም**፤ ደግሞም ወደ አዋቂዎቹ ወደ ዮያሪብና ወደ ኤልናታን ላከሁ፡፡" (ዕዝ 10:15)
9. የባኒ ልጅ፤ **ሚሱላም**፤ (ዕዝ 10:29)
10. ዕዝራ የሕጉን መጽሐፍ ለሕዝቡ ሲያነብ በአጠገቡ ከቆሙት አንዱ፤ (ነህ 8:4)
11. በነህምያ ዘመን የቃልኪዳንን ደብዳቤ ከተሙት ካህናት አንዱ፤ (ነህ 10:7)

12. በነህምያ ዘመን የቃልኪዳኑን ደብዳቤ ካተሙት ካህናት ሌላው፤ **ሜሱላም**፤ (ነህ 10:20)

13. ካህኑ የኪልቅያስ ልጅ **ሜሱላም** ፤ (1 ዜና 9:11)፤ (ነህ 11:11)

14. ሊቀ ካህኑ **ሜሱላም**፤ "ከአዶ ዘካርያስ፤ ከጌንቶን **ሜሱላም**" (ነህ 12:16)

15. በዮአቂም ዘመን የአባቶች ቤቶች አለቆች፤ ካህኑ **ሜሱላም**፤ (ነህ 12:13)

ሜሱላም ~ Meshullam, Meshullemeth: *መሳለም፤ ሰላም ማግኛት፤ እርቅ መፍጠር... ማለት ነው::*

[ተዛማጅ ስም- **ሜሱላም**]

በዚህ ስም የሚታወቁ ሁለት ሰዎች አሉ::

ሜሱላም / Meshullam: የኤዜልያስ አባት፤(2 ነገ 22:3)

ሜሱላም / Meshullemeth: የንጉሡ አሞጽ እናት፤ (2 ነገ 21:19)

ሜሪሞት ~ Meremoth: *መ'ራማት፤ ከፍ ማለት፤ ወደላይ መውጣት... ማለት ነው::* ከባቢሎን ምርኮ ከተመለሱ ካህናት አንዱ፤ "መሉክ፤ ሐጡስ፤ ሴኬንያ፤ ሬሁም፤ **ሜሪሞት**፤" (ነህ 12:3)

ሜራሪ ~ Merari, Merarites: *መራሪ፤ መራራ፤ ምሬት፤ የሚመር፤ የሚከመጥጥ፤ የሚጐመዘዝ... ማለት ነው::* [ተዛማጅ ስም- **ማሮት**]

'መረረ' ከሚለው ግስ የመጣ ስምነው::

ሜራሪ / Merari: *ወደ ግብፀ ከገቡት የእስራኤል ልጆች፤ የሌዊ ልጅ፤* **ሜራሪ**፤ (ዘፍ 46:11)

ሜራሪ / Merarites: ከሌዊ ወገን፤ የሜራራ ልጆች፤ (ዘኍ 26:57)

ሜሬስ ~ Meres: *መራስ፤ ራስ መሆን፤ ከፍተኛ... ማለት ነው::* ከንጉሡ አርጤክስስ አማካሪዎች አንዱ፤ "በመንግሥቱም ቀዳሚዎች ሆነው

የሚቀመጡ ... ሼታር፤ አድማታ፤ ተርሺሽ፤ **ሜሬስ**፤ ማሌሴዓር፤ ምሙካን በአጠገቡ ሳሉ:: " (አስ 1:14)

ሜሬድ ~ Mered: *መርድ፤ መራድ፤ መናወጥ፤ መንቀጥቀጥ... ማለት ነው::* 'ራደ' ከሚለው ግስ የተገኘ ስምነው:: *ከይሁዳ ወገን የሆነ፤ የዕዝራ ልጅ፤* **ሜሬድ**፤ (1 ዜና 4:17)

ሜራብ ~ Merab: *መራብ፤ ረባ፤ መርባት፤ መጨመር፤ መባዛት፤ ርቦታ... ማለት ነው::* 'ረባ' ከሚለው ግስ የተገኘ ስም ነው:: *የሳኡል ልጅ፤ የታላቋ ስም* **ሜራብ**፤ (1 ሳሙ 14:49)

ሜሮዝ ~ Meroz: *'መጠለያ፤ መሸሻ፤ መማጠኛ' ማለት ነው:: የቦታ ስም፤* "የእግዚአብሔር መልአክ፤ **ሜሮዝን** እርገሙ፤ እግዚአብሔርን በኃያላን መካከል ለመርዳት፤ እግዚአብሔርን ለመርዳት ... እርገሙ አለ::" (መሣ 5:23)

ሜሮዳክ ~ Merodach: *መርዶ ማለት ነው:: ከባቢሎናውያን ጣዖታት አንዱ፤* "... ባቢሎን ተወሰደች፤ ቤል አፈረ፤ **ሜሮዳክ** ደነገጠ ምስሎችዋ አፈሩ፤ ጣዖታትዋ ደነገጡ በሉ" (ኤር 50:2)

ሜቴግ አማ ~ Metheg-ammah: *'የእናት መሻራ' ማለት ነው:: ዳዊት ከፍልስጥኤማውያን እጅ የወሰዳት ከተማ፤* "ከዚህም በኋላ ዳዊት ... ከፍልስጥኤማውያንም እጅ **ሜቴግ አማ** የተባለችውን ከተማ ወሰደ::" (2 ሳሙ 8:1)

ሜኤል ~ Mehujael: *'ማዖል፤ የአምላክ ቃል ኪዳን፤ የአምላክ ወዋጅ ...' ማለት ነው:: የማቱሣኤል አባት፤* "ሄኖህም ጋይዳድን ወለደ ጋይዳድም ሜኤልን ወለደ **ሜኤልም** ማቱሣኤልን ወለደ ማቱሣኤልም ላሜሕን ወለደ::" (ዘፍ 4:18)

ሜዛሃብ ~ Mezahab: 'የወርቅ ውኃ' ማለት ነው፡፡ የኤዶ ንጉሥ፥ የሃዳር አማት፡ "የናክቦር ልጅ በአልሐናንም ሞተ፥ በስፍራውም ሃዳር ነገሠ የከተማውም ስም ፋዑ ነው ሚስቱም **የሜዛሃብ** ልጅ መጥሬድ የወለደቻት መሄጣብኤል ትባላለች" (ዘፍ 36:39፤ 1 ዜና 1:50)

ሜያርቆ ~ Mejarkon: 'አዳኝ' ማለት ነው፡፡ የነገደ ዳን ግዛት የሆነ ቦታ፡ "ይሁድ፡ ብኔብረቅ፡ ጋትሪሞን፡ **ሜያርቆን** በኢዮጴ ፊት ለፊት ካለው ዳርቻ ጋር ራቆን፡፡ " (ኢያ 19:46)

ሜዳ ~ Meadow: ሜዳዉ፡ ሜዳ፡ መስክ... ማለት ነው፡፡ [ተለዋጭ ስም:- **መስኩ**]

. የእስራኤል ልጆች ከብንያም ልጆች ጋር ለመዋጋት የወጡበት ስፍራ፡ የጊብዓ **ሜዳ**፡ "...ከእስራኤልም ተደብቀው የነበሩት ከስፍራቸው ከጊብዓ **ሜዳ** ወጡ" (መሳ 20:33)

. ፈርዖን ባየው ሕልም የተጠቀሰ ቃል፡ **መስኩ**~ (ዘፍ 41:2፤ 18)

ሜዳን ~ Medan: መዳን፡ መዳኝ፡ መዳኛ፡ ዳኝነት የሚካሄድበት፡ ፍርድ የሚሰጥበት ቦታ... ማለት ነው፡፡ [ተዛማጅ ስሞች- **ማዴ፤ ማዶ፤ ምድያ፤ ምድያም**] 'ዳኛ' ፣ 'ዳኝ' ፣ 'መዳኛ' ከሚለው ቃል የመጣ ስም ነው፡፡

አብርሃም ከኬጡራ የወለደው ልጅ፡ "እርስዋም ዘምራንን፡ ዮቅሳንን፡ **ሜዳንን**፡ ምድያምን፡ የስቦቅን፡ ስዌሕን ወለደችለት" (ዘፍ 25:2)

ሜድባ ~ Medeba: መደብ ማለት ነው፡፡ በዮርዳኖስ በስተምሥራቅ የነበረ ከተማ፡ "ጌተርናቸው ከሐሴቦን እስከ ዴቦን ድረስ ጠፋ ኖፋም እስኪደርሱ እስከ **ሜድባ** አፈረስናቸው፡፡" (ዘኍ 21:30)

ሜዶን ~ Media: ምድያ፡ ምድያዊ፡ የምድያ አገር ስዎች... ማለት ነው፡፡ [ተዛማጅ

ስሞች- **ማዴ፤ ማዶን፤ ሜዳን፤ ምድያ፤ ምድያም**] የቦታ ስም፡ (ኢሳ 21:2)

ሜፍዓት ~ Mephaath: 'ግርማዊ' ማለት ነው፡፡ "ቅዴሞትንና መሰምርያዋን፡ **ሜፍዓት**ንና መሰምርያዋን አራቱን ከተሞች ሰጡ፡፡" (ኢያ 21:37)

ምሁማን ~ Mehuman: መሐመን፡ ማመን፡ መቀበል፡ ታማኝ መሆን... ማለት ነው፡፡ 'አመነ' ከሚለው ግስ የመጣ ስም ነው፡፡

የንጉሥ አርጤክስስ ጃንደረባ፡ **ምሁማን**፡ (አስ 1:10)

ምሒር ~ Mehir: ምሐር፡ የተማረ፡ ይቅር የተባለ፡ ምሕረት ያገኘ ማለት ነው፡፡ "የሹሐም ወንድም ከሉብ የኤሽቶንን አባት **ምሒር**ን ወለደ፡፡" (1 ዜና 4:11)

ምሒዳ ~ Mehida: 'የታወቀ፡ የተከበረ' ማለት ነው፡፡ ከባቢሎን ምርኮ ከተመለሱ፡ "የበስሎት ልጆች፡ የ**ምሒዳ** ልጆች" (ዕዝ 2:52፤ ነህ 7:54)

ምሙካን ~ Memucan: 'መኮንን፡ ከቡር' ማለት ነው፡፡ ከሰባቱ የፋርስ መሳፍንት አንዱ፡ "በመንግሥቱም ቀዳሚዎች ... አርቀስዮስ፡ ሼታር፡ አድማታ፡ ተርሺሽ፡ ሜሬስ፡ ማሌሴዓር፡ **ምሙካን** በአጠገቡ ሳሉ፡፡" (አስ 1:14፤16፤21)

ምስክር ~ Ed: 'ምስክር' ማለት ነው፡፡ "የሮቤል ልጆችና የጋድ ልጆችም፡ እግዚአብሔር አምላክ አንደ ሆነ ይህ በመካከላችን ምስክር ነው ሲሉ መሠዊያውን **ምስክር** ብለው ጠሩት፡፡" (ኢያ 22:34)

ምሥጢር ~ Mystery: መሰጠር፡ ምሥጢር፡ የተደበቀ ነገር፡ ከብዙዎች የተሰወረ፡ በምሥጢረኞች ዘንድ ብቻ የታወቀ... ማለት ነው፡፡ [ተዛማጅ ስሞች:- **ስቱር**]

'ሰጠረ' ከሚለው ግስ የመጣ ቃል ነው፡፡

. በእግዚአብሔር ፈቃድ የኢየሱስ ክርስቶስ ሐዋርያ የሆነ ጳውሎስ፣ በኤፌሶን ላሉት ቅዱሳን በክርስቶስ ኢየሱስ ላሉት ምእመናን በላከው መልእክት፤ የድነነት ምሥጢር፣ "በክርስቶስ ለማድረግ እንደ ወደደ እንደ አሳቡ፣ የፈቃዱን **ምሥጢር** አስታወቆናል፤" (ኤፌ 1:9፣ 10) ፤ "...ሁሉንም በፈጠረው በእግዚአብሔር ከዘላለም የተሰወረው የ**ምሥጢር** ሥርዓት ምን እንደሆነ ለሁሉ አገልጥ ዘንድ ይህ ጸጋ ከቅዱሳን ሁሉ ይልቅ ለማንስ ለኔ ተሰጠ፤" (ኤፌ 3:8-11) ፤

□ ምሥጢረ ሥጋዌ፣ "ይህም ቃል ከዘላለምና ከትውልዶች ጀምሮ ተሰውሮ የነበረ **ምሥጢር** ነው፤ አሁን ግን ለቅዱሳኑ ተገልጦአል።" (ቆላ 1:25-27)

. ምሥጢረ ትንሣኤ ሙታን፣ "እነሆ፣ አንድ **ምሥጢር** እነግራችኋለሁ..." (1 ቆሮ 15:51)

□ መንግሥተ ሰማያት፣ "እርሱም መልሶ እንዲህ አላቸው:- ለእናንተ የመንግሥት ሰማያትን **ምሥጢር** ማወቅ ተሰጥቶአችኋል፤ ..." (ማቴ 13:11) ፤

. የድነነት ምሥጢር፣ "ወንድሞች ሆይ፣ ልባሞች የሆናችሁ እንዳይመስላችሁ ይህን **ምሥጢር** ታውቁ ዘንድ እወዳለሁ፣ ..." (ሮሜ 11:25) ፤ "ትንቢትም ቢኖረኝ **ምሥጢር**ንም ሁሉና እውቀትን ሁሉ ባውቅ፣ ..." (1 ቆሮ 13:2)

. ምሥጢራተ ቤተክርስቲያን፣ "ይህ **ምሥጢር** ታላቅ ነው፤ እኔ ግን ይህን ስለ ክርስቶስና ስለ ቤተ ክርስቲያን እላለሁ።" (ኤፌ 5:31፣ 32)

. ምሥጢረ ምጽዓት፣ የዓለም ፍጻሜ ምሥጢር፣ "በቀኝ እጅ ያየሃቸው የሰባቱ ከዋክብትና የሰባቱ የወርቅ መቅረዞች **ምሥጢር** ይህ ነው፣ ..." (ራእ 1:20)

. የመጨረሻ ፍርድ ምሥጢር፣ "የዓመፅ **ምሥጢር** አሁን ይሠራልና፤ ብቻ ከመንገድ እስኪወገድ ድረስ ...።" (2 ተስ 2:7)

ምራያ ~ Meraiah: መሪ ያሕ፣ መሪ ሕያው፣ መሪ ጌታ፣ ሕያው አለቃ፣ ሕያው ጌታ፣ አምላካዊ አስተዳዳሪ... ማለት ነው።
'መሪ' እና 'ያሕ'(ያሕዌ፣ ሕያው) ከሚሉ ቃላት የተመሠረተ ስም ነው። በዮአቄም ዘመን የአባቶች ቤቶች አለቆች ከነበሩት ካህናት፣ **ምራያ**፣ (ነህ 12:12)

ምርኮ ፈጠነ፣ ብዝበዛ ቸኮላ~ Maher-shalal-hash-baz: ጥፋት ቀርባለች ማለት ነው።
"እግዚአብሔርም:- ሕፃኑ አባቱንና እናቱን መጥራት ሳያውቅ የደማስቆን ሀብትና የሰማርያን ምርኮ በአሥር ንጉሥ ፊት ይወስዳልና ስሙን:- **ምርኮ ፈጠነ፣ ብዝበዛ ቸኮላ** ብለህ ጥራው አለኝ" (ኢሳ 8:1-3)

ምቡናይ ~ Mebunnai: መበን፣ ማነጽ፣ ልጅ መሆን... ማለት ነው። ከዳዊት ዘበኞች አንዱ፣ "አቢዔዘር፣ ኩሳታዊው **ምቡናይ**፣ አሆሃዊው" (2 ሳሙ 23:28)

ምናሔ ~ Manaen: 'አጽናኝ' ማለት ነው። በአንጾኪያ ባለቸው ቤተ ክርስቲያን ነቢያትና መምህራን እንዱ፣ "...እነርሱም በርናባስ፣ ኔጌር የተባለው ስምዖንም፣ የቀሬናው ሉክዮስም፣ የአራተኛው ክፍል ገዥ የሄሮድስም ባለምዋል **ምናሔ**፣ ሳውልም ነበሩ።" (ሐዋ 13:1)

ምናሔም ~ Menahem: 'ማጽናናት' ማለት ነው። የጋዲ ልጅ፣ "የጋዲም ልጅ **ምናሔም** ከቴርሳ ወጥቶ ... በእርሱም ፋንታ ነገሠ" (2 ነገ 15:14-22)

ምናሴ ~ Manasseh: ምን ነሴ፣ ምን ነሳ፣ ሁሉን ያገኘ፣ ምንም ያላጣ፣ የቀድሞውን ማስረሻ... ማለት ነው።
'ምን' እና 'ነሳ' ከሚሉ ሁለት ቃላት የተመሠረተ ስም ነው። በመጽሐፍ ቅዱስ ውስጥ በዚህ ስም የሚታወቁ ሰዎች:-
1. የዮሴፍ የመጀመሪያ ልጅ፣ "ዮሴፍም የበኩር ልጁን ስም **ምናሴ** ብሎ ጠራው፤

እንዲህ ሲል፦ እግዚአብሔር መከራዬን ሁሉ የአባቴንም ቤት አስረሳኝ” (ዘፍ 41:51)

2. የሕዝቅያስ ልጅ፦ “ልጁም **ምናሴ** በእርሱ ፋንታ ነገሠ።” (2 ዜና 32:30)

3. ከምርኮ ከተመለሱ፦ የፈሐት ሞዓብ ልጅ፦ “ከፈሐት ሞዓብ ልጆችም ... ባስልኤል፦ ቢንዊ፦ **ምናሴ።**” (ዕዝ 10:30)

4. ከምርኮ ከተመለሱ፦ የሐሱም ልጅ፦ (ዕዝ 10:33)

ምናሶን ~ Mnason: ‘መታሰቢያ’
ማለት ነው። “...እነርሱም ወደምናድርበት ወደ ቀደመው ደቀ መዝሙር ወደ ቆጵሮሱ **ምናሶን** ወደሚሉት ቤት መሩን።” (ዘፍ 21:16)

ምዑናውያን ~ Meunim: ‘ሰፈራ
ጣቢያ’ ማለት ነው። “የቤሳይ ልጆች፦ የ**ምዑናውያን** ልጆች፦” (ነህ 7:52)

ምዖንኔም ~ Meonenim:
‘ጠንቋይ’ ማለት ነው። የዛፉ ጥላ፦ “ገዓልም ደግሞ፦ እነሆ፦ ሕዝብ በምድር መካከል ይወርዳል፣ አንድም ወገን በ**ምዖንኔም** በእድባሩ ዛፉ መንገድ ይመጣል ብሎ ተናገረ።” (መሳ 9:37)

ምኮና ~ Mekonah: ‘መሠረት’
ማለት ነው። ከባቢሎን ግዞት መልስ የይሁዳ ሰዎች መኖሪያ የነበረ ከተማ፦ “በ**ምኮና**ና በመንደሮቿዋ፦ በዓይንሪሞን፦” (ነህ 11:29)

ምድያም ~ Madian, Midian, Midianites: መዳኛ፦ ፍርድ
የሚሰጥበት፦ ፍትን የሚታይበት፦ መናገሻ፦ ፍትሕ የሰፈነበት፦ ዋና ከተማ፦ የምድያም አገር ሰዎች... ማለት ነው። [ተዘማጅ ስሞች- **ማዴ፦ማዳን፦ ሜዳን፦ ምድያዊ**]

ምድያም / Madian: ሙሴ በግብፅ ከፈርዖን ፊት ሸሽቶ ለአርባ ዓመት የኖረበት አገር፦ (ሥራ 7:29)

ምድያም / Midian: የአብርሃም ልጅ፦ ከኬጡራ የወለደው። (ዘፍ 25:2)

ምድያም / Midianites:
“የ**ምድያም** ነጋዶችም አለፉ እነርሱም ዮሴፍን አንሥተው ከጉድጓድ አወጡት ለእስማኤላውያንም ዮሴፍን በሃያ ብር ሸጡት ...” (ዘፍ 37:28፤ 36)

. ሙሴ በግብፅ ከፈርዖን ፊት ሸሽቶ የሔደበት፦ “ፈርዖንም ይህን ነገር በሰማ ጊዜ ሙሴን ሊገድለው ፈለገ፤ ሙሴ ግን ከፈርዖን ፊት ኮበለለ፦ በ**ምድያም**ም ምድር ተቀመጠ በውኃም ጉድጓድ አጠገብ ዐረፈ።” (ዘጸ 2:15-21) ፤ “ሙሴም ከዚያ ሰው ጋር ሊቀመጥ ወደደ፤ ልጁንም ሲጳራን ለሙሴ ሚስት ትሆነው ዘንድ ሰጠው።” (ዘጸ 2:21)

ምጽራይም ~ Mizraim: ‘ምጽር፦
ምስር፦ ምሽግ፦ መሽሸጊያ’ ማለት ነው። የግብፅ ሌላ ስም፦ የካም ልጅ፦ “የካምም ልጆች ኩሽ፦ **ምጽራይም**፦ ፋጥ፦ ከነዓን ናቸው” (ዘፍ 10:6፤13፤ 1 ዜና 1:8፤11)

ምጽጳ ~ Mizpah: ‘ማማ፦ ከምር’
ማለት ነው።

1. የመጀመሪያዋ ምጽጳ፦ ያዕቆብ ገለዓድ ያላት፦ ከላባ ጋር የተማማለበት ቦታ፦ (ዘፍ 31:48) “ደግሞም **ምጽጳ** ተባለ። እኛ በተለያየን ጊዜ እግዚአብሔር በእኔና በአንተ መካከል ሆኖ ይጠብቅ ብሎአልና”

2. ሁለተኛዋ፦ ዳዊት እናትና አባቱ እንዲያቆይለት አደራ የሰጠው አገር ንጉሥ፦ “ዳዊትም ከዚያ በሞዓብ ምድር ወዳለቸው ወደ **ምጽጳ** ሄደ የሞዓብንም ንጉሥ፦ እግዚአብሔርየሚያደርግልኝን ...” (1 ሳሙ 22:3)

3. ሦስተኛዋ **ምጽጳ** ፦ በእስራኤል ላይ ከተባበሩት የኤዊያዊው መቀመጫ፦ “...አገር ወዳለው ወደ ኢያቡሳዊው፦ ከአርሞንጌምም በታች በ**ምጽጳ** ወዳለው ወደ ኤዊያዊው ላከ።” (ኢያ 11:3)

4. ኢያሱ፦ ተባብረው ሊያጠቁቸው የተነሡትንጠላቶች ያሳደደበት ሸለቆ፦ (ኢያ 11:8) “እግዚአብሔርም በእስራኤል እጅ አሳልፎ ሰጣቸው መቱአቸውም፦ ወደ

ታላቂቱም ሲዶና፤ ወደ ማሴሮንም፤ በምሥራቅም በኩል ወዳለው ወደ **ምጽጸ** ሽለቆ አሳደዱአቸው ማንንም ሳያስቀሩ መቱአቸው፡፡"

5. የይሁዳ ከተማ፤ (ኢያ 15:38) "**ምጽጸ**፤ ዮቅትኤል፤ ለኪሶ፤ ቦጽቃት፤"

6. ከብንያምም ልጆች ነገድ ከተሞች፤ "**ምጽጸ**፤ ከፊራ፤ አሞቄ" (ኢያ 18:26፤ 1 ነገ 15:22፤ 2 ዜና 16:6፤ ነህ 3:7)

7. ለብንያም ነገድ ከተሰጡ ከተሞች፤ "**ምጽጸ**፤ ከፊራ፤ አሞቄ" (ኢያ18:26)

ሞሐሊ ~ Mahali: መሐሊ፤ መሐላ

የሚምል... ማለት ነው፡፡ የሜራሪ ልጅ፤ "የሜራሪ ልጆች **ሞሐሊ**፤ ሙሲ ናቸው፡፡ እነዚህ እንደ ትውልዳቸው የሌዊ ወገኖች ናቸው" (ዘጸ 6:19)

ሞሊድ ~ Molid: መውለድ ማለት ነው፡፡

አቢሱር ከአቢካኤል የወለደው፤ "...አቢካኤል ነበረች አሕባንንና **ሞሊድን** ወለደችለት፡፡" (1 ዜና 2:29)

ሞላዳ ~ Moladah: መውለድ

ማለት ነው፡፡ በደቡባዊ ይሁዳ የነበረ ከተማ፤ "አማም፤ ሽማዕ፤ **ሞላዳ**፤ ሐጸርጋዳ፤ ሐሽሞን" (ኢያ 15:21-26፤ 19:2)

ሞሎክ ~ Moloch, Molech:

መሉክ፤ ምሉክ፤ የሚመለክ፤ የሚገዛ፤ ንጉሥ፤ ጌታ፤ እንደራሴ... ማለት ነው፡፡ [ተዛማጅ ስሞች- **መሉኪ፤ መሉክ፤ ሚልኪ፤ ማሎክ፤ ሚሌክ**]

'መለክ' ከሚለው ግስ የመጣ ስምነው፡፡

ሞሎክ / Moloch: የአሞራውያን አምላክ፤ (አሞ5:26)

ሞሎክ / Molech: የጣዖት ስም፤ (ዘሌ18:21)

ሞሳ ~ Mesha:

በዚህ ስም የሚታወቁ:-

1. የሞዓብ ንጉሥ፤ **ሞሳ**፤ "የሞዓብም ንጉሥ **ሞሳ** ባለ በጎች ነበረ..." (2 ነገ 3:4)

2. የዚፍ አባት፤ የካሌብ ልጅ፤ **ሞሳ**፤ (1 ዜና 2:42)

ሞሴሮት ~ Moserah: ማሰር፤

ማሰሪያ፤ ማሰሪያት፤ ማሰሪያዎች... ማለት ነው፡፡ እስራኤላውያን በጉዚቸው ካለፉባቸው ቦ ታዎች፤ በሀር ተራራ አቅራቢያ የነበረ የቦታ ስም፤ "ከ**ሞሴሮት**ም ተጉዘው በብኔዖቃን ሰፈሩ" (ዘኍ 33:30)

ሞሶሕ ~ Mash: 'መዋስ፤ መውጣት'

ማለት ነው፡፡ የአራም ልጅ፤ "የአራምም ልጆች ዑፀ፤ ሁል፤ ጌቴር፤ **ሞሶሕ** ናቸው" (ዘፍ10:23)

ሞሪያ ~ Moriah: መሪ ያሕ፤ ሕያው

አምላከ የመራው... ማለትነው፡፡ ንጉሥ ሰሎሞን ቤተ መቅደስ ያነጸበት ቦታ፤ "ሰሎሞንም እግዚአብሔር ለአባቱ ለዳዊት በተገለጠበት በ**ሞሪያ** ተራራ ዳዊት ባዘጋጀው ስፍራ ..." (2 ዜና 3:1)

ሞሬ ~ Moreh: መሪ፤ መምህር፤ መሪ ጌታ፤ አስተማሪ... ማለት ነው፡፡

1. አብራም ከአገሩና ከወገኑ ተለይቶ ወደ አዚብ ምድር ባደረገው ጉዞ ካለፈባቸው ቦታዎች፤ "አብራምም እስከ ሴኬም ስፍራ እስከ **ሞሬ** የኦድባር ዛፍ ድረስ በምድር አለፈ፤ የከነዓን ሰዎችም በዚያን ጊዜ በምድሩ ነበሩ፡፡" (ዘፍ 12:6)

2. ምድያማውያንና አማሌቃውያን ከጌዴዮን ጋር ለመዋጋት ከሰፈሩባቸው ቦታዎች፤ "... የምድያምም ሰፈር ከእነርሱ ወደ ሰሜን በኩል በ**ሞሬ** ኮረብታ አጠገብ በሸለቆው ውስጥ ነበረ፡፡" (መሳ7:1)

ሞዓብ ~ Moab: መአብ፤ አባትነት፤

ወላጅነት፤ አባት መሆን... ማለት ነው፡፡ [ተዛማጅ ስሞች- **አባ፤ አባት**]

'አበ' ከሚለው ቃል የመጣ ስምነው፡፡ በዚህ ስም የሚታወቁ አንድ ሰውና አንድ ቦታ አሉ ፡፡

. የሎጥ ልጅ፤ **ሞዓብ**፤ "ታላቂቱም ወንድ ልጅ ወለደች ስሙንም **ሞዓብ** ብላ ጠራችው

እርሱም እስከ ዛሬ የሞዓባውያን <u>አባት</u> ነው"
(ዘፍ 19:37)
. የቦታ ስም፥ በ**ሞዓብ** ምድር ፤ (ሩት 1:1፤ 2፤
6) ፤ እሥራኤላውያን ከግብፅ ከወጡ በኋላ
ያለፉባቸው ቦታዎች አንዱ፤ (ነህ 21:11)

ሞዳ ~ Moza: ሞሳ፤ ህጸን ልጅ፤
ታዳጊ... ማለት ነው:: [ተዛማጅ ስም- **ሞጻ**]
የካሌብ ልጅ፤ **ሞዳ**፤ (1 ዜና 2:46)

ሞዳድ ~ Medad: መውደድ ማለት
ነው:: ሙሴ በአስተዳደር እንዲአግዙት

ከመረጣቸው አንዱ፤ "ከእነርሱም ሁለት
ሰዎች በሰፈር ቀርተው ነበር፤ የአንዱም ስም
ኤልዳድ የሁለተኛውም **ሞዳድ** ነበረ ..."
(ዘኍ 11:24-29)

ሞጻ ~ Moza: ሞሳ፤ ትንሽ፤ ሕፃን፤ ህፃን
ልጅ፤ ታዳጊ... ማለት ነው:: [ተዛማጅ ስም-
ሞዳ]
የብንያም ወገን፤ የዘምሪ ልጅ፤ **ሞጻ** ፤ (1 ዜና
8:36፤37) ፤ (1 ዜና 9:42፤ 43)

ሠ

ሠምላ ~ Samlah: 'መጎናጸፊያ'
ማለት ነው:: ከኤዶም ነገሥታት አንዱ፤
ከሃዳድ ቀጥሎ የነገሠ፤ "ሃዳድም ሞተ፤
በስፍራውም የመሥሬቃው **ሠምላ** ነገሠ::"
(ዘፍ 36:36፤37፤1 ዜና 1:47፤48)

ሠራያ ~ Seraiah: ሠራያሕ፤ የአምላክ
ሠራተኛ፤ የጌታ አገልጋይ፤ የአምላክ
ሠራዊት... ማለት ነው::
'ሥራ' እና 'ያሕ'(ያሕዌ) ከሚሉ ሁለት
ቃላት የተመሠረተ ስም ነው:: በመጽሐፈ
ቅዱስ ውስጥ በዚህ ስም የሚታወቁ ሰዎች:-
1. የዮብ አባት፤ የቄኔዝ ልጅ፤ (1 ዜና 4:13፤
14)
2. የዮሺብያ ልጅ፤ (1 ዜና 4:35)
3. የንጉሥ ዳዊት ጸሐፊ የነበረ፤ (2 ሳሙ
8:17)
4. በሴዴቅያስ ዘመን የነበረ ካህን፤ (2 ነገ
25:18, 23)
5. የባቢሎን ንጉሥ ናቡከደነጾር ወደባቢሎን
ከማረካቸው ምርኮኞች ወደ ኢየሩሳሌምና
ወደ ይሁዳ ወደ እየከተማቸው ከተመለሱ
የአገር ልጆች፤ (ዕዝ 2:2)
6. በነህምያ ዘመን፤ የቃል ኪዳኑ ደብዳቤ
ከፈረሙ ካህናት፤ (ነህ
10:2)

7. የጸሐፊው የዕዝራ አባት፤ "...በአርጤክስስ
መንግሥት ዕዝራ የ**ሠራያ** ልጅ፤" (ዕዝ 7:1)
8. የቤተ መቅደሱ ሓላፊ፤ የኪልቅያስ ልጅ፤
(ነህ 11:11)
9. በዮአቄም ዘመን የአባቶች ቤቶች አለቃ፤
ካህን፤ (ነህ 12:1፤ 12)
10. የኔርያ ልጅ፤ (ኤር 51:59)

ሠርስኪም ~ Sarsechim: 'እጮጮ
መኮንን' ማለት ነው:: ናቡከደነጾር
ኢየሩሳሌምን በወረረ ጊዜ የነበረ የጦር መሪ፤
"የባቢሎንም ንጉሥ አለቆች ሁሉ፤ ኤርጌል
ሳራስር፤ ሳምጋርናቦ፤ **ሠርስኪም**፤ ራፌስ ..."
(ኤር 39:3)

ሠጉብ ~ Segub: 'ሰገባ፤ መሽሸጊያ፤
የተመሸገ፤ የተገነባ' ማለት ነው::
1. ኢያሪኮን ያደሰው፤ የአኪኤል ትንሹ ልጅ፤
"በእርሱም ዘመን የቤቴል ሰው አኪኤል
ኢያሪኮን ሠራ ... በታናሹ ልጁም በ**ሠጉብ**
በሮችዋን አቆመ::" (1 ነገ 16:34)
2. የኤስር ልጅ፤ "ከዚያም በኋላ ኤስሮም
ስድሳ ዓመት በሆነው ጊዜ ወዳገባት፤ ወደ
ገለዓድ አባት ወደ ማኪር ልጅ ገባ **ሠጉብን**ም
ወለደችለት:: ሠጉብም ኢያዕርን ወለደ" (1
ዜና 2:21፤28)

ሣሌፍ ~ Sheleph: ሰልፍ ማለት ነው። የዮቅጣን ሁለተኛ ልጅ፦ "**ሣሌፍን**፥ ሐሰረሞትን፥ ያራሕን፥ ሀዶራምን፤" (ዘፍ 10:26፤ 1 ዜና 1:20)

ሣሪድ ~ Sarid: 'አልሞት ባይ፥ ጠንካራ' ማለት ነው። በዛብሎን ግዛት ውስጥ የነበረ ጉልህ ሥፍራ፦ "ሦስተኛውም ዕጣ ለዛብሎን ልጆች በየወገኖቻቸው ወጣ የርስታቸውም ድንበር ወደ **ሣሪድ** ደረስ" (ኢያ 19:10፤12)

ሣራ ~ Sarah: ዘር፥ ዘሬ፥ ወገኔ… ማለት ነው። 'ልዕልት፥ የብዙኃን እመቤት ማለት ነው' ተብሎም ይተረጎማል። የአብርሃም ሚስት፥ የቀድሞ ስሟ ሦራ ነበር፦ "እግዚአብሔርም አብርሃምን አለው፦ የሚስትህን የሦራን ስም ሦራ ብለህ አትጥራ፤ ስምዋ **ሣራ** ይሆናል እንጂ።" (ዘፍ 17:15)

ሣካር ~ Sacar: 'ዋጋ፥ ደሞዝ፥ ምርት' ማለት ነው።
1. "እግዚአብሔርም ባርኮታልና ያቤድኤዶም ልጆች ነበሩት በቤቱ ሹማያ … አራተኛው **ሣካር**፥ አምስተኛው ናትናኤል፤" (1 ዜና 26:4)
2. የአምና አባት፦ "የአሮዳዊው የአራርልጅ አምናን፤" (1 ዜና 11:35)

ሣጥን ~ Coffer, Coffin: ከፈን፥ መጠቅለያ፥ መሸፈኛ፥ መቃበሪያ ሳጥን… ማለት ነው።

Coffin - 'ከፈነ' ከሚለው ግስ የተገኘ ስም ነው።

ሣጥን / Coffer: ቀብር፥ ሽፋን… ማለት ነው። የንዋየ ቅድሳት ማስቀመጫ፦ "የእግዚአብሔርንም ታቦት ወስዳችሁ በሰረገላው ላይ አኑሩት፤ ስለ በደልም መሥዋዕት ያቀረባችሁትን የወርቁን ዕቃ በ**ሣጥን** ውስጥ አድርጋችሁ በታቶቱ አጠገብ አኑሩት …" (1 ሳሙ 6: 8፤ 11፤ 15)

ሣጥን / Coffin: ዮሴፍ በግብፅ ስሞተ ጊዜ በድኑ የተቀመጠበት እቃ፦ "ዮሴፍም በመቶ አሥር ዓመት ዕድሜው ሞተ በሹቱም አሹት፥ በግብፅ ምድር በ**ሣጥን** ውስጥ አኖሩት።" (ዘፍ 50:26)

ሤራሕ ~ Serah: ሥራህ፥ ሥራ፥ ድርጊት፥ ክንውን… ማለት ነው። የአሴር ልጅ፦ **ሤራሕ** ፥ (ዘፍ 46:17፤ 1 ዜና 7:30) ፣ (ዘኍ 26:46)

ሤባ ~ Shebah: ሰብዓ፥ ሳባ፥ ሰብ፥ ሰው፥ የሰው ልጅ… ማለት ነው [ተዛማጅ ስሞች- **ሰበንያ፥ ሰቡታ፥ ሰንበት፥ ሳባ፥ ሳባታይ፥ ሳባጥ፥ ሳቤህ፥ ሳቤዬ፥ ጸባዖት**] እንድ ሰውና እንድ ቦታ በዚህ ስም ይታወቃሉ።
. ለስምዖን ልጆች ነገድ እጣ የወጣ የቦታ ስም፦ (ኢያ 19:2)
. የንጉሥ ሰሎሞን ጸሐፊ አባት፦ "ጸሐፊዎቹም የሤባ ልጆች ኤልያፍና …" (1 ነገ 4:3)

ሤኩ ~ Sechu: 'ማማ' ማለት ነው። በገለዓድና ራማ መካከል የሚገኝ ቦታ፦ "የሳአልም ቀጣ ነደደ፥ እርሱም ደግሞ ወደ አርማቴም መጣ፤ በ**ሤኩም** ወዳለው ወደ ታላቁ የውኃ ጉድጓድ ደረሰ …" (1 ሳሙ 19:22)

ሥትሪ ~ Zithri: 'አምላክ ይጠብቅ' ማለት ነው። የዑዝኤል ልጅ፦ "የዑዝኤል ልጆች ሚሳኤል፥ ኤልዳፋን፥ **ሥትሪ** ናቸው።" (ዘጸ 6:22)

ሥዖሪም ~ Seorim: 'ገብስ' ማለት ነው። ከሃያ አራቱ የካህናት ምድብ፥ የአራተኛው ተራ አለቃ፦ "አራተኛው ለ**ሥዖሪም**፥ አምስተኛው …" (1 ዜና 24:9)

ሦራ ~ Sarai: 'የኔ እመቤት' ማለት ነው። የአብርሃም ሚስት፥ የሣራ የቀድሞ ስም፦ "ታራም ልጁን አብራምንና የልጅ ልጁን የሐራንን ልጅ ሎጥን የልጁንም የአብራምን ሚስት ምራቱን **ሦራን** ወሰደ

ከእርሱም ጋር ወደ … ካራንም መጡ፤ ከዚያም ተቀመጡ፦" (ዘፍ 11:31፤ 17:15)

ሦጋል ~ Shual: የአሴር ወገን፤ የጾፋ

ረሐም ~ Raham: 'ርኅሩኅ፤ አዛኝ፤ ወዳጅ' ማለት ነው። ከካሌብ ወገኖች አንዱ፤ "ሻማዕም የዮርቅዓምን አባት **ረሐም**ን ወለደ …" (1 ዜና 2:44)

ረቃት ~ Rakkath: 'ርቃናት፤ ባዶዎች' ማለት ነው። የቤተ መቅደስ አለቃ የነበረ፤ "**ረቃት**፤ ኬኔሬት፤ አዳማ፤ ራማ፤ አሶር፤" (ኢያ 19:36)

ረቡኒ ~ Rabboni: አባት የሆነ፤ ታላቅ፤ መሪ፤ መምህር… ማለት ነው። "ኢየሱስም፦ ማርያም አላት። እርስዋ ዘወር ብላ በዕብራይስጥ፦ **ረቡኒ** አለችው፤ ትርጓሜውም። መምህር ሆይ ማለት ነው።" (ዮሐ 30:18)

ረቢ ~ Rabbi: ረቢ፤ የሚራባ፤ የሚባዛ፤ የሚዋለድ፤ ትልቅ አባት፤ ታላቅ ሕዝብ… ማለት ነው። [ተዛማጅ ስም- **ረቢት፤ረባት**]

'ረባ' ከሚለው ቃል የመጣ ስምነው። ከዮሐንስ ጋር የነበሩ ሐዋርያት፤ ጌታን የጠሩበት ስም፤ "እርሱም፦ **ረቢ**፤ወዴት ትኖራለህ? አለት፤ ትርጓሜው **መምህር** ሆይ ማለት ነው።" (ዮሐ 1:38፤ 49)

ረቢት ~ Rabbith: ረብዓት፤ ረባ፤ ተራባ፤ ተባዛ፤ ተዋለደ… ማለት ነው። [ተዛማጅ ስም- **ረቢ፤ ረባት**]

'ረባ' ከሚለው ቃል የመጣ ስምነው። የቦታ ስም፤ "ወደ **ረቢት**፤ ወደ ቂሶን፤ ወደ አቤጽ፤" (ዮሐ 19:20)

ረባት ~ Rabbah: ረብዓት፤ ረባ፤ ተራባ፤ ተባዛ፤ ተዋለደ… ማለት ነው። [ተዛማጅ ስም- **ረቢ፤ ረቢት**]

ልጅ፦ "**ሦጋል**፤ ቤሪ፤ ይምራ፤ ቤጼር፤ ሆድ፤ ሳማ፤ ስሊሳ፤ ይትራን፤ ብኤራ ነበሩ።" (1 ዜና 7:36)

ረ

'ረባ' ከሚለው ቃል የተገኘ ስምነው። በዚህ ስም የሚታወቁ ሁለት ቦታዎች አሉ።

1. ሙሴ ለጋድ ነገድ ለጋድም ልጆች በየወገኖቻቸው ርስት አድርጎ የሰጣቸው የቦታ ድንበር፤ (ኢያ 13:25)

2. በይሁዳ ተራራ አቅራቢያ የሚገኝ ከተማ፤ (ኢያ 15:60)

ረአሶን ~ Rezin: 'ጽኑ፤ ብርቱ፤ ጠንካራ' ማለት ነው። ከፋቁሔ ጋር የተባበረ የሶርያ ንጉሥ፤ "በዚያም ወራት እግዚአብሔር የሶርያን ንጉሥ **ረአሶንንና** የሮሜልዮን ልጅ ፋቁሔን በይሁዳ ላይ መስደድ ጀመረ።" (2 ነገ 15:37፤ 16:5-9፤ ኢሳ 7:1-8)

ረአብ ~ Rehob: 'ስፋት፤ መስፋፋት' ማለት ነው።

1. የሱባ ንጉሥ የአድርአዘር አባት፤ "ዳዊትም ደግሞ በኤፍራጥስ ወንዝ አጠገብ የነበረውን ግዛት መልሶ ለመያዝ በሄደ ጊዜ የ**ረአብ**ን ልጅ የሱባን ንጉሥ አድርአዘርን መታ።" (2 ሳሙ 8:3፤12)

2. የቃል ኪዳኑን ደብዳቤ ከተሙ፤ ከሌዋውያኑ ወገን የሆነ፤ የኤንሐዳድ ልጅ፤ "ፌልያ፤ ሐናን፤ ሚካ፤ **ረአብ**፤ ሐሽብያ፤" (ነህ 10:11)

3. የሶርያ ከተማ፤ "የአሞንም ልጆች ወጥተው በበሩ መግቢያ ሪት ለሪት ተሰለፉ የሱባና የ**ረአብ** ሶርያውያን፤ የጦብና የመዓካም ሰዎች ለብቻቸው በሜዳ ላይ ነበሩ።" (2 ሳሙ 10:6፤8፤ መሣ 18:28)

4. የአሴር ከተማ፤ "ከዚያም ወደ ዔብሮን፤ ወደ **ረአብ**፤ ወደ ሐሞን፤ ወደ ቃና እስከ ታላቁ ሲዶናም ደረሰ።" (ኢያ 19:28)

5. ሴላ የአሴር ከተማ፡ "ዑማ፡ አፌቅ፡ **ረአብ** ደግሞ ነበሩ ሀያ ሁለት ከተሞችና መንደሮቻቸው" (ኢያ 19:30)

ረዓምያ ~ Raamiah: 'ሕያው

ነጐድጓድ' ማለት ነው። ከምርኮ ከተመለሱ አለቆች አንዱ፡ "ከዘሩባቤል፡ ከኢያሱ፡ ከነህምያ፡ ከአዛርያስ፡ ከ**ረዓምያ**፡ ከነሐማኒ፡ ከመርዶኪዮስ፡ ... ከበዓና ጋር መጡ።" (ነህ 7:7)

ረዓብ ~ Rahab: 'ትእቢት፡

ትምክህት' ማለት ነው። "የሚያውቁኝን **ረዓብ**ንና ባቢሎንን አሰባቸዋለሁ እነሆ፡ ፍልስጥኤማውያን ጢሮስም የኢትዮጵያም ሕዝብ፡ እነዚህ በዚያ ተወለዱ።" (መዝ 87:4፤ 89:10፤ ኢሳ 51:9)

ረዓብያ ~ Rehabiah: ረብዓ ያሕ፡

ረብ ያሕ፡ ጌታ ያበረከተው፡ አምላክ ያራባው፡ የተባዛ... ማለት ነው።
'ረባ' ከሚለው ቃል የመጣ ስምነው። የአልዓዘር ልጅ፡ "የአልዓዘርም ልጆች አለቃ **ረዓብያ** ነበረ፤ አልዓዘርም ሴሎች ልጆች አልነበሩትም የ**ረዓብያ** ልጆች እጅግ ብዙ ነበሩ።" (1 ዜና 23:17)

ረዕላያ ~ Reelaiah: 'የሕያው

አገልጋይ' ማለት ነው። ከባቢሎን ምርኮ ከተመለሱት፡ "ከዘሩባቤል፡ ከኢያሱ፡ ከነህምያ፡ ከሠራያ፡ ከ**ረዕላያ**፡ ከመርዶኪዮስ፡ ከበላሳን፡ ከመሴፋር፡ ከበጉዋይ፡ ከሬሁም፡ ከበዓና ጋር መጡ።" (ዕዝ 2:2)

ረፋያ ~ Rapha, Rephaiah:

ረፋያ፤ ረፈ ያሕ፤ ረፍተ ሕያው፤ ዘላለማዊ ዕረፍት፡ የአምላክ ሰላም... ማለት ነው።
[ተዛማጅ ስሞች- **ረፋት፡ ረፋያ፡ ረፋይ**] በመጽሐፍ ቅዱስ ውስጥ በዚህ ስም የሚታወቁ ስዎች:-

ረፋያ / Rapha: የሳኦል ወገን የሆነ የቢንዓ ልጅ፡ (1 ዜና 8:2፤ 37)፤ (1 ዜና 9:43)

ረፋያ / Rephaiah:

1. የዘሩባቤል ወገን፡ **ረፋያ**፡ (1 ዜና3:21)
2. ከስምዖን ልጆች አለቆች አንዱ፡ **ረፋያ**፡ (1 ዜና 4:42)
3. የኢየሩሳሌም ግዛት እኩሌታ አለቃ የሆር ልጅ፡ **ረፋያ**፡ (ነህ 3:9)
4. የቢንዓ ልጅ፡ **ረፋያ**፡ (1 ዜና9:43)
5. የቶላ ልጅ፡ **ረፋያ**፡ (1 ዜና 7:2)

ሩሃማ ~ Ruhamah: 'መማር፡

ምሕረትን ማግኘት' ማለት ነው። "ወንድሞቻችሁን:- ዓሚ፡ እናቶቻችሁንም። **ሩሃማ** በሉአቸው" (ሆሴ 2:3)

ሩማ ~ Rumah: ራመ፤ ቆመ፤ ተነሣ፤

ከፍ አለ... ማለት ነው። የኢየሩሳሌም ንጉሥ፡ የኢዮአቄም እናት፡ የፈዳያ ልጅ፡ "ኢዮአቄምም ...አሥራ አንድ ዓመት ነገሠ እናቱም ዘቢዳ ትባል ነበር እርስዋም የ**ሩማ** ሰው የፈዳያ ልጅ ነበረች።" (2 ነገ 23:36)

ሩት ~ Ruth: ርቱዕ፤ ርትዕ፤ ርትዒት፤

ርትዑ፤ ርኡት፤ ቅን፤ እውነተኛ፤ አሽናፊ... ማለት ነው።
'ረታ' ከሚለው ቃል የተገኘ ስምነው። የኑጓሚን ምራት፡ በጌታ የዘር ሐረግ የተጠቀሰች፡ "እነርሱም ከሞዓባውያን ሴቶች ሚስት አገቡ የአንዲቱ ስም ዖርፋ የሁለተኛይቱም ስም **ሩት** ነበረ። ..." (ሩት 1:4)፤ (ማቴ 1:5)

ሩፎስ ~ Rufus: 'ቀይ' ማለት ነው።

የቀሬና ስምዖን ልጅ፡ "አንድ መንገድ አላፊም የአሌክስንድሮስና የ**ሩፎስ** አባት ስምዖን የተባለ የቀሬና ሰው ከገጠር ሲመጣ መስቀሉን ይሸከም ዘንድ አስገደዱት።" (ማር 15:21)

ሬሞን ~ Remmon: ፍራፍሬ

የሞላበት፡ የስምዖን ነገድ ርስት የሆነ ከተማ፡ "ዓይን፡ **ሬሞን**፡ ዔቴር፡ አሻን አራት ከተሞችና መንደሮቻቸው" (ኢያ 19:7)

ሪሳ ~ Rissah: ሪሳ፤ ሬሳ፤ መሙት፤

እስከሬን፤ በድን... ማለት ነው። እስራኤላውያን፡ የሰፈርበት፡ የቦታ ስም፡

"ከልብናም ተጉዘው በሪሳ ሰፈሩ" (ዘኍ 33:21፤ 22)

ሪባ ~ Reba: ረባ፤ ተዋለደ፤ አራት... ሆነ ማለት ነው። "...አምስቱምየምድያም ነገሥታት ኤዊ፤ ሮቆም፤ ሱር፤ ሐር፤ **ሪባ** ነበሩ የቢዖርንም ልጅ በለዓምን ደግሞ በሰይፍ ገደሉት።" (ዘኍ 31:8፤ ኢያ 13:21)

ሪባይ ~ Ribai: ጠቃሚ፤ ለሐላፊነት የሚበቃ... ማለት ነው። 'አምላክን ተማፃኝ ማለት ነው' ተብሎም ይተረጎማል። "ከጊብዓ የ**ሪባይ** ልጅ ኢታይ፤ ጺርዓቶናዊው በናያስ፤ የገዓስ ወንዝ ሰው" (2 ሳሙ 23:29፤ 1 ዜና 11:31)

ሪብላ ~ Riblah: 'ለም፤ ዘርን የሚቀበል፤ ፍሬ የሚሰጥ' ማለት ነው። በሰሜናዊ ፍልስጥኤም ፊተኛ፤ የነበረ የከተማ ስም፤ "በኢየሩሳሌምም እንዳይነግሥ ፈርዖን ኒካው በሐማት ምድር ባለችው በ**ሪብላ** አሰረው በምድሩም ላይ መቶ መክሊት ብርና አንድ መክሊት ወርቅ ፈሰሰ ጣለበት" (2 ነገ 23:33፤ 25:6፤20፤ 21፤ ኤር 39:5፤ 52:10)

ሪትማ ~ Rithmah: 'ጤና' ማለት ነው። እስራኤላውያን በምድረ በዳ ካረፉባቸው ቦታዎች፤ "ከሐጼሮትም ተጉዘው በ**ሪትማ** ሰፈሩ።" (ዘኍ 33:18፤ 19)

ሪና ~ Rinnah: 'ደስታ፤ ዘፈን' ማለት ነው። ከይሁዳ ልጆች አንዱ፤ "የሺሞንም ልጆች አምኖን፤ **ሪና**፤ ቤንሐናን፤ ቲሎን ነበሩ፤ የይሽዒም ልጆች ዞሔትና ቢንዝሔት ነበሩ።" (1 ዜና 4:20)

ሪጽፋ ~ Rizpah: 'ከሰል' ማለት ነው። የንጉሥ ሳኦል ቁባት፤ የኢዮሔል ልጅ፤ "የሳአልም ቁባት የኢዮሔል ልጅ **ሪጽፋ** ያደረገችውን ለዳዊት ነገሩት" (2 ሳሙ 21:8-11)

ሪፋት ~ Riphath: ዕረፍት፤ ድጋነት፤ ምሕረት፤ ይቅርታ... ማለት ነው። [ተዛማጅ ስሞች- **ሪፋያ፤ ራፋ፤ ራፋኤል፤ራፋይ**] 'ረፍ' ከሚለው ቃል የመጣ ስም ነው። የኖኅ ልጅ፤ የያፌት ልጅ፤ የጋሜር ልጅ፤ **ሪፋት**፤ (ዘፍ 10:3)

ራሔል ~ Rachel: 'ቤብ' ማለት ነው። የያዕቆብ ሚስት፤ (ዘፍ 29:6፤28) "እርሱ። ደኅና ነውን? አላቸው፤ እርሱም:- አዎን ደኅና ነው አሁንም ልጁ **ራሔል** ከበጎች ጋር መጣች አሉት።"

ራማ፤ ሬማት፤ አርማቴ ~ Ramah: ከፍተኛ ማለት ነው።

1. ከብንያም ከተሞች አንዱ፤ "ገባዖን፤ **ራማ**፤ ብኤሮት፤" (ኢያ 18:25)

2. የሕልቃና እና የሐና አገር፤ "ማልደው ተነሥተው በእግዚአብሔር ፊት ሰገዱ፤ ተመልሰውም ወደ **አርማቴ**ም ወደ ቤታቸው መጡ። ..." (1 ሳሙ 1:19፤ 2:11)

3. ከንፍታሌም ምሽጎች አንዱ፤ "ሪቃት፤ ኬኔሬት፤ አዳማ፤ **ራማ**፤ አሶር፤" (ኢያ 19:36)

4. ለአሴር ጉልህ ድንበሮች አንዱ፤ "ድንበሩም ወደ **ራማ**፤ ወደ ተመሸገውም ከተማ ወደ ጢሮስ ዞረ ድንበሩም ወደ ሐሳ ዞረ መውጫውም በአክዚብ በኩል ወደ ባሕሩ ነበረ" (ኢያ19:29)

5. "ንጉሡም ኢዮራም ከሶርያ ንጉሥ ከአዛሄል ጋር በተዋጋ ጊዜ ሶርያውያን በ**ራማት** ያቆሰሉትን ቁስል ይታከም ዘንድ ወደ ኢይዝራኤል ተመለሰ። የአክዓብም ልጅ ኢዮራም ታምሞ ነበርና የይሁዳ ንጉሥ የኢዮራም ልጅ አካዝያስ ሊያየው ወደ ኢይዝራኤል ወረደ።" (2 ነገ8:29)

6. ከባቢሎን ምርኮ መልስ፤ የብንያም ወገኖች የሰፈሩበት፤ "በሐናንያ፤ በሐጾር፤ በ**ራማ**፤ በጊቴም፤ በሐዲድ፤" (ነህ 11:33)

ራማትሌሒ ~ Ramath-lehi:
የመንጋጋ ከምር ማለት ነው። ሶምሶን በአህያ መንጋጋ አንድ ሺህ ፍልስጤሜአውያንን የገደለበት፤ "መናገሩንም በፈጸም ጊዜ መንጋጋውን ከእጁ ጣለ የዚያንም ስፍራ ስም **ራማትሌሒ** ብሎ ጠራው።" (መሳ 15:15-17)

ራምያ ~ Ramiah: የሕያው ተራራ፤ የጌታ ከፍታ... ማለት ነው። ከግዞት ከተመለሱ፤ እንግዳ ሚስቶችን ካገቡ፤ "ከእስራኤልም ከፋሮስ ልጆች፤ **ራምያ**፤ ይዝያ፤ መልክያ፤ ሚያሚን፤ አልዓዛር፤ መልክያ፤ በናያስ።" (ዕዝ 10:25)

ራሞት ~ Ramoth: 'የተከበረ፤ ከፍተኛ' ማለት ነው። በይሳኮር ነገድ፤ የሌዊ ከተማ፤ "በቤቴል ለነበሩ፤ በ**ራሞት** በደቡብ ለነበሩ" (1 ሳሙ 30:27፤ 1 ዜና 6:73)

ራስ ~ Rush: ራሽ፤ ራስ፤ የበላይ፤ ጫንቅላት... ማለት ነው። የእስራኤልን አለቆች ለመግለጽ የተጠቀሰ ቃል፤ "ስለዚህ እግዚአብሔር **ራስና** ጅራትን ፤ የስሌኞን ቅርንጫፍና እንግጫውን በአንድ ቀን ከእስራኤል ይቆርጣል።" (ኢሳ 19:14)

ራቆን ~ Rakkon: 'ርቃን፤ ዕርቃን' ማለት ነው። የነገደ ዳን ርስት የሆነ፤ ውኃ ገብ ቦታ፤ "ይሁድ፤ ብኔብረቅ፤ ጋትሪሞን፤ ሜያርቆን፤ በኢዮጴ ፊት ለፊት ካለው ዳርቻ ጋር **ራቆን**።" (ኢያ 19:46)

ራብማግ ~ Rabmag: 'ጀግና፤ አሸናፊ' ማለት ነው። ከባቢሎን ንጉሥ ሹማምንት አንዱ፤ "የባቢሎንም ንጉሥ አለቆች ሁሉ፤ ኤርጌል ሳራሶር፤ ሳምጋርኔቦ፤ ሠርስኪም፤ ራፌስ፤ ኤርጌል ሳራሶር፤ **ራብማግ**፤ ከቀሩት ከባቢሎን ...።" (ኤር 39:3፤13)

ራዕማ~ Raamah: 'ነጎድጓድ' ማለት ነው። የኩሽ ልጅ፤ "የኩሽም ልጆች ሳባ፤ ኤውላጥ፤ ሰብታ፤ **ራዕማ**፤ ሰብቃታ ... ናቸው" (ዘፍ 10:7)

ራኬብ ~ Rachab: ርካብ፤ መሰላል፤ መወጣጫ ማለት ነው። በጌታ የዘር ሐረግ የተጠቀሰች፤ የቦኤዝ እናት፤ "ሰልሞንም ከ**ራኬብ** ቦኤዝን ወለደ፤ ቦኤዝም ከሩት ኢዮቤድን ወለደ፤ ኢዮቤድም እሴይን ወለደ" (ማቴ 1:5)

ራያ ~ Reaiah: ራአይ ያሕ፤ የሕያው ራአይ ማለት ነው።
1. የሦባል ልጅ፤ "የሦባልም ልጅ **ራያ** ኤኤትን ወለደ ኤኤትም አሑማይንና ላሃድን ወለደ። እነዚህ የጸርዓውያን ወገኖች ናቸው።" (1 ዜና 4:2)
2. ከባቢሎን ምርኮ ከተመለሱ፤ የራያ ልጆች ይገኙበታል፤ "የጌዴል ልጆች፤ የጋሐር ልጆች፤ የ**ራያ** ልጆች፤" (ዕዝ 2:47፤ ነህ 7:50)

ራዳይ ~ Raddai: ረዲአ፤ ረዳ፤ 'ረጅ፤ ረዳት፤ አጋዥ... ማለት ነው። የእሴይ ልጅ፤ የዳዊት ወንድም፤ "አምስተኛውንም **ራዳይን**፤ ስድስተኛውንም ..." (1 ዜና 2:14)

ራጉኤል ~ Raguel, Reuel: ረጋ ኤል፤ የአምላክ ዕረፍት፤ የጌታ ወዳጅ፤ ሰንበት... ማለት ነው። [ተዛማጅ ስም:- **ራጋው**]
'ረጋ' እና 'ኤል' ከሚሉ ሁለት ቃላት የተመሠረተ ስም ነው። በመጽሐፍ ቅዱስ ውስጥ በዚህ ስም የሚታወቁ ሰዎች:-

ራጉኤል / Raguel: የሙሴ አማት፤ ኢትዮጵያዊው ካህን፤ "ወደ አባታቸው ወደ **ራጉኤል**ም በመጡ ጊዜ ..." (ዘጸ 2:18)፤ (ዘኍ 10:29)

ራጉኤል / Reuel:
1. የዔሳው ልጅ፤ ከቤሴሞት የወለደው፤ (ዘፍ 36:4፤ 10)
2. የኤሊሳፍ አባት **ራጉኤል**፤ (ዘኍ 2:14)

3. የዱብንያ ልጅ፤ የሰፋጥያስ አባት **ራጉኤል**፤ (1 ዜና 9:8)

ራጉኤል ~ Deuel: ያምላክ ወዳጅ ማለት ነው። በሲና በረሃ ሲቆጠሩ፤ የጋድ ነገድ አለቃ፤ የኤሊሳፍ አባት፤ "ከጋድ የ**ራጉኤል** ልጅ ኤሊሳፍ" (ዘኍ 1:14፤ 7:42፤ 47፤ 10:20)

ራጋው ~ Ragau: ረጋ፤ መርጋት፤ ማረፍ... ማለት ነው። [ተዛማጅ ስም:- **ራጉኤል**]
Ragau- 'ረጋ' ከሚለው ቃል የተገኘ ስም ነው።
በጌታ የዘር ሐረግ የተጠቀሰ፤ የሴሮህ ልጅ፤ (ሉቃ 3:35)

ራግው ~ Reu: 'ረጋ፤ ወዳጅ' ማለት ነው። በአብርሃም የዘር ሐረግ፤ የፋሌቅ ልጅ፤ "ፋሌቅም መቶ ሠላሳ ዓመት ኖረ፤ **ራግውንም** ወለደ" (ዘፍ 11:18፤ 1 ዜና 1:25)

ራፉ ~ Raphu: ረፉ፤ ዐረፈ፤ ማረፍ፤ ዐረፍታ፤ ማቆም፤ አለመሥራት... ማለት ነው። [ተዛማጅ ስሞች- **ሪፋት፤ ረፋያ፤ ራፋኤል፤ ራፋይ**]
'ረፍ' ከሚለው ቃል የተገኘ ስምነው።
የእስራኤል ልጆች የከነዓንን ምድር ይሰልሉ ዘንድ፤ ሙሴ እንደ እግዚአብሔር ትእዛዝ ከፋራን ምድር በዳ ከላካቸው፤ ከብንያም ነገድ የፈልጢ አባት፤ (ዘኍ 13:9)

ራሴስ ~ Rezeph: 'ዐለት፤ ትኩስ ድንጋይ' ማለት ነው፤ የቦታ ስም፤ "አባቶቼ ያጠፉአቸውን፤ ጎዛንን፤ ካራንን፤ **ራሴስን**፤ በተላሳር የነበሩትንም የዔድንን ልጆች፤ የአሕዛብ አማልክት አዳኑአቸውን?" (2 ነገ 19:12፤ ኢሳ37:12)

ራፊዲም ~ Rephidim: 'ረፊ ደም፤ የአካል ማረፊያ፤ መተኛ፤ አልጋ' ማለት ነው። እስራኤላውያን ከግብፅ ምድር ወጥተው ወደ ሲና እስኪደርሱ ካረፋባቸው፤ "የእስራኤልም ልጆች ማኅበር ሁሉ እግዚአብሔር እንዳዘዘ

ከሲን ምድረ በዳ ሊጓዙ ተነሡ፤ በ**ራፊዲም** ሰፈሩ ..." (ዘጸ 17:1፤ 8፤ 19:2)

ራፊቃ ~ Dophkah: 'ደፈቃ፤ ረፈቀ፤ ረፈቃ፤ ማረፍ፤ መቀመጥ' ማለት ነው። በቁጥር መጽሐፍ የተጠቀሰ፤ "ከሲን ምድረ በዳም ተጉዘው በ**ራፊቃ** ሰፈሩ።" (ዘኍ 33:12)

ራፋኤል ~ Rephael: ረፋ ኤል፤ የአምላክ ዕረፍት፤ ሰንበት... ማለት ነው። [ተዛማጅ ስሞች- **ሪፋት፤ ረፋያ፤ ራፋ፤ ራፋኤል፤ ራፋይ**]
'ረፍ' እና 'ኤል' ከሚሉ ሁለት ቃላት የተመሠረተ ስም ነው።
የሸማያ ልጅ፤ "ለሸማያ ልጆች ያትኒ፤ **ራፋኤል**፤ ያቤድ..." (1 ዜና 26:7፤ 8)

ራኬብ~ Rachab: ርካብ፤ መሰላል፤ ደረጃ፤ መወጣጫ፤ መንኮራኩር... ማለት ነው። [ተዛማጅ ስም-**ሬካብ**]
በጌታ የዘር ሐረግ የተጠቀሰ፤ የሰልሞን **ራኬብ**፤ (ማቴ 1:5)

ራፋያ ~ Rephaiah: ... [ረፋያ / Rapha, Rephaiah- ይመልከቱ] ፤ [ተዛማጅ ስሞች-**ሪፋት፤ ረፋያ፤ ራፋኤል፤ ራፋይ**]
የቶላ ልጅ፤ "የቶላም ልጆች፤ አዚ፤ **ራፋያ** ፤ ይሪኤል ..." (1 ዜና 7:2)

ራፋይ ~ Rapha: ... [ረፋያ / Rapha, Rephaiah-የሚለውን ይመልከቱ።]፤ [ተዛማጅ ስሞች- **ሪፋት፤ ረፋያ፤ ራፋኤል፤ ራፋይ**]
"ከዚህም በኋላ በጌዘር ላይ ከፍልስጥኤማውያን ጋር ሰልፍ ሆነ ኩሳታዊውም ሴቦካይ ከ**ራፋይም** ወገን የነበረውን ሲፋይን ገደለ።" (1 ዜና 20:4)

ሬሁም ~ Rehum: 'መሐሪ፤ ይቅር ባይ' ማለት ነው።
1. ከምርኮ ከተመለሱ፤ "ከዘሩባቤል፤ ከኢያሱ፤ ከነህምያ፤ ከሠራያ፤ ከረዕላያ፤

ከመርዶክዮስ፣ ከበላሳን፣ ከመሴፍር፣ ከበጉዋይ፣ ከ**ሬሁም**፣ ከበዓና ጋር መጡ፡፡" (ዕዝ 2:2)

2. የንጉሡ የአርጤክስስ አዛዥ፣ "አዛዡ **ሬሁም** ጸሐፌውም ሲምሳይ በኢየሩሳሌም ላይ ለንጉሡ ለአርጤክስስ እንዲህ የሚል ደብዳቤ ጻፉ፡፡" (ዕዝ 4:8-24)

3. ሌዋዊው፣ "ከእርሱም በጎላ ሌዋውያንና የባኒ ልጅ **ሬሁም** አደሱ፡፡ በአጠገባቸውም የቀዒላ ግዛት... " (ነህ3:17)

4. ከባቢሎን ምርኮ ከተመለሱ፣ "አሎኤስ፣ ፈልሃ፣ ሶቤቅ፣ **ሬሁም**፣ ሐሰብና፣" (ነህ 10:25)

5. ከባቢሎን ምርኮ ከተመለሱ፣ "መሉከ፣ ሐጡስ፣ ሴኬንያ፣ **ሬሁም**፣ ሜሪሞት፣" (ነህ 12:3)

ሬሕማ ~ **Reumah**: 'ራማ፣ ከፍታ' ማለት ነው፡፡ የአብርሃም ወንድም፣ የናኮር ቁባት፣ "**ሬሕማ** የሚሉአት ቁባቱ ደግም ጥባህን፣ ገአምን፣ ..." (ዘፍ 22: 24)

ሬምፋም ~ **Remphan**: 'ዝግጁ' ማለት ነው፡፡ እስራኤላውያን ካመለኳቸው ጣዖታት አንዱ፣ "ትሰግዱላቸውም ዘንድ የሠራችኋቸውን ምስሎች እነርሱንም የሞሎክን ድንኳንና **ሬምፋም** የሚሉትን የአምላካችሁን ኮከብ አነሣችሁ፣ እኔም ከባቢሎን ወዲያ አሰዳችኋለሁ ተብሎ እንዲህ ተጽፎአል፡፡" (ሐዋ 7:43)

ሬሞን~ **Rimmon**: 'ከፍተኛ' ማለት ነው፡፡

1. የዘብሎን ከተማ፣ "ከሌዋውያን ለቀሩት ለሜራሪ ልጆች ከዘብሎን ነገድ **ሬሞን**ና መስምርያዋ፣ ..." (1 ዜና 6:77፣ ነህ 11:29)

2. በይሁዳ የታችኛው ክፍል የሚገኝ ቦታ፣ "መንደሮቻቸውም ኤጣም፣ ዓይን፣ ሬሞን፣ ቶኬን፣ ዓሻን፣ አምስቱ ከተሞች" (1 ዜና 4:32)

3. እስራኤላውያን በምድረ በዳ ካረፉባቸው ቦታዎች፣ "ከሪትማም ተጉዘው በሬሞን ዘፋሬስ ሰፈሩ፡፡" (ዘኍ33:19፣20)

4. "ስድስቱም መቶ ሰዎች ተመልሰው ወደ ምድረ በዳ ወደ **ሬሞን** ዓለት ሸሹ፣ በ**ሬሞን** ዓለት አራት ወር ተቀመጡ፡፡" (መሣ 20:45፣ 47፣21:13)

5. ከብንያም ልጆች ብኤሮታዊው፣ የሬካብ አባት፣ "ለሳኦልም ... የብኤሮታዊው የ**ሬሞን** ልጆች ነበሩ ብኤሮትም ለብንያም ተቆጥራ ነበር" (2 ሳሙ 4:2፣5፣9)

ሬሲ ~ **Rei**: 'ወዳጅ' ማለት ነው፡፡ አዶንያስ በዳዊት ላይ ባመጸ ጊዜ፣ ከዳዊት ጋር ጸንተው ከቆዩት፣ "ነገር ግን ካህኑ ሳዶቅና የዮዳሄ ልጅ በናያስ ነቢዩም ናታን ሳሚም **ሬሲ**ም የዳዊትም ኃያላን ከአዶንያስ ጋር አልነበሩም፡፡" (1 ነገ 1:8)

ሬሴን ~ **Resen**: ራስ፣ የላይ፣ የወንዝ መነሻ፣ ምንጭ... ማለት ነው፡፡ ናምሩድ ከገነባቸው ከተሞች፣ "በነነዌና በካለህ መካከልም **ሬሴን**ም ሠራ እርስዋም ... ከተማ ናት፡፡" (ዘፍ 10:12)

ሬስ ~ **Rhesa**: ሪስ፣ ራስ፣ ሬሴ፣ እንደራሴ፣ እኔ፣ እንደኔ... ማለት ነው፡፡ [ተዛማጅ ስም:- **ርስ**]
በቤታ PHC ሐረግ የተጠቀሰ፣ የዘሩባቤል ልጅ፣ (ሉቃ 3:27)

ሬካብ ~ **Rechab**: ርካብ፣ መወጣጫ፣ መሰላል... ማለት ነው፡፡ [ተዛማጅ ስም- **ሬኬብ**]
'ርካብ' ማለት እንደ የበቅሎ ፣ የፈረስ መወጣጫ ማለት ነው፡፡ በመጽሐፍ ቅዱስ ውስጥ በዚህ ስም የሚታወቁ ሰዎች:-
1.የኢዮናዳብን አባት፣ (2 ነገ 10:15፣ 23፣ ኤር 35:6-19)
2.የኢያቡስቴ ከጭፍራ አለቆች አንዱ፣ (2 ሳሙ 4:2)

ሬካብ ~ **Rechab**: ርካብ፣ መሰላል፣ ሰረገላ... ማለትነው፡፡

1. የሳኦልም ልጅ፤ ኢያቡስቴ ልጅ፤ ከጭፍራ አለቆች አንዱ፤ "ለሳኦልም ልጅ ለኢያቡስቴ የጭፍራ አለቆች የሆኑ ሁለት ሰዎች ነበሩት የአንዱም ስም በዓና፤ የሁለተኛውም ስም **ሬካብ** ነበረ፤ ..." (2 ሳሙ 4:2)

2. የኢዮናዳብ አባት፤ "ከዚያም በሄደ ጊዜ የ**ሬካብን** ልጅ ኢዮናዳብን ተገናኘው ደኅንንቱንም ጠይቆ፤ ልቤ ከልብህ ጋር እንደ ሆነ ያህል ልብህ ከልቤ ጋር በቅንነት ነውን? አለው።" (2 ነገ 10:15፤ 23፤ ኤር 35:6-19)

ሬዞን ~ **Rezon**: 'ልዑል፤ አለቃ፤ ትልቅ፤ የበላይ፤ መሪ' ማለት ነው። የሶርያዊው፤ የኤልያዳ ልጅ፤ "እግዚአብሔርም ... **ሬዞንን** ጠላት አድርጎ አስነሣበት።" (1 ነገ 11:23)

ሬጊዮም ~ **Rhegium**: 'ክፍተት' ማለት ነው። ሐዋርያው ጳውሎስ ከንስበኞቻው፤ ቢደቡባዊ ጣልያን የነበረ ከተማ፤ "ከዚያም እየተዛወርን ወደ **ሬጊዮም** ደረስን። ከአንድ ቀን በኋላም የደቡብ ነፋስ ... ፑቲዮሉስ መጣን።"

ሬጌሜሌክ ~ **Regem-melech**: ረጅ መላከ፤ ተራዳይ፤ አጋዥ፤ የንጉሥ ተጠሪ፤ ረዳት መልእክተኛ... ማለት ነው። 'ረጅ' እና 'መላክ' ከሚሉ ሁለት ቃላት የተመሠረተ ነው። ነቢዩ ዘካርያስ ወደ እግዚአብሔር ከላካቸው፤ (ዘካ 7:2)

ሬጌም~ **Regem**: ረጅ፤ ረዳት፤ አጋዥ፤ ጓደኛ... ማለት ነው። የያሕዳይ ልጅ፤ "ሐራንም ጋዜዝን ወለደ፤ የያሕዳይም ልጆች **ሬጌም**፤ ኢዮታም፤ ጌሻን፤ ፋሌጥ፤ ሔፋ፤ ሸዓፍ ነቡ።" (1 ዜና 2:47)

ርኆቦት፤ ረሆቦት~ **Rehoboth**: ርባታ፤ መራባት፤ መባዛት፤ መስፋፋት... ማለት ነው።

1. ይስሐቅ ከቆራራቸው የውኃ ጉድጓዶች ሦስተኛው፤ "...ስለ እርስዋም አልተጣሎም፤ ስምዋንም **ርኆቦት** ·ብሎ ጠራት፤ እንዲህ

ሲል፦ አሁን እግዚአብሔር አሰፋልን፤ በምድርም እንበዛለን" (ዘፍ26:22)

2. አሴር የገነባት ከተማ፤ "አሦርም ከዚያች አገር ወጣ ነነዌን፤ የ**ረሆትን** ከተማ፤ ካለህን፤ " (ዘፍ10:11)

3. ሳኦል የተባለ የኤዶማውያን ሰው የነገሠበት ከተማ፤ ... በወንዝ አጠገብ ካለቸው ከ**ርኆት** ሳኦል ነገሠ።" (ዘፍ 36:37፤ 1 ዜና 1:48)

ርብቃ ~ **Rebekah**: 'ወጥመድ፤ ሽምቆቃ፤ ማነቆ' ማለት ነው። የባቱኤል ልጅ፤ የይስሐቅ ሚስት፤ "ባቱኤልም **ርብቃን** ወለደ እነዚህን ስምንቱን ሚልካ ለአብርሃም ወንድም ለናኮር ወለደች።" (ዘፍ 22:23፤ 24:67)

ሮማንቲዔዘር ~ **Romamti-ezer**: 'ታላቅ ወገን፤ ከፍተኛ ረዳት' ማለት ነው። የኤማን ልጅ፤ "ከኤማን የኤማን ልጆች ቡቅያ፤ መታንያ፤ ዓዛርኤል፤ ሱባኤ፤ ኢያሪሙት፤ ሐናንያ፤ ሐናኒ፤ ኤልያታ፤ ጊዶልቲ፤ **ሮማንቲዔዘር**፤ ዮሽብቃሽ፤ መሎ኉ቲ፤ ሆቲር፤ መሐዝዮት" (1 ዜና 25:4፤31)

ሮሜ ~ **Rome**: 'ኃይል፤ ብርታት' ማለት ነው። ጌታ በተወለደበት ዘመን የነበረ፤ የዓለም ዋና ከተማ፤ "በፍርግያም ... በሊቢያ ወረዳዎች የምንኖር፤ በ**ሮሜም** የምንቀመጥ፤ አይሁድም ወደ ይሁዲነትም የገባን፤" (ሐዋ 2:10)

ሮሜልዩ ~**Remaliah**: 'ረማ ለያሕ፤ አምላክ የጠበቀው፤ ሕያው የተንከባከበው' ማለት ነው። የፋቁሔ አባት፤ "የሠራዊቱም አለቃ የ**ሮሜልዩ** ልጅ ፋቁሔ ተማማለበት፤ ... በእርሱም ፋንታ ነገሠ።" (2 ነገ 15:25-37፤ 16:1፤5)

ሮስ ~ **Rosh**: ራስ፤ የበላይ አካል፤ አለቃ፤ ዋነኛ... ማለት ነው። (ወንድ ልጅ፤ ማለት ነው ።፤ ተብሎም ይተረጎማል። ኪዎክ / ኣ) [ተዛማጅ ስም፦- **ሮስ**] 'ራስ' ከሚለው ቃል የመጣ ስምነው።

በግብፅ የተወለደ ከብንያም ወገን የሆነ፤ የቤላ ልጅ። (ዘፍ 46:21)

ሮቆም፤ ሬቀም ~ Rekem: 'የገነነ፤ ያሸበረቀ፤ የተንቆጠቆጠ' ማለት ነው።

1. እስራኤላውያን ካጠፋቸው፤ የምድያም ነገሥታ፤ "ከተገደሉትም ጋር የምድያምን ... ነገሥታት ኤዊ፤ **ሮቆም**፤ ሱር፤ ሑር፤ ሪባ ነበሩ ..." (ዘኍ 31:8)

2. የኬብሮን ልጅ፤ "የኬብሮንም ልጆች ቆሬ፤ ተፋዋ፤ **ሬቀም**፤ ሸማዕ ነበሩ።" (1 ዜና 2:43፤44)

3. የብንያም ከተማ፤ "**ሬቀም**፤ ይርጵኤል፤ ተርአላ፤ ጼላ፤ ኤሌፍ፤ ኢየሩሳሌም የምትባል የኢያቡስ ከተማ፤ ...የብንያም ልጆች ርስት በየወገኖቻቸው ይህ ነበረ።" (ኢያ 18:27)

ሮቤል ~ Reuben: ረብን፤ ወለድን፤ ልጅ አገኘን፤ ረቦ ኤል፤ አምላክ ያበረከተው... ማለት ነው። "ልያም ፀነሰች፤ ወንድ ልጅንም ወለደች፤ ስሙንም **ሮቤል** ብላ ጠራችው፤ እግዚአብሔር መከራዬን አይቶአልና፤ <u>እንግዲህም ወዲህ ባሌ ይወድደኛል</u> ብላለችና።" (ዘፍ 29:32)

ሮብዓም ~ Rehoboam: ረቢ፤ ተራቢ፤ ተባገፈ፤ ስፊ ሕዝብ... ማለት ነው። የይሁዳ ንጉሥ፤ የንጉሡ ሰሎሞን ልጅ፤ "የሰሎሞንም ልጅ **ሮብዓም** በይሁዳ ነገሠ፤ ሮብዓምም ንጉሥ በሆነ ጊዜ የአርባ አንድ ዓመት ጉልማሳ ነበረ እግዚአብሔርም ስሙን የእናቱም ስም ናዕማ ነበረ አርስዋም አሞናዊት ነበረች።" (1 ነገ 14:21፤31)

ሮኣጋ ~ Rohgah: 'ጥሪ፤ አቤቱታ' ማለት ነው። የአሴር ወገን፤ የሳሜር ልጅ፤ "የሳሜርም ልጆች አኪ፤ **ሮኣጋ**፤ ይሑባ፤ አራም ነበሩ።" (1 ዜና 7:34)

ሮዼ ~ Rhoda: ሮዳ፤ ሬዳ፤ ጽጌሬዳ፤ አበባ... ማለት ነው። ጴጥሮስ ከእስር ወጥቶ ወደ ማርቆስ እናት ቤት፤ በሄደ ጊዜ በር የከፈተችለት ገረድ፤ (ሥራ 12:12-15)

ሮግሊም ~ Rogelim: 'እግር፤ እግረኛ' ማለት ነው። የገለዓድ ከተማ፤ "ዳዊትም ወደ መሃናይም ... የዓሚኤል ልጅ ማኪር፤ የ**ሮግሊም**ም ሰው ገለዓዳዊ ቤርዜሊ። " (2 ሳሙ 17:27፤ 19:31)

ሰ

ሰለሚኤል ~ Shelumiel: ሸላም ኤል፤ ሰላም ኤል፤ የአምላክ ሰላም፤ የጌታ ምሕረት... ማለት ነው። 'ሰላም' እና 'ኤል' ከሚሉት ቃላት የተመሠረት ስም ነው። ከእስራኤል ወደ ሰልፍ ከወጡ፤ (ዘኍ 1:6)

ሰለጸዓድ~ Zelophehad: 'የፍራቻ ድባብ' ማለት ነው። የምናሴ የልጅ ልጅ፤ ለአፌር ልጅ፤ "ለምናሴ ልጅ፤ ለማኪር ልጅ፤ ለገለዓድ ልጅ፤ ለአፌር ልጅ፤ ለ**ሰለጸዓድ** ግን ሴቶች ልጆች እንጂ ወንዶች ልጆች አልነበሩትም፤ የሴቶች ልጆቹም ስም ማህለህ፤ ኑዓ፤ ኤግላ፤ ሚልካ፤ ቲርጸ ነበረ" (ኢያ 17:3)

ሰሊሳ ~ Shelesh: ሸለሽ፤ ሰለሽ፤ ስለሺህ፤ ስለ ብዙ፤ ኃያል... ማለት ነው። Shelesh- 'ስለ' እና 'ሺህ' ከሚሉ ቃላት የተመሠረት ስም ነው። ከአሴር ነገድ የሆነ፤ የጾፋ ልጅ፤ **ሰሊሳ**፤ (1 ዜና 7:37)

ሰላሚኤል ~ Shemuel: ስማ ኤል፤ አምላክ ስማ፤ ጌታ አዳመጠ፤ ልመናን ተቀበለ... ማለት ነው። [ተዛማጅ ስሞች- **ሳሙኤል፤ ሸሙኤል**]

Shemuel -'ስማ' እና 'ኤል' ከሚሉ ሁለት ቃላት የተገኘ ስም ነው።

. ከስምዖን ልጆች ነገድ የሆነ፤ የዓሚሁድ ልጅ፤ "ከስምዖን ልጆች ነገድ የዓሚሁድ ልጅ **ሰላሚኤል**" (ዘኍ 34:20)

. የሕልቃና አባት፥ **ሳሙኤል**- (1 ዜና 6:33፤ 34)

. የቆላ ልጅ፥ **ሽሙኤል**- (1 ዜና 7:2)

ሰላትያል~ Salathiel, Shealtiel:

ስእለተ ኤል፣ ከአምላክ የተጠየቀ፣ የኔታ ስእለት፣ የስእለት ልጅ... ማለት ነው::

Salathiel- 'ስእለት' እና 'ኤል' ከሚሉ ቃላት የተገኘ ስም ነው::

ሰላትያል / Salathiel: የምርኮኛው የኢኮንያን ልጅ **ሰላትያል**፥ (1 ዜና 3:17)

ሰላትያል / Shealtiel: በኔታ የዘር ሐረግ የተጠቀሰ፣ የኢኮንያን ልጅ፥ (ማቴ 1:12)፣ የኔሪ ልጅ፥ (ሉቃ 3:7)

ሰሌምያ ~ Shelemiah:

ሰላመ ያሕ፣ የአምላክ ሰላም፣ የሕያው ሰላም፣ የአምላክ እርቅ፣ የአምላክ አንድነት... ማለት ነው:: [ተዛማጅ ስሞች- **ሰሎሜ፤ ሰሎማ፤ ሴሌሚ፤ ሰሌም፤ ሺሌም**]

'ሰላም' እና 'ያሕ'(ያሕዌ ፤ ሕያው) ከሚሉ ሁለት ቃላት የተመሠረተ ስም ነው:: በመጽሐፍ ቅዱስ ውስጥ በዚህ ስም የሚጠወቁ ስዎች:-

1. "በምሥራቅም በኩል ዕጣ ለ**ሰሌምያ** ወደቀ፣ ለልጁም ብልህ መካር ለሆነው ለዘካርያስ ዕጣ ጣሉ ዕጣውም በሰሜን በኩል ወጣ::" (1 ዜና 26:14)

2. ከግዞት ተመልሰው ኢየሩሳሌምን ካደሱ፣ የሐናንያ አባት፥ **ሰሌምያ**፥ (ነህ 3:30)

3. በመጽሐፈ ዕዝራ የተጠቀሰው የባኒ ልጅ **ሰሌምያ**፥ (ዕዝ 10:39)፤ (ዕዝ 10:30)

4. በነህምያ ዘመን የነበረ ካህን **ሰሌምያ**፥ (ነህ 13:13)

5. ንጉሡ ሴዴቅያስ፣ ወደ እግዚአብሔር ስለ እኛ ጸልይ ብሎ ወደ ኤርምያስ የላከው፣ **ሰሌምያ**፥ (ኤር 37:3፤ 38:1)

6. የዘበኞች አለቃ፣ የሐናንያ ልጅ፥ የየሪያ አባት፥ **ሰሌምያ**፥ (ኤር 37:13)

7. የኮሲ ልጅ፥ **ሰሌምያ**፥ (ኤር 36:14)

8. የዓብድኤል ልጅ፥ **ሰሌምያ**፥ (ኤር 36:26)

ሰሌስ ~ Shelesh:

ሰለሽ፣ ሰለሺህ፣ የሺህ ሰው ያሕል፣ ኃይለኛ... ማለት ነው::

Shelesh-'ሰለ' እና 'ሺህ' ከሚሉ ሁለት ቃላት የተመሠረተ ስም ነው::

የኤላም ልጅ፥ (1 ዜና 7:35)፣ "ሃጋል፣ ቤሪ፣ ይምራ፣ ቤጼር፣ ሆድ፣ ሳማ፣ **ሰሊሳ** ይትራን፣ ብኤራ ነበሩ::" (1 ዜና 7:37)

ሰልሙና ~ Salmone:

ሰላምነ፣ ሰላማዊ፣ ሰላማችን... ማለት ነው:: [ተዛማጅ ስሞች- **ሰልማን፤ ሰሎምን**]

'ሰላም' ከሚለው ቃል የተገኘ ስምነው:: ጳውሎስና ሌሎች ወደ ሮም ሲሄዱ ያለፉበት የወደብ ስም፥ **ሰልሙና**፥ (ሥራ 27:7)

ሰልማን ~ Shalman:

ሰለ አማን፣ ሰላምን፣ ሰላማዊ፣ አማናዊ... ማለት ነው:: [ተዛማጅ ስሞች- **ሰልምን፤ ሰሎምን**]

'ሰለ' እና 'አማን' ከሚሉ ቃላት የተመሠረተ ስም ነው:: በነቢዩ ሆሴዕ ትንቢት የተጠቀሰው፥ **ሰልማን**፥ (ሆሴ 10:14)

ሰልምን ~ Zalmon, Salma:

ሰለአማን፣ ሰላማዊ፣ ደጎናነት፣ ርጋታ፣ ጸጥታ... ማለት ነው:: [ተዛማጅ ስሞች- **ሰሎሜ፤ ሰሎማ፤ ሴሌሚ፤ ሴሌም፤ ሺሌም**]

'ሰለ' እና 'አማን' ከሚሉ ቃላት የተገኘ ስም ነው::

በዚህ ስም የሚታወቁ አንድ ሰውና አንድ ቦታ አሉ::

. የተራራ ስም፥ (መሳ 9:48)

. በኔታ የዘር ሐረግ የተጠቀሰ፥ የነአሶን ልጅ፥ (ማቴ 1:4፤ 5)፣ (ሩት 4:20)

ሰልምን / Salma: ሰላም፣ ጸጥታ ማለት ነው:: የነአሶን ልጅ፥ የቦዔዝ አባት፥ "አሚናዳብም ነአሶንን ወለደ፣ ነአሶንም **ሰልምንን** ወለደ፣" (ሩት 4:20፤ 21፤ 1 ዜና 2:11፤51፤ 54፤ ማቴ 1:4፤5፤ ሉቃ 3:32)

ሰልካ ~ Salcah:

'ስደት' ማለት ነው:: ለምናሴ ነገድ የተሰጠ፣ የሀሳን ከተማ፣

"በሜዳውም ያሉትን ከተሞች ሁሉ፤ ገለዓድንም ሁሉ፤ በባሳንም ያሉትን የዐገን መንግሥት ከተሞች እስከ **ሰልካ**ና እስከ ኤድራይ ድረስ ባሳንን ሁሉ ወሰድን" (ዘዳ 3:10፤ ኢያ12:5፤ 13:11)

ሰሎሚት ~ Shelomith, Shelomoth: ሰላሚት፤ ሰላማዊት፤ አማናዊት፤ ደጋንነት... ማለት ነው።

'ሰላም' ከሚለው ቃል የተገኘ ስምነው። በመጽሐፍ ቅዱስ ውስጥ በዚህ ስም የሚታወቁ ስዎች:-

ሰሎሚት / Shelomith:

1. ከዳን ወገን የሆነች የደብራይ ልጅ፤ **ሰሎሚት**፤ (ዘሌ 24:11)

2. የዘሩባቤል ልጅ፤ **ሰሎሚት**፤ (1 ዜና 3:19)

3. የይስዓር ልጆች አለቃው፤ **ሰሎሚት**፤ (1 ዜና 23:18)

4. በንጉሥ ዳዊት ዘመን ከሙሴ ልጅ ወገን፤ የአልዓዘር ልጅ፤ **ሰሎሚት**፤ (1 ዜና 26:25፤ 26፤28)

5. የለአዳን አባቶች ቤቶች አለቃ፤ የሰሜኢ ልጅ፤ **ሰሎሚት**፤ (1 ዜና 23:9)

6. ከዕዝራ ጋር ከባቢሎን ከተመለሱ፤ የዮሲፍያ አባት፤ **ሰሎሚት**፤ (ዕዝ 8:10)

ሰሎሚት / Shelomoth:
ይስዓራዊው፤ **ሰሎሚት**፤ (1 ዜና 24:22)

ሰሎሜ ~ Salome: ሰላሜ፤ ሰላም፤ ደጋንነት... ማለት ነው። [ተዛማጅ ስሞች- **ሰሎም፤ ሺሌም**]

'ሰላም' ከሚለው ቃል የተገኘ ስምነው። በሰንበት ወደ ጌታ መቃብር ከሄዱት፤ "...የዮሳም እናት ማርያም **ሰሎሜም** ነበሩ፤" (ማር 15:40)

ሰሎም ~ Shallum: ሰላም፤ ደጋንነት፤ ስምምነት፤ እርቅ... ማለት ነው። [ተዛማጅ ስሞች- **ሰሎሜ፤ ሰሎም፤ ሺሌም**]

'ሰላም' ከሚለው ቃል የመጣ ስም ነው።

በመጽሐፍ ቅዱስ ውስጥ በዚህ ስም የሚታወቁ ስዎች:-

1. የንጉሥ ዳዊት ዘበኛ የነበረ፤ "በረኞችም **ሰሎም**፤ ዓቁብ፤ ጤልሞን ..." (1 ዜና 9:17)

2. በሰማርያ አንድ ወር ያህል የነገሠ፤ የኢያቤስ ልጅ **ሰሎም** ፤ (2 ነገ 15:10፤ 13)

3. የይሁዳ ልጆች ወገን የሆነ፤ የሲስማይ ልጅ፤ **ሰሎም**፤ (1 ዜና 2:40፤ 41)

4. የንጉሡ የኢዮስያስ ልጅ፤ **ሰሎም**" (1 ዜና 3:15፤ ኤር 22:11)

5. የስምዖን ልጅ፤ **ሰሎም**፤ (1 ዜና4:25)

6. ከካህናቱ አንዱ፤ የሳዶቅ ልጅ **ሰሎም**፤ "አኪጦብም ሳዶቅን ወለደ ሳዶቅም **ሰሎምን** ወለደ" (1 ዜና 6:12፤ 13) ፤ (ዕዝ 7:2)

7. የንፍታሌም ልጅ፤ **ሰሎም**፤ (1 ዜና7:13)

8. በንጉሥ ዳዊት ዘመን አገልጋይ የነበረ የቆሬ ልጅ፤ **ሰሎም**፤ (1 ዜና 9:19፤ 31)

9. ከኤፍሬም ልጆች አለቆች፤ **ሰሎም**፤ (2 ዜና 28:12)

10. በባቢሎን የምርኮ ዘመን ከነበሩት፤ ከመዘምራን አንዱ **ሰሎም**፤ (ዕዝ 10:24)

11. በባቢሎን የምርኮ ዘመን ከነበሩት፤ (ዕዝ 10:41፤42)

12. በኢየሩሳሌም እኩሌታ አለቃ የነበረ፤ የአሎኤስ ልጅ **ሰሎም**፤ (ነህ 3:12)

13. የነቢዩ የኤርምያስ አጎት፤ የአናምኤል አባት **ሰሎም**፤ (ኤር 32:7)

14. የበረኛው የመዕሣያ አባት፤ **ሰሎም**፤ (ኤር 35:4)

ሰሎሞን ~ Solomon: ስለ አማን፤ ሰላማን፤ ሰሎምን፤ ሰላማዊ፤ ሰላም፤ ደጋንነት፤ ጸጥታ... ማለት ነው። [ተዛማጅ ስሞች- **ሰሎሜ፤ ሰሎም፤ ሤሌም፤ ሺሌም**] ፤ [ሰላማዊ ማለት ነው /**መቅታ**]

ንጉሥ ዳዊት ከቤርሳቤህ የወለደው ሁለተኛ ልጅ፤ ንጉሥ **ሰሎሞን**፤ "...ስሙንም **ሰሎምን** ብሎ ጠራው። እግዚአብሔርም ወደደው። ደግሞም በነቢዩ በናታን እጅ ልኮ ስሙን ስለ

እግዚአብሔር ይዲድያ ብሎ ጠራው።” (2 ሳሙ 12:24፤ 25)

ሰሙኤል ~ Shammua: ሰማ አምላክ፤ አዳመጠ፤ ታዘዘ... ማለት ነው። Shammua- 'ሰማ' ከሚለው ቃል የመጣ ስምነው።

ኢያሪኮ እንዲሰልሉ በሙሴ ከተላኩት አንዱ፤ ከሮቤል ነገድ፤ (ዘኍ 13:4)

ሰሚራሞት ~ Shemiramoth:

ሰመ ራማት፤ ታላቅ ስም፤ ከፍተኛ ዝና... ማለት ነው። (ሺህ መሪ መአት ተብሎም ይፈታል)

'ስም'፤ 'ራማ' እና 'መአት' ከሚሉ ቃላት የተመሠረተ ስም ነው። በመጽሐፍ ቅዱስ ውስጥ በዚህ ስም የሚታወቁ ሰዎች፡-

1. በንጉሡ በኢዮሳፍጥ ትእዛዝ የእግዚአብሔርን የሕጉን መጽሐፍ ይዘው በይሁዳ ያስተምሩ ከነበሩት፤ (2 ዜና 17:8)

2. በሁለተኛው ተራ የዳዊት መዝሙራን ከነበሩ፤ (1 ዜና 15:18፤ 20)

ሰምሪት ~ Shimrith: ሺህ መሪት ማለት ነው። የሞዓባዊቱ የዮዛባት እናት፤ "የተማማሉበትም የአሞናዊቱ የሰምዓት ልጅ ዘባድ፤ የሞዓባዊቱም የሰምሪት ልጅ ዮዛባት ነበሩ።" (2 ዜና 24:26)

ሰማሪያ ~ Shamariah, Shemariah: ሺህ መሪ ያሕ፤ የሸዋች መሪ ጌታ... ማለት ነው። [ተዛማጅ ስም- ሳሜር፤ ሳምር፤ ሰምርያ]

'ሺህ'፤ 'መሪ' እና 'ያሕ'(ያሕዌ) ከሚሉ ቃላት የተገኘ ስም ነው። በመጽሐፍ ቅዱስ ውስጥ በዚህ ስም የሚታወቁ ሰዎች፡-

ሰማሪያ / Shamariah: የሮብዓ ልጅ፤ ሰማሪያ፤ (1 ዜና 11:19)

ሰማሪያ / Shemariah:

1. በዚቅላግ ከቂስ ልጅ ከሳኦል በተሸሸገ ጊዜ ወደ ዳዊት ከመጡት፤ ሰማሪያ፤ (2 ዜና 12:5)

2. ከዕዝራ ጋር ከባቢሎን ከተመለሱት፤ ሰማሪያ፤ (ዕዝ 10:`41)

3. የካሪም ልጅ፤ ሰማሪያ፤ "ሸማያ፤ ስምዖን፤ ብንያም፤ መሉክ፤ ሰማሪያ" (ዕዝ 10:32)

ሰማርያ ~ Samaria: 'መሰማሪያ፤ የመጠበቂያ ተራራ' ማለት ነው። በኢየሩሳሌም በስተሰሜን የነበረ ከተማ፤ "ከሳምርም በሁለት መክሊት ብር የሰማርያን ተራራ ገዛ ... በተራራው ባለቤት በሳምር ስም ሰማርያ ብሎ ጠራው።" (1 ነገ 16:24)

ሰማኪያ~ Semachiah: 'አምላክ የጠበቀው' ማለት ነው። የሸማያ ልጅ፤ (1 ዜና 26:7) "ለሸማያ ልጆች ያትኒ፤ ራፋኤል፤ ያቤድ፤ ወንድሞቸም ኃያላን የነበሩ ኤልዛባድ፤ ኤልሁ፤ ሰማኪያ።"

ሰማያስ ~ Ishmaiah: ሰማ ዋስ፤ ሰማ ያሕ፤ ሕያው አዳመጠ፤ አምላክ ሰማ... ማለት ነው። [ተዛማጅ ስሞች- ሳሙኤል፤ እስማኤል፤ ይሸማያ፤ ይሽማያ] Ishmaiah- 'ሰማ' እና 'ያሕ' (ያሕዌ) ከሚሉ ቃላት የተመሠረተ ስም ነው። ዳዊት በዚቅላግም ከቂስ ልጅ ከሳኦል በተሸሸገ ጊዜ ወደ ዳዊት ከመጡት፤ የአብድዩ ልጅ ይሽማያ፤ (1 ዜና 12:4)

ሰማይ ~ Heaven: ሒዋን፤ የሕያው ቦታ፤ የዘላለማውያን ማረፊያ... ማለት ነው። [ተለዋጭ ስሞች- በቅዱስ ማደሪያው፤ መቅደሱ ከፍታ]

Heaven- 'ሕያዋን' ከሚለው ቃል የመጣ ስምነው።

. መንፈሳዊ ዓለም፤ የሕያዋን መኖሪያ፤ "በመጀመሪያ እግዚአብሔር ሰማይንና ምድርን ፈጠረ" (ዘፍ 1:1)

. ከመሬት በላይ ያለ "ከላይ ሰደደ ወሰደኝም፤ ከብዙ ውኆችም አወጣኝ" (መዝ 18:16)፤ "የሰማይ መስኮቶች ተከፍተዋልና ...ከገዲልም የወጣ በወጥመድ ይያዛል።" (ኢሳ 24:18)፤ "ስለዚህ ይህን ቃል ሁሉ ትንቢት ትናገርባቸዋለህ፤ እንዲህም

ትላቸዋለህ፡፡ እግዚአብሔር በላይ ሆኖ ይጮኻል፡ **በቅዱስ ማደሪያውም** ሆኖ ድምፁን ያሰማል በበረቱ ላይ እጮግ ... ይጮኻል፡፡" (ኤር 25:30)

. ሰማየ ሰማያት፡"እግዚአብሔር ከመቅደሱ ከፍታ ሆኖ ተመልክቶአልና፡ ከ**ሰማይ** ሆኖ ምድርን አይቶአልና (መዝ 102:19)፡ ከፍ ባለው በእስራኤል ተራራ ላይ እተከለዋለሁ፡ ቅርንጫፎችም ያወጣል ፍሬም ያፈራል ...በቅርንጫፎቹም ጥላ በከንፍ የሚበርር ሁሉ ይጠጋል" (ሕዝ 17:23 ፡ 33:26)፡ "ዓይኖችሁን ወደ **ሰማይ** አቅንተህ እይ፡ ከአንተም ከፍ ከፍ ያሉትን ደመናት ተመልከት፡" (ኢዮ 35:5)

. ሰማየ ሰማያት፡ "... እንዲህ ያለው ሰው ከአሥራ አራት ዓመት በፊት እስከ ሦስተኛው **ሰማይ** ድረስ ተነጠቀ፡" (2 ቆሮ 12:2)

ሰሜበር ~ Shemeber: 'እልፍኝ'
ማለት ነው፡፡ የሰቦይ ንጉሥ፡ "ከሰዶም ንጉሥ ከባላ፡ ከገሞራ ንጉሥ ከብርሳ፡ ከአዳማ ንጉሥ ከስንአብ፡ ከሰቦይም ንጉሥ ከ**ሰሜበር**፡ ዘዓር ከተባለች ከቤላ ንጉሥም ጋር ሰልፍ አደረጉ፡" (ዘፍ 14:2)

ሰሜኢ~ Shimei, Shimhi, Shimi: ሰሜ፡ ሰም፡ ዝና፡ መጠሪያ፡ መታወቂያ... ማለት ነው፡፡ [ተዛማጅ ስም-ሳሚ]

'ሰመየ' ከሚለው ግስ የተገኘ ስምነው፡፡ በመጽሐፍ ቅዱስ ውስጥ በዚህ ስም የሚታወቁ ስሞች:-
ሰሜኢ./Shimei:
1. የኢዮኤል ልጅ፡ **ሰሜኢ**፡ (1 ዜና 5:4፡5)
2. ከሌዊ ልጆች፡ ጌድሶን ልጅ፡ **ሰሜኢ**፡ (ዘኍ:18)፡ (1 ዜና 6:17፡29)
3. የፈዳያ ልጅ፡ (1 ዜና 3:19)
4. የዘኩር ልጅ፡ (1 ዜና 4:26፡27)
5. የሌዊያዊው የጌድሶን ልጅ፡ የኢኤት ልጅ፡ (1 ዜና 6:42፡ 43)
6. የኃዱልያስ ልጅ፡ (1 ዜና 25:17)

7. በዳዊት የወይን ቦታ የተሾመው፡ **ሰሜኢ**፡ (1 ዜና 27:27)
8. የኤማን ልጅ፡ (2 ዜና 29:14)
9. ካህኑ **ሰሜኢ**፡ (2 ዜና 31:12፡13)
10. በዕዝራ ዘመን እንግዳ ሚስቶችን ካገቡ፡ የሐሱም ልጅ **ሰሜኢ**፡ (ዕዝ 10:33)
11. ብንያማዊ የአስቴር አጎት የመርዶክዮስ ወገን፡ የቂስ ልጅ **ሰሜኢ**፡ (አስ 2:5)
. የኤላ ልጅ፡ "በብንያም የኤላ ልጅ **ሳሚ**" (1 ነገ 4:18)
. የጌራ ልጅ-**ሳሚ** (1 ነገ 1:8)

    ሰሜኢ / Shimhi: "ኤሊዔናይ፡ ... ሺምራት፡ የ**ሰሜኢ** ልጆች" (1ዜና 8:21)
    ሰሜኢ / Shimi: የሌዊ ልጅ ከጌሶን ልጆች፡ "የጌድሶንም ልጆች እንደ ወገኖቻቸው ሎቤኒ፡ **ሰሜኢ**. ናቸው፡" (ዘጸ 6:17)

ሰሜጋር ~ Shamgar: ሰም እግር፡ መንገደኛ፡ እንግዳ... ማለት ነው፡፡ የእስራኤል ፈራጅ የነበረ፡ የዓናት ልጅ፡ "ከእርሱም በኋላ የዓናት ልጅ **ሰሜጋር** ተነሣ፡ ከፍልስጥኤማውያንም... ደግሞ እስራኤልን አዳነ፡" (መሳ 3:31)

ሰምላይ ~ Shalmai: 'ሰላምታ፡ ምስጋና' ማለት ነው፡፡ ከባቢሎን ምርኮ ከተመለሱ፡ የሰምላይ ልጆች ይገኙበታል፡ "የኣጋባ ልጆች፡ የዓቁብ ልጆች፡ የኣጋብ ልጆች፡ የ**ሰምላይ** ልጆች፡ የሐናን ልጆች፡" (ዕዝ 2:46፡ ነህ 7:48)

ስምርኔስ ~ Smyrna: 'እጣን' ማለት ነው፡፡ በታናሽቱ እስያ ምዕራባዊ ወደብ፡ በኤፍራጠስ ወደብ በስተሰሜን ከተማ፡ "በ**ስምርኔስም** ወዳለው ወደ ቤተ ክርስቲያን መልአክ እንዲህ ብለህ ጻፍ፡፡ ሞቶ የነበረው ሕያውም የሆነው ፊተኛውና መጨረሻው እንዲህ ይላል፡፡" (ራእይ 2:8-11)

ስምዔ ~ Shuham: 'ጉድጓድ ቆፋሪ'
ማለት ነው። የዳን ልጅ፡ "በየወገናቸው የዳን
ልጆች እነዚህ ናቸው፡ ከስምዔ
የስምዔያውያን..." (ዘኍ 26:42)

ስሳብሳር ~ Sheshbazzar:
'እሳተ መለኮት' ማለት ነው። ለዘሩባቤል
ፋርሳዊ ስም፡ "የፋርስ ንጉሥ ቂሮስም
በመዝገቡ ላይ በነበረው በሚትሪዳቱ እጅ
አወጣቸው፡ ለይሁዳም መስፍን ለሰሳብሳር
ቆጠራቸው።" (ዕዝ 1:8፣11፤ 6:14፤ 18)

ስራብያ ~ Sherebiah: ሽር አብያ፣
ቸር አብ ያሕ፣ ቸር አምላክ፣ ሕያው አባት...
ማለት ነው።

Sherebiah- 'ቸር' ፤ 'አብ' እና 'ያሕ'
(ሕያው) ከሚሉ ቃላት የተመሠረተ ስም
ነው።
ዕዝራ እና ነህምያ በአደረጉት አገልግሎት
ስሙ አብሮ የሚጠቀስ ካህን፡ (ዕዝ 8፡ 18፣
24-30፣ ነህ 9:4፣ 5፣ 10:12)

ስራኩስ ~ Syracuse: ሥራ ቀውስ፣
አፍራሽ፣ ተገንጣይ፣ በአመፅ የተለየ... ማለት
ነው። በሲሲሊ፡ በስተ ደቡባዊ ምሥራቅ የነበረ
የወደብ ከተማ፣ ሐዋርያው ጳውሎስ ወደ ሮም
ጉዞው ለሦስት ቀናት ያረፈበት፡ "ወደ
ስራኩስም በገባን ጊዜ ሦስት ቀን ተቀመጥን"
(ሐዋ 28:12)

ስራጣታ ~ Sarepta,
Zarephath: 'የአንጠረኛ ሱቅ' ማለት
ነው። ነቢዩ ኤልያስ የገባበት መንደር ስም፡
"ኤልያስም በሲዶና አገር ወዳለች ወደ
ስራጣታ ወደ አንዲት መበለት እንጂ ከእነርሱ
ወደ አንዲቱ አልተላከም" (ሉቃ 4:26)

ስራጣታ / Zarephath:
'ማቅለጫ' ማለት ነው። "ተነሥቶም ወደ
ስራጣታ ሄደ ወደ ከተማይቱም በር በደረሰ
ጊዜ እንዲህ ባልቴት በዚያ እንጨት ትለቅም
ነበር እርሱም ጠርቶ፡ የምጠጣው ጥቂት
ውኃ በጽዋ ታመጭልኝ ዘንድ እለምንሻለሁ
አላት።" (1 ነገ 17:10፣ ሉቃ4:26)

ስርዴስ ~ Sardis: 'የደስታ ልዑል'
ማለት ነው። በዮሐንስ ራእይ የተጠቀሰ የቦታ
ስም፡ (ራእይ 3:1-6) "በሰርዴስም ወዳለው
ወደ ቤተ ክርስቲያን መልአክ እንዲህ ብለህ
ጻፍ፡ ሰባቱ የእግዚአብሔር መናፍስትና ሰባቱ
ከዋክብት ያሉት እንዲህ ይላል። ሥራህን
አውቃለሁ ሕያው እንደ መሆንህ ስም አለህ
ሞተሃማል።"

ስርግ ~ Feast: ፌስታ፣ ግብዣ፣ ድግስ፣
ዓመት በዓል፣ የደስታ ቀን፣ ዐውደ ዓመት...
ማለት ነው። [ተለዋጭ ስሞች- **ማዕድ፣**
በዓል፣ ግብዣ]
"ላባም የዚያን ስፍራ ስዎች ሁሉ ሰበሰበ፣
ሰርግም አደረገ።" (ዘፍ 29:22)

ስሮና ~ Saron: በለምለም መስክነቱ
የሚታወቅ ቦታ፣ "... በልዳና በሰሮናም
የሚኖሩ ሁሉ እርሱን አይተው ወደ ጌታ ዘወር
አሉ።" (ሐዋ 9:35)

ስቅል~ Bekah, shekel: ስቁል፣
ስቀለ፣ ሚዛን ላይ አወጣ... ማለት ነው። ብር
ማለትም ነው። የእስራኤላውያን የመገበያያ
ገንዘብ፣ ከብር ቀልጦ የሚሠራ ሳንቲም፣ (ዘጸ
38:26) "እንደ መቅደሱ **ስቅል** ሚዛን፣
የስቅል ግማሽ ከተቤጠረው ከእያንዳንዱ ሰው
የተሰጠ ነው ከሀያ ዓመት ጀምሮ ..." (ዘፍ
23:15)

ሰበንያ ~ Shebaniah: ሰባነ ያሕ፣
ሰባነ ሕያው፣ ሳባውያን፣ የአምላክ ስዎች፣
የጌታ ወገኖች፣ የእግዚአብሔር ቤተሰቦች...
ማለት ነው። [ተዛማጅ ስም- **ሰብታ፣ ስንበት፣**
ሳባ፣ ሳባ ስዎች፣ ሳባታይ፣ ሳባጥ፣ ሳቤህ፣
ሳቤኤ፣ ሴባ፣ ሧባ፣ ጸባዖት] 'ሰበን' እና
'ያሕ'(ያሕዌ፣ ሕያው) ከሚሉ ቃላት
የተመሠረተ ስም ነው።
በመጽሐፍ ቅዱስ ውስጥ በዚህ ስም
የሚታወቁ ስዎች:-
በእግዚአብሔር ታቦ ፊት መለከት ይነፉ
ከነበሩ አንዱ፣ **ሰበንያ፣** (1ዜና 15:24)
2. ሊዋዊው፣ **ሰበንያ፣** (ነህ 9:4፣ 5)

3. ካህኑ፥ **ሰበንያ**፤ "ዘኩር፤ ሰራብያ፤ **ሰበንያ**፤ ሆዲያ፤ ባኒ፤ ብኒኑ፡" (ነህ 10:12)

4. ሌላ ሌዋዊ፥ **ሰበንያ**፤ (ነህ 10:4)

ሰብታ ~ Sabtah:
ሰብ ቤት፤ ሰባት፤ ሳባት፤ ሳባ ቤት፤ የሰው ልጅ፤ ሰብአዊ፤ ቤተ ሰብ... ማለት ነው:: [ተዛማጅ ስም- **ሰበንያ፤ ሰንበት፤ ሳባ፤ ሳባ ስዎች፤ ሳባታይ፤ ሳባጥ፤ ሳቤህ፤ ሳቤዔ፤ ሴባ፤ ሣሴባ፤ ጸባዖት**]

'ሰብ' እና 'ቤት' ከሚሉ ሁለት ቃላት የተመሠረተ ስም ነው::

የኩሽ ሦስተኛ ልጅ፤ "የኩሽም ልጆች ሳባ፤ ኤውላጥ፤ **ሰብታ**፤ ራዕማ፤ ሰብቃታ ..." (ዘፍ 10:7)

ሰተርቡዝናይ ~ Shethar-

boznai: 'ስዉር ጠላት' ማለት ነው:: ቤተመቅደሱ እንዳይታነጽ ጥረት ካደረጉ ስዎች አንዱ፤ የፋርስ ወታደር፤ (ዕዝ 5:3፤ 6፤ 6:6፤ 13) "ዚያም ዘመን በወንዝ ማዶ የነበረው ገዥ ተንትናይ፤ ደግሞ **ሰተርቡዝናይ**፤ ተባባሪዎቻቸውም ወደ እነርሱ መጥተው፤ ይህን ቤት ትሠሩ ዘንድ፤ ይህንንም ቅጥር ታደሱ ዘንድ ያዘዛችሁ ማን ነው? አሉአቸው::"

ሰቱር ~ Sethur: ሰጡር፤ መሰጠር፤ መሰወር፤ መደበቅ፤ ምሥጢር ማድረግ... ማለት ነው:: [ተዛማጅ ስም- **ምሥጢር**]

'ሰጠረ' ከሚለው ግስ የተገኘ ስም ነው:: ሙሴ የከነዓንን ምድር ይሰልሉ ዘንድ ከላካቸው፤ ከአሴር ነገድ የሆነ የሚካኤል ልጅ **ሰቱር**፤ (ዘኍ 13:13)

ሰነአብ ~ Shinab: 'መልካም አባት' ማለት ነው:: በአብርሃም ዘመን የነበረ፤ የአዳማ ንጉሥ፤ "ከሰዶም ንጉሥ ከባላ፤ ከገሞራ ንጉሥ ከብርሳ፤ ከአዳማ ንጉሥ ከ**ሰነአብ**፤ ከሰቦይም ንጉሥ ...ከቤላ ንጉሥም ጋር ሰልፍ አደረጉ::" (ዘፍ 14:2)

ሰናዖር ~ Shinar: 'የሁለት ወንዞች አገር' ማለት ነው:: በባቢሎን አቅራቢያ

የሚገኝ የቦታ ስም፤ (ዘፍ 11:3) "ከምሥራቅም ተነሥተው በሄዱ ጊዜ በሰናዖር ምድር አንድ ሜዳ አገኙ በዚያም ተቀመጡ::"

ሰናክሬም ~ Sennacherib:
'ኃጢአት' ማለት ነው:: በንጉሥ ሕዝቅያስ ዘመን፤ ይሁዳን የወረረ የአሦር ንጉሥ፤ "በንጉሥም በሕዝቅያስ በአሥራ አራተኛው ዓመት የአሦር ንጉሥ **ሰናክሬም** ወደ ይሁዳ ወደ ..." (2 ነገ 18:13)

ሰንበት ~ Sabbath: ሰብ ቤት፤ ሰባት፤ ሳባ ቤት፤ቤተ ሳባ፤ ቤተ ሰብ... ማለት ነው:: [ተዛማጅ ስም- **ሰበንያ፤ ሰብታ፤ ሳባ፤ ሳባ ስዎች፤ ሳባታይ፤ ሳባጥ፤ ሳቤህ፤ ሳቤዔ፤ ሴባ፤ ሣሴባ፤ ጸባዖት**]

Sabbath- 'ሰብ' እና 'ቤት' ከሚሉ ሁለት ቃላት የተመሠረተ ስም ነው::

[ሰብአት፤ ስዎች፤ ወገኖች ፤የቅርብ ዘመዶች / **ቢወk / እ**]

[ሰብአ ቤት ፤ ቤተ ሰብ ዘመድ ፤ ወገን ነገድ፤ ሎሌ፤ ገረድ... / **ደተወ / እ**] [በዕብራይስጥ የቃሉ ትርጉም ማቆም፡ መተው ማለት ነው / **መቅቃ**] ፤ (ዕረፍት፤ የዕረፍት ቀን ... ተብሎምይተረጎማል::)

ሰባተኛው ቀን፤ "እርሱም፦ እግዚአብሔር የተናገረው ይህ ነው:: ነገ ዕረፍት፤ ለእግዚአብሔርም የተቀደሰ **ሰንበት** ነው የምትጋግሩትን ጋግሩ፤ የምትቀቅሉትንም ቀቅሉ፤ የተረፈውን ሁሉ ለነገ እንዲጠበቅ አኑሩት አላቸው::" (ዘጸ 16:22-30)

ሰንባላጥ ~ Sanballat: 'ብርታት' ማለት ነው:: ነህምያ ኢየሩሳሌምን ለመጠገን በተነሣሣበት ዘመን በሰማርያ ባለሥልጣን የነበረ፤ "ሖሮናዊውም **ሰንባላጥ**ና ባሪያው አሞናዊ ጦብያ ለእስራኤል ... ተበሳጨ::" (ነህ 2:10፤19፤ 4:1-12፤ 6)

ሰዓር ~Zohar: 'ጮሬ፤ ብርሃናማ፤ ነጭ' ማለት ነው::

1. የኤፍሮን አባት፦ "...ሬሳዬን ከፊቴ እንድቀብር ከወደዳችሁስ ስሙኝ፤ ከ**ዓ**ር ልጅ ከኤፍሮንም ለምኑልኝ" (ዘፍ 23:8፤ 25:9)

2. የስሞያን ልጅ፦ "የስሞያን ልጆች ይሙኤል፤ ያሚን፤ አሃድ፤ ያኪን፤ ጾሐር፤ የከነዓናዊት ልጅ ሳኡል፡" (ዘፍ 46:10፤ ዘጸ 6:15)

ስኮ**ት**፤ ሶኮ ~ Socoh: 'ድንኳን' ማለት ነው፡፡ በይሁዳ ነገድ የነበሩ ሁለት ከተሞች ስም፦

1. "ዓዶላም፤ **ስኮት**፤ ዓዜቃ፤ ሸዓራይም፤ ዓዲታይም፤ ግዴራ፤ ግዴሮታይም አሥራ አራት ከተሞችና መንደሮቻቸው፡፡(ኢያ 15:36፤ 1 ሳሙ17:1፤ 2 ዜና 11:7፤8:18)

2. የይሁዳ ከተማ፦ **ስኮ**፤ "ሶኮ፤ ደና፤ ዳቤር የምትባለው ቂርያትሰና" (ኢያ 15:49)

ስኮት ~ Shochoh: [አደባባይ፤ መተላለፊያ ማለት ነው፡፡ / **ኪ**ወከ] የቦታ ስም፦ "ፍልስጥኤማውያንም ጭፍሮቻቸውን በይሁዳ ባለው በ**ስኮት** አከማቹ፤ በሰኮትና በዓዜቃ መካከል በኤፌስደሚም ሰፈሩ፡፡" (1 ሳሙ 17:1)

ሰይጣን~ Satan: ጠላት፤ተቃዋሚ... ማለት ነው፡፡ ታላቁ ዘንዶ፤ የቀደመው እባብ፤ የዚህ ዓለም ገዢ እና በመሳሰሉት መጠሪያዎች ይታወቃል፡ "ዓለሙንም ሁሉ የሚያስተው፤ ዲያብሎስና **ሰይጣን** የሚባለው ታላቁ ዘንዶ እርሱም የቀደመው እባብ ተጣለ፤ ወደ ምድር ተጣለ መላእክቱም ከእርሱ ጋር ተጣሉ" (ራእይ 12:9፤20:2) ፤ (ዮሐ 12:31፤14:30)

ሰዱቃውያን ~ Sadducees: ጻድቃን፤ የሰዱቅ ተከታዮች ማለት ነው፡፡ "ዳሩ ግን ከፈሪሳውያንና ከ**ሰዱቃውያን** ብዙዎች ወደ ጥምቀቱ ሲመጡ ባየ ጊዜ፡ እንዲህ አላቸው፡- እናንተ የእፉኝት ልጆች ... ማን አመለከታችሁ?" (ማቴ 3:7)

ሰዲ ~ Sodi: 'ውዴ፤ ወዳጆ፤ ጓደኛዬ' ማለት ነው፡፡ ከነዓንን እንዲሰልሉ ከተላኩ፤ ከዘብሎን የሄዱው፤ የጋዲኤል አባት፡ "ከብንያም ነገድ የራፉ ልጅ ፈልጢ ከዛብሎን ነገድ የ**ሰዲ** ልጅ ጉዲኤል" (ዘኍ 13:10)

ሰዴዮር~ Shedeur: 'ጨረር፤ ጮራ' ማለት ነው፡፡ የኤሊሱር አባት፡ "ከእናንተም ጋር የሚቆሙት ሰዎች ስሞቻቸው እነዚህ ናቸው ከሮቤል የ**ሰዴዮር** ልጅ" (ዘኍ 1:5፤ 2:10፤7:30፤35፤ 10:18)

ሰዶም ~ Sodom: በከፋ ሥራቸው ከሰማይ በወረደ እሳት ከጠፋት ከተሞች አንዱ፡ "ሎጥም ዓይኑን አነሣ፤ በዮርዳኖስ ዙሪያ ያለውንም አገር ሁሉ ውኃ የሞላበት መሆኑን አየ፤ እግዚአብሔር **ሰዶም**ና ገሞራን ከማጥፋቱ አስቀድሞ እስከ ዞዓር ድረስ እንደ እግዚአብሔር ገነት በግብፅ ምድር አምሳል ነበረ፡፡" (ዘፍ 13:10፤14:1-16)

ሰጢም ~ Shittim: ሰጢም፤ ሸለቆ... ማለት ነው፡፡ የቦታ ስም፦ "የነዌም ልጅ ኢያሱ፤ ሄዶስሁ ምድሪቱንና ኢያሪኮን እይ ብሎ ከ**ሰጢም** ሁለት ሰላዮች በስውር ላከ፤ ሄዱም ረዓብ ወደሚሉአት ጋለሞታ ቤት ገቡ ..." (ኢያ 2:1)

ሰጲራ ~ Sapphira: 'ዕንቁ፤ ልውል ቆንጆ፤ ውብ' ማለት ነው፡፡ "ሐናንያም የተባለ አንድ ሰው **ሰጲራ** ከተባለች ከሚስቱ ጋር መሬት ሸጠ፡" (ሐዋ 5:1)

ሰፋጥ ~ Shaphat: ስፍነት፤ መስፈን፤ መገዛት፤ መፍረድ፤ መዳኘት... ማለት ነው፡፡ [ተዛማጅ ስሞች- **ሳፋጥ፤ ሻፋጥ፤ ሻፍጥ**] 'ስፍነት' ከሚለው ቃል የተገኘ ስምነው፡፡ በዚህ ስም የሚታወቁ አራት ሰዎች አሉ፡

. ከስምዖን ነገድ የሱሬ ልጅ፤ **ሰፋጥ**፤ (ዘኍ 13:5)

. የኤልሳዕ አባት፤ **ሳፋጥ**፤ (1 ነገ19:16-19)

. የሸማያ ልጅ፤ **ሻፋጥ**፤ (1 ዜና3:22)

. የዳዊት እረኞች አለቃ፤ የዓድላይ ልጅ፤ **ሻፍጥ**፤ (1 ዜና 27:29)

ስፉፋም~ Shephuphan:

'ስፋፋ፣ ጨመሪ፣ ደመሪ' ማለት ነው። የባላ ልጅ፣ "... አቢሱ፣ ናዕማን፣ አሐዋ፣ ጌራ፣ **ስፉፋም**፣ ሑራም።" (1 ዜና 8:4)

ስፋጥያስ፤ ስፋጥያስ~

Shephatiah: ሕያው ጕኸ፣ ሕያው ዳኛ... ማለት ነው።

1. ንጉሥ ዳዊት ከአቢጣል የወለደው፣ "አራተኛውም የኔጊት ልጅ አዶንያስ፣ አምስተኛውም የአቢጣል ልጅ **ስፋጥያስ** ነበረ" (2 ሳሙ 3:4)

2. በጺቅላግ ከዳዊት ሠራዊት ጋር ከተቀላቀሉ፣ "ገድሮታዊው የዛባት፣ ኤሉዛይ፣ ኢያሪሙት ... ሀሩፋዊው **ስፋጥያስ**፣" (1 ዜና 12:5)

3. በእስራኤልም ነገዶች ላይ አለቃ ከነበሩ፣ የመዓካ ልጅ፣ ".. ልጅ አልዓዘር አለቃ ነበረ በስምዖናውያን የመዓካ ልጅ **ስፋጥያስ**" (1 ዜና 27:16)

4. የይሁዳ ንጉሥ የኢዮሣፍጥ ልጅ፣ "ለእርሱም የኢዮሣፍጥ ልጆች ዓዘርያስ፣ ይሒኤል፣ ዘካርያስ፣ ዓዛርያስ፣ ሚካኤል፣ **ስፋጥያስ** ..." (2 ዜና 21:2)

5. ከባቢሎን ምርኮ ከተመለሱ የስፋጥያስ ልጆች፣ "የ**ስፋጥያስ** ልጆች፣ ሦስት መቶ ሰባ ሁለት።" (ዕዝ 2:4)

6. ከባቢሎን ምርኮ ከተመለሱ፣ "የ**ስፋጥያስ** ልጆች፣ የሐጢል ልጆች፣ የፈከራት ልጆች፣ የሐጲበይም ..." (ዕዝ 2:57፤ ነህ 7:59)

7. የማታን ልጅ፣ "ኤርምያስምለሕዝቡ ሁሉ የተናገረውን ቃል የማታን ልጅ **ስፋጥያስ**፣ የጸስኮርም ልጅ ጎዶልያስ ..." (ኤር 38:1-4)

ሱሐ ~ Shoa: ሸዋ፣ ሺህ፣ የሺ፣ ብዙ፣

ሀብታም፣ ባለጸጋ... ማለት ነው።

[ተዛማጅ ስሞች- **ሱባ፣ ሱዋ፣ ሱሐ፣ ሴዋ]**
Shoa- 'ሺዋ' ሺህ፣ ከሚለው ቁጥር የመጣ ስም ነው።

ስለ አሐሊባ ትንቢት ሲነገር ተያይዞ የተጠቀሰ (ሕዝ 23:23)

ሱሲ ~ Susi: ከአሥራ ሁለቱ ሰላዮች

የአንዱ፣ የጋዲ አባት፣ "ከዮሴፍ ነገድ አርሱም የምናሴ ነገድ የ**ሱሲ** ልጅ ጋዲ" (ዘኁ 13:11)

ሱሲጳጥሮስ ~ Sopater: 'ጋሻ

ጃግሬ፣ አርበኛ' ማለት ነው። ጳውሎስ ከግሪክ ወደ እስያ ባይደረገው ጉዞ ከሸኙት፣ "የሸኙትም የቤርያው **ሱሲጳጥሮስ** ከተሰሎንቄ ሰዎችም አርስጥሮኮስና ሲኮንዱስ የደርቤኑም ጋይዮስና ...ነበሩ" (ሐዋ 20:4)

ሱባ ~ Sheva: ሸባ፣ ሳባ፣ ሰብዓ፣ ሰብ፣

ሰው... ማለት ነው። (ሸባ፣ ሺህ አባ፣ የብዙዎ123ች አባት ተብሎም ይተረጎማል።)
[ተዛማጅ ስሞች- **ሱሐ፣ ሱዋ፣ ሱሐ፣ ሴዋ]**
Sheva- 'ሰብ' ከሚለው ቃል የመጣ ስም ነው። በመጽሐፍ ቅዱስ ውስጥ በዚህ ስም የሚታወቁ ሰዎች:- 1. የዳዊት ጸሐፊ፣ **ሱባ**፣ (2 ሳሙ 20:26)

2. የጌብዓ አባት **ሱባ**፣ (1 ዜና 2:49)

ሱሳ ~ Shushan: 'አበባ' ማለት

ነው። ዳንኤል ራእዩን ያያበት ቦታ፣ "በራእዩም አየሁ ባየሁም ጊዜ በኤላም አውራጃ ባለው በ**ሱሳ** ግንብ ..." (ዳን 8:2)

ሱሪስዳይ ~ Zurishaddai:

የአምላክ ወገን፣ አምላክ የረዳው... ማለት ነው። የሰለሚኤል አባት፣ "ኤሊሱር፣ ከስምዖን የ**ሱሪስዳይ** ልጅ ሰለሚኤል፣" (ዘኁ 1:6፤ 2:12)

ሱሪኤል ~ Zuriel: ዘረ ኤል፣ የኔታ

ወገን፣ ረዳት፣ መመኪያ... ማለት ነው።
Zuriel- 'ዘር' እና 'ኤል' ከሚሉ ሁለት ቃላት የተገኘ ስም ነው።
የሜራሪ ወገኖች አባቶች ቤት አለቃ፣ የአቢካኤል ልጅ **ሱሪኤል**፣ (ዘኁ 3:35)

ሱራፌል~ Seraphim: 'ነበልባል'

ማለት ነው። ኢሳይያስ በአየው ራእይ፣ በቤታ ዙፋን ላይ የቆሙ መላእክት፣ "**ሱራፌል**ም ከእርሱ በላይ ቆመው ነበር፣ ለአያንዳንዱም ስድስት ክንፍ ነበረው፣ በሁለት ክንፍ ፊቱን

ይሸፍን ነበር፤ በሁለቱም ክንፍ እግሮቹን ይሸፍን ነበር፤ በሁለቱም ክንፍ ይበር ነበር" (ኢሳ 6:2)

ሱር ~ Shur, Zur: ዙር፤ ዙሪያ፤ አጥር... ማለት ነው። [ተዛማጅ ስም- ፁር] በመጽሐፍ ቅዱስ ውስጥ በዚህ ስም የሚታወቁ:-

ሱር / Shur: የቦታ ስም፤ "አብርሃምም ከዚያ ተነሥቶ ወደ አዜብ ምድር ሄደ፤ በቃዴስና በሱር መካከልም ተቀመጠ በጌራራም በእንግድነት ተቀመጠ" (ዘፍ 20:1) ÷ (ዘጸ 15:22)

ሱር / Zur:

. የንጉሥ ስም፤ "የተገደለችውም ምድያማዊት ስምዋ ከስቢ ነበረ እርስዋም የሱር ልጅ ነበረች..." (ዘኍ 25:15)፤ (ዘኍ 31:8)

. ብንያማዊው፦ ፁር- (1 ዜና 8:30)

ሱባ ~ Zobah: ዘብ፤ ጠባቂ፤ ወታደር... ማለት ነው። የአሦርያ ክፍለ ግዛት የነበረ፤ ሳኦል እና ዳዊት ከሱባ ንጉሥ ጋር ጦርነት አካሂደዋል፤ "ሳኦልም ... ከኤዶምያስም፤ ከሱባም ነገሥታት፤ ከፍልስጥኤማውያንም ጋር ይዋጋ ነበር፤ በየሄደበትም ሁሉ ድል ይነሣ ነበር።" (1 ሳሙ 14:47፤ 2 ሳሙ 8:3፤ 10:6)

ሱባኤ ~ Shebuel: ሰባ ኤል፤ የአምላክ ሰው፤ የስንበት ጌታ፤ የእግዚአብሔር ሰው... ማለት ነው። [ተዛማጅ ስም- ሱባኤል] Shebuel- 'ሰብ' እና 'ኤል' ከሚሉ ሁለት ቃላት የተመሠረተ ስም ነው። የኤማን ልጅ፤ (1 ዜና 25:4፤ 5)

ሱባኤል~ Shebuel, Shubael: ሰባ ኤል፤ የሳባ አምላክ፤ የስንበት ጌታ፤ የእግዚአብሔር... ሰው ማለት ነው። [ተዛማጅ ስም- ሱባኤ] 'ሰብ' እና 'ኤል' ከሚሉ ሁለት ቃላት የተመሠረተ ስም ነው።

. **ሱባኤል / Shebuel:** የጌርሳም ልጆች አለቃ ሱባኤል፤ (1 ዜና 23:16)

. **ሱባኤል / Shubael:** "አሥራ ሦስተኛው ለሱባኤል ለልጆቹም ለወንድሞቹም ለአሥራ ሁለቱ።" (1 ዜና 25:20)

ሱቱላ ~ Shuthelah: የኤፍሬም ልጅ፤ "እነዚህ የሱቱላ ልጆች ናቸው፤ ከኤዴን የዔዶናውያን ወገን።" (ዘኍ 26:35)

ሱነማይቱ~ Shunammite: ሰላማዊት፤ አማናዊት፤ ተባባሪ... ማለት ነው። [ተዛማጅ ስም- ሱነማዊት] 'ሰላም' ከሚለው ቃል የመጣ ስምነው።

. ንጉሡ ዳዊት በሸመገለ ጊዜ ያገባት፤ "በእስራኤልም አገር ሁሉ የተዋበች ቈንጆ ፈለጉ፤ ሱነማይቱን አቢሳንም አገኙ፤ ወደ ንጉሡም ይዘዋት መጡ።" (1 ነገ 1:3)

. **ሱነማዊት**- [2 ነገ 4:12]

ሱነም ~ Shunem: 'እጥፍ ማረፊያ' ማለት ነው። ለይሳኮር የተሰጠ ከተማ፤ "ወደ ከስሎት፤ ወደ ሱነም፤ ወደ ሐፍራይም፤ ወደ ሺአን፤ ወደ አናሐራት፤" (ኢያ 19:19)

ሱኮት ~ Succoth: 'ድንኳን፤ መቅደስ፤ ማደሪያ፤ መጸለያ' ማለት ነው።

1. ከጥንታዊ ከተሞች አንዱ፤ "ያዕቆብ ግን ወደ ሱኮት ሄደ፤ በዚያም ለእርሱ ቤትን ሠራ፤ ለከብቶቻም ዳሶችን አደረገ፤ ስለዚህም የዚያን ቦታ ስም ሱኮት ብሎ ጠራው።" (ዘፍ 35:17)

2. እስራኤል ልጆች ከግብፅ ሲሐዱ ካረፋባቸው፤ "እስራኤልም ልጆች ከራምሴ ተነሥተው ወደ ሱኮት ሄዱ፤ ከሕፃናቱም ሌላ ስድስት መቶ ሺህ ሰው የሚያህል እግረኛ ነበረ።" (ዘጸ 12:37፤ 13:20፤ ዘኍ 33:5፤ 6)

ሱኮትበኖት~ Succoth-benoth: 'የልጆች ድንኳን' ማለት ነው። የባቢሎናውያን ጣዖት ስም፤ "የባቢሎንም ሰዎች ሱኮትበኖትን ሠሩ፤ የኩታም ሰዎች ኤርጌልን ሠሩ" (2 ነገ 17:30)

ሹዋ~ Shua, Suah: ሺዉ፣ ሺህ፣
የብዙ ቁጥር... ማለት ነው፡፡ [ተዛማጅ
ስሞች- **ሹሔ፣ ሴዋ**]

Shua- 'ሺዋ' ከሚለው ቃል የተገኘ ስም
ነው፡፡

. የአሴር ልጅ፤ (1 ዜና 7:30፤32)

. ከነዓናዊቱ **ሴዋ-** (1 ዜና 2:3)

ሹዋ / Suah: የጸፋ ልጅ፤ (1 ዜና
7:36) "የጸፋም ልጆች **ሹዋ፣** ሐርኔፍር፤"

ሲሐ ~ Ziha: 'ድርቅ' ማለት ነው፡፡

1. ከባቢሎን ምርኮ ከተመለሱ፣ የናታነአም
ልጅ፤ "ናታነአም የ**ሲሐ** ልጆች፣ የሐሡፋ
ልጆች፤" (ዕዝ 2:43፣ ነህ 7:46)

2. "ናታኒምም በኦፌል ተቀምጠው ነበር፤
ሲሐና ጊሽጳ በናታኒም ላይ ነበሩ፡፡" (ነህ
11:21)

ሲላ ~ Silla: 'ሰላ፣ ተስተካከለ፣ ቀና፣
ተመቻቸ' ማለት ነው፡፡ "ባሪያዎቹም
ተነሥተው ዐመፁበት፣ ወደ **ሲላ**
በሚወርደውም መንገድ በሚሎ ቤት
ገደሉት፡፡" (2 ነገ 12:21)

ሲላስ ~ Silas: ሥልስ፣ ሠላሽ፣ ሦስተኛ
ማለት ነው፡፡ "ያን ጊዜ ሐዋርያትና
ሽማግሌዎች ... ሆነው በርስያን የተባለው
ይሁዳና **ሲላስ** ነበሩ፡፡" (ሐዋ 15:22)

ሲምሳይ ~ Shimshai: 'ፀሐያማ'
ማለት ነው፡፡

Shimshai- 'ስም' እና 'ሺህ' ከሚሉ
ቃላት የተገኘ ስም ነው፡፡
ከግዞት ሲመለሱ የቤተ መቅደሱን እንደገና
መታነጽ ከተቃወሙ፣ ጸሐፊው **ሲምሳይ፣**
(ዕዝ 4:8፣ 13፣ 17 ፣ 23...)፤ (ዕዝ 4:7)

ሲሞን ~ Simon: ስማን፣ ሰማ፣
አዳመጠ፣ ተረዳ፣ ታዘዘ... ማለት ነው፡፡
[ተዛማጅ ስሞች- **ስምዖን፣ ሲሞን፣ ሺሞን**]

'ስማ' ከሚለው ቃል የመጣ ስምነው፡፡ [ሰማ
ከሚለው ግስ የተገኘ ነው / **መቅ ቃ**]

ሐስተኛ ነቢይ የነበረ፣ በኋላ ግን አምኖ
በሐዋርያት የተጠመቀ፣ "**ሲሞን** የሚሉት
አንድ ሰው ግን፣ እኔ ታላቅ ነኝ ብሎ..." (ሥራ
8:9)

ሲሣራ ~ Sisera: 'የጦርነት ሰልፍ'
ማለት ነው፡፡

1. የከነዓን ንጉሥ፣ የኢያቢስ ሠራዊት አለቃ፣
"እግዚአብሔርም ... የሠራዊቱም አለቃ
በአህዛብ አሪሶት የተቀመጠው **ሲሣራ** ነበረ"
(መሣ 4:2)

2. ከባቢሎን ምርኮ ከተመለሱ የሲሣራ
ልጆች፤ "የ**ሲሣራ** ልጆች፣ የቴማ ልጆች፣
የነስያ ልጆች፣ የሐጢፋ ልጆች፡፡" (ዕዝ
2:54፣ ነህ 7:55)

ሲስማይ ~ Sisamai: የኤልዓሣ
ልጅ፤ "ኤልዓሣም **ሲስማይን** ወለደ" (1 ዜና
2:40)

ሲባ~ Ziba: ዘብ፣ ዘበኛ፣ ጠባቂ ማለት
ነው፡፡

በሳኦል ቤት አገልጋይ የነበረ፤ (2 ሳሙ 9:2-
18)

ሲኔም ~ Sinim: 'ሲናውያን፣ የደቡብ
አገር' ማለት ነው፡፡ (ኢሳ 49:12) "እነሆ፣
እነዚህ ከሩቅ፣ እነሆም፣ እነዚህ ከሰሜንንና
ከምዕራብ፣ እነዚህም ከ**ሲኔም** አገር
ይመጣሉ"

ሲና ~ Sinai: 'ቁጥቋጦ፣ እሾሃማ'
ማለት ነው፡፡ የእስራኤልም ልጆች ማኅበር
ሁሉ ከግብፅ አገር ከወጡ በኋላ ካለፋ ባቸው
ቦታዎች እንዱ፣ "...በኤሊምና በ**ሲና** መካከል
ወዳለቸው ወደ ሲን ምድረ በዳ መጡ" (ዘጸ
17:8-13)

ሲን ~ Sin: 'ቁጥኛ' ማለት ነው፡፡ የግብፅ
ከተማ ስም፤ "በግብፅም ምሽግ በ**ሲን** ላይ
መዓቴን አፈስሳለሁ፣ የኖእንም ብዛት
አጠፋለሁ፡፡" (ሕዝ 30:15፣16)

ሲንጤኪን~ Syntyche: 'እድለኛ፣
ተግባቢ' ማለት ነው፡፡ የፊሊ ጴን ቤት

ክርስቲያን አባል የነበረች፤ ጸውሎስ ወደ ፊሊጵስዮስ በላከው ደብዳቤ የጠቀሳት፤ "በአንድ አሳብ በጌታ እንዲስማሙ ኤዎድያንን እመክራለሁ **ሲንጤኪን**ንም እመክራለሁ፦" (ፊሊ 4:2፣3)

ሲአራ ~ **Sherah**: 'ዘር፣ ዘመድ'
ማለት ነው። የኤፍሬም ቤት ልጅ። "ቤት ልጇም ታቸዋውንና ላይኛውን ቤትሐሮንንና ኡዜንሼራን የሠራች **ሲአራ** ነበረች።" (1 ዜና 7:24)

ሲዓ ~ **Sia**: 'ሃጅ' ማለት ነው። ከምርኮ ከተመለሱ የሲዓ ልጆች ይገኙበታል። "የጠብያት ልጆች፣ የኬራስ ልጆች፣ የ**ሲዓ** ልጆች።" (ነህ 7:47)

ሲካር ~ **Sychar**: 'ፍጻሜ' ማለት ነው። ያዕቆብ ለልጁ ለዮሴፍ በሰጠው ስፍራ አጠገብ የነበረ፤ የቦታ ስም፤ "ስለዚህ ያዕቆብ ለልጁ ለዮሴፍ በሰጠው ስፍራ አጠገብ ወደምትሆን **ሲካር** ወደምትባል የሰማርያ ከተማ መጣ፤" (ዮሐ 4:5)

ሲኮንዱስ ~ **Secundus**: ሰከንድ፣ ቅጽበት፣ ደቂቅ... ማለት ነው። በተሰሎንቄ የጸውሎስ ተከታይ የነበረ ክርስቲያን፤ "ሾኑትም የቤርያው ሱሲጴጥሮስ ከተሰሎንቄ ሰዎችም አርስጥሮኮስና **ሲኮንዱስ** የደርቤኔም ... ነበሩ፤" (ሐዋ 20:4)

ሲዖን ~ **Sion**: ጽዮን፣ ጽጉዓን፣ ብርቱ፣ ኃያል፣ መከታ፣ አምባ... ማለት ነው። [ተዛማጅ ስም- **ጽዮን**]
'ጽኑ' ከሚለው ቃል የመጣ ስም ነው። የተራራ ስም፤ "... **ሲዖን** ተራራ እስከ አርሞንዔም ድረስ" (ዘዳ 4:48)

ሲዲም ~ **Siddim**: 'መስክ፣ ደልዳላ ሥፍራ' ማለት ነው። የሸለቆ ስም፤ "እነዚህ ሁሉ በ**ሲዲም** ሸለቆ ተሰብስበው ተባበሩ፤ ይኸውም የጨው ባሕር ነው።" (ዘፍ 14:3፣ 8፣10)

ሲድራቅ ~ **Shadrach**: 'ግርማዊ' ማለት ነው። ከሥስቱ ጻድቃን አንዱ

በጃንደረቦቹም አለቃ የተጠራበት ስም፤ አናንያ፤ "የጃንደረቦቹም አለቃ ስም አወጣላቸው፤ ዳንኤልን ብልጣሶር፤ አናንያንም **ሲድራቅ**፤ ሚሳኤልንም ሚሳቅ፤ አዛርያንም አብደናጎ ብሎ ጠራቸው።" (ዳን 1:7)

ሲዶን ~ **Sidon, Zidon**: 'ማደን' ማለት ነው። ከነዓን የበኩር ልጁ፤ (ዜና 10:15) "ከነዓንም የበኩር ልጁን **ሲዶን**ን፣ ኬጢያውያንንም፤"

ሲዶን / **Zidon**: 'አዳኝ፣ አሳ አስጋሪ' ማለት ነው። የከነዓን የበኩር ልጁ፤ ከተማውም በስሙ ተጠራ፤ "ከነዓንም የበኩር ልጁን **ሲዶን**ን፣ ኬጢያውያንንም" (ዘፍ 10:15፣19)

ሲፋይ ~ **Sippai**: የራፋይም ወገን፤ "ከዚህም በኋላ በጌዘር ... ሰልፍ ሆነ፤ ኩሳታዊውም ሴቦካይ ከራፋይም ወገን የነበረውን **ሲፋይ**ን ገደለ።" (1 ዜና 20:4)

ሲጶራ ~ **Zipporah**: 'የመስቀል ወፍ' ማለት ነው። **ኪወላ / አ** ሲጾራ- ሲፎራ (የሙሴ ሚስት- ኢትዮጵያዊት)
የኢትዮጵያዊው ካህን የ**ራጉኤል** ልጅ፤ የሙሴ ሚስት፤ "ሙሴም ከዚያ ሰው ጋር ሊቀመጥ ወደደ፣ ልጁንም **ሲጶራ**ን ለሙሴ ሚስት ትሆነው ዘንድ ሰጠው።" (ዘጸ 2: 21) ፤ "ሙሴም ኢትዮጵያይቱን አግብቶአልና ባገባት በኢትዮጵያይቱ ምክንያት ማርያምና አሮን በእርሱ ላይ ተናገሩ።" (ዘኍ 12:1)

ሳላይ ~ **Sallai**: 'ቅርጫት ሠሪ' ማለት ነው።
1. የብንያም ወገን፤ "ከእርሱም በኋላ ጌቤና **ሳላይ** ዘጠኝ መቶም ሃያ ስምንት።" (ነህ 11:8)
2. "ከ**ሳላይ** ቃላይ፣ ከዓሞቅ ዔቤር።" (ነህ 12:20)

ሳሌም~**Salem, Salim**: ሳሌም፣ ሰላም፣ መረጋጋት፣ ጸጥታ፣ ደኅንነት... ማለት

ነው፡፡ [ተዛማጅ ስሞች- **ስሎሜ፤ ስሎም፤ ሴሌሚ፤ ሴሌም፤ ሺሌም**] 'ሰለም' ከሚለው ግስ የመጣ ስምነው፡፡
በዚህ ስም የሚታወቁ ሁለት ቦታዎች አሉ፡፡

ሳሌም / Salem: ካህኑ ንጉሥ መልከጼድቅ ያስተዳድረው የነበር አገር፣ "የ**ሳሌም** ንጉሥ መልክ ጼዴቅም እንጀራንና የወይን ጠጅን አወጣ ..." (ዘፍ 14:18)

ሳሌም / Salim: ነብዩ ዮሐንስ ያጠምቅበት የነበረ አካባቢ የቦታ ስም፣ (ዮሐ 3:23)

ሳሙስ~ Shammua, Shimea:
ሸሚ፤ ሰሚ፤ ሰማ፤ አዳመጠ፤ ተረዳ... ማለት ነው፡፡ [ተዛማጅ ስሞች- **ሰሙኤል፤ ሳምዓ ፤ ሰሙኤ**] Shammua, Shimea- 'ሰማ' ከሚለው ቃል የተገኘ ስም ነው፡፡ በመጽሐፍ ቅዱስ ውስጥ በዚህ ስም የሚታወቁ ሰዎች:-

ሳሙስ / Shammua:
1. በጸሎት ጊዜ ምስጋናን የሚያቀነቅን የነበር፣ የአብድያ አባት **ሳሙስ**፣ (ነህ 11:17)
2. ከቢልጋ ነገድ የሆነ ካህን፣ **ሳሙስ**፣ (2 ሳሙ 5:14)

ሳሙስ / Shimea:
. ንጉሥ ዳዊት ከቤርሳቤህ የወለደው፣ (1 ዜና 3:5)
. የዳዊት ወንድም፣ **ሳምዓ** - (1 ዜና 20:7)

ሳሙስ ~ Shammuah: 'ሰማ፤
አዳመጠ፤ ታዘዘ' ማለት ነው፡፡ የዳዊት ልጅ፣ "በኢየሩሳሌምም የተወለዱለት ስማቸው ይህ ነው **ሳሙስ**፣" (2 ሳሙ 5:14)

ሳሙኤል ~ Samuel: ሰማ ኤል፤
ሰማ አምላክ፤ ጌታ ሰማ፤ እግዚአብሔር አዳመጠ፤ ጸሎትን ተቀበለ... ማለት ነው፡፡ [ተዛማጅ ስም- **ሸሙኤል**]
'ሰማ' እና 'ኤል' ከሚሉ ቃላት የተመሠረተ ስም ነው፡፡

[ሳም፦ ኤል ማለት የእግዚአብሔር ስም፤ አምላካዊ ስም ማለት ነው / **መቅጋ**]
የሕልቃና እና የሐና ልጅ፣ ነቢዩ **ሳሙኤል**፣ "የመዕነሰዋም ወራት ካለፈ በኋላ ሐና ወንድ ልጅ ወለደች፤ እርስዋም:- ከእግዚአብሔር ለምኜዋለሁ ስትል ስሙን **ሳሙኤል** ብላ ጠራችው፡፡" (1 ሳሙ 1:20)

ሳሚ ~ Shimei: ስሜ፤ ስም፤ ዝና፤ መጠሪያ፤ መታወቂያ... ማለት ነው፡፡
[ተዛማጅ ስሞች- **ስሜኢ፤ ሣማ፤ ሳምአ ፤ ሳምዓ**]
'ስም' ከሚለው ግስ የተገኘ ስምነው፡፡ በመጽሐፍ ቅዱስ ውስጥ በዚህ ስም የሚታወቁ ሰዎች:-
1. ንጉሥ ዳዊትን ይራገም የነበር ከሳኦል ቤት የሆነ የጌራ ልጅ፣ (2 ሳሙ 16:5-13)
2. ንጉሡ ሰሎሞን በእስራኤል ሁሉ ላይ ነግሦ በነበር ጊዜ ከነበሩት አለቆች አንዱ፣ "በብንያም የኤላ ልጅ **ሳሚ**" (1 ነገ 4:18)

ሳማ ~ Shamma, Shammah, Shimea: ስምዓ፤
ሰማ፤ አዳመጠ፤ ተረዳት... ማለት ነው፡፡ 'ሰመዐ' ከሚለው ግስ የመጣ ስምነው፡፡ በመጽሐፍ ቅዱስ ውስጥ በዚህ ስም የሚታወቁ ሰዎች:-

ሳማ / Shamma: ሻማ ማለት ነው፡፡ የጸፋ ልጅ፣ (1 ዜና 7:37)

ሣማ / Shammah: ሻማ ማለት ነው፡፡
1. የዔሳው ልጅ የራጉኤል ልጅ፣ (ዘፍ 36:13 ፤ 17)
2. የእሴይ ልጅ፣ የዳዊት ወንድም፣ "እሴይም **ሣማን** አሳለፈው ..." (1 ሳሙ 16:9 ፤ 17:13)
3. የአጌ ልጅ፣ (2 ሳሙ 23:11-17)
4. "ልጅ ኤልያናን፣ አሮዳዊው **ሣማ**፤ ሐሮዳዊው ኤሊቃ፤" (2 ሳሙ 23:25)

5. "የአሳን ልጆች፦ ዮናታን፣ አሮዳዊው **ሣማ**" (2 ሳሙ 23:33)

ሣማ / Shimea: የዳዊት ወንድም፦ "እስራኤልንም በተገዳደረ ጊዜ የዳዊት ወንድም የ**ሣማ** ልጅ ዮናታን ገደለው፨" (2 ሳሙ 21:21)

ሳማያ ~ Shemaiah: ሰማ ያሕ፣ ሰማ አምላክ፣ ሕያው ሰማ፣ እግዚአብሔር አዳመጠ... ማለት ነው፨ [ተዛማጅ ስሞች- **ሰሜኢ፣ ሿማያ**]

'ሰማ' እና 'ያሕ'(ያሕዌ ፣ ሕያው) ከሚሉ ሁለት ቃላት የተገኘ ስም ነው፨ በመጽሐፍ ቅዱስ ውስጥ በዚህ ስም የሚታወቁ ሰዎች:-

. ነቢዩ **ሳማያ**፦ "የእግዚአብሔርም ቃል ወደ እግዚአብሔር ሰው ወደ **ሳማያ**..." (1 ነገ 12:22-24)

. ከባቢሎን ከተመለሱ የሴኬንያ ልጅ፣ **ሿማያ**፣ (ነህ 3:28 ፣ 29)

. ከስምዖን ወገን የሆነ፣ **ሰሜኢ**፣ (1 ዜና 4:27)

ሳሜር ~ Shamer, Shomer: ሺህ መሪ፣ የሺህ መሪ፣ የሺህዎች አለቃ፣ የብዙዎች ጠባቂ... ማለት ነው፨ [ተዛማጅ ስሞች- (**ሳሜንር**) ፣ **ሳምር፣ ሿሜር**]

Shamer, Shomer- 'ሺህ' እና 'መሪ' ከሚሉ ቃላት የተገኘ ስም ነው፨

ሳሜር / Shamer: አሴራዊው፣ "የ**ሳሜር**ም ልጆችአኪ፣ ሮኦጋ፣ ይሑባ፣ አራም ነበሩ፨" (1 ዜና 7:34)

ሳሜንር / Shomer: የሔቤር ልጅ፣ **ሳሜንር** (**ሳሜር**ን) ፣ (1 ዜና 7:32)

. **ሿሜር** - (2 ነገ 12:21)

ሳምር ~ Shemer: ሺህ መሪ፣ የሺህ መሪ፣ የሺህዎች አለቃ፣ የብዙዎች ጠባቂ... ማለት ነው፨ [ተዛማጅ ስም- **ሳሜር፣ ሰማርያ**] በይሁዳ ንጉሥ በአሳ በሠላሳ አንደኛው ዓመት ዘንበሪ በእስራኤል ላይ አሥራ ሁለት ዓመት ሲነግሥ በገንዘብ የገዛው የተራራ ስም፦

"ከ**ሳምር**ም በሁለት መክሊት ብር የሰማርያን ተራራ ገዛ... በ**ሳምር** ስም _ሰማርያ_ ብሎ ጠራው" (1 ነገ 16:24)

ሳምር፣ ሿሜር~ Shamir: 'እሾህ፣ ሹል፣ ጫፍ' ማለት ነው፨

1. በይሁዳ ተራራማ ክፍል የነበረ ከተማ፦ "በተራራማውም አገር **ሳምር**፣ የቲር፣" (ኢያ 15:48)

2. በተራራው የኤፍሬም አገር የነበረ፣ የእስራኤል ዳኛ፣ "ከአቤሜሌከም በኋላ ከይሳኮር ነገድ የሆነ የዱዲ ልጅ የፎሓ ልጅ ቶላ እስራኤልን ...በኤፍሬም አገር ባለችው በ**ሳምር** ተቀምጦ ነበር፨" (መሳ 10:1፣2)

3. የሚካ ልጅ፦ "የሚካ ልጅ **ሿሜር** የሚካ ወንድም ይሺያ" (1 ዜና 24:25)

ሳምናስ~ Shebna: 'ሸብና፣ ሰብእና፣ ሰውነት፣ ህልውና፣ ብርታት' ማለት ነው፨ በሕዝቅኤል መንግሥት፣ ከፍተኛ ባለሥልጣን የነበረ፣ "የሠራዊት ጌታ እግዚአብሔር እንዲህ ይላል፦ በቤቱ ውስጥ ወደ ተሾመው ወደዚህ አዛኝ ወደ **ሳምናስ** ሂድ እንዲህም በለው" (ኢሳ 22:15)

ሳምአ ~ Shimea, Shimeah, Shimeam: የቃሉ ትርጉምሁለት ነው:- ስም እና ሰማ፨ [ተዛማጅ ስሞች- **ሳምዓ፣ ሳሙስ**]

'ሰመዐ' ከሚለው ግስ የመጣ: ሲሆን- ሰምዓ፣ ሰማ፣ አዳመጠ፣ ተረዳ ማለት ነው፨ 'ሰየመ' ከሚለው ግስ የመጣ ሲሆን:- ሰምዓ፣ ሴማዊ፣ ሰማዊ፣ ዝና፣ መለያ፣ መታወቂያ ማለት ነው፨

በመጽሐፍ ቅዱስ ውስጥ በዚህ ስም የሚታወቁ ሰዎች:-

ሳምዓ / Shimea:

1. የዳዊት ወንድም፦ "እስራኤልንም በተገዳደረ ጊዜ የዳዊት ወንድም የ**ሳምዓ** ልጅ ዮናታን ገደለው" (1 ዜና20:7)

2. የሜራሪ ልጅ፦ (1 ዜና6:30)

3. የሚካኤል ልጅ፥ (1 ዜና6:39፡40)

ሳምአ / Shimeah:

1. የሚቅሎት ልጅ፥ "ሚቅሎት **ሳምአ**ን ወለደ ..." (1 ዜና 8:32)
2. የዳዊት ወንድም፥ "ለአምኖንም የዳዊት ወንድም የ**ሳምዓ** ልጅ ..." (2 ሳሙ 13:3)

ሳምአ / Shimeam: "ሚቅሎትም **ሳምአ**ን ወለደ ..." (1 ዜና 9:38)

ሳሞት~ Shammoth: ሸማት፣ ስማት፣ ስሞች ማለት ነው። 'ስም' ከሚለው ቃል የተገኘ ስምነው። ከዳዊት የዘበኞቹ አለቃ አንዱ፥ ሃሮራዊው **ሳሞት**፥ (1 ዜና 11:27)

ሳሞትራቄ ~ Samothracia: 'ሰማርያውያንና ተርሴሳውያን የሚኖሩበት' ማለት ነው። ጳውሎስ በሐዋርያዊ ጉዞው ካለፈባቸው ቦታዎች፥ "ከጢሮአዳም ተነሥተን በቀጥታ ወደ **ሳሞትራቄ** በነገውም ወደ ናጱሌ በመርከብ ሄድን፤" (ሐዋ 16:11)

ሳሞን ~ Samos: 'ኮረኮንች' ማለት ነው። ጳውሎስ በሐዋርያዊ ጉዞው ካለፈባቸው ቦታዎች፥ "በማግሥቱም ... ወደ **ሳሞን** ተሻገርን በትሮጊሊዮም አድረን በማግሥቱ ወደ ሚሊጢን መጣን" (ሐዋ 20:15)

ሳራሳር~ Sharezer, Sherezer: ቸር ዘር፣ ምስጉን፣ አምላካዊ፣ መልካም ወገን፣ የንጉሥ ወገን፣ መለኮታዊ... ማለት ነው። በመጽሐፍ ቅዱስ ውስጥ በዚህ ስም የሚታወቁ ሰዎች:-

ሳራሳር / Sharezer: የአሦር ንጉሥ የሰናክሬ ልጅ፥ በአምላኩም በናሳራክ ቤት ሲሰግድ ልጆቹ አደራሜሌክና **ሳራሳር** በሰይፍ ገደሉት (2 ነገ 19:37)

ሳራሳር / Sherezer: ከቤቴል ሰዎች ወደ አምላክ የተላከ፥ (ዘካ 7:2)

ሳርጎ ~ Sargon: 'ሰርጎ፣ ሰርጓጅ፣ ጠላቂ፣ የባሕር ልዑል' ማለት ነው። ከታዋቂ የአሦር ነገሥታት አንዱ፥ "የአሦር ንጉሥ **ሳርጎ**ን ተርታንን በሰደደ ጊዜ እርሱም ወደ አዛጦን በመጣ ጊዜ አዛጦንም ወግቶ በያዛት ጊዜ፥" (ኢሳ 20:1)

ሳሮን ~ Sharon: ደልዳላ፣ ረባዳ፥ የለመለመ መስክ... ማለት ነው። የቅድስት አገር ክፍለ ግዛት፥ የቦታ ስም፥ "በገለዓድም ምድር በባሳን በመንደሮቹም በ**ሳሮን**ም መሰምርያዎች ሁሉ እስከ ዳርቻቸው ድረስ ተቀምጠው ነበር።" (1 ዜና 5:16፤ ኢሳ 33:9)

ሳቢላኒስ ~ Abilene: 'ሜዳማ አገር' ማለት ነው። በጌታ የልደት ዘመን፥ ሊሳኒዮስ ገዥ የነበረበት ከተማ፥ "ጢባርዮስ ቄሣርም በነገሠ በአሥራ አምስተኛይቱ ዓመት ... ሊሳኒዮስም በሳ**ቢላኒ**ስ የአራተኛው ክፍል ገዥ ሆነው ሳሉ" (ሉቃ 3:1)

ሳባ ~ Seba, Sheba: ሰባ፣ ሰብዓ፣ ሰብ፣ ሰው... ማለት ነው። [ተዛማጅ ስሞች- **ሰበንያ፣ ሰብታ፣ ሰንበት፣ ሳባ ሰዎች፣ ሳባታይ፣ ሳባጥ፣ ሳቤህ ፣ ሳቤዔ፣ ሴባ፣ ሤባ፣ ጸባዖት**] 'ሰብዓ' ከሚለው ግስ የመጣ ስምነው። በመጽሐፍ ቅዱስ ውስጥ በዚህ ስም የሚታወቁ ሰዎች:-

ሳባ / Seba:

1. የኩሽ ልጅ ሳባ፥ "የኩሽም ልጆች **ሳባ**፥ ኤውላጥ ..." (ዘፍ 10:7)
2. ሳባውያን፥ (ኢሳ 43:3)

ሳባ / Sheba:

1. የራዕማ ልጅ፥ "... የራዕማ ልጆችም **ሳባ**፥ ድዳን ናቸው" (ዘፍ 10:7)
2. የዮቅጣ ልጅ፥ (ዘፍ10:28፡29)
3. የአብርሃም ልጅ፥ የዮቅሳን ልጅ፥ "ዮቅሳንም **ሳባ**ንና ድዳንን ወለደ። ..." (ዘፍ 25:3)
4. "እግዚአብሔርም እንዲህ ይላል። የግብፅ ድካምና የኢትዮጵያ ንግድ ቁመተ ረጅሞችም

የሳባ ሰዎች ወደ አንተ ያልፋሉ ለአንተም ይሆናሉ እጃቸውም ታስረው ይከተሉሃል...” (ኢሳ 45:14)

5. “... የዓረብና የሳባ ነገሥታት እጅ መንሻን ያቀርባሉ፨” (መዝ 72:10)

. የብንያማዊ የቢክሪ ልጅ፨ **ሳቤዔ** - (2 ሳሙ 20:1)

. **ሤባ**- (ኢያ 19:2)

ሳባ ሰዎች (የሳባ ሰዎች) ~

Sabeans: ሰባያን፣ ሳባውያን፣ ሳባቤት፣ የሰው ልጅ፣ የሳባ አገር ሰዎች... ማለት ነው፨ [ተዘማጅ ስም- **ሰበንያ፣ ሰብታ፣ ሰንበት፣ ሳባ፣ ሳባታይ፣ ሳባጥ፣ ሳቤህ፣ ሳቤዔ፣ ሴባ፣ ሤባ፣ ጸባዖት**]

☐ ሳባውያን፨ “እግዚአብሔርም እንዲህ ይላል፨የግብፅ ድካምና የኢትዮጵያ ንግድ ቁመተ ረጅሞችም የሳባ **ሰዎች** ወደ አንተ ያልፋሉ ...” (ኢሳ 45:14)

. የሳባ ሰዎች፨ “...ኢትዮጵያንና **ሳባንም** ለአንተ ፋንታ ስጥቻለሁ” (ኢሳ 43:3)

. ሰው፨ “**ሰዎች**ና እንስሶችም በማቅ ይከደኑ...” (ኢዮ 3:8)

. ሰው፨ “የደስተኞችም ድምፅ በእርስዋ ዘንድ ነበረ ከብዙም **ሰዎች** ጉባኤ ...” (ሕዝ 23:42)

. ሳባውያን፨ “የሳባም ሰዎች አደጋ ጣሉ፣ ወሰዱአቸውም፨ ...” (ኢዮ 1:15)

ሳባታይ ~ Shabbethai: ሳባተይ፣

ሳባዊያት፣ የሳባ ወገን፣ የሳባ አገር ሰዎች... ማለት ነው፨ [ተዘማጅ ስም- **ሰበንያ፣ ሰብታ፣ ሰንበት፣ ሳባ፣ ሳባ ሰዎች፣ ሳባጥ፣ ሳቤህ፣ ሳቤዔ፣ ሴባ፣ ሤባ፣ ጸባዖት**]

ከእግዚአብሔርም ቤት በሜዳ በነበረው ሥራ ላይ ከነበሩ የሌዋውያን አለቆች፨ “ደግማ ኢያሱና ባኒ፣ ሰራብያ፣ ያሚን፣ ዓቁብ፣ **ሳባታይ**፣ ... ሕዝቡን ያስተምሩ ነበር፨” (ነህ 8:7) ፣ (ዕዝ 10:15)፣ (ነህ 11:16)

ሳባጥ ~ Sebat: ሰባት፣ ሳባ ቤት፣ የሳባ

ልጅ፣ የሰው ልጅ፣ ቤተ ሳብ፣ ቤተ ሰብ፣ የሳባ ወገን... ማለት ነው፨ [ተዘማጅ ስም- **ሰበንያ፣ ሰብታ፣ ሰንበት፣ ሳባ፣ ሳባ ሰዎች፣ ሳባታይ፣ ሳቤህ፣ ሳቤዔ፣ ሴባ፣ ሤባ፣ ጸባዖት**]

Sebat- ‘ሰብዓ’ እና ‘ቤት’ ከሚሉ ቃላት የተመሠረተ ስም ነው፨ የወር ስም፨ (ዘካ 1:7)

ሳቤህ ~ Shebah: ሰብዓ፣ ሳባ፣ ሰብ፣

ሰው፣ የሰው ልጅ ማለት ነው፨ [ተዘማጅ ስም- **ሰበንያ፣ ሰብታ፣ ሰንበት፣ ሳባ፣ ሳባ ሰዎች፣ ሳባታይ፣ ሳባጥ፣ ሳቤዔ፣ ጸባዖት**]

የቦታ ስም፨ የቤርሳቤህ የማሳጠር ስም፨ “ስምዋንም **ሳቤህ** ብሎ ጠራት ስለዚህም የከተማይቱ ስም እስከ ዛሬ ድረስ ቤርሳቤህ ነው” (ዘፍ 26:33)

ሳቤዔ ~ Sheba: ሰብዓ፣ ሳባ ፣ ሰብ፣

ሰው... ማለት ነው፨ [ተዘማጅ ስም- **ሰበንያ፣ ሰብታ፣ ሰንበት፣ ሳባ፣ ሳባ ሰዎች፣ ሳባታይ፣ ሳባጥ፣ ሳቤህ፣ ሴባ፣ ሤባ፣ ጸባዖት**]

‘ሰብዐ’ ከሚለው ግስ የመጣ ስምነው፨ የቢክሪ ልጅ **ሳቤዔ**፨ (2 ሳሙ 20:1) ፣ (ዘፍ 10:7)

ሳብያ ~ Zibiah: ዘብ ያሕ፣ የተጠበቀ

ታላቅ፣ የተከበረ ማለት ነው፨

Zibiah- ‘ዘብ’ እና ‘ያሕ’ (ያሕዌ) ከሚሉ ቃላት የተመሠረተ ስም ነው፨ የንጉሡ የኢዮአስ እናት፨ (2 ነገ 12:1)

ሳኔር ~ Senir, Shenir:

“ሲዶናውያን አርሞንጌምን ሢርዮን ብለው ይጠሩታል፣ አሞራውያንም **ሳኔር** ብለው ይጠሩታል፨” (ዘዳ 3:9)

ሳኔር / Shenir: ‘ማሽ፣ ፋኖስ’ ማለት ነው ፨ የኤርሞን ተራራ የሰደናውያን መጥሪያ፨ “ሲዶናውያን አርሞንጌምን ሢርዮን ብለው ይጠሩታል፣ አሞራውያንም ሳኔር ብለው ይጠሩታል፨” (ዘዳ 3:9፣ መኃ 4:8)

ሳንሳና ~ Sansannah: ‘የዘንባባ

ቅርንጫፎች’ ማለት ነው፨ በይሁዳ ደቡባዊ ክፍል የነበረ ከተማ፨ “ኪሲል፣ ሐርማ፣ ጺቅላግ፣ ማድማና፣ **ሳንሳና**፨” (ኢያ 15:31)

ሳኡል፤ ሳአል ~ Shaul: ሺህ አውል፤ ኃይለኛ፤ ጀግና... ማለትነው።
1. የስምዖን ልጅ፤ "የስምዖን ልጆች ይሙኤል፤ ያሚን፤ አሃድ፤ ያኪን፤ ጸሐር፤ የከነዓናዊት ልጅ **ሳአል**።" (ዘፍ 48:10፤ ዘጸ 6:15፤ ዘኍ 26:13፤ 1 ዜና 4:24)
2. "ሠምላም ሞተ፤ በስፍራውም በወንዝ አጠገብ ካለችው ከርሆቦት **ሳአል** ነገሠ።" (ዘፍ 36:37)

ሳአል፤ ሳውል ~ Saul: ሺህ አውል፤ ብርቱ፤ ጀግና... ማለት ነው።
1. ከቀደሙ የኤዶም ነገሥታት አንዱ፤ "በስፍራውም በወንዝ አጠገብ ካለችው ከርሆቦት **ሳአል** ነገሠ።" (ዘፍ 36:37፤38፤1 ዜና 1:48)
2. የመጀመሪያው የእስራኤላውያን ንጉሥ፤ (2 ሳሙ 1:25)
3. የሐዋርያው ጳውሎስ የቀድሞ ስም፤ **ሳውል**

ሳዶቅ ~ Sadoc, Zadok: ሳዲቅ፤ ዘዲቅ፤ ጸድቅ፤ እውነተኛ፤ ሕያው ማለት ነው።
'ጸደቅ' ከሚለው ግስ የተገኛ ስምነው። በመጽሐፍ ቅዱስ ውስጥ በዚህ ስም የሚታወቁ ሰዎች:-

   ሳዶቅ / Sadoc: በጌታ የዘር ሐረግ የተጠቀሰ፤ የአኪም ልጅ፤ (ማቴ 1:14)

   ሳዶቅ / Zadok:
1. የእግዚአብሔርን ቃል ኪዳን ታቦት ተሸክመው ከመጡ፤ የአኪጦብ ልጅ፤ **ሳዶቅ**፤ (1 ዜና 24:3)
2. የንጉሥ ኢዮያ አያት፤ የኢየሩሳ አባት፤ (2 ነገ 15:33፤ 2 ዜና 27:1)
3. የኢየሩሳሌምን አጥር ከጠገኑት፤ የበዓና ልጅ፤ **ሳዶቅ**፤ (ነህ 3:4፤ 29)
4. የመራዮት ልጅ፤ **ሳዶቅ**፤ (1 ዜና 9:11)

ሳፋጥ ~ Shaphat: ሻፍት፤ ስፍነት፤ መስፈን፤ መፍረድ፤ መዳኘት... ማለት ነው።
[ተዛማጅ ስሞች- **ሣፋጥ፤ ሻፋጥ፤ ሰፈጥ**]

በመጽሐፍ ቅዱስ ውስጥ በዚህ ስም የሚታወቁ ሰዎች:-

   ሳፋጥ / Shaphat:
. የነቢዩ የኤልሳዕ አባት፤ (1 ዜና 5:12)
. የሱሬ ልጅ፤ "ከስምዖን ነገድ የሱሬ ልጅ **ሳፋጥ**" (ዘኍ 13:5)
. የሽማያ ልጅ፤ "... የሽማያም ልጆች ሐጡስ፤ ይግአል፤ ባርያሕ፤ ነዓርያ፤ **ሻፋጥ** ስድስት ነበሩ።" (1 ዜና 3:22)

   ሣፋጥ / Shaphat: የነቢዩ የኤልሳዕ አባት፤ (1 ነገ 19:18፤19)

ሴሊድ ~ Seled: 'ደስታ፤ ፈንጠዝያ' ማለትነው። የናዳብ ልጅ፤ (1 ዜና 2:30) "የናዳብም ልጆች **ሴሊድ**ና አፋይም ነበሩ ሴሌድም ያለ ልጆች ሞተ"

ሴላ ~ Zillah: 'ጥላ፤ ጠለላ፤ ግርዶሽ' ማለት ነው። ከላሜሕም ሚስቶች አንዱ፤ "ላሜሕም ለራሱ ሁለት ሚስቶችን አገባ የአንዲቱ ስም ዓዳ፤ የሁለተኛይቱ ስም **ሴላ** ነበረ።" (ዘፍ 4:19፤22)

ሴሌሚ ~ Shelomi: ሰሎሜ፤ ሰላሜ፤ ደኅንነቴ፤ አማኔ... ማለት ነው። [ተዛማጅ ስሞች- **ሰሎሜ፤ ሰሎም፤ ሴሴም፤ ሺሴም**]
'ሰላም' ከሚለው ቃል የተገኛ ስምነው። ከአሴር ልጆች ነገድ አንድ አለቃ የአሒሁድ አባት፤ **ሴሌሚ** ፤ (ዘኍ 34:27)

ሴሴም ~ Shallum: ሰላም፤ ስምምነት፤ እርቅ፤ አንድነት... ማለት ነው። [ተዛማጅ ስሞች- **ሰሎሜ፤ ሰሎም፤ ሴሌሚ፤ ሺሴም**]
'ሰለመ' ከሚለው ግስ የመጣ ስምነው። በመጽሐፍ ቅዱስ ውስጥ በዚህ ስም የሚታወቁ ሰዎች:-
1. የቲቁዋ ልጅ፤ የነቢያቱ የሕልዳና ባል፤ (2 ነገ 22:14፤ 2 ዜና 34:23)
2. የንፍታሌም ልጅ፤ (1 ዜና 7:13)

ሴሴስ ~ Helez: 'ጉልበት' ማለት ነው።

1. ከሥላሳ የዳዊት ዘበኞች አንዱ፦ "ፈልጣዊው፤ፈሎናዊው፤ፍሎናዊው (the Paltite) **ሴሌስ**፤ የቴቁሐዊው" (2 ሳሙ 23:26፤ 1 ዜና 11:27)

2. **ኬሌስ፤** "ዓዛርያስም **ኬሌስን** ወለደ ኬሌስም ኤልዓሣን ወለደ" (1 ዜና 2:39)

ሴሌውቅያ ~ Seleucia: 'ነውጥ፤ ምግደኛ' ማለት ነው፤ የአንጾኪያ የባሕር ወደብ፤ "እነርሱም በመንፈስ ቅዱስ ተልከው ወደ **ሴሌውቅያ** ወረዱ፤ ከዚያም በመርከብ ወደ ቆጵሮስ ሄዱ፤" (ሐዋ 13:4)

ሴሌፍ ~ Zalaph: 'ቁስል' ማለት ነው፤ የኢየሩሳሌምን ቅጥር በመጠገን የተባበረ፤ "ከእርሱ በኋላ የሰሌምያ ልጅ ሐናንያና የ**ሴሌፍ** ስድስተኛው ልጁ ሐኖን ሌላውን ክፍል አደሱ፤ ከዚያም በኋላ የበራክያ ልጅ ሜሱላም ..." (ነህ 3:30)

ሴሎ ~ Shiloh: 'ስለ' ማለት ነው፤ የቦታ ስም፤ "የእስራኤል ልጆች ማኅበር ሁሉ በ**ሴሎ** ተሰበሰቡ፤ በዚያም የመገናኛውን ድንኳን ..." (ኢያ 18:1)

ሴሎም ~ Shelah: 'መፍታት፤ ማላቀቅ' ማለት ነው፤

1. የይሁዳ ትንሹ ልጅ፤ "እንደ ገና ደግሞ ወንድ ልጅን ወለደች፤ ስሙንም **ሴሎም** ብላ ጠራችው እርሱንም በወለደች ጊዜ ከዚብ በሚባል አገር ነበረች፤" (ዘፍ 38:5፤11፤ 14፤26፤ 46:10፤ ዘኍ 26:20፤ 1 ዜና 2:3፤ 4:21)

2. **ሳላን፤** "አርፋክስድም ቃይንምን ወለደ ቃይንምም **ሳላን** ወለደ ሳላም ዔበርን ወለደ፤" (1 ዜና 1:18፤24)

ሴሜር ~ Shamer: ሌዋዊው የማሕሊ ልጅ፤ (1 ዜና 6:46፤ 47)

ሴሜይ ~ Semei: ሴሜ፤ ሰሜ፤ አዳማጭ፤ ታዛዥ... ማለት ነው፤ 'ሰማ' ከሚለው ቃል የመጣ ስምነው፤ በጌታ የዘር ሐረግ የተጠቀሰ፤ የዮሴፍ ልጅ፤" (ሉቃ 3:26)

ቤታ የዘር ሐረግ፤ የማታትዩ ልጅ፤ "የናዔ ልጅ፤ ... ልጅ የ**ሴሜይ** ልጅ፤ የዮሴፍ ልጅ፤" (ሉቃ 3:26)

ሴም ~ Sem, Shem: ሴም፤ ስም፤ ዝና፤ እውቅና ማለት ነው፤ 'ስም' ከሚለው ቃል የመጣ ስምነው፤

ሴም / Sem: ከሦስቱ የኖኅ ልጆች የአንዱ ስም፤ (ሉቃ 3:36)

ሴም/ Shem: የኖኅ ልጅ፤ (ዘፍ 5:32)

ሴሲ ~ Sheshai: 'ክቡር' ማለት ነው፤ በኬብሮን የሚኖረው፤ የዔናቅ ልጅ፤ "ቢደቡብም በኩል ወጡ፤ ወደ ኬብሮንም ደረሱ በዚያም የዔናቅ ልጆች አኪ**ማን**፤ **ሴሲ**፤ ተላሚ ነበሩ፡፡ ኬብሮንም በግብፅ ካለችው ከጣኔዎስ ...ነበር፡፡" (ዘኍ 13:22)

ሴሴይ ~ Shashai: 'ሲሳይ' ማለት ነው፤ በዕዝራ ዘመን የነበረ፤ ከባኒ ልጆች አንዱ፤ "**ሴሴይ**፤ ሼራይ፤ ኤዝርኤል፤ ሰሌምያ፤ ሰማሪያ፤ ሰሎም፤ ..." (ዕዝ 10:41)

ሴሬድ ~ Sered: 'ፍርሀት' ማለት ነው፤ የዘብሎን ልጅ፤ "የዘብሎንም ልጆች **ሴሬድ**፤ ኤሎን፤ ያሕልኤል፡፡" (ዘፍ 46:14፤ ዘኍ 26:26)

ሴርህ ~ Saruch: ሥሮች፤ ቅርንጫፍ... ማለት፡፡ በጌታ የዘር ሐረግ የተጠቀሰ፤ የራጋው ልጅ፤ "የናኮር ልጅ፤ የ**ሴርህ** ልጅ፤ የራጋው ልጅ፤ የፋሌቅ ልጅ፤ የአቤር ልጅ፤ የሳላ ልጅ" (ሉቃ 3:35)

ሴርሕ ~ Serug: 'ቅርንጫፍ' ማለት ነው፤ የአብርሃም ቅድመ አያት፤ የራጋው ልጅ፤ "ራጉውም መቶ ሠላሳ ሁለት ዓመት ኖረ፤ **ሴርሕንም** ወለደ" (ዘፍ 11:20-23)

ሴጋ ~ Shisha: 'ተፎካከሪ፤ ተገዳደሪ' ማለት ነው፤ የኤልያፍና አኪያ አባት፤ "ጸሐፊዎቹም የ**ሴጋ** ልጆች ኤልያፍና አኪያ

ታሪክ ጸሐፊም የአሒሉድ ልጅ ኢዮሣፋጥ” (1 ነገ 4:3)

ሴባም ~ Shebam: 'ሽቶ' ማለት ነው፡፡ ለጋድ እና ለሮቤል ልጆች፣ ለከብቶቻቸው መሰማሪያ እንዲሆን የተሰጠ፣ የቦታ ስም፡ "እግዚአብሔር በእስራኤል ማኅበር ፊት የመታው ምድር፣ አጣሮት፣ ዲቦን፣ ኢያዜር፣ ነምራ፣ ሐሴቦን፣ ኤልያሌ፣ **ሴባም**፣ ናባው፣ ባያን፣ ለእንስሶች የተመቸ ምድር ነው …” (ዘኍ 32:3)

ሴባም ~ Shibmah: 'ሽቶ' ማለት ነው፡፡ በዮርዳኖስ በስተምዕራቅ የሮቤል ከተማ፣ "ቂርያታይምን፣ ስማቸውም የተለወጠውን ናባውን፣ በአልሜዎንንም፣ **ሴባምን** ሠሩ እነዚህንም የሠሩአቸውን ከተሞች …” (ዘኍ 32:38)

ሴባም ~ Sibmah: 'ምርኮ' ማለት ነው፡፡ በዮርዳኖስ በስተ ምዕራቅ፣ የሞዓባውያን ግዛት፣ የሮቤል ከተማ፣ "ሜፍዓት፣ ቂርያታይም፣ **ሴባም**፣ በሸለቆውም ተራራ ያለቸው ጼሬትሻሐር፣” (ኢያ 13:19)

ሲቦካይ ~ Sibbechai: 'ዘዋሪ፣ ሸማኔ' ማለት ነው፡፡ የዳዊት ዘበኛ፣ የስምንተኛው ወር ስምንተኛ አለቃ፣ "ከዚህም በኋላ …ሰልፍ ሆነ፣ ኩሳታዊውም **ሲቦካይ** ከራፋይም ወገን የነበረውን ሳፍን ገደለ፡፡” (2 ሳሙ 21:18፣ 1 ዜና 20:4)

ሴት ~ Seth, Sheth: ሴተ፣ ሰጠ፣ ተካ… ማለት ነው፡፡ [ተዛማጅ ስም- **ሤት**] 'ሰጠ' ከሚለው ግስ የመጣ ስምነው፡፡

ሴት / Seth: የአዳምና የሔዋን ሦስተኛ ልጅ፣ "አዳም ደግሞ ሚስቱን አወቀ ወንድ ልጅንም ወለደች፣ ስሙንም፣- ቃየን በገደለው በአቤል ፋንታ እግዚአብሔር ሌላ ዘር ተክቶልኛል ስትል **ሴት** አለችው” (ዘፍ 4:25) ፤ (ዘፍ 4:25፣ 6:3) ፣ (1 ዜና 1:1)

ሤት / Sheth: (ዘኍ 24:17)

ሴናዓ ~ Senaah: 'እሾሐማ፣ የሾለ፣ የሰላ' ማለት ነው፡፡ ከባቢሎን ምርኮ ከተመለሱ፣ "የ**ሴናዓ** ልጆች፣ ሦስት ሺህ ስድስት መቶ ሠላሳ”(ዕዝ 2:35፣ ነህ 7:38)

ሴኔ ~ Seneh: 'ግራር' ማለት ነው፡፡ "ዮናታንም … ሊሻገርበት በወደደው መተላለፊያ መካከል በወዲህ አንድ ሹጣጣ በወዲህ አንድ ሹጣጣ ድንጋዮች ነበሩ የአንዱም ስም በጼጽ የሁለተኛውም ስም **ሴኔ** ነበረ” (1 ሳሙ 14:4፣5)

ሴኬም ~ Shechem: ሽከም፣ ጫንቃት… ማለት ነው፡፡

1. አብርሃም የመቃብር ቦታ የገዘበት፣ የኤሞር ልጅ፣ … የእርሻውን ከፍል ከ**ሴኬም** አባት ከኤሞር ልጆች በመቶ ቦጎች ገዘው፡፡” (ዘፍ 33:19፣ 34)

2. የምንናሴ ወገን፣ "ከ**ሴኬም** የሴኬማውያን ወገን፣ ከሸሚዳ የሸሚዳውያን ወገን፣ ከአፌር የአፌራውያን ወገን፡፡” (ዘኍ26:31፣ ኢያ 17:2)

3. በሰማርያ የነበረ ከተማ፣ "ያዕቆብም … ወደ **ሴኬም** ከተማ በደኅንነት መጣ በከተማይቱም ፊት ሰፈረ፡፡” (ዘፍ 33:18)

ሴኬም ~ Sichem: ሽከም፣ ጫንቃት፣ ትክሻ ላይ የሚያዝ… ማለት ነው፡፡ "አብራምም እስከ **ሴኬም** ስፍራ እስከ ሞሬ የአድባር ዛፍ ድረስ በምድር አለፈ የከነዓን … ነበሩ፡፡” (ዘፍ 12:6)

ሴኬንያ ~ Shecaniah: ሺህ ቅን ያኅ፣ የሕያው ወዳጅ፣ ለአምላክ የቀረበ… ማለት ነው፡፡

1. ከዳዊት የካህናት ምድብ፣ አሥሬኛ እጣ የወጣለት፣ ካህን፣ "አሥሬኛው ለ**ሴኬንያ፣** አሥራ አንደኛው ለኤልያሴብ፣ አሥራ …” (1 ዜና 24:12)

2. በሌዋዊው የይምና ልጅ የምሥራቁ ደጅ በረኛ በቅን ሥር ሆነው የእግዚአብሔርን መባና የተቀደሱትን ነገሮች እንዲያካፍል ከተመደቡ ካህናት አንዱ፣ "በካህናቱም

ከተሞች ... በየስሞናቸው ክፍላቸውን በእምነት ይሰጡ ዘንድ ዔድን፥ ሚንያሚን፥ ኢያሱ፥ ሸማያ፥ አማርያ፥ **ሴኬንያ** ከእጁ በታች ነበሩ።" (2 ዜና 31:15)

ሴዊ ~ Shaveh: 'ደልዳላ' ማለት

ነው። የሸለቆ ስም፥ "ኮሎዶጎምርንና ከእርሱ ጋር የነበሩትን ነገሥታት ወግቶ ከተመለሰ በኋላም የሰዶም ንጉሥ የንጉሥ ሸለቆ በሆነ በ**ሴዊ** ሸለቆ ሊቀበለው ወጣ።" (ዘፍ 14:17)

ሴዋ ~ Shua, Shuah: ሸዋ፥ ሺህ፥

ብዙ ቁጥር... ማለት ነው። [ተዛማጅ ስሞች-**ሹሔ፥ ሱዋ፥ ስዌሕ**]

Shua, Shuah- 'ሸዋ' ከሚለው ቃል የተገኘ ስምነው።

ሴዋ / Shua: የከዓናዊቱ የይሁዳ ሚስት፥ አባት፥ (1 ዜና 2:3)

ሴዋ / Shuah: "የይሁዳ ሚስት የ**ሴዋ** ልጅ ሞተች ይሁዳም ተጽናና፥ የበጎቹን ጠጉር ወደሚሸልቱት ሰዎችም ወደ ተምና ወጣ..." (ዘፍ 38: 12)

ሴዌኔ ~ Syene: 'ክፍተት' ማለት

ነው። በኢትዮጵያና በግብፅ ድንበር ላይ የነበረ የግብፅ ከተማ፥ "... የግብፅንም ምድር ከሚግዶል ጀምሮ እስከ **ሴዌኔ**ና እስከ ኢትዮጵያ ዳርቻ ድረስ ውድማና ባድማ አደርጋታለሁ።" (ሕዝ 29:10፥ 30:6)

ሴዎን ~ Sihon: 'ጦረኛ' ማለት ነው።

እስራኤላውያን ወደ ቃል ኪዳን አገር በቀረቡ ጊዜ የነበረ፥ የአሞራውያን ንጉሥ፥ "እስራኤልም፥ በምድርህ ላይ እንለፍ ... ወደ አሞራውያን ንጉሥ ወደ **ሴዎን** መልእክተኞችን ላከ።" (ዘኍ 21:21)

ሴይር ~ Seir: ሥር፥ ሳር፥ _ሥራ ሥር_...

ማለት ነው። በዚህ ስም የሚታወቁ አንድ ሰውና አንድ ተራራ አሉ።

. የሰው ስም፥ "በዚያች አገር የተቀመጡ የሐሪው የ**ሴይር** ልጆች ..." (ዘፍ 36:20-30)

. የተራራ ስም፥ የኤዶም አገር፥ "የሐር ሰዎችንም በ**ሴይር** ተራራቸው በበረሐ አጠገብ እስካለች እስከ ..." (ዘፍ 14:6)

ሴዴቅያስ~ Zedekiah,

Zidkijah: ጻደቀ ያሕ፥ ፡ ጽድቅ ዋስ፥

ሕያው ጻድቅ፥ እውነተኛ አምላክ፥ የጽድቅ አምላክ... ማለት ነው።

Zedekiah, Zidkijah- 'ጽድቅ' እና 'ሕያው' (ዋስ) ከሚሉ ቃላት የመጣ ስም ነው።

በመጽሐፍ ቅዱስ ውስጥ **ሴዴቅያስ** ተብለው የተጠሩ ሦስት አሉ፥ ለማገናዘብ እንዲረዳ ቀጥሎ የቀረቡትን ጥቅሶች ማነጻጸር ይበጃል።

ሴዴቅያስ / Zedekiah:

1. የባቢሎን ንጉሥ የዮአኪን አጎት ማታንያን፥ **ሴዴቅያስ** ብሎ ጠራው፥ (2 ነገ 24:18)

2. የከንዓና ልጅ፥ (1 ነገ22:11)

ሴዴቅያስ / Zidkijah: ቃልኪዳኑን አትመው ከሰጡአለቆች አንዱ፥ ካህኑ **ሴዴቅያስ**፥ (ነህ 10:1)

ሴድራክ ~ Hadrach: '**ማደሪ**፥

መኖሪያ' ማለት ነው። በነቢዩ ዘካሪያስ የተጠቀሰ፥ የሲሪያ አገር፥ "የእግዚአብሔር ቃል ሹከም በ**ሴድራክ** ምድር ላይ ነው፥ በደማስቆም ላይ ያርፋል የእግዚአብሔር ዓይን ወደ ሰውና ወደ እስራኤል ..." (ዘካ 9:1)

ሴጎር ~ So: 'የእህል ሚዛን' ማለት ነው።

የግብፅ ንጉሥ፥ "የአሦርም ንጉሥ በሆሴዕ ላይ ዓመፅ አገኛ መልእክተኞችን ወደ ግብፅ ንጉሥ ወደ **ሴጎር** ልኮ ነበርና እንደ ልማዱም በየዓመቱ ለአሦር ንጉሥ ግብር አልሰጠምና ስለዚህ የአሦር ንጉሥ ይዞ በወህኒ ቤት አሰረው።" (2 ነገ17:4)

ሴፈርዋይም~ Sepharvaim:

ሰፋሪያም ማለት ነው። ሰናክሬም ለሕዝቅያስ በላከው ደብዳቤ የተጠቀሰ፥ የአገር ስም፥ "የሐማት ንጉሥ፥ የአርፋድ ንጉሥ፥ የ**ሴፈርዋይም** ከተማ ንጉሥ፥ የሄናና የዒዋ

ንቱሥ ወዴት አሉ?" (2 ነገ 19:13፤ ኢሳ 37:13)

ሴፎር ~ Zippor: 'የመስቀል ወፍ፤ ብርቅዬ፤ ትንሽ ወፍ' ማለት ነው፡፡ የማዓብ ንቱሥ፤ "የሴፎር ልጅ ባላቅ እስራኤል በአሞራውያን ላይ ያደረገውን ሁሉ አየ፡፡" (ዘኍ 22:2፤4)

ስልማና ~ Salamis: በቆጵሮስ ደቡባዊ ምሥራቅ የነበረ ከተማ፤ "በስልማናም በነበሩ ጊዜ በአይሁድ ምኵራቦች የእግዚአብሔርን ቃል ሰበኩ፤ አገልጋይም ዮሐንስ ነበራቸው" (ሐዋ 13:5)

ስልማና ~ Zalmunna: 'ግርዶሽ፤ ጥላ' ማለት ነው፡፡ "ሱኮትንም ሰዎች፤ የምድያምን ነገሥታት ዘብኄንና ስልማናን ሳሳድቅ፤ ደከመዋልና እኔን ለተከተሉ ሕዝብ እንጀራ፤ እባካችሁ፤ ስጡ አላቸው" (መሳ 8:5-21)

ስልምናሶር ~ Shalmaneser: 'እሳት አምላኪ' ማለት ነው፡፡ የአሦር ንጉሥ፤ "የአሦርም ንጉሥ ስልምናሶር በእርሱ ላይ ወጣ ሆሴዕም ተገዛለት፤ ግብርም አመጣለት፡፡" (2 ነገ 17:3)

ስልዋኖስ ~ Silvanus: 'ዱረኛ፤ ጫካ የሚወድ' ማለት ነው፡፡ "በእኛ ማለት በእኔና በስልዋኖስ በጢሞቴዎስም በመካከላችሁ የተሰበከ የእግዚአብሔር ልጅ ኢየሱስ ክርስቶስ አዎንና አይደለም አልነበረም፤ ነገር ግን በእርሱ አዎን ሆኖአል፡፡" (2 ቆሮ 1:19)

ስምንት ~ Sheminith: ሽምንት፤ ስምንት (8) ፤ ሳምንት፤ ከሰባት በመቀጠል ከዘጠኝ በፊት የሚመጣ ቁጥር... ማለት ነው፡፡ **Sheminith**- ሳምንት ከሚለው ቃል የተገኘ ስም ነው፡፡
የበገና አውታር (ቅኝት) ቁጥር ለመግለጽ የተጠቀሰ፤ "መቲትያ፤ ኤልፍሌሁ፤ ሚቅኔያ፤ ያቤድኤዶም፤ ይዒኤል፤ ዓዘዝያ **ስምንት**

አውታር ባለው በገና ይዘምሩ ነበር" (1 ዜና 15:21)

ስምዖን ~ Shimeon, Simeon, Simon: ስማነ ፤ ስማ፤አዳመጠ፤ ተረዳ፤ ተገነዘበ... ማለት ነው፡፡ [ተዛማጅ ስም-**ሲሞን**]
'ስማን' ከሚለው ቃል የመጣ ስምነው፡፡ [ስማ ከሚለው ግስ የተገኘ ነው / **መቅቃ**]
በመጽሐፍ ቅዱስ ውስጥ በዚህ ስም የሚታወቁ ሰዎች:-

ስምዖን / Shimeon: በነቢዩ ዕዝራ ዘመን፤ በባቢሎን በምርኮ፤ እንግዶቹን ሚስቶች አግብተው፤ አያሌ ልጆችን ከወለዱ ካህናት፤ (ዕዝ 10:31)

ስምዖን / Simeon: ልያ ለያዕቆብ የወለደችለት ልጅ፤ "ደግሞም ፀነሰች፤ ወንድ ልጅንም ወለደች፤ እኔ እንደ ተጠላሁ እግዚአብሔር ስለ ሰማ ይህን ደገመኝ አለች፤ ስሙንም **ስምዖን** ብላ ጠራችው፡፡" (ዘፍ 29:33)

ስምዖን / Simon:
1. ቀናናዊው **ስምዖን** ፤ (ማቴ 10:4)
2. የጌታ ወንድም ተብሎ የተጠቀሰው የያዕቆብና የዮሳ ወንድም፤ "ይህ የጸራቢ ልጅ አይደለምን? እናቱስ ማርያም ትባል የለምን? ወንድሞቹስ ያዕቆብና ዮሳ **ስምዖንን**ም ይሁዳም አይደሉም?" (ማቴ 13:55) ፤ "ይህስ ጸራቢው የማርያም ልጅ የያዕቆም የዮሳም የይሁዳም የ**ስምዖንን**ም ወንድም አይደለምን? እኅቶቹስ በዚህ በእኛ ዘንድ አይደሉምን? አሉ ..." (ማር 6:3)
3. ጌታን ተቀብሎ ያስተናገደ ፤ ለምጻሙ **ስምዖን**፤ (ማቴ 26:6)
4. የአስቆሮቱ ይሁዳ አባት፤ **ስምዖን**፤ (ዮሐ 6:71፤ 13:2፤ 26) ፤ (ሥራ 2:10)
5. ቆርበት ፋቂው **ስምዖን**፤ (ሥራ 9:43)

ስንጣክን ~ Stachys: ስንጣር፤ ስንጣቂ... ማለት ነው፡፡ በሮም የነበረ ክርስቲያን፤ ጳውሎስ በሰላምታ ደብዳቤው

የጠቀሰው፤ "በክርስቶስ አብሮን ለሚሠራ ለኤራባኖን ለምወደውም ለ**ስንጣከን** ሰላምታ አቅርቡልኝ፤" (ሮሜ 16:9)

ስካካ ~ Secacah: 'አጥር' ማለት ነው፡፡ በይሁዳ ምድረ በዳ ከነበሩ ስድስት ከተሞች አንዱ፤ "በምድረ በዳ ቤትዓረባ፤ ሚዲን፤ **ስካካ**፤" (ኢያ 15:61)

ስዌሕ ~ Shuah: ሽዋህ፤ ሽዋ፤ ሺህ፤ ብዙ ቁጥር... ማለት ነው፡፡ 'ሺህ' ከሚለው ቃል የተገኘ ስምነው፡፡ አብርሃም ከኬቱራ የወለደው፤ "እርስዋም ዘምራንን፤ ዮቅሳንን፤ ሜዳንን፤ ምድያምን፤ የስቦቅን፤ **ስዌሕን** ወለደችለት" (ዘፍ 25:2) ፤ (1 ዜና 1:32)

ስጥና ~ Sitnah: ሰይጣናዊ፤ ጠብ፤ ጥላቻ... ማለት ነው፡፡ ይስሐቅ ካስቆፈራቸው የውሃ ጉድጓዶች፤ ሁለተኛው፤ "ሌላ ጉድጓድም ማሱ፤ ስለ እርስዋም ደግሞ ተጣሉ ስምዋንም **ስጥና** ብሎ ጠራት፡፡" (ዘፍ 26:21)

ስፋራድ ~ Sepharad: 'የተለየ፤ የተከፈለ' ማለት ነው፡፡ "ይህም ... ሰራጵታ ድረስ ይወርሳል፤ በ**ስፋራድም** የሚኖሩ የኢየሩሳሌም ምርኮኞች የደቡብን ከተሞች ይወርሳሉ፡፡"(አብ 1:20)

ስፋር ~Sephar: ስፍር፤ ልክ፤ መጠን፤ ቁጠር... ማለት ነው፡፡ 'ሰፈረ' ከሚለው ግስ የመጣ ስምነው፡፡ የዮቅጣን ልጆች ከኖን የጥፋት ውሃ በኋላ የኖሩበት የቦታ ስም፤ (ዘፍ 10:30)

ስፊ ~ Shephi, Shepho, Zepho: 'እራቁት' ማለት ነው፡፡ "የሦባል ልጆች ዓልዋን፤ ማኔሐት፤ ዔባል፤ **ስፊ**፤ አውናም ... ዓና፡፡" (1 ዜና 1:40)

ስፊ / Shepho: 'ደቦ' ማለት ነው፡፡ "የሦባል ልጆችም እነዚህ ናቸው፤ ዓልዋን፤ ማኔሐት፤ ዔባል፤ **ስፊ**፤ አውናም፡፡" (ዘፍ 36:23)

ስፊ / Zepho: 'ማማ' ማለት ነው፡፡ የዔሳው የልጅ ልጅ፤ የኤልፋዝ ልጅ፤ "የኤልፋዝም ልጆች እነዚህ ናቸው ... **ስፊ**፤ ጐቶም፤ ቄኔዝ፡፡" (ዘፍ 36:11)

ሶምሶን ~ Samson: 'ፀሓያማ፤ ፀሓይ የመሰለ' ማለት ነው፡፡ ናዝራዊው፤ የማኑኄ ልጅ፤ "ሴቲቱም ወንድ ልጅ ወለደች፤ ስሙንም **ሶምሶን** ብላ ጠራችው ልጁም አደገ እግዚአብሔርም ባረከው፡፡" (መሳ 13:3-5)

ሶሳን ~ Sheshan: 'ክቡር' ማለት ነው፡፡ "የአፋይምም ልጅ ይሽዊ፤ የይሽዊም ልጅ ሶሳን፤ የ**ሶሳንም** ልጅ አሕላይ ነበር፡፡" (1 ዜና 2:31፤34፤35)

ሶስቴንስ ~ Sosthenes: 'አዳኝ፤ መከታ' ማለት ነው፡፡ በቆሮንጦስ የምኩራብ አለቃ የነበረ፤ ጳውሎስን ባለመቀወሙ በአድመኞች የተደበደበ፤ "የግሪክ ሰዎችም ሁሉ የምኩራብ አለቃ **ሶስቴንስን** ይዘው በወንበሩ ..." (ሐዋ 18:12-17)

ሶስና ~ Susanna: 'አበባ፤ ጽጌሬዳ' ማለት ነው፡፡ የጌታን ትምህርት ይከታተሉ ከነበሩ፤ "የሄሮድስ አዛዥ የኩዛ ሚስት ዮሐናም **ሶስናም** ብዙዎች ሌሎችም ሆነው በገንዘባቸው ያገለግሉት ነበር" (ሉቃ 8:3)

ሶሬቅ ~ Sorek: 'ወይን ጠጅ ቀለም' ማለት ነው፡፡ ደሊላ የነበረችበት አገር፤ የሾለቆ ስም፤ "ከዚህም በኋላ በ**ሶሬቅ** ሸለቆ የነበረች ደሊላ የተባለች አንዲት ሴትን ወደደ፡፡" (መሳ 16:4)

ሶርያ፤ ሶሪያ ~ Syria: ሡራ ያሕ፤ የሒያው ሡራ፤ ያምላክ ሰራተኛ፤ የጌታ ሠራዊት... ማለት ነው፡፡ "ይስሐቅም አርባ ዓመት ሲሆነው ርብቃን አገባ፤ እርስዋም በሁለት ወንዞች መካከል ያለ የ**ሶርያ**ዊው የባቱኤል ልጅና የሶርያዊው የላባ እኅት ናት፡፡" (ኦሪት ዘፍጥረት 25: 20) "ያዕቆብም የ**ሶርያ**ውን ሰው ላባን ከድቶ ከበሰለ፤ መኮብለሉንም፤ አልነገረውም፡፡"

(ኦሪት ዘፍጥረት 31
20)

ሶሪያ / syria: "የከንዓና ልጅ
ሰዴቅያስም የብረት ቀንዶች ሠርቶ፦
እግዚአብሔር እንዲህ ይላል፦ ሶሪያውያንን
እስኪጠፋ ድረስ በእነዚህ ትወጋለህ አለ።"
("2ኛ ዜና 18: 10)

ሶባብ ~ Shobab: ሺህ አባብ፣ ሽባብ፣
የሚያባባ፣ አስፈሪ... ማለት ነው።
'ሺህ' እና 'አባብ' ከሚሉ ቃላት የተመሠረተ
ስም ነው። በመጽሐፍ ቅዱስ ውስጥ በዚህ
ስም የሚታወቁ ስሞች፦

1. ዳዊት ከኬብሮን ከመጣ በኋላ የተወለደ፣
ሶባብ፤ (2 ሳሙ 5:14)
2. የኤስሮም ልጅ ካሌብ ከሚስቱ ከዓዙባ
የወለደው፤ (1 ዜና 2:18)

ሶባክ ~ Shobach: 'መስፋፋት'
ማለት ነው። የሶርያ ንጉሥ የወታደሮቹ
አዛዥ፣ "አድርአዛርም ልኮ በወንዝ ማዶ
የነበሩትን ሶርያውያን፣ አመጣ ወደ ኤላምም
መጡ፣ የአድርአዛርም ሠራዊት አለቃ **ሶባክ**
በፊታቸው ነበረ።" (2 ሳሙ 10:16)

ሶባይ ~ Shobai: ሺህ አባይ፣ የሺህ
አባ፣ የገብዙዎች አለቃ፣ መሪ... ማለት ነው።
የባቢሎን ንጉሥ ናቡከደነፆር ከማረካቸው
ምርኮኞች ወደ ኢየሩሳሌምና ወደ ይሁዳ ወደ
እየከተማቸው ከተመለሱት የአገር ልጆች፣
የ**ሶባይ** ልጆች ይገኙበታል፤ (ነህ 7:45) ፤
(ዕዝ 2:42)

ሶቤቅ ~ Shobek: 'መተው፣
መልቀቅ' ማለት ነው። የቃል ኪዳኑን ደብዳቤ
ከፈረሙት አንዱ፣ "አሎኤስ፣ ፈልሃ፣ **ሶቤቅ**፣
ሬሁም፣ ሐሰብና፣" (ነህ 10:24)

ሶገር ~ Zuar: 'ትንሽነት' ማለት ነው።
የናትናኤል አባት፣ "ከይሳኮር የ**ሶገር** ልጅ

ናትናኤል፣" (ዘኍ 1:8፣ 2:5፣7:18፣23፣
10:15)

ሶጣይ ~ Sotai: 'ተለዋዋጭ' ማለት
ነው።' ከምርኮ ከተመለሰ፣ የሰሎሞን
አገልጋዮች፣ የሶጣይ ልጆች ይገኙበታል፣
"የሰሎሞንም ባሪያዎች ልጆች የ**ሶጣይ**
ልጆች፣ የሶፌሬት ልጆች፣ የፍሩዳ ልጆች"
(ዕዝ 2:55፣ ነህ7:57)

ሶፋር ~ Zophar: 'ድምቢጥ'
ማለትነው። ከሦስቱ የኢዮብ ወዳጆች አንዱ፣
"...ቴማናዊው ኤልፋዝ፣ ሹሐዊው
በልዳዱስ፣ ነዕማታዊው **ሶፋር** ነበሩ።
እንርሱም ሊያዝኑለትና ሊያጽናኑት በአንድነት
ወደ እርሱ ለመምጣት ተስማሙ።" (ኢዮ
2:11፣ 11:1፣ 20:1፣ 42:9)

ሶፌሬት ~ Sophereth: ስፍረት፣
ሰፋሪያት፣ ቆጣሪያት፣ ጸሐፍት... ማለት
ነው። ከባቢሎን ምርኮ ከተመለሱ፣ የሶፌሬት
ልጆች ይገኙበታል፣ "የሰሎሞንም ባሪያዎች
ልጆች የሶጣይ ልጆች፣ የ**ሶፌሬት** ልጆች፣
የፍሩዳ ልጆች፣" (ዕዝ 2:55፣ ነህ 7:57)

ሶፎንያስ ~ Zephaniah: ጸፋን
ዋስ፣ ጭፈነ ያሕ፣ ጠፋን ያሕ፣ በሕያው
የጠፋ፣ አምላክ የጋረደው፣ ቴታ የሸሸገው...
ማለትነው።

1. የኩሲ ልጅ፣ ነቢዩ፣ "በይሁዳ ንጉሥ
በአሞጽ ልጅ በኢዮስያስ ዘመን ወደ ሕዝቅያስ
ልጅ ወደ አማርያ ልጅ ወደ ጎዶልያስ ልጅ ወደ
ኩሲ ልጅ ወደ **ሶፎንያስ** የመጣ የእግዚአብሔር
ቃል ይህ ነው።" (ሶፎ 1:1)
2. የኢዮስያስ አባት፣ "ከባቢሎንከመጡት
ምርኮኞች ከሔልዳይና ከጦብያ ከዮዳኤም
ውሰድ፣ በዚያም ቀን መጥተህ ወደ **ሶፎንያስ** ልጅ
ወደ ኢዮስያስ ቤት ግባ።" (ዘካ 6:10)

ሸ

ሸሃሪያ ~ Shehariah: 'ሕያው ጎህ፣

ያምላክ ብርሃን' ማለት ነው። "**ሸሃሪያ**፣

ጎቶልያ፥ ያሬሽያ፥ ኤልያስ፥ ዝክሪ፥ የይሮሐም ልጆች።" (1 ዜና 8:27)

ሽሚዳ ~ Shemida: 'ጠቢብ' ማለት ነው ። የገለዓድ ልጅ፥ "ከሴኬም የሴኬማውያን ወገን፥ ከ**ሽሚዳ** የሽሚዳውያን ወገን፥ ..." (ዘኍ 26:32፤ ኢያ 17:2)

ሽማዓ ~ Shemaah: ሽማህ፣ ሰማህ፣ ሰማ፣ አዳመጠ፣ ተረዳ... ማለት ነው። 'ሰማ' ከሚለው ቃል የመጣ ስም ነው። [ተዛማጅ ስሞች- **ሳማያ፣ ሰሜኢ፣ ሽማያ**] በጺቅላግም ከቂስ ልጅ ከሳኦል በተሸሸገ ጊዜ ወደ ዳዊት ከመጡ፥ ጊብዓዊው የይዝኤል አባት፥ **ሽማዓ**፥ (1 ዜና12:3)

ሽማያ ~ Shemaiah: ሽማ ያሕ፣ ሰማ አምላክ፣ እግዚአብሔር አዳመጠ... ማለት ነው። [ተዛማጅ ስሞች- **ሳማያ፣ ሰሜኢ፣ ሽማዓ**]

'ሰማ' እና 'ያሕ'(ያሕዌ፣ ሕያው) ከሚሉ ሁለት ቃላት ተመሠረተ ስም ነው። በመጽሐፍ ቅዱስ ውስጥ በዚህ ስም የሚታወቁ ሰዎች:-

1. ከባቢሎን ግዞት ከተመለሱ፣ የሴኬንያ ልጅ፥ **ሽማያ**፥ (1 ዜና 3:23) ፣ (ነህ 3:28፣ 29)
2. የሮቤል ነገድ፥ የኢዮኤል ልጆች ልጁ **ሽማያ**፥ (1 ዜና 5:4)
3. ከሜራሪ ወገን የሆነ የአሱብ ልጅ፥ **ሽማያ**፥ (1 ዜና 9:14፣ ነህ11:15)
4. የኤሊጻፉ ልጅ **ሽማያ**፥ (1 ዜና 15:8፣ 11)
5. ከሌዋውያን ወገን የነበረው የናትናኤል ልጅ ጸሐፊው **ሽማያ**፥ (1 ዜና 24:6)
6. ዖቤድኤዶ የበኩር ልጅ፥ (1 ዜና 26:4፣ 6፣ 7)
7. የኤዶታም ልጅ **ሽማያ**፥ (2 ዜና29:14)
8. ዕዝራ ከላከባቸው የሌዋዊያን አለቆች አንዱ፥ (ዕዝ 8:16)
9. ከዕዝራ ጋር ከባቢሎን ከተመለሱ፥ "ከካሪም ልጆችም መዕሤያ፥ ኤልያስ፥ **ሽማያ**፥ ይሒኤል፥ ዖዝያ።" (ዕዝ10:21)
10. ከዕዝራ ጋር ከባቢሎን ከተመለሱ፥ "**ሽማያ**፥ ስምዖን፥ ብንያም፥ መሉክ፥ ሰማራያ።" (ዕዝ 10:32፣31)
11. በነቢዩ ነህምያ ዘመን የነበረ የመሔጣብኤል ልጅ ወደ ድላያ ልጅ ነቢይ፥ (ነህ 6:10)
12. ቃል ኪዳን አትመው ከላኩት ካህናት አንዱ፥ (ነህ 10:8)፣ (12:6)፣ (ነህ 10:8፣ 12:6፣ 18)
13. ከይሁዳም አለቆች አንዱ፥ (ነህ12:34)
14. ካህን የነበረ፥ (ነህ 12:42)
15. በነቢዩ ኤርምያስ ዘመን የነበረ ሐሰተኛ ነቢይ፥ (ኤር 29:24-32)
16. ኢዮሳፍጥ በነገሠ በሦስተኛው ዓመት በይሁዳ ከተሞች ያስተምሩ ዘንድ ከመሳፍንቱ ጋር ከላካቸው፥ (2 ዜና17:8)
17. በንጉሡ በሕዝቅያስ ዘመን የነበረ ሌዋዊው፥ (2 ዜና 31:15)
18. የሌዋውያን አለቃ፥ (2 ዜና35:9)
19. በኢሳይያስ ዘመን የነበረ የነቢዩ የኦርዮ አባት፥ (ኤር 36:12)
20. የድላያ አባት፥ (ኤር26:20)

. ነቢዩ **ሳማያ**፥ "የእግዚአብሔርም ቃል ወደ እግዚአብሔር ሰው ወደ **ሳማያ**" (1 ነገ 12:22-24)

. ከስምዖን ወገን የሆነ **ሰሜኢ**፥ (1 ዜና 4:27)

ሽማይ ~ Shammai: ሽማይ፣ ስማይ፣ ስም፣ ዝና፣ እውቅና፣ ታሪክ... ማለት ነው።

'ስም' ከሚለው ቃል የመጣ ስምነው። በመጽሐፍ ቅዱስ ውስጥ በዚህ ስም የሚታወቁ ሰዎች:-

1. የኦናም ልጅ፥ **ሽማይ**፥ (1 ዜና 2:28፣ 32)
2. የሬቄም ልጅ፥ (1 ዜና 2:44፣45)
3. የዕዝራ ልጅ፣ የዬቴር ልጅ፥ (1 ዜና 4:17)

ሽምሁት ~ Shamhuth: ሺህ ሞት፣ የተጎዳ፣ የፈረሰ... ማለት ነው። በዳዊት የጦር ሠራዊት፥ የአምስተኛው ወር ተራ፥ አምስተኛ አለቃ፥ "ለአምስተኛው ወርአምስተኛው

አለቃ ይዝራዊው **ሸምሁት** ነበረ በእርሱም ከፍል ሀያ ...” (1 ዜና 27:8)

ሸምሸራይ ~ Shamsherai:
‘ፀሐያዊ’ ማለትነው። የብንያምን፣ “**ሸምሸራይ**፣ ሸሃሪያ፣ ጎቶልያ፣ ... ዝክሪ፣ የይሮሐም ልጆች።” (1 ዜና 8:26፣ 27)

ሸራይ ~ Sharai: ሼር፣ ሻሪ፣ ቸር፣
ይቅር ባይ፣ ርጉሩግ... ማለት ነው። በነቢዩ ዕዝራ ዘመን ከባቢሎን ከተመለሱት፣ **ሸራይ**፣ (ዕዝ 10:40)

ሸባሪም ~ Shebarim: ስባሪ፣
ከፍተት... ማለት ነው። የቦታ ስም፣ “የጋይም ሰዎች ከእነርሱ ሠላሳ ስድስት ያሕል ሰዎችን መቱ ከበሩ እስከ **ሸባሪም** ድረስ አባረሩአቸው በቁልቁለቱም መቱአቸው ...” (ኢያ7:5)

ሸቤር ~ Sheber: ስብር፣ የተሰበረ...
ማለት ነው። የካሌብ ልጅ፣ ከማዕካ የወለደው፣ “የካሌብም ቁባት ማዕካ **ሸቤር**ንና ቲርሐናን ወለደች።” (1 ዜና 2:48)

ሸንጐ ~ Sanhedrin: ‘ጉባኤ፣
ችሎት’ ማለት ነው። በጌታ ዘመን የነበረ የአይሁድ ጉባኤ፣ “የካህናት አለቆችና ሽማግሎች **ሸንጐ**ውም ሁሉ እንዲገድሉት በኢየሱስ ላይ የሐሰት ምስክር ይፈልጉ ነበር፣ አላገኙም፣” (ማቴ 26:59፣ ማር 15:1)

ሸዓፍ ~ Shaaph: ሰፍ፣ ሰፋ፣ ሰፌ፣
በዘ፣ ተራባ... ማለት ነው። [ተዛማጅ ስም- **ሳፍ**]

‘ሰፌ’ ከሚለው ቃል የመጣ ስምነው። በመጽሐፍ ቅዱስ ውስጥ በዚህ ስም የሚታወቁ ሰዎች:-

1. የያሕዳይ ልጅ፣ **ሸዓፍ**፣ (1 ዜና2:47)
2. የመድማና አባት፣ **ሸዓፍ**፣ (1 ዜና2:49)

ሸዕለቢን ~ Shaalbim: ‘የቀማኛ
መንደር’ ማለት ነው። ለነገደ ዳን የተሰጠ ከተማ፣ “**ሸዕለቢን**፣ ኤሎን፣ ይት ...” (ኢያ 19:42፣ መሳ 1:35፣1 ነገ 4:9)

ሹኒ ~ Shuni: ‘እድለኛ’ ማለት ነው።
የጋድ ልጅ፣ “የጋድም ልጆች ጽፎን፣ ሐጊ፣ ሹኒ፣ ኤስቦን፣ ዔሪ፣ አሮዲ፣ አርኤሊ።” (ዘፍ 46:16፣ ዘኁ 26:15)

ሺሐር ~ Sihor: ‘ጥቁር፣ አስቸጋሪ’
ማለት ነው። የአዳይ ወንዝ፣ በግብፅ የሚጠራበት አንዱ ስም፣ “አሁንስ የ**ሺሐር**ን ውኃ ትጠጪ ዘንድ በግብፅ መንገድ ምን ጉዳይ አለሽ? የኤፍራጥስንም ውኃ ትጠጪ ዘንድ በአሦር ...” (ኤር 2:18)

ሺሌም ~ Shallum: ሻሉም፣ ሰላም፣
ስምምነት፣ እርቅ... ማለት ነው። [ተዛማጅ ስም- **ሴሌም**]

‘ሰለም’ ከሚለው ግስ የተገኘ ስምነው። በመጽሐፍ ቅዱስ ውስጥ በዚህ ስም የሚታወቁ ሰዎች:- 1. የንፍታሌም ልጅ፣ **ሺሌም**፣ (1 ዜና7:13)
2. የቲቁዋ ልጅ፣ **ሺሌም**፣ (2 ነገ 22:14፣ 2 ዜና 34:23)

ሺሌም ~ Shillem: ‘ሸልም’ ማለት
ነው። የናፍታሌም ልጅ፣ “የንፍታሌም ልጆች ያሕጽኤል፣ ጉኒ፣ ዬጽር፣ **ሺሌም**።” (ዘፍ 46:24)

ሺልሒ ~ Shilhi: ‘ታጣቂ፣ አንጋች፣
ነፍጠኛ’ ማለት ነው። የዓዙባ ልጅ፣ የኢዮሣፍጥ እናት፣ “ኢዮሣፍጥ መንገሦ በጀመረ ... ነበረ፣ በኢየሩሳሌምም ሀያ አምስት ዓመት ነገሠ። እናቱም ዓዙባ የተባለች የ**ሺልሒ** ልጅ ነበረች።” (1 ነገ 22:42፣ 2 ዜና 20:31)

ሺምሪ ~ Shimri: ሺህ መሪ፣ የሺህ
አለቃ፣ የሺህ ሰዎች አዛዥ... ማለት ነው። [ተዛማጅ ስሞች- **ሳሜንር፣ ሸምሪ፣ ሺምሮን፣ ሺምሮን ሚሮን፣ ሾሜር**]

‘ሺህ’ እና ’መሪ’ ከሚሉ ቃላት የመጣ ስም ነው። በመጽሐፍ ቅዱስ ውስጥ በዚህ ስም የሚታወቁ ሰዎች:-
1. የሸማያ ልጅ፣ **ሺምሪ**፣ (1 ዜና4:37)

2. የኤሊጸፋ ልጅ፥ (2 ዜና 29:13)
. የይድኤል አባት፥ "የ**ሸምሪ** ልጅ ይድኤል፥ ወንድሙም ይድኤል፥ ወንድሙም ቲዳዊው ዮሐ፥" (1 ዜና 11:45)

ሺምራት~ Shimrath
ሺህ መርያት፥ መሪ አለቃ፥ ጠባቂ... ማለት ነው። የሰሜኢ ልጅ፥ "...ዓዳያ፥ ብራያ፥ **ሺምራት**፥ የሰሜኢ ልጆች" (1 ዜና 8:21)

ሺምሮን ~ Shimron
ሺህ መራን፥ የሺህ አለቃ፥ የሕዝብ ጠባቂ፥ የበዙዎች አስተዳዳሪ... ማለት ነው። [ተዛማጅ ስሞች- **ሳሜንር፥ ሺምሪ፥ ሽምሪ፥ ሺምሮን ሚሮን፥ ሽሜር**]
'ሺህ' እና 'መሪ' ከሚሉ ቃላት የመጣ ስም ነው። በዚህ ስም የሚታወቁ አንድ ሰውና አንድ ቦታ አሉ።
1. የያቆብ ልጅ፥ የይሳኮር ልጅ፥ (ዘፍ 46:13)
2. የቦታ ስም፥ "... ወደ **ሺምሮን**ም ንጉሥ..." (ኢያ 11:1፥ 19:15)፥ "የአሶር ንጉሥ፥ የ**ሺምሮን ሚሮን** ንጉሥ" (ኢያ 12:20)

ሺሞን ~ Shimon
ሽማን፥ ስማን፥ ሰማ፥ አዳመጠ፥ ተገነዘበ... ማለት ነው። 'ሰማ' ከሚለው ቃል የተገኘ ስም ነው። [ተዛማጅ ስም- **ስምዖን፥ ሲሞን**] "የ**ሺሞን**ም ልጆች አምኖን፥ ሪና፥ ቤንሐናን፥ ቲሎን ነበሩ።..." (1 ዜና 4:20).

ሺሻቅ ~ ShishaK
ኢዮርብዓም ከሰሎሞን ሸሽቶ የሔደበት፥ የግብፅ ንጉሥ፥ "ሰሎሞንም ኢዮርብዓምን ሊገድለው ወደደ ... ወደ ግብፅም ንጉሥ ወደ **ሺሻቅ** መጣ፥ ሰሎሞንም እስኪሞት ድረስ በግብፅ ተቀመጠ" (1 ነገ 11:40)

ሺቦሌት ~ Shibboleth
ሰብላት፥ ሰብል፥ እሸት... ማለት ነው። "እነርሱ። አሁን **ሺቦሌት** በል አሉት እርሱም አጥርቶ መናገር አልቻለምና፥ ሲቦሌት አለ ይዘውም በዮርዳኖስ መሻገሪያ አረዱት ... ከኤፍሬም አርባ ሁለት ሺህ ስዎች ወደቁ" (መሳ 12:6)

ሺኦን ~ Shihon
'ባድማ፥ ፍርስራሽ፥ ውዳቂ' ማለት ነው። የይሳኮር ከተማ፥ "ወደ ከስሎት፥ ... ወደ **ሺኦን**፥ ወደ አናሐራት፥" (ኢያ 19:19)

ሺዛ ~ Shiza
'እዱብ፥ ውብ፥ ግርማዊ' ማለት ነው። የዓድና አባት፥ ሮቤላዊው፥ "የሮቤላዊው የ**ሺዛ** ልጅ ዓዲና፥ እርሱ የሮቤላውያን አለቃ ነበረ፥" (1 ዜና 11:42)

ሺፊ ~ Shiphi
ሰሬ፥ የተትረፈረፈ... ማለት ነው። የዚዛ አባት፥ "የ**ሺፊ** ልጅ ዚዛ፥ የአሎን ልጅ የይዳያ ልጅ የሺምሪ ልጅ የሸማያ ልጅ" (1 ዜና 4:37)

ሺፍጣን ~ Shiphtan
ሰፈነ፥ ስፍነት፥ መሳፍንት፥ ዳኛነት ማለት ነው። 'ሰፈነ' ከሚለው ግስ የተገኘ ስም ነው። ከኤፍሬም ልጆች ነገድ፥ የቀሙኤል አባት፥ (ዘኍ 34:24)

ሻሊሻ ~ Shalisha
ሽሊሼ፥ ሠላሴ፥ ሦላሴ፥ ሦለሰ፥ ሦስትነት... ማለት ነው። [ተዛማጅ ስም- **በኣልሻሊሻ**]
'ሦለሰ' ከሚለው ግስ የተገኘ ስም ነው። ሳዖል በአባቱ ትዕዛዝ የጠፉትን አህዮች ለመፈለግ ካአለፈባቸው ቦታዎች አንዱ፥ "...በ**ሻሊሻ** አለፉ..." (1 ሳሙ 9:4)

ሻሜድ ~ Shamed
'ጠባቂ' ማለት ነው። የኤልፍዓል ልጅ፥ "...ዔቤር፥ ሚሻም፥ አኖንና ሎድን መንደሮቻቸውንም የሠራ **ሻሜድ**" (1 ዜና 8:12)

ሻማ ~ Shama
ሽማ፥ ስማ፥ ሰማ፥ አዳመጠ፥ ትእዛዝ ተቀበለ... ማለት ነው። 'ሰማ' ከሚለው ቃል የተገኘ ስም ነው።[ሻማ፥ መሻማት ተብሎም ይተረጎማል።] የዳዊት ወታደር፥ የኮታ ልጅ፥ **ሻማ**፥ (1 ዜና 11:44)

ሻሻቅ ~ Shashak
'ምኞት' ማለት ነው። የበርያ ልጅ፥ ብንያማዊ፥ "አሒዮ፥ **ሻሻቅ**፥ ይሬምት፥" (1 ዜና 8:14፥ 25)

ሻዕሊም ~ Shalim: ሻሊም፤ ሰላም፤ ሰላም፤ ሰላማዊ... ማለት ነው።
'ሰለም' ከሚለው ግስ የመጣ የቦታ ስም ነው።
ሳዖል በአባቱ ትእዛዝ የጠፉትን አህዮች ለመፈለግ ካለፈባቸው ቦታዎች አንዱ፤ "...በ**ሻዕሊም** ምድርም አለፉ ..." (1 ሳሙ 9:4)

ሻኪያ ~ Shachia: 'ማስታወቂያ' ማለት ነው። ሻሐራይም ከሚስቱ ከሐዴሽ የወለደው፤ "ዲብያን፤ ማዔ፤ ማልካምን፤ ይዑጽን፤ **ሻኪያን**፤ ሚርማን ወለደ። እነዚህም ልጆች የአባቶች ቤቶች አለቆች ነበሩ።" (1 ዜና 8:10)

ሻጌ ~ Shage: 'ሳተ፤ መሳተ፤ መሳሳት' ማለት ነው። ከዳዊት ዘበኞች አንዱ፤ የዮናታን አባት፤ "... የጊዞናዊው የአሳን ልጆች፤ የሃራራዊው የ**ሻጌ** ልጅ ዮናታን፤" (1 ዜና 11:34)

ሻፊር ~ Saphir: ሻፊC፤ ሰፊረ፤ ሰፊC፤ መንደር ማለት ነው። [ተዛማጅ ስም- **ሻፍC**] 'ሰፈረ' ከሚለው ግስ የመጣ ስምነው።
በነቢዩ ሚኪያስ የተጠቀሰ የቦታ ስም፤ (ሚክ 1:11)

ሻፋጥ ~ Shaphat: ሻፍት፤ ስፍነት፤ መስፈን፤ መፍረድ፤ መዳነት... ማለት ነው። [ተዛማጅ ስሞች- **ሳፋጥ፤ ሰፈጥ፤ሻፍጥ**] የሸማያም ልጅ፤ **ሻፋጥ**፤ (1 ዜና 3:22)

ሻፍC ~ Shapher: ... [Saphir/ **ሻፊC** - የሚለውንይመልከቱ።]
'Shapher'- ሰፈC፤ ሰፈራ፤ ስፍራት ማለት ነው።
እስራኤላውያን በምድረ ባዕዳ የሰፈሩበት የቦታ ስም፤ "ከቀሄላታም ተጓዘው በ**ሻፍC** ተራራ ሰፈሩ።" (ዘኍ 33:23)

ሻፍጥ~ Shaphat: [**ሻፋጥ** / Shaphat- የሚለውን ይመልከቱ።] ፤ [ተዛማጅ ስሞች- **ሳፋጥ፤ ሰፈጥ፤ሻፋጥ**]

በዳዊት ከበት እረኞች ዘንድ ሹም የነበረ፤ የዓድላይ ልጅ **ሻፍጥ**፤ (1 ዜና 27:29)

ሼሻክም ~ Sheshach: ሸክም፤ ጭነት... ማለት ነው። የአገር ስም፤ "የሜዶን ነገሥታትንም ሁሉ፤ የቀረቡና የራቁ፤ አንዱ ከሌላው ጋር ያሉ የሰሜን ነገሥታትንም ሁሉ፤ በምድር ፊት ላይ ያሉ የዓለም መንግሥታትንም ሁሉ አጠጣኋቸው የ**ሼሻክም** ንጉሥ ከእነርሱ በኋላ ይጠጣል።" (ኤር 25:26፤51:41)

ሼታC ~ Shethar: ሰጠረ፤ ደበቀ፤ ሰወረ... ማለት ነው። 'ኮከብ ማለት ነው፤ ተብሎ ይተረጎማል።' "በመንግሥቱም ቀዳሚዎች ሆነው የሚቀመጡ የንጉሡ ባለምዋሎች ሰባቱ የፋርስና የሜዶን መሳፍንት አርቄሰዮስ፤ **ሼታC**፤ ..." (አስ 1:14)

ሼናጻC ~ Shenazar: 'ዝነኛ መሪ' ማለት ነው። የሰላትያል ልጅ፤ "ፈዳያ፤ **ሼናጻC**፤ ይቃምያ፤ ሆሻማ፤ ነዳብያ ነበሩ።" (1 ዜና 3:18)

ሼን ~ Shen: ስን፤ ጥርስ፤ መንጋጋ... ማለት ነው። የቦታ ስም፤ "ሳሙኤልም አንድ ድንጋይ ወስዶ በምጽጻና በ**ሼን** መካከል አኖረው ስሙንም፤ እስከ አሁን ድረስ እግዚአብሔር ረድቶናል ሲል አቤንኤዘር ብሎ ጠራው።" (1 ሳሙ 7:12)

ሽሙኤል ~ Shemuel: ሰማ ኤል፤ አምላክ ሰማ፤ ጌታ አዳመጠ፤ ልመናን ተቀበለ ፤ ሹም ኤል፤ አምላክ የሾመው... ማለት ነው። [ተዛማጅ ስሞች- **ሰላሚኤል፤ ሳሙኤል**] 'ሰማ፤ ሹም' እና 'ኤል' ከሚሉ ሁለት ቃላት የተገኘ ስም ነው።
በዳዊት ዘመን የአባታቸው የቶላቤት አለቆች፤ የቶላ ልጅ፤ (1 ዜና 7:2) ፤ (ዘኍ 34:20)

ሽማዕ ~ Shema: ሽማ፤ ሰማ፤ ሰማ፤ አዳመጠ... ማለት ነው። 'ሰማ' ከሚለው ቃል የተገኘ ስምነው። በመጽሐፍ ቅዱስ ውስጥ በዚህ ስም የሚጠራቁ አራት ስዎች እና አንድ ቦታ አሉ፤

1. የኬብሮን ልጅ፦ **ሸማዕ**፦ (1 ዜና2:43)
2. የኢዮኤል ልጅ፦ **ሸማዕ**፦ (1 ዜና5:8)
3. የብንያም ወገን፦ **ሸማዕ**፦ (1 ዜና 8:13)
4. ነቢዩ ዕዝራ የሕግ መጽሐፉን ሲያነብ በአጠገቡ ከቆሙት፦ **ሸማዕ**፦ (ነህ 8:4)
5. የቦታ ስም፦ (ኢያ15:26)

ሸምሪ ~ Shimri: ሺህ መሪ፦ የሺህ አለቃ፦ የሺህ ሰዎች አዛዥ... ማለት ነው።
[ተዛማጅ ስሞች- **ሳሜንር፦ ሺምሪ፦ ሺምሮን ሚሮን፦ ሾሜር**] 'ሺህ' እና 'መሪ' ከሚሉ ቃላት የተመሠረተ ስም ነው። በመጽሐፍ ቅዱስ ውስጥ በዚህ ስም የሚታወቁ ሰዎች:-
☐ የይድኤል አባት፦ ከዳዊት በረኞች አንዱ፦ **ሽምሪ**፦ (1 ዜና 11:45)
☐ የሸማያ ልጅ፦ **ሺምሪ**፦ (1 ዜና4:37)
☐ የኤሊጸፋን ልጅ፦ **ሺምሪ**፦ (2 ዜና 29:13)

ሸዓራይም ~ Shaaraim: 'ሁለት በር' ማለት ነው። ለይሁዳ ነገድ የተሰጠ ከተማ፦ "ዓዶላም፦ ስኮት፦ ዓዜቃ፦ **ሸዓራይም**፦ ዓዲታይም፦ ..." (ኢያ 15:36)

ሸዓርያ ~ Sheariah: ሸረ ያሕ፦ ሕያው የማገው... ማለት ነው። "ለኤሴልም ስድስት ልጆች ነበሩት ስማቸውም ይህ ነበረ ዓዝሪቃም፦ ..." (1 ዜና 8:38፦ 9:41)

ሸክሮን ~ Shicron: 'ስካር' ማለት ነው። "ድንበሩም ወደ አቃሮን ወደ ሰሜን ወገን ወጣ ወደ **ሸክሮን** ደረሰ ወደ በአላ ተራራ አለፈ፦ በየብኔል በኩልም ወጣ የድንበሩም መውጫ በባሕሩ አጠገብ ነበረ።" (ኢያ 15:11)

ሸፋን ~ Shophan: ሸፋን፦ አጥር፦ ሸፈነ፦ መሸፈን፦ መጋረድ፦ መከለል፦ መደበቅ... ማለት ነው።
'ሸፈነ' ከሚለው ግስ የተገኘ የቦታ ስም ነው። ከዖርዳኖስ በስተምሥራቅ፦ የጋድ ልጆች ከሰፈሩባቸው የተመሸጉ ከተሞች፦ "ዓጥሮት**ሸፋን**፦ ኢያዜርን፦ ዮግብሃን፦" (ዘኍ32:35)

ሾሃም ~ Shoham: 'መከልከል' ማለት ነው። የሜራሪ ልጅ፦ "የሜራሪ ልጆች ከያዝያ በኖ፦ **ሾሃም**፦ ዘኩር፦ ዔብሪ" (1 ዜና 24:27)

ሾሜር ~ Shomer: ሺህ መሪ፦ የሺህ መሪ፦ የሺህ አለቃ፦ ጠባቂ... ማለት ነው።
[ተዛማጅ ስሞች- **ሳሜንር፦ ሺምሪ፦ ሸምሪ፦ ሺምሮን ሚሮን**]
'ሺህ' እና 'መሪ' ከሚሉ ቃላት የተመሠረተ ስም ነው። በመጽሐፍ ቅዱስ ውስጥ በዚህ ስም የሚታወቁ ሰዎች:-
. የይሁዳን ንጉሥ ኢዮአስን በዐመፅ ከገደሉት ባሪያዎቹ አንዱ፦ የዮዛባት አባት፦ **ሾሜር**፦ (2 ነገ 12:21)
. "ሔቤርም ያፍሌጥን፦ **ሳሜንር**፦ ኮታምን፦ እነታቸውንም ሰላን ወለደ።" (1 ዜና 7:32)

ሾፋክ ~ Shophach: 'ስፋህ፦ ተስፋፋ' ማለት ነው። የአድርአዘር ሠራዊት አለቃ፦ "ሶርያውያንም በእስራኤል ፊት እንደ ተሸነፉ ባዮ ጊዜ ... ሶርያውያን አስመጡ የአድርአዘርም ሠራዊት አለቃ **ሾፋክ** በፊታቸው ነበረ።" (1 ዜና 19:16፦18)

<h1 align="center">ቀ</h1>

ቀሄላታ ~ Kehelathah: ቃህላት፦ ጉባኤ ማለት ነው።
የእስራኤል ልጆች ጉዞ ከሙሴና ከአሮን እጅ በታች በጭፍሮቻቸው ከግብፅ በወጡ ጊዜ

ካለፉባቸው ቦታዎች፦ "ከሪሳም ተጉዘው በ**ቀሄላታ** ሰፈሩ።" (ዘኍ 33:22፦ 23)

ቀለዮጳ ~ Cleophas: 'ሙሉ ደስታ' ማለት ነው፡፡ የሌላዋ ማርያም ባል፤ "… ነገር ግን በኢየሱስ መስቀል አጠገብ እናቱ፤ የእናቱም እኅት፤ የ**ቀለዮጳም** ሚስት ማርያም፤ መግደላዊትም ማርያም ቆመው ነበር" (ዮሐ 19:25)

ቀሌምንጦስ ~ Clement: 'መሓሪ፤ የማይነዳ፤ ይቅር ባይ' ማለት ነው፡፡ ጳውሎስን በጉልበቱ ያገለገል የነበረ ሰው፤ "… ስሞቻቸው በሕይወት መጽሐፍ ከተጻፉት ከ**ቀሌምንጦስና** ደግሞ ከእኔ ጋር አብረው ከሠሩት ከሌሎቹ ጋር በወንጌል ከእኔ ጋር አብረው ተጋድለዋልና" (ፊል 4:3) ይህ ቀሌምንጦስ በኋላ 'የሮም ጳጳስ የሆነው ነው፡፡' ተብሎ በጥንታዊ ቤተ ክርስቲያናት ታሪክ ይታመናል፡፡

ቀሎዔ ~ Chloe: 'አረንጓዴ ቀመም' ማለት ነው፡፡ በጳውሎስ መልእክት ወደ ቆሮንቶስ ሰዎች፤ የተጠቀሰች ሴት፤ "ወንድሞቼ ሆይ፤ በመካከላችሁ ክርክር እንዳለ ስለ እናንተ የ**ቀሎዔ** ቤተ ሰዎች አስታውቀውኛልና" (1 ቆሮ 1:11)

ቀሙኤል ~ Kemuel: ቆመ ኤል፤ ቆመ አምላከ፤ በአምላክ የቆመ፤ በእምነት የጸና… ማለት ነው፡፡ [ተዛማጅ ስሞች- **ቃሚ፤ አኪቃም፤ አዶኒቃም፤ ኢዮአቄም፤ ዓዘሪቃም፤ ኤልያቄም፤ ያቄም፤ ዮቄም፤ ዮአቄም]**

'ቆመ' እና 'ኤል' ከሚሉ ቃላት የተመሠረተ ስም ነው፡፡ በመጽሐፍ ቅዱስ ውስጥ በዚህ ስም የሚታወቁ ሰዎች:-

1. የአብርሃም ወንድም፤ የናኮር ልጅ፤ የአራም አባት **ቀሙኤል**፤ (ዘፍ 22:21)

2. እግዚአብሔር በከነዓን ምድር ለእስራኤል ልጆች ርስታቸውን ይከፍሉ ዘንድ ካዘዛቸው፤ **ቀሙኤል**፤ (ዘኍ 34:24)

3. የእስራኤልም ልጆች የአባቶች ቤቶች አለቆችና የሺህ አለቆች የመቶ አለቆች ከየክፍሎቻ፤ አንዱ **ቀሙኤል**፤ (1 ዜና 27:17)

ቀራንዮ ~ Calvary: ቀርን፤ ቀንድ፤ የራስ ቅል ማለት ነው፡፡ ጌታን የሰቀሉበት ቦታ፤ "**ቀራንዮም** ወደሚባል ስፍራ በደረሱ ጊዜ፤ በዚያ እርሱን ክፉ አድራጊዎቹንም አንዱን በቀኝ ሁለተኛውንም በግራ ሰቀሉ፡፡" (ሉቃ 23:33)

ቀሬና ~ Cyrene: ቄር፤ ብርድ፤ ቀዝቃዛ… ማለት ነው፡፡ የአፍሪቃ ክፍል የሆነ አገር፤ የጌታን መስቀል የተሸከመው ስምዖን የዚህ አገር ሰው ነው፤ "ሲወጡም ስምዖን የተባለው የ**ቀሬናን** ሰው አገኙ፤ እርሱንም መስቀሉን ይሸከም …" (ማቴ 27:32)

ቀርሜሎስ~ Carmel: ቃርሚያ፤ የእርሻ ቦታ… ማለት ነው፡፡

1. ፍልስጥኤምን በውጫዊ ገጽታው የሚያሳይ ተራራ፤ "ከዚያም ወደ **ቀርሜሎስ** ተራራ ሄደ፤ ከዚያም ወደ ሰማርያ ተመለሰ፡፡" (2 ነገ 2:25፤4:25)

2. በይሁዳ ተራራማ ክፍል የሚገኝ ከተማ፤ "ማዖን፤ **ቀርሜሎስ**፤ ዚፍ፤ ዮጣ፤ ኢይዝራኤል፤" (ኢያ 15:55)

ቀርስጶስ ~ Crispus: 'ዘማ፤ ጠመዘማማ' ማለት ነው፡፡ በቆሮንቶስ የአይሁድ ምኩራብ አለቃ የነበረ፤ "የምኩራብ አለቃ **ቀርስጶስም** ከቤተ ሰዎቹ ሁሉ ጋር በጌታ አመነ፤ ከቆሮንቶስ ሰዎችም ብዙ በሰሙ ጊዜ አመኑ ተጠመቁ" (ሐዋ 18:8)

ቀርቆር ~ Karkor: 'መሠረት' ማለት ነው፡፡ ዛብሔና ስልማና በጌዲዖን የተወገዱበት ቦታ፤ "ዛብሔና ስልማናም ከሠራዊቶቻቸው ጋር በ**ቀርቆር** ነበሩ ሰይፍ የሚመዙ መቶ ሃያ ሺህ ሰዎች ወድቀው ነበርና …" (መሳ 8:10)

ቀርቃ ~ Karkaa: 'መሠረት' ማለት ነው፡፡ የይሁዳ ነገድ፤ የደቡባዊ ዳርቻ፤ ጉልህ ቦታ፤ "ወደ **ቀርቃ** ዞረ፤ ወደ … ድንበራቸው ይህ ነው፡፡" (ኢያ 15:4)

ቀርታ ~ Kartah: 'ካርታ፤ ቅጥር፤

ስፍር፣ መንደር' ማለት ነው። የሜራሪ ርስት የሆነ ከተማ፣ "**ቀርታንና** መስምርያዋን፣ ዲሞናንና መስምርያዋን፣ ነሀላንና መስምርያዋን አራቱን ከተሞች ሰጡ።" (ኢያ 21:35)

ቀርጤስ ~ Crete: 'ሥጋዊ' ማለት ነው። የደሴት ስም፣ "የ**ቀርጤስ**ናየዓረብ ሰዎች፣ የእግዚአብሔርን ታላቅ ሥራ በልሳኖቻችን ... እንሰማቸዋለን።" (ሐዋ 2:11)

ቀብስኤል ~ Kabzeel: እቅብ ዘ ኤል፣ ለአምላክ የተጠበቀ፣ ለጌታ የተቀመጠ፣ ለእግዚአብሔር የተለየ... ማለት ነው። [ተዛማጅ ስም- **ቀብጽኤል**] Kabzeel- 'እቅብ'፣'ዘ' እና 'ኤል' ከሚሉ ቃላት የተመሠረተ የቦታ ስም ነው። በደቡብ በኩል በምድራቸው ዳርቻ አጠገብ እስከ ኤዶምያስ ድንበር ያሉት ከይሁዳ ልጆች ነገድ ከተሞች፣ (ኢያ 15:21)

ቀብጽኤል ~ Kabzeel: እቅብ ዘ ኤል፣ ለአምላክ የተጠበቀ፣ ለጌታ የተቀመጠ፣ ለእግዚአብሔር የተለየ... ማለት ነው። [ተዛማጅ ስም- **ቀብስኤል**] Kabzeel- 'ቅበ'፣'ዘ' እና 'ኤል' ከሚሉ ቃላት የተመሠረተ የሰው እና የቦታ ስም ነው። የሰው ስም፣ "በ**ቀብጽኤል** የነበረው ታላቅ ሥራ ያደረገው የጽኑዕ ሰው የዮዳሄ ልጅ በናያስ የሞዓባዊውን የ**ቀብስኤል**ን ሁለት ልጆች ገደለ ..." (2 ሳሙ 23:20፣ 1 ዜና 11:22)

ቀነናዊ ~ Canaanite: ቀነዉያን፣ የከነዓን ሰዎች ማለት ነው። የከነዓን ወገኖች፣ ስምዖን ቀነዊ ተብሎ ተጠርቲል። "**ቀነናዊ**ውም ስምዖን ደግሞም አሳልፎ የሰጠው የአስቆሮቱ ይሁዳ።" (ማቴ 10:4)

ቀኒዶስ ~ Cnidus: 'ቀን፣ ዘወን፣ ጊዜ፣ ዕድሜ' ማለት ነው። በታናሽቱ እስያ የሚገኝ የወደብ ከተማ። ሐዋርያው ጳውሎስ

ወደ ሮሜ ባደረገው ጉዞ በዚያ አልፏል። "ብዙ ቀንም እያዘገምን ሄደን በጭኑንቅ ወደ **ቀኒዶስ** አንጻር ደርሰን፣ ነፋስም ስለ ከለከለን በቀርጤስ ተተግነን በሰልሙና አንጻር ሄድን፣" (ሐዋ 27:7)

ቀናተኛ ~ Zelotes: 'ቅን' ማለት ነው። ከስምዖን ጴጥሮስ ለመለየት፣ የሴላው ስምዖን መጠሪያ፣ "ማቴዎስም ቶማስም፣ የእልፍዮስ ልጅ ያዕቆብም **ቀናተኛ** የሚባለው ስምዖንም፣"(ሉቃ 6:15)

ቀዓት ~ Kohath: 'ጉባኤ፣ ማኅበር' ማለት ነው። "የሌዊም ልጆች ጌድሶን፣ **ቀዓት**፣ ሜራሪ።" (ዘፍ 46:11)

ቀያፋ ~ Caiaphas: 'ጸያፍ፣ ጥንቁቅ' ማለት ነው። ኢየሱስን በተንኮል ሊያስይዙት ሊገድሉት ከተማከሩ፣ ሊቀ ካህኑ፣ "በዚያን ጊዜ የካህናት አለቆች የሕዝብም ሽማግሎች **ቀያፋ** በሚባለው በሊቀ ካህናቱ ግቢ ተሰበሰቡ፣" (ማቴ 26:3፣57፣ ዮሐ 11:49፣ 18:13፣14፣24፣28፣ ሐዋ 4:6)

ቀድምኤል ~ Kadmiel: ቀዳሚኤል፣ ፊተኛ አምላክ፣ በመጀመሪያ ጌታ፣ እግዚብሔርን ማስቀደም... ማለት ነው። 'ቀደም' እና 'ኤል' ከሚሉ ሁለት ቃላት የተመሠረተ ስም ነው። የባቢሎን ንጉሥ ናቡከደነፆር ወደ ባቢሎን ከማረካቸው ምርኮኞች ወደ ኢየሩሳሌምና ወደ ይሁዳ ወደ እየከተማቸው ከተመለሱ የአገር ልጆች፣ **ቀድምኤል**፣ አንዱ ነው፣ (ነህ 9:4)

ቀድሞናውያን ~ Kadmonites: ቀዳማውያን፣ የመጀመሪያዎች... ማለት ነው። [ተዛማጅ ስሞች- **ቀድማ፣ ቅዲሞት**] በአብርሃም ዘመን በፍልስጥኤም ከነበሩ ሕዝቦች፣ "**ቀድሞናውያን**ንም ኬጢያውያንንም" (ዘፍ 15:19 ፣ 20)

ቀጰዶቅያ ~Cappadocia:

'ጠፍር፡ ማሰሪያ' ማለት ነው። ክርስትና አስቀድሞ ከተስፋፋባቸው ግዛቶች፡ "የኢየሱስ ክርስቶስ ሐዋርያ ጴጥሮስ፡ ...በኢየሱስ ክርስቶስ ደም ይረጭ ዘንድ ለተመረጡት በጳንጦስና በገላትያ በ**ቀጰዶቅያም** በእስያም በቢታንያም ለተበተኑ መጻተኞች፤ ጸጋና ሰላም ይብዛላችሁ" (1 ጴጥ 1:1)

ቁሚ ~ Cumi: ቁሚ፡ ተነሺ፡ መቆም፡ መነሣት፡ መጽናት፡ አለመቀመጥ፡ አለመተኛት... ማለት ነው። [ተዛማጅ ስሞች- **ቀሙኤል፤ አኪቃም፤ አዶኒቃም፤ ኢዮአቄም፤ ዓዝሪቃም፤ ኤልያቄም፤ ያቄም፤ ዮቄም፤ ዮአቄም**]

'ቆም' ከሚለው ግስ የመጣ ቃልነው። ጌታ የሞተችዋን ልጅ ሲያስነሳ የተናገረው ቃል፡ "የብላቴናይቱንም እጅ ይዞ። ጣሊታ **ቁሚ** አላት፤ ፍችውም አንቺ ብላቴና ተነሺ እልሻለሁ ነው።" (ማር 5:41)

ቆርባን ~ Corban: ቁርባን፡ ቆረበ፡ ቀረበ፡ ከአምላክ ጋር ተዋሐደ፤ ኅብረት ፈጠረ፡ ወደ እግዚአብሔር ተጠጋ... ማለት ነው።

'ቆረበ' ከሚለው ቃል የመጣ ስምነው። በማርቆስ ወንጌል 'ቁርባን' የተባለው ፡ በማቴዎስ ወንጌል 'መባ' ተብሎ ተተርጉሟል፤ "እናንተ ግን ትላላችሁ። ሰው አባቱን ወይም እናቱን፡ ከእኔ የምትጠቀምበት ነገር ሁሉ **ቆርባን** ማለት መባ ነው ቢል፤" (ማቴ 15:5 ፡ 11፡ ማር 7:11)

ቄአስጥሮስ ~ Quartus: አራተኛ ማለት ነው። በሐዋርያው ጳውሎስ ለሮማውያን ክርስቲያኖች ሰላምታ የላከ፡ "የእኔና የቤተ ክርስቲያን ሁሉ አስተናጋጅ ጋይዮስ ሰላምታ ... **ቄአስጥሮስ** ሰላምታ ያቀርቡላችሁል።" (ሮሜ 16:23)

ቁጣ ~ Fury: አስፈሪ፡ አስደንጋጭ፡ ቁጡ፡ ኃይለኛ ማለት ነው። የእግዚብሔር ቁጣ አስፈሪ፡ ቅጣቱም ከባድ መሆኑን

ለመግለጽ፡ "እኔ ደግሞ በ**ቁጣ** እሄድባችኋለሁ ስለ ኃጢአታችሁም ሰባት እጥፍ እቀጣችኋለሁ።" (ሌዊ 26:28) ፡ (ሌዊ 26:28፡ ኢዮ 20:23 ፡ ኢሳ 63:3 ፡ ኤር 4:4 ፡ ሕዝ 5:13 ፡ ዳን 9:16 ፡ ዘካ 8:2)

ቂሳ ~ Kishi, Kushaiah: ካሽ ያሕ፡ ካሲ፡ ኩሺ ያሕ፡ የሚክስ፡ ይቅር የሚል፡ ይቅር ባይ አምላክ... ማለት ነው። [ተዛማጅ ስም- **ቂስ**]

Kishi- 'ካስ' ከሚለው ግስ የመጣ ስም ነው።

Kushaiah- 'ካሽ' እና 'ያሕ' (ያሕዌ ፡ ሕያው) ከሚሉ ቃላት የተገኘ ስም ነው። በመጽሐፍ ቅዱስ ውስጥ በዚህ ስም የሚታወቁ ሰዎች:-

ቂሳ / Kishi: ሰሎሞንም የእግዚአብሔርንቤት በኢየሩሳሌም እስኪሠራ ድረስ በመገናኛ ድንኳን ማደሪያ ፊት እያዜሙ በየተራቸው ያገለግሉ ከነበሩ፡ የኤታን ልጅ፡ "በግራቸውም በኩል ... ኤታን የ**ቂሳ** ልጅ፡ የአብዲ ልጅ፡" (1 ዜና 6:44)

ቂሳ / Kushaiah: የኤታን ልጅ፡ (1 ዜና 15:17)

ቂስ ~ Kish: ቄስ፡ ካሽ፡ የሚክስ... ማለት ነው። [ተዛማጅ ስም- **ቂሳ**] በመጽሐፍ ቅዱስ ውስጥ በዚህ ስም የሚታወቁ ሰዎች:-

1. የሜራሪ ወገን፡ የሞሐሊ ልጅ፡ (1 ዜና 23:21)

2. የብንያማዊው የአቤቅ ልጅ፡ የንጉሥ ሳኦል አባት፡ ጽኑዕ ኃያል ሰው የነበረ፡ (1 ዜና 9:36)

3. በሕዝቅያስ ዘመን የነበረ፡ ሌዋዊው የአብዲ ልጅ፡ (2 ዜና 29:12)

4. የአይሁዳዊው መርዶክዮስ ቅድመ አያት፡ (አስ 2:5)

5. ብንያማዊው የንጉሥ ሳኦል አባት ሆኖ፡ የአቢኤል ልጅ፡ (2 ሳሙ

21:14) ፤ (1 ሳሙ 9:1፤3፤ 10:11፤21፤ 14:51)

ቂስ ~ Cis: ቂስ፤ ቄስ፤ ኩሽ፤ ካሽ፤ ካስ፤ ካሲ... ማለት ነው። የሳኦል አባት፤ "ከዚያም ወዲያ ንጉሡን ያነግሡላቸው ዘንድ ለመኑ፤ እግዚአብሔርም ከብንያም ወገን የሚሆን ሰው የቂስን ልጅ ሳኦልን አርባ ዓመት ሰጣቸው፤" (ሐዋ 13:21)

ቂሶን ~ Kishion, Kishon: 'ጽኑዕ፤ ጠንካራ' ማለት ነው። "ወደ ረቢት፤ ወደ ቂሶን፤ ወደ አቤጽ፤" (ኢያ 19:20)

ቂሶን / Kishon: 'ጠመዝማዛ' ማለት ነው። በመካከለኛው ፍልስጥኤም የነበረ ወንዝ፤ "ኤልያስም፤ ከበኣል ነቢያት አንድ ሰው እንዳያመልጥ ያዙ አላቸው። ያዙአቸውም ኤልያስም ወደ ቂሶን ወንዝ ወሰዶ በዚያ አሳረዳቸው።" (1 ነገ 18:40)

ቂር ~ Kir: 'ቅጥር፤ አጥር፤ ክልል' ማለት ነው። የአሦር ንጉሥ ሶርያውያንን ማርኮ የወሰደበት ቦታ፤ "... በደማስቆ ላይ ወጣባት ወሰዳትም፤ ሕዝብዋንም ወደ ቂር አፈለሳቸው፤ ረአሶንንም ገደለ" (2 ነገ 16:9፤ አሞ 1:5፤ 9:7)

ቂርሐራሴት ~ Kirharaseth: 'የጡብ ምሽግ' ማለት ነው። የቦታ ስም፤ "ከተሞችንም አፈረሱ ... የሚያፈሩትንም ዛፎች ሁሉ ቆረጡ የቂርሐራሴትን ድንጋዮች ብቻ አስቀሩ ባለ ወንጭፎች ግን ከበበው መቱአት።" (2 ነገ 3:25)

ቂርያታይም ~ Kirjathaim: ቂራት፤ የታጠሩ፤ የተከበቡ፤የተከተሙ... ማለት ነው።

1. የንፍታሌም መጸተኞች መናኸሪያ፤ "ከንፍታሌምም፣ነገር በገሊላ ያለችው ... ቂርያታይምና መስምርያዋ ተሰጡ" (1 ዜና 6:76)

2. "... የነበሩት ነገሥታት መጡ ራፋይምን በአስጣሮት ቃርናይም፤ ዘዚምንም በሃም፤ ኤሚምንም በሼዌ ቂርያታይም መቱ" (ዘፍ

14:5፤ ዘዳ 2:9፤10)

ቂርያት ሐጹት ~ Kirjath-huzoth: 'ደማቅ ቀዩ፤ ደማቅ ከተማ' ማለት ነው። የሞዓባውያንን ከተማ፤ "በለዓምም ... ወደ ቂርያት ሐጹትም መጡ።" (ዘኍ 22:39)

ቂርያት ~ Kirjath: ቂራት፤ የታጠሩ፤ የተከተሙ... ማለት ነው። የብንያም ነገድ ከተሞች ተብለው ከተዘረዘሩት፤ የመጨረሻው፤ "ሬቄም፤ ... የኢያቡስ ከተማ፤ ቂርያትጊብዓት አሥራ ሦስት ከተሞችና መንደሮቻቸው። የብንያም ልጆች ርስት በየወገኖቻቸው ይህ ነበረ።" (ኢያ 18:28)

ቂርያትስና ~ Kirjath-sannah: 'የሰና ከተማ፤ የተምር ቀዩ' ማለት ነው። "ሰኮ፤ ደና፤ ዳቤር የምትባለው ቂርያትስና" (ኢያ 15:49)

ቂርያትአርባቅ ~ Kirjath-arba: አራት ቅጥራት፤ አራት ከተሞች፤ ብዙ ቀያት... ማለት ነው። የሔብሮን የቀድሞ ስም፤ ለካሌብ በኢያሱ የተሰጠች፤ "በቂርያትአርባቅም ሞተች እርስዋም በከነዓን ምድር ያለች ኬብሮን ናት አብርሃምም ለሣራ ሊያዝንላትና ሊያለቅስላት ተነሣ።" (ዘፍ 23:2፤ 35:27፤ ኢያ 15:13)

ቂርያትይዓሪም ~ Kirjath-jearim: 'የአራም ከተማ፤ የከተማ ዱር' ማለት ነው። የገባዖናውያን ከተማ፤ "የእስራኤልም ልጆች ተጉዘው ...የከተሞቻቸውም ስም ገባዖን፤ ከፈራ፤ ብኤሮት፤ ቂርያትይዓሪም ነበረ" (ኢያ 9:17)

ቂርያትጊብዓት ~ Kirjath-sepher: ቅርያት ሰፈር፤ቅርያት መንደር፤ ቀያት፤ አካባቢ... ማለት ነው። ኢያሱ ለእስራኤል ልጆች አንደ ከፍሎቻቸው ምድሩን ሲያከፋፍል፤ ከብንያም ልጆች ነገድ ድርሻ ከተሞች፤ "...ኢየሩሳሌም የምትባል

የኢያቡስ ከተማ፥ ቂርያትኢብዓት አሥራ ሦስት ከተሞችና መንደሮቻቸው…" (ኢያ 18:28) ፤ (ኢያ 15:15፣ 16)

ቂርዮት ~ Kirioth: 'ቂራት፥ ቀያት፣ ሁለት ከተሞች' ማለት ነው። ነቢዩ አሞጽ በእሳት እንደሚጠፉ ትንቢት ከተናገረባቸው የሞዓብያን ከተሞች፥ "በሞዓብ ላይ እሳትን እሰድዳለሁ፥ የ**ቂርዮት**ንም አዳራሾች ትበላለች ሞዓብም በውካታና በጩኸት በመለከትም ድምፅ ይሞታል" (አሞ2:2)

ቂሮስ ~ Cyrus: 'ፀሓይ' ማለት ነው። የፋርስን መንግሥት የመሠረተ፥ ንጉሥ፥ "በኤርምያስም አፍ የተነገረው የእግዚአብሔር ቃል ይፈጸም ዘንድ በፋርስ ንጉሥ በቂሮስ በመጀመሪያው ዓመት እግዚአብሔር የፋርስን ንጉሥ የ**ቂሮስ**ን መንፈስ አስነሣ …" (2 ዜና 36:22፣23፤ ዳን6:28፥ 10:1፣13)

ቂና ~ Kinah: 'ቅኔ' ማለት ነው። በይሁዳ ደቡባዊ ዳርቻ፥ የነበረ ከተማ፥ "ቀብስኤል፥ ዔዴር፥ ያጉር፥ **ቂና**፥" (ኢያ 15:22)

ቂድሮን ~ Kitron: 'ቋጠሮ፣ መቋጠር፣ አንድ ላይ ማሰር' ማለት ነው። የዛብሎን ከተማ የነበረ፥ "ዛብሎንም የ**ቂድሮን**ንና የነህሎልን ሰዎች አላወጣቸውም፤ ነገር ግን ከነዓናውያን በመካከላቸው ተቀመጡ፥ …" (መሣ 1:30)

ቃላይ ~ Kallai: ቃለያሕ፣ ቃለ ሕያው፣ የጌታ ቃል፣ ቃለ እግዚአብሔር፣ ትጉህ አገልጋይ… ማለት ነው።
'ቃለ' እና 'ያሕ'(ያሕዌ ፣ ሕያው) ከሚሉ ቃላት የመጣ ስም ነው።
ከሰላትያል ልጅ ከዘሩባቤልና ከኢያሱ ጋር ከወጡ ካህናትና ሌዋውያን፥ **ቃላይ**፥ (ነህ 12:20)

ቃሞን ~ Camon: 'ቆመነ፣ ቆመ፣ ተነሣ፣ ትንሣኤ' ማለት ነው። መስፍኑ ኢያዕር የተቀበረበት ቦታ፥ "ኢያዕርም ሞተ፥ በ**ቃሞን**ም ተቀበረ።" (መሣ 10:5)

ቃሬያ ~ Careah, Kareah: 'ራሰ በራ' ማለት ነው። የዮሐናን አባት፥ "የጭፍሮቹም አለቆች ሁሉ፥ የናታንያ ልጅ እስማኤል፥ የ**ቃሬያ**ም ልጅ ዮሐናን፥ …" (2 ነገ 25:23)

ቃሬያ / Kareah: 'ራሰ በራ፣ መላጣ፣ ፀጉር የሌለው' ማለት ነው። የዮሐናንና የዮናታን አባት፥ "የ**ቃሬያ**ም ልጅ ዮሐናንና ዮናታን፥ የተንሑሜትም ልጅ ሠራያ፥ የነጦፋዊውም የዮፌ ልጆች … ምጽጳ መጡ።" (ኤር 40:8፣13፣15፣16)

ቃና ~ Cana, Kanah: ቃና፣ ጣዕም… ማለት ነው።
በዚህ ስም የሚታወቁ ሦስት ቦታዎች አሉ።

ቃና / Cana: የጌታ እናት ከልጅዋ ጋር ለሰርግ የተገኘችበት አገር፥ "በሦስተኛውም ቀን በገሊላ **ቃና** ሰርግ ነበረ፥ የኢየሱስም እናት በዚያ ነበረች፤" (ዮሐ 2:1-11)

ቃና / Kanah:

1. የኤፍሬም ልጆች ነገድ ርስት በየወገኖቻቸው፥ (ኢያ 16:8)
2. በአሴር ርስት በስተሰሜን የሚገኝ ከተማ፥ (ኢያ 19:28)

ቃየል ~ Cain: ቀን፣ ቀኝ፣ ቀናተኛ ማለት ነው። [ተዛማጅ ስም- **ቃየን**]
Cain- 'ቀኝ' ከሚለው ቃል የመጣ ስም ነው።
የአዳም ልጅ የአቤል ታላቅ ወንድም **ቃየል**፥ "አቤል ከ**ቃየል** ይልቅ የሚበልጥን መሥዋዕት ለእግዚአብሔር በእምነትአቀረበ…" (ዕብ 11:4)

ቃየን ~ Cain: ቀን፣ ቀኝ፣ ቀናተኛ… ማለት ነው። [ተዛማጅ ስም- **ቃየል**]
Cain- 'ቅኝ' ከሚለው ቃል የመጣ ስም ነው።
የአዳም ልጅ የአቤል ታላቅ ወንድም፥ "አዳምም ሚስቱን ሔዋንን አወቀ ፀነሰችም፥ **ቃየን**ንም ወለደች። እርስዋም:- ወንድ ልጅ ከእግዚአብሔር አገኘሁ አለች።" (ዘፍ 4:1)

ቃይናን ~ Cainan, Kenan:

ቃየንዳውያን፤የቃየን ወገኖች ማለት ነው።
በመጽሐፍ ቅዱስ ውስጥ በዚህ ስም
የሚታወቁ ስዎች:-

ቃይናን / Cainan:

1. የሄኖስ ልጅ፤ "ሄኖስም መቶ ዘጠና ዓመት
ኖረ፡ ቃይናንንም ወለደ" (ዘፍ 5:9-14)
2. በሉቃስ ወንጌል ሰለጌታ የዘር ሐረግ
የተጠቀሰ፡ የአርፋክስድ ልጅ፡
(ሉቃ 3:36)

ቃይናን / Kenan: ከአዳም ሦስተኛ
ትውልድ የሆነ፤ "አዳም፡ ሴት፡ ሄኖስ፡
ቃይናን፡ መላልኤል" (1 ዜና 1:2)

ቃዴስ ~ Kadesh, Kedesh:

ቅዱስ፡ ለኔታ የተለየ፡ የከበረ፡ የተባረከ፡
የተመስገነ... ማለት ነው።
'ቀደስ' ከሚለው ግስ የተገኛ ስምነው።
[ቅዱስ ማለት ነው / መቅቃ]
በዚህ ስም የሚታወቁ ሦስት ቦታዎች አሉ።

ቃዴስ / Kadesh: እስራኤላውያን
ከግብፅከወጡ በኋላ ካለፋባቸው ቦታዎች፡
"መልሰውም ቃዴስ ወደ ተባለች ወደ
ዓይንምሚስጳጥ መጡ..." (ዘጸ 4:7)

ቃዴስ / Kedesh:

1. በይሁዳ በስተደቡብ ድንበር፡ (ኢያ
15:23)
2. የይሳኮር ነገድ የሰፈረበት፡ (1 ዜና 6:72)
3. ለነፍስ ገዳይ መማፀኛ ከተማ፡ (ኢያ
19:37)፤ (መሳ 4:6)

ቄሬኔዎስ ~ Cyrenius: 'ቀንደኛ፡
ተዋጊ፡ ጦረኛ...' ማለት ነው። የሶርያ አገር
ገዥ የነበረ፡ "ቄሬኔዎስ በሶርያ አገር ገዥ
በነበረ ጊዜ ይህ የመጀመሪያ ጽሕፈት ሆነ"
(ሉቃ 2:2)

ቄርቂስ ~ Crescens: 'ታዳጊ' ማለት
ነው። የጳውሎስ አገልጋይ፡ ከሰባቱ
ደቀመዛሙርት አንዱ፡ "ዴማስ የአሁኑን
ዓለም ወዶ ትቶኛልና፡ ወደ ተሰሎንቄም
ሄዶአል፤ ቄርቂስም ወደ ገላትያ ቲቶም ወደ

ድልማጥያ ሄደዋል፡" (2 ጢሞ 4:10)

ቄናት ~ Kenath: ቀነት፡ የቀና፡
ቀናውያን፤ የቃና ስዎች ማለት ነው። [ተዛማጅ
ስሞች- ቄናዊ፤ ቄናውያን፤ ቄኔዛዊው፤ ቄኔዝ]
የኖባህ መንደር የቀድሞ ስም፡ "ኖባህም ሄደ
ቄናትንም መንደሮችዋንም ወሰደ፡ በስሙም
ኖባህ ብሎ ጠራቸው" (ዘኍ32:42)

ቄናዊ ~ Kenite, Kenites:

ቀናያት፤ ቀናውያን፤ ቅን፡ ያመነ፡ የተገዙ...
ማለት ነው። [ተዛማጅ ስሞች- ቄናት፤
ቄናውያን፤ ቄኔዛዊው፤ ቄኔዝ]
Kenite- 'ቅኝት፡ ቀነዩ፡ ገዛ...' ከሚለው
ቃል የመጣ ስም ነው። በመጽሐፍ ቅዱስ
ውስጥ በዚህ ስም የሚታወቁ ስዎች:-

ቄናዊ / Kenite: የምድያም ካህን፡
ዮቶር ቄናዊ ተብሎ ተጠራ፤ "የቄናዊው
የሙሴ አማት ልጆችም ከይሁዳ ልጆች ጋር
ዘንባባ ካለባት ከተማ ተነሥተው ከዓራድ
በደቡብ በኩል ወዳለው ወደ ይሁዳ ምድረ
በዳ ወጡ ሄደውም ከሕዝቡ ጋር ተቀመጡ"
(መሳ 1:16)

ቄናውያን / Kenites: የቄናት ስዎች
... ምድያማውያን፤ (ዘፍ 15:19)

ቄኔዛዊ ~ Kenezzites: የቄኔዝ
ስዎች፤ የኬጢ ወገኖች፤ የኬጢ አገር ስዎች...
ማለት ነው። [ተዛማጅ ስሞች- ቄናት ፤ ቄናዊ፤
ቄናውያን፤ ቄኔዝ]
የአብርሃም ሚስት፡ የኬጡራ ወገኖች፡
"እርሱም:- በእውነት እግዚአብሔርን
ፈጽመው ከተከተሉ ከእነዚህ ከቄኔዛዊው..."
(ዘኍ 32:12) "... ቄኔዛዊውም የዮፍኒ ልጅ
ካሌብ አለው" (ኢያ 14:6፤ 14)

ቄኔዝ ~ Kenaz: 'አደን' ማለት ነው።
[ተዛማጅ ስሞች- ቄናት ፤ ቄናዊ፤ ቄናውያን፤
ቄኔዛዊ] በመጽሐፍ ቅዱስ ውስጥ በዚህ ስም
የሚታወቁ ስዎች:-
1. ከዔሳው ልጆች አለቆች አንዱ፤ የኤልፋዝ
ልጅ፡ "የኤልፋዝም ልጆች እነዚህ ናቸው፡
ቴማን፡ አማር፡ ስፎ፡ ጎቶም፡ ቄኔዝ።"

(ዘፍ 36:11፤15፤ 42)

2. የካሌብ ወንድም፤ (ኢያ15:17)

3. የካሌብ ልጅ፤ የኤላም ልጅ፤ (1 ዜና 4:15፤16)

ቄዳ ~ Clauda: 'ስቅስቅታ፤ አንጉርጉሮ' ማለት ነው። ጸውሎስ ወደ ሮሜ ባደረገው ጉዞ፤ ካለፈባቸው ቦታዎች፤ "**ቄዳ** በሚሉአትም ደሴት በተተገነን ጊዜ ታንኳይቱን ለመግዛት በጭንቅ ቻልን፤" (ሐዋ 27:16)

ቄዳር ~ Kedar: 'ጢይም፤ ጠቁራ' ማለት ነው። የእስማኤል ሁለተኛ ልጅ፤ "ነባዮት፤ **ቄዳር**፤ ነብዳኤል፤ መብሳም፤ ማስማዕ፤" (ዘፍ25:13)

ቄድማ~ Kedemah: ቀዳማይ፤ ቀዳሚ፤ ቅዳሜ፤ ፊተኛ፤ የመጀመሪያ... ማለት ነው። [ተዛማጅ ስሞች- **ቀድሞናውያን፤ ቅዴሞት**]

'ቀደም' ከሚለው ግስ የተገኘ ስምነው። የአብርሃም ልጅ፤ ከእስማኤል ልጆች፤ "ዱማ፤ ማሣ፤ ኩዳን፤ ቴማን፤ ኢጡር፤ ናፌስ፤ **ቄድማ**።" (ዘፍ 25:15)

ቄድሮን ~ Cedron: 'ጥቁር ጎርፍ' ማለት ነው። በኢየሩሳሌም ምሥራቃዊ ጠርዝ ሥር የሚወርድ ወንዝ፤ "ኢየሱስም ይህን ብሎ አትክልት ወዳለበት ስፍራ ወደ **ቄድሮን** ወንዝ ማዶ ከደቀ መዛሙርቱ ጋር ወጣ፤ ..." (ዮሐ 18:1)

ቄድሮን ~ Kidron: 'ውጥንቅጥ፤ ውስብስብ' ማለት ነው። የፈፋ ስም፤ "በአገሩም የነበሩት ሁሉ በታላቅ ድምፅ አለቀሱ፤ ሕዝቡም ሁሉ ተሻገሩ፤ ንጉሡም ደግሞ የ**ቄድሮንን** ፈፋ ተሻገረ ሕዝቡም ሁሉ ወደ ..." (2 ሳሙ 15:23)

ቄላስይስ ~ Colosse: 'ቅጣት፤ እርማት' ማለት ነው። "በ**ቄላስይስ** ለሚኖሩ ቅዱሳንና በክርስቶስ ለታመኑ ወንድሞች፤ ከእግዚአብሔር ከአባታችን ከጌታም ከኢየሱስ ክርስቶስ ጸጋና ሰላም ይሁን።"

(ቆላ 1:2፤4:13፤15፤16)

ቅላውዲያ ~ Claudia: 'እንካሳ፤ የአካል ጉዳተኛ' ማለት ነው። ወደ ጢሞቴዎስ በተላከ መልእክት የተጠቀስች ክርስቲያን፤ "... ኤውግሎስና ጴዴስ ሊኖስም **ቅላውዲያም** ወንድሞችም ሁሉ ሰላምታ ያቀርቡልሃል" (2 ጢሞ 4:21)

ቅል ~ Gourd: ጋርድ፤ መጋረጃ፤ ከለላ፤ ጥላ... ማለት ነው።

Gourd- 'ጋረድ' ከሚለው ግስ የተገኘ ስም ነው።

ዮናስ በመንገድ ቢደከመው ጊዜ ከፀሐይ ትጋርደው ዘንድ እግዚአብሔር ያዘጋጀለት ተክል፤ "እግዚአብሔር አምላክም **ቅል** አዘጋጀ፤ ከጭንቀቱም ታድነው ዘንድ በራሱ ላይ ጥላ እንድትሆን በዮናስ ላይ ከፍ ከፍ አደረጋት፤ ዮናስም ስለ ቅሊቱ እጅግ ደስ አለው።" (ዮና 4:6-10)

ቅመም ~ Bether: 'መለየት መከፈል' ማለት ነው። በንጉሡ ሰሎሞን መዝሙር ውስጥ የተጠቀስ የተራራ ስም፤ "ውዶ ሆይ፤ ቀኑ እስኪነፍስ፤ ጥላውም እስኪሸሽ ድረስ ተመለስ በ**ቅመም** ... የዋላውን እምበሳ ምሰል" (መኃ 2:17)

ቅዒላ ~ Keilah: ቃል ያሕ፤ ቃል ሕያው፤ የጌታ ቃል፤ ቃል እግዚአብሔር... ማለት ነው። [ተዛማጅ ስሞች- **ቆልያ፤ ቆላያ**]

'ቃል' ከሚለው ቃል የተገኘ ስምነው። የይሁዳ ልጆች ነገድ ርስት ሆኖ የተሰጠ፤ "ንጺብ፤ **ቅዒላ**፤ አከዚብ፤ መሪሳ ዘጠኝ ከተሞችና መንደሮቻቸው።" (ኢያ 15:44)

ቅዴሞት ~ Kedemoth: ቀደማት፤ ቀዳማያት፤ ቀዳማውያን፤ ፊተኞች የመጀመሪያዎች... ማለት ነው። [ተዛማጅ ስሞች- **ቄድማ፤ ቀድሞናውያን**]

'ቀደም' ከሚለው ግስ የተገኘ ስምነው። የእስራኤልም ልጆች እንደ እግዚአብሔር ትእዛዝ ከርስታቸው እንዲህን ከተሞችና መስምርያቸውን ለሌዋውያን የተሰጠ፤

"ቤትበኣልምያን፥ ያህጽ፥ **ቅዴሞት**" (ኢያ 13:18)

ቅፍርናሆም ~ Capernaum:

'የንስሐ መስክ፣ የዕዕረፍት ቦታ፣ የሰላም ከተማ' ማለት ነው። በናዝሬት በኣማረፉት ጊዜ፣ ከኣይሁድ ዘዋር ለማለት ጌታ የሄደበት ኣገር፥ "ናዝሬትንም ትቶ በዛብሎንና በንፍታሌም ኣገር በባሕር ኣጠገብ ወደ ኣለችው ወደ **ቅፍርናሆም** መጥቶ ኖረ፥" (ማቴ 4:13-16፤ ሉቃ 4:16-31)

ቆላያ ~ Kolaiah: ቃለ ያሕ፣ ቃለ

ሕያው፣ ቃለ ህይወት፣ ቃለ እግዚኣብሔር፣ የጌታ ቃል... ማለት ነው። [ተዛማጅ ስሞች-**ቅዒላ፣ ቆልያ**]

'ቃለ' እና 'ያሕ' (ያሕዌ ፤ ሕያው) ከሚሉ ቃላት የተመሠረተ ስም ነው። በመጽሐፍ ቅዱስ ውስጥ በዚህ ስም የሚታወቁ ሰዎች:-
1. ከግዞት ተመልሰው፥ በኢየሩሳሌም ከተቀመጡት የብንያም ወገኖች፣ (ነህ 11:7)
2. ሐሰተኛ ትንቢትን የሚናገር፣ የኣካብ ኣባት ፥ (ነህ 29:21)

ቆልያ ~ Kelaiah: ቃለ ያሕ፣ ቃለ

ሕያው፣ የጌታ ቃል፣ ቃለ እግዚኣብሔር... ማለት ነው። [ተዛማጅ ስሞች- **ቅዒላ፣ ቆላያ**]

'ቃለ' እና 'ያሕ'(ያሕዌ ፤ ሕያው) ከሚሉ ቃላት የተመሠረተ ስም ነው። የምድርን ኣሕዛብ እንግዶች ሴቶችን ኣግብተው፥ ሚስቶቻቸውን ይፈቱ ዘንድ እጃቸውን ከሰጡ፥ "...ቆሊ.ጣስ የሚባል **ቆልያ**፣ ፈታያ፣ ይሁ-ዳ፣ ኣልዓዘር።" (ዕዝ 10:23)

ቆሳም ~ Cosam: 'ቅስም፣ ነቢይ፣

ትንቢት ተናጋሪ' ማለት ነው። በድንግል ማርያም እጮኛ፣ በዮሴፍ የዘር ሐረግ፣ የኤልሞዳም ልጅ፣ "የሚልኪ ልጅ፣ የሐዲ ልጅ፣ የዮሳፍ ልጅ፣ **የቆሳም** ልጅ፣ የኤልሞዳም ልጅ፣ የኤር ልጅ፣" (ሉቃ 3:28)

ቆስ ~ Coos: 'ጫፍ' ማለት ነው።

ጳውሎስ ከጉዞው መልስ በዚህ ኣርፏል፥ "ከእነርሱም ተለይተን ተነሣን፥ በቀጥታም

ሄደን ወደ **ቆስ** በነገውም ወደ ሩድ ከዚያም ወደ ጳጥራ መጣን፥" (ሐዋ21:1)

ቆሬ ~ Korah: ቁሪ፣ ቁርጽ፣ ብርድ፣

ቅዝቃዜ... ማለት ነው።

1. የዔሳው ልጅ፣ (ዘፍ 36:5፡14፡18፡1 ዜና 1:35) "ኣህሊባማም የዑስን፣ የዔላምን፣ **ቆሬ**ን ወለደች በከነኣን ምድር የተወለዱለት የዔሳው ልጆች እነዚህ ናቸው።"
2. ከኤዶም ኣለቆች ኣንዱ፣ የዓዳ ልጅ፣ (ዘፍ 36:16) "**ቆሬ** ኣለቃ፣ ጎቶም ኣለቃ፣ ኣማሌቅ ኣለቃ በኤዶም ምድር የኤልፋዝ ኣለቆች እነዚህ ናቸው እነዚህ የዓዳ ልጆች ናቸው።"
3. የኬብሮን ልጅ፣ (1 ዜና 2:43) "የኬብሮንም ልጆች **ቆሬ**፣ ተፉዋ፣ ሬቄም፣ ሸማዕ ነበሩ።"
4. በምድረ በዳ ሙሴንና ኣሮንን የተቃወመ፥ (ዘኍ 16፤ 27) "ከ**ቆሬ**ና ከዳታን ከኣቤሮንም ማደሪያ ከዙሪያው ሁሉ ፈቀቅ ኣሉ፥ ዳታንና ኣቤሮንም ሴቶቻቸውም ልጆቻቸውም ሕፃናቶቻቸውም ወጥተው በድንኳኖቻቸው ደጃፍ ቆሙ።"

ቆርኔሊዎስ ~ Cornelius: ቀርን፣

ቀንድ፣ ቀንደኛ፣ ፈተኛ፣ ዋና ማለት ነው። የጣልያን ወታደር፣ የሮም መቶ ኣለቃ፣ ተቀማጭነቱ በቂሣርያ የነበረ፥ "በቂሣርያም ... ጭፍራ የመቶ ኣለቃ የሆነ **ቆርኔሊዎስ** የሚሉት ኣንድ ሰው ነበረ" (የሐዋ 10:1)

ቆሮንቶስ ~ Corinth: 'ውብ፣ ጌጥ'

ማለት ነው። ጥንታዊ ውብ የግሪክ ከተማ፣ "ከዚህም በኋላ ጳውሎስ ከኣቴና ወጥቶ ወደ **ቆሮንቶስ** መጣ" (የሐዋ 18:1)

ቆዓ ~ Koa: "እነርሱም የባቢሎን ሰዎች ከለዳውያንም ሁሉ፣ ፋቁድ፣ ሱሐ፣ **ቆዓ** ከእነርሱም ጋር ኣሦራውያን ሁሉ፣ .... ናቸው።" (ሕዝ 23:23)

ቆጵሮስ ~ Cyprus: 'ሐቆኛ' ማለት

ነው። በሜድትራንያን የሚገኝ የኤስያ ደሴት፥ (ሐዋ 4:36) "ትውልዱም የ**ቆጵሮስ** ሰው የነበረ ኣንድ ሌዋዊ ዮሴፍ የሚሉት ነበረ፣

እርሱም በሐዋርያት በርናባስ ተባለ ትርጓሜውም የመጽናናት ልጅ ነው”

ቆጽ ~ Coz: ‘ቆጥ፥ ቀንድ’ ማለት ነው።

በይሁዳ የዘር ሐረግ የተጠቀሰ፥ “ቆጽ

ዓኑብ፥ ጾቤባን፥ የሃሩምንም ልጅ የአሐርሔልን ወገኖች ወለደ።” (1 ዜና 4:8)

በ

በለዓም ~ Balaam: በዓላም፥

አምልኮት ያለው፥ የሕዝብ ጌታ… ማለት ነው። የነቢይነት ስጦታ ያለው፥ የቢዖር ልጅ፥ …ወደ ቢዖር ልጅ ወደ በለዓም። እነሆ፥ ከግብፅ የወጣ ሕዝብ አለ፤ እነሆም፥ የምድሩን ሁሉ ፊት ሸፈነ፤ በአቅራቢያችንም ተቀምጦአል…” (ዘኍ 22:5)

በላሳን ~ Bilshan: በልሳን፥

በተናጋሪ፥ አንደበተ ርቱዕ… ማለት ነው። ከባቢሎን ምርኮ ከተመለሱ፥ “ከዘሩባቤል ከኢያሱ፥ ከነህምያ፥ ከሡራያ፥ ከረዕላያ፥ ከመርዶክዮስ፥ ከበላሳን፥ ከመሴፋር፥ ከበጉዋይ፥ ከሬሁም፥ ከበዓና ጋር መጡ።” (ዕዝ 2:2)

በልቤ ሁሉ ~ Muth-labben:

መ~ተ ልብነ፥ የወዳጅ ሞት፥ ልባዊ ሐዘን… ማለት ነው።

Muth-labben - ‘ሞት’ እና ‘ልብ’ ከሚሉ ቃላት የተመሠረት ነው። በዳዊት መዝሙር የተገለጸ ቃል፥ “እቤቱ፥ በልቤ ሁሉ አመሰግንሃለሁ…” (መዝ 9:1)

በልዳዶስ ~ Bildad: ‘በደል የጠል፥

የጭኸቀጨቅ፥ የጠብ ልጅ’ ማለት ነው። ከኢዮብ ሦስት ወዳጆች ሁለተኛው፥ “ሦስቱም የኢዮብ ወዳጆች … ቴማናዊው ኤልፋዝ፥ ሹሐዊው በልዳዶስ፥ ነዐማታዊው ሶፋር ነበሩ። …” (ኢዮ 2:11)

በሶድያ~ Besodeiah: ‘የሕያው

ወዳጅ’ ለአምላክ የቀረበ ማለት ነው። የኢየሩሳሌምን ቅጥር ከጠገኑ፥ የሜሱላም አባት፥ “የቤሴሐ ልጅ ዮዳሃና የበሶድያ ልጅ ሜሱላም አሮጌውን በር አደሱ ሰረገሎቹን

አኖሩ፥ …” (ነህ 3:6)

በሪዓ ~ Beriah: በሪያሕ፥ የሕያው

ልጅ፥ ወላጅ አልባ… ማለት ነው።

1. ከአሴር አራት ልጆች አንዱ፥ የሔብር አባታ፥ (ዘፍ 46:17) “የአሴርም ልጆች ዪምና፥ የሱዋ፥ የሱዊ፥ በሪዓ፥ እነታቸው ሤራሕ የበሪዓ ልጆችም ሔቤር፥ መልኪኤል።”

2. የኤፍሬም ልጅ፥ (1 ዜና 7:20-23) “ወደ ሚስቱም ገባ፥ አረገዘችም፥ ወንድ ልጅም ወለደች በቤቱም መከራ ሆኖአልና ስሙ በሪዓ ብሎ ጠራው።”

3. ከኤሎን ሰዎች ጋር የጌትን ሰዎች ያሳደዱ፥ ከአባቶቻቸው ቤቶች አለቆች፥ (1 ዜና 8:13) “በሪዓ፥ ሽማ የጌትን ሰዎች ያሳደዱ የኤሎን ሰዎች የአባቶቻቸው ቤቶች አለቆች ነበሩ”

በራኪያ ~ Berachah: ቡሩክ፥

ቡሩክ አምላክ፥ አምላክ የባረከው… ማለት ነው። [ተዛማጅ ስሞች- በራከዩ፥ በራኪያ፥ ባርኪኤል፥ ባርክ]

“…የዓዝሞት ልጆች በራኪያ፥ ዓናቶታዊው ኢዩ፥” (1 ዜና 12:3)

በራከዩ~ Barachias,

Berechiah: ቡሩክ ዋስ፥ ቡሩክ አምላክ፥ አምላክ የባረከው… ማለት ነው። [ተዛማጅ ስሞች- በራኪያ፥ በራከያ፥ ባርኪኤል፥ ባርክ]

Barachias - ‘በረክ’ እና ‘ዋስ’ ከሚሉ ቃላት የተመሠረት ስም ነው። Berechiah - ‘በረክ’ እና ‘ያሕ’ (ያህዌ) ከሚሉ ቃላት የተመሠረት ስም ነው። በመጽሐፍ ቅዱስ ውስጥ በዚህ ስም የሚታወቁ ሰዎች:-

በራኪዩ / Barachias: የዘካርያስ አባት፤ "ከጻድቁ ከአቤል ደም ጀምሮ በቤተ መቅደስና በመሠዊያው መካከል እስከ ገደላችሁት እስከ **በራኪዩ** ልጅ እስከ ዘካርያስ ..." (ማቴ23:35)

በራክዩ / Berechiah: የነቢዩ የዘካርያስ አባት፤ (ዘካ 1:1 ፣ 7)

በራኪያ ~ Berechiah, Berachiah: ቡሩክ ያሕ፤ ቡሩክ ሕያው፤ ቡሩክ አምላክ፤ አምላክ የባረከው... ማለት ነው፡፡ [ተዛማጅ ስሞች- **በራኪያ፤ በራክዩ፤ ባርኪኤል፤ ባርክ**]

'በረክ' እና 'ያሕ' (ያሕዌ) ከሚሉ ቃላት የተመሠረተ ስም ነው፡፡ በመጽሐፍ ቅዱስ ውስጥ በዚህ ስም የሚታወቁ ሰዎች:-

በራኪያ / Berechiah:
1. የዘሩባቤል ልጅ፤ **በራኪያ**፤ (1 ዜና3:20)
2. ከሌዋውያን የሜራሪ ልጅ፤ **በራኪያ**፤ (1 ዜና 9:16)
3. ከዳዊት መዘምራን የአሳፍ አባት፤ **በራኪያ**፤ (1 ዜና 15:17)
4. የእስራኤልን አምላክ የእግዚአብሔርን ታቦት ያመጡ ዘንድ ከካህናቱና ከሌዋውያኑ ከተቀደሱ፤ **በራኪያ**፤ (1 ዜና15:23)
5. ከኤፍሬም ልጆች አለቆች፤ **በራኪያ**፤ (2 ዜና 28:12)
6. ኢየሩሳሌምን በማደስ ከተባበሩት የሚሱላም አባት፤ **በራኪያ**፤ (ነህ 3:4፤ 30 ፣ 6:18)

በራኪያ / Berachiah: ሰሎሞን የእግዚአብሔርንቤት በኢየሩሳሌም እስኪሠራ ድረስ በመገናኛ ድንኳን ማደሪያ ፊት እያዜሙ ያገለግሉ ከነበሩ በየተራቸውም ያገለግሉ ከነበሩ ፤ አገልጋዮቹና ልጆቹ፤ (1 ዜና 6:39)

በር ~ Bar: በር፤ መግቢያ፤ ደጆች፤ መወርወሪያ፤ መዝጊያ፤ የቤት መቆለፊያ ማለት ነው፡፡ [ተዛማጅ ስሞች- **ቤሪ፤ ቤርያ፤ ቤሮታ፤ ቤሮታይ፤ ብኤሪ፤ ብራያ፤ ብኤሮት**]

የበር ዓይነቶች
. የቤት መቆለፊያ፤ "የሃስናአ ልጆችም የዓሣዛ በር ሠሩ ሠረገሎቹን አኖሩ፤ ሳንቃዎቹንም አቆሙ፤ ቁልፎቹንና መወርወሪያዎቹንም አደረጉ፡፡" (ነህ 3:3)
. የባሕር በር፤ "ሐኖንና የዛኖዋ ሰዎችም የሸለቆውን በር አደሱ ሠራት፤ ሳንቃዎቹንም አቆሙ፤ ቁልፎቹንና መወርወሪያዎቹንም አደረጉ ደግሞም እስከ ጉድፍ መጣያው በር ድረስ አንድ ሺ ክንድ የሚሆን ቅጥር ሠሩ፡፡" (ነህ 3:13)
. ድንበር፤ "በፊትህ እሄዳለሁ ተራሮችንም ትክክል አደርጋለሁ፤ የናሱንም ደጆች እሰብራለሁ የብረቱንም መወርወሪያዎች እቆረጣለሁ" (ኢሳ 45:2)፤ "የደማስቆንም መወርወሪያ እሰብራለሁ..." (አሞ 1:5)
. ምሽግ፤ "በሬማት ዘገለዓድ የጌበር ልጅ ነበረ፤ ... መወርወሪያዎች የነበረባቸው ስድሳ ታላላቅ ከተሞች ነበሩበት" (1 ነገ 4:13)
. በር የሚሰራው:
. ከብረት፤ "... የብረቱንም መወርወሪያዎች እቆረጣለሁ" (ኢሳ 45:2)
. ከነሀስ፤ "... የናሱን ደጆች ሰብሮአልና፤ የብረቱንም መወርወሪያ ቆርጦአልና፡፡" (ኢሳ 45:2)
. ከእንጨት (ነህ 3:13) ፤ (መዝ 107:16)

በርሰያን ~ Barsabas: በርሳባ፤ ቤተ ሳባ፤ ሳባዊ፤ የሳባ ልጅ፤ የሰው ልጅ... ማለት ነው፡፡

Barsabas- 'በር' እና 'ሳባ' ከሚሉ ቃላት የተመሠረተ ስም ነው፡፡ በመጽሐፍ ቅዱስ ውስጥ በዚህ ስም የሚታወቁ ሰዎች:-
1. የዮሴፍ ሌላ ስም፤ በይሁዳ ፈንታ ለመሾም ከማትያስ ጋር እጣ የተጣጣለ፤ "ኢዮስጦስም የሚሉትን **በርሰያን** የተባለውን ዮሴፍንና ማትያስን ሁለቱን አቆሙ፡፡" (ሥራ 1:23)
2. የሐዋርያው ይሁዳ ሌላ ስም፤ "...እነርሱም በወንድሞች መካከል ዋናዎች ሆነው **በርሰያን** የተባለው ይሁዳና ሲላስ ነበሩ፡፡" (ሥራ 15:22)

በርባን ~ Barabbas: በረ አባ፤ በረ አባስ፤ የአባስ ልጅ... ማለት ነው፡፡ ፍልስጥኤምን ቅኝ ይገዛ የነበር፤ የሮማን መንግሥት በማሸበር የተከሰሰ፤ "ሁሉም ደግመው፡፡ **በርባንን** እንጂ ይህን አይደለም እያሉ ጮኹ፤ በርባን ግን ወንበዴ ነበረ" (ዮሐ 18:40)

በርተሎሜዎስ ~ Bartholomew: በርተ ለሚዎስ፤ በትረ ለሙዋሴ፤ ብትረ ሙሴ፤ የሙሴ ዱላ፤ ተአምር አድራጊ... ማለት ነው፡፡ [የተሎሜዎስ ልጅ ማለት ነው / **መቅቃ**]

ከአሥራ ሁለቱ ደቀ መዛሙርት፤ እንዲያወጡአቸው በርኩሳን መናፍስት ላይ ደዌንና ሕማምንም ሁሉ እንዲፈውሱ ሥልጣን ከሰጣቸው፤ **በርተሎሜዎስ**፤ (ማቴ 10:3)

በርኔቄ ~ Bernice: 'ድል አቀዳጅ፤ የአሸናፊ ልጅ' ማለት ነው፡፡ የሄሮድስ ትልቋ ሴት ልጅ፤ "ከጥቂት ቀንም በኋላ ንጉሡ አግሪጳ **በርኔቄም** ለፊስጦስ ሰላምታ እንዲያቀርቡ ወደ ቂሳርያ ወረዱ፡፡" (ሥራ 25:13)

በርናባስ ~ Barnabas: የመጽናናት ልጅ ማለት ነው፡፡ ሌዋዊው ዮሴፍ፤ "ትውልዱም የቆጵሮስ ሰው የነበረ አንድ ሌዋዊ ዮሴፍ የሚሉት ነበረ፤ እርሱም በሐዋርያት **በርናባስ** ተባለ ትርጓሜውም የመጽናናት ልጅ ነው" (ሐዋ 4: 36)

በርያሱስ ~ Bar-jesus: በረ ኢያሱ፤ ልጅ ኢያሱ፤ ወልደ ኢየሱስ፤ ያዳኝ ልጅ፤ የጌታ ወገን... ማለትነው፡፡

'በር' ፤ 'የሹ' እና 'ዋስ'(ኢያሱ ፤ ኢየሱስ) ከሚሉ ስሞች የተመሠረተ ቃል ነው ፡፡ አገር ገበን ከማመን ሊያጣምም ፈልጎ የተቃወማቸው፤ **በርያሱስ** ፤ (ሥራ 13:6)

በቅዱስ ማደሪያው ~ Heaven: የሕያው ቤታ፤ የሕያው መኖሪያ፤ የዘላለማውያን ማሪሪያ፤ የእግዚአብሔር መኖሪያ... ማለት ነው፡፡ [ተለዋጭ ስሞች - **ስማይ፤መቅደሱ ከፍታ**]

Heaven- የሚለው ስም የመጣው 'ሕያዋን' ከሚለው ቃል ነው፡፡

. "ከላይ ሰደደ ወሰደኝም፤ ከብዙ ውኖችም አወጣኝ" (መዝ 18:16) ፤ "**የስማይ** መስኮቶች ተከፍተዋልና፤ ...ከገደልም የወጣ በወጥመድ ይያዛል" (ኢሳ 24:18)፤ "ስለዚህ ይህን ቃልሁሉ ትንቢት ትናገርባቸዋለህ፤ እንዲህም ትላቸዋለህ፤ እግዚአብሔር በላይ ሆኖ ይጮኻል፤ **በቅዱስ ማደሪያው**ም ሆኖ ድምፁን ያሰማል... ይጮኻል፡፡" (ኤር 25:30)

. ስማይ፤ "እግዚአብሔር ከ**መቅደሱ ከፍታ** ሆኖ ተመልከቶአልና፤ ከ**ስማይ** ሆኖ ምድርን አይቶአልና" (መዝ 102:19)

. ከመሬት በላይ ያለውን ሁሉ፤"በመጀመሪያ እግዚአብሔር **ስማይ**ንና ምድርን ፈጠረ፡፡" (ዘፍ 1:1)

. "ከፍ ባለው በእስራኤል ተራራ ላይ እተከለዋለሁ፤ ቅርንጫፎችም ያወጣል ፍሬም ያፈራል... በቅርንጫፌቸም ጥላ በክንፉ የሚበርር ሁሉ ይጠጋል፡፡" (ሕዝ 17:23)

. "ዓይኖችህን ወደ **ስማይ** አቅንተህ እይ ከአንተም ከፍ ከፍ ያሉትን ደመናት ተመልከት፡፡" (ኢዮ 35:5፤ 33:26)

. "... እንዲህ ያለው ሰው ከአሥራ አራት ዓመት በፊት እስከ ሦስተኛው **ስማይ** ድረስ ተነጠቀ፡፡" (2 ቆሮ 12:2)

በቱል~Bethuel, Bethul: ቤቱል፤ ቤተ ኤል፤ የአምላክ ቤት፤ የጌታ ወገን... ማለት ነው፡፡ [ተዛማጅ ስሞች - ቤቱኤል፤ ቢትያ፤ ባቱኤል፤ ባይት፤ ቤቴል፤ ቤት]

Bethuel- 'ቤተ' እና 'ኤል' ከሚሉ ሁለት ቃላት የተመሠረተ ስም ነው፡፡ ለስምያን ልጆች ነገድ በየወገኖቻቸው የወጣ፤ ርስታቸውም በይሁዳ ልጆች ርስት መከከል የነበረ የቦታ ስም፤ (ኢያ 19:4፤ 5)

በናያስ ~ Benaiah: በነ ያሕ፤ ያምላክ ልጅ፤ የሕያው ልጅ፤ የእግዚአብሔር

ቤተሰብ... ማለት ነው።

Benaiah- ‘ቤን’ እና ‘ያሕ’ (ያሕዌ፣ ሕያው) ከሚሉ ስሞች የተመሠረተ ስም ነው። በመጽሐፍ ቅዱስ ውስጥ በዚህ ስም የሚታወቁ ሰዎች:-

1. የጭፍራ አለቃ የካህኑ የዮዳሄ ልጅ፥ **በናያስ**፥ (1 ዜና 27:5)

2. የእስራኤልንም አምላክ የእግዚአብሔርን ታቦት ያመጡ ዘንድ ከካህናቱና ከሌዋውያኑ ከተቀደሱ፥ (1 ዜና 15:18 ፣20)

3. በእግዚአብሔር ታቦት ፊት መለከት ይነፉ ከነበሩ፥ ከካህናቱ አንዱ፥ **በናያስ**፥ (1 ዜና 15:24፣ 16:6)

4. የይዒኤል ልጅ፥ **በናያስ**፥ (2 ዜና20:14)

5. በሕዝቅያስ ዘመን የነበረ ሌዋዊ፥ (2 ዜና 31:13)

6. ከሲምዖን ወገን የሆነ፥ **በናያስ**፥ (1 ዜና 4:36)

7. በዕዝራ ዘመን ከግዞት የተመለሱ፣ እንግዶች ሴቶችን ያገቡ፣ አራት ሰዎች አንዱ፥ (ዕዝ 10:25፣ 30፣ 35፣ 43)

8. የፈላጥያ ልጅ፥ **በናያስ**፥ (ሕዝ11:1፣ 13)

9. የዳዊት ልጆች አማካሪዎች የነበረ፥ የዮዳሄ ልጅ **በናያስ** በከሊታውያንና በፈሊታውያን ላይ ነበረ...” (መሣ 8:18)፣ (መሣ 20:23)

በኖ ~ Beno:

ቤኖ ፣ ቤን፣ ልጅ... ማለት ነው።

የእስራኤል አምላክ እግዚአብሔር እንዳዘዘ፥ አባታቸው አሮን እንደ ሰጣቸው ሥርዓት ወደ እግዚአብሔር ቤት ከሚገቡ፥ የያዝያ ልጅ፥ “...የሜራሪ ልጆች ሞሖሊ፥ ሙሲ ከያዝያ ልጅ **በኖ**” (1 ዜና 24:26፣ 27)

በዓለ ኀምሳ ~ Pentecost:

‘አምሳኛ ቀን’ ማለት ነው። **“በዓለ ኀምሳ** የተባለውም ቀን በደረሰ ጊዜ፥ ሁሉም በአንድ ልብ ሆነው አብረው ሳሉ...” (የሐዋ 2:1፥ 20:16፣ 1 ቆሮ 16:8)

በኣሊም ~ Baalim:

ባላም፣ ባለ ጌታ፣ ባለአምላክ... ማለት ነው። [ተዛማጅ ስሞች- **በኣሊስ፣ በኣላ፣ በኣል፣ በዓል፣ በዓልያ፣ ቢኤል፣ ባሌ፣ ባል፣ ባዕላት፣ ቤላ፣ ቤል**]

. የጣዖት ስም፥ “የእስራኤልም ልጆች በእግዚአብሔር ፊት ክፉ የሆነ ነገር አደረጉ፥ **በኣሊም**ንም አመለኩ” (መሣ2:11)

. “የእስራኤልም ልጆች **በኣሊም**ንና አስታሮትን አራቁ፥ እግዚአብሔርንም ብቻ አመለኩ፥” (1 ሳሙ 7:4)

በኣሊስ ~ Baalis:

በለስ፣ ገድ፣ እድል... ማለት ነው። [ተዛማጅ ስሞች - **በኣሊም፣ በኣላ፣ በኣል፣ በዓል፣ በዓልያ፣ ቢኤል፣ ባሌ፣ ባል፣ ባዕላት፣ ቤላ፣ ቤል**]

‘በለስ’ ከሚለው ቃል የተገኘ ስም ነው። የአሞን ልጆች ንጉሥ፥ **በኣሊስ**፥ (ኤር 40:14)

በኣላ ~ Baalah:

ባለ፣ ባል፣ ጌታ፣ ባለቤት... ማለት ነው። [ተዛማጅ ስሞች - በኣሊም፣ **በኣሊስ፣ በኣል፣ በዓል፣ በዓልያ፣ ቢኤል፣ ባሌ፣ ባል፣ ባዕላት፣ ቤላ፣ ቤል**]

በመጽሐፍ ቅዱስ ውስጥ በዚህ ስም የሚታወቁ ቦታዎች:-

1. በደቡብም በኩል በምድራቸው ዳርቻ አጠገብ እስከ ኤዶምያስ ድንበር ያሉት የይሁዳ ልጆች ነገድ ከተሞች፥ (ኢያ 15:29)

2. የይሁዳ ድንበር፥ በምዕራብ በኩል፥ (ኢያ 15:10)

3. የይሁዳ ድንበር፥ ወደ ሰሜን ወገን ያለ ተራራ፥ (ኢያ 15:11)

በኣል ~ Baal:

ባል፣ ባለ፣ ጌታ፣ ባለቤት... ማለት ነው። [ተዛማጅ ስሞች- **ቢኤል፣ በኣሊም፣ በኣሊስ፣ በኣላ፣ በዓል፣ በዓልያ፣ ባሌ፣ ባል፣ ባዕላት፣ ቤላ፣ ቤል**]

በመጽሐፍ ቅዱስ ውስጥ በዚህ ስም የሚታወቁ ሰዎች:-

1. እግዚአብሔር ነቢዩ ኤርሚያስ ለእስራኤላውያንእንዲያሳስብ ካዘዘው ቃላት ውስጥ የተጠቀሰ የጣዖት ስም፥ “እኔም ያላዘዝሁትን ... ለ**በኣል** ልጆቻቸውን በእሳት ያቃጥሉ ዘንድ የ**በኣል**ን የኮረብታውን መስገጃዎች ...” (ኤር 19:5)

2. በትውልዶቻቸው አለቆች ከነበሩ የአባቶቻቸው ቤቶች አለቆች፥ የሚስቱ ስም

መዓካ የነበረው የገባያን አባት የይዒኤል ልጅ፤ (1 ዜና 8:30፤31 ፤ 9:36)

. የእስራኤል በኩር የሮቤል የልጅ ልጅ፤ (1 ዜና 5:5)

በዓል ~ Feast: ፌስታ፤ ደስታ፤ ድግስ፤ ግብዣ፤ በዓል… ማለት ነው።። [ተለዋጭ ስሞች- ማዕድ፤ ሰርግ፤ ግብዣ]

. ሶምሶን ለወላጆቹ ክብር ያዘጋጀው ድግስ፤ "አባቱም ወደ ሴቲቱ ወረደ ጎበዞችም እንዲህ ያደርጉ ነበርና ሶምሶን በዚያ በዓል አደረገ።።" (መሳ 14:10)

. አብርሃም ሥላሴን ተቀብሎ ማዕድ አቀረበላቸው፤ (ዘፍ 19:3)

. የያቆብ አማት ልጁን ለመዳር ያደረገው ሰርግም፤ (ዘፍ 29:22)

. አብርሃምም ይስሐቅን ጡት ባስጣለበት ቀን ያደረገው ድግስ፤ "ሕፃኑም አደገ፤ ጡትንም ከመጥባት ተቋረጠ አብርሃምም ይስሐቅን ጡት ባስጣለበት ቀን ትልቅ ግብዣን አደረገ።።" (ዘፍ 21:8) ፤ (ሉቃ 15:23)

በኣልሐና ~ Baal-hanan: በዓለ ሐና፤ የሐና በዓል፤ የሐና ጌታ፤ የክብር ጌታ፤ ክበር በዓል… ማለት ነው።።

'ባል' እና 'ሐና' ከሚሉ ሁለት ቃላት የተመሠረተ ስም ነው። በመጽሐፍ ቅዱስ ውስት በዚህ ስም የሚታወቁ ሰዎች:-

1. በእስራኤል ልጆች ላይ ንጉሥ ከመኖሩ በፊት በኤዶም አገር ከነገሡ ነገሥታት አንዱ፤ የዓክቦር ልጅ፤ በኣልሐና፤ (ዘፍ 36:38፤39)

2. የእስራኤል ልጆች የአባቶች ቤቶች አለቆችና የሺህ አለቆች የመቶ አለቆችም በከፍሎች ነገር ሁሉ ንጉሡን ያገለገሉት ሹማምት፤ በወይራውና በሻላው ዛፎች ላይ ሹም የነበረ፤ (1 ዜና 27:28)

በኣልሜዎን ~ Baal-meon:

የሜዎን ጌታ ማለት ነው።። የሮቤል ከተማ፤ (ዘኍ 32:38) "ቂርያታይምን፤ ስማቸውም የተለወጠውን ናባውን፤ በኣልሜዎንን፤ ሴባማን ሥሩ እነዚህንም የሠሩአቸውን ከተሞች በሴላ ስም ጠሩአቸው።።"

በኣል ሻሊሻ ~Baal-shalisha:

በዓለ ሽላሼ፤ በዓለ ሥሳሴ፤ የሥሳሴ በዓል፤ ሦስትነት… ማለት ነው።።

'በዓል' እና 'ሥሳሴ' ከሚሉ ሁለት ቃላት የተገኘ ስም ነው።።

ለኤልሳ ምግብና መጠጥ ያመጣ ሰው፤ የቦታ ስም፤ "አንድ ሰውም ከበኣልሻሊሻ የበቆራቱን እንጀራ…" (2 ነገ 4:42)

በኣል ብሪት ~ Baal-berith: ባለ

በረት፤ ባለ በራት፤ ባለቃል ኪዳን… ማለት ነው።። [ተዛማጅ ስም- ኤልብሪት]

በመጽሐፍ ቅዱስ ውስጥ በዚህ ስም የሚታወቁ ሰዎች:-

. እስራኤልን አርባ ዓመት ያስተዳደረ ጌዴዎን ከሞተ በኋላ እስራኤላውያን እግዚአብሔርን በመተው በኣሊምን በመከተል ያመልኩት የነበረ የጣዖት ስም፤ "…በኣሊምንም ተከትለው አመነዘሩ በኣልብሪትንም አምላካቸው አደረጉ።።" (መሳ 8:33)

. በመጽሐፈ መሳፍንት በኣልብሪትን ኤልብሪት ይለዋል፤ "በሴኬምም ግንብ ውስጥ የነበሩ ሰዎች ሁሉ ይህን በሰሙ ጊዜ ወደ ኤልብሪት ቤት ወደ ምሽጉ ውስጥ ገቡ።።" (መሳ 9:46)

በኣልታማር~ Baal-tamar: ባለ

ተምር፤ የተምር ባለቤት፤ ተምር ያለው፤ ተአምረኛ፤ ተአምር የሚፈጥር… ማለት ነው።።

'በዓል' እና 'ታምር' ከሚሉ ቃላት የተመሠረተ ስም ነው።።

የእስራኤል ልጆች ከወንድሞቻቸው ከብንያም ልጆች ጋር ለመዋጋት የወጡበት የቦታ ስም፤ "የእስራኤልም ሰዎች ሁሉ ከስፍራቸው ተነሥተው በበኣልታማር ተሰለፉ …" (መሳ 20:33)

በኣልአርሞን~ Baal-hermon:

የኔርሞን በዓል… ማለት ነው።።

1. በኤፍሬማውያን የተያዘ፤ በአርሞን ተራራ አጠገብ የሚገኝ ከተማ፤ (1 ዜና 5:23) "የምናሴ የነገድ እኩሌታ ልጆች በምድሪቱ ተቀመጡ። ከባሳንም ጀምሮ እስከ

በአልአርሞንዬምና እስክ ሳኔር እስክ
አርሞንዬም ተራራ ድረስ በዘ።”
2. የሌበናን ምሥራቃዊ ተራራ፤ (መሣ 3:3)
“አምስቱ የፍልስጥኤማውያን መኳንንት፤
ከነዓናውያንም ሁሉ፤ ሲዶናውያንም፤
ከበአልአርሞንዬም ተራራ ጀምሮ እስክ
ሐማት መግቢያ ድረስ በሊባኖስ ተራራ
የሚኖሩትም ኤዊያውያን።”

በአልዛፎን ~ **Baal-zephon:**

‘ሰሜናዊ ባል፤ የሰሜን አምላክ’ ማለት ነው።
ሰሜናዊ የግብፅ ከተማ፤ “ተመልሰው
በሚግዶልና በባሕር መካከል፤ በበአልዛፎንም
ፊት ለፊት ባለው በፊሐሒሮት ፊት
እንዲሰፍሩ ለእስራኤል ልጆች ...” (ዘጸ
14:2)

በዓልያ ~ **Bealiah:** ባለያ፤ ባለ ያሕ፤

ሕያው በዓል፤ ሕያው ጌታ... ማለት ነው።
[ተዛማጅ ስሞች- **በኣሊም፤ በኣሊስ፤ በኣላ፤
በኣል፤ በዓል፤ ቤኤል፤ ባሌ፤ ባል፤ ባዕላት፤
ቤላ፤ ቤል**]
‘በዓለ’ እና ‘ያሕ’ (ያሕዌ ፤ ህያዊ) ከሚሉ
ቃላት የተገኘ ስም ነው።
በጺቅላግም ከቂስ ልጅ ከሳኦል በተሸሸገ ጊዜ
ወደ ዳዊት ከመጡ፤ **በዓልያ፤** (1 ዜና 12:5)

በኣልጋድ ~ **Baal-gad:** ባለ ጋድ፤

አምላክ የረዳው፤ እድል የቀናው፤ ባለ እድል፤
እድለኛ... ማለት ነው።
Baal-gad- ‘በኣለ’ እና ‘ጋድ’ ከሚሉ
ሁለት ቃላት የተመሠረተ የቦታ ስም ነው።
እግዚአብሔር ኢያሱን፤ በተራራማውም አገር
የሚኖሩትን ሁሉ ከሊባኖስ ጀምሮ እስክ
ማሴሮን ድረስ ሲዶናውያን ሁሉ እነዚህን
ከእስራኤል ልጆች ፊት አባርራቸዋለሁ
እንዳዘዘሁህም ምድራቸውን ለእስራኤል
ርስት አድርገህ አካፍላቸው ብሎ ያዘዘው
የቦታ ስም፤ (ኢያ 13:5፤ 11:17፤ 12:7-8)

በዓሎት ~ **Bealoth:** ‘ብለት’ ማለት

ነው። በይሁዳ በደቡብ በኩል፤ በምድሩ
ዳርቻ የሚገኝ ከተማ፤ “ዚፍ፤ ጤሌም፤
በዓሎት፤ ሐጽርሐዳታ፤ ሐጽር የምትባለውም

ቂርያትሐጽር።” (ኢያ 15:24)

በዓሤያ ~ **Baaseiah:** ‘የአምላክ

ሥራ’ ማለት ነው። በሰሎሞን መገናኛ
ድንኳን፤ እያዜሙ ያገለግሉ ከነበሩ፤ የአሳፍ
ቅድም አያት፤ (1 ዜና 6:40) “የሳምዓ ልጅ፤
የሚካኤል ልጅ፤ የበዓሤያ ልጅ፤”

በዓና ~ **Baanah:** ‘የጣር ልጅ፤

የመከራ ልጅ’ ማለት ነው።

1. የሳኦል ልጅ የኢያቡስቴ፤ ከሁለቱ
የጭፍሮች አለቆች አንዱ፤ (2 ሳሙ
4:2) “ለሳኦልም ልጅ ለኢያቡስቴ የጭፍራ
አለቆች የሆኑ ሁለት ሰዎች ነበሩት። የአንዱም
ስም **በዓና፤** የሁለተኛውም ስም ሬካብ ነበረ፤
ከብንያምም ልጆች የብኤሮታዊው የሬሞን
ልጆች ነበሩ ብኤሮትም ለብንያም ተቈጥራ
ነበር።”
2. ከንጉሥ ዳዊት ሠላሳ ከበር ዘበኞች፤
የአንዱ የሔሌብ አባት፤ (2 ሳሙ 23:29፤ 1
ዜና 11:30)

በዕራ ~ **Baara:** በራ፤ ነይደ፤ ብርሃን

ሆነ፤ መብራት... ማለት ነው። በጌባ
ከሚቀመጡ ከአባቶቻቸው ቤቶች አለቆች፤
“ሽሐራይምም ሚስቶቹን ሑሺምንና **በዕራን**
ከሰደደ በኋላ በሞዓብ ሜዳ ልጆች ወለደ።”
(1 ዜና 8:8)

በኩር ~ **First-born:** ብኩር፤

የመጀመሪያ ልጅ፤ በኩሬ... ማለት ነው።
[ተዛማጅ ስሞች- **በኩር፤ በኩሬ፤ ቢክሪ፤
ቢክሪ፤ ቤኬር፤ ብኩር፤ ብኩራት፤ ቦካሩ**]
‘በከረ’ ከሚለው ግስ የተገኘ ስምነው።
[ከሰው ወይም ከከብት መጀመሪያ የሚወለድ
/ **መቅቃ**]

. የኃይሉ መጀመሪያ፤ “ነገር ግን ከከብቱ
ሁለት እጥፍ ለእርሱ በመስጠት ከተጠላቸው
ሚስት የተወለደው ልጅ **በኩር** እንደ ሆነ
ያስታውቅ፤ *የኃይሉ መጀመሪያ ነውና*
በኩርነቱ የእርሱ ነው” (ዘዳ 21:17)
. በዔሳው ፋንታ ያዕቆብ በኩር ተብሎ
ተጠራ፤ “...ታላቁም ለታናሽ ይገዛል።” (ዘፍ

25:23) "ያዕቆብም፦ በመጀመሪያ **ብኩርና**ህን ሽጥልኝ አለኝ አለው። ... ዔሳው **ብኩርና**ውን አቃለላት" (ዘፍ 25:31-34) ፤ "... **ብኩር**ነቱን እንደ ሽጠ እንደ ዔሳው ..." (ዕብ 12:16)

. የያዕቆብ ልጅ ሮቤል፦ "ሮቤል፦ አንተ **ብኩር** ልጄና ኃይሌ..." (ዘፍ 49:3) "የእስራኤልም **ብኩር** የሮቤል ልጆች ..." (1 ዜና 5:1)

. ንጉሡ ዳዊት ስለ ጌታ ኢየሱስ ክርስቶስ በተናገረው ትንቢት በኩር ብሎ ጠርቶታል፦ "እኔም ደግሞ **በኩሬ** አደርገዋለሁ፤ ከምድር ነገሥታትም ከፍ ይላል።" (መዝ 89:27)

. እስራኤል የእግዚአብሔር የበኩር ልጅ ተብሎ ተጠራ፦ "እስራኤል **የበኩር** ልጄ ነው ይገዛልኝ ዘንድ ልጄን ልቀቅ አልሁህ፤ አንተም ትለቀው ዘንድ እንቢ አልህ፤ እነሆ እኔ **የበኩር** ልጅህን እገድላለሁ ትለዋለህ" (ዘጸ 4:23)

በጉዋይ ~ Bigvai: በጉያ፤ በሰውነት... ውስጥ ማለት ነው።

1. ከምርኮ ከተመለሱት፦ የበጉዋይ ልጆች ይገኙበታል፦(ዕዝ 2:14፤ ነህ7:19) "የበጉዋይ ልጆች፦ ሁለት ሺህ አምሳ ስድስት።"

2. የቃል ኪዳን ውል ከተፈራረሙት፦ (ዕዝ 2:2፤ ነህ 7:7) "ከዘሩባቤል፤ ከኢያሱ፤ ከነህምያ፤ ከሠራያ፤ ከሬዕላያ፤ ከመርዶክዮስ፤ ከበላሳን፤ ከመሴፉር፤ ከ**በጉዋይ**፤ ከሬሁም፤ ከበዓና ጋርመጡ።"

ቡል ~ Bul: ብል፤ አርጌ፤ ያረጀ፤ ያፈጀ... ማለት ነው። ስምንተኛው የአይሁድ ወር፦ "በአሥራ አንደኛውም ዓመት **ቡል** በሚባል በስምንተኛው ወር ቤቱ እንደ ክፍሎቹና እንደ ሥርዓቱ ሁሉ ተጨረሰ፤ በሰባትም ዓመት ውስጥ ሠራው።" (1 ነገ 6:38)

ቡቂ ~ Bukki: 'ማጥፋት፤ ማበላሸት' ማለት ነው።

1. የአዚ አባት፦ (1 ዜና 6:5፤ 6:5፤51)

"አቢሱም **ቡቂ**ን ወለደ ቡቂም አዚን ወለደ"

2. የከነዓንን በነገድ እንዲያከፋፍሉ ከተመረጡ፦ ከዳን ልጆች ነገድ፦ (ዘኍ 34:22) "ከዳን ልጆች ነገድ አንድ አለቃ የዮግሊ ልጅ **ቡቂ**፤"

ቡቅያ ~ Bukkiah: 'እግዚአብሔር የተወው፤ አምላክ የጣለው' ማለት ነው። የኤማን ልጅ፦ "ከኤማን የኤማን ልጆች **ቡቅያ**፤ መታንያ፤ ዓዘርኤል፤ ሱባኤ፤ ኢያሪሙት፤ ሐናንያ፤ ሐናኒ፤ ኤልያታ፤ ጊዶልቲ፤ ..." (1 ዜና 25:4፤13)

ቡባስቱ ~ Pi-beseth: 'አፈ ሐሰት፤ ውሸታም' ማለት ነው። የጣያት ስም፦ (ሕዝ 30:17) "የሄልዮቱ ከተማና የ**ቡባስቱ**ም ጕልማሶች በሰይፍ ይወድቃሉ ሴቶችም ይማረካሉ"

ቡናህ ~ Bunah: 'መረዳት' ማለት ነው። የይረሕምኤል ልጅ፦ "... በኩሩ ራም፤ **ቡናህ**፤ ኦሬን፤ አጾም፤ አኪያ ነበሩ" (1 ዜና 2:25)

ቡዝ ~ Buz, Buzi: 'የተነቀፈ' ማለት ነው።

1. የሚልካ እና የናሆር ሁለተኛ ልጅ፦ (ዘፍ 22:21) "እነርሱም በኩሩ ዑፅ፤ ወንድሙ **ቡዝ**፤ የአራም አባት ቀሙኤል፤"

2. በነገደ ጋድ የትውልድ ሐረግ የተጠቀሰ፦ (1 ዜና 5:14)

   ቡዝ / **Buzi:** የሕዝቅኤል አባት፦ (ሕዝ 1:3) "ከወሩም በአምስተኛው ቀን የእግዚአብሔር ቃል በከለዳውያን አገር በኮበር ወንዝ ወደ **ቡዝ** ልጅ ወደ ካህኑ ወደ ሕዝቅኤል መጣ። የእግዚአብሔርም እጅ በዚያ በእኔ ላይ ሆነች፤"

ቢልዓም ~ Bileam: 'በዓለም፤ እንግዶች፤ መጤዎች፤ የሰው አገር ሰዎች' ማለት ነው። የምናሴ ነገድ፦ የምዕራብ አገማሽ የሚሆን ከተማ፦ "ከምናሴም ነገድ እስኮሌታ ... **ቢልዓም**ንና መስምርያዋን ከቀዓት ልጆች ወገን ለቀሩት ሰጡ።" (1 ዜና 6:70)

ቢልጋ ~ **Bilgah**: 'በለጋ፣ በሕፃንነት'

ማለት ነው።

1. በዳዊት ዘመን፣ የሃምሳኛው ተራ ሐላፊ፣
የቤተ መቅደሱ አገልጋይ ካህናት፣ "አሥራ
አምስተኛው ለ**ቢልጋ**፣ አሥራ ስድስተኛው
ለኢሜር" (1 ዜና 24:14)

2. ከኢያሱና ከዘረባቢሎን ጋር ከባቢሎን
ምርኮ ከተመለሱ፣ የካህናት ወገኖች፣
"መዓድያ፣ **ቢልጋ**፣ ሸማያ፣ ዮያሪብ፣ ዮዳኤ"
(ነህ 12:5፣18)

ቢሽላም ~ **Bishlam**: በሽላም፣

በሰላም፣ በደጎና፣ በአማን… ማለት ነው።
'ሰላም' ከሚለው ቃል፣ በሰላም የሚለው
የቦታ ስም ተገኘ፣

በአርጤክስስ መንግሥት፣ በመንግሥቱም
በመጀመሪያ ዘመን፣ በይሁዳና በኢየሩሳሌም
በሚኖሩት ላይ የከስ ነገር ከጻፉ
መንግሥታት፣ **ቢሽላም**፣ (ዕዝ 4:7- 24)

ቢታንያ ~ **Bethany,**

Bithynia: ቤታኒያ፣ ቤተ ሐና፣

የምሕረት ቤት፣ የይቅርታ ቤት፣ ባለጸጋ፣
የሐና አገር ሰው… ማለት ነው።
'ቤት' እና 'ሐና' ከሚሉ ቃላት የተመሠረተ
ስም ነው።

[የበለስ ቤት ማለት /**መቅቃ**]
በዚህ ስም የሚታወቁ ሁለት ቦታዎች አሉ።

ቢታንያ / Bethany: የለምጻሙ
የስምዖን አገር፣ የማርያምና የእኅትዋ የማርታ
መንደር፣ (ማር 11:1)

ቢታንያ / Bithynia: በጴጥሮስ
መልእክት የተጠቀሰ፣(1ጴጥ 1:1)፣
ሐዋርያው ጳውሎስ ባይደረገው ጉዞ
የጠቀሰው፣ (ሥራ 16:7)

ቢትሮን ~ **Bithron**: 'ክፍፍል፣

መለያየት' ማለት ነው። በዮርዳኖስ ሸለቆ፣
በወንዙ በስተምሥራቅ ያለ ቦታ፣ "አበኔርና
ሰዎቹም ሌሊቱን ሁሉ ዓረባ እያለፉ ሄዱ …
ቢትሮንንም ሁሉ ካለፉ በኋላ ወደ መሃናይም
መጡ።" (2 ሳሙ 2:29)

ቢትያ ~ **Bithiah**: ቢት ያሕ፣ ቤተ

ሕያው፣ የአምላክ ቤት፣ የጌታ ቤተሰብ፣
የእግዚአብሔር ወገን… ማለት ነው።
[ተዛማጅ ስሞች- **ቤቱል፣ ቤቱኤል፣ ባቱኤል፣
ባይት፣ ቤቴል፣ ቤት፣ ቤትኤዴል፣ ቤትጹር**]
'ቤት' እና 'ያሕ' (ያሕዌ ፣ ሕያው) ከሚሉ
ሁለት ቃላት የተመሠረተ ስም ነው። የፈርዖን
ልጅ፣ **ቢትያ**፣ (1 ዜና 4:18)

ቢንዓ ~ **Binea**: 'የምንጭ ፏፏቴ'

ማለት ነው። የሳኦል ወገን፣ "ምጻም **ቢንዓ**ን
ወለደ ልጁም ረፋያ ነበረ፣ ልጁ ኤልዓሣ፣ ልጁ
ኤሴል" (1 ዜና 8:37፣ 7:43)

ቢንዊ ~ **Binnui**: ልጅነት፣ቤተዘመድ

ማለት ነው።

1. የሌዋዊው የኖዓድያ አባት፣ "... የፊንሐስ
ልጅ አልዓዘር ነበረ ከእነርሱም ጋር ሌዋውያን
የኢያሱ ልጅ የዛባትና የ**ቢንዊ** ልጅ ኖዓድያ
ነበሩ።" (ዕዝ 8:33)

2. እንግዳ ሚስቶችን ካገቡ፣ "ከፈሐት ሞዓብ
ልጆችም፣ ዓድና፣ ከላል፣ በናያስ፣ መዕሤያ፣
ሙታንያ፣ ባስልኤል፣ ቢንዊ፣ ምናሴ።" (ዕዝ
10:30)

3. ሌላ እስራኤላዊ፣ እንግዳ ሚስቶችን
ካገቡ፣ "መትናይ፣ የዕሡ፣ ባኒ፣ **ቢንዊ**፣
ሰሜኢ።" (ዕዝ 10:38)

4.ከግዞት ከተመለሱ የቢንዊ ልጆች
ይገኙበታል፣ "የ**ቢንዊ** ልጆች፣ ስድስት መቶ
አርባ ስምንት።" (ነህ 7:15)

5. ኢየሩሳሌምን በመጠገን ከተባበሩ፣
የኤንሐድድ ልጅ፣ "ከእርሱም በኋላ
የኤንሐድድ ልጅ **ቢንዊ** ከዓዘርያስ ቤት ጀምሮ
እስከ ማዕዘኑ ድረስ ሌላውን ክፍል አደሰ"
(ነህ 3:24፣10:9)

ቢንዞሔት~ **Benzoheth**:

'የመለዮት ልጅ' ማለት ነው። የይሁዳ ወገን
የሆነ፣ የይሽዒ ልጅ፣ "ሺሞንም ልጆች
አምኖን፣ ሪና፣ ቤንሐናን፣ ቲሎን ነበሩ።
የይሽዒም ልጆች ዘሔትና **ቢንዞሔት** ነበሩ።"
(1 ዜና 4:20)

ቢኤል ~ Baal: ባል፤ ጌታ፤ ባለቤት...
ማለት ነው። [ተዛማጅ ስሞች- **በኣላ፤
በኣሊም፤ በኣሊስ፤ በኣል፤ በዓል፤ በዓልያ፤
ባሊ፤ ባል፤ ባዕላት፤ ቤላ፤ ቤል**] በዚህ ስም
የሚታወቁ ሁለት ሰዎች አሉ።

. የእስራኤል በኩር የሮቤል ልጅ፤ (1 ዜና 5፥
5)

. የሚስቱ ስም መዓካ የነበረው የገባዖን አባት፤
የይዒኤል ልጅ፤ (1 ዜና 8:30፤31 ፤ 9:36)

ቢዖር ~ Beor: በሪ፤ የሚበራ፤
የሚነድ፤ የተቀጣጠለ፤ ችቦ... ማለት ነው።
1. ከቀደሙት የኤዶም ነገሥታት የአንዱ፤
የቤላ አባት፤ "በኤዶምም የቢዖር ልጅ ባላቅ
ነገሠ የከተማውም ስም ዲንሃባ ናት።" (ዘፍ
36:32፤ 1 ዜና 1:43
2. (ዘኁ 22:5፥ 24:3፥15፥ 31:8፥ 23:4፤
ኢያ 13:22፥ 24:9፤ ሚካ 6:5)

ቢከሪ ~ Bichri: በኩሬ፤ በኩር፤
ፊተኛ፤ ቀዳሚ፤ የመጀመሪያ... ማለት ነው።
[ተዛማጅ ስሞች- **በኩር፤ በኩር፤ በኩሬ፤
ቤኬር፤ ብኩር፤ ብኮራት፤ ቦክሩ**] በንጉሥ
ዳዊት ያመጸ የሳቤዕ አባት፤ (2 ሳሙ 20:1)

ቢዝዮ·ትያ ~ Bizjothjah:
'እግዚአብሔር የጠላው' ማለት ነው።
በይሁዳ ደቡብ ግዛት ያለ ከተማ፤
"ቤትጸሌጥ፤ ሐጸርሹዓል፤ ቤርሳቤህ፤
ቢዝዮ·ትያ" (ኢያ 15:28)

ቢድቃር ~ Bidkar: 'ውርደት፤
ሽንፈት፤ ጸጸት' ማለት ነው። የኢዩ አለቃ፤
"ኢዩም አለቃውን **ቢድቃር**ን እንዲህ አለው፦
አንሥተህ በኢይዝራኤላዊው በናቡቴ እርሻ
ጣለው፤ አንተና እኔ ጎን ለጎን በፈረስ
ተቀምጠን አባቱን ..." (2 ነገ 9:25)

ባላ ~ Bela: በላ፤ መብላት፤ መጉረስ፤
መዋጥ... ማለት ነው። [ተዛማጅ ስሞች-
ቤላ፤ ባላቅ፤ ቤላውያን]
በመጽሐፍ ቅዱስ ውስጥ በዚህ ስም
የሚታወቁ ሰዎች፦-

1. አሥራ ሁለት ዓመት ለኮሎዶጎምር
ተገዝተው ሲኖሩ፤ በአሥራ ሦስተኛውም
ዓመት ከዐመፁ። (ዘፍ 14:2፤8)
2. የብንያም ልጅ፤ (ዘፍ 46:21)
3. የዖዛዝ ልጅ፤ (1 ዜና 5:8)

ባላ ~ Bera, Bilhah: 'ድንጉጥ፤
አፍራም' ማለት ነው። የሰዶም ንጉሥ፦
"ከሰዶም ንጉሥ ከ**ባላ**፤ ከገሞራ ንጉሥ
ከብርሳ፤ ከአዳማ ንጉሥ ከሰንአብ፤ ከሰቦይም
ንጉሥ ከሰሜቤር፤ ዞዓር ከተባላች ከቤላ
ንጉሥም ጋር ሰልፍ አደረጉ።" (ዘፍ 14:2)

ባላ / Bilhah: የራሔል ሠራተኛ፤
የያቆብ የልጅ እናት፤ "ላባም ለልጁ ለራሔል
ባርያይቱን **ባላ**ን ባርያ ትሆናት ዘንድ ሰጣት።"
(ዘፍ 29:29)

ባላቅ ~ Bela: ... (ክቡር ድንጋይ /
አኪወ / ክ)[ተዛማጅ ስሞች- **ባላ፤ ቤላ፤
ቤላውያን**]
የቢዖር ልጅ፤ "በኤዶምም የቢዖር ልጅ **ባላቅ**
ነገሠ የከተማውም ስም ዲንሃባ ናት" (ዘፍ
36:32፤ 33፤ 1 ዜና 1:43)

ባላቅ ~ Balak: በአለቅ፤ ያለቀ፤ ባዶ
የሆነ... ማለት ነው። የሴፎር ልጅ፤ "የሴፎር
ልጅ ባላቅ እስራኤል በአሞራውያን ላይ
ያደረገውን ሁሉ አየ" (ዘኁ 22:2፤4)

ባሊ ~ Baali: ባሊ፤ ጌታዬ፤ ባለቤት፤
ጓዥ፤ የትዳር ጓደኛ... ማለት ነው። [ተዛማጅ
ስሞች- **በኣላ፤ በኣል፤ በዓል፤ በዓልያ፤ ቢኤል፤
ባል፤ ባዕላት፤ ቤላ፤ ቤል**] ስለ እስራኤል
በተነገረ ትንቢት፤ "በዚያ ቀን <u>ባሊ</u> ብለሽ
ትጠሪኛለሽ እንጂ ዳግመኛ **በኣሊ** ብለሽ
አትጠሪኝም፤ ይላል እግዚአብሔር" (ሆሴ 2:
16-18)

ባል ~ Beulah: ባል፤ የትዳር ጓደኛ፤
ጓዥ፤ ጌታ... ማለት ነው። [ተዛማጅ ስሞች-
**በኣላ፤ በኣል፤ በዓል፤ በዓልያ፤ ቢኤል፤ ባሊ፤
ባዕላት፤ ቤላ፤ ቤል**] [የሚስት ራስ / **መቅቃ**]
ስለእስራኤል የተነገረ፤ "ከእንዲህ ወዲህ፦-
የተተወች አትባዪም፤ ምድርሽም ከእንግዲህ

ወዲህ፦ ውድማ አትባልም፤ ነገር ግን እግዚአብሔር በአንቺ ደስ ብሎታልና፤ ምድርሽም **ባል** ታገባለችና አንቺ፦ ደስታዬ የሚኖርባት ትባያለሽ ምድርሽም፦ **ባል** ያገባች ትባላለች፡፡" (ኢሳ 62:4)

ባልዳን ~ Baladan: ባለ ዳን፤ ባለ ዳኛ፤ ባለ ፍርድ፤ ሐጋዊ... ማለት ነው፡፡ 'ባለ' እና 'ዳኛ' ከሚሉ ቃላት የተገኘ ስም ነው፡፡ የባቢሎን ንጉሥ የመሮዳክ አባት፤ (2 ነገ 20:12)

ባማ ~ Bamah: 'ታላቅ፤ የተከበረ ሥፍራ' ማለት ነው፡፡ እስራኤላውያን በጣዖት አምልኮ የሳቱበት ቦታ፦ "እኔም፦ እናንተ ወደ እርሱ የምትሄዱበት ከፍታ ምንድር ነው? አልኋቸው፡፡ እስክ ዛሬም ድረስ ስሙ **ባማ** ተብሎ ተጠርቶአል" (ሕዝ 20:29)

ባሞት ~ Bamoth: ባመት፤ በመአት፤ በማት፤ በብዛት ማለት ነው፡፡ 'መአት' ከሚለው ቃል የተገኘ የቦታ ስም ነው፡፡ የእስራኤልም ልጆች ከሰፈሩባቸው ቦታዎች፤ (ዘኁ 21:19፤ 20)

ባሞትበኣል ~ Bamoth-baal: በመአት ባል፤ ዓመት በዓል፤ በዓል፤ ታላቅ በዓል፤ ከፍተኛ በዓል... ማለት ነው፡፡ 'መአት' እና 'በዓል' ከሚሉ ቃላት የተገኘ የቦታ ስም ነው፡፡ ሙሴ ለሮቤል ልጆች ነገድ በየወገናቸው ርስት ይሆናቸው ዘንድ የሰጣቸው ድንበር፤ **ባሞትበኣል:** (ኢያ 13:7)

ባሳን ~ Bashan: 'በዛን፤ ፍሬያማ ሆንን' ማለት ነው፡፡ በዮርዳኖስ በስተምሥራቅ የሚገኝ ቦታ፤ "የጋድም ልጆች በ**ባሳን** ምድር እስከ ሰልካ ድረስ ..." (1 ዜና 5:11)

ባስልኤል ~ Bezaleel: ቤዛ 'ለ' ኤል፤ ቤዛለኤል፤ በአምላክ ጥላ፤ በጌታ ከለላ ... ማለት ነው፡፡ ንዋዬ ቅዱሳትን ለሙሴ አንዲያዘጋጅ

እግዚአብሔር የመረጠው፤ የኡሪ ልጅ **ባስልኤል:** (ዘጸ 31:2 ፤35:30)

ባስማት ~ Bashemath: በ`ሽ መት፤ በሺህ ሞት፤ የብዙዎች ሞት፤ እልቂት... ማለት ነው፡፡ [ተዛማጅ ስም- **ቤሴሞት**] 'ሺህ' እና 'ሞት' ከሚሉ ቃላት የተገኘ ስም ነው፡፡ በመጽሐፍ ቅዱስ ውስጥ በዚህ ስም የሚታወቁ ሰዎች፦

1. የሰሎሞን ልጅ፤ የአኪማአስ ሚስት፤ **ባስማት:** (1 ነገ 4:15)
2. የእስማኤል ልጅ የነባዮትን እኅት **ቤሴሞት:** (ዘፍ 36:፤3፤4፤13)

ባሶራ ~ Bozrah: በዙር፤ በዜሮ፤ የታጠረ፤ የተከለለ፤ ምሽግ... ማለት ነው፡፡
1. ኢዮባብ የነገሠበት፤ ጥንታዊ የኤዶማውያን ከተማ፤ (ዘፍ 36:33) "ባላቅም ሞተ፤ በስፍራውም የ**ባሶራው** የዜራ ልጅ ኢዮባብ ነገሠ"
2. (ኤር 48:24) "በቤትምያን ላይ፤ በቂርዮት፤ በባሶራ፤ በምዓብም ምድር ከተሞች ሁሉ ቅርብና ሩቅ በሆኑ ላይ ፍርድ መጥቶአል፡፡"

ባሬድ ~ Bered: በረድ፤ በረዱ፤ ብርድ፤ ቀዝቃዛ አገር... ማለት ነው፡፡
1. በደቡብ ፍልስጥኤም ያለ ቦታ፤ "የኤፍሬም ልጆች ሹቱላ፤ ልጁ **ባሬድ፤** ልጁ ታሐት፤ ልጁ ኤልዓዳ፤ ልጁ ታሐት፤ ልጁ ዛባድ፤ ልጁ ሹቱላ" (ዘፍ 16:14)
2. የኤፍሬም ልጅ፤ "የኤፍሬም ልጆች ሹቱላ፤ ልጁ **ባሬድ፤** ልጁ ታሐት፤ ልጁ ኤልዓዳ፤ ልጁ ታሐት፤ ልጁ ዛባድ፤ ልጁ ሹቱላ" (1 ዜና 7:20)

ባርቅ ~ Barak: ብራቅ፤ መብረቅ፤ ነጸብራቅ፤ ቅጽበታዊ ብርሃን፤ ብልጭታ... ማለት ነው፡፡ Barak- 'በረቀ' ከሚለው ግስ የመጣ ስም ነው፡፡ [መብረቅ ማለት ነው / **መቅቃ**] በመጽሐፍ ቅዱስ ውስጥ በዚህ ስም የሚታወቁ ሰዎች:-

ባርቅ / Barak: ነቢይቱ የለፊዶት ሚስት ዲቦራ ያዘዘችው፤ (መሣ 4: 6)

ባርቅ / Bedan: "እግዚአብሔርም ይሩብአልም፤ **ባርቅ**ንም፤ የፍታሔንም፤ ሳሙኤልንም ላከ..." (1 ሳሙ 2:11)

ባርከኤል ~ Barachel: በረከ ኤል፤ የጌታ ቡሩክ፤ አምላክ የባረከው፤ ለጌታ የሚታዘዝ፤ ትሑት... ማለት ነው:: [ተዛማጅ ስሞች- **ባራኪያ፤ ባራከዩ፤ ባራኪያ፤ ባርክ**] 'በረክ' እና 'ኤል' ከሚሉ ቃላት የተገኘነው፤ ኢዮብ መከራ በደረሰበት ወቅት፤ ሊያጽናኑት ከመጡ፤ ቡዛዊው የኤሊሁ አባት፤ (ኢያ 32: 2፤6)

ባርከኤል ~ Barachel: በረክ ኤል፤ ለአምላክ መንበርከh፤ ለጌታ መስገድ... ማለት ነው:: ከኢዮብ ወዳጆች እንዱ፤ ቡዛዊው፤ የኤሊሁ አባት፤ (ኢዮ 32:2፤6) "ከራም ወገን የሆነ የቡዛዊው የ**ባርከኤል** ልጅ የኤሊሁ ቁጣ ነደደ ከእግዚአብሔር ይልቅ ራሱን ጻድቅ አድርጎ ነበርና ኢዮብን ተቄጣው::"

ባርያሕ ~ Bariah: በረ ያሕ፤ የሕያው ልጅ፤ ወላጅ አልባ፤ ቅን አገልጋይ፤ የጌታ ወገን፤ የእግዚአብሔር እንግዳ... ማለት ነው:: 'በረ' እና 'ያሕ' (ያሕዌ ፤ ህያዊ) ከሚሉ ሁለት ቃላት የተመሠረተ ስም ነው፤ የንጉሡ ዳዊት የልጅ፤ የሽማያ ልጅ፤ (1 ዜና 3:22)

ባርክ ~ Baruch: ባሩክ፤ ቡሩክ፤ የተባረከ፤ ታዛዥ... ማለት ነው:: [ተዛማጅ ስሞች- **ባራኪያ፤ ባራከዩ፤ ባርከኤል**] 'በረክ' ከሚለው ግስ የተገኘ ስም ነው:: [ቡሩክ ማለት ነው /**መቅ`ቃ**] በመጽሐፍ ቅዱስ ውስጥ በዚህ ስም የሚታወቁ ሰዎች:-

1. የዘባይ ልጅ፤ **ባርክ**፤ (ነህ 3:20)
2. የኔርያ ልጅ፤ **ባርክ**፤ (ኤር 32:12 ፤ 36:4) ፤ (ኤር 32:12)
3. የቃልኪዳኑን ደብዳቤ ከፈረሙት ካህናት፤ **ባርክ**፤ (ነህ 10:6)

4. የኮልሖዜ ልጅ፤ **ባርክ**፤ (ነህ 11:5)

ባቢሎን ~ Babel, Babylon: 'መደባለቅ፤ መዘባረቅ፤ መደናገር' ማለት ነው:: ከናምሮድ ዘመን ጀምሮ የተመሠረተ መንግሥት፤ "የግዛቱም መጀመሪያ በሰናዖር አገር **ባቢሎን**፤ ኦሬክ፤ አርካድ፤ ካልኔ ናቸው:: " (ዘፍ 10:6-10)

ባቢሎን / Babylon: የአምላክ ደጅ ማለት ነው:: በዮሐንስ ወንጌል የተጠቀሰች ከተማ፤ "ሴላም ሁለተኛ መልአክ:: አሕዛብን ሁሉ የዝሙትዋን ቁጣ ወይን ጠጅ ያጠጣች ታላቂቱ **ባቢሎን** ወደቀች፤ ወደቀች እያለ ተከተለው::" (ራእይ 14:8፤ 17:18)

ባቱኤል ~ Bethuel, Pethuel: ቤቱ ኤል፤ ቤተ ኤል፤ የአምላክ ወገን፤ የጌታ ዘመድ፤ የእግዚአብሔር ቤተሰብ... ማለት ነው:: [ተዛማጅ ስሞች- **ባቱል፤ ቤቱኤል፤ ቢትያ፤ ባይት፤ ቤቴል፤ ቤት**] 'ቤት' እና 'ኤል' ከሚሉ ቃላት የተመሠረተ ስም ነው:: በመጽሐፍ ቅዱስ ውስጥ በዚህ ስም የሚታወቁ ሰዎች:-

ባቱኤል / Bethuel: የይስሐቅ ሚስት፤የርብቃ አባት፤ ሚልካ ለናኮር የወለደችለት፤ (ዘፍ 22:22፤23)

ባቱኤል / Pethuel: የነቢዩ ኢዩኤል አባት፤ (ኢዩ 1:1)

ባኒ ~ Bunni: 'ግንቤ፤ ሕንጻዬ' ማለት ነው::

1. በነህምያ ዘመን የነበረ ሌዋዊ፤ "ሌዋውያንም ኢያሱና **ባኒ**፤ ቀድምኤል፤ ሰበንያ፤ ቡኒ፤ ሰራብያ፤ ባኒ፤ ክናኒ በደረጃዎች ላይ ቆመው ወደ አምላካቸው ወደ እግዚአብሔር በታላቅ ድምፅ ጮኹ::" (ነህ 9:4)

2. 'ቡኒ' የተባለ ሌዋዊ፤ "ከሌዋውያንም የ**ቡኒ** ልጅ የአሳብያ ልጅ የዓዛሪቃም ልጅ የአሱብ ልጅ ሻማያ" (ነህ 11:15)

ባዕላት ~ Baalath: ባላት፤ በዓላት፤ ጌቶች፤ አማልክት... ማለት ነው:: [ተዛማጅ

ስሞች- **በአሊም፣ በአሊስ፣ በአላ፣ በአል፣ በዓል፣ በዓልያ፣ ቢኤል፣ ባላ፣ ባሌ፣ ባል፣ ቤላ፣ ቤል**]
'በዓል' ከሚለው ቃል የመጣ የቦታ ስም ነው።
ለዳን ልጆች ነገድ በየወገኖቻቸው የርስታቸው ዳርቻ፥ **ባዕላት**፥ (ኢያ 19:44)

ባዕላትብኤር~ Baalath-beer: የበዓላት በር፣ የቃል ኪዳን በዓላት... ማለት ነው፥ የስምዖን ልጆች ርስት፥ "እስከ **ባዕላትብኤር**ና እስከ ደቡቡ ራማት ድረስ በእነዚህ ከተሞች ዙሪያ ያሉ መንደሮች ሁሉ። የስምዖን ልጆች ነገድ ርስት በየወገኖቻቸው ይህ ነበረ።" (ኢያ 19:8)

ባኦስ ~ Baasha: 'ጀግና፣ ደፋር፣ ልበሙሉ' ማለት ነው። የእስራኤል መንግሥት ከተከፈለ በኋላ፥ በሦስተኛ ተራ የነገሠ፥ "በአሳና በእስራኤል ንጉሥ በ**ባኦስ** መካከል በዘመናቸው ሁሉ ሰልፍ ነበረ።" (1 ነገ 15፥ 16፤ 2 ዜና 16:1-6)

ባይት ~ Bajith: ቤይት፣ ቤት፣ ማደሪያ፣ መኖሪያ፣ ጎጆ... ማለት ነው። [ተዛማጅ ስሞች- **በቱል፣ ቤቱኤል፣ ቢትያ፣ ባቱኤል፣ ቤቴል ፣ ቤት፣ ቤትኤጼል፣ ቤትጹር**]
'ቤተ' ከሚለው ግስ የተገኘ ስምነው።
ስለ ሞዓብ በተነገረ ሸክም የተጠቀሰ፥ "ወደ **ባይት** ወደ ዲቦንም ወደ ኮረብታ መስገጃዎችም..." (ኢሳ 15፡2)

ባዳድ ~ Bedad: 'በአድ፣ በዓዳ፣ ገለልተኛ፣ ብቸኛ' ማለት ነው። የኤዶም ንጉሥ የሃዳድ አባት፥ "ሑሳምም ሞተ፥ በስፍራውም የምድያምን ሰዎች በሞዓብ ሜዳ የመታ የ**ባዳድ** ልጅ ሃዳድ ነገሠ የከተማውም ስም ዓዊት ተባለ" (ዘፍ 36:35፥ 1 ዜና 1:46)

ቤላ ~ Bela, Belah: በላ፣ አጠፋ፣ አወደመ... ማለት ነው። [ተዛማጅ ስሞች- **ባላ፣ ቤላ፣ ባላቅ፣ ቤላውያን**]
'በላ' ከሚለው ቃል የተገኘ ስምነው።
በመጽሐፍ ቅዱስ ውስጥ በዚህ ስም የሚታወቁ ሰዎች:-

ቤላ / Bela:
1. በሎጥ ዘመን የነበረ፥ የሰዶም ንጉሥ፥ "...ዞዓር ከተባለች ከ**ቤላ** ንጉሥም ጋር ሰልፍ አደረጉ" (ዘፍ 14፡2፤8)
2. የብንያም ልጅ፥ **ቤላ**፥ (ዘኁ26:38)
3. የዖዛዝ ልጅ፥ (1 ዜና5:8)
4. የቢዖር ልጅ፥ (ዘፍ 36:32 ፣ 33 ፣ 1 ዜና 1:43)

ቤላ / Belah: የብንያም ልጅ **ቤላ**፥ (ዘፍ 46:21)

ቤላውያን~ Belaites: በላያት፣ በላተኛ፣ አጥፊዎች፥ ቤላያውያን፣ የቤላ ሰዎች... ማለት ነው። [ተዛማጅ ስሞች- **ባላ፣ ቤላ፣ ባላቅ**]
'በላ' ከሚለው ቃል የመጣ የነገድ ስም ነው።
ከብንያም ወገን የቤላ ልጅ፥ (ዘኁ 26፡38)

ቤል ~ Bel: ባለ፣ ባል፣ ጌታ፣ ገዥ... ማለት ነው። [ተዛማጅ ስሞች- **በአላ፣ በአል፣ በዓል፣ በዓልያ፣ ቢኤል፣ ባሌ፣ ባል፣ ባዕላት፣ ቤላ**]
[የባቢሎን ጣዖት ስም /**መቅቃ**።]
የባቢሎናውያን ጣዖት ስም፥ "**ቤል** ተዋረደ፥ ናባው ተሰባበረ ..." (ኢሳ46፡1)

ቤልሆር ~ Belial: 'ምናምንቴ፣ ብኩን፣ ከንቱ፣ የማይጠቅም' ማለት ነው። የጣዖት ስም፥ "ክርስቶስስ ከ**ቤልሆር** ጋር ምን መስማማት አለው? ወይስ የሚያምን ከማያምን ጋር ምን ክፍል አለው?" (2 ቆሮ6:15)

ቤሳይ ~Besai: ቤሳ፣ ሰይፍ... ማለት ነው። ከባቢሎን ወደ ይሁዳ ከተመለሱ፥ "የ**ቤሳይ** ልጆች፥ የአስና ልጆች፥ የምዑናውያን ልጆች፥ ..." (ዕዝ 2:50፤ ነህ 7:52)

ቤሳይ ~ Bezai: 'ገዥ' ማለት ነው። ከባቢሎን ምርኮ ከተመለሱ፥ "የ**ቤሳይ**

ልጆች፤ ሦስት መቶ ሀያ ሦስት" (ዕዝ 2:17፤ ነህ 7:23፤ 10:18)

ቤሴሞት ~ Bashemath: በሺህ

መአት፤ በሺህ ሞት፤ የብዙዎች ሞት፤ እልቂት... ማለት ነው፤ [ተዛማጅ ስም- **ባስማት**]

'ሺህ' እና 'ሞት' ከሚሉ ቃላት የተመሠረተ ስም ነው። በመጽሐፍ ቅዱስ ውስጥ በዚህ ስም የሚታወቁ ሰዎች:-

. የኬጢያዊ የኤሎን ልጅ፤ የዔሳው ሚስት፤ (ዘፍ 26:34) ፤ (ዘፍ 36:፤3፤4፤13)

. የሰሎሞን ልጅ፤ **ባስማት**- (1 ነገ 4:15)

ቤራ ~ Beera, Berites: በርዮ፤

በር፤ ደጅ፤ መገቢያ... ማለት ነው። (ውል፤ ስምምነት፤ ቃል ኪዳን ተብሎም ይተረጎማል።) [ተዛማጅ ስሞች- **በር፤ ቤሪ፤ ቤሮያ፤ ቤሮታ፤ ቤሮታይ፤ ብኤሪ፤ ብራያ፤ ብኤሮት**]

'በር' ከሚለው ቃል የመጣ ስምነው። በዚህ ስም የሚታወቁ አንድ ሰውና አንድ ቦታ አሉ።

ቤራ / Beera: ከአሴር፤ የጸፋ ልጅ፤ (1 ዜና 7:37)

ቤራ / Berites: የቢክሪ ልጅ ሳቤዔ ኢዮአብን ሲሸሽ ያለፈበት የቦታ ስም፤ (2 ሳሙ 20:14)

ቤራ ~ Beri: በሬ፤ መግቢያዬ... ማለት

ነው። ከአሴር ነገድ፤ የጸፋ ልጅ፤ "ሃጋል፤ **ቤሪ**፤ ይምራ፤ ቤጄር፤ ሆድ፤ ሳማ፤ ሰሊሳ ይትራን፤ ብኤራ ነበሩ" (1 ዜና 7:36)

ቤርሳቤህ ~ Bath-sheba, Bathsuha, Beersheba: ቤት

ሸባ፤ ቤት ሳባ፤ ቤተሰብ፤ የሳባ ልጅ፤ የሰው ልጅ ማለት ነው። (ውል፤ ስምምነት፤ ቃል ኪዳን ተብሎም ይተረጎማል።)
Bath-sheba- 'ቤት' እና 'ሳባ' ከሚሉ ሁለት ቃላት የተመሠረተ ስም ነው፤
Beersheba - 'በር' እና 'ሳባ' ከሚሉ ሁለት ቃላት የተመሠረተ ስም ነው። በዚህ

ስም የሚታወቁ ሁለት ሰዎች እና አንድ ቦታ አሉ።

ቤርሳቤህ / Bath-sheba:

የኤልያብ ልጅ የኬጢያዊው የአርዮ ሚስት፤ ዳዊት ከወሰዳትና አርዮን ካስገደለ በኋላ ሰሎሞንን ወለደች፤ "ዳዊትም ልኮ ስለ ሴቲቱ ጠየቀ አንድ ሰውም፤ ይህች የኤልያብ ልጅ የኬጢያዊው የአርዮ ሚስት **ቤርሳቤህ** አይደለችምን፤ አለ" (2 ሳሙ 11:3)

ቤርሳቤህ / Bathshua: የዓሚኤል ልጅ፤ (1 ዜና 3:5)

ቤርሳቤህ / Beersheba:

አቢሜሌክና አብርሃም ቃል ኪዳን ያደረጉበት ቦታ፤ "ስለዚህ የዚያን ስፍራ ስም **ቤርሳቤህ** ብሎ ጠራው ከዚያ ሁለቱ ተማማለዋልና። በ**ቤርሳቤህም** ቃል ኪዳን አደረጉ። አቢሜሌክና የሙሸራው ወዳጅ አኮዘት የሠራዊቱ አለቃ ፊኮልም ተነሡተው ወደ ፍልስጥኤም ምድር ተመለሱ።" (ዘፍ 21:31-32) ፤ (ኢያ 15:28)

ቤርዜሊ ~ Barzillai: ብሮንዝ፤

የብረት ዓይነት፤ ነው።
1. ዳዊት፤ ከወንድሙ ከአቤሴሎም ሸሽቶ በኄደ ጊዜ ተቀብሎ ያስተናገደው፤ ገለዓዳዊ ባለጸጋ፤ "ዳዊትም ወደ መሃናይም በመጣ ጊዜ በአሞን ልጆች አገር በረባት የነበረ የናሀስ ልጅ ኡኤስቢ፤ የሎዶባርም ሰው የዓሚኤል ልጅ ማኪር፤ የሮግሊምም ሰው ገለዓዳዊ **ቤርዜሊ**" (2 ሳሙ 17:27)
2. የሳኦል ልጅ የሜሮብ የባሪ አባት፤ "... ለ**ቤርዜሊ** ልጅ ለኤስድራኤል የወለደቻቸውን የሳኦልን ልጅ የሜሮብን አምስቱን ልጆች ወሰደ፤ (2 ሳሙ 21:8) 3. ከባቢሎን ምርኮ ከተመለሱ፤ የገለዓዳዊው ከቤርዜሊ ልጆች ይገኙበታል፤ "ከካህናቱም ልጆች የኤብያ ልጆች፤ የአቆስ ልጆች፤ ከገለዓዳዊው ከ**ቤርዜሊ** ልጆች ሚስት ያገባ፤ በስሙም የተጠራ የቤርዜሊ ልጆች" (ዕዝ 2:61፤ ነህ 7:63፤64)

ቤርያ ~ Berea: በርያ፤ ቤት፤ ልጅ፤

ቤተሰብ... ማለት ነው። (ውል፤ ስምምነት፤

ቃል ኪዳን ተብሎም ይተረጎማል።) ፤ [ተዛማጅ ስሞች- **ቤር፤ ቤሪ፤ ቤሮታ፤ ቤሮታይ፤ ብኤሪ፤ ብራያ፤ ብኤሮት**] ጸውሎስንና ሲላስ፤ በአቴነስ ተቃውሞ ሲበረታባቸው የሸሸበት ከተማ፤ (ሥራ 17፥ 10፥13)

ቤሮታ ~ Berothah: በራት፤ በሮች፤ ቤቶች፤ መግቢያዎች... ማለት ነው።
[ተዛማጅ ስሞች- **ቤር፤ ቤሪ፤ ቤርያ፤ ቤሮታ፤ ቤሮታይ፤ ብኤሪ፤ ብራያ፤ ብኤሮት**]
ጌታ እግዚአብሔር ፦ ርስት አድርገው ለአሥራ ሁለቱ የእስራኤል ነገዶች ምድሪቱን የሚከፍሉበት ድንበርን ለነቢይ ሕዝቅኤል እንዳሳየው፤ "ሐማት፤ **ቤሮታ**፤ በደማስቆ ድንበርና በሐማት ድንበር..." (ሕዝ 47፥15፤ 16)

ቤሮታይ ~ Berothai: ቤሮታይ፤ በራት፤ በሮች፤ ቤቶች፤ መግቢያዎች... ማለት ነው። [ተዛማጅ ስሞች- **ቤር፤ ቤሪ፤ ቤርያ፤ ቤሮታ፤ ብኤሪ፤ ብራያ፤ ብኤሮት**] ንጉሥ ዳዊት ካሸነፋቸው የአሕዛብ ከተሞች፤ "ንጉሥም ዳዊት ከአድርኢዘር ከተሞች ከቤጣሕና ከ**ቤሮታይ** እጅግ ብዙ ናስ ወሰደ" (2 ሳሙ 8:8)

ቤባይ ~ Bebai: ባብዬ፤ አባብዬ፤ አባታዊ... ማለት ነው። ከባቢሎን ምርኮ ከተመለሱ፤ "የ**ቤባይ** ልጆች፤ ስድስት መቶ ሃያ ስምንት" (ነህ 6፥28)

ቤተ ለባኦት ~ Bethlebaoth: ቤተ ልባት፤ የልባም ቤት፤ ልበ ሙሉ፤ የደፋር ወገን፤ የጀግኖች አገር... ማለት ነው።
'ቤት' እና 'ልብ' ከሚሉ ቃላት የተገኘ ስም ነው።
ለስምዖን ልጆች ነገድ ርስት፤ "ሐጸርሱሳ፤ **ቤተ ለባኦት**፤ ሻፉሐን አሥራ ሦስት ከተሞችና መንደሮቻቸው" (ኢያ 19፥6)

ቤተልሔም ~ Bethlehem: ቤተ ላህም፤ የላሕም ቤት፤ የላም ቤት፤ የከብቶች ማደሪያ ማለት ነው።

'ቤት' እና 'ላም' ከሚሉ ሁለት ቃላት የተመሠረተ ስም ነው።
[የእንጀራ ቤት ማለት ነው / **መቅቃ**] በዚህ ስም የሚታወቁ ቦታ እና ሰው።
. ያቆብ ከመስጴጦምያ በመጣ ጊዜ፤ ወደ ኤፍራታ ለመግባት ጥቂት ሲቀር በመንገድ ያለ ቦታ፤ "ራሔል በከነዓን ምድር ሞተችብኝ፤ በዚያም በኤፍራታ መንገድ ላይ፤ እርስዋም **ቤተ ልሔም** ናት፤ ቀበርኋት..." (ዘፍ 48:7) ፤ "...አንተም በኤፍራታ ባለ ጠጋ ሁን፤ ስምህም በ**ቤተ ልሔም** ይጠራ::" (ሩት 4:11)
. ጌታ ኢየሱስ "አንቺም **ቤተ ልሔም** ኤፍራታ ሆይ፤ ..." (ሚካ 5:2) ፤ (1 ሳሙ 17:12) ፤ ቤተልሔም ይሁዳ፤ (ሉቃ 2:4) ፤ የዛብሎን ልጆች ርስት፤ "ቀጣት፤ ነህላል፤ ሺምሮን፤ ይዳላ፤ **ቤተ ልሔም** አሥራ ሁለት ..." (ኢያ 19:15)
. የካሌብ ልጅ፤ የሰልሞን ልጅ፤ "የ**ቤተ ልሔም** አባት ሰልሞን፤ ..." (1ዜና 2:51)

ቤተ ሳይዳ ~ Bethesda: 'ቤተ ጸዳ፤ የጽዳት ቤት፤ መታጠቢያ ቤት፤ መዋኛ መጠመቂያ፤ መፈወሻ፤ የምሕረት ቤት' ማለት ነው። በኢየሩሳሌም በበጎች በር አጠገብ የነበረች መጠመቂያ ስም፤ "በኢየሩሳሌምም በበጎች በር አጠገብ በዕብራይስጥ **ቤተ ሳይዳ** የምትባል አንዲት መጠመቂያ ነበረች፤ ..." (ዮሐ 5:2)

ቤተ ሳይዳ ~ Bethsaida: 'የዓሳ ቤት' ማለት ነው። የሐዋርያቱ፤ የእንድርያስ፤ የጴጥሮስና የፊሊጶስ አገር፤ "እነርሱም ከገሊላ **ቤተ ሳይዳ** ወደሚሆን ወደ ፊልጶስ መጥተው። ጌታ ሆይ፤ ኢየሱስን ልናይ እንወዳለን ..." (ዮሐ 12:21)

ቤተራባ ~ Bethabara : ቤተ በር፤ ቤተ በር፤ ድንበር፤ ወሰን... ማለት ነው።
Bethabara- 'ቤት' እና 'በር' ከሚሉ ቃላት የተመሠረተ ስም ነው።
አይሁድ ዮሐንስን፤ 'እንኪያስ አንተ ክርስቶስ ወይም ኤልያስ ወይም ነቢዩ ካይደለህ፤ ስለ

ምን ታጠምቃለህ?' ፥ ብለው የጠየቁበት ቦታ፥ (ዮሐ 1:28)

ቤተ ፋጌ ~ Bethphage:
ቤተ ፋጌ፣ የፋጌ ቤት፣ የሾላ ቤት፣ የበለስ ቤት... ማለት ነው፡፡

'ቤት' እና 'ፋጌ' ከሚሉ ሁለት ቃላት የተመሠረተ ስም ነው፡፡

[የበለስ ቤት ማለት ነው/ **መቅቃ**] ጌታ ወደ ኢየሩሳሌም ባደረገው ጉዞ ካለፈባቸው ከተሞች፣ "ወደ ኢየሩሳሌምም ቀርበው ወደ ደብር ዘይት ወደ **ቤተ ፋጌ** ሲደርሱ..." (ማቴ 21:1)

ቤተ ፌጎር ~ Beth-peor:
'የተከፈተ ቤት፣ ጉድጓድ፣ ዋሻ' ማለት ነው፡፡ በኢያሪኮ አንጻር፣ በዮርዳኖስ በስተምሥራቅ የሆነ፣ የሞዓብያን ቦታ፣ "**ቤተ ፌጎር**፣ ከፈስጋ ተራራ በታች ያለው ምድር፣ ቤትየሺሞት" (ኢያ 13:20፣ ዘዳ 3:29፤ 4:46)

ቤቱኤል ~ Bethuel:
ቤቱል፣ ቤቱ ኤል፣ የአምላክ ቤት፣ የጌታ ወገን... ማለት ነው፡፡ [ተዛማጅ ስሞች- **ቡቱል፣ ቢትያ፣ ባቱኤል፣ ባይት**]

'ቤተ' እና 'ኤል' ከሚሉ ሁለት ቃላት የተገነ ስም ነው፡፡

. በይሁዳ በስተደቡብ የነበረ ከተማ፣ "በቶላድ፣ በ**ቤቱኤል**፣ በሔርማ፣ በጺቅላግ፣" (1 ዜና 4:30)

. **ቡቱል**- (ኢያ 19:4)

. ሚልካ ለአብርሃም ወንድም ለናኮር የወለደችለት ልጅ፣ **ባቱኤል**- (ዘፍ 22:23)

ቤቴል ~ Beth-el, Bethuel:
ቤተ ኤል፣ ቤቴል፣ የአምላክ ቤት፣ የጸሎት ቤት ማለት ነው፡፡ [ተዛማጅ ስሞች- **ቡቱል፣ ቤቱኤል፣ ቢትያ፣ ባቱኤል፣ ባይት፣ ቤት፣ ቤትኤጹል፣ ቤትጹር**]

'ቤት' እና 'ኤል' ከሚሉ ቃላት የተገነ ስም ነው፡፡ [የእግዚአብሐር ቤት ማለት ነው / **መቅቃ**]

በመጽሐፍ ቅዱስ ውስጥ በዚህ ስም የሚታወቁ ቦታዎች:-

ቤቴል / Beth-el:
1. አብርሃም ወደ አዜብ ባደረገው ጉዞ ያለፈበት የቦታ ስም፣ "ከዚያም በ**ቤቴል** ምሥራቅ ወዳለው ተራራ ወጣ፥ በዚያም **ቤቴል**ን ..." (ዘፍ 12:8)
2. ሎዛ ይባል የነበረ፣ በያቆብ ቤቴል ተብሎ የተሰየመ የቦታ ስም፣ "ያዕቆብም ያንን ስፍራ **ቤቴል** ብሎ ጠራው አስቀድሞ ግን የዚያች ከተማ ስም <u>ሎዛ</u> ነበረ፡፡" (ዘፍ 28:19)

ቤቱኤል / Bethuel:
"በ**ቤቱኤል** ለነበሩ፣ በራሞት በደቡብ ለነበሩ" (1 ሳሙ 30:27)

ቤት ~ Beth:
ቤት፣ ማደሪያ፣ መኖሪያ፣ መጠለያ፣ ወገን፣ ልጅ፣ ቤተሰብ... ማለት ነው፡፡ [ተዛማጅ ስሞች- **ቡቱል፣ ቤቱኤል፣ ቢትያ፣ ባቱኤል፣ ባይት፣ ቤቴል፣ ቤትኤጹል፣ ቤትጹር**]

. መኖሪያ ሕንጻ፣ ጎጆ፣ "እግዚአብሐርም አብራምን አለው:- ከአገርህ ከዘመዶችህም ከአባትህም **ቤት** ተለይተህ እኔ ወደማሳይህ ምድር ውጣ፡፡" (ዘፍ 12: 1)

. ወገን፣ ዘመድ፣ "እግዚአብሐርም ኖኅን አለው:- አንተ **ቤተ**ሰቦችህን ሁሉ ይዘህ ወደ መርከብ ግባ ..." (ዘፍ 7:1)

ቤት ሳሚስ ~ En-shemesh:
'የፀሐይ ፏፏቴ' ማለት ነው፡፡ በይሁዳና በብንያም ጉልህ ድንበር ላይ የሚገኝ ምንጭ፣ "... ድንበሩም ወደ **ቤት ሳሚስ**ውን አለፈ፣ መውጫውም በዓይንሮጌል አጠገብ ነበረ" (ኢያ 15:7፤ 18:17)

ቤት ዲብላታይም ~ Beth-diblathaim:
'የደረቅ በለስ ቤት' ማለት ነው፡፡ የሞዓብውያን ከተማ፣ "በዲቦን፣ በናባው፣ በ**ቤት ዲብላታይም** ላይ፣" (ኤር 48:22)

ቤትሀራም ~ Beth-aram:
ታላቅ ቤት፣ ከፍታኛ ቤት... ማለት ነው፡፡ "በሸለቆውም ቤትሀራም፣ **ቤትኒምራ**፣

ሱኮት፤ ጻፎን፤ የሐሴቦን ንጉሦ የሴዎን መንግሥት ቅፈታ ነበረ። ድንበሩም ዮርዳኖስና በምሥራቅ …" (ኢያ 13:27)

ቤትሐካሪም ~ Beth-haccerem:

'የቃርሚያ ቤት፤ የወይን ማሳ ቤት' ማለትነው። በይሁዳ ግዛት የሚገኝ ቦታ፤ "የቤትሐካሪም ግዛት አለቃ የሬካብ ልጅ መልክያ የጉድፍ መጣያውን በር አደስ ሠራው፤ ሳንቃዎቹንም አቆመ…" (ነህ 3:14)

ቤትሐሮን ~ Beth-horon:

'መቃብር ቤት' ማለት ነው። በኤፍሬም ግዛት የነበሩ የሁለት ከተሞች ስም፤ "ደግሞም ቅጥርና መዝጊያ መወርወሪያም …. ላይኛውን ቤትሐሮን ታችኛውንም ቤትሐሮን ሠራ።" (2 ዜና 8:5፤ 1 ዜና 7:24)

ቤትዓረባ ~ Betharabah: ቤተ

ዓረባ፤ የዓረብ ወገን፤ ዓረባዊ ማለት ነው። 'ቤት' እና 'ዓረብ' ከሚሉ ሁለት ቃላት የተገኘ ስም ነው። በዚህ ስም የሚታወቁ ሁለት ቦታዎች አሉ።

1. የይሁዳ ልጆች ነገድ ርስት፤ "በምድረ በዳ ቤትዓረባ፤ ሚዲን፤ ስካካ፤" (ኢያ 15:61)

2. የብንያምም ልጆች ነገድ ከተሞች፤ "ቤትዓረባ፤ ዘማራይም፤ ቤቴል፤" (ኢያ 18:22)

ቤትመዓካ~ Bethmaachah:

ቤተ መቅ፤ መቃብር ቤት፤ መቀመቅ፤ የሥሥቃይ ሥፍራ ማለት ነው። 'ቤት' እና 'መቅ' ከሚሉ ሁለት ቃላት የተገኘ ስም ነው። የቢከሪን ልጅ ሳቤዔን ለማሳደድ ኢዮአብ ያለፈበት አገር፤ (2 ሳሙ 20:14)

ቤትሳሚስ ~ Beth-shemesh:

'ቤተ ሲመሽ፤ የፀሐይ ቤት፤ የፀሐይ መግቢያ፤ መጥለቂያ' ማለት ነው።

1. በዳን ነገድ የነበረ፤ የተቀደስ ከተማ፤ "ዓይንንና መስምርያዋን፤ ዩጣንና መስምርያዋን፤ ቤትሳሚስንና መስምርያዋን …" (ኢያ 21:16፤ 1 ሳሙ 6:15)

2. በይሳኮር ደቡባዊ ድንበር የሚገኝ የከተማ ስም፤ "ድንበሩም ወደ ታቦርና ወደ ሻሕጹማ፤ ወደ ቤትሳሚስ ደረሰ፤ የድንበራቸውም መውጫ …" (ኢያ 19:22)

3. ከተቀጠሩ የንፍታሌም ከተሞች አንዱ፤ "ቃዴስ፤ ኤድራይ፤ ዓይንሐጾር፤… ቤትዓናት፤ ቤትሳሚስ አሥራ ዘጠኝ ከተሞችና መንደሮቻቸው።" (ኢያ 19:38) 'ሄልዮቱ' ተብሎም ይጠራል፤ "በገብዐም ምድር ያለውን የሄልዮቱን ከተማ ሐውልቶች ይሰብራል፤ የግብዐንም አማልክት … ያቃጥላል።" (ኤር 43:13)

ቤትራፋ ~ Bethrapha: ቤት

ዐረፈ፤ የዐረፍት ቤት፤ የሰላም ቦታ… ማለት ነው። 'ቤት' እና 'ረፍ' ከሚሉ ሁለት ቃላት የተገኘ ነው።

ከይሁዳ ነገድ የሆነ የኤሽቶን ልጅ፤ (1 ዜና 4:12)

ቤትባራ ~ Beth-barah: ቤተ በር፤

ድንበር፤ የቤት ልጅ፤ ቤተኛ፤ ወዳጅ፤ የተቀደስ ቤተሰብ… ማለት ነው።

'ቤት' እና 'በር' ከሚሉ ቃላት የተገኘ ስም ነው።

የእስራኤል ሰዎች ከንፍታሌምና ከአሴር ከምናሴም ሁሉ ተሰብስበው ምድያምን ሲያሳድዱ የያዙት ቦታ፤ (ይሁ 7:24)

ቤትአዌን ~ Beth-aven: ቤተ

አዌን፤ የጥፋት ወገን፤ የጣዖት ቦታ… ማለት ነው።

Beth-aven- ከቤቴል በምሥራቅ በኩል የሚገኝ ቦታ ስም፤ (ኢያ 7:2)

ቤትዓናት ~ Beth-anath: ቤተ

አናት፤ ራስ፤ አለቃ፤ የበላይ አዛዥ… ማለት ነው። 'ቤት' እና 'አናት' ከሚሉ ሁለት ቃላት የተገኘ የቦታ ስም ነው።

ከንፍታሌም ልጆች ነገድ ርስት በየወገኖቻቸው ከተሞችና መንደሮቻቸው። (ኢያ 19: 38)

ቤትዓፍራ~ Beth-le-Aphrah:

ቤተ አፌር፤ ቤት ለአፌር፤ የአፌር ቤት፤ የጭቃ ቤት፤ ጉጆ ቤት... ማለት ነው፡፡ 'ቤት' እና 'አፌር' ከሚሉ ሁለት ቃላት የተመሠረተ የቦታ ስም ነው፡፡ በይሁዳ ነገሥታት በኢዮአታምና በአካዝ በሕዝቅያስም ዘመን ወደ ሞሬታዊው ወደ ሚክያስ የመጣው፤ ስለ ሰማርያና ስለ ኢየሩሳሌም ያየው፤ የእግዚአብሔር ቃል፤ (ሚክ 1:10)

ቤትዔሜቅ ~ Bethemek: ቤተ መቅ፤ መቀመቅ፤ መቃብር ቤት፤ የመከራ ቦታ፤ የሥቃይ ቤት... ማለት ነው፡፡ 'ቤት' እና 'መቅ' ከሚሉ ሁለት ቃላት የተመሠረተ ስም ነው፡፡ ለአሴር ልጆች ነገድ በየወገኖቻቸው ርስት፤ (ኢያ 19:27)

ቤትኤጼል ~ Bethezel: ቤተ ዘ ኤል፤ የአምላክ ቤት፤ ቤት እግዚአብሔር፤ ቤት ለእንግዳ... ማለት ነው፡፡ [ተዛማጅ ስሞች- **በቴል፤ ቤቱኤል፤ ቢትያ፤ ባቱኤል፤ ባይት፤ ቤቴል፤ ቤት፤ ቤትጹር**]

Bethezel- 'ቤት' ፤ 'ዘ' እና 'ኤል' ከሚሉ ሦስት ቃላት የተመሠረተ ስም ነው፡፡ በይሁዳ ነገሥታት በኢዮአታምና በአካዝ በሕዝቅያስም ዘመን ወደ ሞሬታዊው ወደ ሚክያስ በመጣው፤ ስለ ሰማርያና ስለ ኢየሩሳሌም ያየው፤ የእግዚአብሔር ቃል የተጠቀሰ ቦታ፤ (ሚክ 1:11)

ቤትካር ~ Beth-car: 'በረት፤ ጋጥ' ማለት ነው፡፡ እስራኤላውያን ከምጽጻ ፍልስጤማውያንን ያሳደዱበት ቦታ፤ "የእስራኤልምሰዎች... ፍልስጥኤማውያንንም አሳዱደ በ**ቤትካር** ታችም እስኪደርሱ ድረስ መቱአቸው፡፡" (1 ሳሙ 7:11)

ቤት የሺሞት ~ Beth-jeshimoth: ቤት የሺህ ሞት፤ የሺህ ሞት ቤት፤ ብዙ ሰዎች የሞቱበት ቤት፤ ብዙ ሰዎች የተገደሉበት ቦታ... ማለት ነው፡፡ 'ቤት'፤ 'ሺህ' እና 'ሞት' ከሚሉ ቃላት የተመሠረተ ስም ነው፡፡

. የእስራኤልም ልጆች ጉዛ ከመሴና ከአሮን እጅ በታች በጭፍሮቻቸው ከግብፅ በወጡ ጊዜ ያለፉበት ቦታ፤ (ዘኁ 33:49)

. "በምሥራቅም በኩል ያለውን ዓረባ እስከ ኪኔሬት ባሕር ድረስ፤ **ቤትየሺሞት** መንገድ አጠገብ እስካለው እስከ ዓረባ ባሕር እስከ ጨፌው... " (ኢያ 12:3)

ቤትዳጎን ~ Beth-dagon: 'የእህል ማስቀመጫክፍል፤ ጎተራ' ማለትነው፡፡

1. በታቾኛው የይሁዳ መስክ የሚገኝ ከተማ፤ "አዶላም፤ ከቦን፤ ለሕማስ፤ ኪትሊሼ፤ ግዴሮት፤ **ቤትዳጎን**፤ ኖዕማ፤ መቄዳ አሥራ ስድስት ..." (ኢያ 15:41)

2. በአሴር ደቡባዊ ምሥራቅ አዋሳኝ የሆነ፤ የከተማ ስም፤ "ወደ ፀሐይም መውጫ ወደ **ቤትዳጎን** ዘረ፤ ወደ ዛቡሎንም ወደ ይፍታሕኤል ሸለቆ፤ በሰሜን በኩል ወደ ቤትዔሜቅና ወደ ንዒኤልም ደረሰ ... ወደ ካቡል ወጣ" (ኢያ 19:27)

ቤትጋሙል ~ Beth-gamul: የግመል ቤት ማለት ነው፡፡ በነቢዩ ኤርምያስ የተወገዘች የሞዓብያን ከተማ፤ "በቂርያታይም፤ በ**ቤትጋሙል**" (ኤር 48:23)

ቤትጌልገላ ~ Bethgilgal: ቤት ግልገል፤ የግልግል ቤት፤ የግልግል ቦታ፤ የዕረፍት ቤት፤ የነጻነት አገር... ማለት ነው፡፡ 'ቤት' እና 'ግልግል' ከሚሉ ሁለት ቃላት የተመሠረተ ስም ነው፡፡ የኢየሩሳሌምንም ቅጥር በፈደሱ ጊዜ ቅዳሴውን በደስታና በምስጋና በመዝሙርም በጸናጽልም በበገናም በመሰንቆም ለማድረግ ወደ ኢየሩሳሌም ያመጡአቸው ዘንድ ሌዋውያኑን ከፈለጉባቸው ቦታዎች፤ (ነህ12:29)

ቤትጹር ~ Bethzur: ቤት ዘር፤ ቤት ዘር፤ ወገን፤ ቤተ ዘመድ፤ ቤተሰብ... ማለት ነው፡፡ [ተዛማጅ ስሞች- **በቴል፤ ቤቱኤል፤ ቢትያ፤ ባቱኤል፤ ባይት፤ ቤቴል፤ ቤት፤ ቤትኤጼል**]

. በይሁዳና በብንያም ያሉትንም ከተመሽጉ

ከተሞች አንዱ፤ (2 ዜና
11:7)

. "ሐልሐል፤ **ቤትጹር**፤ ጌዶር፤ ማዕራት፤
ቤትዓኖት፤ ኤልትቆን ስድስት ከተሞችና
መንደሮቻቸው" (ኢያ 15:58)

ቤን ~ Ben: ቤን፤ ልጅ፤ ቤተኛ፤
ቤተሰብ... ማለት ነው።
ዳዊት በዜማ ዕቃ በመሰንቆና በበገና
በጸናጽልም እንዲያዜሙ፤ ድምጻቸውንም
በደስታ ከፍ እንዲያደርጉ መዘምራኑን
ወንድሞቻቸውን ይሾሙ ዘንድ ለሌዋውያን
አለቆች የተናገረ፤ (1 ዜና 15:18)

ቤንሐናን ~ Benhanan: ቤን
ሐናን፤ የሐና ወገን፤ የሐና ልጅ፤ ትሑት...
ማለት ነው። [ተዛማጅ ስም- **ሐናን**]
'ቤን' እና 'ሐና' ከሚሉ ሁለት ስሞች
የተመሠረተ ስም ነው። ከይሁዳ ወገን፤
የሺሞን ልጅ፤ (1 ዜና 4:20)

ቤንኃይል ~ Benhail: ቤን ኃይል፤
የኃያል ልጅ፤ ብርቱ ወገን፤ ጠንካራ ቤተሰብ...
ማለት ነው።
'ቤን' እና 'ኃይል' ከሚሉ ሁለት ስሞች
የተመሠረተ ቃል ነው።
ኢዮሣፍጥ በእስራኤል ላይ ሲነግሥ
እንዲያስተምሩ ካዘዛቸው መሳፍንት፤
"...ያስተምሩ ዘንድ መሳፍንቱን፤ **ቤንኃይልን**፤
አብድያስን፤ ዘካርያስን..." (2 ዜና 17:7)

ቤንአኒ ~ Benoni: የጸጸት ልጅ፤
የስቃይ ልጅ፤ የመከራ ልጅ ማለት ነው።
[ተዛማጅ ስም- **ብንያም**]
ራሔልም ስትወልድ በምጥ ከመሞቷ በፊት
ለብንያም የሰጠችው ስም፤ "እርስዋም
ስትሞት ነፍስዋ በምትወጣበት ጊዜ ስሙን
ቤንአኒ ብላ ጠራችው አባቱ ግን **ብንያም**
አለው።" (ዘፍ 35:18)

ቤኬር ~ Becher: ቤኪር፤ በከረ፤
ቀደመ፤ መጅመሪያ ተወለደ፤ አንደኛ ሆነ...
ማለት ነው። [ተዛማጅ ስሞች- **በኩር፤ በኩር፤
ቢከሪ፤ ብኩር፤ በኩሬ፤ ቢከሪ፤ በኮራት፤
በከሩ**]

'በከረ' ከሚለው ግስ የተገኘ ስምነው።
በመጽሐፍ ቅዱስ ውስጥ በዚህ ስም
የሚታወቁ ሰዎች:-
1. የብንያም ልጅ፤ **ቤኬር**፤ (ዘፍ 46:21)
2. የኤፍሬም ልጅ፤ (ዘኍ 26:35)

ቤዜቅ ~ Bezek: ብራቅ፤ ነጸብራቅ...
ማለት ነው።
1. በይሁዳ ነገድ ድርሻ፤ የአዶኒቤዜቅ
መኖሪያ፤ "አዶኒቤዜቅንም በ**ቤዜቅ** አገኙትና
ተዋጉት ከነዓናውያንንና ፌርዛውያንንም
መቱአቸው።" (መሳ 1:5)
2. ሳኦል የእስራኤልንና የይሁዳን ሠራዊት
የቆጠረበት ቦታ፤ "በ**ቤዜቅም** ቈጠራቸው
የእስራኤልም ልጆች ሦስት መቶ ሺህ፤ ... ሺህ
ነበሩ።" (1 ሳሙ 11:8)

ቤጣሕ ~ Betah: ቤተህ፤ ቤት፤
ማደሪያ፤ ወገን፤ ቤተዘመድ... ማለት ነው።
[ተዛማጅ ስሞች- **ቢትያ፤ ባይት፤ ቤት**]
'ቤተ' ከሚለው ቃል የመጣ ስምነው።
ንጉሡ ዳዊትም ካስገበራቸው የአሕዛብ
ከተሞች፤ "ንጉሡም ዳዊት ከአድርአዘር
ከተሞች ከ**ቤጣሕ**ና ከቤሮታይ እጅግ ብዙ
ናስ ወሰደ።" (2 ሳሙ 8:8)

ቤጤን ~ Beten: ከፍተኛ ማለት ነው።
የአሴር ነገድ አዋሳኝ ከተማ፤ "ድንበራቸውም
ሐልቃት፤ ሐሊ፤ **ቤጤን**፤ አዚፍ" (ኢያ
19:25)

ቤጼር ~ Bezer: በዘር፤ በወገን፤
በዘመድ ማለት ነው። [ተዛማጅ ስም- **ቦሶር**]
'ዘር' ከሚለው ቃል የመጣ ስምነው።
በመጽሐፍ ቅዱስ ውስጥ በዚህ ስም
የሚታወቁ ቦታዎች:-
. የአሴር ወገን፤ "ሦጋል፤ ቤሪ፤ ይምራ፤
ቤጼር፤ ሆድ፤ ሳማ..." (1 ዜና 7:37)
. መሸሻ ከተሞች፤ **ቦሶር**- (ኢያ 20:8)

ብላስጦስ ~ Blastus: 'እምቡጥ፤
ውልድ፤ ውላጅ፤ ልጅ' ማለት ነው። የሄሮስ
አማካሪ (ቢትወደድ) ፤ "... የንጉሡንም
ቢትወደድ **ብላስጦስን** እሺ አሰኝተው ዕርቅ

ለመኮት፤ አገራቸው ከንቱም አገር ምግብ ያገኝ ነበርና።" (ሐዋ 12:20)

ብልጣሶር ~ Belshazzar, Belteshazzar:

ባለ ሺህ ዘር፤ ባለብዙ ዘር፤ ሀብታም፤ ኃያል... ማለት ነው። Belshazzar- 'ባለ' ፤ 'ሺህ' እና 'ዘር' ከሚሉ ሦስት ቃላት የተመሠረተ ስም ነው። የባቢሎን ንጉሥ፤ "ንጉሡ ብልጣሶር ለሺህ መኳንንቶቹ ትልቅ ግብዣ አደረገ፤ በሺሁም ፊት የወይን ጠጅ ይጠጣ ነበር።" (ዳን 5:1)

ብልጣሶር ~ Belteshazzar:
የባቢሎን ንጉሥ የናቡከደነፆር የጃንደረቦቹ አለቃ፤ ለዳንኤል የሰጠው ስም፤ "የጃንደረቦቹም አለቃ ስም አወጣላቸው ዳንኤልን ብልጣሶር፤ አናንያንም ሲድራቅ፤ ሚሳኤልንም ሚሳቅ፤ አዛርያንም አብደናጎ ብሎ ጠራቸው።" (ዳን 1:7)

ብራቂም ~ Bahurim: 'ዝቅተኛ
ሥፍራ' ማለት ነው። ከኢየሩሳሌም በስተምሥራቅ የሚገኝ ቦታ፤ "ባልዋም እያለቀስ ከእርስዋ ጋር ሄደ፤ እስከ ብራቂም ድረስ ተከተላት። አቤኔርም፤ ሂድ፤ ተመለስ አለው እርሱም ተመለሰ" (2 ሳሙ 3:16፤ 19:16)

ብራያ ~ Beraiah: ባሪያ፤ በረ ያሕ፤
የሕያው ልጅ... ማለት ነው። [ተዛማጅ ስሞች- በር፤ ቤሪ፤ ቤርያ፤ ቤርታ፤ ቤርታይ፤ ብኤሪ፤ ብኤርት] 'በር' (ቤት ፤ ወገን) እና ያሕ (ያሕዌ ፤ ሕያው) ከሚሉ ቃላት የተገኘ ስም ነው።
በትውልዶቻቸው አለቆች የነበሩ የአባቶቻቸው ቤቶች አለቆች በኢየሩሳሌም ከተቀመጡ፤ የሰሜኢ ልጅ፤ "ኤሊዔናይ፤ ጺልታይ፤ ኤሊኤል፤ ዓዳያ፤ ብራያ፤ ሺምራት፤ የሰሜኢ ልጆች" (1 ዜና 8:21)

ብርሳ ~ Birsha: 'የእምነት ቢስ ልጅ'
ከሃዲ' ማለት ነው። "ከሰዶም ንጉሥ ከባላ ከገሞር ንጉሥ ከብርሳ ከአዳማ ንጉሥ ከስንአብ፤ ከሰቦይም ንጉሥ ከሰሜበር፤ ዘዓር ከተባለች ከቤላ ንጉሥም ጋር ሰልፍ አደረጉ፤

" (ዘፍ 14:2)

ብኔብረቅ ~ Beneberak: ቤን
በራቅ፤ የብራቅ ልጅ፤ የመብረቅ ልጅ፤ ወልደ ነጸብራቅ፤ ወልደ ነጎድጓድ... ማለት ነው።
'ቤን' እና 'ብራቅ' ከሚሉ ቃላት የተመሠረተ ስም ነው።
የዳን ልጆች ነገድ ርስት የወገኖቻቸው መጠሪያ፤ (ኢያ 19:45)

ብኔያ ~ Ibneiah: ቤን ያሕ፤ የሕያው
ልጅ... ማለት ነው። 'የአምላክ ዓለት ማለት ነው።' ተብሎም ይተረጎማል። "የይሮሐም ልጅ ብኔያ የሚከሪ ልጅ የኦዚ ልጅ ኤላ የዱብንያ ልጅ የራጉኤል ልጅ የሰፋጥያስ ልጅ ሜሱላም" (1 ዜና 9:8)

ብኔያዕቃን ~ Bene-jaakan:
'የሐዘን ልጅ፤ የብሶት ልጅ፤ የጸጸት ልጅ' ማለት ነው። እስራኤላውያን ወደ ተስፋ ምድር ባደረጉት ጉዞ ካረፉባቸው ቦታዎች፤ "ከሞሴሮትም ተጉዘው በብኔያዕቃን ሰፈሩ።" (ዘኍ 33:31፤32)

ብንያም ~ Benjamin: ቤን ያሚን፤
ቤን አሚን፤ የእምነት ልጅ፤ የተስፋ ልጅ... ማለት ነው።
'ቤን' እና 'ያምን' ከሚሉ ሁለት ቃላት የተመሠረተ ስም ነው [የስሙ ትርጉም የቀኝ እጄ ልጅ ማለት ነው / መቅቃ] በመጽሐፈ ቅዱስ ውስጥ በዚህ ስም የሚታወቁ ሰዎች:-
1. ከአሥራ ሁለቱ የእስራኤል ነገድ አንዱ የሚጠራበት፤ የያቆብ ልጅ፤ "... ስሙን ቤንአኒ ብላ ጠራችው አባቱ ግን ብንያም አለው።" (ዘፍ 35:18)
2. የጦር አዛዥ የነበረ፤ የቢልሐን ልጅ፤ (1 ዜና 7:10)
3. በዕዝራ ዘመን እንግዳ ሚስት ካገቡ የካሪም ልጅ፤ (ዕዝ 10:32)

ብኤላሞን ~ Baal-hamon:
የሐሞን በዓል፤ የሐሞን ጌታ፤ የብዙኃን ጌታ... ማለት ነው። የንጉሥ ሰሎሞን የወይን ቦታ፤ "ለሰሎሞን በብኤላሞን የወይን ቦታ ነበረው

የወይኑን ቦታ ለጠባቂዎች አከራየው ሰው ሁሉ ...” (ማን 8:11)

ብዔል ዜቡል ~ Beelzebub, Baal-zebub:

'የዝንብ አምላክ' ማለት ነው። ከሰይጣን መጠሪያ ስሞች አንዱ፤ “ደቀ መዝሙር እንደ መምህሩ፤ ባሪያም እንደ ጌታው መሆኑ ይበቃዋል። ባለቤቱን ብዔል ዜቡል ካሉት፤ ቤተሰዎቹንማ እንዴት አብዝተው አይሉአቸው!” (ማቴ 10:25፤ 12:24፤27፤ ማር 3:22)

ብዔልዜቡል / Baal-zebub:

በአቃሮን የነበረ የፍልስጥኤማውያን አምላክ፤ “አካዝያስም በሰማርያ በሰገነቱ ላይ ሳለ ከዳይነ ርግቡ ወድቆ ታመመ እርሱም፡- ሂዱ ከዚህም ደዊ እድን እንደ ሆነ የአቃሮንን አምላክ ብዔልዜቡልን ጠይቁ ብሎ መልእክተኞችን ላከ" (2 ነገ 1:2፤3፤16)

ብዔልፌጎር~ Baal-peor:

'ባለ ክፍተት፤ ባለ ጉድጓድ፤ ባለቀልፍ' ማለት ነው። “እስራኤልም ብዔልፌጎርን ተከተለ የእግዚአብሔርም ቁጣ በእስራኤል ላይ ነደደ።” (ዘኍ 25:3፤31:16፤ ኢያ22:17)

ብዔሪ ~ Beeri:

በሬ፤ በር፤ ደጅ፤ መገቢያዬ... ማለት ነው። [ተዛማጅ ስሞች- በር፤ ቤሪ፤ ቤርያ፤ ቤሮታ፤ ቤሮታይ፤ ብራያ፤ ብዔሮት]

በመጽሐፍ ቅዱስ ውስጥ በዚህ ስም የሚታወቁ ስዎች:-

1. የዔሳው ሚስት፤ የዮዲት አባት፤ “ዔሳውም አርባ ዓመት ሲሆነው የኬጢያዊ የብዔሪን ልጅ ዮዲትን፤ ... ሚስቶች አድርጎ አገባ፤” (ዘፍ 26:34)

2. የነቢዩ ሆሴዕ አባት፤ (ሆሴ1:1)

ብዔር ~ Beer:

በር፤ ደጅ፤ መገቢያ... ማለት ነው። [ተዛማጅ ስሞች- በር፤ ቤሪ፤ ቤርያ፤ ቤሮታ፤ ቤሮታይ፤ ብዔሪ፤ ብራያ፤ ብዔሮት]

በዚህ ስም የሚታወቁ ሁለት ቦታዎች አሉ።

1. የእስራኤልም ልጆች ከተንዙባቸው፤ “ከዚያም ወደ ብዔር ተንዙ ይኸውም እግዚአብሔር ሙሴን፡- ሕዝቡን ሰብስብ ውኃንም እሰጣቸዋለሁ ብሎ የተናገረለት ጉድጓድ ነው።” (ዘኍ21:16-18)

2. ኢዮአታ ወንድሙን አቤሜሌክን ፈርቶ የሸሸበት፤ (መሣ 9:21)

ብዔርለሃይሮኢ~ Beer-lahai-roi:

ይስሐቅ ይኖርበት የነበረ ሥፍራ፤ “ይስሐቅም ብዔርለሃይሮኢ በሚሉአት ምንጭ መንገድ መጣ በአዜብ ምድር ተቀምጦ ነበርና።” (ዘፍ 24:62፤25:11)

ብዔርኤሊም ~ Beerelim:

'በረ አለም፤ የጀግኖች በር' ማለት ነው። በሞዓብ አዋሳኝነት የሚታወቅ የቦታ ስም። “ጩኸት የሞዓብን ዳርቻ ሁሉ ዞረ ልቅሶዋም ወደ ኤግላይምና ወደ ብዔርኤሊም ደረሰ።” (ኢሳ 15:8)

ብዔሮት ~ Beeroth:

ቤሮት፤ በራት፤ በሮች፤ መጎቢያዎች... ማለት ነው። [ተዛማጅ ስሞች- በር፤ ቤሪ፤ ቤርያ፤ ቤሮታ፤ ቤሮታይ፤ ብዔሪ፤ ብራያ፤ ብዔር]

የእስራኤልም ልጆች ከግብፅ በወጡ ጊዜ ያለፉባቸው ቦታዎች፤ ኢያሱ በዚህ ከተማ ከሚኖሩ ስዎች ጋር ቃል ኪዳን ገባ፤ “ገባዖን፤ ራማ፤ ብዔሮት።” (ኢያ 18:25)

ብኮራት ~ Bechorath:

በኩራት፤ ቀዳሚያት፤ ቀዳማውያን፤ መጀመሪያዎች፤ ፈተኞች... ማለት ነው። [ተዛማጅ ስሞች- በኮር፤ በኩር፤ ቢክሪ ፤ ብኮር፤ በኮሬ፤ ቢክሪ፤ ቦክሩ]

'በኩር' ከሚለው ስም በኩራት (ለብዙ) የሚለው ስም ተገኘ።

የቂስ አያት፤የብንያማዊው የአፌቅ ልጅ፤ “ስሙ ቂስ የተባለ አንድ ብንያማዊ ሰው ነበረ እርሱም የአቢኤል ልጅ፤ የጽሮር ልጅ፤ የብኮራት ልጅ፤ ... ጽኑዕ ኃያል ሰው ነበረ።” (1 ሳሙ 9:1)

ብጦኔም ~ Betonim:

'ሆድ' ማለት

ነው፡፡ የነገደ ጋድ ልጆች ርስት የሆነ የቦታ ስም፣ "ከሐሴቦን ጀምሮ እስከ ራማት ምጽጴ፣ እስከ **ብጦኔም** ድረስ፡ ከመሃናይም ጀምሮ እስከ ዳቤር ዳርቻ ድረስ፡" (ኢያ 13:26)

ቦሃን ~ Bohan: 'አሳሽ፡ ዳሳሽ' ማለት ነው፡፡ የሮቤል ወገን፣ "ከዚያም ድንበሩ ወደ ቤትሐግላ ወጣ፣ በቤትዓረባ በሰሜን በኩል አለፈ፡ ወደ ሮቤልም ልጅ ወደ **ቦሃን** ድንጋይ ወጣ" (ኢያ 15:6፤18:17)

ቦሶር ~ Bezer: በ ዞር፣ በዘር፣ በወገን፣ በዘመድ ማለት ነው፡፡ [ተዛማጅ ስሞች-**ቤጼር**]

'ዞር' ከሚለው ቃል የመጣ ስምነው፡፡ . ሙሴ ትናንት ከትናንት በስቲያም ጠላቱ ያልሆነውን ባልንጀራውን ሳያውቅ የገደለ ገዳዩ ይሽሽባቸው ዘንድ፣ ከእነዚህም ከተሞች ወደ አንዲቱ ሸሽቶ በሕይወት ይኖር ዘንድ በምሥራቅ በኩል በዮርዳኖስ ማዶ ሦስት ከተሞች ለየ፡ በኢያሪኮ አንጻር በዮርዳኖስ ማዶ በምሥራቅ በኩል በምድረ በዳ ያለች፣ (ኢያ 20: 8) . **ቤጼር-** (1 ዜና 7:37)

ቦሥር ~ Besor: ብሥር፣ ብሥራት፣ የምሥራች፣ መልካም ዜና... ማለት ነው፡፡ የይሁዳ የታችኛው፣ ደቡባዊ ድንበር፣ "ዳዊትም ከእርሱም ጋር የነበሩት ስድስት መቶ ሰዎች ሄዱ፣ እስከ **ቦሥር** ወንዝ ድረስም ..." (1 ሳሙ 30:9፤10፤21)

ቦአኔርጌስ ~ Boanerges: የነጎድጓድ ልጆች፣ ወልደ ነጎድጓድ... ማለት ነው፡፡ ለያቆብና ለዮሐንስ በኔታ የተሰጠ መጠሪያ፣ "የዘብዴዎስንም ልጅ ያዕቆብን የያዕቆብንም ወንድም ዮሐንስን **ቦአኔርጌስ** ብሎ ሰየማቸው፣ የነጎድጓድ ልጆች ማለት ነው፤" (ማር 3:17)

ቦዔዝ ~ Boaz: 'ጥንካሬ፣ ብርታት' ማለት ነው፡፡

1. ባለጸጋው የቤተልሔም ሰው፣ የሩት ባል፣ "**ቦዔዝም** ወደ ከተማይቱ በር አደባባይ ወጥቶ በዚያ ተቀመጠ ..." (ሩት 4:1-13) 2. ሰሎሞን በቤተ መቅደስ ካቆማቸው ሁለት አዕማድ አንዱ፣ **ቦለዝ** ተብሏል፤ "አዕማዱንም ... አቆማቸው፡ የቀኙንም ዓምድ አቁሞ ያቁም ብሎ ጠራው፣ የግራውንም ዓምድ አቁሞ **ቦለዝ** ብሎ ጠራው፡፡" (1 ነገ 7:21፤ 2 ዜና 3:17)

ቦኪም ~ Bochim: በቂም፣ በለቅሶ በሐዘን... ማለት ነው፡፡ ከጌልጌላ በላይ በዮርዳኖስ በስተምዕራብ የሚገኝ ቦታ፣ "የእግዚአብሔርም መልአክ ከጌልገላ ወደ **ቦኪም** ወጥቶ እንዲህ አለ፡- እኔ ከግብፅ አውጥቻችኋለሁ፡ ..." (መሳ 2:1፤6)

ቦከሩ ~ Bocheru: በኩሩ፣ በኩሩ፣ በኩር፣ ቀዳሚው፣ ፊተኛው፣ የመጀመሪው... ማለት ነው፡፡ [ተዛማጅ ስሞች- **ቢኮር፣ በኩር፣ ቢከሪ ፣ ብኮር፣ በኩሬ፣ ቢከሪ**] 'በከረ' ከሚለው ግስ የመጣ ስምነው፡፡ የኤሴል ልጅ፣ (1 ዜና 8:38)

✝

ተሐሽ ~ Thahash: 'ታጋሽ፣ ታዛኝ፣ ጭምት' ማለት ነው፡፡ የአብርሃም ወንድም፣ የናኮር ልጅ፣ (ዘፍ 22:24) "ሬሕማ የሚሉአት ቁባቱ ደግሞ ጥባህን፡ ገአምን፡ **ተሐሽን**፡ ሞክሳን ወለደች"

ተሒናን ~ Tehinnah: 'አቤቱታ' ማለት ነው፡፡ የዒርናሐሽን አባት፣ "ኤሽቶንም ቤትራ ፉንና ፋሴሐን የዒርናሐሽንም አባት **ተሒናን** ወለደ፣ እነዚህ የሬካ ሰዎች ናቸው፡፡" (1 ዜና 4:12)

ተላሚ፣ተልማይ ~ Talmai: መገድል፡ ቦይ፡ ትልም... ማለት ነው፡፡ 1. የዔናቅ ልጅ፡ በካሌብ በኩል በይሁዳ ሰዎች ከተገደሉ፡ "በደቡብም በኩል ወጡ፡

ወደ ኬብሮንም ደረሱ በዚያም የዔናቅ ልጆች አኪመን፥ ሴሲ፥ **ተላሚ** ነበሩ። ...” (ዘኍ 13:22፤ ኢያ 15:14፤ መሣ 1:10)

2. የመዓካ አባት፥ **ተልማይ፥** “ሁለተኛውም የቀርሜሎሳዊው የናባል ሚስት ከነበረች ከአቢግያ የተወለደው ዶሎሕያ ነበረ። ሦስተኛውም ከጌሹር ንጉሥ ከ**ተልማይ** ልጅ ከመዓካ የተወለደው ...” (2 ሳሙ 3:3፥ 13:37)

ተላሳር ~ Telassar: ‘መነጠቅ’ ማለት ነው። የአሦርያ ደቡባዊ ምሥራቅ ክፍለ ግዛት፥ (ኢሳ 37:12፤ 2 ነገ 19:12) “አባቶቼ ያጠፉአቸውን ጎዛንን፥ ካራንን፥ ራፊስን፥ በ**ተላሳር** የነበሩትንም የዔድንን ልጆች የአሕዛብ አማልክት አዳኑአቸውን?”

ተሙዝ ~ Tammuz: ‘የሕይወት ቅንጣቢ’ ማለትነው። ሕዝቅኤል ባየው በራእይ ሴቶች ተሰብስበው የሚያለቅሱለት፥ እግዚአብሔርን ያላስደሰተ ተግባር፥ “ወደ ሰሜንም ወደሚመለከተው ወደ እግዚአብሔር ቤት በር መግቢያ አመጣኝ እነሆም፥ ሴቶች ለ**ተሙዝ** እያለቀሱ በዚያ ተቀምጠው ነበር።” (ሕዝ 8:14)

ተምና ~ Timnah: ተመን፣ መጠን፣ ድርሻ... ማለት ነው። [ተዛማጅ ስም- **ቲምናዕ**]
‘ተመነ’ ከሚለው ቃል የተገኘ ስምነው። ለይሁዳ ልጆች በየወገናቸው በዙሪያው ያለ ድንበራቸው፥ (ኢያ 15:10) ፤ (ኢያ 15:57)

ተምና ~ Timnah: ተመን፣ ድርሻ... ማለትነው።

1. የይሁዳ ከተማ፥ (ኢያ 15:10) “ድንበሩምከበኣላ በምዕራብ በኩል ወደ ሴይር ተራራ ዞረ ከሳሎን ወደምትባል ወደ ይዓሪም ተራራ ወገን በሰሜን በኩል አለፈ ወደ ቤትሳሚስ ወረደ፥ በ**ተምና** በኩልም አለፈ።”

2. በይሁዳ ተራራ ላይ ያለ ከተማ፥ (ኢያ 15:57) “ዮቅድዓም፥ ዛኖዋሕ፥ ቃይን፥ ጊብዓ፥ **ተምና** አሥር ከተሞችና መንደሮቻቸው።”

3. የኤዶም መስፍን፥ **ቲምናዕ፥** (ዘፍ36:40) “የዔሳውም የአለቆቹ ስም በወገናቸው በስፍራቸው በስማቸውም ይህ ነው **ቲምናዕ** አለቃ፥ ዓልዋ አለቃ፥ የቴት አለቃ”

ተምናሔሬስ ~ Timnath-heres: ‘የፀሓይ ክፋይ’ ማለት ነው። የኢያሱ የቀብር ቦታ፥ “በተራራማውም በኤፍሬም አገር በገዓስ ተራራ በሰሜን ባለችው በርስቱ ዳርቻበ**ተምናሔሬስ** ቀበሩት።” (መሣ 2:9)

ተሰሎንቄ ~Thessalonic: ጳውሎስ በሐዋርያዊ ጉዞው ካለፈባቸው ከተሞች፥ “በአንፊጶልና በአጶሎንያም ካለፉ በኋላ ወደ **ተሰሎንቄ** መጡ፥ በዚያም የአይሁድ ምኵራብ ነበረ።” (ሐዋ 17:1-4፤1 ተሰ 1:9)

ተራፊም ~ Teraphim: ትርፋም፣ ትርፍ፣ ጸጋን ሰጭ፣ ሀብት የሚያድል... ማለት ነው። የጣዖት ስም፥ “ሰውየውም ሚካ የአምላክ ቤት ነበረው ኤፉድና **ተራፊም** አደረገ፥ ከልጆቹም አንዱን ቀደሰው፥ ካህንም ሆነለት።” (መሣ17:5)

ተርሴስ ~ Tarshish: ‘ምርመራ’ ማለት ነው።

1. የያዋን ልጅ፥ “የያዋንም ልጆች ኤሊሳ፥ **ተርሴስ፥** ኪቲም፥ ሮድኢ ናቸው።” (ዘፍ 10:4፤ 1 ዜና 1:7)

2. የአገር ስም፥ “ኢዮሣፍጥም ወደ ኦፊር ሄደው ወርቅ ያመጡ ዘንድ የ**ተርሴስ**ን መርከቦች ሠራ። ነገር ግን መርከቦቹ በዔጽዮንጋብር ተሰበሩ እንጂ አልሄዱም” (1 ነገ 22:48፤ 2 ዜና9:21)

ተርታቅ ~ Tartak: ‘የጨለማው ልዑል’ ማለት ነው። በሰማርያ የነበሩ ሰዎች ያመልኩት የነበረ፥ የጣዖት ስም፥ “የሐማትም ሰዎች አሲማትን ሠሩ አዋውያንም ኤልባዝርንና **ተርታቅ**ን ሠሩ ... ለሴፈርዋይም

አማልክት ለአድራሜሌካትና ለአነማሌክ ልጆቻቸውን በእሳት ያቃጥሉ ነበር" (2 ነገ 17:31)

ተርታን ~ Tartan: የጦር አዛዥ ማለት ነው::

1. የአሦር ንጉሥ ወደ ሕዝቅኤል ከላካቸው አንዱ፤ "የአሦርም ንጉሥ **ተርታንን**ና ራሬስን ራፋስቂስንም ከበዙ ሠራዊት ጋር ከላኪስ ወደ ንጉሡ ወደ ሕዝቅያስ ወደ ኢየሩሳሌም ላከ:: ..." (2 ነገ18:17)

2. የአሦር ንጉሥ፣ የሳርጎን የጦር አዛዥ፣ (ኢሳ 20:1) "የአሦር ንጉሥ ሳርጎን **ተርታንን** በሰደደ ጊዜ እርሱም ወደ አዛጦን በመጣ ጊዜ አዛጦንም ወግቶ በያዘት ጊዜ፣"

ተርአላ ~ Taralah: 'መጠምጠም፣ ማጠቃለል' ማለት ነው:: ለብንያም ልጆች የተሰጠ፤ የቦታ ስም፤ "ሬቀም፣ ይርጵኤል፣ **ተርአላ**፣ ጼላ፣ ኤሌፍ፣ ኢየሩሳሌም የምትባል የኢያቡስ ... የብንያም ልጆች ርስት በየወገኖቻቸው ይህ ነበረ" (ኢያ 18:27)

ተቤራ ~ Taberah: ተቤራ፣ በራ፣ ነደደ፣ ተቃጠለ... ማለት ነው:: እስራኤል በማጉረምረማቸው እሳት የወረደበት፣ በፋራን ምድረ በዳ የነበረ፣ የቦታ ስም፤ "የእግዚአብሔርም እሳት በመካከላቸው ስለነደደች የዚያን ስፍራ ስም **ተቤራ** ብሎ ጠራው::" (ዘኍ 11:3፣ ዘዳ 9:22)

ተንሐሜት ~ Tanhumeth: 'ማጽናናት' ማለት ነው:: በጎዶልያስዘመን የነበረ፤ የሠራያ ልጅ፤ "የጭኔፍሮቹም አለቆች ሁሉ፣ የናታንያ ልጅ እስማኤል፣ የቃሬያም ልጅ ዮሐናን፣ የነጦፋዊውም የ**ተንሐሜት** ልጅ ሠራያ፣ የማዕካታዊውም ልጅ ያአዛንያ፣ ሰዎቻቸውም ... ወደ ምጽጳ መጡ::" (2 ነገ 25:23፣ ኤር40:8)

ተንትናይ ~ Tatnai: 'ስጦታ' ማለት ነው:: የሰላትያል ልጅ ዘሩባቤል የኢዮሴዴቅም ልጅ ኢያሱ ተነሥተው በኢየሩሳሌም ያለውን የእግዚአብሔርን ቤተ መሥራት ሊጀምሩ መጥተ ከጠየቋቸው

አንዱ፤ "በዚያም ዘመን በወንዝ ማዶ የነበረው ገዥ **ተንትናይ**፣ ደግሞ ስተርቡዝናይ፣ ..." (ዕዝ 5:3፣6፣ 6:6፣13)

ተድሞር ~ Tadmor: 'ተምራም' የተምር ከተማ' ማለት ነው:: ሰሎሞን በምድረ በዳ የገነባው ከተማ፤ "በምድረ በዳም ያለውን **ተድሞርን**፣ በሐማትም የሠራቸውን የዕቃ ቤቱን ከተሞች ሁሉ ሠራ::" (2 ዜና 8:4)

ቱሚም ~ Thummim: 'ትም፣ የታመነ፣ እውነተኛ' ማለት ነው:: "በፍርዱ በደረት ኪስም ውስጥ ኡሪምንና **ቱሚም**ን ታደርጋለህ በእግዚአብሔርም ፊት በገባ ጊዜ በአሮን ልብ ላይ ይሆናሉ አሮንም በእግዚአብሔር ..." (ዘጸ 28:30፣ ዘዳ 33:8፣ መሳ 1:1፣ 20:18፣ 1 ሳሙ 14:3፣ 18፣ 23:9፣ 2 ሳሙ 21:1)

ቱባልቃይን ~ Tubal-cain: 'ምድራዊ ሀብት' ማለት ነው:: የላሜሕን ልጅ፤ "ሴላም ደግሞ ከናስና ከብረት የሚቀጠቀጥ ዕቃን የሚሠራውን **ቱባልቃይንን** ወለደች:: የቱባልቃይንም እኅት ናዕማ ነበረች" (ዘፍ 4:22)

ቲሎን ~ Tilon: ጥሎሽ፣ ስጦታ... ማለት ነው:: ከሲሞን አራት ልጆች አንዱ፤ "የሺሞንም ልጆች አምኖን፣ ሪና፣ ቤንሐናን፣ **ቲሎን** ነበሩ:: የይሽዒም ልጆች ዞሔትና ቢንዞሔት ነበሩ::" (1 ዜና 4:20)

ቲምናዕ ~ Timnah: ተመን፣ መጠን፣ ድርሻ... ማለት ነው:: [ተዛማጅ ስም- **ተምና**] ከኤሳው የአለቆች ስም፤ (ዘፍ36:40)

ቲርሐቅ ~ Tirhakah: 'የከበረ፣ ከፍተኛ' ማለት ነው:: የኢትዮጵያ ንጉሥ፤ "እርሱም:- የኢትዮጵያ ንጉሥ **ቲርሐቅ** ሊወጋህ መጥቶአል የሚል ወሬ በሰማ ጊዜ ደግሞ ወደ ሕዝቅያስ መልእክተኞችን ላከ፤ እንዲህ ሲል" (2 ነገ 19:9፣ ኢሳ 37:9)

ቲርያ ~ Tiria: ጥሪ፣ ጨኸት... ማለት ነው:: ከይሁዳ ነገድ፣ የይሀሌልኤል ልጅ፤

"... የይሃሌልኤል ልጆች ዚፍ፥ ዚፋ፥ **ቲርያ**፥ አሣርኤል ነበሩ" (1 ዜና 4:16)

ቲርጻ ~ Tirzah: 'ደስታ' ማለት ነው። የሰለጸዓድ ትንሿ ልጅ፡ "የአፌርም ልጅ ሰለጸዓድ ... የሴቶች ልጆቹ ስም ማህለህ፡ ኑዓ፡ ኤግላ፡ ሚልካ፡ **ቲርጻ** ነበረ።" (ዘኍ 26:33፤ 27:1፤ 36:11፤ ኢያ 17:3)

ቲቁዋ፤ ቴቁዋ ~ Tikvah: 'ተስፋ' ማለት ነው።

1. ልብስ ጠባቂው፡ የሐስራ ልጅ፡ የሴሌም አባት፡ "እንዲሁም ካህኑ ኬልቅያስና አኪቃም ዓከቦርም ሳፋንና ዓሳያም ወደ ልብስ ጠባቂው ወደ ሐስራ ልጅ ወደ **ቲቁዋ** ልጅ ወደ ሴሌም ሚስት ወደ ነቢያቱ ..." (2 ነገ 22:14)

2. የሕዝያ አባት፡ "ነገር ግን የአሣሄል ልጅ ዮናታንና የ**ቴቁዋ** ልጅ የሕዝያ ይህን ነገር ተቃወሙ፤ ሚሱላምና ሌዋዊውም ሳባታይ ረዱአቸው።" (ዕዝ 10:15)

ቲቶ ~ Titus: 'የተከበረ' ማለት ነው። ከጳውሎስና ከባርናባስ ጋር በኢየሩሳሌም ጉባኤ የነበረ፡ "ከዚያ ወዲያ ከአሥራ አራት ዓመት በኋላ ከበርናባስ ጋር **ቲቶን** ደግሞ ይዤ ወደ ኢየሩሳሌም ሁለተኛ ወጣሁ፤" (ገላ 2:1-3፤ ሐዋ 15:2)

ቲኪቆስ ~ Tychicus: 'ወሳኝ፤ ቁርጥ' ማለት ነው። የእስያ ሰው፡ ቅዱስ ጳውሎስን በጉዞው የተባበረ፡ "የሾኑትም የቤርያው ሱሲጵጥሮስ ከተሰሎንቄ ሰዎችም አርስጥሮኮስና ሲኮንዱስ የደርቤኑም ጋይዮስና ጢሞቴዎስ የእስያ ሰዎችም **ቲኪቆስ** ጥሮፊሞስም ነበሩ" (ሐዋ 20:4፤ 21:29፤ 2 ጢሞ 4:20)

ቲድዓል ~ Tidal: 'ታደል፤ ታደለ፤ ተድላ፤ የታደለ' ማለት ነው። የአሕዛብ ንጉሥ የነበረ፡ "በሰናዖር ንጉሥ በአምራፌል፡ በኤላሳር ንጉሥ በአርዮክ፡ በኤላም ንጉሥ በኮሎዶነምር፡ በአሕዛብ ንጉሥ በ**ቲድዓል** ዘመን እንዲህ ሆነ" (ዘፍ 14:1፤9)

ቲፍሳ ~ Tiphsah: 'መተላለፊያ፤ መሻገሪያ' ማለት ነው። ሰሎሞን የነገሠበት የግዛት ድንበር፡ "ከወንዙ ወዲህ ባለት ነገሥታት ሁሉ ከወንዙም ወዲህ ባለው አገር ሁሉ ላይ ከ**ቲፍሳ** ጀምሮ እስከ ጋዛ ድረስ ነግሦ ነበር ..." (1 ነገ 4:24)

ታሐት ~ Tahath: 'መስፈሪያ፤ ማረፊያ፤ መነካሪያ' ማለት ነው።

1. የእስራኤል ልጆች በጉዞ ካረፉባቸው ቦታዎች፡ "ከመቅሄሎትም ተጉዘው በ**ታሐት** ሰፈሩ" (ዘኍ 33:26)

2. ሰሎሞን የእግዚአብሔርን ቤት በኢየሩሳሌም እስኪሠራ ድረስ በመገናኛ ድንኳን ማደሪያ ፊት እያዜሙ ያገለግሉ ከነበሩ፡ "የ**ታሐት** ልጅ፡ የአሴር ልጅ፡" (1 ዜና 6:37፤ 9:22)

3. "የኤፍሬም ልጆች ሹቱላ፡ ልጁ ባሬድ፡ ልጁ **ታሐት**፡ ልጁ ኤልዓዳ፡ ልጁ ታሐት፡ ልጁ ዛባድ፡ ልጁ ሹቱላ" (1 ዜና 7:20)

4. "የኤፍሬም ልጆች ሹቱላ፡ ልጁ ባሬድ፡ ልጁ ታሐት፡ ልጁ ኤልዓዳ፡ ልጁ **ታሐት**፡ ልጁ ዛባድ፡ ልጁ ሹቱላ" (1 ዜና 7:20)

ታሐን ~ Tahan: 'ሰፈራ' ማለት ነው። የኤፍሬም ልጅ፡ "በየወገናቸው የኤፍሬም ልጆች እነዚህ ናቸው። ከሱቱላ የሱቱላውያን ወገን፡ ከቤኬር የቤኬራውያን ወገን፡ ከ**ታሐን** የታሐናውያን ወገን።" (ዘኍ 26:35)

ታማር ~ Tamar: ተምር፤ የተምር ዛፍ... ማለት ነው። [ተዛማጅ ስም- **ትዕማር**] የቦታ ስም፡ "የደቡቡም ድንበር ከ**ታማር** ጀምሮ እስከ ..." (ሕዝ 47:19፤ 48:28)

ታምኒ ~ Tibni: ታማኒ፤ ታማኝ... ማለት ነው። የጎናትን ልጅ፡ "በዚያም ጊዜ የእስራኤል ሕዝብ በሁለት ተከፈለ። የሕዝቡም እኩሌታ የጎናትን ልጅ **ታምኒን** ያነግሡት ዘንድ ተከተለው እኩሌታውም ዘንበሪን ተከተለ።" (1 ነገ 16:21፤22)

ታራ ~ Tarah, Terah: 'ተራ'
ማለት ነው። እስራኤላውያን ከግብፅ ከወጡ
በኋላ፣ በርቀት ከሰፈሩባቸው ቦታዎች አንዱ፣
"ከታሕትም ተጉዘው በ**ታራ** ሰፈሩ" (ዘኍ
33:27)

ታራ / Terah: 'ተራ፣ ሰፈራ' ማለት
ነው። የአብራም፣ የናኮር፣ የሐራን አባት፣
"**ታራም** መቶ ዓመት ኖረ፣ አብራምንና
ናኮርን ሐራንንም ወለደ" (ዘፍ 11:24-32)

ታሬዓ ~ Tahrea, Tarea:
'ንዴት፣ ጥላቻ' ማለት ነው። የሚካ ልጅ፣
"የሚካም ልጆች ፒቶን፣ ሜሌክ፣ **ታሬዓ**፣
አካዝ ነበሩ።" (1 ዜና 9:41)

ታሬዓ / Tarea: 'ጠራ፣ ተጣራ፣
ጮኸ' ማለት ነው። የሚካ ልጅ፣
"የሚካም ልጆች ፒቶን፣ ሜሌክ፣ **ታሬዓ**፣
አካዝ ነበሩ።" (1 ዜና 8:35)

ታቦር ~ Tabor: 'ኮረብታ' ማለት
ነው። የዛብሎን ልጆች ርስት የተሰጠ የቦታ
ድንበር፣ "ድንበሩም ወደ **ታቦር**ና ወደ
ሻሕጹማ፣ ወደ ቤትሳሚስ ደረሰ፣
የድንበራቸውም መውጫ ዮርዳኖስ ነበረ።
አሥራ ስድስት …" (ኢያ 19:22)

ታዕናክ ~ Taanach, Tanach:
'ትሑት' ማለት ነው። የከነዓውያን ጥንታዊ
ከተማ፣ ንጉሡን ኢያሱ የያዘው፣ "የአዚፍ
ንጉሥ፣ የ**ታዕናክ** ንጉሥ፣ የመጊዶ ንጉሥ፣"
(ኢያ 12:21)

ታዕናክ / Tanach: "ከምናሴም
ነገድ እኩሌታ **ታዕናክ**ንና መሰምርያዋን፣
ጋትሪሞንንና መሰምርያዋን ሁለቱን ከተሞች
ሰጡአቸው" (ኢያ 21:25)

ታዴዎስ~Thaddeus: ተወዳጅ፣
ተወዳጅ፣ ተመስጋኝ… ማለት ነው።
ልብድዮስ ለተባለው ሐዋርያ መጠሪያ ስም፣
"ፊልጶስም … የእልፍዮስ ልጅ ያዕቆብም
ታዴዎስም የተባለው ልብድዮስ፣" (ማቴ
10:3፣ ማር 3:18)

ታጹዋ ~ Tappuah: 'የፍራፍሬ
ከተማ' ማለት ነው።
1. በይሁዳ ሽለቆ የነበረ የከተማ ስም፣ ቀደም
ብሎ የከነዓውያን መናገሻ የነበረ፣ "የ**ታጹዋ**
ንጉሥ፣ የአፌር ንጉሥ፣ የአፌቅ ንጉሥ፣"
(ኢያ 12:17)
2. በኤፍሬም ድንበር የሚገኝ ከተማ፣
"ድንበሩም ከ**ታጹዋ** ወደ ምዕራብ እስከ ቃና
ወንዝ ድረስ አለፈ፣ መውጫውም በባሕሩ
አጠገብ ነበር። የኤፍሬም ልጆች ነገድ ርስት
በየወገኖቻቸው ይህ ነበረ።" (ኢያ 16:8)
3. "የምናሴም ድንበር ከአሴር ጀምሮ
በሴኬም ፊት ለፊት እስካለው እስከ
ሚከምታት ድረስ ነበረ፣ ድንበሩም በቀኝ
በኩል ወደ ዓይን**ታጹዋ** ሰዎች አለፈ።" (ኢያ
17:7)

ቴላ ~ Telah: ጠል፣ ጥላ፣ ጠለል፣
ርጥበት… ማለት ነው። የኤፍሬም ወገን፣
የኢያሱ ቅድመ አያት፣ "ወንዶች ልጆቹም
ፋሬ፣ ሬሴፍ፣ ልጁ **ቴላ**፣" (1 ዜና 7:25)

ቴላሬሳ~Telharsa: የባቢሎናውያን
ከተማ፣ "ከቴልሜላ፣ ከ**ቴላሬሳ**፣ ከክሩብ፣
ከአዳን፣ ከኢሜር የወጡ እነዚህ ነበሩ። ነገር
ግን የአባቶቻቸውን ቤቶችና ዘራቸውን …
ያስታውቁ ዘንድ አልቻሉም" (ዕዝ 2:59፣ ነህ
7:61)

ቴልሜላ ~ Tel-melah: 'የጨው
ክምር' ማለት ነው። የባቢሎናውያን ከተማ፣
"ከ**ቴልሜላ**፣ ከቴላሬሳ፣ ከክሩብ፣ ከአዳን፣
ከኢሜር የወጡ እነዚህ ነበሩ። ነገር ግን
የአባቶቻቸውን ቤቶችና ዘራቸውን ወይም
ከእስራኤል ወገን መሆናቸውን ያስታውቁ
ዘንድ አልቻሉም" (ዕዝ 2:59፣ ነህ7:61)

ቴልአቢብ ~ Telabib: 'የእሸት
ክምር፣ የአበባ ሐውልት' ማለት ነው።
ሕዝቅኤል ባየው ራእይ የተጠቀሰ፣ የከተማ
ስም፣ "በ**ቴልአቢብ**ም ወዳሉ በኮቦርም ወንዝ
አጠገብ ወደ ተቀመጡ ምርኮኞች መጣሁ፣
በተቀመጡበትም ቦታ ተቀመጥሁ፣ በዚያም

ሰባት ቀን በድን፯ጋጤ በመካከላቸው ተቀመጥሁ።" (ሕዝ 3:15)

ቴማ ~ Tamah: 'ሳቂታ' ማለት ነው። ከባቢሎን ምርኮ ከተመለሱ የቴማ ልጆች ይገኙበታል፤ "የሲሣራ ልጆች፤ **የቴማ** ልጆች፤ የንስያ ልጆች፤ የሐጢፋ ልጆች።" (ዕዝ 2:54)

ቴማ ~ Thamah: 'ልጅ' ማለት ነው። ከባቢሎን ምርኮ ከተመለሱ የቴማ ልጆች ይገኙበታል፤ "የሲሣራ ልጆች፤ የ**ቴማ** ልጆች፤ የንስያ ልጆች፤ የሐጢፋ ልጆች።" (ዕዝ 2:54)

ቴማን ~ Tema, Teman: 'ደቡብ' ማለት ነው። የእስማኤል ልጅ፤ "ዴማ፤ ማሣ፤ ኩዳ፤ **ቴማን**፤ ኢጡር፤ ናፌስ፤ ቄድማ" (ዘፍ 25:15፤ 1 ዜና 1:30፤ ኢዮ 6:19፤ ኢሳ 21:14፤ ኤር 25:23)

ቴማን / Teman: 'የደቡብ' ማለት ነው።

1. የዔሳው ልጅ፤ የኤልፋዝ ልጅ፤ "የኤልፋዝም ልጆች እነዚህ ናቸው **ቴማን**፤ አማር፤ ስፎ፤ ጎቶም፤ ቄነዝ" (ዘፍ 36:11፤ 15፤41፤ 1 ዜና 1:36)

2. "ስለ ኤዶምያስ የሠራዊት ጌታ እግዚአብሔር እንዲህ ይላል፦ በውኑ በ**ቴማን** ጥበብ የለምን? ከብልህ ተዖቾችስ ምክር ጠፍቶአልን?" (ኤር 49:7፤8፤ ሕዝ 25:13)

ቴስብያዊው ~ Tishbite: 'የሚይዝ፤ የሚገነዝ' ማለት ነው። ነቢዩ ኤልያስ በዚህ ስም ተጠርቷል፤ "በገለዓድ ቴስቢ የነበረው **ቴስብያዊው** ኤልያስ አከዓብን፦ በፊቱ የቆምሁት የእስራኤል አምላክ ሕያው እግዚአብሔርን! ከአፌ ቃል በቀር በእነዚህ ዓመታት ጠልና ዝናብ አይሆንም አለው" (1 ነገ 17:1፤ 21:17፤ 28)

ቴርጋማ ~ Togarmah: 'አጥንታም' ማለት ነው። የጋሜርም ልጅ፤ "የጋሜርም ልጆች አስክናዝ፤ ሪፋት፤ **ቴርጋማ** ናቸው" (ዘፍ 10:3)

ቴቁሔ ~ Tekoa: 'እውጅ' ማለት ነው።

1. በይሁዳ ነገድ የነበረ ከተማ፤ "በይሁዳና በብንያም ያሉትንም የተመሸጉትን ከተሞች፤ ቤተ ልሔም፤ ኤጣም፤ **ቴቁሔን**፤" (2 ዜና 11:6)

2. በይሁዳ የዘር ሐረግ የተጠቀስ፤ የአሽሑር ልጅ፤ "ኤስሮምም በካሌብ ኤፍራታ ከሞተ በኋላ የኤስሮም ሚስት አቢያ የ**ቴቁሔን** አባት አሽሑርን ወለደችለት።" (1 ዜና 2:24፤ 4:5)

ቴቄል ~ Tekel: ተከል፤ ልክ፤ ለካ፤ መዘነ፤ መጠነ፤ ከብደት... ማለት ነው። የሰው እጅ ጣቶች ወጥተው በንጉሡ ቤት በተለሰነው ግንብ ላይ በመቅረዙ አንጻር ጻፉ ንጉሡ ብልጣሶር የሚጽፉትን ጣቶች አየ፤ የተጸፈውም ጽሕፈት፤ "**ቴቄል** ማለት፤ በሚዛን ተመዘንህ፤ ቀልለህም ተገኘህ ማለት ነው።" (ዳን 5:27)

ቴቄምናስ ~ Tahpenes: የፈርዖን ሚስት፤ "የሚስቱንም የእቴጌይቱን የ**ቴቄምናስን** እኅት አስኪያጋባው ድረስ ሃዳድ በፈርዖን ፊት እጅግ ባለምዋል ሆነ።" (1 ነገ 11:19፤20)

ቴቤስ ~ Thebez: 'ግልጥ፤ ዕውቅ' ማለት ነው። አቤሜሌክ የሞተበት ቦታ፤ "አቤሜሌክም ወደ **ቴቤስ** መጣ፤ ቴቤስንም ከበበ ያዛት" (መሣ 9:50)

ቴዎዳስ ~ Theudas: ተወዳሽ፤ ተመስጋኝ... ማለት ነው። እኔ ታላቅ ነኝ ብሎ የተነሣ፤ ገማልያ በኢየሩሳሌም ባደረገው ንግግር የጠቀሰው፤ "ከዚህ ወራት አስቀድም **ቴዎዳስ**፤ እኔ ታላቅ ነኝ ብሎ ተነሥቶ ነበርና፤ አራት መቶ የሚያሀሉ ሰዎችም ከእርሱ ጋር ተባበሩ፤ እርሱም ጠፋ የሰሙትም ሁሉ ተበተኑ እንደ ምናምንም ሆኑ" (ሐዋ 5:36)

ቴዎፍሎስ ~ Theophilus:
'የአምላክ ወዳጅ፤ የጌታ ጓደኛ' ማለት ነው። ሉቃስ ወንጌልን የጻፈለት ሮማዊ ክርስቲያን፤ "የከበርህ **ቴዎፍሎስ** ሆይ፤ ከመጀመሪያው በዓይን ያዩትና የቃሉ አገልጋዮች የሆኑት እንዳስተላለፉልን፤ በኛ ዘንድ ስለ ተፈጸመው ነገር ብዙዎች ታሪክን በየተራው ለማዘጋጀት ስለ ሞከሩ፤ እኔ ደግሞ ስለ ተማርኸው ቃል እርግጡን እንድታውቅ በጥንቃቄ ሁሉን ከመጀመሪያው ተከትዬ በየተራው ልጽፍልህ መልካም ሆኖ ታየኝ።" (ሉቃ 1:3)

ትዕማር ~ Tamar: ትማር፤ ተማሪ፤ ይቅር ተባለ፤ ምሕረት አገኘ... ማለት ነው። ('ታምር ፤ ተማር፤ የተምር ዛፍ ማለት ነው' ተብሎም ተተርጉሟል) [ተዛማጅ ስም- **ታማር**] በመጽሐፍ ቅዱስ ውስጥ በዚህ ስም የሚታወቁ ስዎች:-
1. የይሁዳም የከኮር ልጆ፤ የዔር ሚስት፤ (ዘፍ 38:8-30)
2. የዳዊት ልጅ፤ የአቤሴሎም እኅት፤ (2 ሳሙ 13:1-32)፤ (1 ዜና 3:9)
3. የአቤሴሎም ልጅ፤ (2 ሳሙ 14:27)

ትያጥሮን ~ Thyatira: 'ሽቶ' ማለት ነው። (የሳቅ የጨዋታ ቤት፤ ብዙ ዓይነት የጥጋብ ጨዋታ፤ ምሳሌና ተረት፤ ምትሀትና ውሽት' ማለት ነው፤ **ኪዎክ/ኢ**) በታናሽቱ እስያ የነበረ ከተማ፤ "እንዲሁም፤ የምታየውን በመጽሐፍ ጽፈህ ወደ ኤፌሶንና ወደ ስምርኔስ ወደ ጴርጋሞንም ወደ **ትያጥሮንም** ወደ ሰርዴስም ወደ ፊልድልፍያም ... ሰባቱ አብያተ ክርስቲያናት ላክ አለኝ" (ራእ 1:11፤ 2:18-28)

ቶሑ ~ Tohu: 'የበታች፤ ትሑት፤ ምስኪን' ማለት ነው። የነቢዩ ሳሙኤል ቅድመ አያት፤ "በተራራማው በኤፍሬም አገር ከአርማቴም መሴፋ የሆነ ስሙ ሕልቃና የተባለ ... የኢያሬምኤል ልጅ የኤሊዩ ልጅ የ**ቶሑ** ልጅ የናሲብ ልጅ ነበረ።" (1 ሳሙ 1:1)

ቶላ ~ Tola: ትል ማለት ነው።
1. የይሳኮር ልጅ፤ "የይሳኮርም ልጆች **ቶላ**፤ ፉዋ፤ ዮብ፤ ሺምሮን።" (ዘፍ 46:13)
2. የፉሐ ልጅ፤ "ከአቤሜሌክም በኋላ ከይሳኮር ነገድ የሆነ የዱዲ ልጅ የፉሐ ልጅ **ቶላ** እስራኤልን ለማዳን ተነሣ በተራራማውም በኤፍሬም አገር ባለችው በሳምር ተቀምጦ ነበር።" (መሳ 10:1፤ 2)

ቶላድ ~ Tolad: ትውልድ፤ ልጅ፤ ዘር... ማለት ነው። በይሁዳ ደቡብ፤ የስምዖን ከተማ፤ "በ**ቶላድ**፤ በቤቱኤል፤ በሐርማ፤ በጺቅላግ፤" (1 ዜና 4:30)

ቶማስ ~ Thomas: 'መንታ' ማለት ነው። ከአሥራ ሁለቱ ሐዋርያት አንዱ፤ "ፊልጶስም በርተሎሜዎስም፤ **ቶማስም** ቀራጩ ማቴዎስም፤ የእልፍዮስ ልጅ ያዕቆብም ታዴዎስም የተባለው ልብድዮስ፤" (ማቴ 10:3፤ ማር 3:18)

ቱቤል ~ Tubal: 'ምድር' ማለት ነው። የያፌት ልጅ፤ "የያፌት ልጆች ጋሜር፤ ማጎግ፤ ማዴ፤ ያዋን፤ ይልሳ፤ **ቱቤል**፤ ሞሳሕ፤ ቴራስ ናቸው።" (ዘፍ 10:2)

ቶኡ ~ Toi: የሐማት ንጉሥ፤ የዳዊትን ድል ማድረግ ሲሰማ የወርቅ፤ የብርና የነሐስ ስጦታን አስይዞ የላከ፤ "የሐማትም ንጉሥ **ቶኡ** ዳዊት የአድርአዛርን ጭፍራ ሁሉ እንደ መታ ሰማ።" (2 ሳሙ 8:9፤ 10)

ቶኬን ~ Tochen: 'የተመተረ፤ የተለካ' ማለት ነው። የስምዖን ከተማ፤ "መንደሮቻቸውም ኤጣም፤ ዓይን፤ ሬሞን፤ **ቶኬን**፤ ..." (1 ዜና 4:32)

ቶዋ ~ Toah: 'ጦር መሣሪያ፤ ቀስት' ማለት ነው። የዘማሪው የኤማን ቅድመ አያት፤ "የሳሙኤል ልጅ፤ የሕልቃና ልጅ፤ ... የኤሊኤል ልጅ፤ የ**ቶዋ** ልጅ፤" (1 ዜና 6:34)

ቶፌት ~ Tophet: ጥፋት ማለት ነው። ለጣዖት አምልኮ ልጆቻቸውን ያቃጥሉበት የነበረ ቦታ፤ "...ወንዶችና ሴቶች

ልጆቻቸውን በእሳት ያቃጥሉ ዘንድ በሄኖም ልጅ ሸለቆ ያለቸውን የ**ቶፌት**ን መስገጃዎች ሠርተዋል።" (ኤር 7:31)

ነ

ነሃሊኤል ~ Nahaliel: 'ውርስ' ማለት ነው። እስራኤል በጉዚቸው ከሰፈሩባቸው ቦታዎች አንዱ፤ "ከምድረ በዳም ወደ መቴና ተዝዙ ከመቴናም ወደ **ነሃሊኤል**፤ ከነሃሊኤልም ወደ ባሞት፤" (ዘኍ 21:19)

ነሐማኒ ~ Nahamani: ናሆማኒ፤ ዐረፍት፤ መረጋጋት፤ መጽናናት... ማለት ነው። [ተዛማጅ ስሞች- **ነሐም፤ ነሑም፤ ነህምያ፤ ኑዓሚን፤ ናሆም፤ ንዕማን፤ ኖሐ፤ ኖባ**]
በነህምያ ዘመን ከግዞት ከተመለሱ፤ ከ**ነሐማኒ**፤ (ነህ 7:7)

ነሐም ~ Naham: ናሆም፤ ዐረፍት፤ መርጋጋት፤ መጽናናት... ማለት ነው። [ተዛማጅ ስሞች- **ነሐማኒ፤ ነሑም፤ ነህምያ፤ ኑዓሚን፤ ናሆም፤ ንዕማን፤ ኖሐ፤ ኖባ**] የሆዲያ ሚስት፤ **ነሐም**፤ (1 ዜና4:19)

ነሃራይ ~ Naharai: 'እንኩርፊያም' ማለት ነው። ቤሮታዊው የዳዊት ወታደር፤ "አምናዊው ጼሌቅ፤ የጽሩያ ልጅ የኢዮአብ ጋሻ ጃግሬ ቤሮታዊው **ነሃራይ**" (1 ዜና 11:39)

ነሑም ~ Nehum: ናሆም፤ ነሆመ፤ ዐረፈ፤ ዐረፍት፤ መርጋጋት፤ መጽናናት... ማለት ነው። [ተዛማጅ ስሞች- **ነሐማኒ፤ ነሐም፤ ነህምያ፤ ኑዓሚን፤ ናሆም፤ ንዕማን፤ ኖሐ፤ ኖባ**]
የባቢሎን ንጉሥ ናቡከደነፆር ወደ ባቢሎን ከማረካቸው ምርኮኞች ወደ ኢየሩሳሌምና ወደ ይሁዳ ወደ እየከተማቸው ከተመለሱ የአገር ልጆች፤ (ነህ 7:7)

ነሑሽታ ~ Nehushtan: ነሐስ፤ ነሐሳት... ማለት ነው። ሙሴ በበረሃ እባብን የሠራበት ብረት፤ "ሙሴም የናሱን እባብ ሠርቶ በዓላማ ላይ ሰቀለ እባብም የነደፈቸው ሰው ሁሉ የናሱን እባብ ባየ ጊዜ ዳነ።" (ዘኍ 21:9) ፤ በሕዝቅያስ ዘመን ይመለክ ነበር፤ (2 ነገ 18:4)

ነሀላል ~ Nahallal: 'ምስጉን' ማለት ነው። በይሳኮር ድንበር የነበረ፤ የዘብሎን ከተማ፤ "ቀጣት፤ **ነሀላል**፤ ሺምሮን፤ ይዳላ፤ ቤተ ልሐም አሥራ ሁለት ከተሞችና መንደሮቻቸው።" (ኢያ 19:15)

ነህምያ ~ Nehemiah: ናሆመ ያሕ፤ የሕያው ዐረፍት፤ የመረጋጋት ጌታ፤ የመጽናናት ባለቤት፤ ዘላለማዊ ዐረፍት.. ማለት ነው። [ተዛማጅ ስሞች- **ነሐማኒ፤ ነሐም፤ ነሑም፤ ኑዓሚን፤ ናሆም፤ ንዕማን፤ ኖሐ፤ ኖባ**]
'ነሆም' እና 'ያሕ'(ያሕዌ ፤ ሕያው) ከሚሉ ቃላት የተመሠረተ ስም ነው። በመጽሐፍ ቅዱስ ውስጥ በዚህ ስም የሚታወቁ ሰዎች:-
1. የባቢሎን ንጉሥ ናቡከደነፆር ወደ ባቢሎን ከማረካቸው ምርኮኞች ወደ ኢየሩሳሌምና ወደ ይሁዳ ወደ እየከተማቸው ከተመለሱ የአገር ልጆች፤ የሐካልያ ልጅ፤ (ነህ 7:7) ፤ (ዕዝ 2:2፤ ነህ 3:16 ፤ ነህ 1:1)
2. ከግዞት መልስ ኢየሩሳሌምን ካደሱ፤ የዓዝቡቅ ልጅ፤ (ነህ 3:16)

ነሙኤል ~ Nemuel: 'የጌታ ቀን' ማለት ነው።
1. ሮቤናዊው፤ የኤልአብ ልጅ፤ የዳታንና የአቤሮን ወንድም፤ "የኤልያብም ልጆች **ነሙኤል**፤ ዳታን፤ አቤሮን እነዚህ ዳታንና አቤሮን ከማኅበሩ የተመረጡ ነበሩ፤ ከቆሬ

115

ወገን ጋር በእግዚአብሔር ላይ ባመፁ ጊዜ ሙሴንና አሮንን ተጣሉ" (ዘኍ 26:9)

2. "የስምዖን ልጆች በየወገናቸው ከ**ነሙኤል** የነሙኤላውያን ወገን፣ ከያሚን የያሚናውያን ወገን፣ ... የዛራውያን ወገን" (ዘኍ 26:12፤ 1 ዜና 4:24)

ነምራ ~ Nimrah: 'ንጹሕ' ማለት ነው። በዮርዳኖስ በስተምሥራቅ የነበረ ከተማ፤ "እግዚአብሔር በእስራኤል ማኅበር ፊት የመታው ምድር፣ አጣሮት፣ ዲቦን፣ ኢያዜር፣ **ነምራ**፣ ሔሴቦን፣ ኤልያሊ፣ ሴባማ፣ ናባው፣ ባያን፣ ለእንስሶች የተመቸ ምድር ነው፤ ለእኛም ለባሪያዎችህ እንስሶች አሉን" (ዘኍ 32:3)

ነባዮት ~ Nebaioth, Nebajoth: ከቢያት፣ ትንቢት፣ የሊቃውንት ቃል... ማለት ነው። [ተዛማጅ ስሞች- **ናቡቴ፣ ናባው፣ ኖቢይ**] 'ነቢይ' ከሚለው ቃል የመጣ ስም ነው።

ነባዮት / Nebaioth: የእስማኤል የበኩር ልጅ፣ **ነባዮት**፣ (1 ዜና 1:29)

ነባዮት / Nebajoth: (ዘፍ 25:13፤ 14)

ነብዳኤል ~ Adbeel: 'የአምላክ ተአምር' ማለት ነው። የእስማኤል ልጅ፣ "የእስማኤልም የልጆቹ ስም በየስማቸውና በየትውልዳቸው እንዲህ ነው፣ የእስማኤል የበኩር ልጁ ነባዮት፣ ቄዳር፣ **ነብዳኤል**፣ መብሳም፣ ማስማዕ" (ዘፍ 25:13፤ 1 ዜና 1:29)

ነታንያ ~ Nethaniah: ሕያው ስጦታ፣ የአምላክ በረከት... ማለት ነው። [ተዛማጅ ስም- **ናታንያ**] 'ናታን' እና 'ያሕ'(ያሕዌ ፤ ህያዊ) ከሚሉ ቃላት የተመሠረተ ስም ነው። በመጽሐፍ ቅዱስ ውስጥ በዚህ ስም የሚታወቁ ስዎች:-

1. ዳዊትና የሠራዊቱ አለቆችም ከአሳፍና ከኤማን ከኤዱታም ልጆች በመስንቆና በበገና በጽናጽልም ትንቢት የሚናገሩትን ሰዎች ለማገልገል የተለዩ በአገልግሎታቸውም ሥራ የሠሩ፣ (1 ዜና 25:2 ፤ 12)

2. የእስራኤል ንጉሥ ኢዮሣፍጥ ካዘዛቸው አንዱ፣ (2 ዜና 17:8)

. የኤሊሳማ ልጅ፣ **ናታንያ**- (2 ነገ 25:23 ፤ 25)

. የሴሌምያ ልጅ፣ **ናታንያ**- (ኤር 36:14)

ነነዌ ~ Nineveh: 'ውብ፣ ቅን' ማለት ነው። የጥንታዊ የአሦርያ ዋና ከተማ የነበረ፣ "አሦርም ከዚያች አገር ወጣ **ነነዌን**፣ የረሆቦትን ከተማ... " (ዘፍ 10:11)

ነአሶን ~ Naashon, Nahshon: 'ትንቢያ፣ ጥንቆላ' ማለት ነው። የአሮን ሚስት፣ የኤልሳቤጥ እነት፣ "አሮንም የአሚናዳብን የ**ነአሶንን** እነት ኤልሳቤጥን አገባ፣ እርስዋም ናዳብንና አብዮድን አልዓዛርንና ኢታምርን ወለደችለት" (ዘጸ 6:23)

ነአሶን / Nahshon: 'ጠንቋይ፣ አዋቂ' ማለት ነው። እስራኤላውያን በምድረ በዳ ለመጀመሪያ ጊዜ ሲቆጠሩ የነበረ የይሁዳ ወገን፣ መስፍኑ የአሚናዳብ ልጅ፣ "አሮንም የአሚናዳብን የ**ነአሶንን** እነት ኤልሳቤጥን አገባ፣ እርስዋም ናዳብንና አብዮድን አልዓዛርንና ኢታምርን ወለደችለት" (ዘጸ 6:23)

ነዓም ~ Naam: 'ተወዳጅ፣ አስደሳች' ማለት ነው። የዮፍኒ ልጅ፣ የካሌብ ልጅ፣ "የዮፍኒም ልጅ የካሌብ ልጆች ዒሩ፣ ኤላ፣ **ነዓም** ነበሩ።" (1 ዜና 4:15)

ነዓርያ ~ Neariah: 'የሕያው አገልጋይ' ማለት ነው።

1. ከስድስቱ የሸማያ ልጆች አንዱ፣ "...የሸማያም ልጆች ሐጡስ፣ ይግአል፣

ባርያሕ፥ **ነዓርያ**፥ ሻፋጥ ስድስት ነበሩ፡፡" (1 ዜና 3:22፥ 23)

2. የይሽዒ ልጅ፥ "የስምዖንም ልጆች አምስት መቶ ሰዎች ወደ ሴይር ተራራ ሄዱ አለቆቻቸውም የይሽዒ ልጆች፥ ፈላጥያ፥ **ነዓርያ**፥ ረፋያ፥ ዑዝኤል ነበሩ" (1 ዜና 4:42)

ነዕማታዊ ~Naamathite:
ናማታይት፥ ነምታውያን፥ የንዕማን ሰዎች... ማለት ነው፡፡
ከሦስቱ የኢዮብ ወዳጆች አንዱ፥ ሶፋር **ነዕማታዊው** ተብሎ ተጠርቷል፥ (ኢዮ 2:11)

ነዕራ ~ Naarah: 'ወጣት፥ ታዳጊ' ማለት ነው፡፡ የአሽሑር ሚስት፥ (1 ዜና 4:5፥ 6) "ለቴቁሔም አባት ለአሽሑር ሔላና **ነዕራ** የተባሉ ሁለት ሚስቶች ነበሩት፡፡"

ነዋት ~ Naioth: 'ነዋርያት፥ ነዋሪ ባለአገር፥ አገርተኛ' ማለት ነው፡፡ "ሳኦልም፥ ዳዊት፥ እነሆ፥ በአርማቴም አገር በ**ነዋት**ዘራማ ተቀምጦአል የሚል ወሬ ሰማ፡፡" (1 ሳሙ 19:18፥19፥22፥23)

ነዌ ~ Non, Nun: 'ዓሳ' ማለት ነው፡፡ "ልጁ **ነዌ**፥ ልጁ ኢያሱ" (1 ዜና 7:27)

ነዌ / Nun: የእስራኤላውያን መሪ፥ የኢያሱ አባት፥ "እግዚአብሔርም ሰው ከባልንጀራው ጋር እንደሚነጋገር ፊት ለፊት ከሙሴ ጋር ይነጋገር ነበር፡፡ ሙሴም ወደ ሰፈሩ ይመለስ ነበር፡፡ ነገር ግን ሎሌው ብላቴና የ**ነዌ** ልጅ ኢያሱ ከድንኳኑ አይለይም ነበር፡፡" (ዘጸ 33:11)

ነዳብያ ~ Nedabiah: ነደ ሕያው፥ ሕያው የነዳው፥ አምላክ የመራው... ማለት ነው፥ የይሁዳ ንጉሥ፥ የይኮንያ ልጅ፥ "ፈዳያ፥ ሼናጸር፥ ይቃምያ፥ ሆሻማ፥ **ነዳብያ** ነበሩ፡፡" (1 ዜና 3:18)

ኑዓሚ ~ Naomi: ናሆሜ፥ ተወዳጅ፥ ቅን፥ ትሑት፥ ተግባቢ... ማለት ነው፡፡

[ተዛማጅ ስሞች- **ነሐማኒ፥ ነሐም፥ ነሑም፥ ነህምያ፥ ናሆም፥ ንዐማን፥ ኖሐ፥ ኖን**]

[ትርጉም ደስታዬ ማለት ነው /**መቅ**ቃ]

የአቤሜሌክ ሚስት፥ የሩት አማት፥ (ሩት 1:2 ፥ 20 ፥ 21...)

ኒሳን ~ **Nisan, Sivan**: 'እሸህ፥ ቆጥኝ' ማለት ነው፡፡ የአይሁድ የተቀደሰ ዓመት የመጀመሪያ ወር፥ "በንጉሡ በአርጤክስስ በሃያኛው ዓመት በ**ኒሳን** ወር የወይን ጠጅ በፊቱ በነበረ ጊዜ ጠጁን አንሥቼ ለንጉሡ ሰጠሁት፡፡ ..." (ነህ 2:1)

ኒሳን / Sivan: የአይሁድ የወር ስም፥ "በዚያን ጊዜም **ኒሳን** በተባለው በመጀመሪያው ወር ከወሩም በሃያ ሦስተኛው ቀን የንጉሡ ጸሐፊዎች ..." (አስ 8:9)

ኒቃሮና ~ **Nicanor**: 'አሸናፊ' ማለት ነው፡፡ በሐዋርያት ቤተ ክርስቲያን ከተሾሙ፥ ከሰባቱ ዲያቆናት፥ "ይህም ቃል ሕዝብን ሁሉ ደስ አሰኛቸው፥ እምነትና መንፈስ ቅዱስም የሞላበትን ሰው እስጢፋኖስን ፊልጶስንም ጵሮኮሮስንም **ኒቃሮን**ንም ጢሞናንም ... የአንጾኪያውን ኒቆላዎስንም መረጡ፡፡" (ሐዋ 6:1-6)

ኒቆላውያን ~ **Nicolaitanes**:
'የኒቆላዎስ ተከታዮች' ማለት ነው፡፡ የኤፌሶን ቤተ ክርስቲያን አባላት እንዳይከተሉ ከተነገራቸው እምነቶች፥ "ነገር ግን ይህ አለህ፥ እኔ ደግሞ የምጠላውን የ**ኒቆላውያን**ን ሥራ ጠልተሃልና፡፡" (ራእ 2:6)

ኒቆላዎስ ~ **Nicolas**: 'አሸናፊ ሕዝብ፥ የሕዝብ ድል' ማለት ነው፡፡ ከሰባቱ ዲያቆናት አንዱ፥ "ይህም ቃል ሕዝብን ሁሉ ደስ አሰኛቸው፥ ... ጢሞናንም ጰርሜናንም ወደ ይሁዲነት ገብቶ የነበረውን የአንጾኪያውን **ኒቆላዎስ**ንም መረጡ፡፡" (ሐዋ 6:5)

ኒቆዲሞስ ~ **Nicodemus**: 'አሸናፊ ሕዝብ፥ የሕዝብ ድል' ማለት ነው፡፡ ፈሪሳዊ፥

የአይሁድ መሪና የሕዝቡ አስተማሪ፤ "ከፈሪሳውያንም ወገን የአይሁድ አለቃ የሆነ **ኒቆዲሞስ** የሚባል አንድ ሰው ነበረ፤ እርሱም በሌሊት ወደ ኢየሱስ መጥቶ፦" (ዮሐ 3:1፤ 10)

ኔቆጵልዮ ~ Nicopolis: 'የድል ከተማ' ማለት ነው። ጳውሎስ ክረምትን ለማሳለፍ ያሰበበት፦ "አርጢሞንን ወይም ቲኪቆስን ወደ አንተ ስልክህ፤ ወደ **ኔቆጵልዮን** ወደ እኔ እንድትመጣ ትጋ፤ በዚያ ልከርም ቆርጬዋለሁና" (ቲቶ 3:12)

ኒብሻ ~ Nibshan: 'ለም አፈር' ማለት ነው። ከስድስቱ የይሁዳ ከተሞች አንዱ፦ "**ኔብሻን**፤ የጨው ከተማ፣ ዓይንጋዲ ስድስት ከተሞችና መንደሮቻቸው።" (ኢያ 15:62)

ኔዓ ~ Neah: 'ዓ፣ ንዐ፣ ና' ማለት ነው። የዘብሎን አዋሳኝ የሆነ፤ ጉልህ ቦታ፦ "ወደ ዳብራትም ወጣ፤ ወደ ያፌዓም ደረሰ። ከዚያም በምሥራቅ በኩል ወደ ጋትሔፍርና ወደ ዒታቃጺን አለፈ ወደ ሪምንና ወደ **ኔዓ** ወጣ።" (ኢያ 19:13)

ኔካው ~ Necho: 'ንከ፣ ስንኩል፣ አንካሳ' ማለት ነው። የግብፅ ንጉሥ፦ "ከዚህም ሁሉ በኋላ፤ ኢዮስያስም ቤተ መቅደሱን ካሰናዳ በኋላ፤ የግብፅ ንጉሥ **ኔካው** በኤፍራጥስ ወንዝ አጠገብ ባለው ..." (2 ዜና 35:20፤22፤36:4)

ናሆም ~ Nahum: ናሆም፣ ዕረፍት፣ መረጋጋት፣ መጽናናት... ማለት ነው።
[ተዛማጅ ስሞች- **ነሐማኒ፤ ነሐም፤ ነሑም፤ ኑሃምያ፤ ኑዓሚን፤ ንዐማን፤ ናሐ፤ ኖጓ**]
[ትርጉሙ መጽናናት ማለት ነው /**መቅቃ**] ከዴቂቅ ነቢያት አንዱ፤ በተራ ሰባተኛ፤ ኤልቆሻዊው ነቢይ ናሆም፤ "ስለ ነነዌ የተነገረ ሽክም የኤልቆሻዊው የ**ናሆም** የራእዩ መጽሐፍ ይህ ነው።" (ናሆ 1:1)

ናሆም ~ Naum: 'መጽናናት፣ መረጋጋት' ማለት ነው። በቤታ የዘር ሐረግ የተጠቀሰ፤ የኤሊ ልጅ፤ የአሞጽ አባት፦ "የዮና ልጅ፤ የዮሴፍ ልጅ፤ የማታትዩ ልጅ፤ የአሞጽ ልጅ፤ የ**ናሆም** ልጅ፤ የኤሲሊም ልጅ" (ሉቃ 3:25)

ናሐት ~ Nahath: 'ዕረፍት' ማለት ነው።

1. ከኤዶም መሳፍንት አንዱ፦ የራጉኤል ትልቁ ልጅ፦ "የራጉኤልም ልጆች እነዚህ ናቸው፤ **ናሐት**፤ ዘራ፤ ሣማ፤ ሚዛህ እነዚህም የዔሳው ሚስት የቤሴሜት ልጆች ናቸው።" (ዘፍ 36:13፤17፤ 1 ዜና1:37)

2. የሕልቃና ልጅ፤ **ናሐት**፤ "ልጁ **ናሐት**፤ ልጁ ኤልያብ፤ ልጁ ይሮሐም፤ ልጁ ሕልቃና።" (1 ዜና 6:26)

3. በንጉሡ ሕዝቅያስ ዘመን የነበሩ የዕቃ ቤት ተቆጣጣሪዎች አንዱ፦ "በንጉሡም በሕዝቅያስና በእግዚአብሔር ቤት አለቃ በዓዛርያስ ትእዛዝ ይሕዊል፤ ዓዛዝያ፤ **ናሐት**፤ ...ከሰሜኢ እጅ ባታች ተቆጣጣሪዎች ነበሩ።" (2 ዜና 31:13)

ናምሩድ ~ Nimrod: ማራድ፤ ማንቀጥቀጥ፤ ኀይለኛ መሆን... ማለት ነው። የኩሽ ልጅ፦ "ኩሽም **ናምሩድን** ወለደ እርሱም በምድር ላይ ኀያል መሆንን ጀመረ" (ዘፍ 10:8-10)

ናሳራክ ~ Nisroch: ንስር ማለት ነው። የነነዌ ሰዎች ያመልኩት የነበረ ጣዖት፤ የአሦር ንጉሥ ሰናክሬ በልጆቹ የተገደለበት ያመልከው የነበረ፦ "በአምላኩም በ**ናሳራክ** ቤት ሲሰግድ ልጆቹ አደራሜሌክና ሳራሳር በሰይፍ ገደሉት ወደ አራራትም አገር ኮበለሉ። ልጁም አስራዶን ...ነገሠ" (2 ነገ 19:37፤ ኢሳ 37:38)

ናቦቴ ~ Naboth: ነቦት፤ ነቢያት፤ ነቢይ፤ ትንቢት ተናገረ... ማለት ነው።
[ተዛማጅ ስሞች- **ነቦት፤ ናባው፤ ኖባይ**]

'ነቢያት' ከሚለው ቃል የመጣ ስምነው። አይይዝራኤላዊ፦ "የእስራኤልም ንጉሥ ኢዮራም የይሁዳም ንጉሥ አካዝያስ በሰረገሎቻቸው ተቀምጠው ወጡ፣ ኢዮንም ሊገናኙት ሄዱ በኢይዝራኤላዊው በ**ናቡ‐ቴ** እርሻ ውስጥ አገኙት።" (2 ነገ 9:25፣ 26)

ናቡከደነፆር ~

Nebuchadnezzar: ነቢይ ከዳኛ

ዘር፣ የትልቅ ሰው ዘር... ማለት ነው። ከባቢሎን ነገሥታት ሁሉ ኃይለኛውና ታዋቂው፣ "የይሁዳ ንጉሥ ኢዮአቄም በነገሠ በሦስተኛው ዓመት የባቢሎን ንጉሥ **ናቡከደነፆር** ወደ ኢየሩሳሌም መጥቶ ከበባት።" (ዳን 1:1)

ናቡዘረዳን ~ Nebuzaradan:

ነቡ ዘረ ዳን፣ ነቢይ ዘረ ዳን፣ የዳን ዘር ነቢዩ፣ የባላ ሥልጣን ወገን፣ የትልቅ ሰው ዘር፣ የመሳፍንት ወገን... ማለት ነው። 'ነቢይ' ፣ 'ዘር' እና 'ዳኝ' ከሚሉ ሦስት ቃላት የተመሠረተ ስም ነው።

. የባቢሎን ንጉሥ ባሪያ የዘበኞቹ አለቃ፦ (2 ነገ 25:8-20)

. "የባቢሎንም ንጉሥ <u>ናቡከደነፆር</u> ስለ ኤርምያስ ያዘዘው።" (ኤር 39:11፣ 40:2-5)

ናቢ ~ Nahbi: 'ስውር፣ ምሥጢረኛ'

ማለት ነው። የከነዓንን ምድር እንዲሰልሉ ከተላኩ አሥራ ሁለት ስዎች አንዱ፣ የንፍታሌም ወገን፣ የያቢ ልጅ፦ "ከንፍታሌም ነገድ የያቢ ልጅ **ናቢ**" (ዘኍ 13:14)

ናባል ~ Nabal: 'ቂል' ማለት ነው።

የካሌብ ወገን፦ "**ናባል**ም ለዳዊት ባሪያዎች። ዳዊት ማን ነው? የእሴይስ ልጅ ማን ነው? እያንዳንዳቸው ከጌቶቻቸው የኮበለሉ ባሪያዎች ዛሬ ብዙዎች ናቸው።" (1 ሳሙ 25:10፣11)

ናባዉ ~ Nebo: ነቢይ፣ ዐዋቂ፣ ጠቢብ፣ ጠንቋይ... ማለት ነው። [ተዛማጅ ስሞች‐ ነባዮት፣ ናቡ‐ቴ፣ ኖባይ]

'ነቢይ' ከሚለው ቃል የመጣ ስምነው። [የባቢሎናዉያን የዕወቀት አምላክ / **መቅጃ**] በዚህ ስም የሚታወቁ የሰው፣ የተራራና የአገር ስሞች አሉ።

1. በእስራኤላዉያን ከተደመሰሱ አገሮች፣ (ዘኍ32:34)

2. ከባቢሎን ጣዖታት አንዱ፦ "ቤል ተዋረደ፣ **ናባው** ተሰባረ ጣዖቶቻቸው ..." (ኢሳ 46:1)

3. በሞዓብ ምድር ሙሴ የቃል ኪዳኑን አገር ለማየት የወጣበት ተራራ ስም፣ (ዘዳ 32:49፣ 34:1)

4. ከባቢሎን ምርኮ ከተመለሱ የአባታቸው ስም ፣ አንዱ፦ "የ**ናባው** ልጆች፣ አምሳ ሁለት።" (ዕዝ 2:29)፣ (ነህ 7:33)

ናባጥ ~ Nebat: 'ገጽታ' ማለት ነው።

የኢዮርብዓም አባት፦ "ከሳሪራ አገር የሆነ የሰሎሞን ባሪያ የኤፍሬማዊው የ**ናባጥ** ልጅ ኢዮርብዓም በንጉሡ ላይ ዐመፀ እናቱም ጽሩዓ የተባለች ባልቴት ሴት ነበረች።" (1 ነገ 11:26፣ 12:2፣15)

ናታን ~ Nathan: ናታን፣ ስጦታ፣ በረከት፣ ጌታነት... ማለት ነው። [ትርጉሙ እግዚአብሐር ሰጥቷል ማለት ነው / **መቅጃ**] በመጽሐፍ ቅዱስ ውስጥ በዚህ ስም የሚታወቁ ሰዎች:-

1. በነብዮ ዕዝራ ዘመን፣ ከምርኮ መልስ፣ ከካህናቱ ወገን ልጆች እንግዶቸን ሴቶች ካገቡ የባኒ ልጅ፦ (ዕዝ 8:16)

2. የዳዊት ልጅ፦ **ናታን**፣ (1 ዜና3:5)

3. ነቢዩ **ናታን**፣ (2 ሳሙ 7:2፣ 3፣ 17)

ናታንሜሌክ ~ Nathan-

melech: ናታን መላክ፣ የጌታ መልአክ፣ የአምላክ ስጦታ፣ የእግዚአብሐር ንብረት... ማለት ነው።

'ናታን' እና 'መላክ' ከሚሉ ሁለት ቃላት የተመሠረተ ስም ነው።

በእግዚአብሔር ቤት መግቢያ አጠገብ በከተማው አቅራቢያ የነበረው ጃንደረባ፣ (2ነገ 23:11)

ናትናኤል~ Nathanael, Nethaneel:
ናታን ኤል፣ የጌታ ስጦታ፣ የአምላክ በረከት፣ ጸጋ እግዚአብሔር፣ ሀብተ መለኮት... ማለት ነው።

'ናታን' እና 'ኤል' ከሚሉ ሁለት ቃላት የተመሠረተ ስም ነው።

[የእግዚአብሔር ስጦታ ማለት ነው / **መቅቃ**] በመጽሐፍ ቅዱስ ውስጥ በዚህ ስም የሚታወቁ ሰዎች:-

ናትናኤል / Nathanael: የጌታ ሐዋርያ የሆነው፤ (ዮሐ 21:2)

ናትናኤል / Nethaneel: የሶገር ልጅ፤ **ናትናኤል**፤ (ዘኍ 1:8፣ 7:18) የንጉሥ ዳዊት ወንድም፣ የእሴይ ልጅ፤ **ናትናኤል**፤ (1 ዜና 2:14) በዳዊት ዘመን በታቦቱ ፊት እየዘፈ መለከት የሚነፋ የነበር፣ ካህኑ፣ **ናትናኤል**፤ (1 ዜና 15:24) የጸሐፊው የሸማያ አባት፤ (1 ዜና24:6) የዖቤድኤዶ ልጅ፤ (1 ዜና26:4) ንጉሥ ኢዮሣፍጥ ሕዝቡን እንዲያስተምሩ ከላካቸው፤ (2 ዜና 17:7) ለፋሲካ አምስት ሺህ በጎችና ፍየሎች፣ አምስት መቶም በሬዎች ለሌዋውያን ከሰጡ፤ (2 ዜና 35:9) በዕዝራ ዘመን ከግዝት ከተመለሱ፣ እንግዳ ሚስቶች ካገቡ፤ (ዕዝ 10:22) በዮአቂም ዘመን የአባቶች ቤቶች አለቆች አንዱ፤ (ነህ 12:21) ዘማሪው፣ የዮናታን ልጅ፤ (ነህ 12:36)

ናዕማ ~ Naamah:
'ተወዳጅ' ማለት ነው።

1. የቱባልቃይንም እናት፣ የላሜሕ ልጅ፤ (ዘፍ4:22) "ሴላም ደግሞ ከናስና ከብረት የሚቀጠቀጥ ዕቃን የሚሠራውን ቱባልቃይንን ወለደች። የቱባልቃይንም እናት **ናዕማ** ነበረች"

2. የይሁዳ ንጉሥ፣ የሰሎሞን ልጅ፣የሮብዓም እናት፤ "የሰሎሞንም ልጅ ሮብዓም በይሁዳ ነገሠ ... የእናቱም ስም **ናዕማ** ነበረ እርስዋም አሞናዊት ነበረች።" (1 ነገ 14:21፣31)

3. በይሁዳ ደልዳላው ክፍል የነበረ ከተማ፤ "አዶላም፣ ከቦን፣ ለሕማስ፣ ኪትሊሽ ግዴሮት፣ ቤትዳጎን፣ **ናዕማ**፣ መቄዳ አሥራ ስድስት ከተሞችና መንደሮቻቸው።" (ኢያ 15:41)

ናዖስ ~ Nahash:
'መርዘኛ እባብ፣ ተንኮለኛ ሰው' ማለት ነው።

1. የአሞራውያን ንጉሥ፣ "አሞናዊውም **ናዖስ**፣ቀኝ ዓይናችሁን ሁሉ በማውጣት ቃል ኪዳን አደርግላችኋለሁ በእስራኤልም ሁሉ ላይ ስድብ አደረጋለሁ አላቸው።" (1 ሳሙ 11:2-11)

2. በሳሙኤል መጽሐፍ የተጠቀሰ ሌላሰው፣ "አቤሴሎምም ... የጽሩያን እነት የ**ናዖስ**ን ልጅ አቢጋያን አግብቶ ነበር" (2 ሳሙ 17:25)

ናዖድ ~ Ehud:
ውሕድ፣ ውሑድ፣ እሐድ፣ አሐድ፣ አንድ... ማለት ነው። [ተዛማጅ ስም- **ኤሁድ**]

Ehud- 'እሑድ' ከሚለው ቃል የተገኘ ስም ነው። በመጽሐፍ ቅዱስ ውስጥ በዚህ ስም የሚታወቁ ሰዎች:-

1. የቢልሐን ልጅ፤ (1 ዜና 7:10)

2.የጌራ ልጅ፤ (መሳ 3:15)

ናኮር ~ Nahor:
'ማንኮራፋት' ማለት ነው።

. የአብርሃም አያት፣ የታራ አባት፣ የሴሮሕ ልጅ፤ (ዘፍ 11:22- 25) "ሴሮሕም መቶ ሠላሳ ዓመት ኖረ **ናኮር**ንም ወለደ"

. (ዘፍ 11:26፣ 27) "ታራም መቶ ዓመት ኖረ፣ አብራምንና ናኮርን ሐራንንም ወለደ

ናኮን~ Nachon: ‘ዝግጁ’ ማለት ነው።። (2 ሳሙ 6:6) “ወደ **ናኮን**ም አውድማ በደረሱ ጊዜ በሬዎቹ ይፋንኑ ነበርና ዖዛ እጁን ዘርግቶ የእግዚአብሔርን ታቦት ያዘ”

ናዝራዊ~Nazareth: ንጽረት፤ ናጽራዊ፤ ነጻሪ፤ አነጣጣሪ፤ አስተዋይ፤ የወደፊቱን አርቆ የሚያይ፤ ነቢይ፤ ባሕታዊ፤ መናኝ ማለት ነው።።

‘ነጸረ’ ከሚ<ለው ግስ የመጣ ስምነው።። “ለእስራኤል ልጆች ንገራቸው።። ሰው ወይም ሴት ለእግዚአብሔር ራሱን የተለየ ያደርግ ዘንድ የ**ናዝራዊነት** ስእለት ቢሳል፤” (ዘኍ 6:2-21)
የናዝራዊነት መለያ ባሕርያት:-
. “ከወይን ጠጅና ከሚያሰክር መጠጥ ራሱን የተለየ ያድርግ ከወይን ወይም ከሌላ ነገር የሚገኘውን ሆምጣጤ አይጠጣ፤ የወይንም ጭማቄ አይጠጣ የወይን እሽት ወይም ዘቢብ አይብላ።።”
. “ራሱን ለመለየት ስእለት ባደረገበት ወራት ሁሉ በራሱ ላይ ምላጭ አይደርስም።። ለእግዚአብሔር የተለየበት ወራት እስኪፈጸም ድረስ የተቀደስ ይሆናል፤ የራሱንም ጠጉር ያሳድጋል”
. “ለእግዚአብሔር ራሱን የተለየ ባደረገበት ወራት ሁሉ ወደ ሬሳ አይቅረብ።።”
. “ለአምላኩ ያደረገው ስእለት በራሱ ላይ ነውና አባቱ ወይም እናቱ ወይም ወንድሙ ወይም እኀቱ ሲሞቱ ሰውነቱን አያረክስባቸው።።ራሱን የተለየ ባደረገበት ወራት ሁሉ ለእግዚአብሔር የተቀደሰ ነው”
. “ሰውም በአጠገቡ ድንገት ቢሞት የተለየውንም ራሱን ቢያረክስ፤ እርሱ በሚነጻበት ቀን ራሱን ይላጭ በሰባተኛው ቀን ይላጨው።።”
. “ካህኑም አንዱን ለኀጢአት መሥዋዕት ሁለተኛውንም ለሚቃጠል መሥዋዕት ያቀርበዋል በራሱም የተነሣ ኀጢአት ሥርቶአልና ያስተሰርይለታል፤ በዚያም ቀን ራሱንይቀድሰዋል”

. “ራሱን የተለየ ያደረገበትን ወራትም ለእግዚአብሔር ይቀድሳል፤ የአንድ ዓመትም ተባት ጠቦት ለበደ መሥዋዕት ያምጣ ናዝራዊነቱ ግን ረክሶአልና ያለፈው ወራት ሁሉ ከንቱይሆናል።”

ናይ ~ Nain: ‘ውበት፤ አስደሳች’ ማለት ነው።። በገሊላ ያለች ከተማ፤ “በነገውም **ናይ**ን ወደምትባል ወደ አንዲት ከተማ ሄደ፤ ደቀ መዛሙርቱም ብዙ ሕዝብም ከእርሱ ጋር አብረው ሄዱ።።” (ሉቃ 7:11)

ናዳብ ~ Nadab, Nodab:
‘ለጋስ’ ማለትነው።።
1. የአሮንና የኤልሳቤጥ ትልቁ ልጅ፤ “የአሮን ልጆች ስም ይህ ነው።። በኵሩ **ናዳብ**፤ አብዩድ፤ አልዓዘር፤ ኢታምር።።” (ዘጸ 8 13 ዘኍ 3:2)
2. በእስራኤል ላይ የነገሠ፤ የኢዮርብዓም ልጅ፤ “በይሁዳም ንጉሥ በአሳ በሁለተኛው ዓመት የኢዮርብዓም ልጅ **ናዳብ** በእስራኤል ላይ ነገሠ፤ በእስራኤልም ላይ ሁለት ዓመት ነገሠ” (1 ነገ15:25-31)
3. የይሁዳ ነገድ፤ የሻማይ ልጅ፤ “የአናምም ልጆች ሻማይና ያዳ ነበሩ።። የሻማይ ልጆች **ናዳብ**ና አቢሱር ነበሩ።።” (1 ዜና 2:28)
4. ከብንያም ነገድ የሆነ፤ “ዶር፤ ቂስ፤ በአል፤ **ናዳብ**፤ ጌዶር፤ አሒዮ፤ ዘኩር በገባዖን ተቀመጡ።።” (1 ዜና 8:30፤9:36)

    ናዳብ / Nodab: ‘ክቡር’ ማለት ነው።።“ከአጋራውያንና ከኢጡር ከናፌስና ከ**ናዳብ** ጋር ተዋጉ” (1 ዜና5:19)

ናጌ ~ Nagge: ነገ፤ ነጋ፤ ንጋት፤ ብርሃን ሆነ፤ ወጋገን መጣ፤ ጨለማው ሄደ... ማለት ነው።። [ተዛማጅ ስም-**ናጋ**]
‘ነገ’ ከሚለው ቃል የተገኘ ስምነው።። በቤተ የዘር ሐረግ የተጠቀሰ፤ የማአት ልጅ፤ (ሉቃ 3:25)

ናጶሌ ~ Neapolis: ነው ፖሊስ፤ አዲስ ከተማ... ማለት ነው።። ሐዋርያው ጳውሎስ ለመጀመሪያ ያረፈባት የአውሮጳ ከተማ፤ “ከጢሮአዳም ተነሥተን በቀጥታ ወደ

ሳሞትራቄ በነገውም ወደ **ናጹሌ** በመርከብ ሄድን" (ሐዋ 16:11)

ናፊስ ~ Naphish: ንፋስ፤ ነፍስ፤ ሕይዋት፤ እስትንፋስ... ማለት ነው፡፡ 'ነፌስ' ከሚለው ግስ የተገኘ ስምነው፡፡ በዚህ ስም የሚታወቁ አንድ ሰውና አንድ ቦታ አሉ፡፡

ናፊስ/ Naphish: የእስማኤል ልጅ፤ (ዘፍ 25:15)

ናፊስ / Nephish: (1 ዜና 5:19)

ናፊግ ~ Nepheg: 'ንፋግ፤ ደካማ' ማለት ነው፡፡

1. የይስዓር ልጅ፤ "የይስዓር ልጆች ቆሬ፤ **ናፊግ**፤ ዝክሪ ናቸው፡፡" (ዘፍ 6:21)
2. "**ናፊቅ**፤ ያፍያ፤ ኤሊሳግ፤ ኤሊዳሄ፤ ኤሊፋላት፡፡" (2 ሳሙ 5:16፤ 1 ዜና 3:7፤ 14:6)

ኔሔላማዊ~ Nehelamite: ነ'ሐልምያት፤ ሐልማዊ፤ ሐልም አላሚ... ማለት ነው፡፡ ለሐሰተኛው ነቢይ ለሸማያ የተሰጠ መጠሪያ፤ (ኤር 29:24፤31፤32) "ለኔሔላማዊው ለሸማያ እንዲህ በል፡፡"

ኔስታ ~ Nehushta: ነሐስ፤ ነሐሲት... ማለት ነው፡፡ የኤልናታን ልጅ፤ የይሁዳ ንጉሥ የዮአኪን እናት፤ "ዮአኪን መንገሥ በጀመረ ጊዜ ... እናቱም **ኔስታ** ትባል ነበር እርስዋም የኢየሩሳሌም ሰው የኤልናታን ልጅ ነበረች፡፡" (2 ነገ 24:8)

ኔሪ ~ Neri: 'ብርሃኔ፤ መብራቴ' ማለት ነው፡፡ የሰላትያል አባት፤ የሚልኪ ልጅ፤ "የዮዳ ልጅ፤ ... የዘሩባቤል ልጅ፤ የሰላትያል ልጅ፤ የኔሪ ልጅ፤" (ሉቃ 3:27)

ኔር ~ Ner: 'ኩራዝ፤ ፋኖስ፤ መብራት' ማለት ነው፡፡ የንጉሡ ሳኦል አያት፤ የቂስ አባት፤ "**ኔር** ቂስን ወለደ ቂስም ሳኦልን ወለደ ሳኦልም ዮናታንን፤ ሚልኪሳንን፤ አሚናዳብን፤ አስባኤልን ወለደ፡፡" (1 ዜና 8:33)

ኔሬያ ~ Nereus, Neriah: 'ኩራዝ፤ ፋኖስ፤ መብራት' ማለት ነው፡፡ በሮም የነበረ ክርስቲያን፤ ጳውሎስ በሰላምታ ደብዳቤው የጠቀሰው፤ "ለፍሌጎንና ለዬልያ ለኔርያና ለእኅቱም ለአልንጦንም ... ቅዱሳን ሁሉ ሰላምታ አቅርቡልኝ፡፡" (ሮሜ 16:15)

ኔርያ / Neriah: 'የአምላክ ብርሃን፤ ሕያው መብራት' ማለት ነው፡፡ የመሕሤያ አባት፤ የባሮክ ልጅ፤ "የአጉቴም ልጅ አናምኤል፤ ... አይሁድ ሁሉ እያዩ የውሉን ወረቀት ለመሕሤያ ልጅ ለኔርያ ልጅ ለባሮክ ሰጠሁት፡፡" (ኤር 32:12)

ኔቆዳ ~ Nekoda: 'ታዋቂ፤ ዝነኛ' ማለት ነው፡፡ ከምርኮ ከተመለሱ ነገር ግን ነገዳቸውን ማስረዳት ካልቻሉ፤ የኔቆዳ ወገኖች ይገኙበታል፤ "የረአሶን ልጆች፤ የኔቆዳ ልጆች፤" (ዕዝ 2:48፤ ነህ 7:50)

ኔጌር ~ Niger: ነገር፤ ነጀር፤ ነግሮ፤ ጥቁር፤ ጠይም... ማለት ነው፡፡ በአንጾኪያ ባለችው ቤተ ክርስቲያን ከነበሩ ነቢያትና መምህራን የስምያን ቅጽል ስም፤ "በአንጾኪያም ባለችው ቤተ ክርስቲያን ነቢያትና መምህራን ነበሩ፤ እነርሱም በርናባስ **ኔጌር** የተባለው <u>ስምዖንንም</u>፤ ..." (ሥራ 13:1)

ንምፋ ~ Nymphas: 'የትዳር ጓደኛ' ማለት ነው፡፡ ጳውሎስ ለቆላሲይስ ቤተ ክርስቲያን አባላት ባቀረበው ሰላምታ የጠቀሳት፤ "በሎዶቅያ ላሉቱ ወንድሞችና ለንምፋን በቤቱም ላለች ቤተ ክርስቲያን ሰላምታ አቅርቡልኝ፡፡" (ቆላ 4:15)

ንስያ ~ Neziah: 'በአምላክ የታወቁ በጌታ የተከበረ' ማለት ነው፡፡ ከባቢሎን ምርኮ ከተመለሱ፤ የንስያ ልጆች ይገኙበታል፤ "የሲሣራ ልጆች፤ የቴማ ልጆች፤ **የንስያ** ልጆች፤ የሐጢፋ ልጆች፡፡" (ዕዝ 2:54፤ ነህ 7:56)

ንርቀሱ ~ Narcissus: ‘ቂላቂል፤ የዋህ’ ማለት ነው። ጳውሎስ በመልእክቱ ሰላምታ ከላከላቸው፤ በሮም የነበረ ክርስቲያን፤ "ለዘመዴ ለሄሮድዮና ሰላምታ አቅርቡልኝ። ከ**ንርቀሱ** ቤተ ሰዎች ... ሰላምታ አቅርቡልኝ" (ሮሜ 16:11)

ንበላት ~ Neballat: ‘ውስጠ አበድ፤ አላዋቂ፤ ሞኛሞኛ’ ማለት ነው። የብንያም ከተማ የነበረ፤ ከግዞት መልስ ብንያማውያን እንደገና ከሰፈሩበት ቦታ፤ "በስቦይም፤ በ**ንበላት** በሎድ፤ በአኖ፤ በጌሐራሺም ተቀመጡ" (ነህ 11:34)

ንዒኤል ~ Neiel: ‘በአምላክ የሄደ’ ማለት ነው። የአሴር ነገድ ጉልህ ድንበር የሆነ የቦ ታ ስም፤ "ወደ ፀሐይም መውጫ ወደ ቤትዳጎን ዘሪ፤ ወደ ዛብሎንም ወደ ይፍታሕኤል ሸለቆ፤ በሰሜን በኩል ወደ ቤትዔሜቅና ወደ **ንዒኤል**ም ደረሰ፤ በስተ ግራ በኩልም ወደ ካቡል ወጣ" (ኢያ 19:27)

ንዕማን ~ Naaman: ናዕማን፤ ነዓምን፤ ማመን፤ መስማማት... ማለት ነው። [ተዛማጅ ስሞች- **ነሐማኒ፤ ኑኃሚን**] ‘አመነ’ ከሚለው ግስ የወጣ ስምነው። የሶርያ ንጉሥ ሠራዊት አለቃ፤ በጌታው ዘንድ ታላቅ ክቡር ሰው ነበረ ደግሞም ጽኑዕ ኃያል ነበረ፤ ነገር። ግን ለምጻም ነበረ፤ "...ከ**ንዕማን** በቀር ከእነርሱ አንድ ስንኳ አልነጻም" (ሉቃ 4:27) ፤ (2 ነገ 5:1)

ንፉስሲም ~ Nephishesim, Nephusim: ‘መስፋፋት’ ማለት ነው። ከባቢሎን ምርኮ ከተመለሱ የንፉስሲም ልጅ ይገኙበታል፤ (ነህ 7:53) "የ**ንፉስሲም** ልጆች፤ የበቅቡቅ ልጆች፤ የሐቀፋ ልጆች፤ የሐርሐር ልጆች፤"

ንፉስሲም / Nephusim: ‘መስፋፋት’ ማለት ነው። ከባቢሎን ምርኮ ከተመለሱ የንፉስሲም ልጆች ይገኙበታል፤

"የቤሳይ ልጆች፤ የአሰና ልጆች፤ የምዑናውያን ልጆች፤ የ**ንፉስሲም** ልጆች፤" (ዕዝ 2:50)

ንፍታሌም ~ Naphtali, Nephthalim: ‘ታጋይ፤ ተጋዳይ’ ማለትነው። የያዕቆብ አምስተኛ ልጅ፤ "ራሔልም። ብርቱ ትግልን ከእኅቴ ጋር ታገልሁ፤ አሸነፍሁም አለች፤ ስሙንም **ንፍታሌም** ብላ ጠራችው።" (ዘፍ 30:8)

ንፍታሌም ~ Nephthalim: ‘ታጋይ፤ ተዋጊ’ ማለት ነው። "ራሔልም። ብርቱ ትግልን ከእኅቴ ጋር ታገልሁ፤ አሸነፍሁም አለች ስሙንም **ንፍታሌም** ብላ ጠራችው" (ዘፍ 30: 8)

ኖሐ ~ Nohah: ኖጎ፤ ኖኸ፤ ዐረፈ፤ ዐረፍት፤ መረጋጋት፤ መጽናናት... ማለት ነው። [ተዛማጅ ስሞች- **ነሐም፤ ነሑም፤ ነህምያ፤ ኑኃሚን፤ ናሆም፤ ንዕማን፤ ኖጋ**] አራተኛው የብንያም ልጅ፤ "ሥስተኛውንም አሕራን፤ አራተኛውንም **ኖሐን**፤ አምስተኛውንም ራፋን ወለደ።" (1 ዜና 8:2)

ኖጋ ~ Noah: ኖጎ፤ ኖኸ፤ ዐረፈ፤ ዐረፍት፤ መረጋጋት፤ መጽናናት... ማለት ነው። [ተዛማጅ ስሞች- **ነሐም፤ ነሑም፤ ነህምያ፤ ኑኃሚን፤ ናሆም፤ ንዕማን፤ ኖሐ**] . ምድር በግፍ በመሞላቲ፤ እግዚአብሔር በውኃ ሲያጠፋ፤ ቤተሰቦቹን በመርከብ በማድረግ የተረፈ፤ "ስሙንም:- እግዚአብሔር በረገማት ምድር ከተግባራችንና ከእጅ ሥራችን ይህ ያሳርፈናል ሲል **ኖጋ** ብሎ ጠራው።" (ዘፍ 5:29) . "ላሜሕም **ኖጋን** ከወለደ በኋላ ..." (ዘፍ 5: 30) ፤ (2 ጴጥ 2:5)

ኖባይ ~ Nebai: ነባይ፤ ነቢይ፤ አዋቂ፤ ሊቅ፤ ጠቢብ... ማለት ነው። [ተዛማጅ ስሞች- **ነባዮት፤ ናቦቴ፤ ናባው**] ‘ነቢይ’ ከሚለው ቃል የመጣ ስምነው። በእግዚአብሔር ባሪያ በሙሴ እጅ በተሰጠው

በእግዚአብሔር ሕግ ይኔዱ ዘንድ፤ የጌታችንንም የእግዚአብሔርን ትእዛዝ ሁሉ ፍርዱንም ሥርዓቱንም ይጠብቁና ያደርጉ ዘንድ እርግማንና መሐላውን ያደረጉ፤ (ነህ 10:19)

ኖብ ~ Nob: 'ከፍተኛ ስፍራ' ማለት ነው። በኢየሩሳሌም አቅራቢያ፤ የብንያም ነገድ የሆነ የተከበረ መንደር፤ "የካህናቱም ከተማ **ኖብን** በሰይፍ ስለት መታ ወንዶችንና ሴቶችንም፤ ብላቴኖችንና ጡት የሚጠቡትን፤ በሬዎችንና አህዮችንም በጎችንም በሰይፍ ስለት ገደለ።" (1 ሳሙ 22:19፤ ነህ 11:32)

ኖዓድያ ~ Noadiah: 'በሕያው የተሰባሰበ' ማለት ነው።

1. ሌዊያዊው፤ ከባቢሎን ምርኮ ከመለሱ፤ "በአራተኛውም ቀን ብሩና ... ሌዋውያን የኢያሱ ልጅ ዮዛባትና የቢንዊ ልጅ **ኖዓድያ** ነበሩ።" (ዕዝ 8:33)

2. ሐስተኛ ነቢይ፤ "አምላኬ ሆይ፤ ስለዚህ ሥራቸው ጦብያንና ሰንባላጥን ያስፈራሩኝም ዘንድ የወደዱትን ነቢዪቱን **ኖዓድያን** የቀሩትንም ነቢያት አስብ።" (ነህ 6:14)

ኖኤሬ ~ Maharai: 'ቸኩል' ማለት ነው። በይሁዳ ነገድ፤ የንፍታለም ነዋሪ፤ ከዳዊት አለቆች አንዱ፤ "ጸልሞን፤ ነጦፋዊው **ኖኤሬ**፤ የነጦፋዊው የበዓና ልጅ ሔሌብ፤ ከብንያም ወገን" (2 ሳሙ 23:29፤ 1 ዜና 11:30፤ 27:13)

ኖእ ~ No: 'ክልክል' ማለት ነው። በግብፅ የነበረ የቦታ ስም፤ "ጽትሮስንም አፈርሳለሁ፤ በጣኔዎስም እሳትን አነድዳለሁ፤ በ**ኖእ** ላይም ፍርድን አደርጋለሁ" (ሕዝ 30:14፤16)

ኖጋ ~ Nogah: ነገ፤ ነጋ፤ ንጋት፤ ብርሃን መሆን፤ ጥባት፤ ጠኊት... ማለት ነው። [ተዛማጅ ስም- **ኖጌ**] 'ነገ' ከሚለው ቃል የመጣ ስም ነው። በኢየሩሳሌም ለዳዊት ከተወለዱለት፤ (1 ዜና 3:7)

ኖፋ ~ Nophah: 'ፍንዳታ' ማለት ነው። የሞዓብ ከተማ የነበረ፤ በአሞራውያን የተወሰደ፤ "ገተርናቸው ከሐሴቦን እስከ ዴቦን ድረስ ጠፉ **ኖፋም** እስኪደርሱ እስከ ሜድባ አፈረስናቸው።" (ዘኍ 21:30)

አ

አሐስባይ ~ Ahasbai: አያ አሳቢ፤ አሳቢ ወንድም፤ ተቆርቋሪ ወዳጅ... ማለት ነው።

'አያ' እና 'አሳቢ' ከሚሉ ቃላት የተመሠረት ስም ነው፤ የማዕካታዊው ኤሌፋላት አባት፤ (2 ሳሙ 23:34)

አሐራ ~ Aharah: 'እንደ ወንድም፤ ቀሪ ወንድም...' ማለት ነው፤ የብንያም ሦስተኛ ልጅ፤ "ሦስተኛውንም **አሐራን**፤ አራተኛውንም ኖሐን፤ ... ራፋን ወለደ።" (1 ዜና 8:1)

አሐርሔል ~ Aharhel: አያ ራሔል፤ የራሔል ወንድም... ማለት ነው።

የይሁዳ ወገን፤ የሃሩምንም ልጅ፤ "ቆጽ ዓኑብን፤ ጸቤባን፤ የሃሩምንም ልጅ **የአሐርሔልን** ወገኖች ወለደ።" (1 ዜና 4:8)

አሐሸታሪን ~ Haahashtari: 'መልእክተኛ' ማለት ነው። የአሴርወገን፤ "ነዕራም አሕዛምን፤ አፌርን፤ ቴምኒን፤ **አሐሸታሪን** ወለደችለት። ..." (1 ዜና 4:6)

አሑማይ ~ Ahumai: አያ ማይ፤ አያ ማዕይ፤ አያ ውኃ፤ ወንድም ውኃ፤ ውኃ ወዳጅ... ማለት ነው።

'አያ' እና 'ማይ' ከሚሉ ቃላት የተመሠረት ስም ነው።

የይሁዳ ወገን፤ የኢኤት ልጅ፤ (1 ዜና 4:2)

እሑዛም ~ Ahuzam: 'ያሻ፣ ተያዥ፣ የተያዘ' ማለት ነው። የነዕራ ልጅ፣ "ነዕራም **እሑዛምን**፣ አፌርን፣ ቴምኒን፣ አሐሽታሪን ወለደችለት። ..." (1 ዜና 4:6)

እሒሑድ ~ Ahihud: አያ ውሕድ፣ ተባባሪ ወንድም፣ ማኅበርተኛ፣ የአንድነት ወዳጅ፣ ረዳት... ማለት ነው። [ተዛማጅ ስም-**እሒሁድ**]

'አያ' እና 'ውሕድ' ከሚሉ ቃላት የተመሠረተ ስም ነው። በመጽሐፍ ቅዱስ ውስጥ በዚህ ስም የሚታወቁ ሰዎች:-

    እሒሑድ / Ahihud: የኤሁድ ልጅ፣ (1 ዜና 8:7)

    እሒሁድ / Ahihud: ከአሴር ነገድ፣ የሼሌሚ ልጅ፣ (ዘኍ 34:27)

እሒሉድ ~ Ahilud: አያ ውልድ፣ ልጅ ወንድም፣ የወንድም ልጅ... ማለት ነው።

1. የታሪክ ጸሐፊው፣ የኢዮሣፍጥ አባት፣ (2 ሳሙ 8:16፣ 20:24፣ 1 ነገ 4:3፣ 1 ዜና 18:15) "የጽሩያ ልጅ ኢዮአብም የሠራዊት አለቃ ነበረ **የአሒሉድም** ልጅ ኢዮሣፍጥ ታሪክ ጸሐፊ ነበረ"

2. በሰሎሞን ቤተሰብ ቀለብ ከሚሰፍሩ አሥራ ሁለት ሹማምንት አንዱ የሆነው የባዓና አባት፣ (1 ነገ 4:12) "ከቤትሳን ጀምሮ እስከ አቤልምሐላና እስከ የቅምዓም ማዶ ድረስ በታዕናክና በሜጊዶ በጸርታንም አጠገብ በኢይዝራኤል በታች ባለው በቤትሳን ሁሉ የአሒሉድ ልጅ በዓና ነበረ"

እሒማን ~ Ahiman: አያ አምን፣ የታመነ ወንድም፣ ስላማዊ ጓደኛ፣ መልካም ወዳጅ፣ ታማኝ ወንድም... ማለት ነው። [ተዛማጅ ስሞች:- **ሐማ፣ ሄማን፣ አማና፣ አሜን፣ አሞን፣ አኪመን፣ ያሚን**]

'አያ' እና 'አመን' ከሚሉ ሁለት ቃላት የተመሠረተ ስም ነው። በመጽሐፍ ቅዱስ ውስጥ በዚህ ስም የሚታወቁ ሰዎች:-

1. በንጉሡ በር በምሥራቅ በኩል፣ የቤተ መቅደስ ጠባቂ የነበረ፣ (1 ዜና

9:17)

2. የዔናቅ ልጅ፣ (ዘኍ 13:22)

አሒሳሚክ ~ Ahisamach: 'አያ ኃያል፣ ብርቱ ወንድም' ማለት ነው። ከመገናኛው ድንኳን እና ከቃል ኪዳኑ አገልጋዮች፣ ከዳን ነገድ፣ የኤልያብ አባት፣ "እኔም እነሆ ከእርሱ ጋር ከዳን ነገድ የሚሆን **የአሒሳሚክን** ልጅ ኤልያብን ሰጠሁ ..." (ዘጸ 31:6፣ 35:34፣ 38:23)

እሒሳር ~ Ahishar: 'የዘማሪ ወንድም' ማለት ነው። በንጉሡ ሰሎሞን ቤተመንግሥት ደጅ አሳላፊ የነበረ፣ "**አሒሳርም** የቤት አዛዥ፣ የዓብዳም ልጅ አዶኒራም አስገባሪ ነበረ።" (1 ነገ 4:6)

አሒናዳብ ~ Ahinadab: 'አያ የተከበረ፣ ታላቅ ወንድም...' ማለት ነው። ለሰሎሞን ቤተመንግሥት ቀለብ ከሚሰፍሩ አሥራ ሁለት ሹማምንት አንዱ፣ የዒዶ ልጅ፣ "በመሃናይም የዒዶ ልጅ **አሒናዳብ**" (1 ነገ 4:14)

አሒዔዝር ~ Ahiezer: አያ ዘር፣ ወንድም ወገን፣ ረዳት ወንድም፣ አጋዥ፣ ተባባሪ... ማለት ነው። [ተዛማጅ ስም-**አኪዔዘር**]

'አያ' እና 'ዘር' ከሚሉ ሁለት ቃላት የተመሠረተ ስም ነው። በመጽሐፍ ቅዱስ ውስጥ በዚህ ስም የሚታወቁ ሰዎች:-

1. በጺቅላግ ከቂስ ልጅ ከሳኦል በተሸሸገ ጊዜ ወደ ዳዊት ከመጡ አለቃቸው **አሒዔዝር** ፣ (1 ዜና 12:3)

2. ከእስራኤል ወደ ሰልፍ የወጡ፣ ከየነገዱ አንድ ሰው፣ ከዳን ነገድ፣ የአሚሳዳይ ልጅ፣ (ዘኍ 2:25፣ 10:25)

እሒያ ~ Ahian: አያ ወይን፣ ወይን ወዳጅ፣ ባለ ወይን... ማለት ነው። የሼሚዳ ልጅ፣ "የሼሚዳም ልጆች **አሒያን**፣ ሴኬም፣ ሊቅሒ፣ አኒዓም ነበሩ።" (1 ዜና 7:19)

አሒዮ ~ Ahio: አሒዮ፣ አያዋ፣ ወንድሜ፣ ወዳጅ፣ ጓደኛዬ፣ አለኝታዬ...

ማለት ነው:: 'አያዋ' ከሚላው ቃል የመጣ ስምነው::

በመጽሐፍ ቅዱስ ውስጥ በዚህ ስም የሚታወቁ ስዎች:-

1. ከዳዊትጋር በይሁዳ ካለች ከበአል ተነሥተው በኪሩቤል ላይ በተቀመጠ በሠራዊት ጌታ በእግዚአብሔር ስም የተጠራውን የእግዚአብሔርን ታቦት ከዚያ ካመጡ፣ የአሚናዳብ ልጅ፣ (1 ዜና 13:7) ፥ (2 ሳሙ 6:3፣ 4)

2. የበሪዓ ልጅ፣ "**አሒዮ**፣ ሻሻቅ፣ ይሬምት፣" (1 ዜና 8:14)

3. የይዒኤል ልጅ፣ (1 ዜና 8:31፣9:37)

አህሊባማ ~ Aholibamah:

'የአብ ታላቅ ማደሪያ' ማለት ነው:: ከሦስቱ የዔሳው ሚስቶች አንዷ፣ "ዔሳው ከከነዓን ልጆች ሚስቶችን አገባ የኬጢያዊውን የዔሎንን ልጅ ዓዳን፣ የኤዊያዊው የፅብዖን ልጅ ዓና የወለዳትን **አህሊባማን**፣" (ዘፍ 36:2፣26)

አሕላብ ~ Ahlab:

'እልብ' ማለት ነው:: የአሴር ከተማ፣ነገር ግን ቀዳም ብለው በዚያ የነበሩ ከነዓውያን አልተፈናቀሉም፣ "አሴርም የዓኮንና የሲዶንን የ**አሕላብን**ም የአክዚብንም የሒልብግንም የአፌቅንም የረአብንም ስዎች አላወጣቸውም::" (መሣ 1:31)

አሕላይ ~ Ahlai:

'ጌጣጌጥ' ማለት ነው:: ከዳዊት ኃያላን አንዱ፣ የሶሳን ልጅ፣ "አፋይምም ልጅ ይሸዊ ... የሶሳንም ልጅ **አሕላይ** ነበረ::" (1 ዜና 2:31፣35)

አሕምታ ~ Achmetha:

አያሞት፣ የሞት ወንድም... ማለት ነው:: በሜዶን አውራጃ የሚገኝ የከተማ ስም፣ "በሜዶን አውራጃ ባለው **አሕምታ** በሚባል ከተማ በንጉሡ ቤት ውስጥ አንድ ጥቅልል ተገኘ፣ ... ለመታሰቢያ ተጽፎ ነበር" (ዕዝ 6:2)

አሕሻዊርስ ~ Ahasuerus:

'አያ የሽ ራስ፣ አያ መስፍን፣ አያ አለቃ' ማለት ነው:: የዳርዮስ አባት፣ የሜዶን ንጉሥ፣ "በከለዳውያን መንግሥት ላይ በነገሠ፣ ከሜዶን ዘር በነበረ በ**አሕሻዊርስ** ልጅ በዳርዮስ በመጀመሪያ ዓመት፣" (ዳን 9:1)

አጎዋ ~ Ahava:

ውጣ ማለት ነው:: የቦታ ስም፣ ከባቢሎን ምርኮ ወደ ኢየሩሳሌም ሲመለሱ፣ ዕዝራ ሕዝቡን ያሰባሰበበት የወንዝ ዳርቻ፣ "ወደ **አጎዋ**ም ወደሚፈስስ ወንዝ ሰበሰብኋቸው፣ በዚያም ሦስት ቀን ሰፈርን ..." (ዕዝ 8:15)

አሐዋ ~ Ahoah:

ወዳጅ፣ ወንድም... ማለት ነው:: የብንያም ወገን፣ ፥ "ጌራ፣ አቢሁድ፣ አቢሱ፣ ናዕማን፣ **አሐዋ**፣ ጌራ፣ ስፉፋም፣ ሑራም::" (1 ዜና 8:4)

አላሔ ~ Halah:

የአሦር ንጉሥ እስራኤላውያንን ማርኮ ያፈለሰበት ከተማ፣ "በሆሴዕ በዘጠኛኛው ዓመት ... በ**አላሔ**ና በአቦር በጎዛንም ወንዝ በሜዶንም ከተሞች አሳራቸው::" (2 ነገ 17:6፣ 18:11፣ 1 ዜና 5:26)

አላሜሌክ ~ Alammelech:

አላመሌክ፣ ዓለም መልአክ፣ የዓለም መልአክ፣ የዓለም ጌታ፣ የሁሉ ገዥ... ማለት ነው:: 'ዓለም' እና 'መልአክ' ከሚሉ ሁለት ቃላት የተመሠረተ ነው:: የአሴር ልጆች ነገድ ድንበር፣ **አላሜሌክ**፣ (ኢያ 19:26)

አልሞን ~ Almon:

'ስውር' ማለት ነው:: ከብንያም የተቀደሱ ከተሞች አንዱ፣ "አናቶትንና መስምርያዋን፣ **አልሞን**ንና መስምርያዋን ..." (ኢያ 21:18)

አልንጦን ~ Olympas:

'ሰማያዊ፣ ምድረ ገነት' ማለት ነው:: በሮም የነበረ ክርስቲያን፣ "ለፍሌጎንና ለዬልያ ለኔርያ ለእጐቱም ለ**አልንጦን**ም ከእነርሱ ጋር ላሉ ቅዱሳን ሁሉ ሰላምታ አቅርቡልኝ::" (ሮሜ 16:15)

አልዓዛር ~ Eleazar:

ኤል አዛር፣ የጌታ ወገን፣ የተባረከ፣ የተቀደሰ፣ የአምላክ ወገን... ማለት ነው:: [ተዘማጅ ስሞች-

ዓዛርኤል፤ አዛርኤል፤ ዓዛሬኤል፤ ዓዝሪኤል፤ ዓዘርኤል፤ ኤሊዔዘር፤ ኤልዓዘር፤ ኤዝርኤል] 'ኤል' እና 'ዘር' ከሚሉ ሁለት ቃላት የተመሠረተ ስም ነው። [ትርጉሙ እግዚአብሔር ረዳቴ ነው ማለት ነው / **መቅ.ቃ**] በመጽሐፍ ቅዱስ ውስጥ በዚህ ስም የሚታወቁ ሰዎች፦-

አልዓዘር / Eleazar:

1. የነቢዩ ሙሴ ወንድም፤ የአሮን ልጅ፤ (ዘጸ 6:23)፤ (ዘኁ 3:4)፤ (ዘኁ 26:3)

2. በኮረብታው ላይ የነበረው የአሚናዳብ ልጅ፤ (1 ሳሙ 7:1)

3. ከዳዊት ኃያላን ሠራዊት አንዱ፤ የዱዲ ልጅ፤ (2 ሳሙ 23:9፤ 1 ዜና 11:12)

4. የሜራሪ ወገን፤ የሞሐሊና ልጅ፤ (1 ዜና 23:21 ፤ 22) ፤ (ሩት 24:28)

5. በነህምያ ዘመን የነበረ ካህን፤ (ነህ 12:42)

6. በባቢሎን በግዞት ዘመን፤ እንግዶች ሚስቶችን ካገቡ፤ (ዕዝ 10:25)

7. የፊንሐስ ልጅ **አልዓዘር**፤ (ዕዝ 8:33)

8. በጌታ የዘር ሐረግ የተገለጸው፤ የኤልዩድ ልጅ፤ (ማቴ 1:15)

አልዓዘር / Eliezar:

1. የብንያም ወገን የቤኬር ልጅ፤ (1 ዜና 7:8)

2. የነቢዩ ሙሴ ሁለተኛ ልጅ፤ (ዘጸ 18:4፤ 1 ዜና 23:15 ፤ 17፤ 26:25)

3. ዳዊት፤ የእስራኤል ሽማግሌዎችና፤ የሻለቆችምየእግዚአብሔርን የቃል ኪዳኑን ታቦት ከአቢናዳ ቤት ካመጡ ካህናት፤ (1 ዜና 15:24)

4. በእስራኤልም ነገዶች ላይ አለቃ የነበረ፤ የዘክሪ ልጅ **አልዓዘር**፤ (1 ዜና 27:16)

5. የመሪሳ ሰው የዶዳያ ልጅ **አልዓዘር**፤ (2 ዜና 20:37)

6. በኑሁው በእርጤክስስ መንግሥት ከዕዝራ ጋር ከባቢሎን የወጡ የአባቶች ቤቶች አለቆች፤ (ዕዝ 8:16)

7. በዕዝራ ዘመን ከባቢሎን ሲወጡ እንግዳ ሚስቶችን ካገቡ፤ የኢያሱ ልጅ፤ (ዕዝ 10:18 ፤ 23፤31)

8. በጌታ የዘር ሐረግ የተጠቀሰው፤ የዮራም ልጅ፤ (ሉቃ 3:29)

◻ በአብርሃም ቤት አገልጋይ የነበረ የደማስቆ ሰው፤ "አብራምም፦ … የቤቴም መጋቢ የደማስቆ ሰው ይህ **ኤሊዔዘር** ነው አለ፦" (ዘፍ 15:2፤3)

አልዓዘር / Lazarus: ለዘር

1. በሞት በሦስተኛው ቀን ጌታ ያስነሣው፤ የማርያምና የማርታ ወንድም፤ (ኢያ 11:1)

2. በሰው ዘንድ የከበረ በእግዚአብሔር ፊት ርኩስት መሆኑን ጌታ ሲያስተምራቸው የጠቀሰው፤ (ሉቃ 16:19-31)

አልፋ ~ Alpha: አልፋ፤ አላፊ፤ ቀዳማዊ፤ ጥንታዊ፤ ፊተኛ፤ አንደኛ፤ መጀመሪያ… ማለት ነው። [የግሪክ ቋንቋ የመጀመሪያ ፊደል ስም / **መቅ.ቃ**] ከጌታ ኢየሱስ መጠሪያ ስሞች አንዱ፦ "ያለውና የነበረው የሚመጣውም ሁሉንም የሚገዛ ጌታ አምላክ። **አልፋ**ና ዖሜጋ እኔ ነኝ ይላል።" (ራእ 1:8 ፤ 11 ፤ 21:6 ፤ 22፤ 13) ፤ እግዚአብሔር አምላክ እራሱን ያሳወቀበት ስም፤ "ይህን የሠራና ያደረገ፤ ትውልድንም ከጥንት የጠራ ማን ነው? እኔ እግዚአብሔር፤ ፊተኛው በኋላኞችም ዘንድ የምኖር እኔ ነኝ" (ኢሳ 41:4፤ 44:6)

አሎን ~ Allon: 'ኃያል፤ ጠንካራ' ማለት ነው። የይዳያ ልጅ፤ "የሺፊ ልጅ ዚዛ የ**አሎን** ልጅ የይዳያ ልጅ የሺምሪ ልጅ የሽማያ ልጅ" (1 ዜፍ 4:37)

አሎንባኩት ~Allon-bachuth: 'የማልቀሻ ዛፍ፤ከምበል ዛፍ' ማለት ነው። የርብቃ ሞግዚት ዲቦራ የተቀበረችበት ቦታ፤ "የርብቃ ሞግዚት ዲቦራም ሞተች፤ በቤቴልም ከአድባር ዛፍ በታች ተቀበረች ስሙም **አሎንባኩት** ተብሎ ተጠራ" (ዘፍ 35:8)

አሚ ~ Ami: 'ሕዝቤ' ማለት ነው። ከሰሎሞን አገልጋዮች አንዱ። "የሰፋጥያስ ልጆች፤ የሐጢል ልጆች፤ ... የሐቂቦይም ልጆች፤ የ**አሚ** ልጆች።" (ዕዝ 2:57)

አሚሳዳይ ~ Ammishaddai: አሚ ሻዳይ፤ ኃያል ሕዝብ፤ ሕዝበ እግዚአብሔር... ማለት ነው። በእግዚአብሔር ትእዛዝ ሙሴ እስራኤልን ሲመድብ የተጠቀሰ፤ ከዳን ነገድ የአኪዔዘር አባት፤ (ዘኍ 1:12)

አሚናዳብ~ Abinadab (Amminadab, aminadab): የተከበረ፤ አንቱ የተባለ... ማለት ነው።
1. ታቦቱ ለሀያ ዓመት የቆየበት፤ የቂርያትይዓሪው ሰው፤ ሌዋዊው፤ አሚናዳብ፤ "የቂርያትይዓሪም ሰዎችም መጥተው የእግዚአብሔርን ታቦት አወጡ፤ በኮረብታውም ላይ ወዳለው ወደ **አሚናዳብ** ቤት አገቡት የእግዚአብሔርም ታቦት እንዲጠብቅ ልጁን አልዓዛርን ቀደሱት" (1 ሳሙ 7:1፤2፤ 1 ዜና 13:7)
2. የእሴይ ሁለተኛ ልጅ፤ "እሴይም **አሚናዳብን** ጠርቶ በሳሙኤል ፊት አሳለፈው እርሱም:- ይህን ደግሞ እግዚአብሔር አልመረጠውም አለ" (1 ሳሙ 16:8፤ 17:13)
3. በጊልቦዓ ተራራ ላይ፤ ከፍልስጥኤማውያን ጋር ሲዋጉ ከወደቁ አንዱ፤ የሳኦል ልጅ፤ "ፍልስጥኤማውያንም ሳኦልንና ልጆቹን በእግር በእግራቸው ተከትለው አበረሩአቸው ፍልስጥኤማውያንም የሳኦልን ልጆች ዮናታንንና **አሚናዳብን** ሜልኪሳንም ገደሉ።" (1 ሳሙ 31:2)
4. ከሰሎሞን አለቆች፤ የአንደኛው አባት፤ "በዶር አገር ዳርቻ ሁሉ የ**አሚናዳብ** ልጅ፤ እርሱም የሰሎሞንን ልጅ ጣፈትን አግብቶ ነበር" (1 ነገ 4:11)

አሚጣል ~ Hamutal: 'የወላፈን መከላከያ፤ ጥላ' ማለት ነው። የልብና ሰው

የኤርሚያስ ልጅ፤ የንጉሥ ኢዮአክስ እናት፤ "ኢዮአክስም መንገሥ በጀመረ ጊዜ የሀያ ሦስት ዓመት ጉልማሳ ነበረ በኢየሩሳሌምም ሦስት ወር ነገሠ። እናቱም **አሚጣል** ትባል ነበር፤ ... (2 ነገ 23:31፤ 24:18፤ ኤር 52:1)

አማሌቅ ~ Amalek, Amalekites: አምላእክ፤ አምላኪ፤ የሚያመልክ፤ አምልኮት ያለው... ማለት ነው።
'መለክ' ከሚለው ግስ የመጣ ስም ነው። በመጽሐፍ ቅዱስ ውስጥ በዚህ ስም የሚታወቁ ሰዎች:-

አማሌቅ / Amalek:
1. የኤልፋዝ ልጅ፤ (1 ዜና 1:36)
2. የዓዳ ልጅ፤ (ዘፍ 36:16)

አማሌቅ አገር / Amalekites:
አማሌቅአውያን
1. "ተመልሰውም ቃዴስ ወደ ተባለች ወደ ዓይንሚስፓጥ መጡ የ**አማሌቅን** አገር ሁሉና ደግሞ በሐሴሶን ታማር የነበረውን አሞራውያንን መቱ።" (ዘፍ 14:7)
2. "በደቡብም ምድር **አማሌቅ** ተቀምጦአል ..." (ዘኍ 13:29፤ 1 ሳሙ 15:7)

አማልቶያስ ቄራስ ~ Keren-happuch: 'ሙዳይ፤ መሰብ ወርቅ' ማለት ነው። የኢዮብ ቤት ልጅ፤ "የመጀመሪያይቱንም ስም ይሚማ፤ የሁለተኛይቱንም ስም ቃስያ፤ የሦስተኛይቱንም ስም **አማልቶያስ ቄራስ** ብሎ ሰየማቸው" (ኢዮ 42:14)

አማሢ ~ Amasai, Amzi: ዐማዚ፤ ያመፀ፤ የሸፈተ፤ አልታዘዝም ያለ፤ ትዕቢተኛ፤ ትምክህተኛ... ማለት ነው። [ተዛማጅ ስሞች- **አማሲ፤ አማሳይ፤ ዓማሣይ፤ አማስያ፤ ዓማስያ፤ አሜሳይ፤ አሜስያስ፤አሞፅ**]
'ዐመፀ' ከሚለው ግስ የተገኛ ስምነው።

በመጽሐፍ ቅዱስ ውስጥ በዚህ ስም የሚታወቁ ስሞች:-

አማሣሂ / Amasai:

1. የሕልቃና ልጅ፤ "የሕልቃናም ልጆች አማሣሂ፤ አኪሞት::" (1 ዜና 6: 25፤35)
2. የመሐት አባት፤ (2 ዜና 29:12)
. አማሳይ ፤ (1 ዜና 12:18)
. ዓማሣይ፤ (1 ዜና 15:24)

አማሲ / Amzi:

1. የዘካርያስ ልጅ፤ ካህኑ አማሲ፤ (ነህ 11:12)
2. ከሜራሪ ወገን የሆነ፤ ሌዋዊው አማሲ፤ (1 ዜና 6:46)

አማሳይ ~ Amasai:

ዐማዒ፤ ያመፀ፤ የሸፈተ፤ አልታዘዝም ያለ፤ ትዕቢተኛ፤ ትምክህተኛ... ማለት ነው፤ [ተዛማጅ ስሞች- **አማሣሂ፤ አማሲ፤ ዓማሣይ፤ አማስያ፤ ዓማስያ፤ አሜሳይ፤ አሜስያስ፤ አሞጽ**]

'ዐመፀ' ከሚለው ግስ የተገኘ ስምነው:: በመጽሐፍ ቅዱስ ውስጥ በዚህ ስም የሚታወቁ ስሞች:-

አማሳይ / Amasai: ዳዊት ወደ

ነበረባት ወደ አምባይቱ ከብንያምና ከይሁዳ ወገን ከመጡ፤ (1 ዜና 12:18)

ዓማሣይ / Amasai:

በእግዚአብሔር ታቦት ፊት መለከት ይነፉ ከነበሩ ካህናት አንዱ፤ (1 ዜና 15:24)

አማስያ ~ Amashai: አማሽ፤

ዐማዒ፤ የሚያምስ፤ የሸፈተ፤ አልታዘዝም ያለ፤ ትዕቢተኛ፤ ትምክህትኛ፤ በጥባጭ... ማለት ነው:: [ተዛማጅ ስሞች- **አማሣሂ፤ አማሲ፤ አማሳይ፤ ዓማሣይ፤ ዓማስያ፤ አሜሳይ፤ አሜስያስ፤ አሞጽ**]

'አማሽ' ከሚለው ቃል የተገኘ ስምነው:: በመጽሐፍ ቅዱስ ውስጥ በዚህ ስም የሚታወቁ ስሞች:-

አማስያ / Amashai: በኢየሩሳሌም

ከተቀመጡት የአገሩ አለቆች፤ የቤቱንም ሥራ ከሠሩ፤ የኤዝርኤል ልጅ፤ (ነህ 11:13)

ዓማስያ / Amashai: በኢዮሣፍጥ

መንግሥት ዘመንበፈቃዱ ራሱን ለእግዚአብሔር የቀደሰ የዘክሪ ልጅ፤ (2 ዜና 17:16)

አማርያ ~ Amariah: አማሬ ያሕ፤

የተማሬ፤ አምላክ ይቅር ያለው፤ ምሕረት ያገኘ፤ መሐሪ አምላክ ማለትነው::
'ማሬ' እና 'ያሕ'(ያሕዌ፤ ሕያው) ከሚሉ ቃላት የተመሠረተ ስም ነው:: በመጽሐፍ ቅዱስ ውስጥ በዚህ ስም የሚታወቁ ስሞች:-

1. የሌዊ ልጆች፤ የአኪጦብ አባት፤ "መራዮት አማርያን ወለደ" (1 ዜና 6: 7፤52)
2. የእግዚአብሔር ሰው ከሙሴ ልጆች ከሌዊ ነገድ፤ (1 ዜና 23:19፤24:23)
3. የይሁዳ ንጉሥ ኢዮሣፍጥ ከሌዋውያንና ከካህናት ከእስራኤልም የአባቶች ቤቶች አለቆች፤ በእግዚአብሔር ስም ፍርድን እንዲፈርዱ ክርክርንም እንዲቈርጡ በኢየሩሳሌም የሾመው፤ (2 ዜና 19:11)
4. የዘካርያስ ልጅ፤ (2 ዜና 31:15)
5. የነቢዩ ሶፎንያስ ቅድም አያት፤ የሕዝቅያስ ልጅ፤ (ሶፎ 1:1)
6. ከፋሬስ ወገን የሆነ፤ የስፋጥያስ ልጅ፤ (ነህ 11:4.)
7. ከባቢሎን ከተመለሱ ካህኑ አማርያ፤ (ነህ 10:3)
8. በዕዝራ ዘመን ከተመለሱ የባኒ ልጅ፤ (ዕዝ 10:41፤ 42)

አማኑኤል~ Emmanuel,

Immanuel: አማኑ ኤል፤ አማነ ኤል፤

የአምላክ ሰላም፤ የእግዚአብሔር እርቅ፤ የጌታ አንድነት ማለት ነው::
'አማን' እና 'ኤል' ከሚሉ ሁለት ቃላት የተመሠረተ ስም ነው::
[አማኑኤል ማለት እግዚአብሔር ከእኛ ጋር ማለት ነው / **መቅዳ**]

አማኑኤል / Emmanuel: በአዲስ

ኪዳንየትንቢቱን መፈጸም ሲያበስር: "እነሆ፤ ድንግል ትፀንሳለች ልጅም ትወልዳለች፤ ስሙንም **አማኑኤል** ይሉታል የተባለው

ይፈጸም ዘንድ ይህ ሁሉ ሆኖአል፤ ትርጓሜውም። እግዚአብሔር ከእኛ ጋር የሚል ነው" (ማቴ1:23)

አማኑኤል / Immanuel: በነብዩ ኢሳይያስበተነገረው ትንቢት የተጠራ፤ "...እነሆ፤ ድንግል ትፀንሳለች፤ ወንድ ልጅም ትወልዳለች፤ ስሙንም **አማኑኤል** ብላ ትጠራዋለች" (ኢሳ7:14)

አማና ~ Amana: አማን፤ አመነ፤
ሰላማዊ ሆነ፤ የታመነ ወዳጅ፤ እውነተኛ ጓደኛ... ማለት ነው። [ተዛማጅ ስሞች:- **ሐማ፤ ሄማን፤ አሒማን፤ አሜን፤ አሞን፤ አኪመን፤ ያሚን]**

በጠቢቡ ሰሎሞን ቃል ውስጥ የተጠቀሰ የቦታ ስም፤ (መኃ 4:8)

አሜሳይ ~ Amasa: አመሳ፤ ዐመፃ፤
የሚያምስ፤ የሚረብሽ፤ ተቃዋሚ፤ የማይታዘዝ፤ የማይገዛ... ማለት ነው።
[ተዛማጅ ስሞች- **አማሢ፤ አማሲ፤ አማሳይ፤ ዓማሣይ፤ አማስያ፤ ዓማስያ፤ ዓሜሳይ፤ አሜስያስ፤ አሞጽ]**

'ዐመፀ' ከሚለው ቃል የመጣ ስምነው። በመጽሐፍ ቅዱስ ውስጥ በዚህ ስም የሚታወቁ ሰዎች:-

. **አሜሳይ / Amasa:** የእስማኤላዊው የዮቴር ከአቢጊያየወለደው፤ (1 ዜና 2:17)

. **ዓሜሳይ / Amasa:** የሐድላይ ልጅ፤ (2 ዜና 28:12)

አሜስያስ ~ Amaziah: አማሲ ያሕ፤
አማጸ ሕያው፤ በቤታ እልከኛ፤ ሕግ የጣሰ፤ አሻፈረኝ ያለ... ማለት ነው። [ተዛማጅ ስሞች- **አማሢ፤ አማሲ፤ አማሳይ፤ ዓማሣይ፤ አማስያ፤ ዓማስያ፤ አሜሳይ፤ ዓሜሳይ፤ አሞጽ]**

'ዐመፀ' እና 'ያሕ' (ያሕዌ፤ ሕያው) ከሚሉ ቃላት የተመሠረተ ስም ነው።

1. ለእግዚአብሔር ቤት ማደሪያ አገልግሎት ከተሰጡ፤ የሌዊ ወገን የሆነ፤ (1 ዜና 6:45)

2. የይሁዳ ንጉሥ የኢዮአስ ልጅ፤ (2 ነገ 14:1-4) ፤ በዳዊት ላይ ያመፀ፤

(2 ዜና 25:27)

3. የቤቴል ካህን፤ (አሞ7:10-17)

4. የአባቶቻቸው ቤቶች፤ በየወገኖቻቸው ላይ አለቆች ከነበሩ፤ የኢዮስያ አባት፤ (1 ዜና 4:34)

አሜን ~ Amen: አምን፤ አምነ፤
እውነት ነው ብዬ አምናልሁ፤ እርቅና ሰላም እቀበላለሁ፤ አንድነት እፈልጋለሁ... ማለት ነው። [ተዛማጅ ስሞች:- **ሐማ፤ ሄማን፤ አሒማን፤ አማና፤ አሞን፤ አኪመን፤ ያሚን]**

'አመነ' ከሚለው ግስ የመጣ ስምነው።
[የተረጋገጠና የታመነ ከሚል የዕብራይስጥ ቃል የወጣ ነው፤ እንደ አንቀጹ ትርጉሙ ይሁን፤ በእውነት **ኪወክ /ኣ**]

[መልካም ማለት ነው /**መቅ ቃ**]

ጌታ ኢየሱስ በዮሐንስ ራእይ 'አሜን' ተብሎ ተጠርቷል። "..**አሜን** የሆነው፤ የታመነውና እውነተኛው ምስክር፤ በእግዚአብሔርም ፍጥረት መጀመሪያ የነበረው እንዲህ ይላል" (ራእ3:14)

አምራፌል ~ Amraphel: 'ምራፉ
ኤል፤ የአማልክት ጠባቂ' ማለት ነው።
የሰናዖር ንጉሥ፤ "በሰናዖር ንጉሥ በ**አምራፌል**፤ በኤላሳር ንጉሥ በአርዮክ፤ በኤላም ንጉሥ በኮሎዶጎምር፤ በአሕዛብ ንጉሥ በቲድዓል ዘመን እንዲህ ሆነ" (ዘፍ 14:1፤4)

አምና ~ Ahiam: አሂ አመ፤ አያ አማ፤
የእማ ወንድም፤ የእናት ወንድም፤ አጎት... ማለት ነው።

'እኁ' እና 'እም' ከሚሉ ቃላት የተመሠረተ ስም ነው።

የአሮዳዊው የአራር ልጅ፤ **አምና፤** (2 ሳሙ 23:33) ፤ (1 ዜና 11:35)

አምኖን ~ Amnon: አምነን፤ አምነ፤
የታመነ፤ በእምነቱ የጸና... ማለት ነው።
በመጽሐፍ ቅዱስ ውስጥ በዚህ ስም የሚታወቁ ሰዎች:-

1. የሺሞን ልጅ፤ (1 ዜና 4:20)

2. ለዳዊት በኬብሮን ከተወለዱለት በኩሩ ከኢይዝራኤላዊቱ ከአኪናሆም የተወለደው፤ (2 ሳሙ 13:28 ፤29)

አሞራውያን ~ Amorites:

አሞራያት፤ አሞራውያን፤ የአሞን አገር ስዎች... ማለት ነው። "ተመልሰውም ቃዴስ ወደ ተባለች ወደ ዓይንሚስጳጥ መጡ የአማሌቅን አገር ሁሉና ደግሞ በሐሴሶን ታማር የነበረውን **አሞራውያንን** መቱ።" (ዘፍ 14:7)

አሞናውያን ~ Ammonite:

አሞናያን፤ አማነያት፤ አማናውያን፤ የአሞን ወገኖች፤ የአሞን አገርስዎች... ማለት ነው። . የሎጥ ልጅ ወገኖች፤ (ዘፍ19:38) . "ከግብፅ በወጣችሁ ጊዜ እንጀራና ውሃ ይዘው በመንገድ ላይ አልተቀበሉአችሁምና፤ በመስጴጦምያ ካለው ከፋቱር የቢዖርን ልጅ በለዓምን ዋጋ ስጥተው ይረግምህ ዘንድ አምጥተውብሃልና **አሞናዊና** ሞዓባዊ ወደ እግዚአብሔር ጉባኤ አይግባ እስከ አሥር ትውልድ ድረስ ለዘላለም ወደ እግዚአብሔር ጉባኤ አይግባ።" (ዘዳ 23:4)

አሞን ~ Ammon, Amon:

አሞን፤ አምን፤ የታመነ፤ በምነቱ የጸና... ማለት ነው። [ተዛማጅ ስሞች:- **ሐማ፤ ሔማን፤ አሒማን፤ አማና፤ አሜን፤ አኪመን፤ ያሚን**]

'አመነ' ከሚለው ግስ የተገኘ ስምነው። በመጽሐፍ ቅዱስ ውስጥ በዚህ ስም የሚታወቁ ስዎች:-

አሞን / Ammon: የሎጥ ልጅ፤ "ታናሺቱም ደግሞ ወንድ ልጅ ወለደች ስሙንም:- የወገኔ ልጅ ስትል **አሞን** ብላ ጠራችው እርሱም እስከ ዛሬ **የአሞናውያን** አባት ነው" (ዘፍ 19:38)

አሞን / Amon: "የእስራኤልም ንጉሥ። ሚከያስንውስዱ፤ ወደ ከተማይቱም አለቃ ወደ **አሞን**፤ ወደ ንጉሡም ልጅ ወደ ኢዮአስ መልሳችሁ።" (2 ዜና 18:25) ፤ (1 ነገ22:26)

አሞጽ ~ Amos, Amoz:

ዐመፅ፤ ዐመጸ፤ ቢደል፤ ግፍ፤ ተቃውሞ ውንብድና... ማለት ነው። [ተዛማጅ ስሞች- **አሞዚ፤ አማሲ፤ አማሳይ፤ ዓማሣይ፤ አማስያ፤ ዓማስያ፤ አሜሳይ፤ ዓሜሳይ፤አሜስያስ**]

'ዐመጸ' ከሚለው ግስ የመጣ ስምነው። በመጽሐፍ ቅዱስ ውስጥ በዚህ ስም የሚታወቁ ስዎች:-

አሞጽ / Amos: ቢይሁዳ ንጉሥ በዖዝያን ዘመን፤ በእስራኤልም ንጉሥ በዮአስ ልጅ በኢዮርብዓም ዘመን የነበረ ነቢይ፤ (አሞ 1:1)

አሞጽ / Amoz: የነብዩ ኢሳይያስ አባት፤ (2 ነገ 19:2፤20)፤ (2 ነገ 19:2፤ 20 ፤ 20:1፤ ኢሳ 1:1፤ 2:1)

አሱብ ~ Hashub: ሀሹብ፤ ሐሳብ፤ ሒሳብ፤ ዓላማ፤ ምኞት... ማለት ነው። 'አሰበ' ከሚለው ግስ የተገኘ ስምነው።

1. የኢየሩሳሌምን ቅጥር ያደስ የፈሐት ሞዓብ ልጅ **አሱብ** ፤ (ነህ 3:11)
2. ኢየሩሳሌምን ቅጥር ያደስ፤ ሌላው **አሱብ**፤ (ነህ 3:23)
3. ከነህምያ ጋር የቃል ኪዳኑን ደብዳቤ ካተሙት፤ (ነህ 10:23)
4. ከእግዚአብሔርም ቤት በሜዳ በነበረው ሥራ ላይ የነበሩ፤ (ነህ 11:15)

አሲማት ~ Ashima: 'አስማት፤ ድግምት፤ ምትሐት' ማለት ነው። የሐማት ስዎች አምላክ፤ (2 ነገ 17:31) "የሐማትም ስዎች **አሲማትን** ሠሩ አዋውያንም ኤልባዝርንና ተርታቅን ሠሩ የሴፈርዋይም ስዎችም ለሴፈርዋይም አማልክት ለአድራሜሌክና ለአነሜሌክ ልጆቻቸውን በእሳት ያቃጥሉ ነበር"

አሳ~ Asa: 'መድኃኒት ዐዋቂ፤ ፈዋሽ' ማለት ነው። የአቢያ ልጅ፤ የይሁዳ ሦስተኛ ንጉሥ፤ "አብያምም ከአባቶቹ ጋር አንቀላፋ፤

በዳዊትም ከተማ ቀበሩት፡፡ ልጁም **አሳ** በፋንታው ነገሠ፡፡" (1 ነገ 15:8-14)

አሣሄል ~ Asahel: አሣህ ኤል፤ ጌታ ሠራ፤ አምላክ አከናወነ፤ አምላክ የሠራው... ማለት ነው፡፡

በመጽሐፍ ቅዱስ ውስጥ በዚህ ስም የሚጣወቁ ስዎች:-

1. የንጉሥ ዳዊት እኅት የጽሩያ ልጅ፤ (2 ሳሙ 2:18፤19)

2. ንጉሥ ኢዮሣፍጥን ከሚያገለግሉ፤ (2 ዜና 17:8)

3. በንጉሡ ሕዝቅያስ በቤተ መቅደስ የንዋየ ቅዱሳቱ ሐላፊ የነበረ፤ (2 ዜና 31:13)

4. በዕዝራ ዘመን የነበር፤ የዮናታን አባት፤ ካህኑ **አሣሄል**፤ (ዕዝ 10:15)

አሳም ~ Ozem: 'ብርቱ፤ ፈጣን፤ ጉጉ' ማለት ነው፡፡

የዳዊት ወንድም፤ የእሴይ ስድስተኛ ልጅ፤ "አምስተኛውንም ራዳይን፤ ስድስተኛውንም **አሳምን**፤ ሰባተኛውንም ዳዊትን ወለደ" (1 ዜና 2:15)

አሣርኤል ~ Asareel: እሥረ ኤል፤ እሥረ አምላክ፤ ግዝት፤ መሐላ፤ የጌታ ምርኮ... ማለት ነው፡፡

'አሰር' እና 'ኤል' ከሚሉ ሁሉ ቃላት የተመሠረተ ስም ነው ፡፡ ከይሁዳ ነገድ፤ የይሃሌልኤል ልጅ፤ **አሣርኤል**፤ (1 ዜና 4:16)

አሳብያ ~ Hashabiah: ሐሻብ ያሕ፤ ሐሳብ ሕያው፤ አምላክ ያሰበው፤ እግዚአብሔር የረዳው... ማለት ነው፡፡

[ተዛማጅ ስሞች- **ሐሽብያ፤ ሐሽቢያ**] 'አሳብ' እና 'ያሕ'(ሕያው) ከሚሉ ሁለት ቃላት የተመሠረተ ስም ነው፡፡ የቃሉ ምንጭ ደግሞ 'አሰብ' የሚለው ግስ ነው፡፡ ከሌዋውያን ወገን፤ የዓዛሪቃ ልጅ፤ (1 ዜና 9:14) ፤ (ነህ 11:15)

አሳን ~ Hashem: ሐሽም፤ ሽም፤ ስም... ማለት ነው፡፡ የንጉሡ ዳዊት ዘበኛ፤ "ስዓልቦናዊው ኤሊያሕባ፤ የጊዞናዊው የ**አሳን** ልጆች፤ የሃራራዊው የሻጌ ልጅ ዮናታን፤" (1 ዜና 11:34)

አሳፍ ~ Asaph: አሰፍ፤ አሰፋ፤ አበዛ፤ ተራብ፤ ቁጥሩና ግዛቱ ጨመረ... ማለት ነው፡፡

'ሰፋ' ከሚለው ቃል የመጣ ስም ነው፡፡ የበራክያ ልጅ፤ (1 ዜና 6:39፤ (ነህ 2:8)

አሴክ ~ Eshek: 'ተጽዕኖ' ማለት ነው፡፡ ከሳኦል ትውልድ የሆነ፤ "የወንድሙም የ**አሴክ** ልጆች በኩሩ ኡላም፤ ሁለተኛውም ኢያስ፤ ሦስተኛውም ኤሊፋላት፡፡" (1 ዜና 8:39)

አሴር ~ Aser, Asher, Assir:

አሳር፤ እሥር፤ ግዝዝት፤ ምርኮ... ማለት ነው፡፡ 'አሠረ' ከሚለው ግስ የመጣ ስምነው፡፡ [ትርጉሙ ደስተኛ ማለት ነው / **መቅቃ**] በመጽሐፍ ቅዱስ ውስጥ በዚህ ስም የሚታወቁ ስዎች:-

I. **አሴር** / Aser: "ከ**አሴር** ወገንም የምትሆን የፋኑኤል ልጅ ሐና የምትባል አንዲት ነቢይት ነበረች..." (ሉቃ 2:36)

    አሴር / Asher: ልያ ለያዕቆብ የወለደችለት ልጅ፤ (ዘፍ 30:13)

    አሴር / Assir:

1. የቆሬ ልጅ፤ (ዘጸ 6:24)

2. የአቢሳፍ ልጅ፤ (1 ዜና 6:24)

አሴር ~ Asher, Assir: ደስታ ማለት ነው፡፡ የያዕቆብ ስምንተኛ ልጅ፤ ከልያ አገልጋይ፤ ከዘለፋ የተወለደ፤ (ዘፍ 30:13) "ልያም፡፡ ደስታ ሆነልኝ ቤቶች ያመሰግኑኛልና አለች ስሙንም **አሴር** ብላ ጠራችው፡፡"

    አሴር / Assir: 'እስር፤ ግዝት፤ እግድ' ማለትነው፡፡

1. የቆሬ ልጅ፤ (ዘጸ 6:24፤ 1 ዜና 6:22) "የቆሬ ልጆች **አሴር**፤ ሐልቃና፤ አብያሳፍ ናቸው፤ እነዚህ የቆሬ ልጆች ወገኖች ናቸው።"

2. የቀዓት ልጅ፤ (1 ዜና 6:23፤37) "ልጁ ቆሬ፤ ልጁ **አሴር**፤ ልጁ ሐልቃና"

3. የኢኮንያ መጠሪያ፤ (1 ዜና 3:17) "**የምርኮኛው**ም የኢኮንያን ልጆች ሰላትያል፤ መልኪራም፤"

አሥሪኤል ~ Asriel: አሥራ ኤል፤ የአምላክ ሥራ፤ ግብርኤል፤ የአብ ሥራ... ማለት ነው።

የገለዓድ ልጅ፤ "ከ**አሥሪኤል** የአሥሪኤላውያን ወገን፤" (ዘኁ 26:31)

አሥርከተማ~ Decapolis: አሥር ከተሞች ማለት ነው። በምሥራቅና በደቡባዊ ምሥራቅ የገሊላን ባሕር የከበቡ አሥር የግሪክ ከተሞች፤ "ኔዳም ኢየሱስ እንዴት ያለ ታላቅ ነገር እንዳደረገለት **አሥር ከተማ** በሚባል አገር ይሰብክ ጀመር፤ ሁሉም ተደነቁ።" (ማር 5:20፤7:31)

አስሮን፤ ኤስር ~ Hezron: አጥር፤ ዙሪያ፤ የታጠረ፤ የተከለለ... ማለት ነው።

1. የሮቤል ልጅ፤ "የሮቤልም ልጆች ሄኖጎ፤ ፈሉስ፤ **አስሮን**፤ ከርሚ።" (ዘፍ46:9፤ ዘጸ 6:14)

2. የፋሬስ ልጅ፤ **ኤስር**፤ "የይሁዳም ልጆች ዔር፤ አውናን፤ ሴሎም፤ ፋሬስ፤ ዛራ ዔርና አውናን በከነዓን ምድር ሞቱ የፋሬስም ልጆች **ኤስሮ**ም፤ ሐሙል።" (ዘፍ 46:12፤ ሩት 4:18)

አስቀሪጦን ~ Asyncritus:
'ተወዳዳሪ የማይገኝለት' ማለት ነው። ጳውሎስ ሰላምታ ያቀረበላት ሮሜያዊ ክርስቲያን፤ "ለ**አስቀሪጦን**ና ለአፍሌሰንጳ" (ሮሜ 16:14)

አስቄዋ ~ Sceva: 'ዝግጁ' ማለት ነው። የካህናትም አለቃ የነበረ፤ "የካህናትም አለቃ ለሆነ **አስቄዋ** ለሚሉት ለአንድ

አይሁዳዊ ይህን ያደረጉት ሰባት ልጆች ነበሩት። " (ሐዋ 19:14-16)

አስቆሮቱ ~ Iscariot: 'የቀሮት ሰው' ማለት ነው። ጌታን አሳልፎ የሰጠው ይሁዳ የተጠራበት አገር ስም፤ "ቀነናዊውም ስምዖን ደግሞም አሳልፎ የሰጠው **የአስቆሮቱ** ይሁዳ" (ማቴ 10:4)

አስባአል ~ Eshbaal: የሽባዓል፤ የቪህ በዓል፤ የቪህ ጌታ፤ የብዙኃን ጌታ፤ የብዙዎች አለቃ... ማለት ነው። የንቱሥ ሳአል ልጅ፤ (1 ዜና8:33)

አስቤል ~ Ashbel: አሰበ ኤል፤ አምላክ ያሰበው... ማለት ነው። የብንያም ልጅ፤ "የብንያምም ልጆች ቤላ፤ ቤኬር፤ **አስቤል** የቤላ ልጆችም ጌራ፤ ናዕማን፤ አኪ፤ ሮስ፤ ማንፌኖ፤ ሑፌም ጌራም አርድን ወለደ፤" (ዘፍ 46:21፤ ዘኁ 26:38፤ 1 ዜና 8:1)

አስታሮት ~ Ashtaroth: 'መንጋ፤ ከምችት' ማለት ነው። የንቱሥ ዐግ ግዛት፤ የባሳን ከተማ፤ የጣያት ስም፤ "በአርባኛው ዓመት በአሥራ አንደኛው ወር ከወሩም በመጀመሪያው ቀን፤ ሙሴ፤ በሐሴቦን ተቀምጦ የነበረውን የአሞሬውያንን ንጉሥ ሴዎንን፤ በ**አስታሮት**ና በኤድራይ ተቀምጦ የነበረውን የባሳንን ንጉሥ ዐግን ከመታ በኋላ፤ እግዚአብሔር ስለ እነርሱ ያዘዘውን ሁሉ ለእስራኤል ልጆች ነገራቸው።" (ዘዳ 1:4፤ ኢያ 12:4፤ 13:12፤ 9:10)

አስቴር ~ Esther: አስቴረ፤ አስተር፤ አስጠረ፤ ሰተር፤ ሰጠረ፤ ደበቀ፤ ምሥጢር አደረገ... ማለት ነው። [በፋርስ ቋንቋ ኮከብ ማለት ነው / **መቅቃ**] በመጽሐፈ አስቴር፤ የሀደሳ ሌላ ስም፤ "አባትና እናትም አልነበራትምና የአጎቱ ልጅ ሀደሳ የተባለችውን **አስቴር**ን አሳድጎ ነበር ..." (አስ 2:7)

አስናት~ Asenath: 'አዘናት፤ ሐዘንተኛ፤ አደለ ቢስ፤ መከረኛ' ማለት ነው። የሄልዮቱ ከተማ ካህን የጰጥፌራ ልጅ፤ በግብፅ

የዮሴፍ ሚስት፤ "ፈርዖንም የዮሴፍን ስም ጸፍናት ፐዕናህ ብሎ ጠራው የሄልዮቱ ካህን የጶጥሬራ ልጅ የምትሆን **አስናትን** አጋባው። ዮሴፍም በግብፅ ምድር ሁሉ ወጣ" (ዘፍ 41:45)

አስናፌር ~ Asnapper: 'ፈጣን'

ማለት ነው። በሰማርያ ከተማ ነዋሪ የሆነ፤ "ታላቁና ኃይለኛው **አስናፌር** ያፈለሳቸው በሰማርያና በወንዝ ማዶ ያኖራቸው የቀሩትም አሕዛብ ደብዳቤውን ጻፉ።" (ዕዝ 4:10)

አስከናዝ ~ Ashkenaz: 'ሰደድ

እሳት' ማለት ነው። ከጋሜር ሦስት ልጆች አንዱ፤ "የጋሜርም ልጆች **አስከናዝ**፤ ሪፋት፤ ቴርጋማ ናቸው።" (ዘፍ 10:3)

አስጢ ~ Vashti: 'ውብ' ማለት

ነው። የንጉሡ አርጤክስስ ሚስት፤ "ነገር ግን ንግሥቲቱ **አስጢ**ን በጃንደረቦቹ እጅ በላከው በንጉሡ ትእዛዝ ትመጣ ዘንድ እንቢ አለች ንጉሡም እጅግ ተቆጣ፤ በቁጣውም ተናደደ።" (አስ 1:10-12)

አሦር ~ Asshur: አሱር፤ እሦር፤

ግዝት፤ ምርኮ... ማለት ነው። የኖኅ ልጅ የሴም ሁለተኛ ልጅ፤ "የሴምም ልጆች ኤላም፤ **አሦር**፤ አርፋክስድ፤ ሉድ፤ አራም ናቸው።" (ዘፍ 10:22) ፤ (1 ዜና 1:17)

አሶን ~ Assos: አሰሳ፤ ፍተሻ፤ ዳሰሳ...

ማለት ነው። የሮሜ የወደብ ከተማ፤ "እኛ ግን ጳውሎስን ከዚያ እንቀበለው ዘንድ ስላለን ወደ መርከብ ቀድመን ሄድንና ወደ **አሶን** ተነሣን፤ እርሱ በመሬት ይሄድ ዘንድ ስላሰበ እንደዚህ አዞ ነበርና።" (ሐዋ 20:13፤14)

አረማዊ ~ Barbarian: በር በሪያ፤

የበሪያ ልጅ፤ አገልጋይ፤ ታዛዥ፤ ነጻ ያልወጡ... ማለት ነው፤ [ተለዋጭ ስሞች- **እንግዳ፤ ላልተማሩ**]

Barbarian- 'በር' ፤'በረ' እና 'ያሕ'ን ከሚሉ ቃላት የተገኘ ስም ነው።

. መላጥያ በምትባል ደሴት የሚኖሩ ሰዎችን ጳውሎስ የጠራበት ስም፤ "**አረማውያንም** የሚያስገርም ቸርነት አደረጉልን፤ ..." (ሥራ 28:1 ፤ 2 ፤ 4)፤ (ሥራ 28:1 ፤ 2 ፤4)

. **እንግዳ ፤** (1 ቆሮ 14:11)

. **ላልተማሩም ፤** (ሮሜ 1:14)

አሩማ ~ Arumah: ከፍተኛ ማለት

ነው። የንጉሡ አቤሜሌክ መቀመጫ የነበረ፤ የሴኬም አንራባች አገር፤ "አቤሜሌክም በ**አሩማ** ተቀመጠ ዜቡልም ገዓልንና ወንድሞቹን በሴኬም እንዳይኖሩ አሳደዳቸው።" (መሳ 9:41)

አሪሶት ~ Harosheth: 'አራሾች፤

ሠራተኞች' ማለት ነው። "እግዚአብሔርም በኢሶር በነገሠው በከነዓን ንጉሥ በኢያቢስ እጅ አሳልፎ ሰጣቸው የሠራዊቱም አለቃ በአሕዛብ **አሪሶት** የተቀመጠው ሲሣራ ነበረ።" (መሳ 4:2)

አራ ~ Ara: 'አንበሳ' ማለት ነው።

"የዮቴር ልጆች ዮሮኒ፤ ፈስጻ፤ **አራ** ነበሩ።" (1 ዜና 7:38)

አራም ~ Aram, Ram: አራማ፤

ራማ፤ ከፍተኛ፤ ታላቅ... ማለት ነው። በመጽሐፍ ቅዱስ ውስጥ በዚህ ስም የሚታወቁ ሰዎች:-

1. የኖኅ ልጅ፤ የሴም ልጅ፤ (ዘፍ 10:22)

2. የቀሙኤል ልጅ፤ (ዘፍ 22:21)

3. የኤስሮም ልጅ፤ (ሩት 4:19)

4. የአሮኒ ልጅ፤ (ሉቃ 3:33)

አራም ~ Ram: ራም፤ ራማ፤

ከፍተኛ... ማለት ነው።

1. የኤስሮም ልጅ፤ "ኤስሮምም **አራም**ን ወለደ፤ አራምም አሚናዳብን ወለደ፤" (ሩት 4:19)

2. የይረሕምኤል ልጅ፤ ራም፤ (1 ዜና 2:25፤ 27) "የኤስሮምም የበኩር ልጁ የይረሕምኤል ልጆች በኩሩ **ራም**፤ ቡናህ፤ ኦሬን፤ አጼም፤ አኪያ ነበሩ።"

3. **ራም፤** "ከ**ራም** ወገን የሆነ የቡዛዊው የባራክኤል ልጅ የኤሊሁ ቁጣ ነደደ ከእግዚአብሔር ይልቅ ራሱን ጻድቅ አድርጎ ነበርና ኢዮብን ተቆጣው።" (ኢዮብ 32:2)

አራራት ~ Ararat: አራራት፤ ተራራት፤ ተራሮች፤ ከፍተኛ ቦታ... ማለት ነው።

. የኖን መርከብ ያረፈችበት ቦታ፤ "መርከቢቱም በሰባተኛው ወር ከወሩም በአሥራ ሰባተኛው ቀን በ**አራራት** ተራሮች ላይ ተቀመጠች" (ዘፍ 8:4)

. የአሦር ንጉሥ ሰናክሬም የሸሸበት ቦታ፤ "...ወደ **አራራትም** አገር ኮበለሉ። ልጁም አሰራዶን በእርሱ ፋንታ ነገሠ" (2 ነገ 19:37) ፤ (ኢሳ 37:38)

አራር ~ Sharar: 'ብርቱ፤ ጠንካራ' ማለት ነው። የአምናን አባት፤ "የአሮዳዊው የ**አራር** ልጅ አምናን፤ የማዕካታዊው ልጅ የአሐስባይ ልጅ ኤሌፋላት፤ የጊሎናዊው የአኪጦፌል ልጅ ኤልያብ፤" (2 ሳሙ 23:34)

አራብ ~ Arab: አረብ፤ የረባ፤ የተራባ፤ የተዋለደ፤ የተባዛ፤ የዓረብ አገር፤ ምድረ በዳ... ማለት ነው።

'ረባ' ከሚለው ቃል የተገኘ ስምነው። በደቡብ በኩል በምድራቸው ዳርቻ አጠገብ እስከ ኤዶምያስ ድንበር ያሉት የይሁዳ ልጆች ነገድ ከተሞች፤ (ኢያ15:52)

አራን ~ Aran: 'የሜዳ ፍየል' ማለት ነው። የዲሳን ልጅ፤ ከሴይር ልጆች አለቆች፤ "የዲሳን ልጆችም እነዚህ ናቸው ውፅ፤ **አራን**፤" (ዘፍ 36:28)

አርማትያስ ~ Arimathea:

'ከፍተኛ' ማለት ነው። የይሁዳ ከተማ፤ "በመሸም ጊዜ ዮሴፍ የተባለው ባለ ጠጋ ሰው ከ**አርማትያስ** መጣ፤ እርሱም ደግሞ የኢየሱስ ደቀ መዝሙር ነበረ፤" (ማቴ 27:57፤ ሉቃ 23:51፤ ዮሐ 19:38)

አርማጌዶን ~ Armageddon:

የጌዶን ተራራ ማለት ነው። ዮሐንስ ባየው ራእይ፤ ለሰባቱ መላእክት በተነገረው ድምፅ፤ ከስድስተኛው ጋር በተገናኝ የተነገረ፤ "በዕብራይስጥም **አርማጌዶን** ወደሚባል ስፍራ እስከተቱአቸው" (ራእይ 16:16)

አርሞንዔም ~ Hermon: 'ቁንጮ'

ማለት ነው። በሰሜን ፍልስጥኤም የሚገኝ ተራራ፤ "የእስራኤልም ልጆች የመቱአቸው፤ ከአርኖንም ሸለቆ ጀምሮ እስከ **አርሞንዔም** ተራራ ድረስ በምሥራቅ ያለውን ዓረባ ሁሉ ..." (ዘዳ 3:8፤ ኢያ 12:1)

አርስጣባሉ ~ Aristobulus:

'የተከበረ፤ የተመሰገነ አማካሪ' ማለት ነው። በሮሜ ነዋሪ ከሆኑ፤ ጳውሎስ በመልእክቱ ሰላምታ ካቀረበላቸው ቤተሰቦች፤ "በክርስቶስ መሆኑ ተፈትኖ ለተመሰገነው ለኤጴኔን ሰላምታ አቅርቡልኝ። ከ**አርስጣባሉ** ቤት ሰዎች ላሉት ሰላምታ አቅርቡልኝ።" (ሮሜ 16:10)

አርስጥሮኮስ ~ Aristarchus:

'የተመሰገነ መሪ' ማለትነው።የተሰሎንቄ ነዋሪ የሆነ፤ "የሹናትም የቤርያው ሱሲጳጥሮስ ከተሰሎንቄ ሰዎችም **አርስጥሮኮስ**ና ሲኮንዱስ የደርቤኑም ጋይዮስና ጢሞቴዎስ የእስያ ሰዎችም ቲኪቆስ ጥሮፊሞስም ነበሩ፤" (ሐዋ 20:4)፤ የጳውሎስ ደቀ መዝሙር የነበረ፤ (ሐዋ 19:29፤ 27:2) ፤ ከጳውሎስ ጋርም በሮም የታሰረ፤ (ቆላ 4:10; ፊሊ. 1:24)

አርስጦስዮስ ~ Aretas: 'ከባድ፤

ጽኑ፤ አስቸጋሪ፤ ፈታኝ' ማለት ነው። በሐዋርያው ጳውሎስ ዘመን የነበረ የሦርያ ንጉሥ፤ ጳውሎስን ለማሳር ይከታተለው ነበር፤ በቅጥሩም ባለ መስኮት በቅርጫት አወረዱትና ከእጁ አመለጠ፤ "በደማስቆ **አርስጦስዮስ** ከተባለ ንጉሥ በታች የሆነ የሕዝብ ገዥ ሊይዘኝ እየወደደ የደማስቆ ሰዎችን ከተማ ያስጠብቅ ነበር" (2 ቆሮ 11:32)

አርቄስዮስ~ Carshena: 'ታዋቂ' ማለት ነው። ከሰባቱ የፋርስና የሜዶን መሳፍንት አንዱ፣ "በመንግሥቱም ቀዳሚዎች ሆነው የሚቀመጡ የንጉሡ ባለምዋሎች ሰባቱ የፋርስና የሜዶን መሳፍንት **አርቄስዮስ**፣ ሼታር፣ አድማታ፣ ተርሺሽ፣ ሜሬስ፣ ማሌሴዓር፣ ምሙካን በአጠገቡ ሳሉ።" (አስ 1:14)

አርባቅ ~ Arba, Arbah: አረባዓ፣ ዓረብ፣ ምድረ በዳዳ፣ ማድረበዳ ማለት ነው።
Arba- 'አረባ' ከሚለው ቃል የተገኘ ስም ነው።

አርባቅ / Arba: የኬብሮን የአቀድሞ ስም፣ "የኬብሮንም ስም አስቀድሞ ቂርያት**አርባቅ** ትባል ነበር ይህም **አርባቅ** ..." (ኢያ 14:15)

አርባቅ / Arbah: "ያዕቆብም ወደ አባቱ ወደ ይስሐቅ አብርሃምና ይስሐቅ እንግዶች ሆነው ወደ ተቀመጡባት ወደ መምሬ ወደ ቂርያት **አርባቅ** እርስዋም ኬብሮን ወደምትባለው መጣ" (ዘፍ35:27)

አርኤሊ ~ Areli: አየረ ኤሊ፣ ሰማያዊ አምላካዊ፣ ታላቅ ጌታ፣ ታላቅ ኃይል… ማለት ነው። [ተዛማጅ ስሞች- **አርኤል፣አርያ**]
. የያቆብ ልጅ፣ የጋድ ልጅ፣ **አርኤሊ**፣ (ዘፍ 46:16)

. ነገዱም በዚሁ ስም ተጠራ፣ "ከአሮድ የአሮዳውያን ወገን፣ ከ**አርኤሊ** የአርኤላውያን ወገን።" (ዘኁ 26:17)

አርኤል ~ Ariel: ኤሪ ኤል፣ አየረ ኤል፣ ሰማያዊ፣ አምላካዊ፣ ታላቅ ኃይል… ማለት ነው። [ተዛማጅ ስሞች- **አርኤሊ፣አርያ**]
[የእግዚአብሔር ምድጃ ማለት ነው/ **መቅቃ**]
በመጽሐፍ ቅዱስ ውስጥ በዚህ ስም የሚታወቁ ስዎች:-

1. በንጉሡ በአርጤክስስ መንግሥት ከዕዝራ ጋር ከባቢሎን የወጡ፣ መቅደሱን እንዲጠብቁ መልእክት ከተቀበሉት አንዱ፣ (ዕዝ 8:16)

2. የከተማ ስም፣ "ዳዊት ለሰፈረባት ከተማ ለ**አርኤል** ወዮላት! …" (ኢሳ 29:1፤ 2፤ 7) ፤ (ሕዝ 43:15፤ 16)

አርካድ ~ Accad: 'እንደ ማዲጋ፣ ማሰሮ፣ ቶፋ ያለ፣ ለውጥ መቅጃነት የሚውጣ' ማለት ነው። የእንግሊዝኛ 'አካድ (Accad)' ሲሆን፣ የአማርኛው ደግሞ 'አርካድ' ተብሎ ይጠራል። በሰናዖር ምድር የነበረ ከተማ፣ "የግዛቱም መጀመሪያ በሰናዖር አገር ባቢሎን፣ ኦሬክ፣ **አርካድ**፣ ካልኔ ናቸው" (ዘፍ 10:10)

አርኬላዎስ ~ Archelaus: 'የሕዝብ ገዥ' ማለት ነው። የሄሮድስ ልጅ፣ በይሁዳ የነገሡ፣ "በአባቱም በሄሮድስ ፈንታ **አርኬላዎስ** በይሁዳ እንደ ነገሠ በሰማ ጊዜ፣ ወደዚያ መሄድን ፈራ፣ በሕልምም ተረድቶ ወደ ገሊላ አገር ሄደ" (ማቴ 2:22)

አርያ ~ Arieh: አረያ፣ አርያሕ፣ አምላካዊ፣ ምሳሌያዊ፣ ታላቅ፣ ሰማይ፣ ከሁሉ በላይ ከፍ ያለ… ማለት ነው። [ተዛማጅ ስሞች- **አርኤሊ፣ አርኤል**]
'አሮን' ከሚለው ጋር አንድ ዓይነት ትርጉም አለው።
በይሁዳ ንጉሥ በዓዘርያስ በአምሳኛው ዓመት የምናሔም ልጅ ፋቁስያስ በእስራኤል ላይ በሰማርያ በነገሠ ጊዜ የተገደለ፣ (2 ነገ 15:25)

አርዮስፋጎስ ~ Areopagus: 'የማርስ ኮረብቶች' ማለት ነው።ጳውሎስ ለግሪክ ስዎች ወንጌልን የሰበከበት ተራራማ ቦታ፣ "ይዘውም። ይህ የምትናገረው አዲስ ትምህርት ምን እንደሆን እናውቅ ዘንድ ይቻለናልን? በጆሮአችን እንግዳ ነገር ታሰማናለህና፣ እንግዲህ ይህ ነገር ምን እንደሆን እናውቅ ዘንድ እንፈቅዳለን ብለው **አርዮስፋጎስ** ወደ ተባለው ስፍራ ወሰዱት።" (ሐዋ 17:19)

አርዮክ~ Arioch: 'የተከበረ፣ የተመሰገነ፣ የተደነቀ' ማለት ነው።

1. የእላሳር ንጉሥ፣ "በሰናዖር ንጉሥ በአምራፌል፣ በእላሳር ንጉሥ በ**አርዮክ**፣ በኤላም ንጉሥ በኮሎዶጎምር፣ በአሕዛብ ንጉሥ በቲድዓል ዘመን እንዲህ ሆነ" (ዘፍ 14:1)

2. የባቢሎን ንጉሥ የዘበኞቹ አለቃ፣ "የዚያን ጊዜም ዳንኤል የባቢሎንን ጠቢባን ይገድል ዘንድ የወጣውን የንጉሡን የዘበኞቹ አለቃ **አርዮክ**ን በፈሊጥና በማስተዋል ተናገረው" (ዳን 2:14)

እርድ ~ Ard:
አርድ፣ ያርድ፣ ይወርድ፣ አያት፣ ቅድመ አያት፣ ሲወርድ ሲዋረድ የመጣ፣ ትልቅ፣ ከፍተኛ፣ ጥንታዊ... ማለት ነው። [ተዛማጅ ስም- **አርዶን**] የብንያም ልጅ፣ የቤላ ልጅ፣ (ዘኍ 26:38-40)

እርዶን ~ Ardon:
አርደን፣ የበላይ ፈራጅ፣ ከፍተኛ ፍርድ ቤት፣ ከበላይ የታዘዘ... ማለት ነው። [ተዛማጅ ስም- **አርድ**]

የካሌብ ልጅ፣ "የኤስሮምም ልጅ ካሌብ ከሚስት ከአዙባ ከይሪዖትም ልጆች ወለደ ልጆቹዋም ያሳር፣ ሶባብ፣ **አርዶን** ነበሩ።" (1 ዜና 2:18)

እርጎብ ~ Argob:
'ድንጋያማ' ማለት ነው። በዮርዳኖስ በስተምሥራቅ የሚገኝ ቦታ፣ "በዚያን ጊዜም ከተሞቹን ሁሉ ... በባሳን ያለውን የዐዋግን መንግሥት፣ የ**አርጎብ**ን አገር ሁሉ፣ ስድሳ ከተሞቹን ወሰድን።" (ዘዳ 3:4፤13፤14)

እርጢሞን ~ Artemas:
የጳውሎስ ደቀመዝሙር የነበረ፣ "**አርጢሞን**ን ወይም ቲኪቆስን ወደ አንተ ስልክ፣ ወደ ኒቆጵልዮን ወደ እኔ እንድትመጣ ትጋ፣ በዚያ ልከርም ቆርጬአለሁና" (ቲቶ 3:12)

እርጤሚስ ~ Diana:
'ፍጽምት፣ አንጸባራቂ' ማለት ነው። የጣዖት ከተማ ስም፣ " ... የኤፌሶን ከተማ ለታላቁ **አርጤሚስ** ከሰማይም ለወረደው ጣዖትዋ

የመቅደስ ጠባቂ መሆንዋን የማያውቅ ሰው ማን ነው?" (ሐዋ 19:35)

እርጤክስስ~ Artaxerxes:
'ብርቱ ጦረኛ፣ ኃያል ተዋጊ' ማለት ነው።

1. የፋርስ ንጉሥ፣ "በአርጤክስስ ዘመን ቢሽላም፣ ሚትሪዳጡ፣ ጣብኤል ተባባሪዎቹም ለፋርስ ንጉሥ ለ**አርጤክስስ** ጻፉ ደብዳቤውም በሶርያ ፊደልና በሶርያ ቋንቋ ተጽፎ ነበር።" (ዕዝ4:7)

2. "በንጉሡ በ**አርጤክስስ** በሃያኛው ዓመት በኒሳን ወር የወይን ጠጅ በፊቱ በነበረ ጊዜ ጠጁን አንሥቼ ለንጉሡ ሰጠሁት። ቀድሞ ግን በፊቱ ያለ ሐዘን እኖር ነበር።" (ነህ 2:1)\

እርፋክሲድ~ Arphaxad:
'ፈዋሽ፣ አዳኝ፣ አካሚ' ማለት ነው። ከጥፋት ውኃ በኋላ የተወለደ፣ የሴም ልጅ፣ " ... ሴም የመቶ ዓመት ሰው ነበር፣ **አርፋክሲድ**ንም ከጥፋት ውኃ በኋላ በሁለተኛው ዓመት ወለደ።" (ዘፍ 11:10- 13፤ 1 ዜና 1:17፤ 18፤ ሉቃ3:36)

እርፋድ ~ Arpad:
'ብርቱ ከተማ' ማለት ነው። ከደማስቆ ወጣ ሲሉ የሚገኝ፣ "የሐማትና የ**አርፋድ** አማልክት ወዴት አሉ? የሴፈርዋይም አማልክት ወዴት አሉ? ሰማርያን ከእጄ አድነዋታልን?" (ኢሳ 36:19፤37:13)

እሮን ~ Aaron, Aaronites:
አሮን፣ አሬያን፣ አሪያን፣ አርእያ፣ ተምሳሌ፣ አብነት፣ መንገድ መሪ፣ ብርሃን አብሪ፣ መምህር ፣ አሮን ቤት፣ አሮናውያን፣ ቤተ አሮን፣ የአሮን ወገኖች፣ የአሮን አገር ስዎች... ማለት ነው።

የስሙ ምንጭ 'አሪያ' የሚለው ቃል ነው፣

እሮን / Aaron: የሙሴ ወንድም ሆኖ እናቱ ያቆቢድ ፣ አባቱ አምራም ፣ እናቱ ደግሞ ማርያም ይባላሉ። (ዘጸ 4:14)

እሮንቤት / Aaronites: ዮዳሄ አለቃ የሆነበት፣(1 ዜና 12:27)

አርኖን ~ Arnon: የሚያጎራ፤ የሚያገሳ፤ የሚያጮህ… ማለት ነው። በዓመዓብ በስተሰሜን የሚገኝ፤ የሞዓብ ዐውያንን እና የአሞራውያንን ምድር የሚከፍል ወንዝ። "ከዚያም ተጉዘው ከአሞራውያን ዳርቻ በሚወጣው ምድረ በዳ ውስጥ በ**አርኖን** ማዶ ሰፈሩ አርኖን በሞዓብና …" (ዘኍ 21:13፤14፤24፤26፤ መኍ 11:22)

አሮኤር ~ Aroer: 'ጥራጊ፤ ውዳቂ፤ ዐጽም' ማለት ነው።
1. በአርኖን ወንዝ ዳር የሚገኝ ከተማ፤ "በአርኖን ወንዝ ዳር ካለችው ከ**አሮኤር** ጀምሮ እስከ ሲዖን ተራራ እስከ አርሞንዔም ድረስ" (ዘዳ 4:48፤ መኍ 11:26፤ 2 ነገ 10:33)
2. በጋድ ነገድ ከተገነቡ ከተሞች አንዱ፤ **አሮኤር፤** "የጋድም ልጆች ዲቦንን፤ አጣሮትን፤ **አሮኤርን፤**" (ዘኍ 32:34)
3. በይሁዳ በስተደቡብ ያለ ከተማ፤ **አሮኤር፤** "በየቲር ለነበሩ፤ በ**አሮኤር** ለነበሩ፤ በሲፍሞት ለነበሩ፤ በኤሽትሞዓ ለነበሩ፤" (1 ሳሙ 30:26፤28)

አሽሐር ~ Ashur: 'ጥቁር' ማለት ነው። የኤስሮም ልጅ፤ ከአቢያ የወለደው፤ የቴቁሔን አባት፤ "ኤስሮምም በካሌብ ኤፍራታ ከሞተ በኋላ የኤስሮም ሚስት አቢያ የቴቁሔን አባት **አሽሐርን** ወለደችለት።" (1 ዜና 2:24፤ 4:5)

አሽና ~ Ashnah: 'ለውጥ' ማለት ነው። በይሁዳ ቆላማ ምድር የሚገኝ ከተማ፤ "በቄላው ኤሽታአል፤ ጸርዓ፤ **አሽና፤** ዛኖዋ፤" (ኢያ 15:33)

አሽንከታብ ~ Phylacteries: 'ልዩ ልብስ፤ ጌጣ ጌጥ' ማለት ነው። "ለሰውም እንዲታዩ ሥራቸውን ሁሉ ያደርጋሉ፤ ስለዚህ **አሽንከታባቸውን** ያሰፋሉ ዘርፋንም ያስረዝማሉ።" (ማቴ 23:5)

አቂላ ~ Aquila: 'ንስር' ማለት ነው። የጵርስቅላ ባል፤ ከኢጣሊያ የመጣ ከጳውሎስ ጋር የተገናኘ ክርስቲያን፤ "በወገኑም የጳንጦስ ሰው የሚሆን **አቂላ** የሚሉትን አንድ አይሁዳዊ አገኘ …" (ሐዋ 18:2)

አቃሮን ~ Ekron: 'ተፈናቃይ' ማለት ነው። ከአምስቱ የፍልስጥኤም አለቆች ከተሞች፤ የሩቁ ሰሜናዊ ከተማ፤ "… የከነዓውያን ሆና እስከ ተቈጠረችው እስከ አቃሮን ዳርቻ ድረስ፤ የጋዝ፤ የአዛጦን፤ የአስቀሎና፤ የጌት፤ የ**አቃሮን፤** አምስቱ የፍልስጥኤማውያን መኳንንት፤" (ኢያ 13:3)

አቅረቢም ~ Akrabbim: አቅራቢያ፤ አካባቢም፤ የቅርብ ርቀት… ማለት ነው። 'ቀረብ' ከሚለው ግስ የተገኘ ስም ነው። በሙት ባሕርና በጺን መካከል ያለ መተላለፊያ፤ የይሁዳ ደቡባዊ ዳርቻ የሆነ ጐልህ ቦታ፤ "ከዚያም በ**አቅረቢም** ዐቀበት በደቡብ በኩል ወጣ፤ …" (ኢያ 15:3)

አቆስ ~ Hakkoz: 'እሾህ፤ ቀንድ' ማለት ነው። መቅደሱን ለማገልገል፤ በዳዊት ከተሾሙት፤ በሰባት ተራ ከሚያገለግሉት፤ ከካህናቱ አንዱ፤ "ስድስተኛው ለሚያሚን፤ ሰባተኛው ለ**አቆስ፤**" (1 ዜና 24:10)

አበኔር ~ Abner: አብ ኔር፤ የብርሃን አባት፤ ታላቅ ብርሃን… ማለት ነው። የሳኦል አጎት የኔር ልጅ፤ የሳኦል ሠራዊት አለቃ የነበረ፤ "የሳኦልም ሚስት ስም …ነበረ የሠራዊቱም አለቃ ስም የሳኦል አጎት የኔር ልጅ **አበኔር** ነበረ" (1 ሳሙ 14:50፤ 17:55፤ 20:25)

አቡ ~ Abi: አብ፤ አብዬ፤ አባ፤ ትልቅ… ማለት ነው።
የይሁዳ ንጉሥ የአካዝ ልጅ የሕዝቅያስ እናት ስትሆን፤ የዘካርያስ ልጅ፤ (2 ነገ 18: 2)፤ (2 ዜና 29:1)

አቢማኤል ~ Abimael: አቢ መኤል፤ አብ አምላከ፤ አብ ኃያል፤ ትልቅ አምላከ፤ በጣም ኃይለኛ… ማለት ነው።

የኖን የልጅ ልጅ፤ የዮቅጣን ልጅ፤ "ደቅላንም፤ ያባልንም፤ **አቢማኤልን**ም" (ዘፍ 10:28)

አቢሜሌክ~ Abimelech, Ahimelech:

አባ መላክ፤ ታላቅ መላክ ማለት ነው። [ተዛማጅ ስም- **አቤሜሌክ**] 'አብ' እና 'መለክ' ከሚሉ ቃላት የተመሠረተ ስም ነው።

'አቤሜሌክ' የሚለውን ጨምሮ 'አቢሜሌክ' በሚለው ስም የሚታወቁ አምስት ስዎች አሉ።

አቢሜሌክ / Abimelech:

1. የጌራራ ንጉሥ፤ "አብርሃምም ሚስቱን ሣራን፤- እኔ ናት አለ የጌራራ ንጉሥ **አቢሜሌክም** ላከና ሣራን ወሰዳት" (ዘፍ 20: 1-18)

2. የፍልስጥኤም ንጉሥ፤ ... ይስሐቅም ወደ ፍልስጥኤምም ንጉሥ ወደ **አቢሜሌክ** ወደ ጌራራ ሄደ" (ዘፍ26:1)

3. የጌዴዎን ልጅ፤ (መሣ8:31)

አቢሜሌክ / Ahimelech:

የአብያታር አባት፤ ካህኑ **አቤሜሌክ**፤ "የአኪጦብም ልጅ ሳዶቅ፤ የ**አቤሜሌክ**ም ልጅ አብያታር ...።" (1 ዜና 18:16)፤ (1 ሳሙ 22:20-23)

አቢሱ ~ Abishua:

አቢሻ፤ አበሻ፤ አብ ሸዋ፤ አብ ሺህ፤ የሽዋች አባት፤ ባለብዙ ሀብት፤ ታላቅ ባለጸጋ፤ ባለ ብዙ ንብረት... ማለት ነው፤ [ተዛማጅ ስም- **አቢሳ**]

Abishua- 'አብ' እና 'ሸዋ' ከሚሉ ሁለት ቃላት የተገኘ ስም ነው፤

1. የብንያም ወገን፤ የቤላ ልጅ፤ (1 ዜና 8:4)

2. የፊንሐስ ልጅ፤ (1 ዜና 6:4፤ 5፤ 50፤ 51) ፤ (ዕዝ 7:4፤5)

አቢሱር ~ Abishur:

አብ ቸር፤ ቅን አባት... ማለት ነው። ከይሁዳ ወገን ከሆነ፤ ከሽማይ ልጆች አንዱ፤ "የአናምም ልጆች ሻማይና ያዳ ነበሩ። የሻማይ ልጆች ናዳብና **አቢሱር** ነበሩ።" (1 ዜና2:28፤29)

አቢሳ ~ Abishag, Abishai:

አቢ ሻግ፤ አብ ሻጋ፤ ትልቅ ሻጋ፤ በጣም ቆንጆ... ማለት ነው። [ተዛማጅ ስም- **አቢሱ**]

Abishag- 'አብ' እና 'ሻጋ' ከሚሉ ቃላት የተመሠረተ ስም ነው። በመጽሐፍ ቅዱስ ውስጥ በዚህ ስም የሚታወቁ ስዎች:-

አቢሳ / Abishag: የንጉሥ ዳዊት የመጨረሻ ሚስት፤ (1 ነገ 1:3)

አቢሳ / Abishai: ከዳዊት ወደ ሳአል ወደ ሰፈሩ የወረደ፤ የንጉሥ ዳዊት እህት የጹርያ ልጅ፤ (1 ሳሙ 26:6)

አቢሳፍ ~ Ebiasaph:

አብያሳፍ፤ አባ ሰፊ፤ በጣም ትልቅ፤ ሰፊ ሕዝብ፤ ታላቅ አገር፤ የብዙዎች አባት... ማለት ነው። [ተዛማጅ ስም- **አብያሳፍ**]

'አባ' እና 'አሰፉ' ከሚሉ ሁለት ቃላት የተመሠረተ ስም ነው። የቆሬ ልጅ፤ የሕልቃና ልጅ፤ (1 ዜና 6:23፤ 37)

አቢብ~ Abib:

አበባ፤ ውብ፤ ቆንጆ... ማለት ነው።

'አበበ' ከሚለው ግስ የተገኘ ስምነው።

. አምላክ እግዚአብሔር በሌሊት ከግብፅ እስራኤልን ያወጣበት፤ የወር ስም፤ "እናንተ ዛሬ በ**አቢብ** ወር ወጥታችኋል።" (ዘጸ 13:4)

. ለእስራኤል ከተማ የመጠሪያ ስም ተጨማሪ ሆኖ ያገለግላል፤

"በቴል**አቢብ**ም ወዳሉ በኮቦርም ወንዝ አጠገብ ወደ ተቀመጡ ምርኮኞች መጣሁ..." (ሕዝ 3:15)

አቢኔኤም ~ Abinoam:

አቢ ናኣም፤ የናያም አባት፤ በጣም ትሑት... ማለት ነው።

'አብ' እና 'ናኣም' ከሚሉ ሁለት ቃላት የተመሠረተ ስም ነው፤

የባርቅ አባት፤ "ልካም ከቃዴስ ንፍታሌም የ**አቢኔኤም**ን ልጅ ባርቅን ጠርታ..." (መሣ 4:6)

አቢዓልቦ ~ Abi-albon:

አብ ልብ፤ ልባም፤ ልብ ትልቅ፤ አስተዋይ አባት... ማለት

ነው፡፡ ከዳዊት ኃያላን ዘበኞች አንዱ፣ "ሂዳይ፣ ዓረባዊው **አቢዓልቦን**፣ በርሐማዊው" (2 ሳሙ 23:31)

አቢኤል ~ Abiel: አቢ ኤል፣ አቤል፣ አባቴ አምላኬ፣ ጌታዬ አምላኬ፣ ታላቅ አምላከ፣ ታላቅ ጌታ፣ ታላቅ ገዥ... ማለት ነው፡፡ [ተዛማጅ ስሞች- **አቤል፣ ኤልያብ**] 'አብ' እና 'ኤል' ከሚሉ ሁለት ቃላት የተመሠረተ ስም ነው፡፡ በመጽሐፍ ቅዱስ ውስጥ በዚህ ስም የሚጠ ሰዎች፡ -

1. ቢኔያማዊው የቂስ አባት፣ (1 ሳሙ 14: 51)
2. ንጉሥ ዳዊት በዘበኞቹ ላይ የሾመው፣ (1 ዜና 11:32 ፣ 33)

አቢዔዜር ~ Abiezer: አባቴ ወገኔ፣ ታላቅ ረዳት፣ ከፍተኛ መመኪያ፣ ትልቅ ዘመድ፣ ዘሬ... ማለት ነው፡፡ [ተዛማጅ ስም- **አቢዔዝር**] 'አብ' እና 'ዘር' ከሚሉ ሁለት ቃላት የተመሠረተ ስም ነው፡፡

   አቢዔዜር / Abiezer: ከብንያማውያን የነበረው ዓናቶታዊው፣ የንጉሥ ዳዊት ዘበኛ፣ (2 ሳሙ 23:27 ፣ 28) ፣ (1 ዜና 11:28 ፥ 27:12) . **አቢዔዝር**- (1 ዜና 7:18)

አቢዔዝራዊ ~ Abiezrite: አቢዘራት፣ አቢዘራውያን፣ የአቢዘርወገኖች፣ የአቢዘር አገር ሰዎች... ማለትነው፡፡ የኢዮአስ አገር፣ (መሣ 6:11 ፣24)

አቢዔዝር ~ Abiezer: አባቴ ወገኔ፣ ታላቅ ረዳት፣ ከፍተኛ መመኪያ፣ ትልቅ ዘመድ... ማለት ነው፡፡ [ተዛማጅ ስም- **አቢዔዜር**] 'አብ' እና 'ዘር' ከሚሉ ሁለት ቃላት የተመሠረተ ስም ነው፡፡ ከምናሴ ወገን የሆነ፣ **አቢዔዝር**፣ (ኢያ 17:2) ፣ (1 ዜና 7:18)

አቢካኤል ~ Abihail: አባ ኃይል፣ ጉልበተኛ፣ ታላቅ ኃይል... ማለት ነው፡፡

'አብ' እና 'ኃይል' ከሚሉ ሁለት ቃላት የተመሠረተ ስም ነው፡፡

በዚህ ስም የሚታወቁ አምስት ሲሆን፣ ሦስት ወንዶች እና ሁለት ሴቶች ናቸው፡፡

1. የሜራሪ ወገኖች አባቶች ቤት አለቃ፣ የሱሪኤል አባት፣ (ዘኍ 3:35)
2. የአቢሱር ሚስት፣ (1 ዜና 2:29)
3. ከጋድ ነገድ የሆነ፣ የሁሪ ልጅ፣ (1 ዜና 5:14)
4. የዳዊት ወንድም፣ የኤልያብ ልጅ፣ (2 ዜና 11:18)
5. የመርዶክዮስ አጎት፣ የአስቴር አባት፣ (አስ 2:15)

አቢያ ~ Abia: አብያ፣ አባዬ፣ አባቴ አምላኬ፣ ጌታዬ አምላኬ፣ ሕያው አምላክ... ማለት ነው፡፡ [ተዛማጅ ስም- **አብያ**] 'አብ' እና 'ያሕ'(ያሕዌ ፣ ሕያው) ከሚሉ ቃላት የተመሠረተ ስም ነው፡፡

1. የኤስሮም ሚስት፣ (1 ዜና 2:24)
2. የሰሎሞን ልጅ፣ የሮብዓ ልጅ፣ (1 ዜና 3:10) ፣ (ማቴ 1:7)

አቢዳን ~ Abidan: አብ ዳኛ፣ አብ ዳኛ፣ ታላቅ ዳኛ፣ ከፍተኛ ዳኛ፣ ታላቅ ፈራጅ... ማለት ነው፡፡ 'አብ' እና 'ዳኛ' ከሚሉ ሁለት ቃላት የተመሠረተ ስም ነው፡፡ የብንያም ልጆች አለቃ፣ የጋዴዎን ልጅ፣ (ዘኍ 1:11 ፣ 2:22 ፥ 7:60 ፣ 65፥ 10:24)

አቢጋያ ~ Abigail: አቢጌል፣ አብ ገላ፣ ታላቅ ገላ፣ በጣም ቆንጆ፣ ታላቅ ውበት፣ በጣም ውብ... ማለት ነው፡፡

Abigail- 'አብ' እና 'ገላ' ከሚሉ ሁለት ቃላት የተመሠረተ ስም ነው፡፡ በመጽሐፍ ቅዱስ ውስጥ በዚህ ስም የሚታወቁ ሰዎች:-

1. የእሴይ ልጅ፣ የዳዊት እኅት ፣ (1 ዜና 2:16 ፣ 17)
2. የናባል ሚስት፣ ናባል ሲሞት ንጉሥ ዳዊት አገባት፣ (1 ሳሙ 25:3)

አቢጣል ~ Abital: አቢ ጣል፣ አባ ጥላ፣ ትልቅ ጥላ፣ ትልቅ ከሰላ፣ መጠለያ... ማለት ነው።

'አብ' እና 'ጥላ' ከሚሉ ሁለት ቃላት የተመሠረተ ስም ነው።

የንጉሥ ዳዊት አምስተኛ ሚስት፣ የሰፋጥያስ እናት፣ (2 ሳሙ 3:4)፣ (1 ዜና 3:3)

አባ ~ Abba: አብ፣ ወላጅ (ፈጣሪ) ፣ ትልቅ (በልሥጣን፣በኃይል) ፣ አዛውንት (በዕድሜ፣በልምድ)... ማለት ነው። [ተዛማጅ ስም-**አባት**]

. ጌታ ኢየሱስ አባቱን የጠራበት ስም፣ "**አባ አባት** ሆይ፣ ሁሉ ይቻልሃል፣ ይህችን ጽዋ ከእኔ ውሰድ፣ ነገር ግን አንተ የምትወደው እንጂ እኔ የምወደው አይሁን አለ" (ማር 14: 36)

. ሐዋርያው ጳውሎስ እግዚአብሔር አምላክን፣ ለሮማውያን የገለጸበት ስም፣ "**አባ አባት** ብለን የምንጮኽበትን የልጅነት መንፈስ ተቀበላችሁ እንጂ እንደገና ለፍርሃት የባርነትን መንፈስ አልተቀበላችሁምና።" (ሮሜ8:15)

. ሐዋርያው ጳውሎስ እግዚአብሔር አምላክን፣ ለገላትያ ሰዎች የገለጸበት ስም፣ "ልጆችም ስለ ሆናችሁ እግዚአብሔር **አባ አባት** ብሎ የሚጮኽ የልጁን መንፈስ በልባችሁ ውስጥ ላከ።" (ገላ4:6)

አባት ~ Father: አባት፣ ባ ዘር፣ አባ ዘር፣ አብ ዘር፣ አብ ቤት፣ የአብ ወገን... ማለት ነው።

. አባ እና እማ ማለት ሳያውቅ የልጅነት ምልክት፣ "እግዚአብሔርም:- ሕፃኑ **አባቱንና** እናቱን መጥራት ሳያውቅ የደማስቆን ሀብትና የሰማርያን ምርኮ በአሦር ንጉሥ ፊት ይወስዳልና ስሙን:- ምርኮ ፈጠነ፣ ብዝበዛ ቸኮለ ብለህ ጥራው አለኝ።" (ኢሳ 8:4)

. ወላጅ አባት፣ "መልካም እንዲሆንልህ ዕድሜህም በምድር ላይ እንዲረዝም **አባትህንና** እናትህን አክብር፣ እርስዋም የተስፋ ቃል ያላት ፊተኛይቱ ትእዛዝ ናት" (ኤፌ 6:2)

. የሥላሴ ምሳሌ ሲሆን፣ ውኃው የእግዚአብሔር አብ ምሳሌ ነው፣ "የሚመሰክሩት መንፈሱ ውኃው ደሙም ሦስት ናቸውና፣ ሦስቱም በአንድ ይስማማሉ።" (1 ዮሐ 5:7፣ 8)

. ሽማግሌ፣ "ሽማግሌ የሆነውን አትገሥጸው፣ እርሱን ግን እንደ **አባት**፣ ጎበዞችን እንደ ወንድሞች፣ የሸመገሉትን ሴቶች እንደ እናቶች፣ ቆነጃጅቱን እንደ እኅቶች በፍጹም ንጽሕና ለምናቸው።" (1 ጢሞ5:1)

. አምላካችን፣ "ከፉ ከሆነ ከአሁኑ ዓለም ያድነን ዘንድ እንደ አምላካችንና እንደ **አባታችን** ፈቃድ ስለ ኃጢአታችን ራሱን ሰጠ። (ገላ 1:4) "በእናንተ የሚናገር የ**አባታችሁ** መንፈስ ነው እንጂ፣ የምትናገሩ እናንተ አይደላችሁምና" (ማቴ 10:20፣ 29)

. እግዚአብሔር አምላክ፣ "የሰጠኝ **አባቴ** ከሁሉ ይበልጣል፣ ከአባቴም እጅ ሊነጥቃቸው ማንም አይችልም" (ዮሐ 10:29)

. "እናንተ የአባታችሁን ሥራ ታደርጋላችሁ አላቸው። እኛስ ከዝሙት አልተወለድንም አንድ **አባት** አለን እርሱም እግዚአብሔር ነው አሉት።" (ዮሐ 8:41)

አባቶችአለቃ ~ Patriarch: ቀዳማዊ፣ ጥንታዊ፣ የሩቅ አባት፣ አያት፣ ቅድመ አያት... ማለት ነው።

. ዳዊት በዚህ ማዕረግ ተጠርቲል፣ "ወንድሞች ሆይ፣ ስለ **አባቶች አለቃ** ስለ ዳዊት እንደ ሞተም ..." (ሥራ 2:29)

. አብርሃም የአባቶች አለቃ ተባለ፣ (ዕብ 7:4)

አባና ~ Abana: አብን፣ ድንጋያማ፣ ዓለታማ፣ የጸና... ማለት ነው። ትልቁ የደማስቆ ወንዝ፣ "የደማስቆ ወንዞች **አባናና** ፋርፋ ከእስራኤል ውሃዎች ሁሉ አይሻሉምን? በእነርሱስ ውስጥ መታጠብና መንጻት አይቻለኝም ..." (2 ነገ 5:12)

አቤል ~ Abel: አበ ኤል፣ አቤል፣ አባቴ አምላኬ፣ ጌታዬ አምላኬ፣ ታላቅ አምላኬ፣ ታላቅ ጌታ፣ ታላቅ ጎሽ... ማለት ነው።

[ተዛማጅ ስም- **አቢኤል፣ ኤልያብ**] 'አብ' እና 'ኤል' ከሚሉ ሁለት ቃላት የተመሠረተ ስም ነው።

አንድ ሰውና አንድ አገር በዚህ ስም ይጠሩ እንደ ነበር በመጽሐፍ ቅዱስ ተመዝግቦ ይገኛል፤

. የአዳምና ሔዋን ሁለተኛ ልጅ፣ (ዘፍ 4:2)

. የቦታ ስም፣ "እርሱ ግን ከእስራኤል ነገድ ሁሉ ወደ **አቤል**፣ ወደ ቤትመዓካ፣ ወደ ቤሪም ሁሉ አለፈ፤ ስዎችም ደግሞ ተሰብስበው ተከተሉት" (2 ሳሙ 20:14)፤ (2 ሳሙ 20:15)

አቤሜሌክ ~ Ebedmelech, Elimelech:

አብደ መላክ፣ አብዴ መላክ፣ አገልጋይ መልአከተኛ፣ ኤል መላክ፣ መልአክ ኤል፣ ያምላክ መልአከተኛ፣ ታላቅ መላከተኛ... ማለት ነው። (የንጉሥ አባት ተብሎም ይተረጎማል። **ኪወክ / እ**) [ተዛማጅ ስም - **አቢሜሌክ**]

Ebedmelech- 'አብደ' እና 'መላክ' ከሚሉ ቃላት የተመሠረተ ስም ነው።

Elimelech- 'ኤል' እና 'መላክ' ከሚሉ ሁለት ቃላት የተመሠረተ ስም ነው። [የንጉሥ አገልጋይ ማለት ነው/ **መቅቃ**]

በመጽሐፍ ቅዱስ ውስጥ በዚህ ስም የሚታወቁ ስዎች: -

አቤሜሌክ / Ebedmelech:

1. የጌዴዎን ልጅ፣ (መሣ 8:31)

2. በንጉሡ ሴዴቅያስ ዘመን የነበረ፣ ኢትዮጵያዊው **አቤሜሌክ** ፣ "በንጉሡም ቤት የነበረው ጃንደረባ ኢትዮጵያዊው **አቤሜሌክ** ኤርምያስን በጉድጓዱ ውስጥ እንዳኖሩት ሰማ..." (ኤር 38:7-13)

አቤሜሌክ / Elimelech: የሩት አማት፣ (ሩት 1:2)

አቤሴሎም ~ Abishalom, Absalom:

አብ ሰላም፣ ታላቅ ሰላም፣ ታላቅ ዕረፍት፣ ረጅም ጸጥታ፣ መረጋጋት የሰፈነበት... ማለት ነው።

'አብ' እና 'ሰላም' ከሚሉ ሁለት ቃላት የተመሠረተ ስም ነው።

[አባቴ ሰላም ነው ማለት ነው / **መቅቃ**]

በመጽሐፍ ቅዱስ ውስጥ በዚህ ስም የሚታወቁ ስዎች:-

አቤሴሎም / Abishalom: የመዓካ አባት፣ (1 ነገ 15:2) ፤ (2 ዜና 11:20፣ 2)

አቤሴሎም / Absalom: የዳዊት ልጅ፣ (2 ሳሙ 3:3)

አቤር ~ Heber:

አብር፣ ኅብር፣ አባሪ፣ ረዳት፣ ተባባሪ... ማለት ነው። [ተዛማጅ ስሞች- **ዔቦር፣ ሔቤር፣ ዔብሪ፣ ዔቤር፣ ዕብራዊ፣ አቦር**]

'አበረ' ከሚለው ግስ የተገኘ ሲሆን፣ 'ኅብር' ከሚለው ቃል የመጣ ስም ነው።

. በጌታ የዘር ሐረግ የተጠቀሰ፣ (ሉቃ 3:35)

. ከአሴር ነገድ፣ የበሪዓ ልጅ፣ **ሔቤር** - (ዘፍ 46:17)

. የሃኮን አባት፣ **ሔቤር**- (1 ዜና 4:18)

. ብንያማዊ፣ **ሔቤር**- (1 ዜና 8:17፣18)

. ሌላ ብንያማዊ፣ **ሔቤር**- (መሣ 4:21፣22)

. **ዔቤር** - (1 ዜና 8:22፣23)

አቤሮን ~ Abiram:

አብረን፣ አበርን፣ ተባበርን፣ ኅብረት መፍጠር ማለት ሲሆን፣ 'አባ ራም፣ ከፍተኛ አባት ማለት ነው፣' ተብሎም ይተረጎማል።

1. በቆሬ ሙሴን እና አሮንን ተቃውመው ከተነሡት፣ ከኤልያብ ልጆች አንዱ፣ "የሌዊም ልጅ የቀዓት ልጅ የይስዓር ልጅ ቆሬ ከሮቤልም ልጆች የኤልያብ ልጆች ዳታንና **አቤሮን** የፋሌትም ልጅ አን በሙሴ ላይ ተነሡ።" (ዘኍ 16:1)

2. የኢያሪኮን ግንብ መሠረት ሲያበጅ የሞተው፣ የቤቴል ሰው፣ የአኪኤል ትልቁ ልጅ፣ (1 ነገ 16:34) ፤ በነቢዩ በኢያሱ የተነገረውም ትንቢት በርሱ ተፈጽሟል፤ (ኢያ 6:26)

አቤንኤዘር ~ Ebenezer: አበነ ዘር፤ አባቴ ወገኔ፤ አባቴ ረዳቴ፤ የአባቶች ወገን... ማለት ነው፡፡ [ተዛማጅ ስሞች- **አቢኤዜር፤ አቢኤዝር**]

'አብነ' እና 'ዘር' ከሚሉ ሁለት ቃላት የተመሠረተ ነው፡፡

እስራኤል ከፍልስጥኤማውያን ጋር ሊዋጉ የወጡበት ቦታ፤ "ሳሙኤልም አንድ ድንጋይ ወስዶ በምጽጳና በሼን መካከል አኖረው ስሙንም፡፡ እስክ አሁን ድረስ እግዚአብሔር ረድቶናል ሲል **አቤንኤዘር** ብሎ ጠራው፡፡" (1 ሳሙ 7:7-12)

አቤድ ~ Ebed: አቤድ፤ አብደ፤ አብዲ፤ አገልጋይ፤ ሠራተኛ... ማለት ነው፡፡ [ተዛማጅ ስሞች- **አብዲ፤ ዓብዳ**]

'አብደ' ከሚለው ግስ የመጣ ስምነው፡፡ አቤሜሌክን የሰደብ የገዓል አባት፤ (መሳ 9:26 ፤ 30 ፤ 31...)

አቤጽ ~ Abez: ያበጠ፤ ከፍተኛ፤ ጅንን፤ ኩፉ... ማለት ነው፡፡ በረቢት እና በቂሶን መካከል የሚገኝ የይሳኮር ድርሻ የሆነ የቦታ ስም፤ "ወደ ረቢት፤ ወደ ቂሶን፤ ወደ አቤጽ፤" (ኢያ 19:20)

አብራም ~ Abram: አብ ራም፤ አባ ራም፤ ከፍተኛ አባት ማለት ነው፡፡

'አብ' እና 'ራም' ከሚሉ ቃላት የተገኘ ስም ነው፡፡

[ታላቅ አባት ማለት ነው፡፡ / **መቅቃ**] የታራ ልጅ፤ የእስማኤል አባት፤ የአብርሃም የቀድሞ ስም፤ (ዘፍ 11:27)

አብርሃም ~ Abraham: አብ ራሃም፤ ታላቅ አባት፤ ከፍተኛ አባት፤ የብዙዎች አባት... ማለት ነው፡፡ እስማኤልን ከወለደ በኋላ፤ ይስሐቅን ከመውለዱ በፊት ስሙ ከአብራም ወደ አብርሃምነት ተቀየረ፤ "ከዛሬም ጀምሮ እንግዲህ ስምህ አብራም ተብሎ አይጠራ፤ ነገር ግን ስምህ **አብርሃም** ይሆናል ለብዙ አሕዛብ አባት አድርጌሃለሁና፤" (ዘፍ 17:5)

አብዩድ ~ Abihu, Abiud: አቢሁድ፤ አብ ውድ፤ የተወደደ አባት፤ በጣም ተወዳጅ... ማለት ነው፡፡ [ተዛማጅ ስሞች- **አቢሁድ፤ አብዩድ**]

'አቢ' እና 'ውድ' ከሚሉ ሁለት ቃላት የተመሠረተ ስም ነው፡፡ በመጽሐፍ ቅዱስ ውስጥ በዚህ ስም የሚታወቁ ስዎች፡ -

አብዩድ / Abihu: የአሮን ልጅ፤ ከሙሴና አሮን ጋር ወደ እግዚአብሔር እንዲወጡ ከተመረጡ፤ (ዘጸ 24:1) ፤ **አብዩድ-** (ዘጸ 6:23)

አብዩድ / Abiud: በጌታ የዘር ሐረግ የተጠቀሰ የዘሩባቤል ልጅ፤ (ማቴ 1:13) ፤ (1 ዜና 8:3)

አብያ ~ Abiah, Abijah, Abijam: አባ ያሕ፤ አባቴ አምላኬ፤ ጌታዬ አምላኬ፤ ሕያው አምላክ፤ ዘላለማዊ ጌታ ማለት ነው፡፡ [ተዛማጅ ስም- **አቢያ**]

'አብ' እና ያሕ' (ያሕዌ ፤ ሕያው) ከሚሉ ቃላት የተመሠረተ ስም ነው፡፡ በመጽሐፍ ቅዱስ ውስጥ በዚህ ስም የሚታወቁ ስዎች:-

አብያ / Abiah:
1. የነብዩ ሳሙኤል ልጅ፤ (1 ሳሙ 8:2)
2. ከብንያም ወገን፤ የቤኬር ልጅ፤ (1 ዜና 7:8)

አብያ / Abijah:
1. ከአልዓዘር ወገን፤ "ስምንተኛው ለአብያ፤ ዘጠኛው ለኢያሱ፤" (1 ዜና 24:11)
2. የሮብዓም ልጅ፤ (2 ዜና 12:16) ፤ (1 ነገ 4:21)
3. የኢዮርብዓም ልጅ የመጀመሪያው፤ (1 ነገ 14:1)
4. የኢዮርብዓም ልጅ፤ (ነህ 12:4 ፤ 17) ፤ (1 ዜና 24:10) ፤ (2 ዜና 8:14)
5. በነህምያ ዘመን የነበረ ካህን፤ (ነህ 10:7)

አብያ / Abijam: 'ባሕረኛ፤ መርከበኛ' ማለት ነው፡፡ የሮብዓም ልጅ ሲሆን፤ ስሙ በይሁዳ ነገሥታት ስም ቅጥያ

ሆኖ ይሰጥጋል፦ "የናባጥ ልጅ ኢዮርብዓም በነገሠ በአሥራ ስምንተኛው ዓመት **አብያም** በይሁዳ ላይ ንጉሥ ሆነ።" (1 ነገ 15:1፣7፣8)

አብያሳፍ ~ Abiasaph: አባ አሰፉ፣

አባ አሰፍቸው፣ ሰሬ ሕዝብ፣ ታላቅ አገር፣ የብዙዎች አባት... ማለት ነው። [ተዛማጅ ስም- **አቢሳፍ**]

'አባ' እና 'አሰፉ' ከሚሉ ሁለት ቃላት የተመሠረተ ስም ነው።

የቆሬ ልጅ፦ (ዘጸ 6:24)

አብያታር ~ Abiathar: አብ ዘር፣

የአባት ወገን፣ ታላቅ ዘር፣ ታላቅ ወገን... ማለት ነው። [ተዛማጅ ስሞች- **አቢዔዘር፣ አቢዔዝር**]

'አብ' እና 'ዘር' ከሚሉ ሁለት ቃላት የተመሠረተ ስም ነው።

ካህኑ የአቢሜሌክ ልጅ፣ ካህኑ **አብያታር**፦ (1 ሳሙ 22:20) ፣ ከኤሊ. በመቀጠል አራተኛ የሆነ ታላቅ ካህን ነው። ዳዊት ከሳኦል ፊት በተሰደደ ጊዜ አብሮት ተሰዷል። (1 ሳሙ 23:9፣ 30:7 ፣ 2 ሳሙ 2:1፣5:19)

አብዩድ ~ Abihu: አበ ውድ፣ አቢዮ፣

አባዮ፣ አባቴ፣ አምላኬ፣ ፈጣሪዬ... ማለት ነው። [ተዛማጅ ስም- **አብዩድ**]

Abihu- 'አብዮ' ከሚለው ቃል የተገኘ ስም ነው።

የሙሴ ወንድም፣ የአሮን ልጅ፦ (ዘጸ 6:23) ፣ **አብዩድ** - (ዘጸ 24:1)

አብደናጎ ~ Abednego: አብዲ ኔጎ፣

አብዲ ነጎ፣ የንጋት አገልጋይ፣ የብርሃን ታዛዥ፣ የብርሃን አገልጋይ ማለት ነው።

'አብደ' እና 'ነጎ' ከሚሉ ሁለት ቃላት የተገኘ ስም ነው።

የባቢሎን ንጉሥ ናቡከደነጾር ወደ ኢየሩሳሌም መጥቶ ከወረረ በኋላ፣ ለተማሩ እስራኤላውያን የጀንደረቦች አለቃ አስፋኔዝ ለአዘርያ የሰጠው ስም፣ "የጀንደረቦቸም አለቃ ስም አወጣላቸው ዳንኤልን ብልጣሶር፣ አናንያንም ሲድራቅ፣ ሚሳኤልንም ሚሳቅ፣

አዘርያንም **አብደናጎ** ብሎ ጠራቸው።" (ዳን 1:7) ፣ (ዳን 2:49)

አብዲ ~ Abdi: አገልጋዬ፣ ተላላኪዬ፣

ታዛዤ... ማለት ነው። [ተዛማጅ ስሞች- **ዓብዳ፣ አቤድ**]

'አብዴ' ከሚለው ቃል የመጣ ስም ነው። በመጽሐፍ ቅዱስ ውስጥ በዚህ ስም የሚታወቁ ስሞች:-

1. የቂስ አባት፣ (1 ዜና6:44)

2. በሕዝቅያስ ዘመን የነበረ፣ የቂስ አባት፣ (2 ዜና 29:12)

3. በዕዝራ ዘመን እንግዳ ሚስቶችን ካገቡ፣ የኤላም ልጅ፣ (ዕዝ 10:26)

አብዲኤል ~ Abdiel: አብደ ኤል፣

የአምላክ አገልጋይ... ማለት ነው። [ተዛማጅ ስሞች- **አብድያ፣ አብድያስ፣ ዓብድኤል**]

'አብደ' እና 'ኤል' ከሚሉ ሁለት ቃላት የተመሠረተ ስም ነው። የጉኒ ልጅ፣ (1 ዜና 5:15)

አብድዩ ~ Obadiah: አብዲ ያሕ፣

የሕያው አገልጋይ፣ የአምላክ አገልጋይ... ማለት ነው። [ተዛማጅ ስሞች- **አብዲኤል፣ ዓብዳ ፣ አብድያስ**]

Obadiah- 'አብዲ' እና 'ያሕ' (ያህዌ) ከሚሉ ቃላት የተመሠረተ ስም ነው። [ትርጉሙ የእግዚአብሔር አገልጋይ ማለት ነው / **መቅቃ**] በመጽሐፍ ቅዱስ ውስጥ በዚህ ስም የሚታወቁ ስሞች:-

1. ኤልዛቤል የእግዚአብሔርን ነቢያት ባስገደለች ጊዜ አብድዩ መቶውን ነቢያት ወስዶ አምሳ አምሳውን በዋሻ ውስጥ ሸሽጎ እንጀራና ውሃ ይመግባቸው ነበር፣ (1 ነገ 18:3)

2. የይዝረሕያ ልጅ፣ (1 ዜና 7:3)

3. የኤሴል ልጅ፣ (1 ዜና 8:38)

4. የይሓኤል ልጅ፣ (ዕዝ8:9)

5. ከአሥራ ሁለቱ ደቂቅ ነቢያት በአራተኛ ደረጃ የሆነው፣ ነቢዩ **አብድዩ**፣ (አብድዩ 1:1)

6. በጺቅላግም ከቂስ ልጅ ከሳአል በተሸሽገ
ጊዜ ወደ ዳዊት ከመጡ፤
(1 ዜና 12:9)
7. የቃል ኪዳኑን ደብዳቤ ካተሙት ካህናት፤
"ሚሪሞት፤ **አብድዩ**፤ ዳንኤል፤ ጌንቶን፤
ባሮክ" (ነህ 10:5፤6)
8. በዛብሎን ላይ አለቃ የነበረ፤ የይሽማያ
አባት፤ (1 ዜና 27:19)
9. የኢየሩሳሌም ንጉሥ ኢዮስያስ፤
የእግዚአብሔርን የአምላኩን ቤት ይጠግኑ
ዘንድ ካዘዘቻቸው፤ የሜራሪ ልጅ፤ (2 ዜና
34:12)
10. በዕዝራ ዘመን ከግዞት ከተመለሱት፤
የይሐኤል ልጅ፤ (ዕዝ 8:9)
11. "የሐናንያም ልጆች ፈለጥያና የሻያ ነበሩ።
የረፋያ ልጆች፤ የአርናን ልጆች፤ **የአብድዩ**
ልጆች፤ የሼኬንያ ልጆች" (1 ዜና 3:21)
12. የሰሙስ ልጅ፤ (1 ዜና 9:16፤ ነህ
12:25)
. የእስራኤል ንጉሥ ኢዮሣፍጥ፤
የእግዚአብሔርን የሕጉን መጽሐፍ ይዘው
በይሁዳ ያስተምሩ ካዘዘቻቸው፤ **አብድያስ**፤ (2
ዜና 17:7)

ኢታያ ~ Athaiah: እጣ ያሕ፤ የሕያው
እጣ፤ ያምላክ ሥራ... ማለት ነው። ከባቢሎን
ምርኮ በኢየሩሳሌም ከተቀመጡ፤ ከይሁዳ
ወገን የሆነ የዖዝያ ልጅ፤ "ከይሁዳና
ከብንያምም ልጆች እነዚህ በኢየሩሳሌም
ተቀመጡ። ከይሁዳ ልጆች ከፋሬስ ልጆች
የመላልኤል ልጅ የስፋጥያስ ልጅ የአማርያ
ልጅ የዘካርያስ ልጅ የዖዝያ ልጅ **ኢታያ**" (ነህ
11:4)

አነሜሌክ ~ Anammelech: አነ
መላክ፤ ሐና መላክ፤ መልአክ ሐና... ማለት
ነው። [ተዛማጅ ስም- **ሐኒኤል**]
አሕዛብ ልጆቻቸውን ይሠዉላቸው ከነበሩ
ጣዖታት፤ "... የሴፈርዋይም ሰዎችም
ለሴፈርዋይም አማልክት ለአድራሜሌክና
ለ**አነሜሌክ** ልጆቻቸውን በእሳት ያቃጥሉ
ነበር" (2 ነገ 17:31)

አኒዓም ~ Aniam: 'የሕዝብ
እስትንፋስ' ማለት ነው። የሸሚዳ ልጅ፤
"የሸሚዳም ልጆች አሒያን፤ ሴኬም፤
ሊቅሒ፤ **አኒዓም** ነበሩ።" (1 ዜና 7:19)

አኒኤል ~ Hanniel: ሐና ኤል፤ የሐና
አምላክ፤ እግዚብሔር የሰጠው፤ ይቅር
የተባለ... ማለት ነው።
'ሐና' እና 'ኤል' ከሚሉ ሁለት ቃላት
የተመሠረተ ነው።
ምድሪቱን ርስት አድርገው ለሚከፍሉላቸሁ
ሰዎች የምናሴ ነገድ ልጆች አለቃ፤ የሱፌድ
ልጅ፤**አኒኤል**፤ (ዘኍ 34:23)
የአሴር ነገድ አለቃ፤ የዑላ ልጅ፤ **ሐኒኤል**- (1
ዜና 7:39)

አናሐራት ~Anaharath:
'ቃጠሎ' ማለት ነው። በይሳኮር ድንበር
የነበረ ቦታ፤ "ወደ ከስሎት፤ ወደ ሱነም፤ ወደ
ሐፍራይም፤ ወደ ሺአን፤ ወደ **አናሐራት**፤"
(ኢያ 19:19)

አናምኤል ~ Hanameel:
'የአምላክ በረከት' ማለት ነው። የሰሎም
ልጅ፤ የኤርምያስ ዘመድ፤ "እነሆ፤ የአጎትህ
የሰሎም ልጅ **አናምኤል** ወደ አንተ መጥቶ።
ትገዛው ዘንድ መቤዠቱ የአንተ ነውና
በዓናቶት ያለውን... " (ኤር 32:7፤8፤9፤12)

አናሲሞስ ~ Onesimus: 'ጠቃሚ'
ውጤታማ ማለት ነው። የጳውሎስ አገልጋይና
ተከታይ የነበረ፤ "ወሬያችንን እንድታውቁና
ልባችሁን እንዲያጽናና፤ ከእናንተ ከሆነውና
ከታመነው ከተወዳደውም ወንድም
ከ**አናሲሞስ** ጋር ወደ እናንተ የምልከው
ስለዚህ ምክንያት ነው። ..." (ቆላ 4:9)

እናኒ ~ Hanani: ሐናኒ፤
እግዚአብሔር የሰጠው፤ ይቅር የተባለ፤ ጸሎቱ
የተሰማ... ማለት ነው። [ተዛማጅ ስሞች-
ዓናኒ፤ ሐናኒ]
በመጽሐፍ ቅዱስ ውስጥ በዚህ ስም
የሚታወቁ ሰዎች:-

1. ነቢዩ **አናኒ**፥ "በዚያን ጊዜም ባለ ራእዩ **አናኒ** ..." (2 ዜና 16:1-10)

2. ካህኑ **አናኒ**፥ "ከኢሜር ልጆችም፤ **አናኒና** ዘባድያ፥" (ዕዝ 10:20)

3. የኢየሩሳሌም ገዥ የነበረው፥ (ነህ 1:2)

4. በመጽሐፈ ነህምያ የተጠቀሰ **አናኒ**፥ (ነህ 12:36)

. የኤልዮዔናይ ልጅ፥ **ዓናኒ**፥ (1 ዜና 25:4፤ 25)

. የሐማን ልጅ **ሐናኒ**፥ (1 ዜና 25:4፤25)

አናንያ ~ Hananiah:
ሐናኒ ያሕ፤ ጸጋ እግዚአብሔር፤ ጌታ የሰጠው... ማለት ነው፥ [ተዛማጅ ስም- **ሐናንያ**]

'ሐና' እና 'ያሕ' (ያሕዌ ፤ ሕያው) ከሚሉ ሁለት ቃላት የተመሠረተ ነው፥ የባቢሎን ንጉሥ ናቡከደነጾር ወደ ኢየሩሳሌም፤ ከወረረ በኋላ ወደ ባቢሎን ከተወሰዱ፥ (ዳን 1:6፤7)

አንቲጳስ ~ Antipas:
'እንደ አባት ያለ' ማለት ነው፥ የሰማዕት ስም፤ "... የሰይጣን ዙፋን ባለበት የምትኖርበትን አውቃለሁ፤ ስሜንም ትጠብቃለህ፤ ሰይጣንም በሚኖርበት፤ በእናንተ ዘንድ የተገደለው የታመነው ምስክሬ **አንቲጳስ** በነበረበት ዘመን እንኳ ሃይማኖቴን አልካድህም፥" (ራእይ 2:13)

አንቲጳጥሪስ ~ Antipatris:
'ለአባቱ' ማለት ነው፥ ወታደሮች ጳውሎስን አስረው የወሰዱበት ከተማ፤ "ወታደሮቹም እንደ ታዘዙት ጳውሎስን ይዘው በሌሊት ወደ **አንቲጳጥሪስ** አደረሱት" (ሐዋ 23:31)

አንኩስ ~ Achish:
ንጉት፤ ብስጭት... ማለት ነው፥ በእንግሊዝኛ 'አኪሽ' ሲሆን በአማርኛ አንኩስ ነው፥

1. የጌት ንጉሥ፤ ዳዊት ሳኦልን ሸሽቶ የሄደበት፤ "ዳዊትም ተነሣ በዚያም ቀን ሳኦልን ፈርቶ ሸሸ፤ ወደ ጌትም ንጉሥ ወደ **አንኩስ** ሄደ፥" (1 ሳሙ 21:10-15)

2. ከሳሚ ባሪያዎች ሁለቱ የኮበለሉበት፤ ሴላ የጌት ንጉሥ፤ "ከሦስት ዓመትም በኋላ ከሳሚ

ባሪያዎች ሁለቱ ወደ ጌት ንጉሥ ወደ መዓካ ልጅ ወደ **አንኩስ** ኮበለሉ ሳሚንም፥ እነሆ፤ ባሪያዎችህ ቤት ..." (1 ነገ 2:39-46)

አንዲራኒቆ ~ Andronicus:
'አርበኛ፤ አሸናፊ፤ ገዥ' ማለት ነው፥ የሐዋርያው ጳውሎስ ተከታይ የነበረ አይሁዳዊ ክርስቲያን፤ "በሐዋርያት መካከል ስመ ጥሩዎች ለሆኑ፤ ደግሞም ክርስቶስን በማመን ለቀደሙኝ፤ አብረውኝም ለታሰሩ ለዘመዶቼ ለ**አንዲራኒቆ**ንና ለዩልያን ሰላምታ አቅርቡልኝ፥" (ሮሜ 16:7)

አንጋይ ~ Aiath:
የቦታ ስም፤ "ወደ **አንጋይ** መጥቶአል በሜዶን በኩል አልፎአል በማክማስ ውስጥ ዕቃውን አኖሯል" (ኢሳ 10:28)

አንጾኪያ ~ Antioch:
ያገር ስም፤ "ከእነርሱ ግን የቆጽሮስና የቀሬና ሰዎች የነበሩት አንዳንዶቹ ወደ **አንጾኪያ** መጥተው የጌታን የኢየሱስን ወንጌል እየሰበኩ ለግሪክ ሰዎች ተናገሩ፥" (ሐዋ 11:20፤21)

አኪ ~ Ahi, Ehi:
አያ፤ ወንድም፤ ወዳጅ፤ ጓደኛ... ማለት ነው፥ [ተለዋጭ ስም- **ወንድም**]

በመጽሐፍ ቅዱስ ውስጥ በዚህ ስም የሚታወቁ ሰዎች:-

አኪ / Ahi: የሳሜርም ልጅ፤ "የሳሜርም ልጆች **አኪ**፤ ሮአጋ፤ ይሑባ፤ አራም ነበሩ፥" (1 ዜና 7:34)

አኪ / Ehi: ከብንያም ነገድ የቤላ ልጅ፤ (ዘፍ 46:21)

. **ወንድም** - (1 ዜና 5፤15)

አኪመን ~ Ahiman:
አያ አምን፤ የታመነ ወንድም፤ ሰላማዊ ጓደኛ፤ መልካም ወዳጅ፤ ታማኝ ወንድም... ማለት ነው፥ [ተዛማጅ ስሞች:- **ሐማ፤ ኔማን፤ አሒማን፤ አማና፤ አሜን፤ አሞን፤ ያሚን**]

Ahiman- 'አያ' እና 'አመን' ከሚሉ ሁለት ቃላት የተመሠረተ ስም ነው፥

. የዔናቅ ልጅ፥ "...በዚያም የዔናቅ ልጆች አኪመን፥ ሴሲ፥ ተላሚ ነበሩ..." (ዘኍ 13፥ 22)

. አሒማን-(1ዜና 9:17)

አኪማአስ ~ Ahimaaz: አያ 0መፅ፥ 0ማዒ ወንድም... ማለት ነው።

1. በንጉሥ ዳዊት ጊዜ የነበረ፥ የሊቀ ካህኑ የሳዶቅ ልጅ፥ "ንጉሡም ደግሞ ካህኑ ሳዶቅን፦ እነሆ፥ አንተና ልጅህ አኪማአስ የአብያታርም ልጅ ዮናታን ሁለቱ ልጆቻችሁ በደኅና ወደ ከተማ ተመለሱ" (2 ሳሙ 15:24-37; 17:15-22)

2. የሳኦል ሚስት፥ የአኪናሆም አባት፥ "የሳኦልም ሚስት ስም የአኪማአስ ልጅ አኪናሆም ነበረ የሠራዊቱም አለቃ ስም የሳኦል አጎት ..." (1 ሳሙ 14:50)

3. የንጉሥ ሰሎሞን ልጅ፥ የባስማት ባል፥ "በንፍታሌም አኪማአስ ነበረ፥ እርሱም የሰሎሞንን ልጅ ባስማትን አግብቶ ነበር" (1 ነገ 4:15)

አኪም ~ Achim: አቂም፥ ቄም፥ ማቄም፥ በደልን ማሰብ... ማለት ነው። በጌታ የዘር ሐረግ የተጠቀሰ፥ የሳዶቅ ልጅ፥ "አዛርም ሳዶቅን ወለደ፥ ሳዶቅም አኪምን ወለደ፥ አኪምም ኤልዩድን ወለደ" (ማቴ 1:14)

አኪሞት ~ Ahimoth: አሒሞት፥ አያ ሞት፥ አያሞቴ፥ እስከሞት የሚጸና ወንድም፥ ብርቱ ወዳጅ፥ ሐቀኛ ወንድም... ማለት ነው። ('አያ መአት' ሲሆን ታላቅ ወንድምና ብዙነህ ተብሎ ይተረጎማል።) [ተዛማጅ ስም-የማአት]

'አያ' እና 'ሞት' ከሚሉ ሁለት ቃላት የተመሠረት ስም ነው።

. የሕልቃና ልጅ፥ "የሕልቃናም ልጆች አማሣይ፥ አኪሞት።" (1 ዜና 6: 25)

. የማአት - (ሉቃ 3:26)

አኪሳአር ~ Ahishahar: 'የንጋት ልጅ' ማለት ነው። የቢልሐን ልጅ፥ "የይዲኤልም ልጅ ቢልሐን ነበረ፥

የቢልሐንም ልጆች የዑስ፥ ብንያም፥ ኤሁድ፥ ክንዓና፥ ዜታን፥ ተርሴስ አኪሳአር ነበሩ።" (1 ዜና 7:12)

አኪራ ~ Ahiram: ታላቅ፥ የተከበረ ወንድም... ማለት ነው። የብንያም ልጅ፥ የአኪራናውያን ወገን፥ "የብንያም ልጆች በየወገናቸው ከቤላ የቤላውያን ወገን፥ ከአስቤል የአስቤላውያን ወገን፥ ከአኪራን የአኪራናውያን ወገን፥ ከሶፋን የሶፋናውያን ወገን" (ዘኍ 26:38)

አኪሬ ~ Ahira: 'ቄመኛ ወንድም' ማለት ነው። ከንፍታሌም ወገን፥ የዔናን ልጅ፥ "ከንፍታሌም የዔናን ልጅ አኪሬ" (ዘኍ 1:15፤ 2:29፤ 7:78፤83፤ 10:27)

አኪቃም ~ Ahikam: አያ ቄም፥ ቋሚ ወንድም፥ ብርቱ ወንድም፥ ጽኑ ወዳጅ፥ ቋሚ መከታ... ማለት ነው። [ተዛማጅ ስሞች-ቀሙኤል፥ ቋሚ፥ አዶኒቃም፥ ኢዮአቄም፥ ዓዝሪቃም፥ ኤልያቄም፥ ያቂም፥ ዮቂም፥ ዮአቄም]

Ahikam- 'አያ' እና 'ቆመ' ከሚሉ ሁለት ቃላት የተመሠረተ ስም ነው። የጸሐፊው የሳፋን ልጅ፥ (2 ነገ 22:12-14፤ 2 ዜና 34:20)

አኪናሆም ~ Ahinoam: አሒ ናያም፥ አያ ናያሚ፥ የናያሚ ወንድም፥ ቅን ወንድም፥ ትሑት ጓደኛ... ማለት ነው።

Ahinoam- 'አያ' እና 'ናሆም' ከሚሉ ሁለት ቃላት የተመሠረተ ስም ነው። በመጽሐፍ ቅዱስ ውስጥ በዚህ ስም የሚጠራቀ ሰዎች:-

1. የአኪማአስ ልጅ የሳኦል ሚስት፥ አኪናሆም ፥ (1 ሳሙ 14:50)

2. ኢይዝራኤላዊቱ የዳዊት ሚስት፥ (1 ሳሙ 25:43፤ 27:3)

አኪኤል ~ Hiel: አያኤል፥ ኃይል፥ ኃያል፥ ብርቱ፥ ጠንካራ... ማለት ነው። ኢያሪኮን የሠራ የቤቴል ሰው፥ (1 ነገ 16:34)

አኪዔዘር ~ Ahiezer: አያ ዘር፤ ወንድም ወገን፤ ረዳት ወንድም፤ አጋዥ፤ ተባባሪ... ማለት ነው። [ተዛማጅ ስም- **አሒዔዝር**]

Ahiezer- 'አያ' እና 'ዘር' ከሚሉ ሁለት ቃላት የተመሠረተ ስም ነው።
. ከእስራኤል ወደ ሰልፍ የወጡ ከዳን የአሚሳዳይ ልጅ፤ (ዘኍ 1:12)፤ (ዘኍ 2:25፤ 10:25)
. **አሒዔዝር-** (1 ዜና 12:3)

አኪያ ~ Ahiah, Ahijah: አያያ፤ አያ'ያሕ፤ አያ ሕያው፤ የጌታ ወንድም፤ የሕያው ወዳጅ፤ የጌታ ተባባሪ... ማለት ነው።

Ahiah, Ahijah- 'አያ' እና 'ያሕ' (ያሕዌ ፤ ሕያው) ከሚሉ ቃላት የተመሠረቱ ስሞች ናቸው። [እግዚአብሔር ወንሜ ነው ማለት ነው / **መቅቃ**] በመጽሐፍ ቅዱስ ውስጥ በዚህ ስም የሚታወቁ ሰዎች:-

አኪያ / Ahiah:

1. የኢካቦድ ወንድም፤ የአኪጦብ ልጅ፤ የፊንሐስ ልጅ፤ የዔሊ ልጅ በሴሎ ለእግዚአብሔር ካህን፤ (1 ሳሙ 14:3 18)
2. የኤሁድ ልጆች በጌባ የሚቀመጡ የአባቶቻቸው ቤቶች አለቆች ወደ መናሐትም ከተማሩኩ፤ (1 ዜና 8:7)
3. በንጉሡ ሰሎሞን ዘመን የነበረ ጸሐፊ፤ የሴባ ልጅ፤ (1 ነገ 4:3)

አኪያ / Ahijah:

1. ነቢዩ **አኪያ**፤ (1 ነገ 14:2)
2. ከይሳኮር ቤት የባአስ አባት፤ (1 ነገ 15:27 ፤ 33)
3. የይረሕምኤል ልጅ፤ (1 ዜና 2:25)
4. የዳዊት ወታደር፤ ፍሎናዊው **አኪያ**፤ (1 ዜና 11:36 ፤37)
5. በእግዚአብሔር ቤት በሚሆኑ ቤተ መዛግብትና በንዋየ ቅድሳቱ ቤተ መዛግብት ላይ የተሾመ፤ (1 ዜና 26:20)
6. በነህምያ ዘመን ቃልኪዳኑን ከታሙት ከሌዋውያኑ ወገን፤ (ነህ 10:26)

አኪጦብ ~ Ahitub: አያ ጡብ፤ አያ ዕጹብ፤ ጥሩ ወንድም፤ መልካም ወዳጅ... ማለት ነው። [ተዛማጅ ስሞች:- **ጦብያ፤ ጦብ፤ ጦባድንያ**]

Ahitub- 'አያ' እና 'ጹብ' ከሚሉ ሁለት ቃላት የተመሠረተ ስም ነው። በመጽሐፍ ቅዱስ ውስጥ በዚህ ስም የሚታወቁ ሰዎች:-
1. የፊንሐስ ልጅ፤ (1 ሳሙ 14:3)
2. የአማርያ ልጅ፤ የሳዶቅ አባት፤ "አማርያም **አኪጦብን** ወለደ አኪጦብም ሳዶቅን ወለደ ሳዶቅም አኪማአስን ወለደ፤" (1 ዜና 6:7፤ 8) ፤ (2 ሳሙ 8:17)

አኪጦፌል ~ Ahithophel: አያ ጦፈ ኤል፤ የጥፋት ኃይል ወንድም... ማለት ነው። የዳዊት መካር የነበረ የጊሎ ሰው፤ "በዚያም ወራት የመከራት የ**አኪጦፌል** ምክር የእግዚአብሔርን ቃል እንደ መጠየቅ ነበረች የአኪጦፌልም ምክር ሁሉ ከዳዊትና ከአቤሴሎም ጋር እንዲህ ነበረች።" (2 ሳሙ 16:23)

አካ ~ Achan: 'ጠብአጫሪ፤ ተንኮለኛ፤ ነውጠኛ፤ በጥባጭ' ማለት ነው። እርም የሆነ ነገር የተገኘበት ሰው፤ የእግዚአብሔርን ቃል ኪዳን አፍርሶና፤ በእስራኤልም ዘንድ በደል አድርጎ እርሱና ያለው ሁሉ በእሳት የተቃጠለ፤ የዛራ ልጅ፤ "ዘንበሪም ተለየ የቤቱንም ሰዎች አቀረበ ከይሁዳም ነገድ የሆነ የከርሚ ልጅ የዘንበሪ ልጅ የዛራ ልጅ **አካን** ተለየ።" (ኢያ 7:19-26)

አካዝ ~ Ahaz: አያዝ፤ አያ ያዝ፤ ያዘ፤ ደገፈ፤ ተቆጣጠረ... ማለት ነው። የኢዮአታም ልጅ፤ የይሁዳ ንጉሥ **አካዝ**፤ (2 ነገ 16 ፤ ኢሳ 79-9)

የሚካ ልጅ፤ (1 ዜና 8:35)

አካዝ ~ Achaz: ያዥ፤ ወሳጅ፤ ተረካቢ፤ ተቀባይ... ማለት ነው። በጌታ የዘር ሐረግ የተጠቀሰ፤ የሕዝቅያስ አባት፤ "**አካዝም** ሕዝቅያስን ወለደ፤ ሕዝቅያስም

ምናሴን ወለደ፤ ምናሴም አሞጽንወለደ፤"
(ማቴ1:9)

አካዝያስ ~ Ahaziah: አያዝ ያሕ፤
ያዝ ያሕ፤ በጌታ የተያዘ፤ አምላክ የጠበቀው፤
በጌታ እጅ ያለ፤ አምላክን ያመነ… ማለት
ነው።

Ahaziah- 'አሃዝ' እና 'ያሕ' (ያሕዌ)
ከሚሉ ሁለት ቃላት የተመሠረተ ስም ነው።
በመጽሐፍ ቅዱስ ውስጥ በዚህ ስም
የሚታወቁ ሰዎች:-
1. የአከዓብ ልጅ፤ ንጉሥ **አካዝያስ**፤ (1 ነገ
22:40) ፤ (2 ዜና 20:35)
2. የኢዮራም ልጅ ፤ (2 ነገ 8:24-29 ፤
9:29) ፤ (2 ዜና 21:17፤
25:23) ፤ (2 ዜና22:6)

አካዝያስ ~ Jehoahaz: ያሕ ያዝ፤
በአምላክ የተያዘ፤ የሕያው ታዛሽ… ማለት
ነው።
1. የይሁዳ ንሱሥ፤ የኢዮራም ትንሹ ልጅ፤
"ወደ ይሁዳም ወጡ፤ … ወንዶች ልጆቹንም
ሴቶች ልጆቹንም ማረኩ ከታናሹም ልጅ
ከ**አካዝያስ** በቀር ልጅ አልቀረለትም።" (2
ዜና 21:17፤ 22:1፤6፤8፤9)
2. በኢዮ የተተካ የእስራኤል ንጉሥ፤
ኢዮአካዝ፤ "ኢዮም ከአባቶቹ ጋር አንቀላፋ፤
… ። በፋንታውም ልጁ **ኢዮአካዝ** ነገሠ።" (2
ነገ 10:35)
3. በአባቱ የተተካ፤ ለሞስት ወር የነገሠ፤
የይሁዳ ንጉሥ፤ **አካዝያስ**፤ "ልጁ አሳ፤ …
ልጁ ኢዮራም፤ ልጁ **አካዝያስ**፤ ልጁ ኢዮአስ፤
" (1 ዜና 3:11)

አካይቆስ ~ Achaicus: 'የጣር፤
የመከራ ልጅ፤ የአካይ ሰው' ማለት ነው። ወደ
ጳውሎስ ከመጡ ሦስት ክርስቲያኖች አንዱ፤
"በእስጢፋኖስና በፈርድናጥስ በ**አካይቆስ**ም
መምጣት ደስ ይለኛል፤ …" (1 ቆሮ 16:17)

አካይያ ~ Achaia: 'ጠብአጫሪ፤
ጭንቅ ፈጣሪ፤ መከራ፤ ሥቃይ' ማለት ነው።
አይሁድ ጳውሎስን በተቃወሙበት ጊዜ፤

በመቄዶንያ አዋሳኝ የጋልዮስ ግዛት የነበር
አገር። ከአቴንስ ግሪክ በስተምዕራብ የሚገኝ፤
"ጋልዮስም በ**አካይያ** አገረ ገዥ በነበረ ጊዜ፤
አይሁድ በአንድ ልብ ሆነው በጳውሎስ ላይ
ተነሡ፤ ወደ ፍርድ ወንበርም አምጥተው።"
(ሐዋ 18:12፤19:21፤ ሮሜ 15:26፤ 16:5፤
1 ቆሮ 16:15፤ 2 ቆሮ 7:5፤ 9:2፤ 11:10፤
1 ተሰ1:7፤8)

አኬልዳማ ~ Aceldama: አካል
ደም፤ የደም ክፍል፤ ቀይ መሬት፤ ደም
መሬት… ማለት ነው።
'አካል' እና 'ደም' ከሚሉ ቃላት የተመሠረተ
የቦታ ስም ነው።
[የደም መሬት ማለት ነው። /**መቅቃ**]
ይሁዳ በዐመፅ ገንዘብ የገዛው መሬት፤
በዚያም ተደፍቶ ሞተ፤ "በኢየሩሳሌምም
ለሚኖሩ ሁሉ ታወቀ፤ ስለዚህም ያ መሬት
በቋንቋቸው **አኬልዳማ** ተብሎ ተጠራ፤
እርሱም የደም መሬት ማለት ነው።" (ሥራ
1:19)

አከምናዊ ~ Hachmoni: 'አኪም፤
ጠቢብ ሰው' ማለት ነው። ያሾብአም አባት፤
"የዳዊትም ኃያላን ቁጥር ይህ ነበረ የሠላሳው
አለቃ የ**አከምናዊ**ው ልጅ ያሾብአም ነበረ
እርሱ ጦሩን አንሥቶ ሦስት መቶ ሰው
በአንድ ጊዜ ገደለ።" (1 ዜና 11:11)

አከሪጰ ~ Archippus: ፈረሰኛ
ማለት ነው። በቆላሲያ የክርስትና መምህር
የነበረ፤ "ለ**አከሪጰ**ም። በጌታ የተቀበልከውን
አገልግሎት እንድትፈጽመው ተጠንቀቅ
በሉልኝ።" (ቆላ 4:17)

አከራትዮስ~ Hatach: 'በእውነት'
ማለት ነው። ከንጉሥ አርጤክስስ
ጃንደረባዎች አንዱ፤ "አስቴርም ያገለግላት
ዘንድ ንጉሡ ያቆመውን **አከራትዮስን** ጠራች
እርሱም ከጃንደረቦች አንዱ ነበረ፤ …." (አስ
4:5፤6፤9፤10)

አከርጰ ~ Carpus: 'ፍሬት፤
ፍሬያማ' ማለት ነው። በጢሮአዳ የነበረ

ክርስቲያን፤ "ስትመጣ በጢሮአዳ ከ**አክርጺ** ዘንድ የተውሁትን በርኖሱንና መጻሕፍቱን … በብራና … አምጣልኝ" (2 ጢሞ 4:13)

አክዓብ ~ Ahab: አያ አብ፤ የአባት ወንድም፤ አጎት… ማለት ነው።

Ahab- 'አያ' እና 'አብ' ከሚሉ ሁለት ቃላት የተመሠረት ስም ነው።

[የአባት ወንድም ማለት ነው / **መቅቃ**] በመጽሐፍ ቅዱስ ውስጥ በዚህ ስም የሚታወቁ ሰዎች:-

1. የዘንበሪ ልጅ፤ በእስራኤል ላይ በአባቱ ፋንታ የነገሠ **አክዓብ**፤ (1 ነገ 16:28)

2. የቆላያ ልጅ፤ አስተኛ ነቢይ፤ (ኤር 29:21)

አክዚብ ~ Achzib: 'ቅጥፈት፤ ስሕተት፤ ከህደት፤ ውሸት' ማለት ነው።

1. በይሁዳ ግዛት ያለ የከተማ ስም፤ "ንጺብ፤ ቅዒላ፤ **አክዚብ**፤ መሪሳ ዘጠኝ ከተሞችና መንደሮቻቸው።" (ኢያ 15:44፤ ሚክ 1:14)

2. የአሦር ግዛት የሆነ ከተማ፤ "ድንበሩም ወደ ራማ፤ ወደ …ዘሪ ድንበሩም ወደ ሐሳ ዘሪ መውጫቸውም በ**አክዚብ** በኩል ወደ ባሕሩ ነበረ" (ኢያ 19:29)

አክዚብ ~ Nezib: 'ዘብ፤ ምስሶ፤ ዋልታ' ማለት ነው። የይሁዳ ከተማ፤ "ንጺብ፤ ቅዒላ፤ **አክዚብ**፤ መሪሳ ዘጠኝ ከተሞችና መንደሮቻቸው።" (ኢያ 15:44)

አኮር ~ Achor: 'ጭንቅ፤ መከራ' ማለት ነው። በኢያሪኮ ያለ ሸለቆ፤ "ኢያሱና እስራኤል ሁሉ የዛራን ልጅ አካንን፤ ብሩንም፤ … ያለውንም ሁሉ ወስደው ወደ **አኮር** ሸለቆ አመጡአቸው።" (ኢያ 7:24፤26)

አኮዘት ~ Ahuzzath: አያ ያዘት፤ ያኸ ወንድም፤ ደጋፊ ወንድም… ማለት ነው።

Ahuzzath- 'አያ' እና 'ይዘት' ከሚሉ ሁለት ቃላት የተመሠረት ስም ነው። ከጌራራ በአቢሜሌክ አስተዳዳር ውስጥ አማካሪ የነበረ፤ የሙሽራው ወዳጅ **አኮዘት**፤ (ዘፍ 26:26)

አዋና ~ Ava: ሂዋ፤ ህያዋ፤ ሕያው… ማለት ነው። [ተዛማጅ ስሞች- **ሄልዮ፤ አዌን**] በሰማርያ ከተሞች ከሰፈሩ "የአሦርም ንጉሥ ከባቢሎንና ከኩታ ከ**አዋና** ከሐማት ከሴፈርዋይም ሰዎችን አመጣ፤ በእስራኤልም ልጆች ፋንታ በሰማርያ ከተሞች አኖራቸው፤ ሰማርያንም ወረሱአት በከተሞችዋም ተቀመጡ።" (2 ነገ 17:24) ፤ (2 ነገ 18:34 ፤ 19:13 ፤ ኢሳ37:1)

አዌን ~ Aven: ሒዋን፤ ሕያዋን፤ ዘላለማውያን፤ ጺድቃን… ማለት ነው። [ተዛማጅ ስሞች- **ሄልዮ፤ አዋና**] 'ሓይወ' ከሚለው ቃል የተገኘ ስም ነው።

. እስራኤላዊያን የጣዖት አምልኮ ይፈጽሙባቸው ከነበሩ ቦታዎች፤ (1 ነገ 12:28)

. የሶርያ ሕዝብ የነበረበት አገር፤ "የደማስቆንም መወርወሪያ እሰብራለሁ፤ ተቀማጮቹንም ከ**አዌን** ሸለቆ አጠፋለሁ፤ በትር የያዘውንም ከዔደን ቤት አጠፋለሁ፤ የሶርያም ሕዝብ ወደ ቂር ይማረካል፤ ይላል እግዚአብሔር፤-" (አሞ 1:5)

. ሴላ የቦታ ስም፤ የ**ሄልዮ-** (ሕዝ30:17)

አውሴ ~ Oshea: ዋስትና፤ ድጓነት፤ ነጻነት' ማለት ነው። 'ዋሴ' ከሚለው ቃል የተገኘ ስም ነው። የነዌ ልጅ፤ "ከኤፍሬም ነገድ የነዌ ልጅ **አውሴ**" (ዘኍ 13:8) ፤ "ምድሪቱን ይሰልሉ ዘንድ ሙሴ የላካቸው ሰዎች ስም ይህ ነው። ሙሴም የነዌን ልጅ አውሴን ኢያሱ ብሎ ጠራው" (ዘኍ13:16)

አውናም ~ Onam: 'ብርቱ ጠንካራ' ማለት ነው።

1. የሦባል ልጅ፤ "የሦባል ልጆችም እነዚህ ናቸው፤ ዓልዋን፤ ማኔሐት፤ ዔባል፤ ስፎ፤ **አውናም**።" (ዘፍ 36:23፤ 1 ዜና 1:40)

2. የይርሐምኤል ከዓጣራ የወለደው ልጅ፤ **አናም**፤ "ለይርሐምኤልም ዓጣራ የተባለች

ሌላ ሚስት ነበረችው እርስዋም የአናም እናት ነበረች፡፡" (1 ዜና 2:26፣28)

አውዛል ~ Uzal: 'ከርታታ፣ ዘላን' ማለት ነው፡፡ የዮቅጣን ልጅ፣ "ያራሕንም፣ ሀዶራምንም፣ አውዛልንም፡፡" (ዘፍ 10:27፣ 1 ዜና1:21)

አውግስጦስ ~ Augustus: ጠቅላይ፣ ትልቅ፣ ጉልህ፣ ታዋቂ... ማለት ነው፡፡ ጌታ ሲወለድ በፍልስጥኤም ንጉሥ የነበረ፣ "በዚያም ወራት ዓለሙ ሁሉ እንዲጻፍ ከአውግስጦስ ቄሣር ትእዛዝ ወጣች፡፡" (ሉቃ2:1)

አውጤኪስ ~ Eutychus: 'በዕድሉ' ማለት ነው፡፡ በመስኮት ላይ ተቀምጦ የጳውሎስን ትምህርት ሲያዳምጥ፣ እንቅልፍ ወሰደውና ተንከባሎ ወድቅ ሞተ፣ በታምር ግን ነፍስ ዘሮቶ ተነሣ፣ "አውጤኪስ የሚሉትም አንድ ጎበዝ በመስኮት ተቀምጦ ታላቅ እንቅልፍ እንቀላፍቶ ነበር፣ ጳውሎስም ነገርን ባሰረዘም ጊዜ እንቅልፍ ከብዶት ከሦስተኛው ደርብ ወደ ታች ወደቀ፣ ሞቶም አነሡት" (ሐዋ 20:9)

አዚፍ ~ Achshaph: ስሜት፣ ፍላጎት፣ ጉጉት ማለት... ነው፡፡ በአሴር ግዛት የሆነ የከተማ ስም፣ "ድንበራቸውም ሔልቃት፣ ሐሊ፣ ቤጤን፣ አዚፍ" (ኢያ 19:25) ፤ ቀደም ብሎ የከነዓውያን ነገሥታት መቀመጫ ነበር፣ (ኢያ 11:1፣ 12:20)

አዛሔል ~ Hazael: 'አምላክ ያያው' ማለት ነው፡፡ አምላክ ኤልያስን፣ በሶርያ ቀብቶ እንዲያነግሠው፣ ያዘዘው፣ "እግዚአብሔርም አለው:- ሂድ፣ ... ከዚያም በደረስህ ጊዜ በሶርያ ላይ ንጉሥ ይሆን ዘንድ አዛሔልን ቅባው" (1 ነገ 19:15)

አዛር ~ Azor: ዘር፣ ወገን፣ ረዳት... ማለት ነው፡፡ በጌታ የዘር ሐረግ የኤልያቄም ልጅ፣ "ዘሩባቤልም አብዩድን ወለደ፣ አብዩድም ኤልያቄምን ወለደ፣ ኤልያቄምም አዛርን ወለደ፣" (ማቴ 1:13፣14)

አዛርኤል ~ Azareel: አዛረ ኤል፣ ዘረ ኤል፣ የአምላክ ዘር፣ የጌታ ወገን... ማለት ነው፡፡ [ተዛማጅ ስሞች- አልዓዛር፣ አዛርያ፣ ኤዝርኤል፣ ዓዝሪኤል፣ ዓዝርኤል፣ ዓዛርኤል፣ ኤዝርኤል]

'ዘር' እና 'ኤል' ከሚሉ ሁለት ቃላት የተመሠረተ ስም ነው፡፡ በመጽሐፍ ቅዱስ ውስጥ በዚህ ስም የሚታወቁ ሰዎች:-

1. "ቆርያውያን ሐልቃና፣ ይሺያ፣ አዛርኤል፣ ዮዛር፣ ያሾቢአም" (1 ዜና 12:6)

2. የይሮሐም ልጅ፣ (1 ዜና 27:22)

. በሽሽቱ ዘመን ከዳዊት ጋር የተቀላቀለ፣ ኤዝርኤል- (ነህ 12:36)

. ኤዝርኤል- (ዕዝ 10:41)

አዛርያ ~ Azariah: ዘርያሕ፣ ዘር ሕያው፣ ሕያው ዘር፣ የጌታ ወገን፣ የአምላክ ቤተሰብ... ማለት ነው፡፡ [ተዛማጅ ስሞች - አልዓዛር፣ ዓዛሪያስ፣ ዓዛርያስ፣ ዓዛርኤል፣ ኤዝርኤል፣ ዓዝሪኤል፣ ዓዛሪያስ፣ ዔዘርያስ፣ ዓዝርኤል፣ ኤሊሱር፣ ኤሊዓዘር፣ አልዓዛር፣ ኤልዓዘር፣ አዛርኤል፣ አዛርኤል]

'ዘር' እና 'ያሕ' (ያሕዌ ፣ ሕያው) ከሚሉ ቃላት የተመሠረተ ስም ነው፡፡ በመጽሐፍ ቅዱስ ውስጥ በዚህ ስም የሚታወቁ ሰዎች:-

1. የኤታን ልጅ፣ "የኤታንም ልጅ አዛርያ ነበረ" (1 ዜና 2:8)

2. የይሁዳ ንጉሥ ኢዮአቄም በነገሠ በሦስተኛው ዓመት የባቢሎን ንጉሥ ናቡከደነፆር ወደ ኢየሩሳሌም መጥቶ ማርኮ ከወሰዳቸው፣ (ዳን 1:6፣ 7 ፣ 11 ፣ 16)

አዛንያ ~ Azaniah: አዝን ያሕ፣ እዘን ያሕ፣ አምላክ የሰማው፣ ጌታ የሰማው፣ ጌታ ያዘነለት፣ ጸሎቱ የተሰማ... ማለት ነው፡፡

'እዝን' እና 'ያሕ' (ያህዌ ፣ ሕያው) ከሚሉ ሁለት ቃላት የተመሠረተ ስም ነው፡፡ የኢያሱ አባት፣ ሌዋውያኑ አዛንያ፣(ነህ 10:9)

አዛጦን ~ Ashdod: 'ጽኑ፣ ብርቱ ምሽግ' ማለት ነው፡፡ "አዛጦንና የተመሸጉና

ያልተመሽጉ መንደሮችዋም፣ ጋዛና የተመሽጉ ያልተመሽጉም መንደሮችዋ፣ እስከ ግብፅ ወንዝና እስከ ታላቁ ባሕር ዳርቻ ድረስ፡፡” (ኢያ 15:47፣ ሐዋ 8:40)

እዛጦን ~ Azotus: ‘ብርቱ ምሽግ’

ማለት ነው፡፡ “**እዛጦን**ና የተመሽጉና ያልተመሽጉ መንደሮችዋም፣ ጋዛና የተመሽጉ ያልተመሽጉም መንደሮችዋ፣ እስከ ግብፅ ወንዝና እስከ ታላቁ ባሕር ዳርቻ ድረስ፡፡” (ኢያ 15:47፣ ሐዋ 8:40)

እያ፣ ኢዮኄል ~ Aiah: ‘ጥሪ፣

ይግባኝ’ ማለት ነው፡፡

1. የዘቢዮን ሚስት፣ “የሦባል ልጆች ዓልዋን፣ ማኔሐት፣ ዔባል፣ ስፎ፣ አውናም፡፡ የጽብዖንም ልጆች **እያ**፣ዓና፡፡” (1 ዜና 1:40)

2. የሳኦል ቁባት፣ የሪጽፋ አባት፣ “ለሳኦልም የ**ኢዮኄል** ልጅ ሪጽፋ የተባለች ቁባት ነበረችው ኢያቡስቴም አበኔርን፡- ወደ አባቴ ቁባት ለምን ገባህ? አለው፡፡” (2 ሳሙ 3:7፣ 21:8፣10፣11)

አይሁዳዊቱ~ Jehudijah,

Jewess: ይሁድ ያሕ፣ ያይሁድ አምላክ፣ አምላክ እስራኤል፣ ያቆብአዊ፣ ይሁዳዊ... ማለት ነው፡፡

Jehudijah- ‘ይሁዲ’ እና ‘ያሕ’ (ያሕዌ) ከሚሉ ቃላት የተመሠረተ ስም ነው፡፡

አይሁዳዊቱ / Jehudijah: ሜሬድ ያገባት የፈርዖን ልጅ ቢትያ፣ (1ዜና 4:18)

አይሁዳዊቱ / Jewess: የጢሞቴዎስ እናት፣ (ሥራ 16:1)

አይሁድ~Jew, Jewish: ይሁዳ፣

ውህዲ፣ ይሁዲ፣ አይሁዳዊ... ማለት ነው፡፡

አይሁድ / Jew: “በዚያም ዘመን የሶርያ ንጉሥ ረኣሶን ኤላትን ወደ ሶርያ መለሰ፣ **አይሁድን**ም ከኤላት አሳደደ ...” (2 ነገ 16:6)

አይሁድ / Jewish: እስራኤላውያን፣ “ይህ ምስክርኣውነተኛ ነው፡፡ ስለዚህ ምክንያት የ**አይሁድ**ን ተረትና ከእውነት ፈቀቅ

የሚሉትን ሰዎች ትእዛዝ ሳያዳምጡ፣ በሃይማኖት ጤናሞች እንዲሆኑ በብርቱ ውቀሳቸው፡፡” (ቲቶ 1:14)

አደራሜሌክ ~

Adrammelech: አድራ ማሌክ፣ የአደራ መላክ፣ ጠባቂ መልአክ፣ ረዳት መልአክ፣ ታላቅ መልእክተኛ... ማለት ነው፡፡ [ተዛማጅ ስም- **አድራሜሌክ**] ‘አደራ’ እና ‘መላክ’ ከሚሉ ቃላት የተመሠረተ ስም ነው፡፡

. የአሦር ንጉሥ የሰናክሬ ልጅ፣ (2 ነገ 19:37) ፣ የአሦር ንጉሥ የሰናክሬ ልጅ፣ (ኢሳ 37:38)

. **አድራሜሌክ**- (2 ነገ 17:31)

አዱሚም ~ Adummim: ደማም፣

ደም የመሰለ፣ ቀይ አፈር፣ ቀይ... ማለት ነው፡፡ [ተዛማጅ ስሞች- **አዱሚም**፣ **አዳሚ**፣ **አዳማ**፣ **አዳም**]

‘ደማም’ ከሚልው ቃል የተገኘ ስምነው፡፡ ለይሁዳ ልጆች በየወገናቸው በዘሪያቸው ያለ ድንበር፣ (ኢያ 15:7)

አዱሚም ~ Adummim:

ደማደም፣ ቀይ፣ አፈርማ... ማለት ነው፡፡ “ድንበሩም ከአኮር ሸለቆ ወደ ዳቤር ወጣ፣ በሰሜን በኩል በ**አዱሚም** ዐቀበት ፊት ለፊት፣ በወንዙ በደቡብ በኩል ወዳለችው ወደ ጌልገላ ተመለከተ ...” (ኢያ 15:7)

አዳሚ ~ Adami: አዳሜ፣ አደሚ፣

ወገኔ፣ ዘመዴ፣ ደማዊ፣ ቀይ ማለት ነው፡፡ [ተዛማጅ ስሞች- **አዱሚም**፣ **አዳማ**፣ **አዳም**]

‘ደሜ’ ከሚለው ቃል የመጣ ቦታ ስም ነው፡፡ የንፍታሌም ልጆች በየወገኖቻቸው ርስት የተሰጠ ድንበር፣ “ድንበራቸውም ከሔሌፍ፣ ከጸዕናኒም ዛፍ፣ ከ**አዳሚ**ኔቄብ፣ ...” (ኢያ 19:33)

አዳማ ~ Adamah, Admah:

አደማ፣ አደም፣ ቀይ አፈራማ ፣ ደማዊ፣ ወገን፣ ዘመድ፣ ተወላጅ... ማለት ነው፡፡ [ተዛማጅ ስሞች- **አዱሚም**፣ **አዳሚ**፣ **አዳም**]

'አደም' ከሚለው ቃል የመጣ ስምነው።
በመጽሐፍ ቅዱስ ውስጥ በዚህ ስም
የሚታወቁ ቦታዎች:-

አዳማ / Adamah, Admah:
በጢባሮስ ወንዝ በስተምዕራብ የንፍታሌም
ድንበር፤ (ኢያ 19:36)

አዳማ / Admah: የከነዓን ድንበር፤
(ዘፍ 10:19)

አዳም ~ Adam: አደመ፤ አደም፤
አዳም፤ ደማም፤ ቀይ፤ ደማዊ እስትንፋስ
ያለው፤ ሕያው... ማለት ነው። [ተዛማጅ
ስሞች- **አዱሚም፤ አዳሚ፤ አዳማ**]
'ደም' ከሚለው ቃል የመጣ ስም ነው።
በዚህ ስም የሚታወቁ ሦስት ሰዎች አሉ።
. እግዚአብሔር አምላክ የፈጠረው
የመጀመሪያው ሰው፤ (ዘፍ 2:19)
. የሰው ዘር ሁሉ አዳም ተብሎ ይጠራል፤
"የአዳም ... እግዚአብሔር **አዳም**ን በፈጠረ
ቀን በእግዚአብሔር ምሳሌ አደረገው" (ዘፍ
5:1)
. አዳም የሚለው መጠሪያ ሔዋንንም
ያጠቃላል፤ "ወንድና ሴት አድርጎ
ፈጠራቸው፤ ባረካቸውም። ስማቸውንም
በፈጠረበት ቀን **አዳም** ብሎ ጠራቸው" (ዘፍ
5:2)

አዳር ~ Adar, Tebeth: 'ከፍታ፤
ልዕልና' ማለት ነው፤ በይሁዳ ደቡባዊ
ድንበር ያለ ቦታ፤ "ከዚያም በአቅረቢም
ዐቀበት በደቡብ በኩል ወጣ፤ ወደ ጺንም
አለፈ፤ በቃዴስ በርኔ ወደ ደቡብ በኩል
ወጣ፤ በሔጽሮንም በኩል አለፈ፤ ወደ **አዳር**ም
ወጣ፤" (ኢያ 15:3)

አዳር / Tebeth: አጹባት፤ አጹባት፤
ውቦች፤ መልካሞች ማለት ነው። የአይሁድ
የወር ስም፤ "አርጤክስስም በነገው
በሰባተኛው ዓመት **አዳር** በሚባለው በአሥራ
ሁለተኛው ወር አስቴር ወደ ንጉሡ ቤት
ተወሰደች" (አስ 2:16)

አዳን ~ Addan, Addon: አዳን፤
የዳን፤ ኤደን፤ ደን... ማለት ነው።
'ደን' ከሚለው ቃል የመጣ ስምነው።

አዳን / Addan: ከሰሎሞን ባሪያዎች
ልጆች፤(ዕዝ 2:59)

አዳን / Addon: (ነህ 7:61)

አዳያ ~Adaiah: በሕያው የተወደደ
ማለት ነው። 'ውድ' እና 'ያሕ' ከሚሉ ቃላት
የተመሠረተ ስም ነው።

1. በኢየሩሳሌም የነገሡ የኢዮስያስ የእናቱ
አባት፤ "ኢዮስያስም መንገሡ በጀመረ ጊዜ
የስምንት ዓመት ልጅ ነበረ፤ በኢየሩሳሌምም
ሠላሳ አንድ ዓመት ነገሠ፤ እናቱም ከባሱሮት
የሆነ የ**አዳያ** ልጅ ይዲዳ ነበረች" (2 ነገ
22:1)

2. የአሳፍ ቅድመ አያት፤ "የ**አዳያ** ልጅ፤
የኤታን ልጅ፤ የዛማት ልጅ፤" (1 ዜና 6:42)

3. ብንያማዊው፤ የሰሜኢ ልጅ፤ "ኤሊዔናይ፤
ጺልታይ፤ ኤሊኤል፤ **አዳያ**፤ ብራያ፤
ሺምራት፤ የሰሜኢ ልጆች" (1 ዜና 8:21)

4. ካህኑ፤ "የመልኪያ ልጅ የጰስኮር ልጅ
የይሮሐም ልጅ **አዳያ** የኢሜር ልጅ
የምሺላሚት ልጅ የሜሱላም ልጅ የየሕዜራ
ልጅ የዓዲኤል ልጅ መዕሣይ" (1 ዜና 9:12፤
ነህ 11:12)

5. የመዕሣያ አባት፤ "በሰባተኛውም ዓመት
ዮዳሄ በረታ፤ የመቶ አለቆቹንም፤ የይሮሐምን
ልጅ ዓዛርያስን፤ ... የ**አዳያ**ንም ልጅ
መዕሣያን፤ የዝክሪንም ልጅ ኤሊሳፋጥን
ወስዶ ከእነሱ ጋር ቃል ኪዳን አደረገ።" (2
ዜና 23:1)

6. ከግዞት ከተመለሰኡ፤ እንግዳ ሚስቶችን
ካገቡ፤ የባኒ ልጅ፤ "ከባኒ ልጆችም፤
ሜሱላም፤ መሉክ፤ **አዳያ**፤ ያሱብ፤ ሽዓል፤
ራሞት፤" (ዕዝ 10:29)

7. ከግዞት ከተመለሰኡ፤ እንግዳ ሚስቶችን
ካገቡ፤ የባኒ ልጅ፤ "ሴሌምያ፤ ናታን፤ **አዳያ**፤
መከነድባይ" (ዕዝ 10:39)

8. የይሁዳ ወገን፤ የፋሬስ ልጅ፤
"የሴሎናዊውም ልጅ የዘካርያስ ልጅ የዮያሪብ

ልጅ የ**ዓዳያ** ልጅ የ*ያዛያ* ልጅ ...የባሮክ ልጅ መዕሣያ::" (ነህ 11:5)

አድማታ ~ Admatha: 'ከጌታ የተሰጠ' ማለት ነው:: ከሰባቱ የፋርስ ካህናት አንዱ፥ "በመንግሥቱም ቀዳሚዎች ሆነው የሚቀመጡ የንጉሡ ባለምዋሎች ሰባቱ የፋርስና የሜዶን መሳፍንት አርቄስዮስ፥ ሼታር፥ **አድማታ** ... ሳሉ" (አስ 1:14)

አድራሚጢስ ~

Adramyttium: 'የሞት ችሎት' ማለት ነው:: ሐዋርያው ጳውሎስ በጉዞው ካለፈባቸው የእስያ አገሮች፥ የቦታ ስም፥ "በእስያም ዳርቻ ወዳሉ ስፍራዎች ይሄድ ዘንድ ባለው በ**አድራሚጢስ** መርከብ ገብተን ተነሣን፤ የመቄዶንያም ሰው የሆነ የተሰሎንቄው አርስጥሮኮስ ከእኛ ጋር ነበረ::" (ሐዋ 27:2)

አድራሜሌክ ~

Adrammelech: አድራ ማሌክ፥ የአደራ መልአክ፥ ጠባቂ መልአክ፥ ረዳት መላክ፥ የተከበረ መልእተኛ... ማለት ነው:: [ተዛማጅ ስም- **አደራሜሌክ**] 'አደራ' እና 'መላክ' ከሚሉ ቃላት የተመሠረት ስም ነው::

. ከአሕዛብ አማልክት አንዱ፥ "...ለሴፈርዋይም አማልክት ለ**አድራሜሌክ**ና ለአነሜሌክ ልጆቻቸውን በእሳት ያቃጥሉ ነበር" (2 ነገ 17:31)

. የአሦር ንጉሥ የሰናክሬም ልጅ፥ **አደራሜሌክ**- (2 ነገ 19:37 ፤ ኢሳ 37:38)

አድርአዘር ~ Hadadezer, Hadarezer: የተወደደ ዘር፥ ወገን... ማለት ነው:: የረአብን ልጅ የሱባ ንጉሥ፥ (2 ሳሙ 8:3-12፤ 1 ነገ 11:23) "ዳዊትም ደግሞ በኤፍራጥስ ወንዝ አጠገብ የነበረውን ግዛት መልስ ለማያዝ በሄደ ጊዜ የረአብን ልጅ የሱባን ንጉሥ **አድርአዘር**ን መታ::"

አዶራም ~ Jehoram: 'አምላክ ያከበረው' ማለት ነው::

1. አባቱ የደስታ መግለጫ ወደ ዳዊት የላከው፥ የሐማት ንጉሥ፥ የቶዑ ልጅ፥ "ቶዑም ከአድርአዘር ጋር ሁልጊዜ ይዋጋ ነበርና ዳዊት አድርአዘርን ድል ስለ መታ ቶዑ ልጁን **አዶራም**ን ደኅንነቱን ይጠይቅ ዘንድ፥ ...." (2 ሳሙ 8:10)

2. "ወንድሞቹም ከአልዓዛር ልጁ ረዓብያ፥ ልጁም የሻያ፥ ልጁም **ኢዮራም**፥ ልጁም ዝክሪ፥ ልጁም ሰሎሚት መጡ::" (1 ዜና 26:25)

3. "ኤልያስም እንደ ተናገረው እንደ እግዚአብሔር ቃል ሞተ:: ልጅም አልነበረውም*ና በይሁዳ ንጉሥ በኢዮሣፍጥ ልጅ በ**ኢዮራም** በሁለተኛው ዓመት ወንድሙ ኢዮራም በእርሱ ፋንታ ነገሡ" (2 ነገ 1:17፤ 3:1)

4. የአካብ ልጅ፥ "**ኢዮራም**ም መንገሥ በጀመረ ጊዜ የሦላሳ ሁለት ዓመት ጕልማሳ ነበረ፥ በኢየሩሳሌም*ም ..." (2 ዜና 21:5፤ 20፤ 2 ነገ 8:16)

አዶኒራም ~ Adoniram, Adoram: አዶኒ ራም፥ ታላቅ አዳኝ... ማለት ነው:: 'አዳን' እና 'ራማ' ከሚሉ ቃላት የተመሠረት ስም ነው::

አዶኒራም / Adoniram: በንጉሥ ዳዊት ዘመን የነበረ፥ የዓብዳ ልጅ፥ (1 ነገ 4:6)

አዶኒራም / Adoram: (2 ሳሙ 20:24) ፤ (1 ነገ 12:18)

አዶኒቃም ~ Adonikam: አዳኒ ቋሚ፥ ቋሚ አዳኝ፥ ቋሚ ተጠሪ፥ ጌታ ያጸናው... ማለት ነው:: [ተዛማጅ ስሞች- **ቃም-ኤል፥ ቋሚ፥ አኪቃም፥ ኢዮአቃም፥ ዓዝሪቃም፥ ኤልያቄም፥ ያቂም፥ የቂም፥ ዮአቂም**] 'አዳን' እና 'ቆም' ከሚሉ ሁለት ቃላት የተመሠረት ስም ነው:: የባቢሎን ንጉሥ

ናቡከደነጾር ወደ ባቢሎን ከማረካቸው ምርኮኞች ወደ ኢየሩሳሌምና ወደ ይሁዳ ወደ እየከተማቸው ከተመለሱ የአገር ልጆች አባት፤ (ዕዝ 2:13)

አዶኒቤዜቅ~ Adoni-bezek:

አዶናይ በዚቅ፤ ኃያል አዳኝ፤ የብርሃን ጌታ፤ የነጸብራቅ አምላክ... ማለትነው።
'አዳነ' እና 'በዚቅ' ከሚሉ ሁለት ቃላት የተገኘ ስም ነው።
ኢያሱ ከሞተ በኋላ ይሁዳ እግዚአብሔር ከነናውያንንና ፌርዛውያንን በእጃቸው አሳልፎ ከሰጣቸው፤ የከነዓውያን ከተማ፤ (መሳ 1:4-7)

አዶኒጼዴቅ~ Adoni-zedek:

አዶናይ ዛዲቅ፤ አዳኝ ጻድቅ፤ እውነተኛ አዳኝ፤ እውነትኛ መሐሪ፤ ፍቱ መድኃኒት... ማለት ነው።
'አዳነ' እና 'ጻድቅ' ከሚሉ ሁለት ቃላት የተመሠረተ ስም ነው።
የኢየሩሳሌም ንጉሥ፤ "እንዲህም ሆነ የኢየሩሳሌም ንጉሥ **አዶኒጼዴቅ** ኢያሱ ጋይን እንደ ያዘ ፈጽሞም እንዳጠፋት፤ ..." (ኢያ 10:1)

አዶንያስ ~ Adonijah: አዳኝ ዋስ፤

አዶና ያሕ፤ ሕያው አዳኝ፤ ዘላለማዊ መድኃኒት፤ ዘላቂ መፍትሔ፤ ሕያው አዳኝ... ማለት ነው።

Adonijah- 'አዳኒ' እና 'ያሕ' (ያሕዌ) ከሚሉ ሁለት ቃላት የተመሠረተ ስም ነው። በመጽሐፍ ቅዱስ ውስጥ በዚህ ስም የሚጠዋቁ ሰዎች:-
1. ከአጊት የተወለደው፤ የንጉሥ ዳዊት ልጅ፤ (2 ሳሙ 3:4)
2. የእስራኤል ንጉሥ ኢዮሣፍጥ በይሁዳ ከተሞች ያስተምሩ ዘንድ ከላካቸው፤ (2 ዜና 17:8)
3. የቃል ኪዳኑን ደብዳቤ ያተሙት፤ ከሌዋውያን፤ (ነህ 10:16)

አገልጋይ ~ Minister: ቤተኛ፤

ውስጥ ዐዋቂ፤ ምሥሥጢረኛ... ማለት ነው።
[ተለዋጭ ስም- **ሎሌ**]
Minister- ሚኒስትር፤ ምሥሥጥረኛ፤ ለጌታው የቀረበ፤ ውስጥ ዐዋቂ፤ መልእክተኛ፤ አገልጋይ፤ ሎሌ ማለት ነው።
. ሹማምንት፤ "ንጉሡ በተመሹት በይሁዳ ከተሞች ሁሉ ካኖራቸውም ሌላ እንዚህ ንጉሡን **ያገለግሉ** ነበር" (2 ሳሙ 22:8)
. ረዳት፤ "ሙሴና ሎሌው ኢያሱ ተነሡ፤ ሙሴም ወደ እግዚአብሔር ተራራ ወጣ" (ዘጸ 24:13) ፤ "እንዲህም ሆነ የእግዚአብሔር ባሪያ ሙሴ ከሞተ በኋላ እግዚአብሔር የሙሴን **አገልጋይ** የነዌን ልጅ ኢያሱን ... ተናገረው" (ኢያ 1:1)
. "በካሲፍያ ስፍራ ወደ ነበረው ወደ አለቃው ወደ አዶ ላከኋቸው ለአምላካችን ቤት **አገልጋዮችን** ያመጡልን ዘንድ ..." (ዕዝ 8:17 ፤ ነህ 10:36 ፤ ኢሳ 61:6 ፤ ሕዝ 44:11 ፤ ኢዮ 1:9 ፤ 13)
. ካህናት፤ "ነገር ግን አሕዛብ በመንፈስ ቅዱስ ተቀድሰው የተወደደ መሥዋዕት ሊሆኑ፤ ለእግዚአብሔር ወንጌል እንደ ካህን እያገለገልሁ፤ ለአሕዛብ የክርስቶስ ኢየሱስ **አገልጋይ**..." (ዕብ 15:16) ፤ (ሮማ 13:6፤ "እርሱም የመቅደስና የእውነተኛይቱ ድንኳን **አገልጋይ** ነው፤ እርስዋም በሰው ሳይሆን በጌታ የተተከለች ናት።" (ዕብ 8:2)
. ተላላኪ፤ "መጽሐፉንም ጠቅልሎ ለ**አገልጋይ** ሰጠውና ተቀመጠ ..." (ሉቃ 4:20)
. **ሎሌ**- (2 ነገ 4:43)
. **ሎሌ**- (1 ነገ 10:5 ፤ 2 ዜና22:8)

አጉር ~ Agur: አጕር፤ አነሪ፤ አጉራ፤

አንሪ፤ ሰበሰበ፤ አጠራቀም... ማለት ነው።
'አነረ' ከሚለው ግስ የተገኘ ስም ነው።
የማሣ አገር ሰው የያቄ ልጅ፤ (ምሳ 30:1)

አጊት ~ Haggith: ሕገያት፤

ሕጋውያን፤ አጋውያን፤ የአጋ አገር ስዎች፤ የጌታን ሕግ የተከተሉ... ማለት ነው።

የአድንያስ እናት ሆና የንጉሥ ዳዊት ሚስት፤
(2 ሳሙ 3:4)

አጋራውያን~ Hagarites:

አጋራያን፤ አጋራይት፤ አጋዙች፤ የአጋር
ወገኖች… ማለት ነው።
በሳኦል ዘመን እስራኤላውያን ከተዋጓቸው፤
(1 ዜና 5:10፤ 18-20) ፤ (1 ዜና 11:38)

አጋር ~ Hagar, Agar: አጋር፤

አጋኻ፤ ረዳት፤ ተባባሪ… ማለት ነው።
የአብራም ሚስት የሥራ አገልጋይና
የእስማኤል እናት፤ (ዘፍ 16:1)

አጋር / Agar: እግር፤ እግረኛ፤
መንገደኛ፤ እንግዳ… ማለት ነው። እስማኤልን
ለአብርሃም የወለደች፤ የሳራ አገልጋይ፤
"ይህችም **አጋር** በዓረብ ምድር ያለችው ደብረ
ሲና ናት፤ አሁንም ያለችውን ኢየሩሳሌምን
ትመስላለች፤ ከልጆቿዋ ጋር በባርነት ናትና።"
(ገላ 4:25)

አጋብ ~ Hagab: 'የአንበጣ መንጋ'

ማለት ነው። ከምርኮ ከተመለሱ፤ የ**አጋብ**
ልጆች ይገኙበታል፤ "የዓቁብ ልጆች፤
የ**አጋብ** ልጆች፤ የሰምላይ ልጆች፤
የሐናን ልጆች፤" (ዕዝ 2:46)

አጋቦስ ~ Agabus: 'የፌስታ፤

የፍስሐ፤ የደስታ አባት' ማለት ነው።
በሐዋርያት ዘመን የነበረ ነቢይ፤ በዓለም ሁሉ
ታላቅ ራብ እንደሚሆን የተናገረ፤
"ከእነርሱም **አጋቦስ** የሚሉት አንድ ሰው
ተነሥቶ በዓለም ሁሉ ታላቅ ራብ ሊሆን
እንዳለው በመንፈስ አመለከተ፤ ይህም
በቀላውዴዎስ … ሆነ" (ሐዋ 11:28)

አጋግ ~ Agag: 'ነበልባል' ማለት

ነው። የቢያር ልጅ በለዓም በተናገረው ምሳሌ
የተጠቀሰ፤ "ከማድጋዎቹ ውኃ ይፈስሳል፤
ዘሩም በብዙ ውሃዎች ይሆናል፤ ንጉሡም
ከ**አጋግ** ይልቅ ከፍ ከፍ ይላል፤ መንግሥቱም
ይከበራል።" (ዘኍ 24:7)

አጌ ~ Agee: 'ተሳዳጅ፤ ስደተኛ' ማለት

ነው። ከሦስቱ የዳዊት ኃያላን አንዱ፤ የሃማ

አባት፤ "ከእርሱም በኋላ የአሮዳዊው የ**አጌ**
ልጅ ሣማ ነበረ። … ሆነው ተከማቿተው
ነበር ሕዝቡም ከፍልስጥኤማውያን ፊት
ሸሹ።" (2 ሳሙ 23:11)

አግሪጳ ~ Agrippa: 'የጣር ልጅ፤

የጭንቅ ልጅ፤ በከባድ ምጥ የተወለደ' ማለት
ነው። "ከጥቂት ቀንም በኋላ ንጉሡ **አግሪጳ**
በርኒቄም ለፌስጦስ …" (ሐዋ 25:13)

አጣልያ ~ Attalia: (ሐዋ 14:25)

"በጴርጌንም ቃሉን ከተናገሩ በኋላ ወደ
አጣልያ ወረዱ"

አጣሮት ~ Ataroth: 'ዘውድ'

ማለት ነው።

1. በገለዓድ አቅራቢያ፤ በዮርዳኖስ
በስተምሥራቅየሚገኝ ከተማ፤
"እግዚአብሔር በእስራኤል ማኅበር ፊት
የመታው ምድር፤ **አጣሮት**፤ ዲቦን፤ ኢያዜር፤
ነምራ፤ ሐሴቦን፤ ኤልያሊ፤ … ለባሪያዎችህ
እንስሶች አሉን።" (ዘኍ 32:3)
2. በኤፍሬም እና በብንያም ድንበር ላይ
የሚገኝ ከተማ፤ "ከቤቴል ወደ ሎዛ ወጣ፤
በአርካውያንም ዳርቻ በኩል ወደ **አጣሮት**
አለፈ።" (ኢያ 16:2፤7)
3. የሰልሞን ልጅ፤ የኢዮብ ቤት፤
"የሰልሞንም ልጆች ቤተ ልሔም፤
ነጦፋውያን፤ **ዓጣሮት**ቤትዮአብ፤
የመናሕታውያን … ነበሩ።" (1 ዜና 2:54)

አጣድ ~ Atad: 'እሾህ' ማለት ነው።

በዮርዳኖስ እና በኢያሪኮ መካከል የሚገኝ
አገር፤ "በዮርዳኖስ ማዶ ወዳለችው ወደ
አጣድ አውድማ መጡ፤ እጅግ ታላቅ በሆነ
በጽኑ ልቅሶም አለቀሱለት ለአባቴም ሰባት ቀን
…" (ዘፍ 50:10፤11)

አጤር ~ Ater: አጥር፤ ዝግ… ማለት

ነው።

1. ከምርኮ ከተመለሱ፤ የበረኞች ልጆች፤
"የበረኞች ልጆች የሰሎም ልጆች፤ የ**አጤር**
ልጆች፤ የጤልሞን ልጆች፤ የዓቁብ ልጆች፤

የሐጢጣ ልጆች፤ የሶባይ ልጆች፤ ሁሉ መቶ ሠላሳ ዘጠኝ፡፡" (ዕዝ2:42)

2. ከባቢሎን ምርኮ ከተመለሱ፤ የአጤር ልጆች ይገኙበታል፤ "ከሕዝቅያስ ወገን የአጤር ልጆች፤ ዘጠና ስምንት፡፡" (ዕዝ 2:16)

አጤኔጦ ~ Epenetus: 'ምስጉን' ማለት ነው፡፡ በሮም የነበረ ክርስቲያን፤ ጳውሎስ በመልእክቱ ሰላምታ ያቀረበለት፤ "በቤታቸውም ላለች ቤተ ክርስቲያን ሰላምታ አቅርቡልኝ፤ ከእስያ ለክርስቶስ በኩራት ለሆነው ለምወደው **ለአጤኔጦን** ሰላምታ አቅርቡልኝ፡፡" (ሮሜ 16:5)

አጥላይ~ Athlai: አታላይ፤ አጭበርባሪ፤ ከአምላክ የተጣላ፤ እግዚአብሔር የጠላው... ማለት ነው፡፡ የቤባይ ልጅ፤ "ከቤባይ ልጆችም፤ ይሆሐናን፤ ሐናንያ፤ ዘባይ፤ **አጥላይ**" (ዕዝ 10:28)

አጥቢያ ኮከብ ~ Lucifer: 'መብራት ተሸካሚ' ማለት ነው፡፡ (የንጋት ልጅ ተብሎ ይጠራል፡፡) "እንተ የንጋት ልጅ **አጥቢያ ኮከብ** ሆይ፤ እንዴት ከሰማይ ወደቅህ! አሕዛብንም ያዋረድህ አንተ ሆይ፤ ... ምድር ድረስ ተቀረጥህ!" (ኢሳ 14:12)

አጵሎስ ~ Apollos: 'እጥፊ፤ ደምሳሽ' ማለት ነው፡፡ "በወገኑም የእስክንድርያ ሰው የሆነ ነገር አዋቂ የነበረ **አጵሎስ** የሚሉት አንድ አይሁዳዊ ሰው ወደ ኤፌሶን ወረደ፤ እርሱም በመጻሕፍት እውቀት የበረታ ነበረ" (ሐዋ 18:24)

አጶልዮን ~ Apollyon: 'እጥፊ፤ ደምሳሽ፤ መልአከ ሞት' ማለት ነው፡፡ ስሙም በዕብራይስጥ አበዶን የተባለው መልአክ፤ "በእነርሱም ላይ ንጉሥ አላቸው እርሱም የጥልቅ መልአክ ነው፤ ስሙም በዕብራይስጥ አበዶን በግሪክም **አጶልዮን** ይባላል" (ራእይ 9:11)

አፋይም ~ Appaim: አፋም፤ በአፍ በኩል፤ በፊት ለፊት... ማለት ነው፡፡ ከይሁዳ

ነገድ፤ የይሸዊ ልጅ፤ "የአፋይምም ልጅ ይሸዊ፤ የይሸዊም ልጅ ሶሳን፤ የሶሳንም ልጅ አሕላይ ነበረ፡፡" (1 ዜና2:30፤31)

አፌቅ ~ Aphiah, Aphek: አፍ ያሕ፤ አፈ ሕያው፤ ቃለ ሀይወት፤ ንግግር፤ የጌታ ቃል፤ ቃለ እግዚአብሔር... ማለት ነው፡፡ **Aphiah-** 'አፈ' እና 'ያሕ' (ያሕዌ፤ ሕያው) ከሚሉ ቃላት የተመሠረተ ስም ነው፡፡

. በዮርዳኖስም ማዶ በምዕራብ በኩል በሊባኖስ ሸለቆ ... ኢያሱና የእስራኤል ልጆች ከመቱአቸው የምድር ነገሥታት፤ (ኢያ 12:17)

. ቂስ ለተባለ የአንድ ብንያማዊ ሰው ወገን፤ የንጉሥ ሳዖል ቅድመ አያት፤ (1 ሳሙ 9:1)

አፌቅ ~ Aphek: 'ጥንካሬ' ማለት ነው፡፡

1. ኢያሱ ካጠፋቸው የከነዓውያን ንጉሥ ከተማ፤ "የታጹዋ ንጉሥ፤ የአፌር ንጉሥ፤ የ**አፌቅ** ንጉሥ፤" (ኢያ 12:18)

2. ሌላ የከተማ ስም፤ "ዑማ፤ አፌቅ፤ ረአብ ደግሞ ነበሩህ ሁለት ከተሞችና መንደሮቻቸው፡፡" (ኢያ 19:30)

3. እስራኤልም ከፍልስጥኤማውያን ጋር ሊዋጋ ሲወጡ ያረፉበት ቦታ፤ "እስራኤልም ከፍልስጥኤማውያን ጋር ሊዋጋ ወጡ፤ በአቤንኤዘር አጠገብ ሰፈሩ ፍልስጥኤማውያን በ**አፌቅ** ሰፈሩ፡፡" (1 ሳሙ 4:1)

4. ፍልስጥኤማውያን ለውጊያ ሲወጡ የሰፈሩበት፤ "ፍልስጥኤማውያንም ጭፍሮቻቸውን ሁሉ ወደ አፌቅ ሰበሰቡ፤ እስራኤላውያንም በኢይዝራኤል ባለው ውኃ ምንጭ አጠገብ ሰፈሩ፡፡" (1 ሳሙ 29:1)

5. "በሚመጣውም ዓመት ወልደ አዴር ሶርያውያንን አሰለፈ፤ ከእስራኤልም ጋር ይዋጋ ዘንድ ወደ **አፌቅ** ወጣ፡፡" (1 ነገ 20:26)

አፌዝ ~ Uphaz: 'ንጹሕ ወርቅ' ማለት ነው፡፡ "የሠራተኛና የአንጥረኛ እጅ ሥራ የሆነ ከተርሴስ ጥፍጥፍ ብር ከ**አፌዝም** ወርቅ ይመጣል ልብሳቸውም ሰማያዊና ቀይ

ግምጃ ነው፤ ሁሉም የብልህተኞች ሥራ ናቸው፡፡" (ኤር 10:9)

አፍለሶንጻ ~ **Phlegon:** 'ነበልባል፤ ቃጠሎ' ማለት ነው፡፡ በሮም የነበረ ክርስቲያን፤ ጳውሎስ በሰላምታ ደብዳቤው የጠቀሰው፤ "ለአስቀሪጦንና **ለአፍለሶንጻ** ለሄርሜንም ለጵጥሮባም ለሄርማንም ... ወንድሞች ሰላምታ አቅርቡልኝ" (ሮሜ 16:14)

አፍሮዲጡ ~ **Epaphroditus:** 'ቅን' ማለት ነው፡፡ ጳውሎስ በመልእክቱ የጠቀሰው፤ "ነገር ግን ወንድሜንና ከእኔ ጋር አብሮ ሠራተኛ ወታደርም የሚሆነውን፤ የእናንተ ግን መልእክተኛ የሆነውና የሚያስፈልገኝን የሚያገለግለውን **አፍሮዲጡን** እንድልክላችሁ በግድ አስባለሁ፤" (ፊልጵ 2:25-30፤ 4:10-18)

አፍብያ ~ **Apphia:** 'ፍሬያማ፤ ውጤታማ' ማለት ነው፡፡ "ለእኅታችንም ለ**አፍብያ**፤ ከእኛም ጋር አብሮ ወታደር ለሆነ ለአርከጳ፤ በቤትህም ላለች ቤተ ክርስቲያን፤" (ፊል 1:2)

ኡላም ~ **Ulam:** 'በረንዳ' ማለት ነው፡፡
1. የገለዓድ ወገን፤ የምናሴ የልጅ ልጅ፤ "የ**ኡላም**ም ልጅ ባዳን ነበረ እነዚህ የምናሴ ልጅ የማኪር ልጅ የገለዓድ ልጆች ነበሩ" (1 ዜና 7:17)
2. የሳኦል ልጅ፤ የአጼል ልጅ፤ "የወንድሙም የአጼል ልጆች በኩሩ **ኡላም**፤ ሁለተኛውም ኢያስ፤ ሦስተኛውም ኤሊፋላት፡፡" (1 ዜና 8:39፤40)

ኡሩኤል ~ **Uriel:** ኡር ኤል፤ የብርሃን ጌታ፤ የአምላክ ብርሃን... ማለት ነው፡፡
[ተዛማጅ ስም- **ኡርኤል**]
'ኡር' እና 'ኤል' ከሚሉ ሁለት ቃላት የተመሠረተ ስም ነው፡፡ በመጽሐፍ ቅዱስ ውስጥ በዚህ ስም የሚታወቁ ሰዎች:-

1. ዳዊት፤ ታቦቱ ዐርፎ ከተቀመጠ በኋላ፤ በእግዚአብሔር ቤት ካቆማቸው የመዘምራን አለቆች፤ (1 ዜና 6:24)
2. የቀዓት ልጅ፤ **ኡርኤል**- (1 ዜና 15:5፤ 11)
3. የሚካያ አባት፤ **ኡርኤል**- (2 ዜና 13:2)

ኡሪ ~ **Uri:** ኡሪ፤ ኡሬ፤ የፀሐይ መውጫ፤ ብርሃናማ፤ ምሥራቃዊ የኡር አገር ሰው... ማለት ነው፡፡ [ተዛማጅ ስም- **ኡር**]
በመጽሐፍ ቅዱስ ውስጥ በዚህ ስም የሚታወቁ ሰዎች:-

1. የባስልኤል አባት ሆኖ፤ የሆር ልጅ፤ (ዘጸ 31:2)
2. በወግ አገር ላይ ብቻውን ሹም የነበረ፤ የጌበር አባት፤ (1 ነገ 4:19)
3. በዕዝራ ዘመን፤ ሚስቶቻቸውን ይፈቱ ዘንድ እጃቸውን ከሰጡ፤ የቤተ መቅደስ ጠባቂ የነበረ፤ "...ከበረኞችም፤ ሰሎም፤ ጤሌም፤ **ኡሬ**፡፡" (ዕዝ 10:24)

ኡሪም ~ **Urim:** ብርሃን፤ ነበልባል፤ ጮራ፤ ፀሐይ፤ ምሥራቅ... ማለት ነው፡፡ "በፍርዱ በደረት ኪስም ውስጥ **ኡሪም**ንና ቱሚምን ታደርጋለህ፤ በእግዚአብሔርም ፊት በገባ ጊዜ በአሮን ልብ ላይ ይሆናሉ አሮንም በእግዚአብሔር ፊት ሁልጊዜ ... ይሸከማል" (ዘፍ 28:30)

ኡርኤል ~ **Uriel:** የብርሃን ጌታ፤ የአምላክ ብርሃን... ማለት ነው፡፡ [ተዛማጅ ስም- **ኡሩኤል**]
'ኡር' እና 'ኤል' ከሚሉ ሁለት ቃላት የተመሠረተ ስም ነው፡፡ በመጽሐፍ ቅዱስ ውስጥ በዚህ ስም የሚታወቁ ሰዎች:-
1. የቀዓት ልጅ፤ (1 ዜና 15:5፤11)
2. የሚካያ አባት፤ (2 ዜና 13:2)
. **ኡሩኤል**- (1 ዜና 6:24)

ኦቢያ ~ **Obil:** 'ሐዘን፤ ልቅሶ' ማለት ነው፡፡ የንጉሥ ዳዊት የግመሎች ጠባቂ የነበረ፤ እስማኤላዊ፤ "በግመሎችም ላይ እስማኤላዊው **ኦቢያስ** ሹም ነበረ በአህዮቹም

ላይ ሜሮኖታዊው ይሕድያ ሹም ነበረ” (1 ዜና 27:30)

ኡባል ~ Ulai: ‘ንጹሕ ውጉ’ ማለት ነው፡፡ ዳንኤል ራእዮን ያያበት ቦታ፤ አጠገብ ያለ ወንዝ፤ “በራእዬም አየሁ፤ ባየሁም ጊዜ በኤላም አውራጃ ባለው በሱሳ ግንብ ነበርሁ፤ በራእዬም አየሁ በ**ኡባል** ወንዝዝም አጠገብ ነበርሁ፡፡” (ዳን 8:2፤16)

ኡኤል ~ Uel: ውል፡ የአምላክ ፈቃድ... ማለት ነው፡፡ ከግዞት ከተመለሱ፡ እንግዳ ሚስቶችን ካገቡ፡ “**ኡኤል**፤ በናያስ፤ ቤድያ፤ ኬልቅያ” (ዕዝ 10:35)

ኡካል ~ Ucal: ‘ኃይል’ ማለት ነው፡፡ “የማሃ አገር ሰው የያቄ ልጅ የአጉር ቃል ሰውየው ለኢቲኤልና ለ**ኡካል** እንደዚህ ይናገራል፡፡” (ምሳ 30:1)

ኡዛይ ~ Uzai: ‘ጠንካራ’ ማለት ነው፡፡ የፋላል ልጅ፤ የከተማውን ቅጥር በመጠገን ከነህምያ ጋር የተባበረ፤ “የ**ኡዛይ** ልጅ ፋላል በማዕዘኑ እንጻር ያለውንና በዘበኞች ... ግንብ ሥራ፡፡ ከእርሱም በኋላ የፋሮስ ልጅ ፈዳያ ሥራ፡፡” (ነህ 3:25)

ኡዜንሼራ ~ Uzzen-sherah: ‘መጠበስ፤ መቃጠል’ ማለት ነው፡፡ በኤፍሬም ቤት ልጅ ሥራ፤ በሲኣራ የተሰየመ፤ “ቤት ልጁም ታቸኛውንና ላይኛውን ቤትሐሮንንና **ኡዜንሼራን** የሥራች ሲኣራ ነበረች፡፡” (1 ዜና 7:24)

ኢሊዮ ~ Elihu: ኤልሁ፡ አምላኬ፡ ጌታዬ፤ ፈጣሪዬ፤ ኃይሌ፤ መመኪያዬ... ማለት ነው፡፡ [ተዘማጅ ስሞች- **ኤሊሁ፤ኤልሁ**] በመጽሐፈ ቅዱስ ውስጥ በዚህ ስም የሚታወቁ ስዎች:-

. ሕልቃና የተባለ ኤፍሬማዊ ሰው ወገን፤ የቶሑ ልጅ፤ (1 ሳሙ 1:1)

. **ኤሊሁ**- (1 ዜና 27:18)

. ከዳዊት ጽኑዓን ኃያላን፤ የቡዛዊው የባርከኤል ልጅ፤ **ኤሊሁ**- (1 ዜና 12:20)

. በዳዊት ዘመን የነበረ፤ የሾማያ ልጅ፤ **ኤሉ**- (1 ዜና 26:7)

ኢልያሴብ~ Eliashib: ኤል ያስብ፤ አምላክ ያሰበው፤ እግዚአብሔር የረዳው... ማለት ነው፡፡ [ተዘማጅ ስም- **ኤልያሴብ**] ‘ኤል’ እና ‘አሰበ’ ከሚሉት ሁለት ቃላት የተገኛ ስም ነው፡፡

. እንግዶቹን ሚስቶች አግብተው ከነበሩ፤ የዛቱዕ ልጅ፤ (ዕዝ 10:27)

. **ኤልያሴብ**- (ዕዝ 10:36) ፤ (1 ዜና 24:12) ፤ (1 ዜና 3:24) ፤ (ነህ 3:1፤20፤21) ፤ (ዕዝ 10:24)

ኢሜር~ Immer: ይማር፤ ይቅር ይበል... ማለት ነው፡፡

1. የአሦራ ስድስተኛው የካህናት ምድብ አለቃ፤ “አሦራ አምስተኛው ለቢልጋ፤ አሦራ ስድስተኛው ለ**ኢሜር**” (1 ዜና24:14)

2. በእግዚአብሔር ቤት የተሾመ የካህኑ የጳስኮር አባት፤ “በእግዚአብሔርም ቤት የተሾመው አለቃ የካህኑ የ**ኢሜር** ልጅ ጳስኮር ኤርምያስ በዚህ ነገር ትንቢት ሲናገር ሰማ፡፡” (ኤር 20:1)

3. ከባቢሎን ምርኮ ከተመለሱ፡ የኢሜር ልጆች ይገኙበታል፤ “የኢሜር ልጆች፤ ሺህ አምሳ ሁለት” (ዕዝ 2:37፤ ነህ 7:40)

4. ሌላ፤ ከምርኮ ከተመለሱ፡ “ከቴልሜላ፤ ከቴላሬሳ፤ ከከሩብ፤ ከአዳን፤ ከ**ኢሜር** የወጡ እነዚህ ነበሩ፡ ነገር ግን የአባቶቻቸውን ቤቶችና ዘራቸውን ወይም ከእስራኤል ወገን መሆናቸውን ያስታወቁ ዘንድ አልቻሉም” (ዕዝ 2:59፤ ነህ 7:61)

5. የሳዶቅ አባት፤ “ከዚያ በኋላ የ**ኢሜር** ልጅ ሳዶቅ በቤቱ አንጻር አደሰ፡ ከእርሱም በኋላ የምሥራቁን በር ጠባቂ የሴኬንያ ልጅ ሸማያ አደሰ፡፡” (ነህ 3:29)

ኢሱድ ~ Ishod: ‘ግርማዊ’ ማለት ነው፡፡ ከምናሴ ነገድ፤ በዮርዳኖስ በስተምሥራቅ ከሰፈሩ፤ የመለኬት ልጅ

"እጓቱ መለኬት **ኢሱድን**፤ አቢዔዝርን፤ መሕላን ወለደች፡፡" (1 ዜና 7:18)

ኢሳይያስ ~ Esaias, Isaiah: እሽ

ያስ፤ የሺዋስ፤ የሺህ ዋስ፤ የብዙኃን አዳኝ... ማለት ነው፡፡

[እግዚአብሔር ደኅንንት ነው፤ ማለት ነው፡፡ / **መቅቃ**]

ኢሳይያስ / Esaias: የአሞጽ ልጅ ነቢዩ፦**ኢሳይያስ**፤" (ማቴ 3:3)

ኢሳይያስ / Isaiah: (ኢሳ 1:1)

ኢራባኖ ~ Urbane: 'ከተሜ' ማለት

ነው፡፡ ጳውሎስ ወደ ሮሜ በላከው የሰላምታ ደብዳቤ የተጠቀሰ፤ "በክርስቶስ አብሮን ለሚሠራ ለ**ኢራባኖ**ን ለምወደውም ለስንጣክን ሰላምታ አቅርቡልኝ፡፡" (ሮሜ 16:9)

ኢቆንዮንም ~ Iconium: አይከን፤

ትንሽ ምስል... ማለት ነው፡፡ በታናሽቱ እስያ የነበረ ከተማ፤ "በ**ኢቆንዮንም** እንደ ቀድሞ ወደ አይሁድ ምኵራብ ገብተው ከአይሁድና ከግሪክ ሰዎች ... ተናገሩ፡፡" (ሐዋ 14:1፤3፤ 21፤22፤ 16:1፤2፤ 18:23)

ኢብጸን ~ Ibzan: 'ዕውቅ' ማለት

ነው፡፡ ከየፍታሔ በኋላ፤ በእስራኤል ላይ ሰባት ዓመት የፈረደ፤ የቤተልሔም ሰው፤ "ከእርሱም በኋላ የቤተ ልሔም **ኢብጸን** በእስራኤል ላይ ፈራጅ ሆነ፡፡" (መሳ 12:8፤ 10)

ኢቲኤል ~ Ithiel: ያምላክ እጣ፤

ምልከት፤ *መምጫ*... ማለትነው፡፡

1. የብንያም ወገን፤ የየሻያ፤ "የብንያምም ልጆች እነዚህ ናቸው የየሻያ ልጅ የ**ኢቲኤል** ልጅ የመዕዛያ ልጅ የቆላያ ልጅ የፈዳያ ልጅ የዮኤድ ልጅ የሜሱላም ልጅ ሰሉ፡፡" (ነህ 11:7)

2. "የማሣ አገር ሰው የያቄ ልጅ የአጉር ቃል ሰውየው ለ**ኢቲኤል**ና ለኡካል እንደዚህ ይናገራል፡፡" (ምሳ 30:1)

ኢታምር ~ Ithamar: የተምር ዛፍ፤

ተምር... ማለት ነው፡፡ ሦስተኛውና ትንሹ የአሮን ልጅ፤ "የአንበረምም ልጆች አሮን፤ ሙሴ፤ ማርያም፡፡ የአሮን ልጆች ናዳብ፤ አብዮድ፤ አልዓዛር፤ **ኢታምር**፡፡" (1 ዜና 6:3)

ኢትዮጵያ ~ Ethiopia,

Cushan: ኢትዮጵያ፤ ጦቢያ፤ ጹብያ፤ ጹብ ያሕ፤ የሕያው ቅዱስ፤ ምድራዊ ገነት፤ መንፈሳዊ ዓለም... ማለት ነው፡፡ [ተለዋጭ ስሞች- **ኩሽ፤ ሳባ፤ አዜብ፤ ኬጢ፤ ምድያም፤ የዓለም ዳርቻ**]

ኢትዮጵያ / Ethiopia: ኢትዮጵያ የግዮንወንዝ መገኛ፤ "የሁለተኛውም ወንዝ ስም ግዮን ነው፡፡ እርሱም የ**ኢትዮጵያ**ን ምድር ሁሉ ይከብባል" (ዘፍ 2:13)

ኢትዮጵያ / Cushan: የአብርሃም ልጅ፤የምድያም አገር፤ "የ**ኢትዮጵያ** ድንኳኖች ሲጨነቁ አየሁ የምድያም አገር መጋረጃዎች ተንቀጠቀጡ" (ዕንባ 3:7)

ኢትዮጵያዊ ጃንደረባ ~

Ethiopian eunuch, the: አጭቄ

መኮንን፤ አልጋ ወራሽ ማለት... ነው፡፡ የኢትዮጵያ ባለሥልጣን፤ የውጭ ጉዳይ ሚኒስትር... ማለት ነው፡፡ የንግሥት ህንዴኬ አዛዥና ጃንደረባ፤ ኢትዮጵያዊው፤ "ተነሣቶም ሄደ፡፡ እነሆም፤ ህንደኬ የተባለች የ**ኢትዮጵያ ንግሥት** አዛዥና **ጃንደረባ** የነበረ በገንዘብዋም ሁሉ የሠለጠነ አንድ የኢትዮጵያ ሰው ሊሰግድ ወደ ኢየሩሳሌም መጥቶ ነበር" (ሥራ 8:27)

ኢትዮጵያዊት ~ Ethiopian

woman: ጦቢያዊት፤ ጹባዊት፤ ኢትዮጵያዊት፤ ሳባዊት፤ ምድያማዊት... ማለትነው፡፡

[የቃሉ ትርጉም ጥቁር ማለት ነው / **መቅቃ**]

የነቢዩ ሙሴ ሚስት፤ ሲፖራ፤ "ሙሴም **ኢትዮጵያይቱን** አግብቶአልና ..." (ዘኍ 12፡ 1)

ኢኢት ~ Jahath: ያሐድ፣ አሐት፣ አሐድ፣ አንድ የሆነ፤ የተዋሐደ... ማለት ነው።
[ተዛማጅ ስሞች- **ያሐት፤ ኢኤት**]
. የሰሜኢ ልጅ፤ (1 ዜና 23፡10)
. የሰሎሚት ልጅ፤ **ያሐት-** (1 ዜና 24፡22)

ኢኤት ~ Jahath: ያሐት፣ አሐት፣ አሐድ፣ አንድ የሆነ፤ የተዋሐደ... ማለት ነው።
[ተዛማጅ ስሞች- **ኢኢት፤ ያሐት**]
በመጽሐፍ ቅዱስ ውስጥ፤ በዚህ ስም የሚጣወቁ ሰዎች:-
1. የሜራሪ ልጅ፤ (2 ዜና 34፡12) `
2. የራያ ልጅ **ኢኤት**፤ (1 ዜና 4፡2)
3. የጌድሶ ልጅ፤ "ከጌድሶን ልጁ ሎቤኒ፤ ልጁ **ኢኤት**፤ ልጁ ዛማት፤" (1 ዜና 6፡20)

ኢዔዝር ~ Jeezer: የዘር፣ የወገን፣ የረዳት... ማለት ነው። ከምናሴ ነገድ፤ የኢዔዝራውያን ወገን አባት፤ "የገለዓድ ልጆች እነዚህ ናቸው። ከ**ኢዔዝር** የኢዔዝራውያን ወገን፤ ከኬሌግ የኬሌጋውያን ወገን" (ዘኍ 26፡30)

ኢካቦይ ~ Ichabod: 'ክብሩን ያጣ' ማለት ነው።
የዔሊ የልጅ ልጅ፤ የፊንሐስ ልጅ፤ "እርስዋም የእግዚአብሔር ታቦት ስለ ተማረከች ስለአማትዋና ስለ ባልዋም። ክብር ከእስራኤል ለቀቀ ስትል የሕጻኑን ስም፤ **ኢካቦይ** ብላ ጠራችው" (1 ሳሙ 4፡21)

ኢኮንያ ~ Coniah: ቅነ ያሕ፣ የሕያው ብርታት... ማለት ነው። "እኔ ሕያው ነኝና የይሁዳ ንጉሥ የኢዮአቄም ልጅ **ኢኮንያን** የቀኝ እጄ ማንተም ቢሆን ኖር እንኳ፤ ከዚያ እነቅልህ ነበር፤ ይላል እግዚአብሔር" (ኤር 22፡24)

ኢኮንያን ~ Jeconiah: ያቅነ ያሕ፤ በሕያው የታነጸ፤ አምላክ የመሠረተው...

ማለት ነው። "የኢዮአቄምም ልጆች ልጁ ኢኮንያን፤ ልጁ ሴዴቅያስ።" (1 ዜና 3፡16)

ኢየሩሳ ~ Jerusha: 'የራስ የሆነ፣ የተያዘ፣ የተወረሰ' ማለት ነው። የሳዶቅ ልጅ፤ የይሁዳ ንጉሥ የኢዮአታም እናት፤ "መንገሥ በጀመረ ጊዜ ህያ አምስት ዓመት ጕልማሳ ነበረ፤ በኢየሩሳሌምም አሥራ ስድስት ዓመት ነገሠ እናቱ የሳዶቅ ልጅ **ኢየሩሳ** ነበረች" (2 ነገ 15፡33)

ኢየሩሳሌም ~ Jerusalem:
የሩሰላም፣ አየረ ሰላም፣ የሰላም አየር፣ ሰላም የሰፈነበት አገር... ማለት ነው።
'አየረ' እና 'ሰላም' ከሚሉ ሁለት ቃላት የተመሠረተ ስም ነው።
[የሰላም ከተማ ማለት ነው /**መቅታ**]
. የሳሌም ሌላ ስም፤ "የ**ሳሌም** ንጉሥ መልከ ጼዴቅም እንጀራንና የወይን ጠጅን አወጣ እርሱም የልዑል እግዚአብሔር ካህን ነበረ:" (ዘፍ 14፡18)
. ከእስራኤል ነገሥታት በላት ኢየሩሳሌም በራሱ ነገሥታት ተዳድራለች፤ "እንዲህም ሆነ የ**ኢየሩሳሌም** ንጉሥ አዶኒዼዴቅ ኢያሱ ጋይን እንደ ያዘ ፈጽሞም እንዳጠፋት፤ በኢያሪኮ በንጉሥዋም ያደረገውን እንዲሁ በጋይና በንጉሥዋ እንዳደረገ፤ የገባኦንም ሰዎች ከእስራኤል ጋር ሰላም እንዳደረጉ በመካከላቸውም እንደ ሆኑ በሰማ ጊዜ፤" (ኢያ 10፡1)

ኢየድኤል ~ Jahdiel: ያሃዲ ኤል፣ የውይ ኤል፣ አምላክ የወደደው፤ በጌታ የተወደደ... ማለት ነው።
'ውይ' እና 'ኤል' ከሚሉ ሁለት ቃላት የተመሠረተ ስም ነው። የምናሴ ነገድ፤ የአባቶቻቸው ቤቶች አለቆች ከነበሩ ፤ (1 ዜና 5፡24)

ኢዩ ~ Jehu: 'ያሕ፣ ሕያው' ማለት ነው።
1. የዮቤድ ልጅ፤ የአዛርያ አባት፤ "**ኢዩም** ዓዛርያስን ወለደ" (1 ዜና 2፡38)

2. "አለቃቸው አሊዔዘር ነበረ፤ ከእርሱም በኋላ ኢዮአስ፤ የጊብዓዊው የሽማዓ ልጆች ይዝኤል፤ ፋሌጥ፤ የዓዝሞት ልጆች በራኪያ፤ ዓናቶታዊው **ኢዮ**" (1 ዜና 12:3)

3. "እግዚአብሔርም ቃል በባአስ ላይ እንዲህ ብሎ ወደ አናኒ ልጅ ወደ **ኢዮ** መጣ፦" (1 ነገ 16:1፤7፤ 2 ዜና 19:2፤ 20:34)

4. "በዚያም ... የናሜሲን ልጅ የኢዮሣፍጥን ልጅ **ኢዮ**ን ታገኘዋለህ ገብተህም ከወንድሞቹ መካከል አስነሣው፤ ወደ ጓዳም አግባው፦" (2 ነገ 9:2)

ኢዮኤል ~ Joel:
የኤል፤ የአምላክ፤ የጌታ፤ የእግዚአብሔር ሰው... ማለት ነው፦ [ተዛማጅ ስም- **ኢዮኤል**]

'ኤል' ከሚለው ቃል የመጣ ስም ነው፦ [ትርጉሙ እግዚአብሔር አምላክ ነው ማለት ነው / **መቅ፣**] በመጽሐፍ ቅዱስ ውስጥ በዚህ ስም የሚታወቁ ሰዎች:-

1. በንጉሥ ዳዊት ዘመን የነበረ ሌዊያዊ፤ የይሒኤሊ ልጅ፤ (1 ዜና 26:22)

2. በንጉሥ ዳዊት ዘመን የነበረ፤ የምናሴ ነገድ እኩሌታ አለቃ፤ የፈዳያ ልጅ፤ (1 ዜና 27:20)

3. የባቱኤል ልጅ፤ ነቢዩ **ኢዮኤል**፤ (ኢዮ 1:1)

ኢያሱ ~ Hoshea, Jehoshua, Jeshua, Jesus, Joshua:
የሺሕ፤ ያሕ ሽዋ፤ የሽዋስ፤ የሽዎች ጌታ፤ የብዙኃን አምላክ፤ የሽዎች አዳኝ፤ የብዙዎች ነጻነት ሰጭኡ... ማለት ነው፦ [ተዛማጅ ስም- **ሆሴዕ፤ ኢየሱስ**]

'የሺህ' እና 'ዋስ' ከሚሉት ሁለት ቃላት የተመሠረተ ስም ነው፦ [እግዚአብሔር ያድናል ፤ አዳኝ ማለት ነው / **መቅቃ**] በመጽሐፍ ቅዱስ ውስጥ በዚህ ስም የሚታወቁ ሰዎች:-

ኢያሱ / Hoshea:
1. የነዌ ልጅ፤ (ዘዳ 32:44)

2. የዓዛዝያ ልጅ፤ **ሆሴዕ**- (1 ዜና 27:20)

3. ከነህምያ ጋር የቃል ኪዳኑን ደብዳቤ ያተመ፤ **ሆሴዕ**- (ነህ 10:23)

ኢያሱ / Jehoshua: ከኤፍሬም ነገድ የሆነ፤ የነዌ ልጅ፤ "ምድሪቱን ይሰልሉ ዘንድ ሙሴ የላካቸው ሰዎች ስም ይህ ነው፦ ሙሴም የነዌን ልጅ አውሴን **ኢያሱ** ብሎ ጠራው" (ዘኍ 13:16) ፤ (1 ዜና 7:27)

ኢያሱ / Jeshua:
1. ለዘጠነኛው ሊቀ ካህናት የነበረ፤ **ኢያሱ** (ዕዝ 2:36) ፤ (1 ዜና 24:11).

2. በንቱሙም በሕዝቅያስና በእግዚአብሔር ቤት አለቃ በዓዘርያስ ትእዛዝ፤ በካህናቱ ከተሞች በየስሞናቸው ከፍላቸውን በእምነት ይሰጡ ከተመደቡ፤ (2 ዜና 31:15)

3. የባቢሎን ንጉሥ ናቡከደነፆር ወደ ባቢሎን ከማረካቸው ምርኮኞች ወደ ኢየሩሳሌምና ወደ ይሁዳ ወደ እየከተማቸው ከተመለሱት የአገር ልጆች፤ (ዕዝ 2:6፤ ዕዝ 7:11)

4. የባቢሎን ንጉሥ ናቡከደነፆር ወደ ባቢሎን ከማረካቸው ምርኮኞች ወደ ኢየሩሳሌምና ወደ ይሁዳ ወደ እየከተማቸው ከተመለሱት የአገር ልጆች፤ (ዕዝ 2:40፤ ነህ 7:43)

5. ሌዊያዊ፤ (ዕዝ 8:33)

6. ከባቢሎን መልስ የኢየሩሳሌምን ቅጥር ካደሱ፤ (ነህ 3:19)

7. ዕዝራ የእግዚአብሔር ማወቅ ሲያስተምር፤ የእግዚአብሔርን ሕግ መጽሐፍ ካነበቡ፤ (ነህ 8:7፤ 9:4፤5)

8. የይሁዳ ከተማ፤ "በ**ኢያሱ**፤ በሞላዳ፤ በቤትጴሌጥ፤ በሐጸርሹዓል" (ነህ 11:26)

9. የቀድምኤልም ልጆ፤ (ነህ 12:24)

ኢያሱ / Jesus:
1. ከሐዋርያው ጳውሎስ ጋር በጉዞው ላይ የነበረ፤ (ቆላ 4:11)

2. ከሙሴ በመቀጠል ሕዝበ እስራኤልን ወደ ቃልኪዳን አገራቸው የመራ፤ "**ኢያሱ** አሳርፏቸው ኖሮ ቢሆንስ፤ ከዚያ በኋላ ስለ ሌላ ቀን ባልተናገረ ነበር" (ዕብ 4:8)

ኢያሱ / Joshua:

1. የነዌ ልጅ፦ <u>አውሴ</u>- (ዘጸ 17:9)
2. (ሐጌ 1:1፤ 12፤ 2:2፤4፤ ዘካ3:1፤3፤6፤ 8፤9)

ኢያስ ~ Jehush:
ፈጥኖ ደራሽ፤ አዳኝ፤ ዋስ... ማለት ነው። የአሴል ልጅ፦ "የወንድሙም የአሴል ልጆች በኩሩ ኡላም፤ ሁለተኛውም **ኢያስ**፤ ሦስተኛውም ኤሊፋላት።" (1 ዜና 8:39)

ኢያሶ ~ Jason:
የዋስ፤ አዳኝ፤ ፈዋሽ... ማለት ነው። በተሰሎንቄ፤ ጳውሎስንና ሲላስን ተቀብሎ ያስተናገደ፤ "አይሁድ ግን ቀንተው ከሥራ ፈቶች ከፉ ሰዎችን አመጡ ሕዝብንም ሰብስበው ከተማውን አወኩ ... ወደ **ኢያሶን** ቤት ቀረቡ" (ሐዋ 17:5-9)

ኢያሪ ~ Jareb:
'ቂመኛ፤ በቀለኛ' ማለት ነው። "ኤፍሬምም ደዌውን፤ ይሁዳም ቀኑስሉን ባየ ጊዜ ኤፍሬም ወደ አሦር ሄደ ወደ ንጉሡም ወደ **ኢያሪም** መልእከተኛን ላከ እርሱ ግን ይፈውሳችሁ ዘንድ፤ ከቁሳላችሁም ያድናችሁ ዘንድ አልቻለም" (ሆሴ 5:13፤ 10:6)

ኢያሪሞት ~ Jeremoth:
የረ ሞት፤ አየረ ሞት፤ ታላቅ ሞት፤ ከፍተኛ ሞት... ማለት ነው። [ተዛማጅ ስም- **ይሬሞች፤ ይሬሞት**]

'አየረ' እና 'ሞት' ከሚሉ ቃላት የተመሠረተ ስም ነው። በመጽሐፍ ቅዱስ ውስጥ በዚህ ስም የሚታወቁ ሰዎች:-
1. የሙሲ ልጅ፦ (1 ዜና23:23)
2. የኤማን ልጅ፦ **ኢያሪሞት**፦ (1 ዜና 25:22)
. የጌትን ሰዎች ያሳደዱ የኤሎን ሰዎች የአባቶቻቸው ቤቶች አለቆች፤ **ይሬሞት**- (1 ዜና 8:14)
. በዕዝራ ዘመን እንግዳ ሚስቶችን ካገቡ የኤላ ልጅ፤ **ይሬሞት**- (ዕዝ 10:26)
. በዕዝራ ዘመን እንግዳ ሚስቶችን ካገቡ የዛቱዕ ልጅ፤ **ይሬሞት**- (ዕዝ 10: 27)

ኢያሪሞት፤ ይሬሞት ~
Jerimoth: አየረ ሞት፤ ከፍተኛ ሞት፤ ታላቅ ሞት... ማለትነው።

1. የቤላ ልጅ፦ "የቤላም ልጆች፤ ኤሴቦን፤ አዚ፤ ዑዝኤል፤ **ኢያሪሞት**፤ ዒሪ፤ አምስት ነበሩ የአባቶቻቸው ቤቶች አለቆች፤ ጽኑዓን ኃያላን ሰዎች ነበሩ በትውልድ የተቈጠሩ ሃያ ሁለት ሺህ ሠላሳ አራት ነበሩ።" (1 ዜና 7:7)
2. የሜራሪ ወገን፤ የሙሲም ልጅ፦ "ከቂስ የቂስ ልጅ ይርሕምኤል የሙሲም ልጆች ሞሐሊ፤ ዔዳር፤ **ኢያሪሞት**።" (1 ዜና 24:30)
3. በዒቅላግ ከዳዊት ሠራዊት ጋርየተቀላቀለ፤ ብንያማዊ፤ "ገድሮታዊው የዛባት፤ ኤሉዛይ፤ **ኢያሪሞት**፤ በዓልያ፤ ሰማራያ፤ ሀሩፋዊው ሰፋጥያስ፤" (1 ዜና 12:5)
4. የኤማን ልጅ፦ "ከኤማን የኤማን ልጆች ቡቅያ፤ መታንያ፤ ዓዘርኤል፤ ሱባኤ፤ **ኢያሪሞት**፤ ሐናንያ፤ ሐናኒ፤ ኤልያታ፤ ጊዶልቲ፤ ሮማንቲዔዘር፤ ዮሽብቃሻ፤ መሎቲ፤ ሆቲር፤ መሐዝዮት" (1 ዜና25:4)
5. የንፍታሴም ገዥ፤ (1 ዜና 27:19) "በዛብሎን ላይ የአብድዩ ልጅ ይሽማያ በንፍታሴም ላይ የዓዝሪኤል ልጅ **ኢያሪሞት**"
6. የዳዊት ልጅ፦ (2 ዜና 11:18) "ሮብዓምምመሐላትን አገባ፤ አባትዋ የዳዊት ልጅ **ኢያሪሞት** ነበረ እናትዋም የአሴይ ልጅ የኤልያብ ልጅ አቢካኢል ነበረች።"
7. በሥራት ተቆጣጣሪው፤ ሌዋዊው፤ **ይሬሞት**፤ "በንጉሡም በሕዝቅያስና በእግዚአብሔር ቤት አለቃ በዓዘርያስ ትእዛዝ ይሒዒል፤ ዓዘዝያ፤ ... **ይሬሞት** የዛባት፤ ... ከስሜኢ እጅ በታች ተቆጣጣሪዎች ነበሩ።" (2 ዜና 31:13)

ኢያሪኮ ~ Jericho:
'የሽቱ አገር' ማለት ነው። ከጥንታዊ ከተሞች አንዱ፤ "ከላይ የሚወርደው ውኃ ቆም በጸርታን አጠገብ ባለችው አዳም በምትባል ከተማ በሩቅ ቆም በአንድ ከምር ተነሣ ወደ ዓረባ ባሕር ወደ ጨው ባሕር የሚወርደው ውኃ

ፈጽሞ ተቀረጠ፤ ሕዝቡም በ**ኢያሪኮ** ፊት ለፊት ተሻገሩ።” (ኢያ 3:16)

ኢያራ ከተማ ~ Hierapolis: አየረ ከተማ፤ ከፍተኛ ከተማ፤ ቅድስት ከተማ... ማለት ነው። “ስለ እናንተ በሎዶቅያም በ**ኢያራ ከተማም** ስላሉቱ እጅግ እንዲቀና እመሰክርለታለሁና።” (ቆላ 4:13)

ኢያሬምኤል ~ Jeroham: ‘ከፍተኛ’ ማለት ነው። የሐልቃና አባት፤ የነቢዩ ሳሙኤል አያት፤ “... ስሙ ሐልቃና የተባለ ኤፍሬማዊ ሰው ነበረ። እርሱም የ**ኢያሬምኤል** ልጅ የኢሊዮ ልጅ የቶሑ ልጅ የናሲብ ልጅ ነበረ” (1 ሳሙ 1:1)

ኢያቡሳዊ ~ Jebus: የኢየሩሳሌም ሌላ ስም፤ “ድንበሩም በሄኖም ልጅ ሸለቆ አጠገብ ኢየሩሳሌም ወደምትባለው ወደ **ኢያቡሳዊ**ው ወደ ደቡብ ወገን ወጣ ድንበሩም በራፋይም ሸለቆ ዳር በሰሜን በኩል ባለው በሄኖም ሸለቆ ፊት ለፊት በምዕራብ ወገን ወዳለው ተራራ ራስ ላይ ወጣ” (ኢያ 15:8፤ 18:16፤28፤ መሳ 19:10፤11፤ 1 ዜና 11:4፤5)

ኢያቡሳዊው ~ Jebusi: ‘ኢያቡሳዊ’ ማለት ነው። የኢየሩሳሌም ነዋሪ፤ “ድንበሩም በሄኖም ልጅ ሸለቆ አጠገብ ኢየሩሳሌም ወደምትባለው ወደ **ኢያቡሳዊው** ወደ ደቡብ ወገን ወጣ ድንበሩም በራፋይም ...” (ኢያ 15:8፤ 18:16፤28)

ኢያቡስቴ ~ Ishbosheth: ‘ወራዳ’ ማለት ነው። የሳኦል ልጅ፤ በእስራኤል ላይ ሁለት ዓመት የነገሠ፤ “የሳኦል ልጅ **ኢያቡስቴም** በእስራኤል ላይ መንገሥ በጀመረ ጊዜ የአርባ ዓመት ሰው ነበረ። ሁለት ዓመትም ነገሠ፤ ነገር ግን የይሁዳ ቤት ዳዊትን ተከተለ” (2 ሳሙ 3:10)

ኢያቢስ ~ Jabin: ‘አስተዋይ፤ ጠቢብ’ ማለት ነው።

1. የአሶር ንጉሥ፤ የሰሜንን ነገሥታት አስተባብሮ እስራኤልን ለመውጋት የተነሣ፤ “እንዲህም ሆነ የአሶር ንጉሥ **ኢያቢስ** ይህን በሰማ ጊዜ ወደ ማዶን ንጉሥ ወደ ዮባብ፤ ወደ ሺምሮንም ንጉሥ፤ ወደ ...” (ኢያ 11:1-3)

2. በአሶር የነገሠው የከነዓን ንጉሥ፤ “እግዚአብሔርም በአሶር በነገሠው በከነዓን ንጉሥ በ**ኢያቢስ** እጅ አሳልፎ ሰጣቸው ...” (መሳ 4:2፤13)

ኢያቤሐር ~ Ibhar: ‘አባሪ፤ ተባባሪ፤ የተመረጠ’ ማለት ነው። የንጉሥ ዳዊት ልጅ፤ “ሰባብ፤ ናታን፤ ሰሎሞን፤ **ኢያቤሐር**፤ ኤሊሱዔ፤” (2 ሳሙ 5:15፤ 1 ዜና 3:6፤ 14:6)

ኢያንበሬስ ~ Jambres: መሴን በግብፅ ከተቃወሙት፤ “ኢያኔስና **ኢያንበሬስም** ሙሴን እንደ ተቃወሙት፤ እንዲሁ ... አአምሮአቸው የጠፋባቸው ስለ እምነትም የተጣሉ ሰዎች ሆነው፤ እውነትን ይቃወማሉ።” (2 ጢሞ 3:8)

ኢያዔል ~ Jael: የኃያል፤ ያይል፤ የበላይ... ማለት ነው። የቄናዊው፤ የሔቤር ሚስት፤ “የቄናዊው የሔቤር ሚስት **ኢያዔል** ከሴቶች ይልቅ የተባረከች ትሁን፤ በድንኳን ውስጥ ከሚኖሩ ሴቶች ይልቅ የተባረከች ትሁን” (መሳ 5:24)

ኢያዕር ~ Ira, Jair: ‘የከተማ ጠባቂ’ ማለት ነው።

1. ከዳዊት ሹማምንት አንዱ፤ “የ**ኢያዕር** ሰውም ዒራስ ለዳዊት አማካሪ ነበረ።” (2 ሳሙ 20:26)

2. ከዳዊት ዘበኞች አንዱ፤ **ዒራስ**፤ “ነሃራይ ይትራዊው **ዒራስ**፤ ይትራዊው” (2 ሳሙ 23:38፤ 1 ዜና 11:40)

3. ሌላም የዳዊት ዘበኛ፤ **ዒራስ**፤ “የዒስካ ልጅ **ዒራስ**፤ ዓናቶታዊው” (2 ሳሙ 23:27፤ 1 ዜና 11:28)

   ኢያዕር / Jair: ‘ብርሃኔ’ ማለት ነው።

1. "ጌሹርና አራምም **የኢያዕር**ን ከተሞች ከቄናትና ከመንደሮቻዋ ጋር ስድሳውን ከተሞች ወሰዱባቸው። እነዚህ ሁሉ የገለዓድ አባት የማኪር ልጆች ነበሩ።" (1 ዜና 2:22)

2. የገለዓድ ሰው፥ በእስራኤል ላይ ለሀያ ሁለት ዓመት ፈራጅ የሆነ፥ "ከእርሱም በኋላ ገለዓዳዊው **ኢያዕር** ተነሣ፤ በእስራኤልም ላይ ሀያ ሁለት ዓመት ፈረደ።" (መሣ 10:3-5)

3. የሰሜኢ ልጅ፥ የመርዶክዮስ አባት፥ "አንድ አይሁዳዊ የቂስ ልጅ የሰሜኢ ልጅ **የኢያዕር** ልጅ መርዶክዮስ የሚባል ብንያማዊ በሱሳ ግንብ ነበረ።" (አስ 2:5)

4. የጎልያድን ወንድም ለሕሚን የገደለ፥ **ያዒር፥** "ደግሞም ከፍልስጥኤማውያን ጋር ሰልፍ ነበረ **የያዒር**ም ልጅ ኤልያናን የጦሩ የቦ እንደ ሸማኔ መጠቅለያ የነበረውን የጌት ሰው የጎልያድን ወንድም ለሕሚን ገደለ" (1 ዜና 20: 5)

ኢያዜር ~ Jazer: የዘር፥ ወገን፥

ረዳት... ማለት ነው። "የሮቤልና የጋድ ልጆችም እጅግ ብዙ እንስሶች ነበሩአቸው። እነሆም፥ **የኢያዜር** ምድርና የገለዓድ ምድር ለእንስሶች የተመቸ ስፍራ እንደ ነበረ ባዩ ጊዜ፥ " (ዘኍ 32:1)

ኢይዝራኤል ~ Jezreel: የዘረ ኤል፥

የአምላክ ዘር፥ የእግዚአብሔር ወገን... ማለት ነው። [ተዛማጅ ስሞች- **ዓዘርኤል፥ ኤዝርኤል፥ ዓዝሪኤል፥ ዓዝርኤል፥ አዘርኤል**] 'ዘር' እና 'ኤል' ከሚሉ ቃላት የተመሠረተ ስም ነው። [እግዚአብሔር ይዘራል ማለት ነው / **መቅ**ቃ] በመጽሐፍ ቅዱስ ውስጥ በዚህ ስም የሚታወቁ ሰዎች:-

1. ለይሳኮር ልጆች ርስት በየወገኖቻቸው የወጣ፥ (ኢያ 19:18)

2. የኤጣም አባት ልጅ፥ (1 ዜና 4:3)

ኢዮሳፍጥ ~ Jehoshaphat, Josaphat, Joshaphat: ያሕ ሸፍት፥ ያሕ ሳፍት፥ ያሕ መሳፍንት፥ ሕያው መስፍንት፥ ሕያው ገዥ፥ የጌታ ሹማምንት...

ማለት ነው። 'ያሕ' እና 'ስፍነት' ከሚሉ ሁለት ቃላት የተመሠረተ ነው። [ትርጉም እግዚአብሔር ፈርዲል ማለት ነው / **መቅ**ቃ] በመጽሐፍ ቅዱስ ውስጥ በዚህ ስም የሚታወቁ ሰዎች:-

ኢዮሳፍጥ / Jehoshaphat:

1. የንጉሡ አሳ ልጅ፥ በፋንታው የነገሠ **ኢዮሣፍጥ፥** (1 ነገ 15:24)

2. የአሒሉድ ልጅ፥ (2 ሳሙ 8:16) ፥ (1 ነገ 4:3)

3. በእግዚአብሔር ታቦይ ፊት መለከት ይነፋ ነበር ካህናት፥ (1 ዜና 15:21)

4. የፋሩዋ ልጅ፥ (1 ነገ 4:17)

5. የናሜሲን ልጅ፥ (2 ነገ 9:2 ፥ 14)

ኢዮሣፍጥ / Josaphat: በጌታ የዘር ሐረግ፥ የአሣፍ ልጅ፥ (ማቴ 1:8)

ኢዮሣፍጥ / Joshaphat: ከንጉሡ ዳዊት ዘበኞች፥ ሚትናዊው፥ (1 ዜና 11:43)

ኢዮሴዴቅ~ Jehozadak,

Jozadak: ያሕ ጻድቅ፥ ሕያው ጻድቅ፥ እውነተኛ አምላክ፥ ዘላለማዊ ጌታ... ማለት ነው።

'ያሕ'(ያሕዌ) እና 'ጽድቅ' ከሚሉ ሁለት ቃላት የተመሠረተ ስም ነው። በመጽሐፍ ቅዱስ ውስጥ በዚህ ስም የሚታወቁ ሰዎች:-

ኢዮሴዴቅ / Jehozadak: የታላቁ ካህን፥ የሠራያ ልጅ፥ (1 ዜና 6:14፥15)

ኢዮሴዴቅ / Jozadak: የታላቁ ካህን የኢያሱ አባት፥ (ሐጌ 1:14- 15) ፥ (ነህ 12:26) ፥ (ዕዝ 3:2፥ 8፥ 5:2፥ 10:18፥ ነህ 12:26)

ኢዮስያ ~ Joshah: የሻ፥ የተፈቀደ፥ መሻት፥ መመኘት... ማለት ነው። ከስምዖን ወገን፥ የአሜስያስ ልጅ፥ **ኢዮስያ፥** (1 ዜና 4:34፥ 38-41)

ኢዮስያስ ~Josiah: የሸ ያሕ፤ የሺህ

ያሕ፤ የሐያው ሺህ... ማለት ነው፡፡ [ትርጉሙ እግዚአብሔር ይደግፋል ማለት ነው፡፡ / **መቅ ቃ**]

የአሞጽ ልጅ፤ የኢየሩሳሌም ንጉሥ፤ "**ኢዮስያስም** መንገሥ በጀመረ ጊዜ የስምንት ዓመት ልጅ ነበረ..." (2 ነገ 22:1፤2 ዜና. 34:1)

ኢዮስጦስ ~ Justus: 'ፍቱን፤

ትክክለኛ፤ እውነተኛ' ማለት ነው፡፡

1. ባርናባስ ለተባለው፤ የዮሴፍ መጠሪያ፤ "**ኢዮስጦስም** የሚሉትን በርስያን የተባለውን ዮሴፍንና ማትያስን ሁለቱን አቆሙ፡፡" (ሐዋ 1:23)

2. ጳውሎስ ያረፈበት፤ የቆሮንቶስ ክርስቲያን፤ "ከዚያም ወጥቶ **ኢዮስጦስ** ወደሚባል እግዚአብሔርን ወደሚያመልክ ሰው ቤት ገባ ቤቱም በምኩራብ አጠገብ ነበረ፡፡" (ሐዋ 18:7)

3. ኢያሱ የተባለው፤ የጳውሎስ ወዳጆ፤ ቅጽል ስም፤ "ከተገረዙት ወገን ያሉት፤ አብሮ ከእኔ ጋር የታሰረ አርስጥሮኮስ የበርናባስም የወንድሙ ልጅ ማርቆስ **ኢዮስጦስም** የተባለ ኢያሱ ሰላምታ ያቀርቡላችኋል፡፡ ..." (ቆላ 4:11)

ኢዮራም~ Joram: 'የራግ፤ ከፍታ፤

ከፍ ያለ፤ የተከበረ' ማለት ነው፡፡

1. የእስራኤል ንጉሥ፤ የአክዓብ ልጅ፤ "በእስራኤልም ንጉሥ በአከዓብ ልጅ **በኢዮራም** በአምስተኛው ዓመት የይሁዳ ንጉሥ የኢዮሣፍጥ ልጅ ኢዮራም ነገሠ፡፡" (2 ነገ 8:16፤25፤28፤29፤ 9:14፤17፤21-23፤ 29)

2. የይሁዳ ንጉሥ፤ የኢዮሳፍጥ ልጅ፤ "**ኢዮራምም** ከሰረገሎቹ ሁሉ ጋር ወደ ጸዒር ..." (2 ነገ 8:21፤23፤24፤ 1 ዜና 3:11፤2 ዜና 22:5፤7፤ ማቴ1:8)

3. በኢዮሳፍጥ ዘመን የነበረ ካህን፤ "ከእነርሱም ጋር ሌዋውያንን ሸማያን፤ ...

ጦብያን፤ ጦባዶንያን ሰደደ፤ ከእነርሱም ጋር ካህናቱን ኤሊሳማንና **ኢዮራምን** ሰደደ፡፡" (2 ዜና 17:8)

4. በንጉሥ ዳዊት ዘመን የነበረ፤ "ወንድሞቹም ከአልዓዛር ልጅ ሬዓብያ፤ ልጆም የሻያ፤ ልጆም **ኢዮራም** ... ሰሎሚት መጡ፡፡" (1 ዜና 26:25)

5. የንጉሥ ቶዑ ልጅ፤ **አዶራም**፤ "ቶዑም ከአድርአዛር ጋር ሁልጊዜ ይዋጋ ነበርና ዳዊት አድርአዛርን ድል ስለ መታ ቶዑ ልጁን **አዶራምን** ደኅንነቱን ይጠይቅ ዘንድ፤ ይመርቀውም ዘንድ ወደ ንጉሥ ዳዊት ላከው እርሱም የብርና የወርቅ የናስም ዕቃ ይዞ መጣ፡፡" (2 ሳሙ8:10)

ኢዮርብዓም ~ Jeroboam:

'የታላቅ ሕዝብ ጌታ' ማለትነው፡፡

1. የተከፈለው የእስራኤል መንግሥት፤ ንጉሥ፤(1 ነገ 11:28) "**ኢዮርብዓም**ም ጽኑዕ ኃያል ሰው ነበረ፡፡ ሰሎሞንም ጉልማሳው ብሥራ የተመሰገነ መሆኑን ባየ ጊዜ በዮሴፍ ነገድ ሥራ ሁሉ ላይ ሾመው"

2. ሁለተኛው ኢዮርብዓም፤ (2 ነገ14:28) "የቀረውም የኢዮርብዓም ነገር፤ ያደረገውም ሁሉ፤ ጄኸናውም፤ እንደ ተዋጋም፤ የይሁዳ የነበረውን ደማስቆንና ሐማትን ለእስራኤል እንደ መለሰ፤ በእስራኤል ነገሥታት ታሪክ መጽሐፍ የተጻፈ አይደለምን?"

ኢዮባብ ~ Jobab: የአባ አባ፤ የአባባ፤

የአባት፤ የጌታ፤ አባታዊ... ማለት ነው፡፡ [ተዛማጅ ስም- **ኢዮብ፤ ዮባብ፤ ዮባብ**]

. በእስራኤል ልጆች ላይ ንጉሥ ከመኖሩ በፊት በኤዶም አገር ከነገሡ፤ የባሶራው የዛራ ልጅ፤ (ዘፍ 36:33) ፤ (1 ዜና 1:44፤ 45)

. የዮቅጣን ልጅ፤ **ዮባብ**- (ዘፍ 10:29)

. የማዶን ንጉሥ፤ **ዮባብ**- (ኢያ 11:1)

. የሻሐራይም ልጅ፤ **ዮባብ**- (1 ዜና8:9)

ኢዮቤድ፤ ያቤድ ~ Obed:

ማግልገል፤ መታዘዝ... ማለት ነው፡፡

1. የቡዝ እና የሩት ልጅ፥ (ሩት 4:21፤22) "ቦዔዝም **ኢዮቤድን** ወለደ፤ ኢዮቤድም እሴይን ወለደ፤ እሴይም ዳዊትን ወለደ።"

2. የኤፍላል ልጅ፥ **ያቤድ፤** (1 ዜና 2:34-38) "ዛባድም ኤፍላልን ወለደ ኤፍላልም **ያቤድን** ወለደ ያቤድም ኢዶን ወለደ"

3. የሸማያ ልጅ፥ **ያቤድ፤** (1 ዜና 26:7) "ለሸማያ ልጆች ያትኒ፤ ራፋኤል፤ **ያቤድ**፤ ወንድሞቹም ኃያላን የነበሩ ኤልዛባድ፤ ኤልሁ፤ ሰማክያ።"

4. የዓዘርያስን አባት፥ **ያቤድ፤** (2 ዜና 23:1) "በሰባተኛውም ዓመት ዮዳሄ በረታ፤ የመቶ አለቆቹንም፤ የይሮሐምን ልጅ ዓዘርያስን፤ የይሆሐናንንም ልጅ ይስማኤልን፤ የ**ያቤድ**ንም ልጅ ዓዘርያስን፤ የዓዳያንም ልጅ መዕሤያን፤ የዝክሪንም ልጅ ኤሊሳፋጥን ወስዶ ከእነርሱ ጋር ቃል ኪዳን አደረገ።"

ኢዮብ ~ Job: ኢዬአብ፤ የአብ፤
የእግዚአብሔር ሰው፤ የአምላክ የሆነ... ማለት ነው። [ተዛማጅ ስሞች- **ኢዮባብ፤ ኢዮአብ፤ ዮብ፤ ያሱብ፤ ዩባብ፤ የባብ**]

'አብ' ከሚለው ቃል የተገኘ ስም ነው።

. በያዕ አገር የነበረ ጻድቅ ሰው፤ (ኢዮብ 1:1)

. "እነዚህ ሦስት ሰዎች፤ ኖኅና ዳንኤል **ኢዮብ**ም፤ ቢኖሩባት በጽድቃቸው የገዛ ነፍሳቸውን ብቻ ያድናሉ፤ ይላል ጌታ እግዚአብሔር" (ሕዝ 14:14፤ 20)

. የይሳኮር ልጅ፥ **ዮብ**- (ዘፍ 46:13)፤ **ያሱብ**- (1 ዜና 7:1)

ኢዮናዳብ ~ Jehonadab,
Jonadab: 'የሕያው ልገሳ፤ ያምላክ
ስጦታ' ማለት ነው።

1. የሳምዓ ልጅ፥ የዳዊት ወንድም፤ "ለአምኖንም የዳዊት ወንድም የሳምዓ ልጅ ኢዮናዳብ የሚባል ወዳጅ ነበረው **ኢዮናዳብ**ም እጅግ ብልህ ሰው ነበረ" (2 ሳሙ 13:3-6)

2. የሬካብ ልጅ፥ (ኤር 35:6-19) "እነርሱ ግን እንዲህ አሉ። የወይኑን ጠጅ አንጠጣም፤ አባታችን የሬካብ ልጅ **ኢዮናዳብ** እንዲህ ብሎ አዝዞናልና። እናንተና ልጆቻችሁ ለዘላለም የወይን ጠጅ አትጠጡ።"

ኢዮናዳብ / Jonadab: 'ለጋስ' ማለት ነው።

1. የሬካብ ልጅ፥ (2 ነገ 10:15፤ ኤር 35:6፤ 10) "ከዚያም በሄደ ጊዜ የሬካብን ልጅ **ኢዮናዳብን** ተገናኘው ደግኖዘንም ጠየቀ። ልቤ ከልብህ ጋር እንደ ሆነ ያህል ልብህ ከልቤ ጋር በቅንነት ነውን? አለው ኢዮናዳብም፤ እንዲሁ ነው አለው። ኢዮም። እንዲሁ እንደ ሆነ እጅህን ስጠኝ አለ። እጁንም ስጠው ወደ ሰረገላውም አውጥቶ ከእርሱ ጋር አስቀመጠውና።"

2. የዳዊት ልጅ፤ የሳምዓ ልጅ፥ (2 ሳሙ 13:3) "ለአምኖንም የዳዊት ወንድም የሳምዓ ልጅ **ኢዮናዳብ** የሚባል ወዳጅ ነበረው ኢዮናዳብም እጅግ ብልህ ሰው ነበረ።"

ኢዮአስ ~ Jehoash: 'ከሕያው
የተገኘ ከአምላክ የተሰጠ' ማለት ነው።

1. ስምንተኛው የይሁዳ ንጉሥ።" **ኢዮአስም** መንገሡ በጀመረ ጊዜ የሰባት ዓመት ልጅ ነበረ።" ልጅ፥ (2 ነገ 11:21፤ 12:1፤2፤4፤ 6፤7፤18፤ 14:13)

2. በሰማርያ ለአሥራስድስት ዓመት የነገሠ፤ **ዮአስ፤** "...የኢዮአካዝ ልጅ **ዮአስ** በእስራኤል ላይ በሰማርያ ነገሠ አሥራ ስድስትም ዓመት ነገሠ።" (2 ነገ 13:10፤25፤ 14:8፤9፤11፤ 13፤15፤16፤17)

ኢዮአስ ~ Joash: 'ሕያው የረዳው፤
ጌታ የደረሰለት' ማለት ነው።

1. የጌዴዎን አባት፤ "የእግዚአብሔርም መልአክመጥቶ በዐፍራ ባለቸው ለአቢኤዝራዊ ለ**ኢዮአስ** በነበረቸው በአድባሩ ዛፍ በታች ተቀመጠ ልጁም ጌዴዎን ከምድያማውያን ለመሸሸግ ..." (መሳ 6:11፤29፤ 8:13፤29፤32)

2. የዳዊትን ሠራዊት በኂቆላግ ከተቀላቀሉ፤ "ካህኑ ዮዳሄም ያስተምረው በነበረ ዘመን ሁሉ **ኢዮአስ** በእግዚአብሔር ፊት ቅን ነገር አደረገ።" (1 ዜና 12:3)

3. የንጉሡ አከዓብ ልጅ፡ "የእስራኤልም ንጉሥ፡ ሚክያስን ውሰዱ፡ ወደ ከተማይቱም ሹም ወደ አሞን ወደ ንጉሡም ልጅ ወደ **ኢዮአስ** መልሳቸሁ። ንጉሡ እንዲህ ይላል።" (1 ነገ 22:26)

4. የይሁዳ ንጉሥ፥ "የንጉሡ የኢዮራም ልጅ የአካዝያስ እኅት ዮሳቤት የአካዝያስን ልጅ **ኢዮአስን** ወስዳ ከተገደሉት ከንጉሡ ልጆች መካከል ሰረቀችው እርሱንና ሞግዚቱንም ወደ እልፍኝ ፡...." (2 ነገ 11:2፤12:19፤20)

5. የእስራኤል ንጉሥ፥ "በይሁዳ ንጉሥ በ**ኢዮአስ** በሠላሳ ሰባተኛው ዓመት የኢዮአካዝ ልጅ ዮአስ በእስራኤል ላይ በሰማርያ ነገሠ አሥራ ስድስትም ዓመት ነገሠ።" (2 ነገ 13:10፤12፤13፤25)

6. "የቤኬርም ልጆች ዝሚራ፡ **ኢዮአስ**፡ አልዓዘር፡ ኤልዮዔናይ፡ ዓምሪ፡ ኢያሪሙት፡ ... እነዚህ ሁሉ የቤኬር ልጆች ነበሩ።" (1 ዜና 7:8)

7. በዘይቱ ቤቶች ሹም የነበረ፡ "በቆላው ም ውስጥ ባሉት በወይራውና በሾላው ዛፎች ላይ ጌድራዊው በአልሐናን ሹም ነበረ በዘይቱም ቤቶች ላይ **ኢዮአስ** ሹም ነበረ" (1 ዜና 27:28)

ኢዮአቄም ~ Jehoiakim: ያሕ አቆም፡ የሐያው ቃሚ፡ አምላክ ያቆመው፡ ጌታ ያጸናው... ማለት ነው። [ተዛማጅ ስሞች- **ቀም፦ኤል፤ ቁሚ፤ አኪቃም፤ አዶኒቃም፤ ዓዝሪቃም፤ ኤልያቄም፤ ያቄም፤ ዮቄም፤ ዮአቄም**]

'ያሕ' እና 'ቆም' ከሚሉ ቃላት የተመሠረተ ስም ነው።

[ትርጉሙ እግዚአብሔር አቆመ ማለት ነው / **መቅ ቃ**]

. የኢዮስያስን ልጅ ኤልያቄም፡ "... ስሙንም **ኢዮአቄም** ብሎ ለወጠው" (2 ነገ 23:34)

. "በእርሱም ዘመን የባቢሎን ንጉሥ ናቡከደነጾር ወጣ፡ **ኢዮአቄም**ም ሦስት ዓመት ተገዛለት ከዚያም በኋላ ዘወር አለና ዐመፀበት።" (2 ነገ 24:1)

ኢዮአብ ~ **Joab**: ኢዮአብ፤ የአብ፤ የእግዚአብሔር ሰው፤ የአምላክ የሆነ... ማለት ነው። [ተዛማጅ ስሞች- **ኢዮባብ፤ ኢዮብ፤ ዮብ፤ ያሱብ፤ ዮባብ፤ ዮባብ**] 'አብ' ከሚለው ቃል የመጣ ስም ነው ነው።

[ትርጉሙ እግዚአብሔር አባት ነው ማለት ነው / **መቅ ቃ**]

የንጉሡ ዳዊት እኅት የጽሩያ ልጅ፡ (2 ሳሙ 2:13፤ 10:7፤ 11:1፤ 1 ነገ 11:15)

ኢዮአታም ~ Joatham, Jotham: 'እውነተኛ፤ ፍጹም ጌታ፤ እንከን አልባ' ማለት ነው።

የያዝያን ልጅ፡ (ማቴ 1:9) "ያዝያንም **ኢዮአታም**ን ወለደ፤ ኢዮአታምም አካዝን ወለደ፤"

ኢዮአታም ~ Jotham:

1. የይሩብአል ልጅ፡ "ወደ አባቱም ቤት ወደ ዓፍራ ሄደ፤ ሰባእ የሆኑትን የይሩብአልን ልጆች ወንድሞቹን በአንድ ድንጋይ ላይ አረዳቸው። ትንሹ የይሩብአል ልጅ **ኢዮአታም** ግን ተሸሸገ ነበርና ተረፈ።" (መሳ 9:5)

2. የያሕዳይ ልጅ፡ **ኢዮታም**፣ "ሐራንም ጋዜዝን ወለደ። የያሕዳይም ልጆች ሬጌም፡ **ኢዮታም**፡ ጌሻን፡ ፋሌጥ፡ ሔፋ፡ ሸዓፍ ነበሩ።" (1 ዜና 2:47)

ኢዮአካዝ ~ **Joahaz**: 'መያዝ' ማለት ነው። የዮአስ አባት፡ "...የኤዜልያስ ልጅ ሳፋን፡ የከተማይቱም አለቃ መዕሣያ፡ ታሪክ ጸሐፊም የ**ኢዮአካዝ** ልጅ ኢዮአክ የእግዚአብሔርን የአምላኩን ቤት ይጠግኑ ዘንድ ሰደዳቸው።" (2 ዜና 34:8)

ኢዮኤል ~ **Joel, Vashni**: የኤል፤ የአምላክ፤ የጌታ፤ የእግዚአብሔር ሰው... ማለት ነው። [ተዛማጅ ስም-**ኢዮኤል**] 'ኤል' ከሚለው ቃል የተገኘ ስም ነው።

[ትርጉሙ እግዚአብሔር አምላክ ነው ማለት ነው / **መቅ ቃ**] በመጽሐፍ ቅዱስ ውስጥ በዚህ ስም የሚታወቁ ሰዎች:-

1. የነቢዩ ሳሙኤል ልጅ፡ (1 ሳሙ 8:2)

2. የአሜስያስ ልጅ፥ (1 ዜና 4:35)
3. የሸማያ አባት፥ "የኢዮኤል ልጆች ልጁ ሸማያ፥" (1 ዜና 5:4)
4. የጋድ ልጅ፥ (1 ዜና 5:12)
5. የይዝረሕያ ልጅ፥ (1 ዜና 7:3)
6. የናታን ወንድም፥ (1 ዜና 11:38)
7. የጌድሰን ልጅ፥ (1 ዜና 15:7፣11)
8. የለአዳን ልጅ፥ (1 ዜና 23:8፣26:22)
9. የዓዛርያስ ልጅ፥ (2 ዜና 29:12)
10. የናባው ልጅ፥ (ዕዝ 10:43)
11. የዘክሪ ልጅ፥ (ነህ 11:9)

ኢዮኤል / Vashni: 'ኃያል፣ ጠንካራ' ማለት ነው። የሳሙኤል ልጅ፥ (1 ዜና 6:28) "የሳሙኤልም ልጆች በኩሩ **ኢዮኤል** ሁለተኛውም አብያ።"

ኢዮጴ ~ Japho, Joppa: 'ጹብ፣ ውበት፣ ቀንጅና' ማለት ነው። "ይሁድ፣ ብኔብረቅ፣ ጋትሪሞን፣ ሜያርቆን፣ በ**ኢዮጴ** ፊት ለፊት ካለው ዳርቻ ጋር ራቆን፥" (ኢያ 19:46)

ኢዮጴ / Joppa: በደቡብምዕራብ የፍልስጥኤም ዳርቻ የነበረ ከተማ፣ "ይሁድ፣ ብኔብረቅ፣ ጋትሪሞን፣ ሜያርቆን፣ በ**ኢዮጴ** ፊት ለፊት ካለው ዳርቻ ጋር ራቆን፥" (ኢያ 19:46)

ኢጡር ~ Jetur: ያጥር፣ አጠር፣ የተከለለ፣ የተከበበ... ማለት ነው። "ዱማ፣ ማሣ፣ ኩዳን፣ ቴማን፣ **ኢጡር**፣ ናፌስ፣ ቄድማ።" (ዘፍ 25:15)

ኢጣልያ ~ Italy: 'ባለብዙ ከብት' ማለት ነው። ጣሊያን አገር፣ ዋና ከተማው ሮማ የሆነ፣ (ሐዋ 18:2፣ 27:1፣ ዕብ 13:24)

አልጦራሲም ~ Baal-perazim: 'የክፍፍል ጌታ፣ የመለያየት ባለቤት' ማለት ነው። ዳዊት በፍልስጥኤማውያን ላይ ድልን የተቀዳጀበት ቦታ፣ "ዳዊትም ወደ በ**አልጦራሲም** መጣ፣ በዚያም መታቸውና፣ ውኃ እንዲያፈርስ እግዚአብሔር ጠላቶቼን

በፊቴ አፈረሳቸው አለ። ስለዚህም የዚያን ስፍራ ስም በ**አልጦራሲም** ብሎ ጠራው።" (2 ሳሙ 5:20፣ 1 ዜና 14:11)

ኤሁድ ~ Ehud: ኤሁድ፣ እሑድ፣ ውሕድ፣ የተዋሐደ፣ አንድ የሆነ... ማለት ነው።

[ተዛማጅ ስም- **ናያድ**]
. የቢልሐ ልጅ፥ (1 ዜና 7:10)
. የጌራ ልጅ፥ **ናያድ**- (መሣ 3:15)

ኤሉል ~ Elul: እልል፣ እልልታ... ማለት ነው። የወር ስም፣ "ቅጥሩም በ**ኤሉል** ወር በሃያ አምስተኛው ቀን በአምሳ ሁለት ቀን ውስጥ ተጨረስ" (ነህ 6:15)

ኤሉስ ~ Alush: 'ጋጋታ፣ ግርግር' ማለት ነው። እስራኤላውያን ወደ ቃል ኪዳን አገር ባደረጉት ጉዞ፣ ካረፋባቸው ቦታዎች፣ "ከራፋቃም ተጉዘው በ**ኤሉስ** ሰፈሩ።" (ዘኍ 33:13፣14)

ኤሉዛይ ~ Eluzai: 'የአምላከ ኃይል፣ የጌታ ብርታት' ማለት ነው። ወደ ዳዊት ከተቀላቀሉ ብንያማውያን ጦረኞች እንዱ፣ "ጎድሮታዊው የዛባት **ኤሉዛይ፣** ኢያሪሙት፣ በዓልያ፣ ሰማራያ፣ ሀሩፋዊው ሰፋጥያስ፥" (1 ዜና 12:5)

ኤሊ ~ Eli: ኤልይ፣ ኢላይ፣ ኃይሌ፣ የእግዚአብሔር ኃይል... ማለት ነው።

[ተዛማጅ ስም- **ዔሊ፣ ዔላ**]
የቃሉ ምንጭ 'ኃይል' የሚለው ቃል ነው።
1. በጌታ የዘር ሐረግ የተጠቀስ፣ የማጢ ልጅ፥ (ሉቃ 3:23)
2. ካህኑ፣ **ኤሊ**፣ (1 ሳሙ 1:9)

ኤሊ ~ Heli: እላይ፣ ላይ፣ ወደ ሰማይ... ማለት ነው። የድንግል ማርያም አባቴኛ፣ የዮሴፍ አባት፥ (ሉቃ 3:23) "ኢየሱስም ሊያስተምር ሲጀምር ዕድሜው ሠላሳ ዓመት ያህል ሆኖት ነበር፣ እንደመሰላቸው የዮሴፍ ልጅ ሆኖ፣ የ**ኤሊ** ልጅ፥"

ኤሊሆዔናይ ~ Elioena, Elioenai:

ኤል ዓየን፤ ኢሌኒ፤ የጌታ ዓይን፤ አምላክ ያየው ማለት ነው። [ተዛማጅ ስሞች- **ኤሊዔናይ፤ ዔሊዮዔናይ፤ ኤልዮዔናይ**]

Elioena, Elioenai- 'ኤል' እና 'ዓይን' ከሚሉ ሁለት ቃላት የተመሠረተ ስም ነው። በመጽሐፍ ቅዱስ ውስጥ በዚህ ስም የሚታወቁ ሰዎች:-

ኤሊሆዔናይ / Elioena: የዘራእያ ልጅ፤ (ዕዝ8:4)

ኤሊሆዔናይ / Elioenai: የሜሹላ ልጅ፤ (1 ዜና26:3)

ኤሊም ~ Elim:

'ጠንካራ ዛፎች' ማለት ነው። እራስኤላውያን የኤርትራን ባሕር ከተሻገሩ በኋላ ካረፉባቸው ቦታዎች፤ "እነርሱም ወደ **ኤሊም** መጡ፤ በዚያም አሥራ ሁለት የውሃ ምንጮችና ሰባ የዘንባባ ዛፎች ነበሩባት በዚያም በውሃው አጠገብ ሰፈሩ።" (ዘጽ 15:27፤ ዘኍ33:9)

ኤሊሱር ~ Elizur:

ኤሊ. ዞር፤ ኤልአዛር፤ የጌታ ወገን፤ የተባረከ ዞር፤ የተቀደስ ዞር፤ የአምላክ ወገን... ማለት ነው። [ተዛማጅ ስሞች- **አልዓዘር፤ ኤሊዔዘር፤ አልዓዘር፤ ኤልዓዘር**]

Elizur- 'ኤል' እና 'ዞር' ከሚሉ ቃላት የተመሠረተ ነው። የሰዲዮር ልጅ፤ (ዘኍ 1:5፤ 6)

ኤሊሱዔ ~ Elishua:

ኤል ሽዋ፤ የብዙዎች አምላክ፤ የሽዎች ጌታ፤ የአምላክ ሃብት... ማለት ነው።

Elishua- 'ኤል' እና 'ሽዋ' ከሚሉ ሁለት ቃላት የተመሠረተ ስም ነው። ለዳዊት በኢየሩሳሌም ከተወለዱለት፤ (2 ሳሙ 5:15)

ኤሊሳ ~ Elishah:

ኤልሻ፤ ኤል ሺህ፤ የሽዎች ጌታ፤ የአምላክ ሃብት፤ የብዙዎች አዳኝ... ማለት ነው።

Elishah- 'ኤል' እና 'ሺህ' ከሚሉ ቃላት የተመሠረተ ነው። የያዋን ልጅ፤ (ዘፍ 10:4)

ኤሊሳማ ~ Elishama:

ኤል ሰማ፤ ሰማ ኤል፤ አምላክ የሰማው... ማለት ነው። [ተዛማጅ ስሞች- **ሳሙኤል፤ እስማኤል**]

'ኤል' እና 'ሰማ' ከሚሉ ሁለት ቃላት የተመሠረተ ነው። በመጽሐፍ ቅዱስ ውስጥ በዚህ ስም የሚታወቁ ሰዎች:-

1. ከኤፍሬም ነገድ፤ የዓሚሁድ ልጅ፤ (ዘኍ 1:10)

2. የንጉሥ ዳዊት ልጅ፤ (1 ዜና 3:8 ፤ 14:7) ፤ (1 ሳሙ 5:16) ፤ (1 ዜና 3:6)

3. ከይሁዳ ወገን፤ የቃምያ ልጅ፤ (1 ዜና 2:41)

4. ጎዶልያስንና ከእርሱ ጋር በምሥጋ የነበሩትን አይሁድንና ከለዳውያንን እስኪሞቱ ድረስ ከመቱ፤ የናታን አባት፤ (2 ነገ 25:25) ፤ (ኤር 41:1)

5. የሳፋንም ልጅ የገማርያ ልጅ ሚክያስ የእግዚአብሔርን ቃል ሁሉ ከመጽሐፉ ባሰማ ጊዜ፤ የንጉሥ ኢዮአቄም ጸሐፊ የነበረ፤ (ኤር 36:12፤ 20፤ 21)

6. በንጉሥ ኢዮሣፍጥ ትእዛዝ የሕጉን መጽሐፍ ይዘው በይሁዳ ያስተምሩ ከነበሩ፤ (2 ዜና 17:8)

ኤሊሳፋጥ ~ Elishaphat:

ኤል ስፍነት፤ የአምላክ መስፍን፤ የእግዚአብሔር ዳኛ፤ የአምላክ ዳኛ... ማለት ነው።

'ኤል' እና 'ሰፋት' ከሚሉ ሁለት ቃላት የተመሠረተ ስም ነው። የዝክሪ ልጅ፤ (2 ዜና 23:1)

ኤሊሳፍ ~ Eliasaph:

ኤል ሰፋ፤ አምላክ ያስፋው፤ እግዚአብሔር ያበረከተው፤ የአምላክ በረከት... ማለት ነው።

'ኤል እና 'ሰፋ' ከሚሉ ሁለት ቃላት የተመሠረተ ስም ነው። በመጽሐፍ ቅዱስ ውስጥ በዚህ ስም የሚታወቁ ሰዎች:-

1. ከጋድ ወገን፤ የራጉኤል ልጅ፤ (ዘኍ1:14)

2. የዳኤል ልጅ፤ (ዘኍ3:24)

ኤሊቃ ~ Elika:

አለቃ፤ ኤል ላቅ፤ አምላክ ያላቀው፤ ጌታ አለቃ ያደረገው፤

እግዚአብሔር ከፍ ከፍ ያደረገው... ማለት ነው። ከሥላሴዎች የዳዊት ኃያላን አንዱ። "ልጅ ኤልያናን፤ አሮዳዊው ሣማ፤ ሐሮዳዊው ኤሊቃ፤" (2 ሳሙ 23:25)

ኤሊኤል ~ **Eliel**: ኤል ኤል፤ ጌታዬ አምላኬ፤ ጌታ ጌታዬ፤ አምላኬ አምላኬ፤ የኃያላን ኃይል... ማለት ነው። [ተዛማጅ ስም- **ኤልኤል**]

'ኤል'ን ደጋግሞ በመጥራት የተመሠረተ ቃል ነው። በመጽሐፍ ቅዱስ ውስጥ በዚህ ስም የሚታወቁ ሰዎች:-

1. የምናሴ ነገድ፤ ከአባቶቻቸው ቤቶች አለቆች፤ (1 ዜና 5:24)

2. ሰሎሞን የእግዚአብሔርን ቤት በኢየሩሳሌም እስኪሠራ ድረስ በመገናኛ ድንኳን ማደሪያ ፊት እያዜሙ ያገለግሉ፤ የነቢዩ ሳሙኤል ቅድም አያት፤ (1 ዜና 6:34)

3. በኢየሩሳሌም ከተቀመጡ በትውልዶቻቸው አለቆችየነበሩ፤ የብንያም ነገድ አለቃ፤ የኤልፍዓል ልጅ፤ (1 ዜና 8:20)

4. በኢየሩሳሌም የተቀመጡ በትውልዶቻቸው አለቆች የነበሩ የአባቶቻቸው ቤቶች አለቆች፤ የሰሜኢ ልጅ፤ (1 ዜና 8:22 ፤ 23)

5. መሐዋዊው የንጉሡ ዳዊት ወታደር፤ (1 ዜና 11:46)

6. በጺቅላግም ከቂስ ልጅ ከሳኦል በተሸሸገ ጊዜ ወደ ዳዊት የመጡ፤ (1 ዜና 12:11)

7. የእስራኤልን አምላክ የእግዚአብሔርን ታቦት ያመጡ ዘንድ በንጉሡ ዳዊት ከታዘዙ፤ (1 ዜና 15:9፤11)

8. በንጉሡ በሕዝቅያስና በእግዚአብሔር ቤት አለቃ በዓዛርያስ ትእዛዝ፤ ከኮናንያና ከወንድሙ ከስሜኢ እጅ በታች ተቈጣጣሪዎች ከነበሩ፤ (2 ዜና 31:13)

. **ኤልኤል**- (1 ዜና 11:47)

ኤሊዔናይ ~ **Elienai**: ኤል ዓይኔ፤ አምላኬ ያየው፤ ጌታን ያየ... ማለት ነው።

[ተዛማጅ ስሞች- **ኤሊሆዔናይ፤ ዔሊዮዔናይ፤ ኤልዮዔናይ**]

በኢየሩሳሌም የተቀመጡ፤ በትውልዶቻቸው አለቆች የነበሩ የአባቶቻቸው ቤቶች አለቆች ከነበሩ፤ (1 ዜና 8:20)

ኤሊዔዘር ~ **Eliezar**: ኤል ዘር፤ የጌታ ወገን፤ የተቀደሰ ዘር... ማለት ነው።

[ተዛማጅ ስሞች- **ኤልዓዘር፤ ኤሊሱር፤ ኤልዓዘር፤ ኤልዓዘር**]

'ኤል' እና 'ዘር' ከሚሉ ሁለት ቃላት የተመሠረተ ስም ነው። [ትርጉሙ 'እግዚአብሔር እረዳቴ ነው' ማለት ነው / **መቅቃ**]

. የአብራም አገልጋይ፤ የደማስቆ ሰው፤ (ዘፍ 15:2፤3)

. **ኤልዓዘር**- (ዘጸ 18:4 ፤ 1 ዜና 23:15፤ 17 ፤ 26:25)፤ (1 ዜና 7:8) ፤ (1 ዜና 15:24)፤ (1 ዜና 27:16)፤ (2 ዜና 20:37)፤ (ዕዝ 8:16)፤ (ዕዝ 10:18 ፤ 23 ፤ 31)

. **ኤልዓዘር**- (ሉቃ 3:29)

ኤሊያሕባ ~ **Eliahba**: ኤል አባ፤ አምላክ አባቴ፤ ጌታዬ ፈጣሪዬ... ማለት ነው።

[ተዛማጅ ስሞች- **ኤልአብ፤ አብኤል፤ አቤል**]

'ኤል' እና 'አባ' ከሚሉ ቃላት የተመሠረተ ስም ነው።

ከዳዊት ክብር ዘበኞች አንዱ፤ ሽዓልቦናዊው፤ (2 ሳሙ 23:32)

ኤሊዳዔ ~ **Beeliada, Eliada**:

በዓል አዳ፤ የዕድል አምላክ... ማለት ነው። በኢየሩሳሌም ከተወለዱ፤ ዘጠኝ የዳዊት ልጆች አንዱ፤ "ኤሊሳማ፤ **ኤሊዳዔ፤** ኤሊፋላት።" (1 ዜና 14:7)

ኤሊዳዔ ~ **Eliada**:

1. ዳዊት መንግሥቱን በኢየሩሳሌም ካጸና በኋላ ከወለዳቸው ልጆች አንዱ፤ "ናፌቅ፤ ያፍያ፤ ኤሊሳማ፤ **ኤሊዳዔ፤** ኤሊፋላት።" (2 ሳሙ 5:16)

2. ከብንያም ወገን የሆነ፣ ጽኑዕ ኃያል ሰው፡ "ከብንያምም ጽኑዕ ኃያል የነበረው **ኤሊ.ዳሄ**፡ ከእርሱም ጋር ቀስትና ጋሻ የሚይዙ ..." (2 ዜና 17:17)

3. ከጌታው ከሱባ ንጉሥ ከአድርአዛር የኮበለለ፣ የሬዞን አባት፣ "እግዚአብሔርም ደግሞ ከጌታው ከሱባ ንጉሥ ከአድርአዛር የኮበለለውን **የኤልያዳን** ልጅ ሬዞንን ጠላት አድርጎ አስነሣበት፡" (1 ነገ 11:23)

ኤሊ.ፋላት ~ Eliphalet, Elpalet:

'አምላክ ያድናል' ማለት ነው። በኢየሩሳሌም ለዳዊት ከተወለዱለት ሦስት ልጆች፣ የመጨረሻው፣ "ናፌቅ፣ ያፍያ፣ ኤሊሳማ፣ ኤሊ.ዳሄ፣ **ኤሊ.ፋላት**።" (2 ሳሙ 5:16፣ 1 ዜና 14:7)

ኤሊ.ፋላት / Elpalet: በኢየሩሳሌም ለዳዊት ከተወለዱለት ሦስት ልጆች፣ የመጨረሻው፣ "**ኤሊ.ፋላት**፣ ኖጋ፣ ናፌቅ፣ ያፍያ፣" (1 ዜና 14:5)

ኤሊ.ፋል / Eliphal: የአምላክ ታምራት ማለት ነው። ከዳዊት ዘበኞች አንዱ፣ የኡር ልጅ፣ "የኡር ልጅ **ኤሊ.ፋል**፣ ሚኬራታዊው አኼር።" (1 ዜና 11:36)

ኤላ ~ Elah:

ኤልይ፣ ላይ፣ ታላቅ፣ ኃያል፣ የእግዚአብሔር ኃይል... ማለት ነው። [ተዛማጅ ስም- **ዔሊ፣ ኤሊ**] የቃሉ ምንጭ 'ኃይል' የሚለው ቃል ነው። በመጽሐፍ ቅዱስ ውስጥ በዚህ ስም የሚታወቁ ሰዎች:-

1. በእስራኤል ላይ በቴርሳ ሁለት ዓመት የነገሠ፣ የባአስ ልጅ፣ (1 ነገ 16:8-10)

2. የሆሴዕ አባት፣ (2 ነገ 15:30 ፣17:1)

3. የካሌብ ልጅ፣ (1 ዜና 4:15)

ኤላም ~ Elam, Helam:

'እስከ ዘለዓለም' ማለት ነው። የሴም ልጅ፣ "የሴምም ልጆች **ኤላም**፣ አሦር፣ አርፋክስድ፣ ሉድ፣ አራም ናቸው።" (ዘፍ 10:22)

ኤላም / Helam: 'ጎሽ፣ ጠንካራ ምሽግ' ማለት ነው። በኦርዳኖስ

በስተምሥራቅ በኤፍራጥስ ምዕራብ፣ ሶርያውያን በአድርአዛር አማካኝነት ተሰባስበው ዳዊትን የገጠሙበት ስፍራ፣ "አድርአዛርም ልኮ በወንዝ ማዶ የነበሩትን ሶርያውያን፣ አመጣ ወደ **ኤላም** መጡ፣ የአድርአዛርም ሠራዊት ..." (2 ሳሙ 10:16፣17)

ኤላም / Helem: ህልም ማለት ነው። ('በረንዳ፣ ደጀሰላም' ማለት ነው። ኪወክ / ኦ)

1. የአሴር ወገን፣ "የወንድሙም የ**ኤላም** ልጆች ጸፋ፣ ይምና፣ ሰሌስ፣ ዓማል ነበሩ" (1 ዜና 7:35)

2. **ሔላም፣** "አክሊሎችም ለ**ሔሌም**ና ለጦብያ ለዮዳዔ ለሶፎንያስም ልጅ ለሔን በእግዚአብሔር መቅደስ ውስጥ ለመታሰቢያ ይሆናሉ።" (ዘካ 6:14)

ኤላት ~ Elath:

ኃያላት፣ ጠንካራ ዓላት... ማለት ነው። የከተማ ስም፣ "ንጉሡም ከአባቶቹ ጋር ካንቀላፋ በኋላ፣ **ኤላት**ን ሠርቶ ወደ ይሁዳ መለሳት" (2 ነገ 14:22)

ኤሌፍ ~ Eleph:

'የተማረ' ማለት ነው። የብንያም ድርሻ፣ ከተማ፣ "ሬቄም፣ ይርጵኤል፣ ተርኣላ፣ ጼላ፣ **ኤሌፍ**፣ ኢየሩሳሌም የምትባል የኢያቡስ ከተማ፣ ቂርያትጊብዓት አሥራ ሦስት ከተሞችና ..." (ኢያ 18:28)

ኤልማስ ~ Elymas:

'አዋቂ፣ ጠቢብ፣ ጠንቋይ' ማለት ነው። "**ጠንቋዩ ግን ኤልማስ ስሙ እንዲሁ ይተረጎማልና** አገረ ገዢውን ከማመን ሊያጣምም ፈልጎ ተቃወማቸው።" (ሐዋ 13:8)

ኤልሞዳም ~ Elmodam:

'የአምላክ ሚዛን' ማለት ነው። በዮሴፍ የዘር ሐረግ፣ የኤር ልጅ፣ "የሚልኪ ልጅ፣ የሐዲ ልጅ፣ የዮሳስ ልጅ፣ የቆሳም ልጅ፣ የ**ኤልሞዳም** ልጅ፣ የኤር ልጅ፣" (ሉቃ 3:28)

ኤልሳቤጥ ~ Elisabeth, Elisheba: ኤል ሳባ ቤት፤ ኤል ሳቤት፤ ኤል ሰባት፤ የአምላክ ቤተሰብ፤ የጌታ ወገን... ማለት ነው።

'ኤል'፤ 'ሳባ' እና 'ቤት' ከሚሉ ሦስት ቃላት የተመሠረተ ስም ነው። በመጽሐፍ ቅዱስ ውስጥ በዚህ ስም የሚታወቁ ሰዎች:-

ኤልሳቤጥ / Elisabeth: ከአሮን ወገን ስትሆንየዘካርያስ ሚስት፤ የመጥምቁ የዮሐንስ እናት፤ የጌታ እናት የማርያም አክስት፤ (ሉቃ 1:5)

ኤልሳቤጥ / Elisheba: የአሮን ሚስት፤ (ዘጸ6:23)

ኤልሳዕ ~ Elisha: ኤል ሺህ፤ የሽዎች ጌታ፤ የብዙዎች አዳኝ፤ የሽዎች አምላክ... ማለት ነው።

'ኤል' እና 'ሺህ' ከሚሉ ሁለት ቃላት የተመሠረተ ስም ነው፡፡ [ትርጉሙ እግዚአብሔር ደኅንነት ነው ማለት ነው / **መቅቃ**] የአቤልምሕላን ሰው፤ የሣፋጥ ልጅ፤ (1 ነገ 19:16-19)

ኤልሻዳይ ~God, the Almighty: ኤል ሻዳይ፤ ሁሉን ቻይ፤ ምንም የማይሳነው... ማለት ነው።
እግዚአብሔር ለአብራም የገለጠለት ስም፤ "...እኔ **ኤልሻዳይ** ነኝ በፊቴ ተመላለስ፤ ፍጹምም ሁን።" (ዘፍ 17:1)

ኤልሻዳይ ~ God, the Almighty: ሁሉን ማድረግ የሚቻለው፤ ምንም ነገር የማይሳነው... ማለት ነው። የጌታ ስም፤ "አብራምም የዘጠና ዘጠኝ ዓመት ሰው በሆነ ጊዜ እግዚአብሔር ለአብራም ተገለጠለትና፤ እኔ **ኤልሻዳይ** ነኝ በፊቴ ተመላለስ፤ ፍጹምም ሁን" (ዘጸ 34: 6፤7)

ኤልቆሻዊ ~ Elkoshite: ኤል ኩሽ፤ የኩሽ አምላክ፤ የኩሽዓውያን ጌታ፤ የሰንበት ጌታ... ማለት ነው።

'ኤል' እና 'ኩሻይት' ከሚሉ ሁለት ቃላት የተመሠረተ ስም ነው። የነቢዩ ናሆም አገር፤ (ናሆ1:1)

ኤልባዝር ~ Nibhaz: 'ትንቢት፤ ነቢይ' ማለት ነው። የጣዖት ስም፤ "የሐማትም ሰዎች አሲማትን ሠሩ፤ አዋውያንም **ኤልባዝር**ንና ተርታቅን ሠሩ፤ የሴፈርዋይም ሰዎችም ለሴፈርዋይም አማልክት ለአድራሜሌክና ለአነሜሌክ ልጆቻቸውን በእሳት ያቃጥሉ ነበር" (2 ነገ 17:31)

ኤልቤቴል ~ Elbethel: ኤል ቤተ ኤል፤ የአምላክ-ቤተመቅደስ፤ የጌታ ወገን ቤት፤ የኃያሉ አምላክ ቤት... ማለት ነው።

'ኤል' እና 'ቤቴል' ከሚሉት ቃላት የተመሠረተ ስም ነው።
ያቆብ ከጌሳው በሸሸ ጊዜ እግዚአብሔር የተገለጠለት የቦታ፤ "በዚያም መሰውያውን ሠራ፤ የዚያንም ቦታ ስም **ኤልቤቴል** ብሎ ጠራው እርሱ ከወንድሙ ፊት በሸሸበት ጊዜ እግዚአብሔር በዚያ ተገልጦለት ነበርና።" (ዘፍ 35:7)

ኤልብሪት ~ Baal-berith: ባል በር፤ ባለ ራት፤ ባለቤት... ማለት ነው። (ባለቃልኪዳን ተብሎም ይተረጎማል።)
[ተዛማጅ ስም- **በኣልብሪት**]
. በሴኬም ጌዴዎን ከሞት በኋላ፤ "በሴኬምም ግንብ ውስጥ የነበሩ ሰዎች ሁሉ ይህን በሰሙ ጊዜ ወደ **ኤልብሪት** ቤት ወደ ምሽጉ ውስጥ ገቡ።" (መሣ 9:46)

. **በኣልብሪት**- (መሣ 8:33፤ 9:4)

ኤልብሪት ~ Berith: በራት፤ በሮች፤ መተላለፊያ... ማለት ነው። ቃል ኪዳን ወይም ውል ተብሎ ይተረጎማል። "በሴኬምም ግንብ ውስጥ የነበሩ ሰዎች ሁሉ ይህን በሰሙ ጊዜ ወደ **ኤልብሪት** ቤት ወደ ምሽጉ ውስጥ ገቡ።" (መሣ 9:46)

ኤልተቄን ~ Eltekeh: 'አምላክን የሚፈራ' ማለት ነው። የነገድ ዳን ከተማ፤

"ከዳንም ነገድ **ኤልተቄንና** መሰምርያዋን፤ ገባቶንንና መሰምርያዋን፤ ኤሎንንና መሰምርያዋን፤" (ኢያ 21:23)

ኤልቶላድ ~ Eltolad: ኤል

ትውልድ፤ የአምላክ ዘር... ማለት ነው። በይሁዳ በስተደቡብ ያለ ከተማ፤ "በአላ፤ ዒዶም፤ ዓጼም፤ **ኤልቶላድ**" (ኢያ 15:30)

ኤልናታን ~ Elnathan: ኤል ናታን፤

ከእግዚአብሔር የተሰጠ፤ የጌታ ሀብት፤ የጌታ ስጦታ፤ የአምላክ ችሮታ... ማለት ነው። 'ኤል' እና 'ናታን' ከሚሉ ሁለት ቃላት የተመሠረተ ስም ነው። በመጽሐፍ ቅዱስ ውስጥ በዚህ ስም የሚታወቁ ሰዎች:-

1. ንጉሡ ኢዮአቄም ወደ ግብፅ ከላካቸው፤ የዓክቦር ልጅ፤ (ኤር 26:22፤ 36:12 ፣ 25)

2. "ዮአኪን መንገሡ በጀመረ ... የኢየሩሳሌም ሰው **የኤልናታን** ልጅ ነበረች።" (2 ነገ 24:8)

3. በዕዝራ ዘመን የነበሩ ሦስት ሰዎች "ወደ አለቆቹም ወደ አልዓዛር፤ ወደ አርኤል፤ ወደ ሸማያ፤ ወደ **ኤልናታን**፤ ወደ ያሪብ፤ ወደ **ኤልናታን**፤ ወደ ናታን፤ ወደ ዘካርያስ፤ ወደ ሚሱላም፤ ደግሞም ወደ አዋቂዎቹ ወደ ዮያሪብና ወደ **ኤልናታን** ላክሁ።" (ዕዝ 8:16)

ኤልናዓም ~ Elnaam: 'አምላክ

ደስታዬ' ማለት ነው። የሁለቱ የዳዊት ዘበኞች፤ የይሪባይና የዮሻዊያ አባት፤ "መሐዋዊው ኤሊኤል፤ ይሪባይ፤ ዮሻዊያ፤ **የኤልናዓም** ልጆች፤ ሞዓባዊው ይትማ፤" (1 ዜና 11:46)

ኤልዓሣ ~ Elasah: አምላካዊ ማለት ነው።

1. በዕዝራ ዘመን እንግዳ ሴቶችን ካገቡ ካህናት፤ "ከፋስኩር ልጆችም፤ ኤልዮዔናይ፤ ... ናትናኤል፤ የዘባት፤ **ኤልዓሣ።**" (ዕዝ 10:22)

2. የይሁዳ ንጉሥ ሴዴቅያስ ወደ ባቢሎን ንጉሥ ወደ ናቡክደነፆር ወደ ባቢሎን ከላካቸው ሁለት ሰዎች፤ የሳፋን ልጅ፤ "ኤርምያስ የይሁዳ ንጉሥ ሴዴቅያስ ወደ ባቢሎን ንጉሥ ወደ ናቡክደነፆር ወደ ባቢሎን በላካቸው በሳፋን ልጅ በ**ኤልዓሣ**ና በኬልቅያስ ልጅ በገማርያ እጅ ደብዳቤውን ... ላከው።" (ኤር 29:3)

ኤልዓዛር ~ Eliezar: ኤል ዘር፤ የጌታ

ወገን፤ የተቀደስ ዘር፤የአምላክ ልጅ... ማለት ነው። [ተዛማጅ ስሞች- **ኤልዓዛር፤ አቢዔዘር፤ አቢዔገር፤ ኤሊሱር፤ ኤሊዔዘር፤ ኤልዓዛር**]

'ኤል' እና 'ዘር' ከሚሉ ሁለት ቃላት የተመሠረተ ስም ነው።

[ትርጉም እግዚአብሔር እረዳቴ ነው ማለት ነው / **መቅቃ**]

በጌታ የዘር ሐረግ የተጠቀሰ፤ የዮሴዕ ልጅ፤ **ኤልዓዛር** ፤ (ሉቃ 3:29)

ኤልዓድ ~ Elead: 'ያምላክ ምስክር'

ማለት ነው። የኤፍሬም ወገን፤ "የአገሩም ተወላጆች የጌት ሰዎች ከብቶቻቸውን ሊወስዱ ወረደው ነበርና የገደሉአቸው ልጆቹ ኤድርና **ኤልዓድ** ነበሩ።" (1 ዜና 7:21)

ኤልኤል ~ Eliel: ኤል ኤል፤ ጌታዬ

አምላኬ፤ ጌታ ጌታዬ፤ አምላኬ አምላኬ፤ የኃያላን ኃይል... ማለት ነው። [ተዛማጅ ስም- **ኤሊኤል**]

'ኤል'ን በድጋሚ በመጥራት የተመሠረተ ስም ነው።

ከዳዊት ዘበኞች፤ የኤልናዓ ልጅ፤ **ኤልኤል**፤ (1 ዜና 11:46፤ 47) ፤ (1 ዜና 5:24) ፤ (1 ዜና 6:34) ፤ (1 ዜና 8:20) ፤ (1 ዜና 8:22 ፤ 23) ፤ (1 ዜና 11:46) ፤ (1 ዜና11:47) ፤ (1 ዜና 12:11) ፤ (1 ዜና 15:9 ፤ 11) ፤ (2 ዜና 31:13)

ኤልዛባድ ~ Elzabad: አምላክ

የሰጠው ማለት ነው።

1. ዮርዳኖስን ተሻግረ ወደ ዳዊት ከተቀላቀሉ ኃያሎች፤ "ዘጠነኛው **ኤልዛባድ**፤

አሥረኛው ኤርምያስ፤ አሥራ አንደኛው መከበናይ፡፡" (1 ዜና 12:12)

2. "ለሸማያ ልጆች ዮትኒ፤ ራፋኤል፤ ዖቤድ፤ ወንድሞቻቸም ኃያላን የነበሩ **ኤልዛባድ**፤ ኤልሁ፤ ሰማክያ፡፡" (1 ዜና 26:7)

ኤልዛቤል ~ Jezebel: የ ዘ በዓል፤ በዓለ ኤል፤ በዓለ አምላኩ... ማለት ነው፡፡ የእስራኤል ንጉሥ፤ የአከዓብ ሚስት፤ የኤትበአልን ልጅ፤ "... የሲዶናውያንንም ንጉሥ የኤትበአልን ልጅ **ኤልዛቤልን** አገባ፤ ሄዶም በአልን አመለከ ሰገደለትም" (1 ነገ 16:31)

ኤልዩድ ~ Eliud: ኤል ሁድ፤ ኤል ውድ፤ በአምላክ የተወደደ... ማለት ነው፡፡ (ከጌታ የተዋሐደ፤ የአምላክ አንድነት ተብሎም ይተረጎማል፡፡) በጌታ የዘር ሐረግ የተጠቀሰ፤ የአኪም ልጅ፤ **ኤልዩድ**፤ (ማቴ 1:15)

ኤልያሊ ~ Elealeh: ዔል ላይ፤ ታላቅ አምላክ፤ የላይኛው ጌታ፤ የበላይ አምላክ... ማለት ነው፡፡ የሮቤል ልጅ ርስት ሁኖ የተሰጠ፤ የቦ ታ ስም፤ (ዘኍ 32:37) ፤ (ዘኍ 32:3 ፤ 37) ፤ (ኢሳ 15:4 ፤16:9፤ ኤር 48:34)

ኤልያሴብ ~Eliashib: ኤል ያስብ፤ አምላክ ያሰበው፤ እግዚአብሔር የረዳው... ማለት ነው፡፡ [ተዛማጅ ስም- **ኤልያሴብ**] 'ኤል' እና 'ያስብ' ከሚሉት ሁለት ቃላት የተመሠረተ ስም ነው፡፡ በመጽሐፍ ቅዱስ ውስጥ በዚህ ስም የሚታወቁ ሰዎች:-

1. ከይሁዳ ወገን፤ የኤልዮኔናይ ልጅ፤ (1 ዜና 3:24)

2. አልዓዛርና ከኢታምር ልጆች መካከል የመቅደሱና የእግዚአብሔር አለቆች ለአገልግሎት፤ በዕጣ ከተመደቡ፤ (1 ዜና 24:12)

3. በነህምያ ዘመን፤ ከምርኮ ሲመለሱ የኢየሩሳሌምን ቅጥር ከጠገኑ፤ (ነህ 3:1 ፤ 20 ፤ 21)

4. በዕዝራ ዘመን፤ ከምርኮ ሲመለሱ እንግዳ ሚስቶችን አግብተው ከነበሩ፤ (ዕዝ 10:24)

5. እንግዶች ሚስቶች ካገቡ፤ የባኒ ልጅ፤ (ዕዝ 10:36)

. እንግዶች ሚስቶች ካገቡ፤ የዛቱዐ ልጅ፤ **አልያሴብ**፤ (ዕዝ 10:27)

ኤልያስ ~ Eliah, Elijah: ኤል ዋስ፤ ኤል ያሕ፤ ሕያው ጌታ፤ ኃያል አምላክ፤ ሕያው አምላክ... ማለት ነው፡፡ Eliah, Elijah- 'ኤል' እና 'ያሕ' (ያሕዌ) ከሚሉ ቃላት የተመሠረተ ስም ነው፡፡ በመጽሐፍ ቅዱስ ውስጥ በዚህ ስም የሚታወቁ ሰዎች:-

ኤልያስ / Eliah:

1. ብንያማዊው የነገዱ አለቃ፤ (1 ዜና 8:27)

2. በዕዝራ ዘመን እንግዶች ሚስቶችን ካገቡ፤ ከካሪም ልጅ፤ (ዕዝ 10: 21፤ 26)

ኤልያስ / Elijah: የሞተን ልጅ ያስነሣ፤ ዝናም ለሁለት ዓመት እንዳይዘንብ ሰማይን የዘጋ፤ ነቢዩ ኤልያስ ፤ (1 ነገ 17:1) [ትርጉም 'እግዚአብሔር አምላክ ነው' ማለት ነው / **መቅቃ**] [...ፍቾው፤ ኃይለ እግዚአብሔር፡፡ **እ / ኪወክ**]

ኤልያስ ~ Elias: ኤል ዋስ፤ ኃያል አዳኝ፤ኃይለ እግዚአብሔር... ማለት ነው፡፡ "ልትቀበሉትስ ብትወዱ፤ ይመጣ ዘንድ ያለው **ኤልያስ** ይህ ነው፡፡" (ማቴ11:14)

ኤልያቄም ~ Eliakim: ኤል ያቆም፤ ኤል አቆም፤ በአምላክ የጸና፤ እግዚአብሔር ያነሣው... ማለት ነው፡፡ [ተዛማጅ ስሞች- **ቀሙኤል፤ ቁሚ፤ አኪቃም፤ አዶኒቃም፤ ኢዮአቄም፤ ዓዝሪቃም፤ ያቄም፤ ዮቄም፤ ዮአቄም**] 'ኤል' እና 'ቆም' ከሚሉት ሁለት የተመሠረተ ስም ነው፡፡ [ትርጉም እግዚአብሔር ያስነሳል ማለት ነው / **መቅቃ**]

በመጽሐፍ ቅዱስ ውስጥ በዚህ ስም
የሚታወቁ ሰዎች:-

1. የኬልቅያስ ልጅ፤ (2 ነገ 18:18) ፥ (ኢሳ
36:3) ፥ (2 ነገ 18:18 ፤ 26 ፤ 37)

2. በጌታ የዘር ሐረግ የተጠቀሰ፤ የዮናን ልጅ፤
(ሉቃ 3:30 ፤31)፤ (ማቴ 1:13)

3. የኢዮስያስ ልጅ የኢዮአከስ ወንድም፤
የኢዮአቄም የቀድሞ ስም፤
(2 ዜና 36:4)፤ (2 ነገ23:34)

4. በነህምያ ዘመን የነበረ ካህን፤ የኢየሩሳሌም
ግንብ በማደስ የተባበረ፤ (ነህ 12:41)

ኤልያብ ~ **Eliab, Aholiab, Eliam:** ኤል አብ፤ የአባቴ አምላክ፤ አባቴ
አምላኬ... ማለት ነው። [ተዛማጅ ስሞች-
አቤል፤ አቢኤል]

'ኤል' እና 'አብ' ከሚሉ ቃላት የተመሠረተ
ስም ነው። በመጽሐፍ ቅዱስ ውስጥ በዚህ
ስም የሚታወቁ ሰዎች:-

1. የአሂሳሚክ ልጅ፤ (ዘጸ 31:6)

2. የሮቤል ልጅ፤ የዳታንና አቤሮን አባት፤
(ዘኍ 16:1፤12)

3. የኬሎን ልጅ፤ (ዘኍ 1:9 ፤ 2:7 ፤ 7:24 ፤
29 ፤ 10:16)

4. የዳዊት ወንድም፤ የእሴ ልጅ፤ (1 ሳሙ
16:6 ፤ 17:13 ፤ 28 ፥ 1 ዜና
2:13)

5. በዳዊት ዘመን የነበረ መዘምር፤ (1 ዜና
15:18 ፤ 20 ፤ 16:5)

6. ከጋድ ልጆች የጭፍራ አለቆች፤ (1 ዜና
12:10)

7. የሕልቃና ልጅ፤ (1 ዜና 6:27)

ኤልያብ ~ **Aholiab:** ኃያል አባት፤
የአብ ድንኳን፤ ያባት ርስት... ማለት ነው።
ለቤተመቅደሱ ንዋየ ቅዱሳትን እንዲያዘጋጅ
ከተመረጡ፤ ከዳን ነገድ የሆነ፤ የአሂሳሚክ
ልጅ፤ "እኔም እነሆ ከእርሱ ጋር ከዳን ነገድ
የሚሆን የአሂሳሚክን ልጅ **ኤልያብን** ሰጠሁ
ያዘዝሁህን ሁሉ ያደርጉ ዘንድ በልባቸው

ጥበበኞች በሆኑት ሁሉ ጥበብን አኖርኩ።"
(ዘጸ 31:6፤ 35:34፤ 36:1፤2፤ 38:23)

ኤልያብ ~ **Eliam:** ዓለም፤ የአምላክ
ፍጥረት፤ በጠቅላላው... ማለት ነው።

1. የንጉሡ ዳዊት የሚስቱ አባት፤ "ዳዊትም
ልኮ ስለ ሴቲቱ ጠየቀ አንድ ሰውም፤ ይህች
የ**ኤልያብ** ልጅ የኬጢያዊው የኦርዮ ሚስት
ቤርሳቤህ አይደለችምን? አለ።" (2 ሳሙ
11:3)

2. ከሠላሳዎቹ የዳዊት ኃያላን አንዱ፤
"የአሮዳዊው የአራር ልጅ አምናን፤
የማዕካታዊው ልጅ የአሐስባይ ልጅ
ኤሌፋላት፤ የጊሎናዊው የአኪጦፌል ልጅ
ኤልያብ።" (2 ሳሙ 23:34)

ኤልያታ ~ **Eliathah:** 'ኃያል አንተ፤
አምላኬን ያገኘኝ' ማለት ነው። በዳዊት ጊዜ
በቤተ መቅደስ፤ ይዘምሩ ከነበሩ፤ "ከኤማን
የኤማን ልጆች ቡቅያ፤ መታንያ፤ ዓዘርዔል፤
ሱባኤ፤ ኢያሪሙት፤ ሐናንያ፤ ሐናኒ፤
ኤልያታ፤ ጊዶልቲ፤ ሮማንቲዔዘር፤
ዮሽብቃሻ፤ መሎቲ፤ ሆቲር፤ መሐዝዮት" (1
ዜና 25:4፤27)

ኤልያና ~ **Elhanan:** ኤል ሐናን፤
የእግዚአብሔር ቡሩክ፤ የአምላክ ጸጋ፤
ትሑት፤ አምላክ ሐናን... ማለት ነው።
'ኤል' እና 'ሐናን' ከሚሉ ሁለት ቃላት
የተመሠረተ ስም ነው። በመጽሐፍ ቅዱስ
ውስጥ በዚህ ስም የሚታወቁ ሰዎች:-

1. በዳዊት ጭፍሮች ዘንድ ከነበሩት ኃያል፤
የየዓሬ ኦርጊ ልጅ፤ (2 ሳሙ
21:19)

2. በዳዊት ጭፍሮች ዘንድ ከነበሩት ኃያል፤
የዱዲ ልጅ፤ (2 ሳሙ 23:24፤ 25)፤ (1 ዜና
11:26)

ኤልያፍ ~ **Elihoreph:** 'የአምላክ
ሽልማት' ማለት ነው።ከሰሎሞን ጸሐፍት
አንዱ፤ "ጸሐፊዎቹም የሴባ ልጆች **ኤልያፍና**
አኪያ፤ ታሪክ ጸሐፊም የአኪሉድ ልጅ
ኢዮሣፍጥ።" (1 ነገ4:3)

ኤልዮኤናይ ~ Elioenai: ኤል አየን፤ ኢሌኒ፤ ጌታ አየነ፤ አምላክ ያየዋ፤ የአምላክ ዓይኖች... ማለት ነው። [ተዛማጅ ስሞች-**ኤሊሆኤናይ፤ ኤሊኤናይ፤ ኤሊዮኤናይ**] 'ኤል' እና 'ዓይን' ከሚሉ ሁለት ቃላት የተመሠረት ነው። በመጽሐፍ ቅዱስ ውስጥ በዚህ ስም የሚታወቁ ሰዎች:-
1. የነዓርያ ልጅ፤ (1 ዜና 3:23 ፤24)
2. የዓሣሄል ልጅ፤ (1 ዜና 4:36)
3. የቤኬር ልጅ፤ (1 ዜና 7:8)
4. የሜሱላም ልጅ፤ (1 ዜና 26:3)
5. የፋስኩር ልጅ፤ (ዕዝ 10:22)
. የዘቱዕ ልጅ፤ **ኤሊዮኤናይ**- (ዕዝ 10:27)

ኤልዳዓ ~ Eldaah: የአምላክ ጥበብ ማለት ነው። የኬጡራ ልጅ፤ የምድያም ልጅ፤ "የምድያምም ልጆች ጌፈር፤ ዔፌር፤ ሄኖነ፤ አቢዳዕ፤ **ኤልዳዓ** ናቸው። እነዚህ ሁሉ የኬጡራ ልጆች ናቸው።" (ዘፍ 25:4፤ 1 ዜና 1:3)

ኤልዳድ~ Eldad, Elidad: ኤልዳድ፤ ኤልወደድ፤ አምላክ የወደደው፤ በጌታ የተወደደ... ማለት ነው።
'ኤል' እና 'ውድ' ከሚሉ ሁለት ቃላት የተመሠረት ስም ነው።

ኤልዳድ / Eldad: ሙሴ ከመረጣቸው፤ ከሰባው ሽማግሌዎች፤ ነቢዩ **ኤልዳድ**፤ (ዘኁ 11:26)

ኤልዳድ / Elidad: ምድሪቱንም ርስት አድርገው ይከፍሉ ዘንድ፤ እግዚአብሔር ሙሴን እንደነገረው፤ የኪሰሎን ልጅ፤ (ዘኁ 34:21)

ኤልዳፋ ~ Elzaphan: 'አምላክ የጠበቀው' ማለት ነው። የዑዝኤል ሁለተኛ ልጅ፤ "የዑዝኤል ልጆች ሚሳኤል፤ **ኤልዳፋን**፤ ሥትሪ ናቸው" (ዘጸ 6:22)

ኤልፋዝ ~ Eliphaz: 'አምላክ ያበረታው' ማለትነው።
1. ዓዳ ለዔሳው የወለደችለት፤ የተመነ አባት፤ "ዓዳ ለዔሳው **ኤልፋዝን** ወለደች

ቤሴሞትም ራጉኤልን ወለደች" (ዘፍ 36:4፤ 1 ዜና 1:35፤36)
2. "ሦስቱም የኢዮብ ወዳጆች ይህን የደረሰበትን ክፉ ነገር ሁሉ ሰምተው ከየአገራቸው መጡ፤ እነርሱም ቴማናዊው **ኤልፋዝ**፤ ሹሐዊው በልዳዶስ፤ ነዐማታዊው ሶፋር ነበሩ። ..." (ኢዮ 2:11፤15:12-16)

ኤልፍዓል ~ Elpaal: 'የአምላክ ሥራ' ማለት ነው። የብንያማዊው፤ ሻሐራይ ልጅ፤ የአቢጡብ ወንድም፤ "ከሑሺምም አቢጡብንና **ኤልፍዓልን** ወለደ" (1 ዜና 8:11)

ኤሎዬ ኤሎዬ ላማ ሰበቅታኒ ~ Eli, Eli, lama sabachthani: አምላኬ አምላኬ ለምንተውከኝ...
ጌታ በጸሎቱ ከተጠቀመባቸው ቃላት፤ "በዘጠኝ ሰዓትም ኢየሱስ:- **ኤሎዬ ኤሎዬ ላማ ሰበቅታኒ**፤ ብሎ በታላቅ ድምፅ ጮኸ። ይህም፤ አምላኬ አምላኬ፤ ስለ <u>ምን</u> ተውከኝ፤ ማለት ነው።" (ማቴ 27:46)

ኤሎን፤ ኤሎም ~ Ajalon: 'ሰንሰለት' ማለትነው።
1. ለነገደ ዳን የተሰጠ፤ ከተማና ሸለቆ፤ "አሞራውያን በሐሬስ ተራራና በ**ኤሎን** በሻዓልቢምም በመቀመጥ ጸኑ። ነገር ግን የዮሴፍ ቤት እጅ ከበደች፤ አስገበረቻቸውም።" (መሳ 1:35)
2. በኤሎም የተሰየመ፤ የዘብሎን ነገድ ከተማ፤ **ኤሎም**፤ "ዘብሎናዊውም **ኤሎም** ሞተ፤ በዘብሎንም ምድር ባለቸው በኤሎም ተቀበረ።" (መሳ 12:12)

ኤሎን ~ Elon: 'ዝግባ' የዛፍ ዓይነት ነው።
1. የዳን ከተማ፤ "ሽዐለቢን፤ **ኤሎን**፤ ይትላ ኤሎን፤ ተምና፤" (ኢያ 19:43)
2. የዔሳው ሚስት፤ የቤሴሞት አባት፤ "ዔሳውም አርባ ዓመት ሲሆነው የኬጢያዊ

የብኤሪን ልጅ ዮዲትን፤ የኬጢያዊ የ**ኤሎን**ን ልጅ ቤሴሞትንም ሚስቶች አድርጎ አገባ” (ዘፍ 26:34)

3. የዛብሎን ልጅ፤ “የዛብሎንም ልጆች ሴሬድ፤ **ኤሎን**፤ ያሕልኤል” (ዘፍ 46:14)

4. በእስራኤል ላይ ፈራጅ ከነበሩ፤ ከአሥራ ሁለቱ አሥራ አንደኛው፤ “ዛብሎናዊውም **ኤሎም** ሞተ፤ በዛብሎንም ምድር ባለችው በኤሎም ተቀበረ” (መሣ 12:11፤12)

ኤሚጌም ~ Emims: እመም፤ ሐመም፤

በሽታ... ማለት ነው፡፡ በአብርሃም ዘመን በዮርዳኖስ በስተምሥራቅ፤ በጓላም በሞዓባውያን ምድር ይኖሩ የነበሩ ሰዎች፤ “በአሥራ አራተኛውም ዓመት ኮሎዶጎምርና ከእርሱ ጋር የነበሩት ነገሥታት መጡ ራፋይምን በአስጣሮት ቃርናይም፤ ዘዚምንም በሃም፤ **ኤሚም**ንም በሴዊ ቂርያታይም መቱ” (ዘፍ 14:5፤ ዘዳ 2:10)

ኤማሁስ ~ Emmaus: ፍል ውኃ፤

መታጠቢያ፤ መዋኛ’ ማለት ነው፡፡ በትንሣኤው ዕለት፤ ጌታ ከገበያተኞች ጋር ይሄድበት የነበረ መንደር፤ “እነሆም፤ ከእነርሱ ሁለቱ በዚያ ቀን ከኢየሩሳሌም ስድሳ ምዕራፍ ያሕል ወደሚርቅ **ኤማሁስ** ወደሚባል መንደር ይሄዱ ነበር” (ሉቃ 24:13)

ኤማን ~ Heman: አማን፤ ሃማን፤

ያመነ፤ የታመነ፤ ሰላም ያገኛ... ማለት ነው፡፡ [ተዛማጅ ስሞች- **ሄማን፤ አማን፤ አሜን**] ‘አማን’ ከሚለው ግስ የመጣ ስምነው፡፡ በመጽሐፍ ቅዱስ ውስጥ በዚህ ስም የሚታወቁ ሰዎች:-

1. የቀዓት ልጅ፤ ዘማሪው ኤማን፤ (1 ዜና 6:33)

2. የኢዮኤል ልጅ፤ (1 ዜና 15:17)

. የማሐል ልጅ፤ **ሄማን**- (1 ነገ 4:31)

. የዘራ ልጅ፤ **ሄማን**- (1 ዜና 2:6)

ኤሞር ~ Emmor, Hamor:

‘ውርንጭላ፤ተሸካሚ፤ አገልጋይ፤የጭነት እንስሳ፤ አህያ’ ማለት ነው፡፡ የሴኬም አባት፤ “ወደ ሴኬምም አፍልሰው አብርሃም ከሴኬም አባት ከ**ኤሞር** ልጆች በብር በገዛው መቃብር ቀበሩአቸው፡፡” (ሐዋ 7:16)

ኤሞር / Hamor: “ድንኳኑን ተከሎበት የነበረውንም የእርሻውን ክፍል ከሴኬም አባት ከ**ኤሞር** ልጆች በመቶ በጎች ገዛው” (ዘፍ 33:19፤ 34:2፤4፤ 6፤8፤13፤ 18፤20፤24፤26)

ኤሲሊ ~ Esli: ‘አቅራቢያ’ ማለት

ነው፡፡ በጌታ የዘር ሐረግ፤ የነጌ ልጅ፤ “የዮና ልጅ፤ የዮሴፍ ልጅ፤ ... ልጅ፤ የናሆም ልጅ፤ የ**ኤሲሊ**ም ልጅ” (ሉቃ 3:25)

ኤስሮም ~ Esrom: ‘እስር፤ እጥር፤

ክልል’ ማለት ነው፡፡ “ይሁዳም ከተዕማር ፋሬስንና ዛራን ወለደ፤ ፋሬስም **ኤስሮም**ን ወለደ፤” (ማቴ 1:3፤ ሉቃ 3:33)

ኤስቦን፤ ኤሴቦን ~ Ezbon:

አገልግሎት ማለትነው፡፡

1. የጋድ ልጅ፤ “የጋድም ልጆች ጽፎን፤ ሐጊ፤ ሹኒ፤ **ኤስቦን**፤ ዔሪ፤ አሮዲ፤ አርኤሊ፡፡” (ዘፍ 46:16፤ ዘኍ 26:16)

2. የቤላ ልጅ፤ “የቤላም ልጆች፤ **ኤሴቦን**፤ አዚ፤ ዑዝኤል፤ ... ሆያ ሁለት ሺህ ሠላሳ አራት ነበሩ፡፡” (1 ዜና 7:7)

ኤስና ~ Ozni: አዝን፤ ዕዝን፤ ጆሮ፤

አዳማጭ፤ ሰሚ፤ አዛኝ... ማለት ነው፡፡ ‘አዘነ’ ከሚለው ግስ የተገኘ ስምነው፡፡ የጋድ ልጅ፤ (ዘኍ 26:16)

ኤስኮል ~ Eshcol: ‘የወይን ዘለላ’

ማለት ነው፡፡ አብርሃም ሎጥን ከምርኮ ለማስመለስ ባደረገው ጥረት ተባባሪ የነበረ፤ “አንድ የሸሸ ሰውም መጣ፤ ለዕብራዊው ለአብራምም ነገረው፤ እርሱም የ**ኤስኮል**

ወንድምና የአውናን ወንድም ... ጋር ቃል
ኪዳን ገብተው ነበር፡፡" (ዘፍ 14:13፡24)

ኤስድሪኤል ~ Adriel: 'የአምላክ
ሕዝብ' ማለት ነው፡፡ ለዳዊት ታጭታ የነበርን
የሳኦል ልጅ፣ ሜሮብን ያገባ፣ የቤርዚሊ ልጅ፣
"ነገር ግን የሳኦል ልጅ ሜሮብ ዳዊትን
የምታገባበት ጊዜ ሲደርስ ለመሓላታዊው
ለኤስድሪኤል ተዳረች" (1 ሳሙ 18:19)

ኤራ ~ Arah: ኤራ፣ ኤረያ፣ ሰማያዊ
ከምድር የራቀ... ማለት ነው፡፡ በመጽሐፍ
ቅዱስ ውስጥ በዚህ ስም የሚታወቁ ሰዎች:-
1. የኡላ ልጅ፣ (1 ዜና 7:39)
2. የባቢሎን ንጉሥ ናቡከደነፆር ወደ ባቢሎን
ከማረካቸው ምርኮኞች ወደ እየሩሳሌምና
ወደ ይሁዳ ወደ እየከተማቸው የተመለሱት
የአገር ልጆች፣ (ዕዝ 2:5) ፣ (ነህ 7:10)
3. "ጦብያም የኤራ ልጅ የሴኬንያ አማች ስለ
ነበረ፣ ..." (ነህ 6:18)

ኤራስ ~ Hirah: 'ራስ፣ የንጉሥ ወገን፣
ከቡር ዘር፣ ወራሽ' ማለት ነው፡፡ የይሁዳ
ወዳጅ፣ "በዚያም ወራት እንዲህ ሆነ ይሁዳ
ከወንድሞቹ ተለይቶ ወረደ፣ ስሙን **ኤራስ**
ወደሚሉት ወደ ዓዶሎማዊውም ሰው ገባ፡፡"
(ዘፍ 38:1፡12)

ኤሬስ ~ Heresh: 'አናጢ' ማለት
ነው፡፡ ከመቅደስ አገልግሎት ጋር ቅርበት
የነበረ ሌዋያዊ፣ "በቆበቃር፣ **ኤሬስ**፣ ጋላል፣
የአሳፍ ልጅ የዘክሪ ልጅ የሚካ ልጅ
መታንያ" (1 ዜና 9:15)

ኤርማፍ ~ Harumaph: 'ሰልካካ
አፍንጫ' ማለት ነው፡፡ የይዳያ አያት፣
"በአጠገባቸውም የኤርማፍ ልጅ ይዳያ በቤቱ
እንደር ያለውን አደሰ፣ በአጠገቡም የአሰብንያ
ልጅ ሐጡሽ አደሰ" (ነህ 3:10)

ኤርምያ ~ Jeremiah: የራም ያሕ፣
ራማ ያሕ፣ ታላቅ አምላክ፣ የሰማዩ ጌታ፣
የላይኛው ጌታ... ማለት ነው፡፡ [ተዛማጅ ስም-
ኤርምያስ]

ከምናሴ ነገድ፣ በዮርዳኖስ በስተምሥራቅ፣
የአባቶቻቸው ቤቶች አለቆች፣ (1 ዜና 5:24)

**ኤርምያስ~ Jeremiah,
Jeremias:** የራም ያሕ፣ የራም ዋስ፣
ታላቅ አምላክ፣ የሰማዩ ጌታ፣ የላይኛው
አዳኝ... ማለት ነው፡፡ [ተዛማጅ ስም-
ኤርምያ] [ትርጉሙ እግዚአብሔር ከፍ
ያደርጋል ማለት ነው / **መቅ**]

'ራማ' እና 'ያሕ፣ ዋስ' (ያሕዌ) ከሚሉ ቃላት
የተመሠረተ ስም ነው፡፡ በመጽሐፍ ቅዱስ
ውስጥ በዚህ ስም የሚታወቁ ሰዎች:-

ኤርምያስ / Jeremiah:
1. ዳዊት ከምድረ በዳ ውስጥ ባለቸው
በአንባይቱ ሳለ ከጋድ ወገን የሆኑ እነዚህ ጋሻና
ጦር የሚይዙ፣ ጽኑዓን ኃያላን፣ ሰልፈኞች፣
ወደ እርሱ ከተጠጉ፣ (1 ዜና 12:11)
2. ዳዊት ከምድረ በዳ ውስጥ ባለቸው
በአንባይቱ ሳለ ከጋድ ወገን የሆኑ እነዚህ
ጋሻና ጦር የሚይዙ፣ ጽኑዓን ኃያላን፣
ሰልፈኞች፣ ወደ እርሱ ተጠጉ፣ (1 ዜና
12:13)
3. በጺቅላግ ከቂስ ልጅ ከሳኦል በተሸሸገ ጊዜ
ወደ ዳዊት የመጡ፣ (1 ዜና 12:4)
4. የምናሴ የነገድ እኩሌታ ልጆች፣
የአባቶቻቸው ቤቶች አለቆች፣ (1 ዜና 5:24)
5. የንጉሥ ኢዮአክስ አያት፣ (2 ነገ 23:31)
6. ነቢዩ፣ የኬልቅያስ ልጅ፣ (ኤር 1:1) ፣
(ኤር 32:6)

ኤርምያስ / Jeremias: "እርሱም:-
አንዳንዱ መጥምቁ ዮሐንስ፣ ሌሎችም
ኤልያስ፣ ሌሎችም **ኤርምያስ** ወይም ከነቢያት
አንዱ ነው ይላሉ አሉት" (ማቴ 16:14)

ኤርስጦስ ~ Erastus: ተወዳጅ፣
ተፈቃሪ ማለት ነው፡፡

1. የቆሮንጦስ ከተማ ሹም፣ "... የከተማው
መጋቢ **ኤርስጦስ** ወንድማችንም ቁአስጥሮስ
ሰላምታ ያቀርቡላችኋል፡፡" (ሮሜ 16:23)
2. ከጢሞቴዎስ ጋር ወደ መቅዶኒያ የተለከ
የጳውሎስ አገልጋይ፣ "**ኤርስጦስ** በቆሮንቶስ

ቀረ፤ ጥሮፊሞስን ... በሚሊጢኅን ተውሁት፡፡" (ሐዋ 19:22)

ኤርጌል ሳራስር ~ Nergal-sharezer: 'የጅግና ዘር' ማለት ነው፡፡ የባቢሎን ንጉሥ ኢየሩሳሌምን በወረረ ጊዜ፤ አብረውት ከነበሩ አለቆች፤ "የባቢሎንም ንጉሥ አለቆች ሁሉ **ኤርጌል ሳራስር**፤ ሳምጋርናቦ፤ ... ከባቢሎን ንጉሥ አለቆች ሁሉ ጋር ገብተው በመካከለኛው በር ውስጥ ተቀመጡ፡፡" (ኤር 39:3፤13) **ኤርጌል ~ Nergal:** 'ታላቅ፤ ከቡር' ማለት ነው፡፡ ከታዋቂ የአሲርያ አማልክት አንዱ፤ "የባቢሎንም ሰዎች ሱኮትበኖትን ሠሩ የኩታም ሰዎች **ኤርጌልን** ሠሩ" (2 ነገ 17:30)

ኤሽታአል~ Eshtaol: 'ሺሕ ታውል፤ ጠንካራ ቤታ' ማለት ነው፡፡ ለዳን ነገድ የተሰጠ፤ የይሁዳ የታችኛው አገር፤ "በቄላው **ኤሽታአል**፤ ጽርዓ፤ አሽና፤ ዛኖዋ" (ኢያ 15:33)

ኤሽትሞዓ ~ Eshtemoa: እሽታም፤ ፈቃደኛ፤ ታዛዥ ማለት ነው፡፡ በይሁዳ ተራራማ ክፍል የነበረ ከተማ፤ "የቲርኅና መስምርያዋን፤ **ኤሽትሞዓ**ንና መስምርያዋን፤" (ኢያ 21:14፤ 1 ዜና 6:57)

ኤሽዓን ~ Eshean: 'አቀበት፤ ቁልቁለት' ማለት ነው፡፡ ከይሁዳ ከተሞች አንዱ፤ (ኢያ 15:52) "አራብ፤ ዱማ፤ **ኤሽዓን**፤ ያኔም፤ቤትታጴዋ፤"

ኤብያ ~ Habaiah: 'አምላክ የጋረደው' ማለት ነው፡፡ ከባቢሎን ምርኮ ከተመለሱ፤ **የኤብያ** ልጆች፤ ይገኙበታል፤ "ከካህናቱም ልጆች **የኤብያ** ልጆች፤ የአቆስ ልጆች፤ ከገለዓዳዊው ከቤርዚላ ልጆች ሚስት ያገባ፤ ..." (ዕዝ 2:61፤ ነህ 7:63)

ኤታም ~ Etham: 'ደሴት' ማለት ነው፡፡ እስራኤላውያን ከግብፅ ከወጡ በኋላ ካረፉባቸው በታዎች፤ "ከሱኮትም ተጓዙ

በምድረ በዳውም ዳር በ**ኤታም** ሰፈሩ፡፡" (ዘጽ 13:20፤ ዘኍ33:6፤7)

ኤታኒም ~ Ethanim: 'ብርቱ' ማለት ነው፡፡ የወር ስም፤ ወርሃ ጽጌ፤ "የእስራኤልም ሰዎች **ኤታኒም** በሚባል በሰባተኛው ወር በበዓሉ ጊዜ ወደ ንጉሡ ወደ ሰሎሞን ተከማቹ፡፡" (1 ነገ 8:2)

ኤታን ~ Ethan: 'ዘላቂ' ማለት ነው፡፡
1. ጠቢብነቱ ከንጉሥ ሰሎሞን ጋር የተነጻጸረ፤ ከአራቱ የማሕል ልጆች አንዱ፤ "ከሰውም ሁሉ ይልቅ ከኢይዝራኤላዊው ከ**ኤታን**ና ከማሕል ልጆች ከሄማንና ከከልቀድ ከደራልም ይልቅ ጠበበ፤ በዙሪያውም ባሉ አሕዛብ ሁሉ ዝናው ወጣ፡፡" (1 ነገ 4:31፤ 1 ዜና2:6)
2. በንጉሥ ዳዊት ዘመን የነበረ፤ የሜራሪ ወገን፤ የቂሳ ልጅ፤ "በግራቸውም በኩል ወንድሞቻቸው የሜራሪ ልጆች ነበሩ **ኤታን** የቂሳ ልጅ፤ የአብዲ ልጅ" (1 ዜና 6:44)
3. ንጉሥ ሰሎሞን የእግዚአብሔርን ቤት በኢየሩሳሌም እስኪሠራ ድረስ በመገናኛ ድንኳን ማደሪያ ፊት እያዜሙ ያገለግሉ ከነበሩ፤ "የዓዳያ ልጅ፤ **ኤታን** ልጅ፤ የዛማጣ ልጅ፤" (1 ዜና6:42)

ኤታይ ~ Ithai: 'ከኔታ ጋር' ማለት ነው፡፡ የብንያም ወገን፤ ግብዓያዊው የሪባይ ልጅ፤ "ከብንያም ወገን ከግብዓ የሪባይ ልጅ **ኤታይ**፤" (1 ዜና 11:31)

ኤትበአል ~ Ethbaal: የት በዓል ወደ በዓል... ማለት ነው፡፡ የሰዶን ንጉሥ፤ የኤልዛቤል አባት፤ ... የሲዶናውያንንም ንጉሥ የ**ኤትበአል**ን ልጅ ኤልዛቤልን አገባ፤ ሄዶም በኣልን አመለከ ሰገደለትም" (1 ነገ 16:31)

ኤትኒ ~ Ethni: 'ጠንካራ' ማለት ነው፡፡ የመልክያ ልጅ፤ "የመልክያ ልጅ፤ የ**ኤትኒ** ልጅ፤ የዛራ ልጅ፤" (1 ዜና6:41)

ኤትና ~ Ethnan: 'ቅጥር' ማለት ነው፡፡ ከሔላም ልጆች አንዱ፤ የአሱር

ሚስት፦ "የሔላም ልጆች ዬሬት፦ ይጽሐር፦ **ኤትና**ን ናቸው።" (1 ዜና 4:7)

ኤንሐዳድ ~ Henadad:
የመወደድ ጸጋ ማለት ነው። የሌዊ ወገን፦ በመቅደሱ ጥገና ከፍተኛ ተሳትፎ ካደረጉት አንዱ፦ "ኢያሱም ልጆቹም ወንድሞቹም፦ የይሁዳም ልጆች ቀድምኤልና ልጆቹ፦ የ**ኤንሐዳድ**ም ልጆች፦ ልጆቻቸውና ወንድሞቻቸው ሌዋውያንም የእግዚአብሔርን ቤት የሚሠሩትን ያሡሩ ዘንድ በአንድነት ቆሙ።" (ዕዝ 3:9)

ኤንያ ~ Aeneas:
'ምስጉን፦ ተመስጋኝ' ማለት ነው። ጴጥሮስ የፈወሰው አካለ ስንኩል ሰው፦ "በዚያም ከስምንት ዓመት ጀምሮ በአልጋ ላይ ተኝቶ የነበረውን **ኤንያ** የሚሉትን አንድ ሰው አገኘ፤ እርሱም ሽባ ነበረ።" (ሐዋ 9:33፤34)

ኤኬላ ~ Hachilah:
የተራራ ስም፦ "የዚፍ ሰዎችም ወደ ሳኦል ወደጊብዓ መጥተው። እነሆ፦ ዳዊት በየሴሞን ደቡብ በኩል በ**ኤኬላ** ኮረብታ ላይ በጥሻ ውስጥ ባሉት አምባዎች በእኛ ዘንድ ተሸሽጎ የለምን?" (1 ሳሙ 23:19)

ኤክራን ~ Ocran:
'ጭንቀት፦ መከራ፦ ችግረኛ' ማለት ነው። የፋግኤል አባት፦ "ከአሴር የኤክራን ልጅ ፋግኤል፦" (ዘኍ 1:13፤ 2:27፤7:72፤77፤ 10:26)

ኤዊ ~ Evi:
ኤዊ፦ ሐያው፦ ሒዋን፦ ሒዋዊ... ማለት ነው። (መጎምጀት፦ መሳሳት፦ መመኘት ማለት ነው፤ ተብሎም ይተረጎማል) 'ሕያው' ከሚለው ቃል የመጣ ስምነው። እግዚአብሔር ሙሴን እንዳዘዘ ከምድያም ጋር ተዋጉ፦ ወንዶቻቸውንም ሁሉ ገደሉ፦ ከተገደሉት፦ የምድያም ነገሥታት አንዱ **ኤዊ** (ዘኍ 31:8)፤ (ኢያ 13:21)

ኤዊያውያን ~ Hivites:
'ሕያውያን፦ ኗሪዎች፦ መንደርተኛ' ማለት ነው። የካም ልጅ፦ የከነዓን ስድስተኛ ልጅ፦ "ጌርጌሳውያንንም፦ **ኤዊያውያን**ንም"

ኤዋው፤ አዋው ~ Avim:
'ቅን፦ ፈቃደኛ፦ መልካም ሰው' ማለት ነው።

1. ቀደም ብለው በፍልስጥኤም ከሰፈሩ፦ "እስከ ጋዛም ድረስ በመንደሮች ተቀምጠው የነበሩትን **ኤዋው**ያንን ከከፍቶር የወጡ ከፍቶራውያን አጠፋአቸው፦ በስፍራቸውም ተቀመጡ" (ዘዳ 2:23)

2. በአሲርያ ንጉሥ ተባረው፦ በእስራኤል ከተሞ ች እንደገና ከሰፈሩ፦ "የሐማትም ሰዎች አሲማትን ሠሩ፤ **ኤዋው**ያንም ኤልባዝርንና ተርታቅን ሠሩ፤ የሴፈርዋይም ሰዎችም ለሴፈርዋይም አማልክት ለአድራሜሌክና ለአነሜሌክ ልጆቻቸውን በእሳት ያቃጥሉ ነበር።" (2 ነገ 17:31)

ኤውላጥ ~ Havilah:
'ከብ' ማለት ነው።

1. የኩሽ ልጅ፦ "የኩሽም ልጆች ሳባ፦ **ኤውላጥ**፦ ሰብታ፦ ራዕማ፦ ሰበቃታ ናቸው። የራዕማ ልጆችም ሳባ፦ ድዳን ናቸው።" (ዘፍ 10:7)

2. የዮቅጣን ልጅ፦ "ሳባንም፦ አፊርንም፦ **ኤውላጥ**ንም፦ ዮባብንም ወለደ እነዚህ ሁሉ የዮቅጣን ልጆች ናቸው።" (ዘፍ 10:29)

ኤውንቄ ~ Eunice:
'አሸናፊ፦ ድልነሳ፦ ድልነሽ፦ አሸናፊ' ማለት ነው። ግሪካዊ ኢአማኝ ያገባች አይሁዳዊት ቤት፦ የጢሞቴዎስ እናት፦ "... ይህም እምነት ቀድሞ በአያትህ በሎይድ በእናትህም በ**ኤውንቄ** ነበረባቸው፦ ..." (ጢሞ 1:5)

ኤውግሎስ ~Eubulus:
'መልካም መካር' ማለት ነው። ቅዱስ ጳውሎስ በመልክቱ የጠቀሰው፦ በሮም የነበረ ክርስቲያን፦ "ከክረምት በፊት እንድትመጣ ትጋ። **ኤውግሎስ**ና ጱዴስ ሊኖስም ቅላውዲያም ወንድሞችም ሁሉ ሰላምታ ያቀርቡልሃል።" (2 ጢሞ 4:21)

ኤዋድያን ~ Euodias:
'የተወደደ የተመረጠ እጣን' ማለት ነው። በፊልጵስዩስ የነበረች ክርስቲያን፦ "በአንድ አሳብ በጌታ

እንዲስማሙ **ኤዎድያን** እመከራለሁ ሲንጤኪንንም እመክራለሁ፦" (ፊልጵ 4:2)

ኤዜል ~ Ezel: 'እዘ ኃያል፣ ታዛዥ፣ አገልጋይ፣ መልእክተኛ' ማለት ነው። በሳኦል ቤት አቅራቢያ የሚገኝ፣ ታዋቂ ድንጋይ፣ "... ከዚህም በኋላ ፈጥነህ ውረድ፣ ነገሩም በተደረገበት ቀን ወደ ተሸሸግህበት ስፍራ ሂድ፣ በ**ኤዜል** ድንጋይም አጠገብ ቆይ።" (1 ሳሙ 20:19)

ኤዜልያስ ~ Azaliah: አዝ ለ ያሕ (ዋስ) ፣ እዘለ ያሕ፣ ለሕያው የተያዘ፣ ለጌታ የተጠበቀ፣ ለአምላክ የተሰጠ፣ በአምላክ የተያዘ ማለት ነው።

በንጉሥ ኢዮስያስ ዘመን ጸሐፊ የነበር፣ የሳፋን ልጅ፣ የሜሶላም ልጅ። (2 ነገ 22:3 ፣ 2 ዜና 34:8)

ኤዜቄል ~ Jehezekel: የእዝቅ ኤል፣ የሕያው ኃይል፣ ኃይለ እግዚአብሔር... ማለት ነው።

በዳዊት ዘመን በእግዚአብሔር የሚያገለግል ካህን፣ (1 ዜና 24:16) ፣ (2 ዜና 28:12)

ኤዝርኤል ~ Azarael, Azareel: አዛረ ኤል፣ ዘረ ኤል፣ የአምላክ ዘር፣ የጌታ ወገን... ማለት ነው። [ተዛማጅ ስሞች- **ዓዛርኤል፣ ኤዝርኤል፣ ዓዝሪኤል፣ ዓዝርኤል፣ ዓዛርኤል]**

'ዘር' እና 'ኤል' ከሚሉ ሁለት ቃላት የተመሠረተ ስም ነው። በመጽሐፍ ቅዱስ ውስጥ በዚህ ስም የሚታወቁ ሰዎች:-

ኤዝርኤል / Azarael: በዳዊት ዘመን፣ ከአመስጋኞች ተርታ በእግዚአብሔር ቤት የቆመ። (ነህ 12:36)

ኤዝርኤል / Azareel:
1. እንጌዶቹን ሚስቶች አግብተው ከነበሩ፣ (ዕዝ 10:41)
2. የአሕዛይ ልጅ፣ (ነህ 11:13)

. ከሳያል በሽሽ ጊዜ፣ ከዳዊት ሠራዊት ጋር የተቀላቀለ፣ **አዛርኤል**- (1 ዜና 12:6)

. በዳዊት ዘመን፣ በእግዚአብሔር ቤት በጸናጽልና በበገና በመሰንቆም ይዘምሩ ከነበሩ፣ **ዓዘርኤል**- (1 ዜና 25:18)

. በእስራኤል ልጆች ነገዶች አለቆች ከነበሩ፣ የይሮሐም ልጅ፣ **ዓዘርኤል**- (1 ዜና 27:22)

ኤዝባይ ~ Ezbai: አዝ ባይ፣ እዝ አብ፣ እዝብ፣ ሕዝብ፣ ሕዝባዊ፣ የአምላክ ሕዝብ... ማለት ነው።

'ዘ አብ' ከሚለው ቃል የተገኘ ስም ነው። በዳዊት ጫፍሮች ዘንድ ከነበሩት ኃያላን፣ የነዐራይ አባት። (1 ዜና 11:37)

ኤድራይ ~ Edrei: 'ብርቱ፣ ጠንካራ' ማለት ነው።

1. ከባሳን መንግሥት ዋና ከተሞች አንዱ፣ "ከራፋይምም ወገን የቀረ፣ በአስታሮትና በ**ኤድራይ** የተቀመጠው፣ ..." (ኢያ 12:4፣5)
2. የንፍታሌም ከተማ፣ "ቃዴስ፣ ኤድራይ፣ ዓይንሐጾር፣ ይርኣን፣ ሚግዳልኤል፣ ሐሬም፣ ቤትዓናት፣ ቤትሳሚስ አሥራ ዘጠኝ ከተሞችና መንደሮቻቸው።" (ኢያ 19:37)

ኤዶም ~ Edom: ኤደም፣ የደም፣ ኣደም፣ ደማዊ፣ ቀይ... ማለት ነው።

'ደም' ከሚለው ቃል የተገኘ ስምነው። የዔሳው ሌላ ስም፣ "ዔሳውም ያዕቆብን:- ከዚህ ከቀዩ ወጥ አብላኝ፣ እኔ እጅግ ደከሜአለሁና አለው ስለዚህ ስሙ **ኤዶም** ተባለ።" (ዘፍ 25:30)

ኤዶምያስ ~ Idumea: 'ደሜ፣ ወገኔ' ማለት ነው። "ሰይፌ በሰማይ ሆና እስከትረካ ድረስ ጠጥታለች እነሆ፣ በ**ኤዶምያስ**ና በረገምኩት ሕዝብ ላይ ለፍርድ ትወርዳለች።" (ኢሳ 34:5)

ኤዶታምን ~ Jeduthun: 'ማመስገን' ማለት ነው። ከሌዊ ወገን፣ የሜራሪ ልጅ፣ "ምህረቱም ለዘላለም ነውና እግዚአብሔርን ያመስግኑ ዘንድ ኤማንንና **ኤዶታምን**፣ በስማቸውም የተጻፉትን ..." (1 ዜና 16:41፣42፣ 25:1፣3፣6)

ኤግላይም ~ Eglaim: 'ሁለት ኩሬዎች' ማለት ነው። በኢሳይያስ የተጠቀስ የቦታ ስም፥ "ጩኸት የሞዓብን ዳርቻ ሁሉ ዘረ ልቅሶዋም ወደ **ኤግላይም**ና ወደ ብኤርኢሊም ደረሰ።" (ኢሳ 15:8)

ኤጣም ~ Etam: 'ጫካ፣ ዱር' ማለት ነው።

1. የሲሞን ነገድ ከተማ፥ "መንደሮቻቸውም **ኤጣም**፥ ዓይን፣ ሬሞን፣ ቶኬን፣ ዓሻን፣ አምስቱ ከተሞች" (1 ዜና 4:32)

2. "በይሁዳና በብንያም ያሉትንም የተመሸጉትንከተሞች፥ ቤተ ልሔም፣ **ኤጣም**ን፣ ቴቁሔን፣" (2 ዜና 11:6)

ኤጤሌ~ Apelles: 'ማጥለል፣ መለየት' ማለት ነው። በሮም የነበረ፣ ጳውሎስ በሰላምታ ደብዳቤው የጠቀሰው፥ "በክርስቶስ መሆኑ ተፈትኖ ለተመሰገነው ለኤጤሌን ሰላምታ አቅርቡልኝ።" (ሮሜ 16:10)

ኤጳፍራ ~ Epaphras: 'ተወዳጅ' ማለት ነው። የሐዋርያው ጳውሎስ ደቀ መዝሙርና አገልጋይ የነበረ፥ "ከተወደደ ከእኛም ጋር አብሮ ባሪያ ከሆነው ከ**ኤጳፍራ** እንዲህ ተማራችሁ፣ ..." (ቆላ 1:7)

ኤጽር ~ Ezer: እዝር፣ ዝር፣ ወገን፣ ዘመድ... ማለት ነው። [ተዛማጅ ስሞች- **ኤድር፣ ዔጹር**]

'ዝር' ከሚለው ቃል የተገኛ ስምነው።
በመጽሐፍ ቅዱስ ውስጥ በዚህ ስም የሚታወቁ ሰዎች:-
1. የሐሪው የሴይር ልጅ፥ (ዘፍ 36:21 ፣ 27)
2. የኤፍራታ የበኩሩ የሆር ልጅ፥ ... (1 ዜና 4:4)
3. የኢያሱ ልጅ፥ ... (ነህ 3:19)
4. በነህምያ ዘመን፣ የኢየሩሳሌምን ቅጥር በመጠገን የተባበረ ካህን፥ (ነህ 12:42)

. ዳዊት ከምድረ በዳ ሳለ ፥ ጋሻ ጦር ከሚይዙ፣ ጽኑዓን ኃያላን፣ ሰልፈኞች፣ **ዔጹር**፣ (1 ዜና 12:8)

. የኤፍሬም ልጅ፥ **ኤድር**፣ (1 ዜና 7:21)

ኤፌስደሚ~ Ephes-dammim: የፈሰሰ ደም፣ የደም ድንበር... ማለት ነው። በይሁዳ ነገድ፥ ዳዊት ከጎልያድ ጋር በተዋጋ ጊዜ፣ ፍልስጤማውያን የሰፈሩበት ምሽግ፥ "ፍልስጥኤማውያንም ጭፍሮቻቸውን በይሁዳ ባለው በሰኮት አከማቹ በሰኮትና በዓዜቃ መካከል በ**ኤፌስደሚ**ም ሰፈሩ።" (1 ሳሙ 17:1)

ኤፌሶን ~ Ephesus: 'የተፈቀደ' ማለት ነው። በእስያ የሮማውያን ዋና ከተማ፥ "የከተማይቱም ጸሐፊ ሕዝቡን ጸጥ አሰኝቶ እንዲህ አለ:- የ**ኤፌሶን** ሰዎች ሆይ፣ የኤፌሶን ከተማ ለታላዊቱ አርጤምስ ከሰማይም ለወረደው ጣዖትዋ የመቅደስ ጠባቂ መሆኗን የማያውቅ ሰው ማን ነው?" (ሐዋ 19:35)

ኤፍራታ ~ Ephrath: የፍሬያት፣ ያፍራት፣ ያብዛ፣ ያበርከት... ማለት ነው። [ተዛማጅ ስሞች- **ኤፍሬም፣ ኤፍሮን፣ አፌር ፉራ፣ ፍሬ**]

'ፍሬያት' ከሚለው ቃል የተገኛ ስምነው።
1. ያዕቆብ ከቤቴል ሲመለስ ያረፈበት ቦታ፥ (ዘፍ 35:16)
2. የካሌብ ሚስት፥ "... ካሌብም **ኤፍራታ**ን አገባ እርስዋም ሖርን ወለደችለት።" (1 ዜና 2:50)፣ የቤተ ልሔም አባት፣ (1 ዜና 4:4)

ኤፍራታ ~ Ophrah: አፌራ፣ ፍሬያት፣ ፍሬያማ... ማለትነው።
1. በብያምያን ነገድ የሚገኛ ከተማ፥ "ከፍልስጥኤማውያንም ሰፈር ማራኪዎች በሦስት ክፍል ሆነው ወጡ አንዱም ክፍል በዖፍራ መንገድ ወደ ሦጋል ምድር ሄደ።" (1 ሳሙ 13:17)
2. የጌዲዮን የተወልድ ቦታ፣ "የእግዚአብሔርም መልአክ መጥቶ በ**ዖፍራ**

ባለቸው ለአቢዬዝራዊው ለኢዮአስ በነበረቸው በአድባሩ ዛፍ ባታች ተቀመጠ ልጁም ጌዴዎን ከምድያማውያን ለመሸሽግ በወይን መጥመቂያው ውስጥ ስንዴ ይወቃ ነበር፦” (መሳ 6:11)

3. የመያኖታይ ልጅ፣ “መያኖታይ **ያፍራን** ወለደ። ሠራያም የጌሃራሽምን አባት ኢዮአብን ወለደ እነርሱም ጠራቢያች ነበሩ።” (1 ዜና 4:14) ፣ (መሳ 7:20- 25)

ኤፍራጥስ ~ Euphrates:
የፍሬያት፣ ፍሬአ... ማለት ነው፤ “አራተኛውም ወንዝ **ኤፍራጥስ** ነው። እግዚአብሔር አምላከም ሰውን ወሰዶ ...” (ዘፍ 2:15)

ኤፍሬማዊ ~ Ephrathite:
ኤፍሬያታይት፣ ኤፍራታዊ፣ የኤፍራት አገር ሰዎች ማለት ነው። [ተዛማጅ ስሞች- **ኤፍራታ፣ ኤፍሬም፣ ኤፍሮን**]
ሕልቃና ኤፍሬማዊ ተብሎ ተጠራ፣ (1 ሳሙ 1:1)

ኤፍሬም ~ Ephraim: የፍሬያም፣
ፍሬያም፣ ፍሬአማ፣ ዘረ ብዙ... ማለት ነው። [ተዛማጅ ስሞች- **ኤፍራታ፣ ኤፍሮን፣ አፌር፣ ፉራ፣ ፍሬ**]
‘ፍሬያም’ ከሚለው ቃል የመጣ ስም ነው። የስሙ ምንጭ ‘ፍሬ’ የሚለው ቃል ነው። በግብፅ የተወለደው፣ የዮሴፍ ልጅ፣ “የሁለተኛውንም ስም **ኤፍሬም** ብሎ ጠራው፣ እንዲህ ሲል:- እግዚአብሔር በመከራዬ አገር አፍራኝ።” (ዘፍ 41:52)

ኤፍሮን ~ Ephron: አፈር፣ አፈር...
ማለት ነው።
‘አፈር’ ከሚለው ቃል የመጣ ስምነው። አብርሃም ሣራን ለመቀበር መሬት የገዛው የኬጢ ልጆች ወገን፣ የሶዓር ልጅ፣ (ዘፍ 23: 8-17)

ኤፍታህ ~ Ephphatha: ኢፍታህ፣
ይፍታህ፣ ፍትሕ አግኝ፣ ፈውስ ይስጥህ...

ማለት ነው። [ተዛማጅ ስሞች- **ያፌት፣ ይፍታሕ፣ ይፍታሕኤል፣ ዮፍታሔ፣ ፈታያ**]
‘ይፍታህ’ ከሚለው ቃል የተገኘ ነው። የቃሉ ምንጭ ደግሞ ‘ፈታ’ የሚለው ነው። ደንቆሮና ኮልታፋ የሆነውን ሰው ጌታ ሲፈውስ የተጠቀመው ቃል፣ “ወደ ሰማይም አሻቀበ አይቶ ታተነና፣ **ኤፍታህ** አለው፣ እርሱም ተከፈት ማለት ነው። ወዲያውም ጆሮቹ ተከፈቱ የመላሱም እስራት ተፈታ አጥርቶም ተናገረ።” (ማር 7:34) ፣ ሐዋርያው ማርቆስ- (ማር 3:17፣ 5:41 ፣ 7:11፣ 14:36 ፣ 15:34)

እላሳር ~ Ellasar: ኤል አሳር፣
መከረኛ... ማለት ነው። የእስያ ግዛት የሆነ አገር፣ “በሰናዖር ንጉሥ በአምራፌል፣ በ**እላሳር** ንጉሥ በአርዮክ፣ በኤላም ንጉሥ በኮሎዶጎምር፣ በአሕዛብ ንጉሥ በቲድዓል ዘመን እንዲህ ሆነ” (ዘፍ 14:1፣9)

እልዋሪቆን ~ Illyricum: ‘ደስታ’
ማለት ነው። ሐዋርያው ጳውሎስ ወንጌልን ከሰበከባቸው አገሮች፣ የጣልያን አውሳኝ አገር የነበረ፣ “... ስለዚህ ከኢየሩሳሌም ጀምሬ እስከ **እልዋሪቆን** ድረስ እየዞርሁ የክርስቶስን ወንጌል ፈጽሜ፣ ሰብኬአለሁ።” (ሮሜ 15:19)

እልፍዮስ ~ Alphaeus: እልፍ ዋስ፣
የሸዋች ዋስ፣ የብዙዎ ች አዳኝ ማለት ነው። ‘እልፍ’ እና ‘ዋስ’ ከሚሉ ሁለት ቃላት የተመሠረተ ስም ነው። ከአሥራ ሁለቱ ሐዋርያት የአንዱ የያዕቆብ አባት፣ (ማቴ 10:30)

እሴይ ~ Jesse: የሸ፣ የሺህ፣ የእልፍ፣
የብዙ፣ ባለጸጋ፣ ብርቱ... ማለት ነው። ከሩት ወገን የሆነ፣ የኢዮቤድ ልጅ፣ የዳዊት አባት፣ (ሩት 4:17፣22)

እስማኤል ~ Ishmael: ሰማ ኤል፣
አምላክ ሰማ፣ አዳመጠ፣ ጸሎትን ተቀበለ... ማለት ነው። [ተዛማጅ ስም- **ይስማኤል፣ ሳሙኤል**]

'ሰማ' እና 'ኤል' ከሚሉ ቃላት የተመሠረተ ስም ነው። [ትርጉሙ "እግዚአብሔር ይሰማል" ማለት ነው / **መቅqጃ**] በመጽሐፍ ቅዱስ ውስጥ በዚህ ስም የሚታወቁ ሰዎች:-

1. የአብርሃም ልጅ፣ ከአጋር የተወለደው፣ "የእግዚአብሔር መልአክም አላት:- እነሆ አንቺ ፀንሰሻል፣ ወንድ ልጅንም ትወልጃለሽ ስሙንም **እስማኤል** ብለሽ ትጠሪዋለሽ፣ እግዚአብሔር መቸገርሽን ሰምቶአልና::" (ዘፍ 16:11) ፣ "...አብራምም አጋር የወለደችለትን የልጁን ስም **እስማኤል** ብሎ ጠራው፣" (ዘፍ 16:3 ፣ 21:5)

2. የኤሴል ልጅ፣ (1 ዜና 8:38)

3. የናታንያ ልጅ፣ (ዘፍ 40:8 ፣ 15) ፣ (ኤር 40:8)

. ከይሁዳ ወገን የሆነ፣ የዘባድያ አባት፣ **ይስማኤል** ፥ (2 ዜና 19:11)

. ከይሁዳ ወገን የሆነ፣ ዮዳሄን ወደ ዙፋን ለማድረስ የተባበረ፣ የይሆሐናንን ልጅ፣ **ይስማኤልን**፣ (2 ዜና23:1)

. በዕዝራ ዘመን እንግዳ ሚስቶቻቸውን እንዲፈቱ ከተደረጉ፣ ካህኑ ይስማኤል ፥ **ይስማኤል**፣ (ዕዝ10:22)

እስራኤል ~ Israel: እ'ሥራ ኤል፣
ሥራ ኤል፣ የአምላክ ሥራ፣ ግብረ ኤል... ማለት ነው።

'ሥራ' እና 'ኤል' ከሚሉ ሁለት ቃላት የተመሠረተ ስም ነው።

[ትርጓሜውም ከእግዚአብሔር ጋር ይታገላል ያሸንፋልም ማለት ነው / **መቅ qጃ**] የይስሐቅ ልጅ፣ የያዕቆብ ሁለተኛ ስም፣ "እለውም:- ከእንግዲህ ወዲህ ስምህ **እስራኤል** ይባል እንጂ ያዕቆብ አይባል ከእግዚአብሔር ከሰውም ጋር ታግለህ አሸንፈሃልና" (ዘፍ 32: 28)

እሥርኤል ~ Ashriel: እስረ ኤል፣
የጌታ እሥር፣ ግዘት፣ የአምላክ ምርኮኛ... ማለት ነው።

Ashriel- 'እስር' እና 'ኤል' ከሚሉ ሁለት ቃላት የተመሠረተ ስም ነው። የምናሴ ልጅ፣ እሥርኤል፣ (1 ዜና 7:14)

እስክንድሮስ፣ አሌክስንድሮስ ~
Alexander: እስክ እንደራስ፣ እንደራሴ፣ ከንድ ራስ፣ መመኪያ ማለት ነው።

1. የሊቀ ካህናቱ የሐና ወገን፣ በጳውሎስ ክስ ጊዜ በኢየሩሳሌም የነበሩ፣ "በነገውም አለቆቻቸውና ሽማግሌዎች ጸሐፍትም ሊቀ ካህናቱ ሐናም ቀያፋም ዮሐንስም **እስክንድሮስም** የሊቀ ካህናቱም ዘመዶች የነበሩት ሁሉ በኢየሩሳሌም ተሰበሰቡ፣" (ሐዋ 4:6)

2. የጌታን መስቀል የተሸከመ፣ ስምዖን የተባለ የቀሬና ሰው ልጅ፣ "አንድ መንገድ አላፊም **የአሌክስንድሮስና** የሩፎስ አባት ስምዖን የተባለ የቀሬና ሰው ከገጠር ሲመጣ መስቀሉን ይሸከም ዘንድ አስገደዱት።" (ማር 15:21)

3. አይሁድ ጳውሎስን ተቃውመው ሲተባበሩ፣ አቤቱታቸውን እንዲያቀርብላቸው የመረጡት፣ "አይሁድም ሲያቀርቡት፣ እስክንድሮስን ከሕዝቡ መካከል ወደ ፊት ገፉት፣ **እስክንድሮስም** በእጁ ጠቅሶ ..." (ሐዋ 19:33)

4. ከሐዋርያው ጳውሎስ ትምህርት ከራቁ፣ "... ለሰይጣን አሳልፌ የሰጠኋቸው፣ ሄሜኔዎስና **እስክንድሮስ** ናቸው።" (1 ጢሞ 1:19፣ 2 ጢሞ 4:14)

እስያ ~ Asia: 'ገጽታ፣ የሽ ያሕ፣
የሕያው ሕዝብ' ማለት ነው። የሮም ግዛት የሆነ፣ የኤፌሶን አገር፣ "የጴርቴና የሜድ የኢላሜጤም ሰዎች፣ በሁለት ወንዝም መካከል በይሁዳም በቀጶዶቅያም በጰንጦስም **በእስያም**" (ሐዋ 2:9፣ 6:9፣ 16:6፣ 19:10፣22፣26፣ 27፣2 0:4፣16፣18፣ 21:27፣ 27:2፣ ሮሜ16:5፣1 ቆሮ 16:19፣ 2 ቆሮ 1:8፣ 2 ጢሞ 1:15፣ 1 ጴጥ 1:1፣ ራእይ 1:4፣11)

እስጢፋኖስ ~ Stephanas, Stephen:

ፋና፤ ፋኖስ፤ ብርሃን... ማለት ነው። 'ባለ ተክሊል፤ ማለት ነው'። ተብሎም ይተረጎማል። ከሰባቱ ዲያቆናት አንዱ፤ የመጀመሪያ ስማዕት የሆነ፤ "ይህም ቃል ሕዝብን ሁሉ ደስ አሰኛቸው፤ እምነትና መንፈስ ቅዱስም የሞላበትን ሰው **እስጢፋኖስን** ፊልጶስንም ጵሮኮሮስንም ኒቃሮናንም ጢሞናንም ጳርሜናንም ..." (ሐዋ6:5)

እስጳንያ ~ Spain:

'ውድ፤ ብርቅዬ' ማለት ነው። ጳውሎስ በሐዋርያዊው ጉዞ ሊጎበኛቸው ካሰበ አገሮች አንዱ፤ "ወደ **እስጳንያ** በዬድሁ ጊዜ ሳልፍ እናንተን እንዳይ፤ አስቀድሜም ጥቂት ብጠግባችሁ ወደዚያ ..." (ሮሜ 15:24፤28)

እንበረም ~ Amram:

'ታላቅ ሕዝብ' ማለት ነው።

1. የሌዊ ወገን፤ የሙሴ አባት፤ "የቀዓትም ልጆች **እንበረም**፤ ይስዓር፤ ኬብሮን፤ ዑዝኤል ናቸው ..." (ዘጸ6:18፤20)

2. "የዳና ልጅ ዲሶን፤- የዲሶንም ልጆች **ሔምዳን**፤ ኤስባን፤ ይትራን፤ ክራን" (1 ዜና 1:41)

3. በዕዝራ ዘመን ከግዞት ከተመለሱ፤ እንግዳ ሴቶችን ካገቡ፤ የባኒ ልጆ፤ "ከባኒ ልጆችም፤ መዕዳይ፤ **ዓምራም**፤" (ዕዝ 10:34)

እንድርያስ ~ Andrew:

እንድርያስ፤ እንደ ራሴ፤ እንደ ራስ ፤ የራስ የሆነ፤ የሌላ ያልሆነ... ማለት ነው።

'እንደ' እና 'ራስ' ከሚሉ ሁለት ቃላት የተመሠረተ ስም ነው።

ከጌታ ሐዋርያት አንዱ፤ በመጀመሪያ ዓሣ በማጥመድ ይተዳደር ነበር፤ "...ሁለት ወንድማማቾች ጴጥሮስ የሚሉትን ስምዖንን ወንድሙንም **እንድርያስን** መረባቸውን ወደ ባሕር ሲጥሉ አየ፤ ..." (ዮሐ 1:44 ፤ 45) ፤ (ማቴ 4:18 ፤ 10:2)

እንግዳ ~ Barbarian:

በር በሪያ፤ የበሪያ ልጅ፤ አገልጋይ፤ ታዛዥ፤ ነጻ ያልወጣ... ማለት ነው። [ተለዋጭ ስሞች- **ላልተማሩ፤ አረማውያን**] Barbarian- 'በር' እና 'በረ ያሕ' ከሚሉ ቃላት የተገኘ ስም ነው።

. ልዩ ቋንቋን እንግዳ ተብሏል፤ "እንግዲህ የቋንቋውን ፍች ባላውቅ ለሚናገረው **እንግዳ** እሆናለሁ፤ የሚናገረውም ለእኔ **እንግዳ** ይሆናል።" (1 ቆሮ 14:11)

. ያልሠለጠነ ሕዝብ፤ **ላልተማሩ**- (ሮሜ 1:14)

. ባዕዳን፤ **አረማውያን**- (ሥራ 28:1 ፤ 2 ፤ 4)

፤ **አረማውያን**- (ሥራ 28:1፤ 2፤ 4)

እግዚአብሔር ~ Jah, Jehovah, God:

ያሕ፤ ይሁዌ፤ ህያዊ፤ ሕያው አምላክ፤ የማይሞት፤ የማያልፍ... ማለት ነው።

Jehovah -'ያሕዌ' ከሚለው ቃል የተገኘ ስም ነው።

እግዚአብሔር / God:

. ቀዳማዊነትን እና ሕያውነትን ይገልጻል፤ "በመጀመሪያ **እግዚአብሔር** ሰማይንና ምድርን ፈጠረ" (ዘፍ 1:1)

. በሁሉ ቦታ መገኘቱን ይገልጻል፤ "ለእግዚአብሔር ተቀኑ ለስሙም ዘምሩ ወደ ምድረ በዳ ለወጣም መንገድ አድርጉ ስሙ **እግዚአብሔር** ነው፤ ..." Jah- (መዝ 68:4)

እግዚአብሔር / Jehovah:

ለአብርሃምም ለይስሓቅም ለያዕቆብም የተገለጠበት፤ ስሙን ያሳወቀበት፤ "እግዚአብሔርም ሙሴን ተናገረው አለውም:- እኔ እግዚአብሔር ነኝ፤ ለአብርሃምም ለይስሓቅም ለያዕቆብም ሁሉን እንደሚችል አምላክ ተገለጥሁ ነገር ግን ስሜ **እግዚአብሔር** አልታወቀላቸውም ነበር።" (ዘጸ 6: 2፤3)

እግዚአብሔር ሰላም~ Jehovah-shalom: ሕያው ሰላም፤ ዘላለማዊ ደኅንነት፤ የአምላክ ሰላም... ማለትነው።። Jehovah- 'ያሕዌ' ከሚለው ቃል የመጣ ስም ነው።። Shalom- 'ሻሎም' ደግሞ ሰላም ከሚለው ነው።።

ጌዴዎን ለእግዚአብሔር የሠራው መሠዊያ ስም፤ "ጌዴዎንም በዚያ ለእግዚአብሔር መሠዊያ ሠራ፤ ስሙንም፤ **እግዚአብሔር ሰላም** ብሎ ጠራው።። እርሱም እስከ ዛሬ ድረስ ለአቢዬዝራውያን በምትሆነው በዓፍራ አለ።።" (መሣ 6:24)

እግዚአብሔር በዚያአለ ~ Jehovah-shammah: ሕያው ስም፤ የእግዚአብሔር ስም፤ የአምላክ ስም... ማለት ነው።።

Jehovah-shammah- 'ያሕዌ' እና 'ስም' ከሚሉ ሁለት ቃላት የተመሠረተ ስም ነው።።

የሌዋውያን ርስት የከተማይቱ ይዘታ፤ "ዙሪያዋም አሥራ ስምንት ሺህ ክንድ ይሆናል፤ ከዚያም ቀን ጀምር የከተማይቱ ስም፤ **እግዚአብሔር በዚያ አለ** ተብሎ ይጠራል።።" (ሕዝ 48:35)

እግዚአብሔር ጽድቃችን ~ Jehovah-tsidkenu: ያሕዌ ጻድቃኑ፤ ያሕዊ ጻድቅ፤ ሕያው ጻድቅ፤ እውነተኛ አምላክ፤ ዘለአለማዊ ጎሽ... ማለት ነው።። Jehovah-tsidkenu- 'ያሕዌ' እና 'ጽድቅን' ከሚሉ ሁለት ቃላት የተመሠረተ ነው።።

የሕያው አምላክነት ባሕርይን ለመግለጽ የተሰጠ ስም፤ "በዘመኑም ይሁዳ ይድናል እስራኤልም ተዘልሎ ይቀመጣል፤ የሚጠራብትም ስም፤ **እግዚአብሔር ጽድቃችን** ተብሎ ነው።።" (ኤያ 23:6)

ኦሃድ ~ Ohad: አሃድ፤ ውሑድ፤ የተዋሐደ፤ አንድ የሆነ... ማለት ነው።።

'አሐደ' ከሚለው ግስ የተገኘ ስምነው። የስሞዖን ልጅ፤ (ዘፍ 46:10)

ኦሄል ~ Ohel: 'ድንኳን' ማለት ነው።። የዘሩባቤል አራተኛ ልጅ፤ "ሐሹባ፤ **ኦሄል**፤ በራክያ፤ ሐሳድያ፤ ዮሻብሒሴድ አምስት ናቸው።።" (1 ዜና 3:20)

አሐሊባ~ Aholibah: 'ድንኳኔ፤ ማደሪያዬ' ማለት ነው።። በሕዝቅኤል ትንቢት ከሁለት ለተከፈለ ለእስራኤል መንግሥት፤ የአንዴኛው መጠሪያ፤ "ስማቸውም የታላቂቱ አሐላ የእንጎትዋም **አሐሊባ** ነበረ፤ ለእኔም ሆኑ ወንዶችና ሴቶች ልጆችንም ወለዱ። ስማቸውም አሐላ ሰማርያ ናት አሐሊባ ደግሞ ኢየሩሳሌም ናት።።" (ሕዝ 23:4፤11፤22፤36፤44)

አሐላ ~ Aholah: 'ባለ ድንኳን፤ ሴትአዳሪ)' ማለት ነው።። በሕዝቅኤል ትንቢት ከሁለት ለተከፈለ ለእስራኤል መንግሥት፤ የአንደኛው መጠሪያ፤ "ስማቸውም የታላቂቱ **አሐላ** የእንጎትዋም አሐሊባ ነበረ፤ ..." (1 ዜና 23:4፤5፤36፤44)

አማር ~ Omar, Omri: አማር፤ ማሪ፤ መሐሪ፤ ይቅር ባይ፤ አምላካዊ... ማለት ነው።። [ተዛማጅ ስሞች- **አምሪ፤ ያምሪ**] 'ማር' ከሚለው ግስ የመጣ ስምነው። በመጽሐፍ ቅዱስ ውስጥ በዚህ ስም የሚታወቁ ሰዎች:-

አማር / Omar: የኤልፋዝ ልጅ፤ (ዘፍ 36:11-15)

አማር / Omri: "የኤልፋዝም ልጆች እነዚህ ናቸው፤ ቴማን፤ **አማር**፤ ሰፎ፤ ጎቶም፤ ቄኔዝ" (1 ነገ 16:15-27)

አሬክ ~ Erech: 'እኑቅ' ማለት ነው።። የናምሩድ መንግሥት ከተማ የነበረ፤ "የግዛቱም መጀመሪያ በሰናዖር አገር ባቢሎን፤ **አሬክ**፤ አርካድ፤ ካልኔ ናቸው።።" (ዘፍ 10:10)

ኦርና ~ Araunah: 'ታቦት' ማለት ነው። ጋድ በነገረው መሠረት፤ መሬት ለእግዚአብሔር መሠዊያ ለመሥራት የገዛው ሰው፤ ኢያቡሳዊው፤ "በዚያም ቀን ጋድ ወደ ዳዊት መጥቶ፡ ውጣ፡ በኢያቡሳዊው በኦርና አውድማ ለእግዚአብሔር መሠዊያ ሥራ አለው" (2 ሳሙ 24:18፡-24፤1 ዜና 21:25)

ኦርና~ Ornan: 'ቀልጣፋ' ማለት ነው። "እግዚአብሔርም ያጠፋት ዘንድ ወደ ኢየሩሳሌም መልአክን ሰደደ …በኢያቡሳዊው በኦርና አውድማ አጠገብ ቆሞ ነበር" (1 ዜና 21:15)

ኦርያ ~ Urijah: ኡሪ ያሕ፤ ሕያው ብርሃን፤ የአምላክ ብርሃን… ማለት ነው። (ኡሪ ማለት ተጎጻ፤ መንገደኛ ማለት ሁኖ ፤ ኡሪያ ፡ ሐዋሪያ ፡ የአምላክ መልእክተኛ ተብሎም ይተረጎማል።) [ተዛማጅ ስም-ኦርዮ]

'ኡር' እና 'ያሕ' (ሕያው) ከሚሉ ሁለት ቃላት የተመሠረተ ስም ነው። በአካዝ ዘመን የነበረ ካህን፤ (2 ነገ 16:10-16)

ኦርዮ ~ Uriah, Urias, Urijah: ኡሪ ያሕ፤ ሕያው ብርሃን፤ የአምላክ ብርሃን… ማለት ነው። [ተዛማጅ ስም-ኦርያ]

'ኡር' እና 'ያሕ'(ያሕዌ) ከሚሉ ሁለት ቃላት የተመሠረተ ስም ነው። (ኡሪ ማለት ተጎጻ፤ መንገደኛ ማለት ሁኖ ፤ ኡሪያ ፡ ሐዋሪያ ፡ የአምላክ መልእክተኛ ተብሎም ይተረጎማል።)

በመጽሐፍ ቅዱስ ውስጥ በዚህ ስም የሚታወቁ ሰዎች:-

ኦርዮ / Uriah:

1. የንጉሥ ዳዊት ወታደር ሆኖ፤ የቤርሳቤህ ባል፤ (2 ሳሙ 11:3)

2. በአካዝ ዘመን የነበረ ካህን፤ (ኢሳ 8:2) ፤ (2 ነገ 16:10-16)

3. በነህምያ ዘመን ከግዞት ከተመለሱ ካህናት፤ (ዕዝ 8:33፤ ነህ 3:4፤ 21)

ኦርዮ / Urias: የንጉሥ ዳዊት ወታደር ሆኖ፤ የቤርሳቤህ ባል፤ "ንጉሥ ዳዊትም ከኦርዮ ሚስት ሰሎሞንን ወለደ፤" (ማቴ 1:6)

ኦርዮ / Urijah:

1. በአካዝ ዘመን የነበረ ካህን፤ **ኦርያ**፤ (2 ነገ 16:10-16)

2. በነህምያ ዘመን ከግዞት ከተመለሱ ካህናት፤ (ነህ 8:4)

3. የሸማያ ልጅ፤ (ኤር 26:20-23)

ኦባብ ~ Hobab: 'ሐባብ፤ አበባ፤ ቆንጆ፤ ተወዳጅ' ማለት ነው። የሙሴ አማች፤ "ሙሴም የሚስቱን አባት የምድያማዋን የራጉኤልን ልጅ **ኦባብ**ን:- እግዚአብሔር:- ለእናንተ እሰጣዋለሁ ወዳለው ስፍራ እንሄዳለን እግዚአብሔር ስለ እስራኤል መልካምን ነገር ተናግሮአልና አንተ ከእኛ ጋር ና፤ መልካምን እናደርግልሃለን አለው።" (ዘኍ 10:29፤ መሣ4:11)

ኦቦር ~ Habor: ኦብር፤ ኍብር፤ ኦባሪ፤ ረዳት፤ ተባባሪ፤ ማኅበርተኛ… ማለት ነው። [ተዛማጅ ስሞች- ዔቦር፤ ሔቤር፤ ኦቤር፤ ዔብሪ፤ ዔብሮን፤ ዔቤር፤ ዔብሮና፤ ዕብራዊ፤ ኬብሮን]

የሮቤልንና የጋድን ልጆች የምናሴንም ነገድ አስሎታ የፈለሰበት፤ (1 ዜና 5:26)

ኦቦት ~ Oboth: ኦቦት፤ አብ ቤት፤ አባት፤ ወላጅ፤ አሳዳጊ… ማለት ነው። የእስራኤል ሕዝብ ከግብፅ ሲወጣ ያለፈበት፤ "የእስራኤልም ልጆች ተጓዙ፤ በኦቦትም ሰፈሩ።" (ዘኍ 33:43)

ኦኖ ~ Ono: 'ጽናት፤ ብርታት' ማለት ነው። ከብንያም ከተሞች አንዱ፤ "የኤልፍዓልም … ኦኖንና ሎድን መንደሮቻቸውንም የሠራ ሻሚድ" (1 ዜና 8:12)

እዚ ~ Uzzi: 'ያዚ፣ ብርቱ፣ ጠንካራ' ማለት ነው።

1. የቡቂን ልጅ፣ የዘራእያ አባት፣ "አቢሱም ቡቂን ወለደ ቡቂም **እዚ**ን ወለደ" (1 ዜና 6:5፣61፣ ዕዝ 7:4)

2. የቶላ ልጅ፣ "የቶላም ልጆች፣ **እዚ**፣ ራፋያ፣ ይሪኤል፣ የሕማይ፣ ይብሣም፣ ሽሙኤል፣ የአባታቸው የቶላ ቤት አለቆች፣ ..." (1 ዜና 7:2፣3)

3. የቤላ ልጅ፣ "የቤላም ልጆች፣ ኤጼቦን፣ **እዚ**፣ ዑዝኤል፣ ኢያሪሙት፣ ዒሪ፣ አምስት ነበሩ የአባቶቻቸው ቤቶች አለቆች፣ ጽኑዓን ኃያላን ሰዎች ነበሩ። በትውልድ የተቈጠሩ ሃያ ሁለት ሺህ ሠላሳ አራት ነበሩ።" (1 ዜና 7:7)

4. የሚከሪ ልጅ፣ "የይሮሐም ልጅ ብኔያ የሚክሪ ልጅ የ**እዚ** ልጅ ኤላ የዑብንያ ልጅ የራጉኤል ልጅ የስፋጥያስ ልጅ ሜሱላም" (1 ዜና 9:8)

5. ሌዋዊው፣ የባኒ ልጅ፣ "በእግዚአብሔርም ቤት ሥራ ላይ ከነበሩ መዘምራን ከአሳፍ ልጆች ወገን የሚካ ልጅ የመታንያ ልጅ የሐሽብያ ልጅ የባኒ ልጅ **እዚ** በኢየሩሳሌም የሌዋውያን አለቃ ነበረ።" (ነህ 11:22)

6. ካህን፣ "ከዮያሪብ መትናይ፣ ከዮዳኤ **እዚ**፣" (ነህ 12:19)

7. የኢየሩሳሌምን ቅጥር በመጠገን ከዕዝራ ጋር ከተባበሩ፣ "ዘካርያስ፣ ሐናንያ መለከት ይዘው፣ መዕሼያ፣ ሸማያ፣ አልዓዛር፣ **እዚ**፣ ይሆሐን፣ ..." (ነህ 12:42)

እፊር ~ Ophir: አፍር፣ አፈራ፣ ያፈራ፣ ፍሬ... ማለት ነው። [ተዛማጅ ስሞች- **ኤፍራታ፣ ኤፍሬም፣ ኤፍሮን፣ ፋራ፣ ፍሬ**] በዚህ ስም የሚታወቁ አንድ ሰውን አንድ ቦታ አሉ።

1. የዮቅጣን ልጅ፣ (ዘፍ 10:29 ፣ 1 ዜና 1:23)

2. በወርቅ የታወቀ፣ የቦታ ስም፣ (1 ዜና 29:4 ፣ ዮብ 28:16 ፣ መዝ 45:9 ፣ ኢሳ 13:12)

እፌር ~ Hepher: 'ጉድንድ ቆፋሪ፣ አፈር ገፊ፣ አፈር' ማለት ነው።

1. በኢያሱ የተወሰደችው፣ የከነናውያን የመናገሻ ከተማ፣ "የታጹዋ ንጉሥ፣ የ**አፌር** ንጉሥ፣ የአፌቅ ንጉሥ፣" (ኢያ 12:17)

2. የገለዓድ ልጅ፣ "ከሴኬም የሴኬማውያን ወገን፣ ከሸሚዳ የሸሚዳውያን ወገን፣ ከ**አፌር** የአፌራውያን ወገን።" (ዘኍ 26:32፣ 27:1)

3. ለአሽሑር ልጅ፣ "ነዐራም አሐዛምን፣ **አፌር**ን፣ ቴምኒን፣ አሐሽታሪን ወለደችለት። እነዚህ የነዕራ ልጆች ናቸው።" (1 ዜና 4:6)

4. በዳዊት ጭፍሮች ዘንድ ከነበሩት ኃያላን አንዱ፣ "የኡር ልጅ ኤሊፋል፣ ሚኬራታዊው **አፌር**፣" (1 ዜና 11:36)

ከ

ከለዳ ~ Chaldea: 'ባለዘር፣ ጠንቋይ፣ ከፉ መንፈስ' ማለት ነው። እስራኤላውያን የአምላክን ትእዛዝ በመተላለፋቸው በግዞት የተወሰዱበት አገር፣ "አባቶቻችንም የሰማይን አምላክ ካስቈጡ በኋላ በ**ከለዳ**ዊው በባቢሎን ንጉሥ በናቡከደነጾር እጅ አሳልፎ ሰጣቸው፣ ... ሕዝቡንም ወደ ባቢሎን አፈለሰ" (ዕዝ 5፣ 12)

ከልቀድ ~ Chalcol: 'መጋቢ' ማለት ነው። የንጉሥ ሰሎሞንን ጥበብ ታላቅነት ለማንጸጻር ከተጠቀሱ ሰዎች፣ "ከሰውም ሁሉ ይልቅ ከኢይዝራኤላዊው ከኤታና ከማሐል ልጆች ከሄማንና ከ**ከልቀድ** ከደርዳም ይልቅ ጥበበኛ ነበረ። በዙሪያውም ባሉ አሕዘብ ሁሉ ዝናው ወጣ።" (1 ነገ 4:31)

ከልኮል ~ Calcol: 'ቃለቃል፣ መመገብ' ማለት ነው። የይሁዳ ሰው የዘራ

ልጅ፤ "**ክልኮል**፤ ዳራ ሁሉም አምስት ነበሩ። የከርሚ'ም ልጅ እስራኤልን ያስጨነቀ፤ እርሙ'ንም ሰርፆ የበደለ አካን ነበረ" (1 ዜና 2:7)

ክመዓም ~ Chimham: 'ምኞት፤ ፍላጎት፤ ጉጉት' ማለት ነው። ከዳዊት ጋር ከዮርዳኖ ስ ማዶ የተመለሰ፤ የገለዓዳዊው የቤርዜሊ ልጅ፤ "እኔ ባሪያሕ ተመልሼ ... ነገር ግን ባሪያሕን **ክመዓም**ን አይ እርሱ ከጌታዬ ከንጉሡ ጋር ይለፍ፤ ደስ የሚያሰኝህን'ም ለእርሱ አድርግ" (2 ሳሙ 19:37፤38፤40)

ክሞስ~ Chemosh: 'ትሑት፤ ልዝብ' ማለት ነው። የሞዓባውያን ብሔራዊ ጣዖት፤ "ሞዓብ ሆይ፤ ወዮልህ! የ**ክሞስ** ሕዝብ ሆይ፤ ጠፋህ፤ ወንዶች ልጆቹን ለሽሽት፤ ሴቶች ልጆቹን'ም ለምርኮ፤ ለአሞራውያን ንጉሡ ለሴዖን ሰጠ" (ዘኍ 21:29፤ ኤር 48:7፤13፤46)

ክስሉኄም ~ Casluhim: 'ደፋር፤ ብርቱ፤ ፆኑ ምሽግ' ማለት ነው። የምጽራይም ወገኖች፤ "ከእነርሱ የፍልስጥኤም ሰዎች የወጡባቸውን **ክስሉኄም**ን፤ ቀፍቶሪም'ንም ወለደ" (ዘፍ 10:14፤ 1 ዜና 1:12)

ክስሎት~ Chesulloth: 'አናብስት' ማለት ነው። ከይሳሰኮር ከተሞች አንዱ፤ "ወደ **ክስሎት**፤ ወደ ሱነም፤ ወደ ሐፍራይም፤ ..." (ኢያ 19:18)

ክስቢ ~ Cozbi: 'ቀጣፊ፤ ከሃዲ' ማለት ነው። የምድያማዊው የሱር ልጅ፤ "የተገደለችውም ምድያማዊት ስምዋ **ክስቢ** ነበረ፤ እርስዋም የሱር ልጅ ነበረች፤ እርሱም በምድያም ዘንድ የአባቱ ቤት ወገን አለቃ ነበረ" (ዘኍ 25:15፤18)

ክርሚ ~ Carmi: ቃርሚያዬ፤ የእርሻ ቦታዬ... ማለት ነው።

1. ከአራቱ የሮቤል ልጆች የመጨረሻው፤ "የሮቤልም ልጆች ሄኖነ፤ ፈሉሶ፤ አስሮን፤ **ክርሚ**።" (ዘፍ 46:9)

2. የይሁዳ ልጅ፤ "የይሁዳ ልጆች ፋሬስ፤ ኤስሮም፤ **ክርሚ**፤ ሆር፤ ሦባል ናቸው።" (1 ዜና 4:1)

3. የዘንበሪ ልጅ፤ "ዘንበሪም ተለየ የቤቱንም ሰዎች አቀረበ ከይሁዳም ነገድ የሆነ የ**ክርሚ** ልጅ የዘንበሪ ልጅ የዛራ ልጅ አካን ተለየ።" (ኢያ 7:18)

ክርከሚሽ ~ Charchemish: 'የተወሰደ፤ የተነጠቀ' ማለት ነው። "ከዚህም ሁሉ በኋላ፤ ኢዮስያስም ቤተ መቅደሱን ካሰናዳ በኋላ፤ የግብፅ ንጉሡ ኒካው በኤፍራጥስ ወንዝ አጠገብ ባለው በ**ክርከሚሽ** ላይ ይዋጋ ዘንድ ወጣ ኢዮስያስም ሊጋጠመው ወጣ።" (2 ዜና 35:20)

ክርከስ ~ Carcas: 'ግልጽ' ማለት ነው። ከሰባቱ የንጉሡ አርጤክስስ ጃንደረባዎች፤ "...የመንግሥቱን ዘውድ ጭነው ወደ ንጉሡ ፊት ያመጡአት ዘንድ በፊቱ የሚያገለግሉትን ሰባቱን ጃንደረቦች ምሁማንን፤ ባዘንን፤ ሐርቦናን፤ ገቢታን፤ ዘቶልታን፤ ዜታርን፤ **ክርከስ**ን አዘዛቸው።" (አስ 1:10)

ክባስን ~ Habaziniah: 'ያምላክ ብርሃን' ማለት ነው። የሬካባውያንን ወገን አባት፤ "የ**ክባስን** ልጅ የኤርምያስን ልጅ ያአዛንያን ወንድሞቹን'ም ልጆቹን'ም ሁሉ የሬካባውያንን ወገን ሁሉ ወሰድኋቸው" (ኤር 35:3)

ክቦን ~ Cabbon: 'ጥልቅ ግንዘቤ' ማለት ነው። በታቾቻው የይሁዳ ግዛት ያለ አገር፤ "አዴላም፤ **ክቦን**፤ ለሕማስ፤ ኪትሊሽ ግዶርት፤ ቤትዳጎን፤ ናዕማ፤ መቄዳ አሥራ ስድስት ከተሞችና መደሮቻቸው።" (ኢያ 15:40)

ከነዓን ~ Canaan: ከናን፤ ቅነን፤ ማቅናት፤ ቃናን፤ ቃናዊ፤ የቃና አገር ሰው... ማለት ነው።
የኖኅ ልጅ፤ የካም ልጅ፤ አገሩም በስሙ ተጠራ፤ (ዘፍ 10:6)

ከፊራ ~ Chephirah: 'ሰፈር፤ መንደር' ማለት ነው። እስራኤላውያን ካረፋባቸው አራት ከተሞች አንዱ፤ "የእስራኤልም ልጆች ተጓዙ በሦስተኛው ቀን ወደ ከተሞቻቸው መጡ የከተሞቻቸውም ስም ገባዖን፤ **ከፊራ**፤ ብኤሮት፤ ቂርያትይዓሪም ነበረ።" (ኢያ 9:17)

ከፍቶር ~ Caphtor: 'ግዝት፤ ጠፍር፤ ማሰሪያ' ማለት ነው። ፍልስጥኤማውያን ቀደም ብሎ በግዞት የነበሩበት አገር። "እስከ ጋዛም ድረስ በመንደሮች ተቀምጠው የነበሩትን ኤዋውያንን ከ**ከፍቶር** የወጡ ከፍቶራውያን አጠፉአቸው፤ በስፍራቸውም ተቀመጡ።" (ዘዳ 2:23፤ ኤር 47:4፤ አሞ 9:7)

ከኩስርስቴም ~ Chushan-rishathaim: 'እጥፍ ድርብ፤ ካሽ' ማለት ነው። የመስጴጦምያ ንጉሥ፤ ከኢያሱ ዘመን አከታትሎ እስራኤላውያንን አስጨንቆ የገዛ፤ "ስለዚህ የእግዚአብሔር ቍጣ በእስራኤል ላይ ነደደ፤ በመስጴጦምያ ንጉሥ በ**ኩስርስቴም** እጅ አሳልፎ ሰጣቸው የእስራኤልም ልጆች ለኩስርስቴም ስምንት ዓመት ተገዙለት።" (መሳ 3:8)

ኩሲ ~ Cushi, Hushai: ኩሺ፤ ካሽ፤ ካሽ፤ ካሳ የሚከፍል፤ ኩሻዊ፤ ኢትዮጵያዊ... ማለት ነው። [ተዛማጅ ስሞች- **ኩሲ፤ ኩሽ**]
Cushi- 'ካሽ' ከሚለው ቃል የመጣ ስም ነው።
በመጽሐፍ ቅዱስ ውስጥ በዚህ ስም የሚታወቁ ሰዎች:-

1. የዳዊት ወዳጅ አርካዊው ኩሲ፤ (2 ሳሙ 15:32)
2. ወደ ንጉሡ ዳዊት ኢዮአብ የላከው ልጅ፤ (2 ሳሙ 18:21)

ኩሲ / Hushai: ካሲ፤ ካሽ፤ ከፋይ... ማለት ነው። "ዳዊትም ለእግዚአብሔር ... አርካዊው **ኩሲ** ልብሱን ቀድዶ በራሱ ላይ ትቢያ ነስንሶ ሊገናኘው መጣ።" (2 ሳሙ 15:32)

ኩሳታዊ ~ Hushathite: ኩሻዊ፤ የኩሽ አገር ሰው... ማለት ነው። "ከዚህም በኋላ እንደ ገና በጎብ ላይ ከፍልስጥኤማውያን ጋር ሰልፍ ሆነ፤ ኩሳታዊውም ሴቤካይ ከራፋይም ... ሳኅን ገደለ።" (2 ሳሙ 21:18፤ 1 ዜና 11:29፤ 20:4፤27:11)

ኩሽ ~ Cush: ኩሺ፤ ካሺ፤ ካሽ፤ ካሳ የሚከስ፤ ኩሻዊ፤ ኢትዮጵያዊ... ማለት ነው። [ተዛማጅ ስሞች- **ኩሲ፤ ኩሲ**]
Cush- 'ካሽ' ከሚለው ቃል የመጣ ስም ነው።
ከሦስቱ የኖኅ ልጆች፤ የካም ልጅ፤ "የካምም ልጆች **ኩሽ**..." (ዘፍ 10:6)፤ "**ኩሽም** ናምሩድን ወለደ ..." (ዘፍ 10:8)

ኩታ ~ Cuth: 'ቁጣ፤ ቃጠሎ' ማለት ነው። "የባቢሎንም ሰዎች ሱኮትበኖትን ሠሩ የ**ኩታም** ሰዎች ኤርጌልን ሠሩ" (2 ነገ 17:30)

ኩን ~ Chun: 'ከውን፤ ሁን፤ ዝግጁ' ማለት ነው። ከአድርአዘር ከተሞች አንዱ፤ ንጉሥ ዳዊት ለቤተመቅደስ ማሠሪያ፤ ናስ ያስመጣበት አገር፤ "ከአድርአዘርም ከተሞች ከጢብሐትና ከ**ኩን** ዳዊት እጅግ ብዙ ናስ ወሰደ ከዚህም ሰሎሞን የናሱን ቴሬና ዓምጆች የናሱንም ዕቃ ሠራ።" (1 ዜና18:8)

ኩዛ ~ Chuza: 'ነቢይ' ማለት ነው። የሄሮድስ ሬዳተ፤ "የሄሮድስ አዛዥ የ**ኩዛ** ሚስት ዮሐናም ሶስናም ... በገንዘባቸው ያገለግሉት ነበር።" (ሉቃ 8:3)

ኩዳን ~ Hadar: 'ኃይል፤ ብርታት'
ማለት ነው::

1. የእስማኤል ልጅ፤ "ዱማ፤ ማሣ፤ **ኩዳን**፤
ቴማን፤ ኢጡር፤ ናፌስ፤ ቄድማ" (ዘፍ
25:15)

2. ከኤዶም ነገሥታት አንዱ፤ "ማስማዕ፤
ዱማ፤ ማሣ፤ **ኩዳን**፤ ቴማን" (ዘፍ 36:39)

ኪልማድ ~ Chilmad: 'ኣጥር፤
የተከለለ' ማለት ነው:: ከአሴር ጋር የተጠቀስ
አገር፤ "ካራንና ካኔ ዔድንም ነጋዴዎችሽ ነበሩ
አሦርና **ኪልማድ** ነጋዴዎችሽ ነበሩ" (ሕዝ
27:23)

ኪልቅያ ~ Cilicia: 'መዘወሪያ'
ማለት ነው:: በታንኳ እስያ የደቡባዊ
ምሥራቅ ክፍል፤ የምትገኝ የወደብ ግዛት፤
"የነፃ ወጪዎች ከተባለችው ምኵራብም
ከቀሬናና ከእስክንድርያም ስዎች ከ**ኪልቅያ**ና
ከእስያም ከነበሩት አንዳንዶቹ ተነሥተው
እስጢፋኖስን ይከራከሩት ነበር፤" (ሐዋ6:9)

ኪሲል ~ Chesil: 'እምነተ ቢስ፤
አምልኮት የሌለው' ማለት ነው:: በይሁዳ
በስተደቡብ የሚገኝ ከተማ፤ "**ኪሲል**፤
ሔርማ፤ ጺቅላግ፤ ማድማና፤ ሳንሳና" (ኢያ
15:31)

ኪስሎን ~ Chislon: 'አስተማማኝ፤
እርግጠ ኛነት' ማለት ነው:: የኤልዳድ አባት፤
የከነዓንን መሬት በነገድ ሲከፋፈሉ የረዳ፤
የቢንያም ነገድ የሆነ ፈራጅ፤ "ከብንያም ነገድ
የ**ኪስሎን** ልጅ ኤልዳድ፤" (ዘኍ 34:21)

ኪራም ~ Hiram: ራማ፤ ከፍተኛ፤
ክቡር... ማለት ነው::

1. የቤት መሥሪያ ዕቃና ሠራተኞችን ወደ
ኢየሩሳሌም የላከ፤ የጢሮስ ንጉሥ፤
"የጢሮስም ንጉሥ **ኪራም** ወደ ዳዊት
መልእክተኞችን የዝግባ እንጨትንም
አናጢዎችንም ጠራቢዎችንም ላከ ለዳዊትም
ቤትሠሩለት::" (2 ሳሙ 5:11፤ 1 ዜና
14:1)

2. "ንጉሥም ሰሎሞን ልኮ **ኪራም**ን ከጢሮስ
አስመጣ" (1 ነገ 7:13፤40) **ኪቲም ~
Kittim:** "የያዋንም ልጆች ኤሊሳ፤
ተርሴስ፤ **ኪቲም**፤ ሮድኢ ናቸው::" (ዘፍ
10:4፤ 1 ዜና 1:7)

ኪትሊሽ ~ Kithlish: 'ቅጥር፤
ኣጥር' ማለት ነው:: በደልዳላው የይሁዳ
ክፍል የነበረ ከተማ፤ "አዶላም፤ ከቦነ
ለሐማስ፤ **ኪትሊሽ** ግዴሮት፤ ቤትዳጎን፤
ናዕማ፤ መቄዳ አሥራ ስድስት ከተሞችና
መደሮቻቸው::" (ኢያ 15:40)

ኪዮ ~ Chios: ኬዎስ፤ ቀውስ፤
ብጥብጥ፤ መዘባት፤ መፋለስ፤ ክፍተት...
ማለት ነው:: የደሴት ስም፤ ጳውሎስ በሦስተኛ
ሐዋርያዊ ጉዞው ያረፈበትና ያደረበት ወደብ፤
"በማግሥቱም ከዚያ በባሕር ተነሥተን በ**ኪዮ**
ፊት ለፊት ደረስን፤ ..." (ሐዋ 20:15)

ኪዶን ~ Chidon: 'ቀስት' ማለት
ነው:: ታቦቱን የተሸከመውን ሰረገላ ይጎትቱ
የነበሩት በሬዎች የፋነከበት አውድማ
ባለቤት፤ "ወደ **ኪዶን**ም አውድማ በደረሱ
ጊዜ በሬዎቹ ይፋንጉ ነበርና ታቦቱን ሊይዝ
ያዛ እጁን ዘረጋ::" (1 ዜና 13:9)

ካለህ ~Calah: ቃለህ፤ ቃልህ፤
ቃላዊ... ማለት ነው::
'ቃል' ከሚለው ግስ የመጣ ስምነው::
ከጥንታዊ ከተሞች አንዲ፣) (ዘፍ 10:11)

ካሌብ ~ Caleb: 'ከልብ' ማለት ነው::
('ካሌብ፤ ቃላብ፤ ቀለብ፤ ቃል አብ፤ ቃለ
ሕያው፤ ቃል እግዚአብሔር፤ የጌታ ቃል
ማለት ነው::' ተብሎም ይተረጎማል::)
[ተዛማጅ ስም- **ካልብ**]
'ቃል' እና 'አብ' ከሚሉ ቃላት የተመሠረተ
ነው::
በዚህ ስም የሚታወቁ ሁለት ስዎች እና አንድ
ቦታ አሉ ::

1. የየፉኒ ልጅ፤ (ዘኍ13:6) ፤ (ኢያ 14:6
14) ፤ (ዘኍ 13:6 ፤32:12)

2. የኤስሮም ልጅ፥ (1 ዜና 2:18)፤ (1 ዜና 2:50)

3. የቦታ ስም፥ "...በይሁዳም ምድር፥ በ**ካሌብም** ደቡብ ላይ..." (1 ሳሙ 30:14)

ካልብ ~ Chelubai:
ከልብ፤ ሁሉን ቻይ፤ የማይሳነው... ማለት ነው። [ተዛማጅ ስም- **ካሌብ**]

የኤስሮም ልጅ፤ "ለኤስሮም የተወለዱለት ልጆች ይረሕምኤል፤ አራም፤ **ካልብ** ነበሩ" (1 ዜና 2:9፤18:42)

ካልኔ ~ Calneh:
'ምሽግ፤ ጠንካራ ይዞታ ማለት ነው። [ተዛማጅ ስም- **ካኔ**]

የናምሩድ ግዛት ወሰን፤ የቦታ ስም፤ (ዘፍ 10:10)፤ (አሞ 6:2)

ካም ~ Ham:
'ሞቃት፤ ትኩስ፤ ጠይም' ማለት ነው። ከሦስቱ የኖኅ ልጆች ሁለተኛው፤ "ኖኅም የአምስት መቶ ዓመት ሰው ነበረ ኖኅም ሴምን **ካም**ን ያፌትንም ወለደ" (ዘፍ 5:32)

ካሲፍያ ~ Casiphia:
'ብራማ፤ ነጭ' ማለት ነው። በባቢሎን እና በኢየሩሳሌም መካከል ያለ የቦታ ስም፤ "... ለአምላካችን ቤት አገልጋዮችን የመጡልን ዘንድ በ**ካሲፍያ** ስፍራ ለሚኖሩት ለአዶና ..." (ዕዝ 8:17)

ካሴሉ ~ Chisleu:
'አስተማማኝ፤ እርግጠኝነት፤ ጽናት' ማለት ነው። የእስራኤላውያን የወር ስም፤ "የሐካልያ ልጅ የነህምያ ቃል፤ በዘጠነኛው ዓመት በ**ካሴሉ** ወር እንዲህ ሆነ" (ነህ 1:1፤ ዘካ 7:1)

ካሪም ~ Harim:
'በአምላክ የጠፋ፤ ጌታ ያወደመው' ማለት ነው።

1. በሦስተኛ ተርታ የተመደበ የመቅደሱ አገልጋይ፤ "ሦስተኛው ለ**ካሪም**፤" (1 ዜና 24:8)

2. ከባቢሎን ምርኮ ከተመለሱ፤ "የ**ካሪም** ልጆች፤ ሺህ አሥራ ሰባት" (ዕዝ 2:39፤ ነህ 7:42)

3. ከባቢሎን ምርኮ ከተመለሱ፤ "ከሰበንያ ዮሴፍ፤ ከ**ካሪም** ዓድና፤ ከመራዮት ሔልቃይ፤ " (ነህ 12:15)

4. ከባቢሎን ምርኮ ከተመለሱ፤ "የ**ካሪም** ልጆች፤ ሦስት መቶ ሀያ።" (ዕዝ 2:82፤ ነህ 7:35)

ካራን ~ Charran:
'መዘመር፤ መጣራት' ማለት ነው። አብርሃም ከከለዳዊያን ወጥቶ ወደ ከነዓን ከመሄዱ በፊት የኖረበት፤ "...የክብር አምላክ ለአባታችን ለአብርሃም በ**ካራን** ሳይቀመጥ ገና በሁለት ወንዝ መካከል ሳለ ታየና።" (ሐዋ 7:2፤4)

ካቡል ~ Cabul:
'ጉብል፤ ትንሽ' ማለት ነው።

1. በአሴር ምሥራቃዊ ድንበር የሚገኝ የቦታ ስም፤ "... በሰሜን በኩል ወደ ቤትዔሜቅና ወደ ንዊኤልም ደረስ በስተ ግራ በኩልም ወደ **ካቡል** ወጣ" (ኢያ 19:27)

2. **ካቡል**፤ "እርሱም:- ወንድሜ ሆይ፤ የሰጠኸኝ እነዚህ ከተሞች ምንድር ናቸው? አለ። እስከ ዛሬም ድረስ የ**ካቡል** አገር ተብለው ተጠሩ" (1 ነገ 9:13)

ካኔ ~ Canneh:
ካነህ፤ ካነ፤ ሠራ፤ አከናወነ... ማለት ነው። [ተዛማጅ ስም- **ካልኔ**]

ስለጢሮስ የተነገረ፤ "ካራንና **ካኔ** ዔድንም ነጋዴዎችሽ ነበሩ አሦርና ኪልማድ ነጋዴዎችሽ ነበሩ" (ሕዝ 27:23)

ኬሌዎን ~ Chilion:
'መጨረሻ፤ ፍጻሜ' ማለት ነው። የአቤሜሌክ እና የኑዓሚን የመጨረሻ ልጅ፤ የሩት ባል የነበረ፤ "የሰውዮውም ስም አቤሜሌክ፤ የሚስቱም ስም ኑዓሚን፤ የሁለቱም ልጆች ስም መሐሎንና **ኬሌዎን** ነበረ የቤተ ልሔም ይሁዳም የኤፍራታ ስሞች ነበሩ። ..." (ሩት 1:2፤ 4:9)

ኬሌግ ~ Helek:
'ልክ፤ መጠን' ማለት ነው። ከምናሴ ወገን፤ የገለዓድ ልጆች፤

"የገለዓድ ልጆች እነዚህ ናቸው ከኢዬዘር የኢዬዝራውያን ወገን፤ ከ**ኬሌግ** የኬሌጋውያን ወገን" (ዘኍ 26:30)

ኬሌግ ~ Hoglah: 'ጅግራ' ማለት ነው፡፡ የገለዓድ ወገን፤ "የገለዓድ ልጆች እነዚህ ናቸው፤ ከኢዬዘር የኢዬዝራውያን ወገን፤ ከ**ኬሌግ** የኬሌጋውያን ወገን" (ዘኍ 26:33፤ 27:1፤ 36:11)

ኬልቅያ ~ Chelluh: 'ሁሉ፤ ሙሉ' ማለት ነው፡፡ "ኡኤል፤ በናያስ፤ ቤድያ፤ **ኬልቅያ**" (ዕዝ 10:35)

ኬሎን ~ Helon: ኃይልነ፤ ብርታታችን... ማለት ነው፡፡ ከዘብሎን ነገድ፤ የኤልያብ አባት፤ "ከዘብሎን የ**ኬሎን** ልጅ ኤልያብ፤ ከዮሴፍ ልጆች ከኤፍሬም የዓሚሁድ ልጅ ኤሊሳማ፤ ከምናሴ የፍዳሱ ልጅ ገማልኤል፤" (ዘኍ 1:9፤ 2:7፤ 7:24፤ 29፤10:16)

ኬብሮን ~ Hebron: ኄብሮን፤ ኍብሮነ፤ አባሪ፤ ረዳት፤ ተባባሪ፤ ማኅበርተኛ... ማለት ነው፡፡ [ተዛማጅ ስሞች- **ዔቦር**፤ ሐቤር፤ አቤር፤ ዔብሪ፤ ዔብሮን፤ ዔቤር፤ ዔብሮና፤ ዕብራዊ፤ አቦር]

[ኍብረት ማለት ነው / **መቅዳ**] በዚህ ስም የሚታወቁ አንድ ሰውና ሁለት ቦታዎች አሉ፡፡

1. አብራም ከሎጥ ተለይቶ የሰፈረበት፤ የቦታ ስም፤ "አብራምም ድንኳኑን ነቀለ መጥቶም በ**ኬብሮን** ባለው በመምሬ የአድባር ዛፍ ተቀመጠ ..." (ዘፍ 13:18)

2. የአሴር ልጆች ነገድ ድንበር፤ "ከዚያም ወደ **ዔብሮን**፤ ..." (ኢያ 19:28)

3. የቀዓት ልጅ፤ "የቀዓትም ልጆች እንበረም፤ ይስዓር፤ **ኬብሮን**፤ ..." (ዘጸ 6:18) ፤ (1 ዜና 6:2፤ 18) ፤ (1 ዜና 23:12)

ኬጢ ~ Heth: 'ቀጢ፤ መንቀጥቀት፤ መውረግረግ...' ማለት ነው፡፡ የከንዓን ልጅ፤ የኬጢያውያን አባት፤ "ከነዓንም የበኩር

ልጁን ሲዶንን፤ **ኬጢያውያንንም፤**" (ዘፍ 10:15)

ኬጢያውያን ~ Hittites: ኄታይት፤ የኬጢ ወገኖች፤ የኬጢ አገር ሰዎች ማለት ነው፡፡ [ተለዋጭ ስም- **ቄነዛዊው**] የከነዓን ልጅ፤ "ቀድሞናውያንንም **ኬጢያውያንንም**" (ዘፍ 15:19)

ኬፋ ~ Cephas: 'ዓለት፤ ድንጋይ፤ ጭንጫ' ማለት ነው፡፡ ጴጥ ስምዖንን የጠራበት ስም፤ "ወደ ኢየሱስም አመጣው፡፡ ኢየሱስም ተመልክቶ፤ አንተ የዮና ልጅ ስምዖን ነህ፤ አንተ **ኬፋ** ትባላለህ አለው፤ ትርጓሜው ጴጥሮስ ማለት ነው፡፡" (ዮሐ 1:42)

ከሉብ ~ Chelub: 'ቅርጫት' ማለት ነው፡፡ ከዳዊት ሹሞች፤ የዔዝሪ አባት፤ "መሬቱን የሚያበጃጁትና እርሻውን በሚያርሱት ላይ የ**ከሉብ** ልጅ ዔዝሪ ሹም ነበረ" (1 ዜና 27:26)

ከላል ~ Chelal: 'ፍጹም፤ እንከን አልባ' ማለት ነው፡፡ በምርኮ አገር ሲኖሩ፤ እንግዳ ሚስቶችን ካገቡት አንዱ፤ "ከፈሐት ሞዓብ ልጆችም፤ ዓድና፤ **ከላል**፤ በናያስ፤ መዕሣያ፤ ሙታንያ፤ ባስልኤል፤ ቢንዊ፤ ምናሴ፡፡" (ዕዝ 10:30)

ከራን ~ Cheran: 'ቁጣ' ማለት ነው፡፡ ከዲሶን ልጆች አንዱ፤ "ዲሶን፤ አህሊባማም የዓና ሴት ልጅ፡፡ የዲሶንም ልጆች እነዚህ ናቸው ሔምዳን፤ ኤስባን፤ ይትራን፤ **ከራን**" (ዘፍ 36:26; 1 ዜና 1:41)

ክርስቶስ ~ Christ: 'የተሾመ፤ የተሰየመ፤ የተቀባ ንጉሥ፤ መንግሥት የመሠረተ' ማለት ነው፡፡ "ሲተረጉምም **ክርስቶስ** መከራ እንዲቀበልና ከሙታን እንዲነሣ ይገባው ዘንድ እያስረዳ፤ ይህ እኔ የምሰብከላችሁ ኢየሱስ እርሱ ክርስቶስ ነው ይል ነበር፡፡" (ሐዋ 17:3፤ 18:5፤ ማቴ 22:42)

ክናንያ ~ Chenaiah: ከነነ ያሕ፤ የሕያው ክንውን፤ የአምላክ ሥራ፤ የሕያው ሥራ... ማለት ነው። [ተዛማጅ ስሞች- **ክንዓና፣ ኮናንያ**]

'ከነነ' እና 'ያሕ' (ያሕዌ ፣ ሕያው) ከሚሉ ቃላት የተመሠረተ ስም ነው። የሌዋዊያውን አላቃ፣ ዜማ ያስተምራቸው የነበር፤ (1 ዜና 15:22)

ክንዓና ~ Chenaanah: ከነዓና፤ ከናን፤ ቆኛኝ፤ አቅኝ፤ ሻጭ፤ ነጋዴ... ማለት ነው።

[ተዛማጅ ስሞች- **ክናንያ፣ ኮናንያ**]

'ቀና' ከሚለው ቃል የመጣ ስም ሲሆን ትርጉሙ ሻጭና ገዥ ማለት ነው። በመጽሐፍ ቅዱስ ውስጥ በዚህ ስም የሚታወቁ ሰዎች:-
1. የቢልሐን ልጅ፤ (1 ዜና 7:10)
2. የሴዴቅያስ አባት፤ (1 ነገ 22:11፣24)

ክንክራኦስ ~ Cenchrea: 'ዘንጋዳ' ማለት ነው። ጳውሎስ ራሱን የተላጨበት የወደብ ከተማ፤ "...ስለትም ነበረበትና ራሱን በ**ክንክራኦስ** ተላጨ፤ ጵርስቅላና አቂላም ከእርሱ ጋርነበሩ" (ሐዋ 18:18)

ኮልሐዜ ~ Colhozeh: 'ቃል ያዚ፤ ሁሉን የሚያይ' ማለት ነው። በነህምያ ዘመን የነበረ፤ የይሁዳ ሰው፤ "የምጽጻም ግዛት አላቃ የ**ኮልሐዜ** ልጅ ሰሎም የምንጩን በር አደሰ ሠራው፤ ኪደነውም፤ ሳንቃዎቹንም አቆመ፤ ..." (ነህ 3:15፣ 11:5)

ኮሎዶጎምር ~ Chedorlaomer: 'ነዶ' ማለት ነው። በአብርሃምዘመን የነበረ የኤላም ንጉሥ፤ "**ኮሎዶጎምር**ንና ከእርሱ ጋር የነበሩትን ነገሥታት ወጎ ከተመለሰ በኋላም የሰዶም ንጉሥ የንጉሥ ሸለቆ በሆነ በሴዊ ሸለቆ ሊቀበለው ወጣ" (ዘፍ 14:17)

ኮራት ~ Cherith: ቆራጥ፤ መቁረጥ፤ መብሳት፤ ማረድ... ማለት ነው። በሦስቱ ዓመት የድርቅ ወቅት፤ ነቢዩ ኤልያስ የተሸሸገበት ገደል፤ "ከዚህ ተነሥተህ ወደ ምሥራቅ ሂድ፤ በዮርዳኖስም ትይዩ ባለው በ**ኮራት** ፈፋ ውስጥ ተሸሸግ።" (1 ነገ 17:3፣ 5)

ኮራዚ ~ Chorazin: 'ምሥጢር' ማለት ነው። "ወዮልሽ **ኮራዚ**፤ ወዮልሽ ቤት ሳይዳ፤ በእናንተ የተደረገው ተአምራት በጢሮስና በሲዶን ..." (ማቴ 11:21)

ኮሬብ ~ Horeb: ሐረ አብ፤ ያባቶች ጉዞ... ማለት ነው። 'ምድረ በዳ ማለትነው ነው፤' ተብሎም ይተረጎማል። የእስራኤላውያን አባቶች፤ በምድረ በዳ በጾብት ወቅት ከተጠባቸው ቦታዎች አንዱ፣ "ሙሴም የዮቆርን የአማቱን የምድያምን ካህን በጎች ይጠብቅ ነበር ወደ ምድረ በዳ ዳርቻም በጎቹን ነዳ፣ ወደ እግዚአብሔርም ተራራ ወደ **ኮሬብ** መጣ" (ዘጸ 3:1፣ 17:6፣ 33:6፣ መዝ 106:19)

ኮቦር ~ Chebar: ከብር፤ ብርታት፤ ጥንካሬ... ማለት ነው። በከለዳውያን ምድር ያለ ወንዝ፤ "ከወሩም በአምስተኛው ቀን የእግዚአብሔር ቃል በከለዳውያን አገር በ**ኮቦር** ወንዝ ወደ ቡዚ ልጅ ወደ ካህኑ ..." (ሕዝ 1:3፣ 3:15፣23)

ኮታም ~ Hotham: 'እትም፤ አርማ፤ የቀለበት ማኅተም' ማለት ነው። የአሴር ወገን፤ የሔበር ልጅ፤ የበረያ ቤተሰብ፤ "ሔቤርም ያፍሌጥን፤ ሳሜንር፤ **ኮታም**፤ እንታቸውንም ሶላን ወለደ።" (1 ዜና 7:32)

ኮናንያ ~ Conaniah: ከነነ ያሕ፤ የሕያው ክንውን፤ የአምላክ ሥራ፤ የሕያው ሥራ... ማለት ነው። [ተዛማጅ ስሞች- **ክናንያ፣ ክንዓና**]

'ከነነ' እና 'ያሕ' (ያሕዌ ፣ ሕያው) ከሚሉ ቃላት የተመሠረተ ስም ነው። በንጉሡ ሕዝቅያስና በእግዚአብሔር ቤት አላቃ በዓዛርያስ ትእዛዝ፤ "የሌዋውያኑም አለቆች **ኮናንያ**፤ ወንድሞቹም ሸማያና ናትናኤል፤ ..." (2 ዜና 35:9)

ኮዛት ~ Chesed: 'መስፋፋት፤ መጨመር' ማለት ነው፡፡ የናኮር አራተኛ ልጅ፤ "ኮዛት፤ ሐዞ፤ ፌልዳሥ፤ የድላፍ፤ ባቱኤል ናቸው" (ዘፍ 22:22)

ኮዜባ ~ Chozeba: 'ደፈጣ' ማለት ነው፡፡ በይሁዳ የታቸኛው ግዛት ያለ ቦታ፤ "የቆይም፤ የኮዜባ ሰዎች፤ ኢዮአስ፤ ምዓብን የገዛ ሣራፍ፤ ያሹቢሌሔም ነበሩ" (1 ዜና 4:22)

ወ

ወልደአዴር ~ Benhadad: ቤን ሀዳድ፤ የሀዳድ ልጅ፤ የተወደደ ልጅ፤ የአዴር ልጅ... ማለት ነው፡፡
Benhadad- 'ቤን' (ልጅ) እና 'አዳድ' (ውድ) ከሚሉ ሁለት ቃላት የመጣ ስም ነው፡፡
በዚህ ስም የሚታወቁ ሁለት ሰዎች አሉ፡፡ የጠብሪምን ልጅ የሶርያ ንጉሥ፤ (1 ነገ 15:18) ፤ (2 ነገ 8:7)

ወና ~ Halak: 'እልቅ፤ ባዶ፤ ደልዳላ' ማለት ነው፡፡ ኢያሱ ከያዛቸው ቦታዎች የደቡባዊ ወሰን፤ "እስከ ሴይርም ከሚያወጣው ወና ከሆነው ተራራ ጀምሮ ከአርሞንዔም ተራራ ቦታች በሊባኖስም ሸለቆ ውስጥ እስካለው እስከ በአልጋድ ድረስ ነገሥታቶቻቸውንም ሁሉ ይዞ መታቸው፤ ገደላቸውም፡፡" (ኢያ 11:17፤ 12:7)

ወንያ ~ Vaniah: 'ሕያው መና' ማለት ነው፡፡ ከባኒ ልጆች አንዱ፤ "ወንያ፤ ሜሬሞት፤ ኤልያሴብ፤ መታንያ፤" (ዕዝ 10:36)

ወንድም ~ Ahi: አያ፤ ወንድም፤ ወዳጅ፤ ጓደኛ... ማለት ነው፡፡ [ተለዋጭ ስም- አኪ] Ahi- 'አያ' ከሚለው ቃል የመጣ ስም ነው፡፡ በመጽሐፍ ቅዱስ ውስጥ በዚህ ስም የሚታወቁ ሰዎች:-

. የአብዲኤል ልጅ፤ "የአባቶቻቸውም ቤቶች አለቃ የጉኒ ልጅ የአብዲኤል ልጅ **ወንድም** ነበረ" (1 ዜና 5:15)
. የሳሜር ልጅ፤ **አኪ**- (1 ዜና 7:34)

ወይን ~ Vine, Wine: ወይነ፤ ዋይን፤ ወይን ጠጅ... ማለት ነው፡፡ 'ወይን' ከሚለው ቃል የተገኘ ስም ነው፡፡

    ወይን / Vine: "ኖኅም ገበሬ መሆን ጀመረ፤ **ወይንም** ተከለ፡፡" (ዘፍ 9:20)

    ወይን / Wine:

. ወይን ከኖኅ ዘመን ጀምሮ የሚታወቅ ጥንታዊ መጠጥ ነው፤"ኖኅም ገበሬ መሆን ጀመረ፤ **ወይንም** ተከለ፡፡" (ዘፍ 9:20)
. የሳሌም ንጉሥ መልከ ጼዴቅ ለአብርሃም ያቀረበለት፤ "የሳሌም ንጉሥ መልከ ጼዴቅም እንጀራንና የ**ወይን** ጠጅን አወጣ እርሱም የልዑል እግዚአብሔር ካህን ነበረ፡፡" (ዘፍ 14:18)
. "መልአኩም ማጭዱን ወደ ምድር ጣለው፤ በምድርም ካለው ከ**ወይን** ዘፍ ቀጠጠ ወደ ታላቁ ወደ እግዚአብሔር ቁጣ መጠመቂያ ጣለ፡፡" (ራእ 14:19)

ወደብ ~ Haven: ሒዋን፤ የሕያው ቦታ፤ የዘላለማውያን መኖሪያ፤ መቅደስ... ማለት ነው፡፡ Haven- 'ሒዋን' ከሚለው የመጣ ስም ነው፡፡
የመርከብ ማረፊያ፤ (መዝ 107:30)

196

ዎሻ ~ Den: ደን፥ ጫካ፥ ዱር፥ ዎሻ...
ማለት ነው።
Den- 'ደን' ከሚለው ቃል የተገኘ ስም
ነው።
. የአንበሳ ግልገሎች መተኛ፥
"...በየ**ዎሻ**ቸውም ይተኛሉ" (መዝ 104፥ 22)
፥ (ዳን 6:16 ፥ 17)

. ባህታውያን መኖሪያ፥ "ዓለም
አልተገባቸውምና በምድር በዳና በተራራ፥
በ**ዎሻ**ና በምድር ጉድጓድ ተቅበዘበዙ።" (ዕብ
11:38)
. ሽፍቶች የሚውሉበት፥ "ቤቴ የጸሎት ቤት
ትባላላች ተብሎ ተጽፎአል፥ እናንተ ግን
የወንበዶች **ዎሻ** አደረጋችኋት አላችው።"
(ማቴ 21:13 ፥ ማር 11:17)

O

ዓብዳ ~ Abda: አገልጋይ፥ ተላላኪ፥
ታዛዥ... ማለት ነው። [ተዛማጅ ስሞች-
አብዲ፥ አቤድ]
'አብዴ' ከሚለው ቃል የመጣ ስም ነው።
. የአዶኒራም አባት፥ (1 ነገ 4:6)
. የሳሙኤ ልጅ፥ **አብድያ-** (ነህ 11:17)

ዐናሚም ~ Anamim: 'ፉፉቴ'
ማለት ነው።
የግብጻውያን ወገን፥ የምጽራይም ልጅ፥
"ምጽራይምም ሉዲምን፥ **ዐናሚም**ን፥
ላህቢምን፥ ነፍታሌምን፥ ፈትሩሲምን፥" (ዘፍ
10:13፥ 1 ዜና 1:11)

ዓዘርያስ ~ Azariah: ዘረ ሕያው፥
ዘረ ዋስ፥ የጌታ ወገን፥ የአምላክ ቤተሰብ...
ማለት ነው። [ተዛማጅ ስሞች- **ዓዘርያስ፥
ዔዘርያስ**]
Azariah- 'ዘር' እና 'ያሕ' (ያሕዌ፥
ሕያው) ከሚሉት ቃላት የተመሠረተ ስም
ነው።
በመጽሐፍ ቅዱስ ውስጥ በዚህ ስም
የሚታወቁ ሰዎች፡-
1. ንጉሡ ሰሎሞን በእስራኤል ሁሉ ላይ
በነገሥበት ዘመን አለቃ የነበረ፥ የሳዶቅ ልጅ ፥
ካህኑ **ዓዘርያስ**፥ (1 ነገ 4:2)
2. የኬልቅያስ ልጅ፥ (ዕዝ 7:1 ፥ 2) ፥
"የእግዚአብሔርም ቤት አለቃ ...

ዓዘርያስ" (1 ዜና 9:11፥ ነህ 3:23)፥ (1 ዜና
6:36)
3. የያዔድ ልጅ፥ (2 ዜና 15:1)
4. የአኪማአስ ልጅ፥ (1 ዜና 6:9 ፥ 1 ነገ
4:2)
5. የዮሐናን ልጅ፥ (1 ዜና 6:10 ፥11)
6. የአሜስያስ ልጅ፥ (2 ነገ 14:21 ፥ 2 ዜና
26:17-20)

ዐግ ~ Og: 'ትልቅ' ማለት ነው። ግዛቱ
በስድሳ ከተሞች የተስፋፋ፥ የአሞራውያን
ንጉሥ፥ "ባሳንንም ሁሉ እስከ ሰልካ ድረስ፥
በባሳን የነበረውን በአስታሮትና በኤድራይ
የነገሠውን የ**ዐግ**ን መንግሥት ሁሉ እርሱም
ከራፋይም የቀረ ነበረ እነዚህንም ሙሴ
መታቸው አወጣቸውም።" (ኢያ 13:12)

ዑላ ~ Ulla: 'ቀንበር' ማለት ነው።
የአሴር ልጅ፥ "የ**ዑላ** ልጆች ኤራ፥ ሐኒኤል፥
ሪጽያ ነበሩ።" (1 ዜና 7:39)

ዑማ ~ Ummah: 'ውነደት' ማለት
ነው። ለአሴር ነገድ፥ ድርሻ የተሰጠ ከተማ፥
"**ዑማ**፥ አፌቅ፥ ረኣብ ደግሞ ነበሩ ሀያ ሁለት
ከተሞችና ..." (ኢያ 19:30)

ዑሪ ~ Huri: 'ሸማኔ፥ ዘዋሪ፥ ዝሐ ዘጊ፥
ተሸከርካሪ፥ ተመላላሽ' ማለት ነው። የጋድ
ወገን፥ የአቢካኢል ልጅ፥ "እነዚህም የቡዝ
ልጅ የዮዳይ ልጅ ... የሚካኤል ልጅ የገለዓድ

ልጅ የኢዳይ ልጅ የ**ዑሪ** ልጅ የአቢካኢል ልጆች ነበሩ፡፡" (1 ዜና 5:14)

ዑር ~ Ur፡ ኡር፣ ብርሃን፣ የብርሃን መውጫ፣ ምሥራቅ አገር ማለት ነው፡፡ [ተዛማጅ ስሞች- **ኡሪ፤ ኡር**] በዚህ ስም የሚታወቁ አንድ ሰው እና አንድ አገር አሉ፡፡
1. የኤሊፋል አባት፤ (1 ዜና 11:36)
2. ሐራን የተወለደበት አገር፤ (ዘፍ 11:28፤ 31)

ዑታይ ~ Uthai፡ 'ተባባሪ፣ ረዳት' ማለት ነው፡፡
1. የይሁዳ ወገን፣ የዓሚሁድ ልጅ፡ "ከይሁዳ ልጅ ከፋሬስ ልጆች የባኒ ልጅ የአምሪ ልጅ የዖምሪ ልጅ የዓሚሁድ ልጅ **ዑታይ** ደግሞ ተቀመጠ" (1 ዜና 9:4)
2. ከምርኮ ከተመለሱ፡ "ከበጉዋይ ልጆች **ዑታይ**ና ዘቡድ፣ ከእነርሱም ጋር ሰባ ወንዶች፡፡" (ዕዝ 8:14)

ዑኒ ~ Unni፡ 'ጭንቀታም' ማለት ነው፡፡
1. ከዳዊት ዘበኞች አንዱ፡ "ከእነርሱም ጋር በሁለተኛው ተራ የሀኑትን ወንድሞቻቸውን ዘካርያስን፡ ቤንን፡ ያዝኤልን፡ ሰሚራሞትን፡ ይሒኤልን፡ **ዑኒን**፡ ኤልያብን፡ ... በረፎችንም ያቤድኤድምንና ይዒኤልን አቆሙ፡፡" (1 ዜና 15:18፤20)
2. ከባቢሎን ምርኮ ከተመለሱ፡ "ወንድሞቻቸውም በቅቡቅያና **ዑኒ** በየሰሞናቸው በአንጻራቸው ነበሩ፡፡" (ነህ 12:9)

ዑዝ ~ Huz፡ 'አሸዋማ' ማለት ነው፡፡ የናኮርና ሚልካ ትልቁ ልጅ፡ "እነርሱም በኩሩ **ዑዝ**፡ ወንድሙ ቡዝ፡ የአራም አባት ቀሙኤል፡" (ዘፍ 22:21)

ዑጽ ~ Uz፡ 'እዝ፣ ትእዛዝ' ማለት ነው፡፡
1. የአራም ልጅ፤ "የአራምም ልጆች **ዑጽ**፡ ሁል፡ ጌቴር፡ ሞሶሕ ናቸው፡፡" (ዘፍ 22:21)
2. የዲሳን ልጅ፡ "የዲሳን ልጆችም እነዚህ ናቸው **ዑጽ**፡ አራን" (ዘፍ 36:28)

3. የናኮር ልጅ፤ "እነርሱም በኩሩ **ዑጽ**፡ ወንድሙ ቡዝ፡ የአራም አባት ቀሙኤል፤" (ዘፍ 22:21)

ዒስካ ~ Ikkesh፡ 'የከሽ፣ የከፋይ፣ ፈቃደኛ፣ ጽኑዕ' ማለት ነው፡፡ የቴቁሐዊው የዒራስ አባት፤ "የ**ዒስካ** ልጅ ዒራስ፡ ዓናቶታዊው" (2 ሳሙ 23:26፤ 1 ዜና 11:28፤ 27:9)

ዒሪ ~ Iri፡ ብርሃን ማለት ነው፡፡የቤላ ልጅ፡ "የቤላም ልጆች፡ ኤሴቦን፡ አዚ፡ ዑዝኤል፡ ኢያሪሙት፡ **ዒሪ**፡ አምስት ነበሩ የአባቶቻቸው ቤቶች አለቆች፡ ጽኑዓን ኃያላን ሰዎች ነበሩ በታውልድ የተቆጠሩ ሀያ ሁለት ሺህ ሠላሳ አራት ነበሩ፡፡" (1 ዜና 7:7፤12)

ዒራም ~ Iram፡ 'ከተማ' ማለት ነው፡፡ የኤዶማውያን መሪ፡ "መጎዲኤል አለቃ፡ **ዒራም** አለቃ፡ እነዚህ በግዛታቸው ምድር በየመኖሪያቸው የኤዶም አለቆች ናቸው፡ የኤዶማውያን አባት ይህ ዔሳው ነው፡፡" (ዘፍ 36:43፤ 1 ዜና 1:54)

ዒር ~ Ir፡ 'ከተማ' ማለት ነው፡፡ "ደግሞም ሳፌን፡ ሐሪም የ**ዒር** ልጆች፡ ሑሺም የአሐር ልጆችም ነበሩ፡፡" (1 ዜና 7:12)

ዒርሼሜሽ ~ Irshemesh፡ 'የፀሐይ ከተማ' ማለት ነው፡፡ የዳን ነገድ ከተማ፡ "የርስታቸውም ዳርቻ ... ጸርዓ፡ ኤሽታአል፡ **ዒርሼሜሽ**፤" (ኢያ 19:41)

ዒዋ ~ Ivah፡ 'ቅሪት፣ ባድማ፣ ውድቅዳቄ' ማለት ነው፡፡ "የሐማትና የአርፋድ አማልክት ወዴት አሉ? የሴፈርዋይምና የሄና የ**ዒዋም** አማልክት ወዴት አሉ? "(2 ነገ 18:34፤ 19:13)

ዒዪም ~ Iim፡ 'ባድማ፣ ውዳቄ ፍርስራሽ፣ ቅሬት' ማለት ነው፡፡ በይሁዳ የደቡብ ወሰን የሚገኝ ከተማ፡ "በአላ፡ **ዒዪም**፡ ዓጼም፡ ኤልቶላድ፤" (ኢያ 15:29)

ዒዮን ~ Ijon: 'ባድማ፣ ውዳቂ፣ ፍርስራሽ፣ ቅሬት' ማለት ነው። የንፍታሌም ርስት የሆነ ሰሜናዊ የፍልስጥኤም ክፍል፣ "ወልደ አዶርም ... ከተሞች ላይ ሰድዶ **ዒዮንንና** ዳንን፣ አቤልቤት መዓካንና ኪኔሬትን ሁሉ የንፍታሌምንም አገር ሁሉ መታ።" (1 ነገ 15:20፤ 2 ዜና 16:4)

ዒዶ ~ Iddo: 'ውድ፣ ተወጃጅ' ማለት ነው።

1. የአሚናዳብ አባት፣ "በመሃናይም የ**ዒዶ** ልጅ አሒናዳብ" (1 ነገ 4:14)

2. የጌድሶን ልጅ፣ **አዶ፣** "ልጁ ዮአክ፣ ልጁ **አዶ፣** ልጁ ዛራ..." (1 ዜና 6:21)

3. በዳዊት ዘመን፣ በዮ ርዳናስ በስተምሥራቅ የምናሴ ነገድ ገዥ፣ የዘካርያስ ልጅ፣ "በገለዓድ ባለው በምናሴ ነገድ እኩሌታ ላይ የዘካርያስ ልጅ**አዶ** በብንያም ላይ የአብኔር ልጅ የዕሣኤል" (1 ዜና 27:21)

4. ባለ ራእዩ፣ ነቢዩ ኢዶ፣ "የቀረውም ፈተኛውና ኋለኛው የሰሎሞን ነገር በነቢዩ በናታን ታሪክ፣ በሴሎናዊውም በአሒያ ትንቢት፣ ስለ ናባጥም ልጅ ስለ ኢዮርብዓም ባየው በባለ ራእዩ በ**አዶ** ራእይ የተጻፈ አይደለምን?" (2 ዜና 9:29)

5. የነቢዩ የዘካርያስ አባት፣ የበራክዩ አባት፣ "... የእግዚአብሔር ቃል ወደ **አዶ** ልጅ ወደ በራክዩ ልጅ ወደ ነቢዩ ወደ ዘካርያስ እንዲህ ሲል መጣ" (ዘካ 1:1፤7)

6. ከባቢሎን ምርኮ ከተመለሱ፣ "በካሲፍያ ስፍራ ወደ ነበረው ወደ አለቃው ወደ **አዶ** ላከኋቸው ለአምላካችን ቤት አገልጋዮችን ያመጡልን ዘንድ..." (ዕዝ 8:17)

ዓሌሜት ~ Alameth: ዓለማት ማለት ነው። [ተዛማጅ ስም- **ጋሌማት**]

በመጽሐፍ ቅዱስ ውስጥ በዚህ ስም የሚታወቁ ሰዎች:-

1. የቤኬር ልጅ፣ (1 ዜና 7:8)

2. የይሆዓዳ ልጅ፣ (1 ዜና 8:32)

3. የዕራ ልጅ፣ (1 ዜና 9:42)

ዓልዋን ~ Alian: ዓላይነ፣ ዕላይ፣ ከፍተኛ፣ ትልቅ፣ የበላይ... ማለት ነው። የሆባል ልጅ፣ "የሆባል ልጆች **ዓልዋን** ማኔሐት፣ ዔባል፣ ሰፎ፣ አውናም። የጽብያንም ልጆች አያ፣ ዓና።" (1 ዜና 1:40)

ዓልዋ ~ Alvah: 'ላይኛ፣ የበላይ' ማለት ነው። ከኤዶማውያን አለቆች አንዱ፣ "የዔሳውም የአለቆቹ ስም በወገናቸው በስፍራቸው በስማቸውም ይህ ነው ቲምናዕ አለቃ፣ **ዓልዋ** አለቃ፣ የቴት አለቃ፣" (ዘፍ 36:40)

ዓሚሁድ~ Ammihud: አሚ ሁድ፣ አም ውድ፣ የተወደደ፣ የተዋሐደ... ማለት ነው።

በመጽሐፍ ቅዱስ ውስጥ በዚህ ስም የሚታወቁ ሰዎች:-

1. የአዳን ልጅ፣ የኤሊ.ሳማ አባት፣ (1 ዜና 7:26) ፤ (ዘኍ 1:10)

2. ከስምያን ነገድ የሰላሚኤል አባት፣ (ዘኍ 34:20)

3. ከንፍታሌ ነገድ፣ የፈዳሄል አባት፣ (ዘኍ 34:28)

4. የጌሹር ንጉሥ የተልማይ አባት፣ (2 ሳሙ 13:37)

5. የዖምሪ ልጅ፣ (1 ዜና 9:4)

ዓሚኤል ~ Ammiel: አሚ ኤል፣ ሕዝበ እግዚአብሔር፣ የአምላክ ሕዝብ... ማለት ነው።

በመጽሐፍ ቅዱስ ውስጥ በዚህ ስም የሚታወቁ ሰዎች:-

1. የከነዓንን ምድር እንዲሰልሉ ሙሴ ከላካቸው፣ የገማሊ ልጅ፣ (ዘኍ 13:12)

2. የሳዖል ልጅ፣ የዮናታን ልጅ ከንጉሥ ዳዊት ሸሸቶ የሐደበት ሰው፣ የማኪር አባት፣ (2 ሳሙ 17:27) ፤ (2 ሳሙ 9:4)

3. የዳዊት ሚስት የቤርሳቤህ አባት፣ (1 ዜና 3:5)

4.የያቤድኤዶም ልጅ፣ (1 ዜና 26:5)

ዓሚዛባድ ~ Ammizabad:
'የሕዝብ ስጦታ፤ ጥሎሽ' ማለት ነው። በሠላሳው ኃያላን ላይ የሦስተኛው ክፍል አለቃ የነበረ፤ የበናያስ ልጅ፤ "ይህ በናያስ በሠላሳው መካከል ኃያል ሆኖ በሠላሳው ላይ ነበረ በእርሱም ክፍል ልጁ **ዓሚዛባድ** ነበረ።" (1 ዜና 27:6)

ዓማል ~ Amal: 'ዐመል፤ ጠባይ፤ ሥራ፤ ሱስ' ማለት ነው። የኤላም ልጅ፤ "የወንድሙም የኤላም ልጆች ጸፋ፤ ይምና፤ ሰሌስ፤ **ዓማል** ነበሩ።" (1 ዜና7:35)

ዓማሣይ ~ Amasai: ዐማጺ፤ ያመጸ፤ የሸፈተ፤ አልታዘዝም ያለ፤ ትዕቢተኛ፤ ትምክሕትኛ... ማለት ነው። [ተዛማጅ ስሞች- **አማሢ ፤ አማሳይ፤ ዓማስያ፤ አሜሳይ፤ ዓሜሳይ**]
'ዐመፀ' ከሚለው ግስ የተገኘ ስምነው። በመጽሐፍ ቅዱስ ውስጥ በዚህ ስም የሚታወቁ ሰዎች:-
1. ከዳዊት ጋር ከተቀላቀለ ሠራዊት የሠላሳ አለቃ የነበረ፤ (1 ዜና 12:18)
2. በእግዚአብሔር ታቦት ፊት መለከት ይነፉ ከነበሩ ካህናት፤ (1 ዜና 15:24)
. የሕልቃና ልጅ፤ **አማሢ**- (1 ዜና 6:25፤35)
. የእግዚአብሔርን ቤት ያነጹ ዘንድ ወደ ውስጥ ከገቡ ካህናት፤ የቀዓት ልጅ፤ **አማሢ**- (2 ዜና 29:12)

ዓማስያ ~ Amasiah: አማሲ ያሕ፤ ዐማጺ ሕያው፤ ኃጢአተኛ፤ ጌታን የሚበድል፤ የአምላክን ሕግ የጣሰ፤ አሻፈረኝ ያለ... ማለት ነው። [ተዛማጅ ስሞች- **ዓማሣይ፤አማሢ ፤ አማሳይ፤ አሜሳይ፤ ዓሜሳይ**]
'ዐማጺ' እና 'ያሕ' (ያሕዌ) ከሚሉት ቃላት የተመሠረተ ስም ነው። በፈቃዱ ራሱን ለእግዚአብሔር የቀደሰ፤ የዝክሪ ልጅ፤ (2 ዜና 17:16)

ዓሜሳይ ~ Amasa: አመሳ፤ ዐመፃ፤ የሚያምስ፤ የሚበጠብጥ፤ የሚረብሽ፤ ተቃዋሚ፤ የሣይታዘዝ፤ የማይገዛ... ማለት

ነው። [ተዛማጅ ስሞች- **ዓማሣይ፤ አማሢ ፤ አማሳይ፤ ዓማስያ፤ አሜሳይ**]
'ዐመፀ' ከሚለው ግስ የመጣ ስምነው። በመጽሐፍ ቅዱስ ውስጥ በዚህ ስም የሚታወቁ ሰዎች:-
1. የዳዊት እኅት የአቢጋያ ልጅ፤ የዮቴር ልጅ፤ (1 ዜና 2:17)
2. ከኤፍሬም ልጆች አለቆች፤ የሐድላይ ልጅ፤ (2 ዜና 28:12)

ዓምዓድ ~ Amad: አማድ፤ አዐማድ፤ ዐምድ፤ መሠረት፤ ምሰሶ... ማለት ነው። 'አምደ' ከሚለው ግስ የመጣ የቦታ ስም ነው። የአሴር ልጆች ነገድ ድንበር፤ (ኢያ 19:26)

ዓሞቅ ~ Amok: አሞቅ፤ አመቅ፤ መቅ፤ መቀመቅ፤ ጥልቅ ጉድጓድ፤ መቃብር... ማለት ነው።
'አመቀ' ከሚለው ቃል የተገኘ ስምነው። ከሰላትያል ልጅ ከዘሩባቤልና ከኢያሱ ጋር ከወጡ ካህናትና ሌዋውያን፤ (ነህ 12:7 ፤ 20)

ዓሢኤል ~ Asiel: አሥ ኤል፤ የጌታ ሥራ፤ ግብረ ኤል፤ እሥራ ኤል፤ የአምላክ ሥራ... ማለት ነው። [ተዛማጅ ስሞች- **ዓሣያ፤ ዓሳያ**]
የሥራያ ልጅ፤ (1 ዜና 4:35)

ዓሣያ ~ Asaiah: ዐሣ ያሕ፤ አሳይ ያሕ፤ የሕያው ሥራ፤ ጌታ ሠራ፤ አምላክ አከናወነ... ማለት ነው። [ተዛማጅ ስሞች- **ዓሳያ፤ ዓሢኤል**]
በመጽሐፍ ቅዱስ ውስጥ በዚህ ስም የሚታወቁ ሰዎች:-
1. የሥራያ ልጅ የዓሢኤል ልጅ፤ **ዓሣያ፤** (1 ዜና 4:36)
2. ዳዊት ታቦቱ ዐርፎ ከተቀመጠ በኋላ በእግዚአብሔር ቤት ካቆማቸው የመዘምራን አለቆች፤ የሐግያ ልጅ፤ **ዓሣያ፤** (1 ዜና 6: 30)፤ (1 ዜና 15:6)

3. የሴሎናዊያን ልጅ፦ **ዓሣያ**፦
"ከሴሎናዊያንም በኩሩ **ዓሣያ**ና ልጆቹ"
(1ዜና 9:5)
4. "ንጉሡም ካህኑ ኬልቅያስን፥ ...
የንጉሡንም ብላቴና **ዓሲያ**ን፦" (2 ዜና
34:20)

ዓረባ ~ Arabah: ዓረባ፥ ዓረባዊ፥
የዓረብ አገር፥ ምድረ ባዕዳ፥ በረሐ... ማለት
ነው። [ተዛማጅ ስሞች- **ዓረባዊ፥ ዓረብ**]
'ረባ' ከሚለው ቃል የተገኘ ስምነው።
. "በዮርዳኖስ ማዶ በምድረ በዳ፥ በ**ዓረባ**
ውስጥ በኤርትራ ባሕር ፊት ለፊት ... ሙሴ
ለእስራኤል ሁሉ የነገራቸው ቃል ይህ ነው።"
(ዘዳ 1:1)
. "በሰሜንም ወገን ወደ **ዓረባ** አጠገብ አለፈ፥
ወደ ዓረባም ወረደ..." (ኢያ 18:18)

ዓረባዊ ~ Arbathite: ዓረባያት፥
ዓረባዊያት፥ የዓረብ አገር ሰዎች... ማለት
ነው። [ተዛማጅ ስሞች- **ዓረባ፥ ዓረብ**]
ከዳዊት ወታደሮች አንዱ፥ አቢዓልቦን፥ (2
ሳሙ 23:31፥ 1 ዜና 11:32) ፥ (ኢያ
15:61)

ዓረብ ~ Arabia: ዓረባዊ፥
ዓረባውያን፥ የዓረብ አገር... ማለት ነው።
[ተዛማጅ ስሞች- **ዓረባ፥ ዓረባዊ**]
ከምድሩ ሹማምንት ወደ ሰሎሞን ወርቅና ብር
ግብር ካመጡ፥ (1 ነገ 10:15)

ዓራድ ~ Arad: 'የሜዳ አህያ' ማለት
ነው። "ዘባድያ፥ **ዓራድ**፥ ዔድር፥ ሚካኤል፥
ይሽጹ ዮሐ የበሪዓ ልጆች" (1 ዜና 8:15)

ዓሻን ~ Ashan: 'ጭስ' ማለት ነው።
በይሁዳ የታቸናው ክፍል የነበረ ከተማ፥
"ልብና፥ ዔቴር፥ **ዓሻን**፥ ይፍታሕ፥ አሽና፥"
(ኢያ 15:42)

ዓቁብ ~ Akkub: ዐቁብ፥ ዐቁብ፥
ዐቃቢ ፥ ዐቀበ፥ ጠበቀ፥ ከለከለ፥ አገደ...
ማለት ነው። [ተዛማጅ ስሞች- **ያዕብ፥
ያዕቆባ፥ ያዕቆብ**]

'ዐቀብ' ከሚለው ግስ የተገኘ ስምነው።
በመጽሐፍ ቅዱስ ውስጥ በዚህ ስም
የሚታወቁ ሰዎች:-
1. ከዘሩባቤል ወገን፥ የኤልዮኤናይ ልጅ፥ (1
ዜና 3:24)
2. ከነቢዮ ዕዝራ ጋር ከባቢሎን ከተመለሱ
የአጋባ ልጆች፥ (ዕዝ 2:45፥ 46)
3. ከምርኮ ተመልሰው በረኛ ከነበሩ፥ (1 ዜና
9:17) ፥ (ዕዝ 2:42፥ ነህ
7:45)

ዓቃን ~ Jakan: 'ጠቢብ፥ አስተዋይ፥
አርቆ አሳቢ፥ ቅን ፈራጅ' ማለት ነው። የኤጽር
ልጅ፥ "የኤጽር ልጆች ቢልሐን፥ ዛዕዋን፥
ዓቃን:- የዲሳን ልጆች ..." (1 ዜና 1:42)

ዓባሪም ~ Abarim: አባሪ፥ ተባባሪ፥
ረዳት፥ አጋዥ... ማለት ነው። በሞዓብ
ምድር፥ በዮርዳኖስ በስተምሥራቅ፥ በእያሪኮ
አቅጣጫ፥ የዮርዳኖስ ሸለቆ አዋሳኝ፥ የሆነ
ተራራማ ቦታ። ከተራራዎቹ ጎልቶ የሚታየው
ነቦ በመባል የሚታወቀው ሲሆን፥ ሙሴ
ሊሞት ሲል ወደዚያ ተራራ በመውጣት
ከዚያ የተስፋውን አገር በዓይኑ ለመቃኘት
በቅቷል። "እግዚአብሔርም ሙሴን አለው:-
ወደዚህ ወደ **ዓባሪም** ተራራ ውጣ፥
ለእስራኤልም ልጆች የሰጠኋትን ምድር እይ"
(ዘኍ 27:12፥ 33:47፥48) እና (ዘዳ
32:49)

ዓብዳ ~Abda: አገልጋይ፥ ተላላኪ፥
ታዛዥ... ማለት ነው። [ተዛማጅ ስሞች-
አብዲ፥ አቤድ]

'አብዴ' ከሚለው ቃል የመጣ ስምነው።
. አስገባሪ የነበረ፥ የአዶኒራም አባት፥ (1 ነገ
4:6)
. የሳሙስ ልጅ፥ **አብድያ**- (ነህ 11:17)

ዓብድኤል ~ Abdeel: አብድ ኤል፥
የአምላክ አገልጋይ... ማለት ነው።
[ተዛማጅ ስሞች- **አብዲኤል፥ አብድያ፥
አብድያስ**]

'አብዶ' እና 'ኤል' ከሚሉ ሁለት ቃላት የተመሠረተ ስም ነው፡፡

የሴሌምያ አባት፡ "ንጉሡም ጸሐፊውን ባሮክንና ነቢዩን ኤርምያስን ይይዙ ዘንድ የንጉሡን ልጅ ይርሕምኤልንና የዓዝርኤልን ልጅ ሠራያን የ**ዓብድኤል**ንም ልጅ ሴሌምያን አዘዘ፤ እግዚአብሔር ግን ሰወራቸው" (ኤር 36:26)

ዓብዶን ~ Abaddon, Abdon:
አብ ዶን፤ አባት ዳኛ፤

የመጨረሻ ፍርድ አስፈጻሚ... ማለት ነው፡፡ 'አብዴ' እና 'ዳኝ' ከሚሉ ቃላት የተመሠረተ ስም ነው፡፡

በመጽሐፍ ቅዱስ ውስጥ በዚህ ስም የሚታወቁ ስዎች:-

ዓብዶን / Abaddon:

. የገሃነም መልአክ ስም፡ "በእነርሱም ላይ ንጉሥ አላቸው፤ እርሱም የጥልቅ መልአክ ነው፤ ስሙም በዕብራይስጥ **አብዶን** በግሪክም አጶልዮን ይባላል" (ራእ 9:11)

. በኢዮብ መጽሐፍ ጥፋት ይላል፡ "ጥፋትና ሞት- (ኢዮ 26:6)

. የመጨረሻ ፍርድ፡ "ሲኦልና ጥፋት- (ምሳ 15:11) ፣ "ሲኦልና ጥፋት- (ምሳ 27:20)

ዓብዶን / Abdon:

1. በእስራኤል ላይ ፈራጅ የነበረ፤ የሒሌል ልጅ፡ (መሳ 12:13)
2. የይዒኤል ልጅ፡ "ዜቤር፤ ኤሊኤል፤ **ዓብዶን**፤ ዝክሪ፡" (1 ዜና 8:23)
3. "የበኩር ልጁ **ዓብዶን**፤ የበኩር ልጁም ዓብዶን፡" (1 ዜና 8:30)፤ (9:35 ፣ 36)
4. የሚክያስ ልጅ፡ (2 ዜና 34:20)
5. የቦታ ስም፡ "...**ዓብዶን**ንና መሰምርያዋን፡" (ኢያ 21:30) ፣ (1 ዜና 6:74)

ዓታክ ~ Athach: 'የመንገደኛ ማረፊያ' ማለት ነው፡፡ በይሁዳ አገር የታቸኛው አካባቢ የነበረ የቦታ ስም፡ "በሔርማ ለነበሩ፤ በቦራሣን ለነበሩ፤ በ**ዓታክ** ለነበሩ፤ በኬብሮን ለነበሩ፡" (1 ሳሙ 30:30)

ዓታይ ~ Attai: 'እጣ የደረሰው፤ ጊዜ የሰጠው፤ ዕደለኛ' ማለት ነው፡፡

1. የሶሳን የልጅ ልጅ፡ "ሶሳንም ለአገልጋዩ ለኢዮሄ ልጁን አጋባት፤ እርስዋም **ዓታይ**ን ወለደችለት፡፡" (1 ዜና 2:35፣36)
2. ያንበሳ ገጽ ካላቸው የጋድ ጦረኞች አንዱ፤ የዳዊት የጦር አዣ፡ (1 ዜና 12:11)
3. የሰሎሞን ልጅ ሮብዓም፤ ከመዓካ የወለደው፡ "ከእርስዋም በኋላ የአቤሴሎምን ልጅ መዓካን አገባ እርስዋም አብያን፤ **ዓታይ**ን፤ ዚዛን፤ ሰሎሚትን ወለደችለት፡፡" (2 ዜና 11:20)

ዓኑብ ~ Anub: 'መተባበር፤ መረዳዳት፤ ኅብረት መፍጠር' ማለት ነው፡፡ የይሁዳ ወገን የሆነ፤ የቆጽ ልጅ፡ "ቆጽ **ዓኑብ**ን፤ ጸቤባን፤ የሃሩምንም ልጅ የአሐርሔልን ወገኖች ወለደ፡፡" (1 ዜና 4:8)

ዓኔም ~ Anim: 'ፉፏቴ' ማለት ነው፡፡ በይሁዳ ተራራዎች የነበረ ከተማ፡ "ዓናብ፤ ኤሽትሞዓ፤ **ዓኔም**፤ ጎሰም፤ ሐሎን፤ ጊሎ አሥራ አንድ ከተሞችና መንደሮቻቸው፡፡" (ኢያ 15:50)

ዓና~ Anah: 'ታዛች' ማለት ነው፡፡ የዔሳው ሚስት አባት፤ የኤዊያዊው የፀብዖን ልጅ፡ "ዔሳው ከከነዓን ልጆች ሚስቶችን አገባ የኬጢያዊውን የዔሎንን ልጅ ዓዳን፤ የኤዊያዊው የፀብዖን ልጅ **ዓና** የወለዳትን አህሊባማን፤" (ዘፍ 36:2፣14፣25)

ዓናብ~ Anab: 'የዘቢብ ከተማ' ማለትነው፡፡ ከይሁዳ ተራራማ ከተሞች አንዱ፡ "**ዓናብ**፤ ኤሽትሞዓ፤ ዓኔም፤ ጎሰም፤ ሐሎን፤ ጊሎ አሥራ አንድ ከተሞችና መንደሮቻቸው፡፡" (ኢያ 15:50)

ዓናቶት ~ Anathoth: 'ሥምረት፤ ስእለቱ የደረሰ፤ ልመናው የተሰማ' ማለት ነው፡፡

1. የቤኬርም ልጅ፡" የቤኬርምልጆች ዝሚራ፤ ኢዮአስ፤ አልዓዛር፤ ኤልዮዔናይ፤

ያምሪ፥ ኢያሪሙት፥ አብያ፥ **ዓናቶት**፥ ዓሌሜት እነዚህ ሁሉ የቤኬር ልጆች ነበሩ።" (1 ዜና 7:8)

2. በነህምያ ዘመን ቃል ኪዳን ከተፈራረሙትእንዱ፥ "ሐሪፍ፥ **ዓናቶት**፥ ኖባይ፥ መግጲዓስ፥ ሜሱላም" (ነህ 10:19)

ዓናኒ ~ Anani: 'አምላክ የጠበቀው' ማለት ነው። ከይሁዳ ነገሥታት ወገን፥ የኤልዮዔናይ ልጅ፥ "የኤልዮዔናይም ልጆች ሆዳይዋ፥ ኤልያሴብ፥ ፌልያ፥ ዓቁብ፥ ዮሐንን፥ ደላያ፥ **ዓናኒ** ሰባት ነበሩ።" (1 ዜና 3:24)

ዓኔም ~ Anem: 'መንታ ምንጭ' ማለት ነው። የይሳኮር ከተማ፥ "ራሞትና መስምርያዋ፥ **ዓኔምና** መስምርያዋ" (1 ዜና 6:73)

ዓኔር ~ Aner: 'ጎልማሳ' ማለት ነው። ለቀዓት ልጆች ወገን የተሰጠ የምናሴ ከተማ፥ "ከምናሴም ነገድ እኵሌታ **ዓኔርንና** መስምርያዋን፥ ... ከቀዓት ልጆች ወገን ለቀሩት ሰጡ።" (1 ዜና 6:70)

ዓንቶትያ ~ Antothijah: 'የሕያው መልስ' ማለት ነው። የይሮሐም ልጅ፥ "ሐናን፥ ሐናንያ፥ ኤላም፥ **ዓንቶትያ**፥ ይፍዴያ፥ ... የሶሴቅ ልጆች" (1 ዜና 8:24)

ዓክሳ ~ Achsah: ካሳ፥ ጥሎሽ፥ ስጦታ... ማለት ነው። (አምባር ማለት ነው፥ ተብሎም ይተረጎማል) የካሌብ ሴት ልጅ **ዓክሳ**፥ (1 ዜና 2:49) "ደግሞም የመድማናን አባት ሸዓፍንና የመከቢናንና የጊብዓን አባት ሱሳን ወለደች የካሌብም ሴት ልጅ **ዓክሳ** ነበረች።" ካሌብ፥ ቂርያትሣፍርን ለሚመታ ለሚይዛትም ልጄን ዓክሳን አጋባዋለሁ በማለቱ ለቄኔዝ ልጅ ለጎቶንያል አጋባው። (ኢያ 15:16-19፥ መሣ 1:9-15)

ዓክቦር ~ Achbor: የከበደ፥ የጠጠረ፥ የጠነከረ... መካራ ማለት ነው።

1. የኤዶም ንቱሥ የአልሐናን አባት፥ "ሳአልም ሞተ፥ በስፍራውም **የዓክቦር** ልጅ በአልሐናን ነገሠ።" (ዘፍ 36:38፥39፥ 1 ዜና1:49)

2. በኢዮስያ ንግሥ ዘመን የነበረ፥ የሚክያስ ልጅ፥ "ንቱሠም ካህኑን ኬልቅያስን፥ የሳፋንንም ልጅ አኪቃምን፥ የሚክያስንም ልጅ **ዓክቦር**ን፥ ጸሐፊውንም ሳፋንን፥ የንቱሠንም ብላቴና ዓሳያን።" (2 ነገ 22:12፥ 14፥ ኤር 26:22፥ 36:12)፤ "**ዓብዶን**" ተብሎም ተጠርቷል፥ (2 ዜና34:20)

ዓዊት ~ Avith: 'አውድማ፥ ፍርስራሽ፥ ቅሪት' ማለት ነው። የባዳድ ልጅ ሃዳድ የነገሠበት ከተማ ስም፥ "ሑሳምም ሞተ፥ በስፍራውም ... ሃዳድ ነገሠ የከተማውም ስም **ዓዊት** ተባለ።" (ዘፍ 36:35፥1 ዜና 1:46)

ዓዙር ~ Azur, Azzur: አዘር፥ ዘር፥ ወገን፥ ዘመድ... ማለት ነው። [ተዛማጅ ስም-ዕዝራ]

'ዘር' ከሚለው ቃል የተገኛ ስምነው። በመጽሐፍ ቅዱስ ውስጥ በዚህ ስም የሚታወቁ ስዎች:-

ዓዙር / Azur:

1. ነቢዩ የገባያን ሰው፥ የሐናንያ አባት፥ (ኤር 28:1)

2. የያአዛንያን አባት፥ (ሕዝ 11:1)

ዓዙር / Azzur: ከነቢዩ ነህምያ ጋር የቃል ኪዳኑን ደብዳቤ ያተመ፥ (ነህ 10:17፥ 18)

ዓዙባ ~ Azubah: 'አዘባ፥ የተጣለ፥ የተረሳ' ማለት ነው።

1. የኤስሮም ልጅ የካሌብ ሚስት፥ "የኤስሮምም ልጅ ካሌብ ከሚስቱ ከ**ዓዙባ** ከይሪዮትም ልጆች ወለደ ..." (1 ዜና 2:18፥ 19)

2. የንቱሥ ኢዮሣፍጥ እናት፥ "ኢዮሣፍጥ መንገሥ በጀመረ ጊዜ ... እናቱም **ዓዙባ** የተባለች የሼልሒ ልጅ ነበረች።" (1 ነገ 22:42፥2 ዜና 20:31)

ዓዛሪያስ ~ Azariah: ዘረ ዋስ፤ ዘረ ያሕ፤ ዘረ ሕያው፤ የጌታ ወገን፤ የአምላክ ቤተሰብ... ማለት ነው። [ተዛማጅ ስሞች- አዛሪያ፤ **ዓዛርያስ**፤ ዔዘርያስ]

Azariah- 'ዘር' እና 'ያሕ' (ያሕዌ፤ ሕያው) ከሚሉት ቃላት የተመሠረተ ስም ነው።

ከሳዶቅ ወገን የሆነ ዋነኛ ካህን፤ (2 ዜና 31:10-13)

ዓዛርዔል ~ Azareel: ዘረ ዔል፤ ዘረ አምላክ፤ ዘረ ሕያው፤ የእግዚብሔር ቤተሰብ፤ የአምላክ ዘር... ማለት ነው። [ተዛማጅ ስሞች- ዔዝርዔል፤ **ዓዝሪዔል፤ ዓዝርዔል፤ ዔዝርዔል፤ አዛርዔል**]

'ዘረ' እና 'ዔል' ከሚሉ ሁለት ቃላት የተመሠረተ ስም ነው። በመጽሐፍ ቅዱስ ውስጥ በዚህ ስም የሚታወቁ ሰዎች:-

1. የኤማን ልጅ፤ (1 ዜና 25:4)

2. የይሮሐም ልጅ፤ (1 ዜና 27:22)

3. በጸ.ቅላግም ከቂስ ልጅ ከሳኦል በተሸሸ ጊዜ ወደ ዳዊት ከመጡ፤ **አዛርዔል**፤ (1 ዜና 12)

. **ዔዝርዔል**፤ (ዕዝ 10:41)

. የአሕዛይ ልጅ፤ **ዔዝርዔል**፤ (ነህ 11:13)

ዓዛርያስ ~ Azariah: ዘረ ዋስ፤ ዘረ ያሕ፤ ዘረ ሕያው፤ የጌታ ወገን፤ የአምላክ ቤተሰብ... ማለት ነው። [ተዛማጅ ስሞች- **ዓዛሪያስ፤ ዔዘርያስ፤ ዔዝርዔል፤ አዛርዔል፤ ዓዛርዔል**]

'ዘር' እና 'ዋስ፤ ያሕ' (ያሕዌ፤ ሕያው) ከሚሉት ቃላት የተመሠረተ ስም ነው። በመጽሐፍ ቅዱስ ውስጥ በዚህ ስም የሚታወቁ ሰዎች:-

1. የአኪማአስ ልጅ፤ "አኪማአስም **ዓዛርያስን** ወለደ" (1 ዜና 6:9)፤ (1 ነገ 4:2)

2. የንጉሥ ሰሎሞን የሹሞች አለቃ የነበረ፤ የናታን ልጅ፤ (1 ነገ 4:5)

3. የይሁዳ ንጉሥ፤ የአሜስያስ ልጅ፤ (2 ነገ 14:21፤ 15:1፤6፤8፤17፤

23፤27፤ 1 ዜና 8:12)

4. የኢዩ ልጅ፤ "ኢዮም **ዓዛርያስን** ወለደ" (1 ዜና 2:38፤39)

5. የዮሐንን ልጅ፤ (1 ዜና 6:10)

6. የኬልቅያስ ልጅ፤ (1 ዜና 6:13፤14)

7. የሶፎንያስ ልጅ፤ (1 ዜና 6:36)

8. የያዴድ ልጅ፤ (2 ዜና 15:1)

9. የይሁዳ ንጉሥ የኢዮሣፍጥ ልጅ፤ (2 ዜና 21:2)

10. ሌላ የይሁዳ ንጉሥ የኢዮሣፍጥ ልጅ፤ (2 ዜና 21:2)

11. የይሮሐም ልጅ፤ (2 ዜና 23:1)

12. ካህኑ **ዓዛርያስ**፤ (2 ዜና 26:17-20)

13. የዮሐንን ልጅ፤ (2 ዜና 28:12)

14. ኢዮዔል አባት፤ (2 ዜና 29:12)

15. የይሃሌልዔል ልጅ፤ (2 ዜና 29:12)

16. በንጉሥም በሕዝቅያስ ዘመን የነበረ ካህን፤ (2 ዜና 31:10፤13)

17. በነህምያ ዘመን የኢየሩሳሌምን ቅጥር ከጠገነ፤ የመዕሤያ ልጅ፤ (ነህ 3:23፤24)

18. ከዘሩባቤል ጋር ከምርኮ ከተመለሱ፤ (ነህ 7:7)

19. ከነቢዩ ዕዝራ ጋር የሕጉን መጽሐፍ ካስተማሩ፤ (ነህ 8:7)

20. ከነቢዩ ነህምያ ጋር የቃልኪዳኑን ደብዳቤ ከተሙት፤ (ነህ 10:2) "**ዓዛርያስ**፤ ዕዝራ" (ነህ 12:33)

21. የሆሻያ ልጅ፤ (ኤር 43:2)

22. ከነቢዩ ዳንኤል ጋር ወደ ምርኮ ከተወሰዱ ሦስት ልጆች፤ የአብዲኔጎ ስም፤ (ዳን 1:6፤7፤ 11፤19)

☐ ከይሁዳ ወገን፤ የኤታን ልጅ፤ "የኤታንም ልጅ **አዛርያ** ነበረ።" (1 ዜና 2:8)

ዓዜቃ ~ Azekah: 'መከታ፤ ብርቱ ግንብ' ማለት ነው። በይሁዳ የታችኛ ኮረብቶች የሚገኝ ከተማ፤ "ዓደላም፤ ሰኮት፤ **ዓዜቃ**፤ ሸዓራይም፤ ዓዲታይም፤

ግዬራ፤ ግዬሮታይም አሥራ አራት ከተሞችና መንደሮቻቸው።" (ኢያ15:36)

ዓዝሞት ~ Azmaveth: አዘ ሞት፤ እንደሞት የበረታ... ማለት ነው።

1. ከዳዊት ሠላሳ ኃያላን አንዱ፤ "**ዓዝሞት**፤ ሻዓልቦናዊው ኤልያሕባ" (2 ሳሙ 23:32)

2. በንጉሥ ዳዊትና ሰሎሞን ዘመን የነበረ፤ የመዝገብ ቤት ሓላፊ፤ "በንጉሡም ቤተ መዛግብት ላይ የዓዲኤል ልጅ **ዓዝሞት** ሹም ነበረ ..." (1 ዜና 27:25)

3. በኢየሩሳሌም አቅራቢያ የነበረ፤ የይሁዳ ነገድ ከተማ፤ "...የመዘምራኑ ልጆች ከኢየሩሳሌም ዙሪያና ከነጦፋውያን መንደሮች፤ ከቤትጌልገላም፤ ከገባና ከ**ዓዝሞት** እርሻዎች ተሰበሰቡ።" (ነህ 12:29፤ ዕዝ 2:24)

4. የዓሌሜት ልጅ፤ "አካዝም ይሆዓዳን ወለደ ይሆዓዳም ዓሌሜትን፤ **ዓዝሞት**፤ ዘምሪን ወለደ ዘምሪም ሞጻን ወለደ።" (1 ዜና 8:36)

ዓዝሪቃም ~ Azrikam: አዝሪ ቆም፤ ዘረ ቆሚ፤ ቆሚ ዘር፤ ለወገን ደራሽ፤ ረዳት... ማለት ነው።

'ዘረ' እና 'ቆም' ከሚሉ ሁለት ቃላት የተመሠረተ ስም ነው። በመጽሐፍ ቅዱስ ውስጥ በዚህ ስም የሚታወቁ ሰዎች:-

1. ከይሁዳ ነገድ የዘረባቢሎን ወገን፤ የነዓርያ ልጅ፤ (1 ዜና 3:23)

2. ከሳኦል ወገን፤ የኤጼል ልጅ፤ (1 ዜና 8:38 ፤ 9:44)

3. በነህምያ ዘመን የኖረ፤ ከሜራሪ ልጆች፤ የኣሳብያ (1 ዜና 9:14)፤ (ነህ11:15)

4. በንጉሥ አካዝ ዘመን፤ ዝከሪ የገደለው፤ (2 ዜና 28:7)

ዓዝሪኤል ~ Azriel: አዘረ ኤል፤ ዘረ ኤል፤ ዘረ አምላክ፤ የጌታ ወገን፤ የእግዚአብሔር ቤተ ሰብ... ማለት ነው። [ተዛማጅ ስሞች- **ዓዞርኤል፤ ኤዝርኤል፤ ዓዝሪኤል፤ ዓዝርኤል፤ ኤዝርኤል፤ አዛርኤል፤ ዓዝርኤል**]

'ዘረ' እና 'ኤል' ከሚሉ ሁለት ቃላት የተመሠረተ ስም ነው። በንፍታሌም ላይ አለቃ የነበር፤ የኢያሪሙት አባት፤ (1 ዜና 27:19)

ዓዝርኤል ~ Azriel: አዘረ ኤል፤ ዘረ ኤል፤ ዘረ አምላክ፤ የጌታ ወገን፤ የእግዚአብሔር ቤተ ሰብ... ማለት ነው። [ተዛማጅ ስሞች- **ዓዞርኤል፤ ኤዝርኤል፤ ዓዝሪኤል፤ ዓዝርኤል፤ ኤዝርኤል፤ አዛርኤል፤ ዓዝርኤል**]

'ዘረ' እና 'ኤል' ከሚሉ ሁለት ቃላት የተመሠረተ ስም ነው። በመጽሐፍ ቅዱስ ውስጥ በዚህ ስም የሚታወቁ ሰዎች:-

1. ከጽኑዓን ኃያላን የታወቁ ሰዎች የአባቶቻቸው ቤቶች አለቆች፤ የምናሴ ነገድ እኩሌታ አለቃ፤ (1 ዜና5:24)

2. የይሁዳ ንጉሥ የኢዮስያስ ልጅ ኢዮአቄም ያዘዘው፤ የሠራያ ልጅ፤ (ኤር 6:26)

ዓዝጋድ ~ Azgad: አዘ ገድ፤ በገድ የታዘዘ... ማለት ነው። ከባቢሎን ምርኮ ከተመለሱ የዓዝጋድ ልጆች ይገኙበታል፤ "የ**ዓዝጋድ** ልጆች፤ ሁለት ሺህ ሦስት መቶ ሀያ ሁለት።" (ነህ 7:17)

ዓይናም ~ Enam: አይናም፤ የሚታይ፤ ገላጣ ስፍራ... ማለት ነው። በረባዳው የይሁዳ ክልል ያለ የይሁዳ ከተማ፤ "ዓይንጎኒም፤ ታጹዋ፤ **ዓይናም**፤ የርሙት" (ኢያ 15:35)

ዓይን ~ Ain: 'የውኃ ምንጭ' ማለት ነው።

1. የፍልስጥኤም ምሥራቃዊ ዳርቻ የሆነ ጉልህ ሥፍራ፤ "ዳርቻውም ከሴፋማ በ**ዓይን** ምሥራቅ ወዳለው ወደ ሪብላ ይወርዳል ..." (ዘኍ 34:11)

2. የይሁዳ የመጨረሻ ደቡባዊ ከተማ፤ "ልብዖት፤ ሺልሂም፤ **ዓይን**፤ ሪምን ሃያዘጠኝ ከተሞችና መንደሮቻቸው" (ኢያ 15:32)

ዓይንሀቆሬ ~ En-hakkore: 'ዓይን አቆረ፤ የሚታይ የተጠራቀመ ውኃ፤

የጸሎት ምንጭ፣ ጠበል' ማለት ነው። ሶምሶን ከፍልስጥኤማውያን ጋር ባደረገው ፍልሚያ፣ በተጠማና ጉልበቱ በዛለ ጊዜ፣ የጸለየበት ቦታ፤ "እግዚአብሔርም ... የዚያን ቦታ ስም **ዓይንሀቆሬ** ብሎ ጠራው ይህም እስከ ዛሬ ድረስ በሌሓ አለ።" (መሣ 15:19)

ዓይንሮጌል ~ En-rogel: "ዮናታንና

አኪማአስ የተሸሸጉበት ቦታ፤ "ዮናታንና አኪማአስ ተገልጠው ወደ ከተማ ይገቡ ዘንድ አልቻሉም ነበርና በ**ዓይንሮጌል** ተቀምጠው ነበር፤ ..." (2 ሳሙ 17:17)

ዓይንኤግላይም ~ En-eglaim:

'የሁለት እምበሶች 'ፏፏቴ' ማለት ነው። በነቢዩ ሕዝቅኤል የተጠቀሰ የቦታ ስም፤ "አጥማጆችም በዚያ ይቆማሉ ከዓይንጋዲ ጀምሮ እስከ **ዓይንኤግላይም** ድረስ መረብ መዘርጊያ ..." (ሕዝ 47:10)

ዓይንገኔም ~ En-gannim:

'የገነት ፏፏቴ' ማለት ነው።
1. በይሁዳ መስክ የነበረ ከተማ፤ "**ዓይንገኔም**፣ ታጹዋ፣ ዓይናም፣ የርሙት" (ኢያ 15:34)
2. የዘብሎን ልጆች ርስት፤ የሆነ ከተማ፤ "ወደ ሬሜት፣ ወደ **ዓይንጋኔም**፣ ወደ ዓይንሐዳ፣ ወደ ቤትጳጼጽ ደረስ" (ኢያ 19:21)

ዓዲና ~ Adina: አዱኛ ማለት ነው።

'አዱኛ' ከሚለው ቃል የመጣ ስምነው። በዮርዳኖስ ማዶ የዳዊት ወታደሮች የርቤላውያ አለቃ የነበረ፤ የሺዛ ልጅ፤ (1 ዜና 11:42)

ዓዲን ~ Adin: አዲ፣ አደን፣ ደን፣

ደኔ... ማለት ነው። [ተዛማጅ ስሞች- **ዓዲና፣ ዓዳን፣ አዳን**]
የባቢሎንም ንጉሥ ናቡከደነጾር ወደ ባቢሎን ከማረካቸው ምርኮኞች ወደ ኢየሩሳሌምና ወደ ይሁዳ ወደ እያከተማቸው ከተመለሱ የአገር ልጆች፤ (ዕዝ 2:1) ፤ (ነህ 10:16)

ዓዲኤል ~ Adiel: 'አምላክ

ያሳመረው፣ የአምላክ ጌጥ' ማለት ነው።
1. የዓዝሞት አባት፣ በንጉሥ ሰለሞን እና ዳዊት ዘመን የመዝገብ ቤት ሐላፊ የነበረ፤ "በንጉሡም ቤት መዛግብት ላይ የ**ዓዲኤል** ልጅ ዓዝሞት ሹም ነበረ። በሜዳውም ... ቤተ መዛግብት ላይ የዮዛዝ ልጅ ዮናታን ሹም ነበረ" (1 ዜና 27:25)
2. "ኤልዮዔናይ፣ ያዕቆባ፣ የሾሐያ፣ ዓሣያ፣ **ዓዲኤል**፣ ዮሲምኤል፣ በናያስ፤" (1 ዜና 4:36)
3. የየሐዜራ ልጅ፣ ካህኑ፤ "የመልኪያ ልጅ የጸስኮር ... ልጅ የምሺላሚት ልጅ የሜሱላም ልጅ የየሐዜራ ልጅ የ**ዓዲኤል** ልጅ መዕሣይ" (1 ዜና 9:12)

ዓዳ ~ Adah: 'ጌጥ፣ ውበት' ማለት

ነው።
1. ከላሜሕ ሁለት ሚስቶች፣ ሁለት ልጆችን የወለደችለት፣ የአንደኛዋ ስም፣ "ላሜሕም ለራሱ ሁለት ሚስቶችን አገባ የአንዲቱ ስም **ዓዳ**፣ ..." (ዘፍ 4:19)
2. ከዔሳው ሦስቱ ሚስቶቹ አንዲ፣ የኤልፋዝ እናት፤ "ዔሳው ከከነዓን ልጆች ሚስቶችን አገባ የኬጢያዊውን የዔሎንን ልጅ **ዓዳን**፣ የኤዊያዊው የፅብዖን ልጅ ዓና የወለዳትን አህሊባማን፣" (ዘፍ 36:2፣10፣12፣16)

ዓዳን ~ Addan, Addon: አዲነ፣

አደን፣ ደን... ማለት ነው። [ተዛማጅ ስሞች- **አዳን፣ ዓዲና፣ ዓዲን፣ ዓድና**]
በመጽሐፍ ቅዱስ ውስጥ በዚህ ስም የሚታወቁ ቦታዎች:-

ዓዳን / Addan: ከምርኮ ከተመለሱበታቸው ከተሞች፣ ነገር ግን የአባቶቻቸውን ቤቶችና ዘሮቻቸውን ወይም ከእስራኤል ወገን መሆናቸውን ያስታወቁ ዘንድ ካልቻሉ፣ (ዕዝ 2:59)

ዓዳን / Addon: (ነህ 7:61)

ዓድላይ ~ Adlai: አድሎ፣ ሚዛን፣

ፍርድ፣ ፍትሕ... ማለት ነው። የዳዊት

እረኞች አለቃ፡ የሻፍጥ አባት፡ "...
በሸለቆቸም ውስጥ በነበሩት ከብቶች ላይ
የዓድላይ ልጅ ሻፍጥ ሹም ነበረ" (1 ዜና
27:29)

ዓድና ~ Adna, Adnah: አዲነ፡
አይደን፡ ደን፡ ዴኔ... ማለት ነው፡፡ [ተዛማጅ
ስሞች- **ዓዲና፡ ዓዲን፡ ዓዳን፡ አዳን**]
በመጽሐፍ ቅዱስ ውስጥ በዚህ ስም
የሚታወቁ ሰዎች:-

ዓድና / Adna:
1. ከካህናቱ ወገን ልጆች እንግዶቹን ቤቶች
ያገቡ፡ ከፈረሕ ምዓብ ልጅ፡
(ዕዝ 10:30)
2. በዮአቂም ዘመን የአባቶች ቤቶች አለቆች
ከነበሩ፡ (ነህ 12:15)

ዓድና / Adnah:
1. ዳዊትም ከፍልስጥኤማውያን ጋር ሳአልን
ሊወጋ በመጣ ጊዜ ከምናሴ ወገን ሰዎች ወደ
ዳዊት ከከዱ፡ (1 ዜና 12:20)
2. የኢዮሣፍጥ ፡ በኢየሩሳሌም ጽኑዓን
ኃያላን ሰልፈኞች ከነበሩ፡ (2 ዜና 17:14)

ዓድዓዳ ~ Adadah: በይሁዳ
ደቡባዊ ዳርቻ የሚገኝ ከተማ፡ "ቀብስኤል፡
ዔዴር፡ ያጉር፡ ቂና፡ ዲሞና፡ **ዓድዓዳ**፡
ቃዴስ፡ ሐጾር፡ ዪትናን፡" (ኢያ 15:22)

ዓዶላም ~ Adullam: 'ዓድሎ
ዓለም፡ የሕዝብ ፍርድ፡ የዓለም ፍትን' ማለት
ነው፡፡ ከጥንታዊ የከነናውያን የመናገሻ ከተማ፡
"የዓራድ ንጉሥ፡ የልብና ንጉሥ፡ **የዓዶላም**
ንጉሥ" (ኢያ 12:15፡15:35)

ዓጣራ ~ Atarah: 'ዘውድ' ማለት
ነው፡፡ የይረሕምኤል ሚስት፡ የኦናም እናት፡
"ለይረሕምኤልም **ዓጣራ** የተባለች ሌላ
ሚስት ነበረችው እርስዋም የኦናም እናት
ነበረች፡፡" (1 ዜና 2:26)

ዓጽሞን~ Azmon: 'ጽኑ፡ ብርቱ፡
ጠንካራ' ማለት ነው፡፡ የቅድስት አገር ደቡባዊ
ዳርቻ፡ "ዳርቾችሁም በአቅረቢም ዐቀበት
በደቡብ በኩል ይዞራል ወደ ጺንም ያልፋል

መውጫውም በቃዴስ በርኔ በደቡብ በኩል
ይሆናል ወደ ሐጸርአዳር ይሄዳል ወደ
ዓጽሞንም ያልፋል" (ዘኍ 34:4፡5፡ ኢያ
15:4)

ዔሊዮዔናይ ~ Elioenai: ኤል
ዓየነ፡ አምላክ ያያው፡ ጌታ ያያው... ማለት
ነው፡፡ [ተዛማጅ ስሞች- **ኤሊሆዔናይ፡
ኤሊዔናይ፡ኤልዮዔናይ**]
'ኤል' እና 'ዓይን' ከሚሉ ቃላት የተመሠረተ
ስም ነው፡፡
በግዞት ሲኖሩ እንግዳ ሚስቶች ካገቡ፡ የዛቱዕ
ልጅ፡ (ዕዝ 10:27)

ዔሳው ~ Esau: እሱ፡ የሹ፡ የእሱ፡
የሸው... ማለት ነው፡፡ የይስሐቅ ልጅ፡ የያዕቆብ
ወንድም፡ "በፊትም የወጣው ቀይ ነበረ፡
ሁለንተናውም ጠጉር ለብሶ ነበር ስሙም
ዔሳው ተባለ፡፡" (ዘፍ25:25)

ዔሪ ~ Eri: 'እረኛዬ፡ ጠባቄዬ' ማለት
ነው፡፡ የጋድ ልጅ፡ "ከሹኒ የሹናውያን ወገን፡
ከኤስናን የኤስናውያን ወገን፡ ከ**ዔሪ**
የዔራውያን ወገን፡" (ዘኍ 26:16)

ዔር ~ Ar, Er: 'መግነን፡ መባነን፡
መገለጥ' ማለት ነው፡፡ በሞዓባውያን ዘንድ
ያለ ቦታ፡ "እሳት ከሐሴቦን፡ ነበልባልም
ከሴዎን ከተማ ወጣ የሞዓብን **ዔር**፡ የአርኖንን
ተራራ አለቆች በላ" (ዘኍ 21:28፡ ኢሳ
15:1)

ዔር / Er: እረኛ፡ ጠባቂማለት ነው፡፡
1. የይሁዳ ትልቁ ልጅ፡ "ፀነሰችም ወንድ
ልጅንም ወለደች ስሙንም **ዔር** ብላ
ጠራችው፡፡" (ዘፍ 38:3-7፡ ዘኍ 26:19)
2. የሴሎም ወገን፡ የሌካ አባት፡ "የይሁዳም
ልጅ የሴሎም ልጆች የሌካ አባት **ዔር**፡ የመሪሳ
አባት ለዓዳ፡ ከአሽቤዓ ..." (1 ዜና 4:21)
3. በቤተ የዘር ሐረግ የተጠቀሰ፡ የኤልሞዳም
አባት፡ "የሚልኪ ልጅ፡ የሐዲ ልጅ፡ የዮሳ
ልጅ፡ ... የ**ዔር** ልጅ፡" (ሉቃ 3:28)

ዔቄር ~ Eker: 'መካን፡ ጥፍ፡ የገበረ
መሬት' ማለት ነው፡፡ የይሁዳ ወገን፡

"የይረሕምኤል የበኩሩ የራም ልጆች መዓስ፥ ያሚን፥ **ዔቄር** ነበሩ" (1 ዜና 2:27)

ዔባል፥ ያባል ~ Ebal: 'ድንጋይ፥ ዓለት' ማለትነው፡፡

1. ከሃባል ልጆች አንዱ፥ "የሃባል ልጆችም እነዚህ ናቸው ዓልዋን፥ ማኔሐት፥ **ዔባል**፥ ስፎ፥ አውናም፡፡" (ዘፍ 36:23፥ 1 ዜና 1:40)

2. የዮቅጣን ልጅ፥ "አውዛልን፥ ደቅላን፥ **ያባል**ን፥ አቢማኤልን፥" (1 ዜና 1:22)

ዔቤር ~ Eber: አብር፥ ጎብር፥ አባሪ፥ ረዳት፥ ተባባሪ... ማለት ነው፡፡ [ተዛማጅ ስሞች- **ዔቦር፥ ሔቤር፥ አቤር፥ ዔብሪ፥ ዔብሮን፥ አቤር፥ ዔብሮና፥ ዕብራዊ፥ አቦር፥ ኬብሮን**]

Eber- 'ጎብር' ከሚለው ቃል የመጣ ስም ሲሆን 'አበረ' ከሚለው ግስ የተገኘ ነው፡፡ በመጽሐፍ ቅዱስ ውስጥ በዚህ ስም የሚታወቁ ስዎች:-

1. በዮአቂም ዘመን የአባቶች ቤቶች አለቆች፥ (ነህ 12:20)

2. የኤልፍዓል ልጅ፥ (1 ዜና 8:12)

3. የሰሜኢ ልጅ፥ (1 ዜና 8:22፥23)

. የሳላ ልጅ፥ **ዔቦር**፥ (ዘፍ 10:24)፥ **አቤር** ፥ (ሉቃ 3:35)

ዔብሪ ~ Ibri: አብር፥ ጎብር፥ አባሪ፥ ረዳት፥ ተባባሪ... ማለት ነው፡፡ [ተዛማጅ ስሞች- **ዔቦር፥ ሔቤር፥ አቤር፥ ዔብሮን፥ ዔቤር፥ ዔብሮና፥ ዕብራዊ፥ አቦር፥ ኬብሮን**]

'ጎብር' ከሚለው ቃል የመጣ ስምነው፡፡ በዳዊት ዘመን የነበረ የሜራሪ ልጅ፥ **ጎብሪ**፥ (1 ዜና 24:27)

ዔብሮና ~ Ebronah: ኤብረን፥ አብረን፥ ጎብር፥ አባሪ፥ ረዳት፥ ተባባሪ... ማለት ነው፡፡ [ተዛማጅ ስሞች- **ዔቦር፥ ሔቤር፥ ዔብሪ፥ አቤር፥ ዔቤር፥ ዕብራዊ፥ አቦር፥ ኬብሮን**]

'ጎብር' ከሚለው ቃል የመጣ ስምነው፡፡

የእስራኤልም ልጆች ጉዞ ከሙሴና ከአሮን እጅ በታች በጭፍሮቻቸው ከግብፅ በወጡ ጊዜ፥ ከአለፋባቸው ቦታዎች፥ "ከዮጥባታም ተጉዘው በ**ዔብሮና** ሰፈሩ..." (ዘኍ 33:34፥ 35)

ዔብሮን ~ Hebron: ሔብሮን፥ ጎብር፥ አባሪ፥ ረዳት፥ተባባሪ፥ ማኅበርተኛ... ማለት ነው፡፡ [ተዛማጅ ስሞች- **ዔቦር፥ ሔቤር፥ አቤር፥ ዔብሪ፥ ዔቤር፥ ዕብራዊ፥ አቦር፥ ኬብሮን**]

[ጎብረት ማለት ነው / **መቅቃ**]

. አብራም የሰፈረበት የቦታ ስም፥ ".. በ**ዔብሮን** ባለው በመምሬ የአድባር ዛፍ ተቀመጠ በዚያም ለእግዚአብሔር መሠውያን ሠራ" (ዘፍ 13:18)

. የቀዓት ልጅ፥ (ዘጸ 6:18)፥ (ዘኍ 3:19) ፥ (1 ዜና 6:2፥ 18)፥ (1 ዜና23:12)

ዔቦር ~ Eber: አብር፥ ጎብር፥ አባሪ፥ ረዳት፥ ተባባሪ... ማለት ነው፡፡ [ተዛማጅ ስሞች- **ሔቤር፥ አቤር፥ ዔብሪ፥ ዔብሮን፥ ዔቤር፥ ዔብሮና፥ ዕብራዊ፥ አቦር፥ ኬብሮን**]

'ጎብር' ከሚለው ቃል የመጣ ስምነው፡፡ በመጽሐፍ ቅዱስ ውስጥ በዚህ ስም የሚታወቁ ስዎች:-

. የሳላ ልጅ፥ (ዘፍ 10:24) ፥ **አቤር** - (ሉቃ 3:35)

. በዮአቂም ዘመን ከአባቶች ቤቶች አለቆች፥ ካህን፥ **ዔቤር**- (ነህ 12:20)

. የኤልፍዓል ልጅ፥ **ዔቤር**- (1 ዜና 8:12)

. የሰሜኢ ልጅ፥ **ዔቤር**- (1 ዜና 8:22፥23)

ዔቴር ~ Ether: 'ተራራ' ማለት ነው፡፡ በደልዳላው የይሁዳ ክፍል ያለ የይሁዳ ከተማ፡፡ "ልብና፥ **ዔቴር**፥ ዓሻን፥ ይፍታሕ፥ አሽና፥" (ኢያ 15:42)

ዔናቅ ~ Anak: አነቅ፥ አንገት... ማለት ነው፡፡ የአርባቅ ልጅ፥ "እግዚአብሔርም ኢያሱን እንዳዘዘው ... ድርሻ አድርጎ ሰጠው እርስዋም ኬብሮን ናት፥ ይህም አርባቅ የ**ዔናቅ** አባት ነበረ፡፡" (ኢያ 15:13፥ 21:11)

ዔናን ~ Enan: ‘ዓይን፤ ዓይናማ’
ማለት ነው። እስራኤላውያን በሲና ምድረ
በዳ፤ የሕዝብ ቆጠራ በተደረገ ጊዜ፤ አለቃ
የነበረ፤ የአኪሬ አባት፤ "ከንፍታሌም የዔናን
ልጅ አኪሬ" (ዘኍ 1:15)

ዔዝሪ ~ Ezri: እዝራ፤ ዘሪ፤ ወገኔ፤
ዘመዴ፤ ረዳቴ... ማለት ነው። [ተዛማጅ ስም_
አዛርያ]
‘ዘር’ ከሚለው ቃል ጋር የተገኘ ስም ነው።
የክሉብ ልጅ፤ (1 ዜና 27:26)

ዔዶር ~ Eder: እድር፤ ማኅበር፤
መንጋ... ማለት ነው።
1. በደቡብ በኩል በምድራቸው ዳርቻ
አጠገብ እስከ ኤዶምያስ ድንበር ካሉት
የይሁዳ ልጆች ነገድ ከተሞች፤ "ቀብስኤል፤
ዔዶር፤ ያጉር፤ ቄና፤" (ኢያ 15:22)
2. በዳዊት ዘመን የነበረ፤ የመራሪ ወገን፤
"የሙሺ ልጆች ሞሐሊ፤ ዔደር፤ ኢያሪሙት
ሦስት ነበሩ።" (1 ዜና 23:23፤24:30)

ዔዶን ~ Eran: ‘እረኛ፤ ጠባቂ’ ማለት
ነው። የኤፍሬም የትልቁ ልጅ፤ የሱቱላ ልጅ፤
"እነዚህ የሱቱላ ልጆች ናቸው፤ ከዔዶን
የዔዶናውያን ወገን። ከዔዶን የዔዶናውያና
ወገን" (ዘኍ 26:36)

ዔድን ~ Eden: ‘አስደሳች’ ማለት
ነው።
1. የመጀመሪያ ሰዎች መኖሪያ፤
"እግዚአብሔርአምላክም በምሥራቅ በዔድን
ገነትን ተከለ የፈጠረውንም ሰው ከዚያው
አኖረው።" (ዘፍ 2:8-17)
2. "ካራንና ካኔ ዔድንም ነጋዴዎችሽ ነበሩ
አሦርና ኪልማድ ነጋዴዎችሽ ነበሩ።" (ሕዝ
27:23)
3. የዮአክ ልጅ፤ "ሌዋውያኑም፤ ...
የይሃሌልኤል ልጅ ዓዘርያስ፤ ከዔድሶንም
ልጆች የዛማት ልጅ ዩአከና የዮአክ ልጅ
ዔድን፤" (2 ዜና 29:12)

ዔግላ ~ Eglah: ‘ጊደር’ ማለት ነው።
ዳዊት በሔብሮን በነገሠ ጊዜ የነበረችው

ሚስት፤ "ስድስተኛውም የዳዊት ልጅ ሚስት
የዔግላ ልጅ ይትሬጓም ነበረ። እነዚህም
ለዳዊት በሔብሮን ተወለዱለት።" (2 ሳሙ
3:5፤ 1 ዜና 3:3)

ዔግሎም ~ Eglon: ‘ጥጃ፤ እምቦሳ...
’ ማለት ነው።
1. የሞባውያን ንጉሥ፤ "የእስራኤልም ልጆች
በእግዚአብሔር ፊት እንደ ገና ከፉ ሥራ
ሠሩ። በእግዚአብሔርም ፊት ከፉ ስለ ሠሩ
እግዚአብሔር የሞዓብን ንጉሥ ዔግሎምን
በእስራኤል ላይ አበረታባቸው።" (መሳ
3:12)
2. የይሁዳ የታችኛው ግዛት ከተማ፤ አዶላም፤
"አዶላም፤ ከቦን፤ ለሕማስ፤ ኪትሊሽ፤
ግዴሮት፤ ቤትዳጎን፤ ናዕማ፤ መቄዳ አሥራ
ስድስት ከተሞችና መደሮቻቸው።" (ኢያ
15:39)

ዔጼም ~ Ezem: አጽም፤ አጥንት...
ማለት ነው። ከሺምዖን ከተሞች አንዱ፤
"በሐጸርሹዓል፤ በቢልሃ፤ በዔጼም" (1 ዜና
4:29)

ዔጽዮንጋብር ~ Eziongaber:
ጽዮን ገብር፤ ገብረ ጽዮን፤ የጽዮን አገልጋይ፤
መመኪያ... ማለት ነው።
‘ጽዮን’ እና ‘ገብር’ ከሚሉ ሁለት ቃላት
የተመሠረተ ስም ነው። የእስራኤልም ልጆች
ጉዞ ከሙሴና ከአሮን እጅ በታች
በጭፍሮቻቸው ከግብፅ ወጡ ጊዜ፤ ያለፉበት
የቦታ ስም፤ "ከዔብሮናም ተጓዘው
በዔጽዮንጋብር ሰፈሩ።" (ዘኍ 33:35)

ዔፋ ~ Ephah: ‘የጠወለገ፤ የደከመ’
ማለት ነው።
1. በይሁዳ የዘር ሐረግ፤ የካሌብ ቁባት፤
"የካሌብም ቁባት ዔፋ ሐራንን፤ ሞዳን፤
ጋዜዝን ወለደች።" (1 ዜና 2:46)
2. ሔፋ፤ "ሐራንም ጋዜዝን ወለደ።
የያህዳይም ልጆች ሬጌም፤ ኢዮታም፤ ጌሻን፤
ፋሌጥ፤ ሔፋ፤ ሻዓፍ ነበሩ።" (1 ዜና 2:47)

ዔፌር ~ Epher: አፈር፣ ትቢያ፣ አጉራ... ማለት ነው፡፡
'አፈር' ከሚለው ቃል የመጣ ስምነው፡፡ በመጽሐፍ ቅዱስ ውስጥ በዚህ ስም የሚታወቁ ሰዎች፡-
1. የምድያም ልጅ፥ (ዘፍ 25:4)
2. ከጽኑዓን ኃያላን የታወቁ ሰዎች ከአባቶቻቸው ቤቶች አለቆች የነበሩ፥ (1 ዜና 5:24)

ዔላም ~ Jaalam: የለም፣ ጠፋ፣ ተሰወረ... ማለት ነው፡፡ የዔሳው ልጅ፥ "አህሊባማም የዑስን፣ የዔላምን፣ ቆሬን ወለደች በከነዓን ምድር የተወለዱለት የዔሳው ልጆች እነዚህ ናቸው፡፡" (ዘፍ 36:5፣ 14፣18)

ዔሢኤል ~ Jaasiel, Jasiel: የሢ ኤል፣ የአምላክ ሥራ፣ ያምላክ ኃይል... ማለት ነው፡፡

ዔሢኤል / Jaasiel: የዳዊት ጭፍራ፣ የአበኔር ልጅ፥ (1 ዜና 27:21)

ዔሢኤል / Jasiel: "ኤልኤል፣ ያቤድ፣ ምጽባዋው የዔሢኤል." (1 ዜና 11:47)

ዕቃ ቤቱ ~ Asuppim: 'ማከማቻ፣ ማጠራቀሚያ' ማለት ነው፡፡ የካህናቱ አልባሳትና የንዋየ ቅዱሳት ማስቀመጫ ከፍል፣ "በምሥራቅ በኩል ስድስት ሌዋውያን ነበሩ፡፡ በሰሜን በኩል ለየዕለቱ አራት፣ በደቡብ በኩል ለየዕለቱ አራት፣ ለዕቃ ቤቱም ሁለት ሁለት ነበሩ፡፡" (1 ዜና 26:15፣17)

ዕብራዊ ~ Hebrew: ኂብረው፣ ዕብር፣ ዕብራዊ፣ ዕብራይስጥ... ማለት ነው፡፡ 'ኁብር' ከሚለው ቃል የመጣ የነገድ ስም ነው፡፡
አብራም **ዕብራዊ** ተብሎ ተጠራ፣ "እንድ የሸሸ ሰውም መጣ፣ ለ**ዕብራዊ**ው ለአብራምም ነገረው እርሱም ..." (ዘፍ 14:13)
. ዮሴፍ **ዕብራዊ** ተብሎ ተጠራ፣ (ዘፍ 41:12)

. የአማቴ ልጅ፣ ነቢዩ ዮናስ፣ "እርሱም:- እኔ **ዕብራዊ** ነኝ ..." (ዮና 1:9)
. ሐዋርያው ጳውሎስ፣ "... ከዕብራውያን **ዕብራዊ** ነኝ፣ ስለ ሕግ ብትጠይቁ፣ ፈሪሳዊ ነበርሁ" (ፊል 3:5)

ዕንባቆም ~ Habakkuk: ዕንባ አቀም፣ አጽናኝ፣ አስተዛዛኝ፣ ለመከራ ደራሽ፣ የሐዘን አስረሽ፣ ከጭንቅ አዳኝ... ማለት ነው፡፡
'ዕንባ' እና 'አቀም' ከሚሉ ሁለት ቃላት የተመሠረተ ስም ነው፡፡
ከአሥራ ሁለቱ ደቂቅ ነቢያት በስምንተኛ ተራ ላይ ይገኛል፣ "ነቢዩ **ዕንባቆም** ያየው ሸክም ይህ ነው፡፡" (ዕንባ 1:1)

ዕዝራ ~ Ezra: እዝራ፣ ዘረ፣ ዘር፣ ወገን፣ ዘመድ... ማለት ነው፡፡ [ተዛማጅ ስም- **ዓዙር**]
'ዘረ' ከሚለው ግስ የመጣ ስምነው፡፡
ከሰላትያል ልጅ ከዘሩባቤልና ከኢያሱ ጋር ከምርኮ የተመለሰ፣ የሥራያ ልጅ፥ (ዕዝ 7:1)፣ (ነህ 12:2)

ያሜጋ ~ Omega: የግሪክ የመጨረሻው ፊደል፡፡ የሁሉ ነገር ፍጻሜና መጨረሻ መግለጫ ሁኖ ያገለግላል፣ "ያለውና የነበረው የሚመጣውም ሁሉንም የሚገዛ ጌታ አምላክ፣ አልፋና **ያሜጋ** እኔ ነኝ ይላል" (ራእ 1:8፣11)

ያምሪ ~ Omri: አማር፣ ማሪ፣ መሐሪ፣ ይቅር ባይ፣ አምላካዊ... ማለት ነው፡፡ [ተዛማጅ ስሞች- **አማር፣ አምሪ**]
በዚህ ስም የሚታወቁ አራት ሰዎች አሉ፡፡
1. የቤኬር ልጅ፥ (1 ዜና 7:8)
2. የሚካኤል ልጅ፥ (1 ዜና 27:18)
3. የባኒ ልጅ፥ (1 ዜና 9:4)
. **አማር**- (1 ነገ 16:15-27)

ያርፋ ~ Orpah: 'አንገት' ማለት ነው፡፡ የኑኃሚን፣ ምራት፣ የልጇ ሚስት፣ "እነርሱም ከሞዓባውያን ሴቶች ሚስት አገቡ፡፡ የአንዲቱ ስም **ያርፋ** የሁለተኛይቱም ስም ሩት ነበረ፡፡ በዚያም አሥር ዓመት ያህል ተቀመጡ" (ሩት 1:2:4፣14)

ያባል ~ Obal: 'እራቁት' ማለት ነው። የዮቅጣን ልጅ፦ "ደቅላንም፤ **ያባል**ንም፤ አቢማኤልንም፤" (ዘፍ 10:28)

ያቤድኤዶም~ Obed-Edom: የኤዶም አገልጋይ ማለት ነው።
1. ሌዊያዊ፤ ከቃል ኪዳኑ ታቦት ጠባቂዎች አንዱ ፤ "እግዚአብሔርም ባርኮታልና **ያቤድኤዶም** ልጆች ነበሩት፦ በኩሩ ሸማያ፤ ሁለተኛው ዮዛባት፤ ሦስተኛው ኢዮአስ፤ አራተኛው ሣካር፤ አምስተኛው ናትናኤል፤" (1 ዜና26:1፤4-8)
2. የደቡባዊውን መግቢያ ከሚጠብቁ፤ ከቤተመቅደሱ በረኞች አንዱ፤ "ከእነርሱም ጋር በሁለተኛው ተራ የሆኑትን ወንድሞቻቸውን ዘካርያስን፤ ቤንን፤ ያዝኤልን፤ ሰሚራሞትን፤ ይሒኤልን፤ ... በረኞችንም **ያቤድኤዶም**ንና ይዒኤልን አቆሙ።" (1 ዜና 15:18፤21፤26:4፤8፤15)
3. የቤት መቅደሱ ዕቃ ቤትና የንጉሡን ቤት መዛግብት አለቃ፤ "ወርቁንና ብሩን ሁሉ፤ በእግዚአብሔርም ቤት ከ**ያቤድኤዶም** ጋር የነበሩትን ዕቃዎች ሁሉ፤ የንጉሡን ቤት መዛግብት፤ ..." (2 ዜና25:24)

ያትኒ ~ Othni: 'የሕያው አንበሳ' ማለት ነው። የሸማያ ልጅ፦ "ለሸማያ ልጆች **ያትኒ**፤ ራፋኤል፤ ያቤድ፤ ወንድሞቹም..." (1 ዜና 26:7)

ያዛ ~ Uzzah: 'ጥንካሬ' ማለት ነው። የአሚናዳብ ልጅ፦ "የእግዚአብሔርንም ታቦት ... የአሚናዳብ ልጆችም **ያዛ** እና አሒዮ አዲሱን ስረገላ ይነዱ ነበር" (2 ሳሙ 6:3)

ያዛዝ ~ Azaz: 'አዟሽ፤ ብርቱ' ማለት ነው። የቤላ አባት፤ "ዘካርያስ፤ እስከ ናባውና እስከ በአልሜዖን ድረስ በአሮዔር የተቀመጠው የኢዮኤል ልጅ የሸማዕ ልጅ የ**ያዛዝ** ልጅ ቤላ" (1 ዜና 5:8)

ያዛያ ~ Hazaiah: 'ሕያው አምላክ ያየው' ማለት ነው። የሴሎናዊውያን ወገን የሆነ የይሁዳ ሰው፦ "የሴሎናዊውም ልጅ

የዘካርያስ ልጅ የዮያሪብ ልጅ የዓዳያ ልጅ የ**ያዛያ** ልጅ የኮልሐዜ ልጅ የባሮክ ልጅ መዕዛያ።" (ነህ 11:5)

ያዝያ ~ Uzziah: 'የሕያው ኃይል' ማለት ነው።
1. የይሁዳ ንጉሥ፤ "አባቱም **ያዝያ**ን እንዳደረገ ሁሉ በእግዚአብሔር ፊት ቅን ነገር አደረገ። ነገር ግን ወደ እግዚአብሔር መቅደስ አልገባም ሕዝቡም ገና ይበድል ነበር።" (2 ዜና 27:2)
2. "ልጁ አቢሳፍ፤ ልጁ አሴር፤ ልጁ ኢኢት፤ ልጁ ኤሩኤል፤ ልጁ **ያዝያ**፤ ልጁ ሳውል።" (1 ዜና 6:24)
3. የካሪም ልጅ፦ "ከካሪም ልጆችም መዕዛያ፤ ኤልያስ፤ ሸማያ፤ ይሒኤል፤ **ያዝያ**።" (ዕዝ 10:21)
4. የዘካርያስ ልጅ፦ ...ከይሁዳ ልጆች ከፋሬስ ልጆች የመላልኤል ልጅ የስፋጥያስ ልጅ የአማርያ ልጅ የዘካርያስ ልጅ የ**ያዝያ** ልጅ አታያ" (ነህ 11:4)
5. የዮናታን አባት፤ "በንጉሡም ቤተ መዛግብት ላይ የዓዲኤል ልጅ ዓዝሞት ሹም ነበረ። በሜዳውም ... ላይ የ**ያዝያ** ልጅ ዮናታን ሹም ነበረ" (1 ዜና 27:25)

ያዝያን ~ Ozias: 'የጌታ ኃይል' ማለት ነው። "አሣፍም ኢዮሣፍጥን ወለደ፤ ኢዮሣፍጥም ኢዮራምን ወለደ፤ ኢዮራምም **ያዝያን**ን ወለደ፤" (ማቴ 1:8፤9)

ያዴድ ~ Oded: ማዋደድ፤ ማስማማት፤ ማነጽ፤ መጠገን... ማለት ነው።
1. የነቢዩ ዓዛርያስ አባት፤ "የእግዚአብሔርም መንፈስ በ**ያዴድ** ልጅ በዓዛርያስ ላይ ሆነ" (2 ዜና 15:1፤8)
2. በንጉሡ አካዝ ዘመን የነበረ ሌላ ነቢይ፤ "በዚያም **ያዴድ** የተባለ የእግዚአብሔር ነቢይ ነበረ ወደ ሰማርያም የሚመጣውን ጭፍራ ሊገናኘው ወጣ፤ እንዲህም አላቸው፦ ..." (2 ዜና 28:9-15)

ዖፌል ~ Ophel: ‘ኮረብታ’ ማለት ነው። የጥንታዊ ኢየሩሳሌም ክፍል፤ “የእግዚአብሔርን ቤት የላይኛውን በር ሥራ፤ በዖፌልም ቅጥር …” (2 ዜና 27:3)

ዖፍኒ ~ Ophni: ‘ሻጋታ’ ማለት ነው። የብንያማውያን ከተማ፤ “ዓዊም፤ ፋራ፤ ኤፍራታ፤ ከፈርዓምናይ፤ ዖፍኒ፤ ጋባ አሥራ ሁለት ከተሞችና መንደሮቻቸው” (ኢያ 18:24)

Н

ዘሃም ~ Zaham: ‘አበሳ፤ በደል፤ ግፍ’ ማለት ነው። የሮብዓም እና የመሐላት ልጅ፤ “እርስዋም የዑስን፤ ሰማርያን፤ ዘሃምን ወንዶች ልጆች ወለደችለት።” (2 ዜና 11:19)

ዘለፋ ~ Zilpah: ‘ጠፈጠፍ’ ማለት ነው። የልያ ባሪያ፤ “ላባም ለልጁ ለልያ ባሪያይቱን ዘለፋን ባርያ ትሆናት ዘንድ ሰጣት።” (ዘፍ 29:24)

ዘማራይም ~ Zemaraim: ዘማርያም፤ ማርያማዊ፤ የማርያም ወገን፤ የማርያም አገር ሰው… ማለት ነው። ‘ዘ’ እና ’ማርያም’ ከሚሉ ቃላት የተመሠረተ ስም ነው። ከብንያም ልጆች ነገድ ከተሞች አንዱ፤ “ቤትዓረባ፤ ዘማራይም፤ ቤቴል፤” (ኢያ 18:22) ፤ (2 ዜና 13:4-20)

ዘምራን ~ Zimran: ዝማሬ፤ ዜማ፤ መዝሙር… ማለት ነው። የኬጡራ ትልቁ ልጅ፤ “እርስዋም ዘምራንን፤ ዮቅሳንን፤ ሜዳንን፤ ምድያምን፤ የስቦቅን፤ ስዌሕን ወለደችለት።” (ዘፍ 25:2፤ 1 ዜና 1:32)

ዘምዙማውያን ~ Zamzummims: ‘ዘማውያን፤ ዝሙት የሚፈጽሙ፤ ሴሰኞች፤ ወንጀለኞች’ ማለት ነው። “ያም ደግሞ የራፋይም ምድር ተብሎ ተቆጠረ ራፋይምም … ነበር አሞናውያን ግን ዘምዙማውያን ብለው ይጠሩአቸዋል” (ዘዳ 2:20፤21)

ዘሩባቤል ~ Zerubbabel, Zorobabel: ዘረ ባቢል፤ የባቢሎን ዘር፤ በባቢሎን የተወለዱ… ማለት ነው። ‘ዘር’ እና ‘ባቢሎን’ ከሚሉ ቃላት የተመሠረተ ስም ነው።

[የባቢሎን ዘር ማለት ነው / መቅቃ] በዚህ ስም የሚታወቁ ሁለት ሰዎች አሉ። በመጽሐፍ ቅዱስ ውስጥ በዚህ ስም የሚታወቁ ስሞች:-

1. የፈዳያ ልጅ፤ (1 ዜና 3:19)
2. የሰላትያል ልጅ፤ (ሐጌ 1:1)

ዘሩባቤል / Zorobabel: ዘሩባቤል፤ ባቢሎን ዘር፤ በባቢሎን የተወለደ’ ማለት ነው። “ከባቢሎንም ምርኮ በኋላ ኢኮንያን ሰላትያልን ወለደ፤ ሰላትያልም ዘሩባቤልን ወለደ፤” (ማቴ 1:12፤13፤ ሉቃ 3:27)

ዘራእያ ~ Zerahiah: ዘረ ሕያው፤ የሕያው ዘር፤ የጌታ ወገን፤ የአምላክ ዘመድ፤ የእግዚአብሔር ልጅ… ማለት ነው። ‘ዘር’ እና ‘ያሕ’(ያሕዌ ፤ ሕያው) ከሚሉ ቃላት የተመሠረተ ስም ነው። በዚህ ስም የሚታወቁ ሁለት ሰዎች አሉ ። በመጽሐፍ ቅዱስ ውስጥ በዚህ ስም የሚታወቁ ስሞች:-

1. የጸሐፊው የዕዝራ አያት፤ የአዚ ልጅ፤ (1 ዜና 6:6 ፤ 51)
2. በዕዝራ ዘመን ከግዞት ከተመለሱ፤ የኤሊሆዔናይ አባት፤ የፋሐት ሞዓብ ልጅ፤ (ዕዝ 8:4)

ዘሬድ ~ Zared: ዘሬድ፤ ዘ ወረደ፤
የወረደ፤ ከላይ የመጣ... ማለት ነው።
[ተዛማጅ ስሞች- **ያሬድ፤ ዮሬድ**]
'ዘ' እና 'ወረደ' (ያሬድ) ከሚሉ ቃላት
የተመሠረተ ስም ነው። እስራኤል ከቃዱስ
በርኔ ተጉዘው ያለፉበት የቦታ ስም፤ (ዘኁ
21:12)

ዘበኞቹ ~ Guard: ጋርድ፤ የሚጋርድ፤
የሚከልል፤ የሚጠብቅ... ማለት ነው።
Guard- 'ጋረድ' ከሚለው ግስ የመጣ ስም
ነው። የፈርዖን ዘበኞች፤ (ዘፍ 37:36)

ዘቢና ~ Zebina: 'መገብየት፤
መግዛት' ማለት ነው። ከባቢሎን ምርኮ
ከተመለሱ፤ እንግዳ ሚስቶችን ካገቡ፤ የናባው
ልጅ፤ "ከናባው ልጆችም፤ ይዔኤል፤
መቲትያ፤ ዘባድ፤ **ዘቢና**፤ ያዳይ፤ ኢዮኤል፤
በናያስ፤" (ዕዝ 10:43)

ዘቢዳ ~ Zebudah: 'የተሸለመ፤
ስጦታን ያገኘ' ማለት ነው። የንጉሡ
ኢዮአቄም እናት፤ "ኢዮአቄምም መንገሡ
በጀመረ ጊዜ የሀያ አምስት ዓመት ጎልማሳ
ነበረ በኢየሩሳሌምም አሥራ አንድ ዓመት
ነገሠ፤ እናቱም **ዘቢዳ** ትባል ነበር እርስዋም
የሩማ ሰው የፈዳያ ልጅ ነበረች።" (2 ነገ
23:36)

ዘባይ ~ Zabbai: ዘአብያ፤ ዘ አብ፤
አባዊ፤ አባታዊ... ማለት ነው።
'ዘ' እና 'አባ' ከሚሉ ሁለት ቃላት
የተመሠረተ ስም ነው።
. በዕዝራ ዘመን ከባገት ከተመለሱ ፤ እንግዳ
ሚስቶችን ካገቡ፤ የቤባይ ልጅ፤ (ዕዝ 10:28)
. በነህምያ ዘመን ከተመለሱ፤ ቅጥሩን
በመጠገን ከተባበሩ፤ (ነህ 3:20)

ዘብዲ ~ Zabdi: 'ዘውዴ፤ ስጦታዬ'
ማለት ነው።
1. የሰሜኢ ልጅ፤ "ያቄም፤ ዝክሪ፤ **ዘብዲ**፤"
(1 ዜና 8:19)
2. በዳዊት መንግሥት፤ ለወይንም ጠጅ ዕቃ
ቤት ሹም የነበረ፤ "በወይንም ቦታዎች ላይ

ራማታዊው ስሜኢ ሹም ነበረ። ለወይንም
ጠጅ ዕቃ ቤት በሚሆነው በወይን ስብል ላይ
ሹፋማዊው **ዘብዲ** ሹም ነበረ" (1 ዜና
27:27)
3. የአሳፍ ልጅ፤ "በጸሎትም ጊዜ ምስጋናን
የሚቀነቅኑ አለቃው የአሳፍ ልጅ የ**ዘብዲ** ልጅ
የሚካ ልጅ መታንያ፤ ..." (ነህ 11:17)

ዘብዴዎስ ~ Zebedee: 'ስጦታዬ'
ማለት ነው። የሐዋርያቱ የያዕቆብ እና
የዮሐንስ አባት፤ አሳ አጥማጁ፤ "ከዚያም
እልፍ ብሎ ሌሎችን ሁለት ወንድማማች
የ**ዘብዴዎስን** ልጅ ያዕቆብን ወንድሙንም
ዮሐንስን ..." (ማቴ 4:21፤ 27:56)

ዘኩር ~ Zacchur, Zaccur:
ዘኩር፤ ዝኩር፤ ዝክር፤ መታሰቢያ፤
ማስታዎሻ... ማለት ነው።
'ዘከረ' ከሚለው ግስ የመጣ ስም ነው።
[ተዛማጅ ስሞች- **ዘካርያስ፤ ዘካይ፤ ዘኬዎስ፤
ዘኩር**]
በመጽሐፍ ቅዱስ ውስጥ በዚህ ስም
የሚጠዋቁ ሰዎች:-

ዘኩር / Zacchur: የማስማዕ ልጅ፤
ዘኩር፤ (1 ዜና 4:26)

ዘኩር / Zaccur:
1. ምድሪቱን እንዲሰልሉ ከተላኩ፤ ከሮቤል
ነገድ የሰሙኤል አባት፤ **ዘኩር**፤ (ዘኁ 13:4)
2. ከሜራሪ ወገን የሆነ፤ የያዝያ ልጅ፤ **ዘኩር**፤
(1 ዜና 24:27)
3. የአሳፍ ልጅ፤ **ዘኩር**፤ (1 ዜና 25:2፤ 10)
4. ከግዞት ተመልሰው የከተማውን ቅጥር
በመጠገን ነህምያን ከተባበሩ፤ የአምሪ ልጅ፤
ዘኩር፤ (ነህ 3:2)
5. በነህምያ ዘመን በገንዘብ ያሉነት ከተሾሙ፤
የመታንያ ልጅ ፤ **ዘኩር**፤
(ነህ 13:13)
6. ከነህምያ ጋር የቃል ኪዳኑን ደብዳቤ
ከተሙ፤ (ነህ 10:12)

**ዘካርያስ ~ Zachariah,
Zacharias, Zechariah:** ዘካሪ

213

ያሕ፣ ዝክረ ሕያው፣ ዝክረ ዋስ፣ የጌታ ዝክር፣ የአምላክ መታሰቢያ፣ የጻድቅ ማስታዋሻ... ማለት ነው፡፡ [ተዛማጅ ስሞች:- **ዘኩር፣ ዘካይ፣ ዘኬዎስ፣ ዘኩር**]

'ዘከሪ' እና 'ያሕ፣ ዋስ'(ያሕዌ ፣ ሕያው) ከሚሉ ቃላት የተመሠረተ ስም ነው፡፡ [ትርጉሙ:- "እግዚአብሔር ያስታውሳል" ማለት ነው /**መቅቃ**] በመጽሐፍ ቅዱስ ውስጥ በዚህ ስም የሚታወቁ ሰዎች:-

ዘካርያስ / Zachariah:

1. የኢዮርብዓ ልጅ፣ በእስራኤል ላይ በሰማርያ ስድስት ወር የነገሠ፣ (2 ነገ 15:8)

2. የይሁዳ ንጉሥ የአካዝ ልጅ የሕዝቅያስ የእናቱ አባት፣ (2 ነገ 18:2)

ዘካርያስ / Zacharias:

1. የመጥምቁ የዮሐንስ አባት፣ (ሉቃ 1:5)

2. ጌታ በቤተ መቅደስና በመሠዊያው መካከል ስለመገደሉ ጌታ የጠቀሰው፣ የራክዩ ልጅ፣ (ማቴ 23:35)

ዘካርያስ / Zechariah:

1. የአዶ ልጅ፣ ነቢዩ ዘካርያስ፣ (ዕዝ 5:1)

2. የሮቤል ልጆች አለቃ፣ (1 ዜና 5:7፣8)

3. የመገናኛው ድንኳን ደጅ በረኛ የነበረ፣ የሜሱላም ልጅ፣ (1 ዜና 9:21)

4. የቃል ኪዳኑን ከተከተሉ፣ ከሁለተኛው ተራ የሆነ፣ በመስንቆ ምሥጢር ነገር ያዜሙ ከነበሩ፣ (1 ዜና 15:20-24)

5. የየሺያ ልጅ፣ "ከይሺያ ልጆች **ዘካርያስ** የሜራሪ ልጆች ..." (1 ዜና 24:25፣26)

6. በይሁዳ ንጉሥ በኢዮአስ ዘመን የነበረ የካህኑ የዮዳሄ ልጅ፣ (2 ዜና 24:20)፣ ጌታ ኢየሱስ የጠቀሰው ይህን **ዘካርያስ** ነው፣ (ማቴ 23:35)

7. በንጉሥ ኢዮስያስ ዘመን የነበረ፣ የሌዊያዊው የቀናት ልጅ፣ (2 ዜና 34:12)

8. በዕዝራ ዘመን ከምርኮ ከተመለሱ፣ የፋሮስ ልጅ፣ (ዕዝ 8:3)

9. ንጉሥ ዳዊትን ያገለግሉ ከነበሩ ሹማምንት በምናሴ ነገድ ክፍል አለቃ የነበረ፣ (2 ዜና 17:7) ፣ (1 ዜና 27:21)

10. የበናያስ ልጅ፣ የየሕዚኤል አባት፣ (2 ዜና 20:14)

11. የኢዮሣፍጥ ልጅ፣ (2 ዜና 21:2)

12. የንጉሥ ሕዝቅያስ የእናቱ፣ የአቢ አባት፣ (2 ዜና 29:1)

13. በሕዝቅኤል ዘመን፣ የአሳፍ ልጅ፣ (2 ዜና 29:13)

14. ለፋሲካው መሥዋዕት እንዲሆን ሁለት ሺህ ስድስት መቶ በጎችና ፍየሎች፣ ሦስት መቶም በሬዎች ለካህናቱ ከሰጡ፣ (2 ዜና 35:8)

15. በዕዝራ ዘመን እንግዳ ሚስቶችን ካገቡ፣ የኤላም ልጅ፣ (ዕዝ 10:26)

16. የአማርያ ልጅ፣ (ነህ 11:4)

17. ከይሁዳና ከብንያም ልጆች በኢየሩሳሌም ከተቀመጡ፣ (ነህ 11:5)

18. የፋስኮር ልጅ፣ ካህኑ፣ (ነህ 11:12)

19. መለከት ከሚነፉ ካህናት፣ የዮናታን ልጅ፣ (ነህ 12:36፣ 41)

20. የሮቤል ነገድ አለቃ የነበረ፣ (1 ዜና 5:7፣ 8)

21. ከያቤድኤዶም ወገን የሆነ፣ የእግዚአብሔር ታቦት በረኞች ከነበሩ ካህናት፣ (1 ዜና 15:24)

22. ከካህኑ ዕዝራ ጋር ከምርኮ ከተመለሱ፣ (ዕዝ 8:16)፣ (ነህ 8:4)

23. ከሜራሪ ወገን ከነበረው ከሐሳ ልጆች አራተኛው፣ (1 ዜና 26:11)

24. በንጉሥ ዖዝያ ዘመን የንጉሡ አማካሪ የነበረ፣ (2 ዜና 26:5)

ዘካይ ~ Zaccai: ዘካይ፣ ዘኬ፣ ዝክር፣ ማስታዋሻ... ማለት ነው፡፡ [ተዛማጅ ስሞች:- **ዘኩር፣ ዘካርያስ፣ ዘኬዎስ፣ ዘኩር**]

'ዘኬ' ከሚለው ቃል የመጣ ስም ነው፡፡

የባቢሎን ንጉሥ ናቡከደነፆር ወደ ባቢሎን ከማረካቸው ምርኮኞች ወደ ኢየሩሳሌምና ወደ ይሁዳ ወደ እየከተማቸው ከተመለሱት የአገር ልጆች፤ (ነህ 7:14)

ዘኬዎስ ~ Zacchaeus: ዘኬዎስ፤ ዝክር፤ ዝክረ ዋስ፤ አስታዋሽ፤ በጸሎት የሚያስብ... ማለት ነው።
'ዘኬ' እና 'ዋስ' ከሚሉ ቃላት የተመሠረተ ስም ነው፤ [ተዛማጅ ስሞች:- **ዘኩር**፤ **ዘካርያስ**፤ **ዘካይ**፤ **ዘኬዎስ**፤ **ዘኩር**]
ኢየሱስን በቤቱ ያስተናገደ፤ የቀራጮች አለቃ፤ (ሉቃ 19:2)

ዘዳግም ~ Deuteronomy: የተደገመ ሕግ፤ እንደገና የተባለ ሕግ ማለት ነው። (1:1፤ 4:40)

ዘጸአት ~ Exodus: 'መውጣት፤ መፍለስ፤ መሰደድ' ማለት ነው።
እስራኤላውያን -ከአራት መቶ ሠላሳ [በግብፅ] የባርነት ዘመን በኋላ -የወጡበት ታሪክ፤ "እነዚህ የእስራኤልን ልጆች ከግብፅ ያወጡ ዘንድ ከግብፅ ንጉሥ ከፈርዖን ጋር የተነጋገሩ ናቸው ፡፡እነዚህ ሙሴና አሮን ናቸው።" (ዘጸ 6:27)

ዘፍጥረት ~ Genesis: መጀመሪያ፤ መፈጠር፤ መወለድ ማለት ነው።
"በመጀመሪያ እግዚአብሔር ሰማይንና ምድርን **ፈጠረ።**" (ዘፍ 1:1)

ዚአ ~ Zia: 'ፍርሃት' ማለት ነው።
ገለዓዳዊው፤ የአቢካኤል ልጅ፤
"የአባቶቻቸውም ቤቶች ወንድሞች ሚካኤል፤ ሜሱላም፤ ሳባ፤ ዮራይ፤ ያካን፤ **ዚአ**፤ ኤቤድ ሰባት ነበሩ።" (1 ዜና 5:13)

ዙዚም ~ Zuzims: 'ብኩን፤ ዕረፍት የሌለው' ማለት ነው። "በአሥራ አራተኛውም ዓመት ከሎዶጎሞርና ከእርሱ ጋር የነበሩት ነገሥታት መጡ ራፋይምን በአስታሮት ቃርናይም፤ **ዙዚም**ንም በሃም፤ ኤሚምንም ..." (ዘፍ 14:5)

ዚዛ ~ Zina፤ Ziza: 'ብዜ፤ የተትረፈረፈ' ማለት ነው። የሰሜኢ ሁለተኛ ልጅ፤ "የሰሜኢ ልጆች ኢኢት፤ **ዚዛ**፤ የዑስ፤ በሪዓ ነበሩ። እነዚህ አራቱ የሰሜኢ ልጆች ነበሩ" (1 ዜና 23:10)

ዚዛ / Ziza: 'የተትረፈረፈ' ማለት ነው።
1. የስምዖን ልጅ፤ "ሺፊ ልጅ **ዚዛ**፤ የአሎን ልጅ የይዳያ ልጅ የሺምሪ ልጅ የሾማያ ልጅ" (1 ዜና 4:37-43)
2. "ከእርስዋም በኋላ የአቤሴሎምን ልጅ መዓካን አገባ እርስዋም አብያን፤ ዓታይን፤ **ዚዛን**፤ ሰሎሚትን ወለደችለት" (2 ዜና 11:20)

ዚፍ ~ Zif, Ziph: 'ወጋገን' ማለት ነው። የአበባ ማበቢያ ወር ስም፤ "የእስራኤል ልጆች ከግብፅ ምድር ከወጡ አራት መቶ ሰማንያ ዓመት በሆነ ጊዜ፤ ሰሎሞን በእስራኤል ላይ በነገሠ በአራተኛው ዓመት፤ **ዚፍ** በሚባለው በሁለተኛው ወር የእግዚአብሔርን ቤት መሥራት ጀመረ።" (1 ነገ 6:1፤37)

ዚፍ / Ziph: ዘአፍ፤ አፍ፤ አፋዊ ማለት ነው።
1. የይሃሌኤል ልጅ፤ (1 ዜና 4:16) "ኤላም ልጅ ቄነዝ ነበረ። የይሃሌልኤል ልጆች **ዚፍ**፤ ዚፋ፤ ቲርያ፤ አሣርኤል ነበሩ"
2. በይሁዳ ደቡባዊ ክፍል የነበረ ከተማ፤ (ኢያ 15:24) "**ዚፍ**፤ ጤሌም፤ በዓሎት፤ ሐጸርሐዳታ፤ ሐጸር የምትባለውም ቂርያትሐጸር፤"
3. በይሁዳ ተራራዎች ላይ የነበረ ከተማ፤ (ኢያ 15:55) "ማያን፤ ቀርሜሎስ፤ **ዚፍ** ዩጣ፤ ኢይዝራኤል፤"

ዚፍሮን ~ Ziphron: 'ሽቶ፤ ጣፋጭ፤ ሽታ' ማለት ነው። የሰሜን ፍልስጥኤም አዋሳኝ የሆነ ከተማ፤ "ዳርቻውም ወደ **ዚፍሮን** ያልፋል እስከ

ሐጸርኤናንም ድረስ ይወጣል ይህ የሰሜን ዳርቻችሁ ይሆናል" (ዘኍ34:9)

ዚማት ~ Zimmah: 'ግብ፣ ዓላማ' ማለት ነው።

1. የኢኤት ልጅ፣ "ከጌድሶን ልጁ ሎቤኒ፣ ልጁ ኢኤት፣ ልጁ **ዚማት**" (1 ዜና 6:20)

2. የሰሜኢ ልጅ፣ "ዓዳያ ልጅ፣ የኤታን ልጅ፣ የ**ዚማት** ልጅ፣" (1 ዜና 6:42)

3. የጌድሶን ልጅ፣ "ሌዋውያኑም፣ ከቀዓት ልጆች የአማሣዬ ልጅ ... ቂስና የይሃሌልኤል ልጅ ዓዛርያስ፣ ከጌድሶንም ልጆች የ**ዚማት** ልጅ ዮአክና የዮአክ ልጅ ኤድን፣" (2 ዜና 29:12)

ዘራ ~ Zerah, Zara(h): ዘርህ፣ ዘራ፣ ዘር፣ ወገን፣ ዘመድ፣ ቤት ዘመድ፣ ቤተሰብ... ማለት ነው።
'ዘር' ከሚለው ቃል የመጣ ስምነው። በመጽሐፍ ቅዱስ ውስጥ በዚህ ስም የሚታወቁ ሰዎች:-

1. የኤሳው ልጅ፣ የራጉኤል ልጅ፣ **ዘራ**፣ (ዘፍ 36:13)

2. የይሁዳ ልጅ፣ **ዘራ**፣ (ዘፍ 38:30 ፤ 1 ዜና 2:4 ፤ ማቴ 1:3)

3. የስምዖን ልጅ፣ **ዘራ**፣ (1 ዜና4:24)

4. የያትራይ ልጅ፣ **ዘራ**፣ (1 ዜና 6:21 ፤ 41)

ዘራ / Zara (h): ጮራ ማለት ነው። የይሁዳ ልጅ፣ (ዘፍ 38:30፣ 48:12) "ከእርሱም በኋላ ቀይ ፈትል በእጁ ያለበት ወንድሙ ወጣ ስሙም **ዘራ** ተባለ።"

ዘቡታዮስ ~ Vajezatha: 'ንጹሕ፣ የተከበረ፣ የተመስገን' ማለት ነው። የሐማ ልጅ፣ "በርያ፣ ሰርባካ፣ መርመሲማ፣ ሩፋዮስ፣ አርሳዮስ፣ **ዘቡታዮስ** የሚባሉትን፣" (አስ 9:9)

ዘባድ ~ Zabad: 'ስጦታ' ማለት ነው።

1. ከዳዊት ኃያላን አንዱ፣ የአሕላይ ልጅ፣ "ኬጢያዊው አርዮ፣ የአሕላይ ልጅ **ዘባድ**፣" (1 ዜና 11:41)

2. የታሐት ልጅ፣ "የኤፍሬም ልጆች ሹቱላ፣ ልጁ ባሬድ፣ ልጁ ታሐት፣ ልጁ ኤልዓዳ፣ ልጁ ታሐት፣ ልጁ **ዘባድ**፣ ልጁ ሹቱላ፣" (1 ዜና 7:21) 3. የስምዓት ልጅ፣ "የተማማሉበትም የአምናዊቱየስምዓት ልጅ **ዘባድ**፣ የሞዓባዊቱም የሰማሪት ልጅ ዮዛባት ነበሩ።" (2 ዜና 24:25፤26)

4. የዛቱዕ ልጅ፣ "ከዛቱዕ ልጆችም፣ ኤሊዮኤናይ፣ ኢልያሴብ፣ **ዘባድ**፣ ዓዚዛ።" (ዕዝ 10:27)

5. የሐሱም ልጅ፣ "ከሐሱም ልጆችም፣ መትናይ፣ መተታ፣ **ዘባድ**፣ ኤሊፋላት፣ ይሬማይ፣ ምናሴ፣ ሰሜኢ።" (ዕዝ 10:33)

6. የናባው ልጅ፣ "ከናባው ልጆችም፣ ይዔኤል፣ መቲትያ፣ **ዘባድ**፣ ዘቢና፣ ያዳይ፣ ኢዮኤል፣ በናያስ።" (ዕዝ 10:43)

ዘብኄል ~ Zebah: ዘ አብ፣ ዘብ፣ ዘባዊ... ማለት ነው።
ጌዴዎን የጠቀሰው ስም፣ "የሱኮትንም ሰዎች። የምድያምን ነገሥታት **ዘብኄል**ንና ስልማናን ሳዓድድ፣ ደክመዋልና እኔን ለተከተሉ ሕዝብ እንጀራ፣ እባካችሁ፣ ስጡ አላቸው" (መሣ 8:5-21)

ዘብሎን ~ Zebulun: 'ነዋሪ፣ መንደርተኛ' ማለት ነው። የያዕቆብ እና የልያ ስድስተኛ ልጅ፣ "ልያም። እግዚአብሔር መልካም ስጦታን ሰጠኝ እንግዲህስ ባሌ ከእኔ ጋር ይኖራል፣ ስድስት ልጆችን ወልጄለታለሁና አለች። ስሙንም **ዘብሎን** ብላ ጠራችው።" (ዘፍ 30:20)

ዘቱዕ ~ Zatthu: 'እንቡጥ' ማለት ነው። "ኤላም፣ **ዘቱዕ**፣ ባኒ፣ ቡኒ፣ ዓዝጋድ፣ ቤባይ፣" (ነህ 10:14)

ዘኖዋ ~ Zanoah: ዘኖን፣ ዘ ኖን፣ ኖሃዊ፣ የኖን ማለት ነው። (ውኃማ፣ ረግረግ፣ ጎርፍ ተብሎም ይተረጎማል።)
'ዘ' እና 'ኖን' ከሚሉ ሁለት ቃላት የተመሠረተ ስም ነው። በመጽሐፍ ቅዱስ ውስጥ በዚህ ስም የሚታወቁ ሰዎች: -

1. የይሁዳ ልጆች ነገድ ከተሞች፤ (ኢያ 15:34)

2. የይቁቲኤል ልጅ፤ (1 ዜና 4:18)

ዛዐዋን ~ Zaavan: 'ስደተኛ፤ መጿተኛ' ማለት ነው። የኤጽር ልጅ፤ "የኤጽር ልጆችም እነዚህ ናቸው ቢልሐን፤ **ዛዐዋን**፤ ዓቃን።" (ዘፍ 36:27፤ 1 ዜና 1:42)

ዘኩር ~ Zacher: ዘኪር፤ ዝክር፤ መታሰቢያ፤ ማስታዋሻ... ማለት ነው። [ተዛማጅ ስሞች:- **ዘኩር፤ ዘካርያስ፤ ዘካይ፤ ዘኬዎስ**]

'ዘከረ' ከሚለው ግስ የመጣ ስም ነው። የዒኤል ልጅ፤ (1 ዜና 8:31)

ዛዛ ~ Zaza: 'ብዛ' ማለት ነው። የዮናታን ልጅ፤ "የዮናታንም ልጆች ፌሌትና **ዛዛ** ነበሩ። እነዚህ የይረሕምኤል ልጆች ነበሩ።" (1 ዜና 2:33)

ዜማስ ~ Zenas: 'ሕያው' ማለት ነው። ሕግ አዋቂው በመባል የተጠራ፤ ጳውሎስ ለቲቶ ይዘት እንዲሄድ ያሳሰበው ሰው፤ "ሕግ አዋቂውን **ዜማስ**ንና አጵሎስን ምንም እንዳይጎድልባቸው በጉዞአቸው ተግተህ እርዳ።" (ቲቶ 3:13)

ዜቡል ~ Zebul: 'ነዋሪ፤ ቤተኛ፤ መንደርተኛ' ማለት ነው። በአቤሜሌክ እና በከነዓውያን መካከል ውዝግብ በተፈጠረበት ወቅት፤ በሴኬምስ ገዥ የነበረ፤ "የአቤድም ልጅ ገዓል። የምንገዛለት አቤሜሌክ ማን ነው? ሴኬምስ ምንድርነው? እርሱ የይሩብአል ልጅ አይደለምን? **ዜቡል**ም የእርሱ ሹም አይደለምን? ለሴኬም አባት ለኤሞር ሰዎች ተገዙ" (መሳ 9:28፤30፤36፤41)

ዜብ ~ Zeeb: ዘብ፤ ዘ አብ፤ ዘበኛ፤ የተጠበቀ፤ የተከበረ... ማለት ነው። ከምድያም መኳንንት አንዱ፤ በዜብ መጥመቂያ ላይ የተገደለ፤ (ይሁ 7:25)

ዜታር ~ Zethar: 'ስጡር፤ ኮከብ' ማለት ነው። ከሰባቱ የንጉሥ አርጤክስስ

ጃንደረቦች አንዱ፤ "... ወደ ንጉሡ ፊት ያመጡአት ዘንድ በፊቱ የሚያገለግሉትን ሰባቱን ጃንደረቦች ምሁማንን፤ ባዘንን፤ ሐርቦናን፤ ገበታን፤ ዘቦልታን፤ **ዜታር**ን፤ ከርከስን አዘዛቸው።" (አስ 1:10)

ዝሚራ ~ Zemira: ዘሚራ፤ ዘማሪ፤ መዘምር፤ ለጌታ የሚያዜም፤ ማሕሌት የሚቆም... ማለት ነው። 'ዘመረ' ከሚለው ግስ የመጣ ስም ነው። ከብንያም ወገን፤ የቤኬር ልጅ፤ (1 ዜና 7:8)

ዝባድያ ~ Zebadiah: 'የሕያው ስጦታ' ማለት ነው።

1. ንጉሡን ያገለገሉት ከነበሩ ሹማምት፤ የኢዮአብ ወንድም፤ የአሣሄል ልጅ፤ "ለአራተኛው ወር አራተኛው አለቃ የኢዮአብ ወንድም አሣሄል፤ ከእርሱም በኋላ ልጁ **ዝባድያ** ነበረ በእርሱም ክፍል ..." (1 ዜና 27:7)

2. "ከእነርሱም ጋር ሌዋውያንን ሸማያን፤ ነታንያን፤ **ዝባድያን**፤ አሣሄልን፤ ሰሚራሞትን፤ ዮናትንን፤ አዶንያስን፤ ጦብያን፤ ጦባዶንያን ሰደደ ከእነርሱም ጋር ካህናቱን ኤሊሳማንና ኢዮራምን ሰደደ።" (2 ዜና 17:7፤8)

3. የይሁዳ ቤት አለቃ የይስማኤል ልጅ፤ "እነሆም፤ ለእግዚአብሔር በሚሆነው ነገር ሁሉ የካህናቱ አለቃ አማርያ፤ በንጉሡም ነገር ሁሉ የይሁዳ ቤት አለቃ የይስማኤል ልጅ **ዝባድያ** በላያችሁ ተሾመዋል ..." (2 ዜና 19:8-11)

4. "**ዝባድያ**፤ ዓራድ፤ ዔድር፤ ሚካኤል፤ ይሸጻ፤ ዮሐ፤ የበሪዓ ልጆች" (1 ዜና 8:15)

5. የሜሱላም ልጅ፤ "ሜሱላም ልጆች ነበሩት በኩሩ ዘካርያስ፤ ሁለተኛው ይዲኤል፤ ሦስተኛው **የዝባት**።" (1 ዜና 26:2)

ዞሔሌት ~ Zoheleth: መዘል መድከም፤ መጎተት ማለት ነው። "አዶንያስም በጎችንና በሬዎችን ፍሪዳዎችንም በዓይንሮጌል አጠገብ ባለችው በ**ዞሔሌት** ድንጋይ ዘንድ

ሠዋ፡፡ የንጉሡንም ልጆች ወንድሞቹን ሁሉ፡
...” (1 ነገ 1:9)

ዞሔት ~ Zoheth: ‘መለየት’ ማለት ነው፡፡ የይሽዒም ልጅ፡ “የሺምንም ልጆች አምኖን፡ ሪና፡ ቤንሐናን፡ ቲሎን ነበሩ፡፡ የይሽዒም ልጆች ዞሔትና ቢን**ዞሔት** ነበሩ፡፡” (1 ዜና 4:20)

ዞሳራ ~ Zeresh: ‘ዘራሽ’ ማለት ነው፡፡ የሐማ ሚስት፡ “ሐማ ግን ታግሦ ወደ ቤቱ

ሄደ ልሆም ወዳጆቹንና ሚስቱን **ዞሳራን** አስጠራ፡፡” (አስ 5:10፤14፤ 6:13)

ዞዓር ~ Zoar: ‘ትንሽነት’ ማለት ነው፡፡ ሎጥ እና ሁለቱ ልጆቹ ከሶዶም ሸሽተው የኼዱበት አገር፡ “በቶሎ ወደዚያ ሸሽትህ አምልጥ ወደዚያ እስከትደርስ ድረስ ምንም አደርግ ዘንድ አልችልምና፡፡ ስለዚህም የዚያች ከተማ ስም **ዞዓር** ተባለ” (ዘፍ 19:22፤23)

የ

የሕማይ ~ Jahmai: ‘ሕያው ያያው፡ አምላክ የጠበቀው’ ማለት ነው፡፡ የይሳኮር ሰው፡ በቶላ ቤት አለቃ የነበረ፡ “የቶላም ልጆች፡ አዚ፡ ራፋያ፡ ይሪኤል፡ **የሕማይ**፡ ይብሣም፡ ሽሙኤል፡ የአባታቸው የቶላ ቤት አለቆች፡ በትውልዳቸው” (1 ዜና 7:2)

የሕዚኤል ~ Jahaziel: ያሕዘ ኤል፡ አምላክ ያዘ፡ በአምላክ እጅ ያለ... ማለት ነው፡፡

‘ያዘ’ እና ‘ኤል’ ከሚሉ ሁለት ቃላት የተመሠረተ ስም ነው፡፡ በመጽሐፍ ቅዱስ ውስጥ በዚህ ስም የሚታወቁ ሰዎች:-
1. የኬብሮን ሦስተኛ ልጅ፡ **የሕዚኤል**፡ (1 ዜና 23:19)
2. በጺቅላግ ከቂስ ልጅ ከሳኦል በተሸሸገ ጊዜ ወደ ዳዊት ከመጡ፡ **የሕዚኤል**፡ (1 ዜና 12:4)
3. በዳዊት ዘመን የነበረ ካህን፡ **የሕዚኤል**፡ (1 ዜና 16:6)
4. የዘካሪያስ ልጅ፡ **የሕዚኤል**፡ (2 ዜና 20:14-17)
5. በዕዝራ ዘመን ከተመለሱት፡ አባት፡ **የሕዚኤል**፡ (ዕዝ 8:5)

የሕዜራ ~ Jahzerah: ያሕ ዘራ፡ የሕያው ዘር፡ የአምላክ ወገን... ማለት ነው፡፡ ‘ያሕ’ (ያሕዌ ፡ ሕያው) እና ‘ዘር’ ከሚሉ ሁለት ቃላት የተመሠረተ ስም ነው፡ ይሁዳ

ስለ ኃጢአታቸው ወደ ባቢሎን ሲማረኩ፡ ከይሁዳ ልጆችና ከብንያም ልጆች ከኤፍሬምና ከምናሴ ልጆች በኢየሩሳሌም የቀመጡ፡ የሚሱላም ልጅ፡ የዓዲኤል አባት፡ (1 ዜና 9: 12)

የሕዝያ~ Jahaziah: ‘በሕያው የተያዘ፤ አምላክ ያያው’ ማለት ነው፡፡ “ነገር ግን የአሣሄል ልጅ ዮናታንና የቴቁዋ ልጅ **የሕዝያ** ይህን ነገር ተቃወሙ፤ ሜሱላምና ሌዋዊውም ሳባታይ ረዱአቸው፡፡” (ዕዝ 10:15)

የማእት ~ Ahimoth: አሂሞት፡ አያ ሞት፡ አያሞቴ፡ እስከሞቴ የሚጸና ወንድም፡ ብርቱ ወዳጅ፡ ሐቀኛ... ማለት ነው፡፡ [ተዛማጅ ስም- **አኪሞት**] Ahimoth- ‘አያ’ እና ‘ሞት’ ከሚሉ ሁለት ቃላት የተመሠረተ ስም ነው፡፡ በመጽሐፍ ቅዱስ ውስጥ በዚህ ስም የሚታወቁ ሰዎች:-
. በጌታ የዘር ሐረግ የተጠቀስ፡ የማታትዮ ልጅ፡ (ሉቃ 3:26)
. “ከሕልቃናም ልጆች አማሣኢ፡ **አኪሞት**” (1 ዜና6:25)

የምሌክ ~ Jamlech: የአምላክ፡ የአግዚአብሔር፡ የጌታ፡ የፈጣሪ... ማለት ነው፡፡
‘መለክ’ ከሚለው ግስ የመጣ ስምነው፡፡

በስማቸው ከተጠሩ በወገኖቻቸው ላይ አለቆች ከነበሩ፡ (1 ዜና 4:34)

የስናዖር ካባ ~ Babylonish garment:

በባቢሎናውያንየተሠራ ልብስ፣ ዋጋው ውድ የሆነ፣ የባቢሎን ግምጃ። "በዘረፋ መካከል አንድ ያማረ **የስናዖር ካባ**፣ ሁለት መቶም ሰቅል ብር፣ ሚዛኑም አምሳ ሰቅል የሆነ ወርቅ ..." (ኢያ 7:21)

የሱዊ ~ Isui:

'እሸ፣ ዝም፣ ጸጥ' ማለት ነው። የአሴር ሦስተኛ ልጅ፣ "የአሴርም ልጆች ዪምና፣ የሱዋ፣ **የሱዊ**፣ በሪዓ፣ እነታቸው ሤራሕ የበሪዓ ልጆቻም ሔቤር፣ መልኪኤል።" (ዘፍ 46:17)

የሱዋ ~ Ishuai:

'እሸታ፣ ጸጥታ፣ ዝምታ' ማለት ነው። 'እሸ' ከሚለው ድምፅ የተገኘ ስም ነው። የአሴር ልጅ፣ (1 ዜና 7:30) ፣ (ዘፍ 46:17)

የሱዋ ~ Jesui:

'ታጋሽ' ማለት ነው። የአሴር ልጅ፣ "የአሴር ልጆች በየወገናቸው ከዪምና የዪምናውያን ወገን፣ ከ**የሱዋ** የየሱዋውያን ወገን፣ ከበሪዓ የበሪዓውያን ወገን።" (ዘኍ 26:44)

የሴሞ ~ Jeshimon:

'ብቸኛ፣ ገለልተኛ፣ ዘዋራ፣ ሰዋራ ስፍራ' ማለት ነው። በሙት ባሕር በስተደቡብ ያለ የተተወ ቦታ፣ "እነዚያም ተነሥተው ከሳኦል በፊት ወደዚፍ ሄዱ ዳዊትና ሰዎቹ ግን በ**የሴሞ**ን ደቡብ በኩል በዓረባ በማዖን ምድር በዳ ነበሩ።" (1 ሳሙ 23:19፣24)

የስለታም ሰይፍ እርሻ ~ Helkath-hazzurim:

የጦርነት አውድማ... ማለት ነው። የዳዊት ሠራዊት ከሳኦል ሠራዊት ጋር ፍልሚያ ያደረገበት ቦታ፣ "ሁሉም እያንዳንዱ የወዳረኛውን ራስ ያዘ፣ ሰይፉንም በወዳረኛው ጎን ሣጠ፣ ተያይዘውም ወደቁ። የዚያም ስፍራ ስም **የስለታም ሰይፍ እርሻ** ተብሎ ተጠራ፣ እርሱም በገባዖን ነው።" (2 ሳሙ 2:16)

የስቦቅ ~ Ishbak:

'የሸ በቅ፣ መሄድ' ማለት ነው። አብርሃም ከኬጡራ ከወለዳቸው ልጆች አንዱ፣ "እርስዋም ዘምራንን፣ ዮቅሳንን፣ ሜዳንን፣ ምድያምን፣ **የስቦቅ**ን፣ ስዌሕን ወለደችለት።" (ዘፍ 25:2)

የሪያ ~ Irijah:

'የሕያው ብርሃን፣ አምላክ ያያው' ማለት ነው። የሰሌምያ ልጅ፣ "... የሐናንያ ልጅ የሰሌምያ ልጅ **የሪያ** የተባለ የዘበኞች አለቃ በዚያ ነበረ። እርሱም:- ወደ ከለዳውያን መኮብለልህ ነው ብሎ ነቢዩን ኤርምያስን ያዘው።" (ኤር 37:13፣14)

የርሙት ~ Jarmuth:

'የራማት፣ ከፍተኛ' ማለት ነው።

1. በይሁዳ መስክ ያለ ከተማ፣ "ዓይንነኔም፣ ታጴዋ፣ ዓይናም፣ **የርሙት**" (ኢያ 15:35)

2. "**የርሙት**ንና መሰምርያዋን፣ ዓይንጋነምንና መሰምርያዋን አራቱን ከተሞች ሰጡአቸው።" (ኢያ 21:29)

የሼብአብ ~ Jeshebeab

የሺ አብ፣ የብዙዎች አባት... ማለት ነው። የአራተኛው የካህናት ምድብ አለቃ፣ "አሥራ ሦስተኛው ለአጋ፣ አሥራ አራተኛው ለየሼብአብ" (1 ዜና 24:13)።

የሻያ ~ Jesaiah, Jeshaiah:

የሺህ ያሕ፣ የሺዎች ጌታ፣ የብዙኃን አምላክ... ማለት ነው። 'የሺህ' እና 'ያሕ'(ያሕዌ ፣ ሕያው) ከሚሉ ሁለት ቃላት የተመሠረተ ስም ነው። በመጽሐፍ ቅዱስ ውስጥ በዚህ ስም የሚታወቁ ሰዎች:-

የሻያ/ Jesaiah: የሐናንያ ልጅ፣ (1 ዜና 3:21)

የሻያ / Jeshaiah:

1. የኤዶታ ልጅ፣ (1 ዜና 25:3)
2. የአልዓዘር ልጅ፣ (1 ዜና 26:25)
3. የንቶልያ ልጅ፣ (ዕዝ 8:7)
4. ከሜራሪ ልጆች ወገን፣ (ዕዝ 8:19)
5. የብንያም ልጅ፣ (ነህ 11:7)

የቃምያ ~ Jekamiah: ያቆም ያሕ፤ ሕያው ቋሚ፤ ለጌታ የቆመ፤ በአምላክ የጸና፤ ሕዝብ እግዚአብሔር... ማለት ነው።

'ቆም' እና 'ያሕ' (ያሕዌ) ከሚሉ ሁለት ቃላት የተመሠረተ ስም ነው። የሰሎም ልጅ፤ (1 ዜና 2:41)

የበራክዩ ~ Jeberechiah: 'ይባረክ ያሕ፤ ሕያው የባረከው፤ እግዚአብሔር የባረከው' ማለት ነው። በአካዝ ዘመን የነበረ፤ ዘካርያስ የተባለ ሰው አባት፤ (ኢሳ 8:2)

የብኔኤል ~ Jabneel: ያብነ ኤል፤ የጌታ መሠረት፤ የእግዚአብሔር ሥራ... ማለት ነው። (በአምላክ የታነጸ ተብሎም ይተረገማል።)

'ያብ' እና 'ኤል' ከሚሉ ሁለት ቃላት የተመሠረተ ስም ነው።

. የይሁዳ ልጆች ነገድ ዕጣ ድንበር፤ (ኢያ 15:11)

. (ኢያ 19:33)

የብና ~ Jabneh: የአብነህ፤ የአምላክ፤ የእግዚአብሔር ሥራ... ማለት ነው። ሕንጸ ማለት ነው ተብሎ ይተረጎማል። [ተዛማጅ ስም- **የብኔኤል**]

'የአብ' ከሚለው ቃል የተገኘ ስም ነው። የይሁዳ ንጉሥ ዖዝያን ከያዛቸው ከተሞች፤ (2 ዜና 26:6)

የተረገመ ~ Anathema: 'ለቅጣት የተለየ' ማለት ነው። "ጌታን ኢየሱስ ክርስቶስን የማይወድ ቢኖር **የተረገመ** ይሁን። ጌታችን ሆይ፤ ና።" (1 ቆሮ 12:3፤ 16:22፤ ገላ 1:9)

የቲር ~ Jattir: የተከበረ፤ ከቡር፤ ግርማዊ... ማለት ነው። [ተዛማጅ ስም- **የቶር**]

ለካህኑ ለአሮን ልጆች ከተሰጡ የመማፀኛ ከተሞች፤ "በተራራማውም አገር ሳምር፤ **የቲር**" (ኢያ 15:48)

የቴት ~ Jetheth: 'ምጽዋት፤ መስጠት' ማለት ነው። ከኤዶም አለቆች፤ "የኤሳውም የአለቆቹ ስም በወገናቸው በስፍራቸው በስማቸውም ይህ ነው ቲምናዕ አለቃ፤ ዓልዋ አለቃ፤ **የቴት** አለቃ፤" (ዘፍ 36:40)

የትኔኤል ~ Jathniel: 'ያምላክ ስጦታ' ማለት ነው። ከቆሬያውያን በበረኝነት ከተመደቡ፤ ከሜሱላም ልጆች አራተኛው፤ "አራተኛው **የትኔኤል**፤ አምስተኛው ኤላም፤ ... ሰባተኛው ኤሊሆኤናይ" (1 ዜና 26:2)

የአራተኛው ክፍል ገዥ ~ Tetrarch: አራተኛ ገዥ ማለት ነው። በአራተኛ ክፍል፤ ገዥ ለነበረ የሄሮድስ መጠሪያ፤ "በዚያ ዘመን **የአራተኛው ክፍል ገዥ** ሄሮድስ የኢየሱስን ዝና ሰማ" (ማቴ 14:1፤ ሉቃ 3:1፤ 19፤ 9:7፤ ሐዋ 13:1)

የዑስ ~ Jeush: 'ስብሳቢ፤ አደራጅ፤ ገጣጣሚ' ማለት ነው።

1.የኤሳው ትልቁ ልጅ፤ "አህሊባማም **የዑስን**፤ የዕላምን፤ ቆሬን ወለደች በከነዓን ምድር የተወለዱለት የኤሳው ልጆች ..." (ዘፍ 36:5፤ 14፤ 18)

2. ቢልሐን ልጅ፤ "የይዲኤልም ልጅ ቢልሐን ነበረ። የቢልሐንም ልጆች **የዑስ**፤ ብንያም፤ ኤሁድ፤ ... ተርሴስ፤ አኪሳኤር ነበሩ።" (1 ዜና 7:10)

3.የሰሜኢ ልጅ፤ "የሰሜኢ ልጆች ኢኢት ዚዛ፤ **የዑስ**፤ በሪዓ ነበሩ። እነዚህ አራቱ የሰሜኢ ልጆች ነበሩ።" (1 ዜና 23:10፤ 11)

4. የሮብዓም ልጅ፤ "እርስዋም **የዑስን**፤ ሰማራያን፤ ዘሃዋን ወንዶች ልጆች ወለደችለት።" (2 ዜና 11:19)

የኢያቢስ ~ Jabesh: 'ደረቅ' ማለት ነው።

1. የሰሎም አባት፤ የእስራኤል አምስተኛ ንጉሥ፤ "**የኢያቤስም** ልጅ ሰሎም ተማማለበት፤ በይብልዓም መትቶ ገደለው፤

በእርሱም ፋንታ ነገሠ።" (2 ነገ 15:10፤ 13፤14)

2. "**የኢያቢስም ሽማግሌዎች።** ወደ እስራኤልአገር ሁሉ መልክተኞችን እንድንልክ ሰባት ቀን ቆይልን ከዚያም …" (1 ሳሙ 11:3፤ 9፤ 10)

የኢያዕር መንደሮች ~ Havoth-jair:
'የሠለጠነ መንደር' ማለት ነው።
1. የምናሴ ልጅ ኢያዕር፤ የወረራቸውን መንደሮች ሲሰይም የሰጠው ስም፤ "የምናሴም ልጅ ኢያዕር ሄዶ መንደሮችዋን ወሰደ፤ **የኢያዕርም መንደሮች** ብሎ ጠራቸው።" (ዘኍ 32:41)
2. "የምናሴ ልጅ ኢያዕር እስከ ጌሹራውያንና እስከ ማዕካታውያን ዳርቻ ድረስ የአርጎብን ምድር ሁሉ ወሰደ። ይህንም የባሳንን ምድር እስከ ዛሬ ድረስ በስሙ **የኢያዕር መንደሮች** ብሎ ጠራ።" (ዘዳ 3:41)

የኤላ ~ Joelah:
'የላይ፤አምላክ የረዳው' ማለት ነው።የጌዶርዓዊውየየሮሃም ልጅ፤ "የጌዶር ሰው የይሮሃም ልጆች **የኤላ፤** ዝባድያ" (1 ዜና 12:7)

የዕላ ~ Jaala:
'የአላ፤ የላይ' ማለት ነው። ከምርክ ከተመለሱ፤ የሰሎሞን አገልጋዮች፤ "**የዕላ** ልጆች፤ የደርቆን ልጆች፤ የጌዴል ልጆች፤" (ነህ 7:58)

የዕሡ ~ Jaasau:
'ሥራዬ' ማለት ነው። እንግዳ ሚስቶች ካገቡ፤ "መትናይ፤ **የዕሡ** ባኒ፤ ቢንዊ፤ ስሜኢ፤" (ዕዝ10:37)

የዕራ ~ Jarah:
'ማር' ማለት ነው። ከሳኦል ወገን፤ የሚካ ልጅ፤ "አካዝም **የዕራን** ወለደ የዕራም ዓሌሜትን፤ ዓዝሞትን፤ ዘምሪን ወለደ …" (1 ዜና 9:42)

የክርስቶስ ተቃዋሚ ~
Antichrist:
"ልጆች ሆይ፤ መጨረሻው ሰዓት ነው፤ **የክርስቶስም ተቃዋሚ** ይመጣ ዘንድ እንደ ሰማችሁ አሁን እንኳ ብዙዎች የክርስቶስ ተቃዋሚያች

ተነሥተዋል፤ ስለዚህም መጨረሻው ሰዓት እንደ ሆነ እናውቃለን" (1 ዮሐ 2:18፤22፤ 4:3፤2 ዮሐ 1:7)

የዳን ሰፈር~ Mahanehdan:
'የዳኝነት ድንኳን፤ የፍርድ ቤት' ማለት ነው። እስራኤላውያን ከግብፅ ሲወጡ ካረፋባቸው ስፍራዎች፤ "ወጥተውም በይሁዳ ባለችው በቂርያትይዓሪም ሰፈሩ፤ ስለዚህም የዚያ ስፍራ ስም እስከ ዛሬ ድረስ **የዳን ሰፈር** ተብሎ ተጠራ እነሆም፤ ከቂርያትይዓሪም በስተ ኋላ ነው።" (መሣ 18:12)

የድላፍ ~ Jidlaph:
'ማንባት፤ ማልቀስ' ማለት ነው፤ የናኮር ልጅ፤ "ኮዛት፤ ሐዞ፤ ፌልዳሥ፤ **የድላፍ፤** ባቱኤል ናቸው" (ዘፍ22:22)

ዮልያ ~ Julia, Junia:
'ሉጫ ጸጉር' ማለት ነው። "ለፍሌጎንና ለ**ዮልያ** ለኔርያና ለእንቱም ለአልንጦንም … ሰላምታ አቅርቡልኝ።" (ሐዋ 16:15)

ዮልያ / Junia: 'ወጣት' ማለት ነው። በሮም የነበረች ክርስቲያን፤ ጳውሎስ በሰላምታ ደብዳቤው የጠቀሳት፤ "በሐዋርያት መካከል ስም ጥሩዎች ለሆኑ፤ ደግሞም ክርስቶስን በማመን ለቀደሙኝ፤ አብረውኝም ለታሰሩ ለዘመዶቼ ለአንዲራኒቆንና ለ**ዮልያን** ሰላምታ አቅርቡልኝ።" (ሮሜ 16:7)

ዮልዮስ ~ Julius:
'ሉጫ ጸጉር' ማለት ነው። ጳውሎስ ታስሮ ወደ ጣሊያን በተወሰደ ጊዜ፤ የነበረው የቄሣር መቶ አለቃ፤ "ወደ ኢጣሊያም በመርከብ እንሄድ ዘንድ በተቄረጠ ጊዜ፤ ጳውሎስንና ሌሎችን እስረኞች ከአውግስጦስ ጭፍራ ለነበረ **ዮልዮስ** ለሚሉት ለመቶ አለቃ አሳልፈው ሰጡአቸው" (ሐዋ 27:1፤3)

ዮሲምኤል ~ Jesimiel:
'የስመ ኤል፤ የኃያል ስም፤ የአምላክ ስም' ማለት ነው። የሰሚ ልጅ፤ የሲምናውያን አለቃ፤

"ኤልዮዔናይ፤ ያዕቆባ፤ የሾሓያ፤ ዓሣያ፤ ዓዲዔል፤ **የሲምኤል**፤ በናያስ፤" (1 ዜና 4:36)

ዩባል ~ Jubal: 'ተወርዋሪ፤ ተወንጫፊ' ማለት ነው። የላሜሕ ልጅ፤ ከዓዳ የወለደው፤ "የወንድሙም ስም **ዩባል** ነበረ እርሱም በገናንና መለከትን ለሚይዙ አባት ነበረ።" (ዘፍ 4:21)

ዩባብ ~ Jobab: የአባ አባ፤ የአባባ፤ የአባት፤ የአብ፤ ዬታ... ማለት ነው። [ተዛማጅ ስሞች- **ኢዮባብ፤ ዮባብ**] የዮቅጣን ልጅ፤ (ዘፍ 10:29)

ዩዳሄ ~ Jehoiada: ያሕ ወዬ፤ በጌታ የተወደደ፤ ለአምላክ የቀረበ፤ የእግዚአብሔር ወዳጅ... ማለት ነው። [ተዛማጅ ስሞች- **ዮዳሄ፤ ያሕዳይ፤ ያዱአ፤ ያዳ፤ ዮዳይ፤ ይሆዓዳ፤ ይዲዳ፤ ይዲድያ፤ ዮአዳ፤ ዮዓዳን**] 'ያሕ'(ያሕዌ ፤ ሕያው) እና 'ወደደ' ከሚሉ ቃላት የተመሠረተ ስም ነው። በመጽሐፍ ቅዱስ ውስጥ በዚህ ስም የሚታወቁ ሰዎች:-
1. የበናያስ አባት፤ (2 ሳሙ 20:23) ፤ (2 ሳሙ 8:18) ፤ (1 ዜና 18:17)
2. የአሮን ቤት አለቃ፤ (1 ዜና 12:27)
3. "...በእግዚአብሔር ቤት አለቃ እንድትሆን እግዚአብሔር በካህኑ በ**ዮዳሄ** ፈንታ ካህን አድርጎሃል።" (ኤር 29:25-29፤ 2 ነገ 25:18)
4. የፋሴሕ ልጅ፤ (ነህ 3:6)

ዩጣ ~ Juttah: 'የወጣ፤ የተዘረጋ' ማለት ነው። በተራራማው የይሁዳ አገር የነበረ ከተማ፤ ዩጣ እና ቀርሜሎስ፤ ያዋስኑታል፤ (ኢያ 15:55) "ማያን፤ ቀርሜሎስ፤ ዚፍ፤ **ዩጣ**፤ ኢይዝራኤል፤"

ዪምና~ Imnah, Jimnah: ያመነ፤ የታመነ... ማለት ነው። [ተዛማች ስሞች- **የሚን፤ ይምና**] 'እመነ' ከሚለው ቃል የተገኘ ስምነው። በመጽሐፍ ቅዱስ ውስጥ በዚህ ስም የሚታወቁ ሰዎች:-

ዪምና / Imnah: የአሴር ልጅ፤ (1 ዜና7:30)
. **ይምና**- (2 ዜና 31:14)
ዪምና / Jimnah: (ዘኍ 26:44)
ዪምና / Jimnah: 'ያመነ፤ የታመነ፤ ቀኝ እጅ' ማለት ነው። የአሴር ልጅ፤ "የአሴርም ልጆች **ዪምና**፤ የሱዋ፤ የሱዊ፤ በሪዓ፤ እንታቸው ሤራሕ የበሪዓ ልጆችም ሔቤር፤ መልኪኤል።" (ዘፍ 46:17)

ያሐት ~ Jahath: አሐቲ፤ አንድ፤ አንድ የሆነ፤ የተዋሐደ ማለት ነው። [ተዛማጅ ስሞች- **ኢኢት፤ ኢኤት**] በመጽሐፍ ቅዱስ ውስጥ በዚህ ስም የሚታወቁ ሰዎች:-
. የሰሎሚት ልጅ፤ (1 ዜና24:22)
. የሰሜኢ ልጅ፤ **ኢኢት**፤ (1 ዜና23:10)
. የራያ ልጅ፤ **ኢኤት**፤ (1 ዜና4:2)
. የጌድሶን ልጅ፤ "ከጌድሶን ልጆ ሎቤኒ፤ ልጆ **ኢኤት**፤ ልጆ ዛማጥ" (1 ዜና 6:20)
. የሜራሪ ልጅ፤ (2 ዜና34:12)

ያህጽ ~ Jahaz: 'ጠብ፤ ክርክር' ማለት ነው። በአርኖን ወንዝ በስተሰሜን፤ በሞዓብና በአሞራውያን ድንበር፤ በዮርዳኖስ ማዶ የሚገኝ፤ ሴሆን የተሸነፈበት ከተማ፤ "ሴዖንም ሕዝቡን ሁሉ ሰበሰበ፤ እስራኤልንም ለመውጋት ወደ ምድረ በዳ ወጣ፤ ወደ **ያህጽም** መጣ፤ ከእስራኤልም ጋር ተዋጋ።" (ዘኍ 21:23፤ ዘዳ 2:32)

ያሐልኤል ~ Jahleel: ያሐለ ኤል፤ ለሕያው አምላክ፤ ለዘላለም ጌታ... ማለት ነው። [ተዛማጅ ስም- **ያሕጽኤል**] 'ያሕ'፤ 'ለ' እና 'ኤል' ከሚሉት ቃላት የተመሠረተ ስም ነው። የዛብሎን ልጅ፤ (ዘፍ 46:14)

ያህዌ ይርኤ ~ Jehovah-jireh: 'ሕያው አምላክ ያያል' ማለት ነው። መሪያ ተራራ፤ አብርሃም መሥዋዕት ያቀረበበት ቦታ፤ "አብርሃምም ያንን ቦታ **ያህዌ ይርኤ**

ብሎ ....ድረስ በእግዚአብሔር ተራራ
ይታያል ይባላል::" (ዘፍ 22:14)

ያህዳይ ~ Jahdai: ያሕ ዲያ፤ ያሕ
ውድ፤ የሕያው ውድ፤ የተወደደ... ማለት
ነው:: [ተዛማጅ ስሞች- **ዮዳሃ፤ ዮዳሄ፤
ያዱአ፤ ያዳ፤ ዬዳይ፤ ይሆዓዳ፤ ይዲዳ፤
ይዲድያ፤ ዮአዳ፤ ዮዓዳን፤ ዮዳሄ**]

'ያሕ' (ያሕዌ ፤ ሕያው) እና 'ውድ'
ከሚሉት ቃላት የተመሠረተ ስም ነው::
"ሐራንም ጋዜዝን ወለደ:: የ**ያሕዳይ**ም ልጆች
ሬጌም፤ ኢዮታም፤ ጌሻን፤ ፋሌጥ፤ ሔፋ፤
ሸዓፍ ነበሩ::" (1 ዜና 2:47)

ያሕጽኤል ~ Jahleel, Jahziel:
ያሕ ዘ አል፤ ለሕያው አምላክ፤ ለዘላለም ጌታ
ማለት ነው:: [ተዛማጅ ስም- **ያሕልኤል**]
Jahleel, Jahziel- 'ያሕ'፤ 'ለ(ዘ)' እና
'ኤል' ከሚሉት ቃላት የተመሠረተ ስም
ነው::
በመጽሐፍ ቅዱስ ውስጥ በዚህ ስም
የሚታወቁ ሰዎች:-

ያሕጽኤል / Jahleel: የንፍታሌም
ልጅ፤ (ዘፍ 46:24)

ያሕጽኤል / Jahziel: (1 ዜና
7:13)

ያሕጽኤል / Jahzeel: 'ያሕ ዘ ኤል፤
ሕያው አምላክ፤ የእግዚአብሔር ጸጋ፤
በአምላክ የተሰጠ' ማለት ነው:: ከአራቱ
የንፍታሌም ልጆች የመጀመሪያው፤
"የንፍታሌምም ልጆች **ያሕጽኤል**፤ ጉኒ፤
ዬጽር፤ ሺሌም::" (ዜና 46:24)

ያሎን ~ Jalon: 'ጢሰኛ፤ ነዋሪ' ማለት
ነው:: ከይሁዳ ነገድ የሆነ፤ የዕዝራ አራተኛና
የመጨረሻ ልጅ፤ "የዕዝራም ልጆች ዬቴር፤
ሜሬድ፤ ዔፌር፤ **ያሎን** ነበሩ:: ዬቴርም
ማርያምን፤ ሸማይን፤ የዬሽትምዓን አባት
ይሽባን ወለደ::" (1 ዜና 4:17)

ያሚን ~ Jamin: ያሚን፤ ያምን፤
ያመኔ፤ የተቀበለ... ማለት ነው:: [ተዛማጅ
ስሞች:- **ሐማ፤ ዮማን፤ ነዐማን፤ አሒማን፤**

**አማና፤ አሜን፤ አሞን፤ አኪመን፤ ዬምና፤
ይምና**]

'አመነ' ከሚለው ቃል የተገኘ ስምነው::
በመጽሐፍ ቅዱስ ውስጥ በዚህ ስም
የሚታወቁ ሰዎች:-

1. የስምዖን ልጅ፤ (ዘኍ 26:12)
2. የራም ልጅ፤ (1 ዜና 2:27)
3. ዕዝራም ታላቁን አምላክ እግዚአብሔርን
ሲባርክ ሕዝቡን ያስተምሩ ከነበሩ፤ (ነህ 8:7)

ያሱብ ~ Jashub, Shear-
jashub: ያስብ፤ ቾር ያሽብ፤ ጌታ ያስብ፤
በአምላክ የታሰብ ማለት ነው::
'አሰበ' ከሚለው ግስ የመጣ ስምነው::
[ትርጓሜውም "ቅሬታ ይመለሳል" ማለት
ነው / **መቅቃ**]
በመጽሐፍ ቅዱስ ውስጥ በዚህ ስም
የሚታወቁ ሰዎች:-

ያሱብ / Jashub:

1. የይሳኮር ልጅ፤ (1 ዜና 7:1)
2. እንግዶች ሚስቶቻ ቸውን ከተው፤ የባኒ
ልጅ፤ (ዕዝ 10:29)

ያሱብ / Shear - jashub:
የኢሳይያስ ልጅ፤ (ኢሳ 7:3)

ያሳር ~ Jesher: 'ቀጥተኛ፤ እውነተኛ'
ማለት ነው:: የካሌብ ልጅ፤ "የዬስሮምም
ልጅ ካሌብ ከሚስቱ ከዓዙባ ከይሪዖትም
ልጆች ወለደ ልጆቹዋም **ያሳር**፤ ሶባብ፤ አርዶን
ነበሩ" (1 ዜና 2:18)

ያሪን ~ Jarib: 'ተቀናቃኝ፤ ጠላት፤
ምቀኛ' ማለት ነው::

1. የስምዖን ልጅ፤ "የስምዖንም ልጆች
ነሙኤል፤ ያሚን፤ **ያሪን**፤ ዘራ፤ ሳኡል" (1
ዜና 4:24)
2. ካህናቱን ወደ ኢየሩሳሌም እንዲያመጡ
ዕዝራ ከላካቸው አለቆች አንዱ፤ "ወደ
አለቆቻም ወደ አልዓዛር፤ ወደ አርኤል፤ ወደ
ሸማያ፤ ወደ ኤልናታን፤ ወደ **ያሪብ**፤ ወደ
ኤልናታን፤ ወደ ናታን፤ ወደ ዘካርያስ፤ ወደ
ሜሱላም፤ ደግሞም ወደ አዋቂዎቹ ወደ

ዮያራብና ወደ ኤልናታን ላከሁ፦” (ዕዝ
8:16)

3. ከባቢሎን ምርኮ ከተመለሱ፦ ካህናቱም
ወገን ልጆች እንግዶቹን ሴቶች ካገቡ፦
“…ከኢዮሴዴቅ ልጅ ከኢያሱ ልጆችና
ከወንድሞቹ፦ መዕሣያ፡ ኤልዓዛር፡ **ያሪብ**፡
ጎዶልያስ፦” (ዕዝ 10:18)

ያራሕ ~ Jerah: ‘ጨረቃ’ ማለት
ነው፡፡ የዮቅጣን አራተኛ ልጅ፦ “**ያራሕ**ንም፡
ሀዶራምንም፡ አውዛልንም፡” (ዘፍ 10:27፤
1 ዜና 1:20)

ያሬሽያ ~ Jaresiah: ‘ያርስ ያሕ፡
ሕያው ያረሰው፡ አምላክ የመገበው’ ማለት
ነው፡፡ ብንያማዊ፦ “ሽሃርያ፡ ጎቶልያ፡ **ያሬሽያ**፡
ኤልያስ፡ ዝክሪ፡ የይሮሐም ልጆች” (1 ዜና
8:17)

ያሬድ ~ Jared: ወሪድ፡ ይወርድ፡
የወረደ፡ ከላይ የመጣ… ማለት ነው፡፡
[ተዛማጅ ስም- **ዮሬድ**]
‘ወረደ’ ከሚለው ግስ የመጣ ስምነው፡፡
የመላልኤል ልጅ ሆኖ፦ የሄኖክ አባት፦ (ዘፍ 5:
15-20)

ያሻር ~ Jasher: ‘ጻድቅ’ ማለት ነው፡፡
በመጽሐፍ ቅዱስ ስብስብ ውስጥ
ያልተጨመረ፦ ነገር ግን በኢያሱ መጽሐፍ
የተጠቀስ ቅዱስ መጽሐፍ፦ “ሕዝቡም
ጠላቶቻቸውን እስኪበቀሉ ድረስ ፀሐይ
ቆመ፡ ጨረቃም ዘገየ፡ ይህስ በ**ያሻር**
መጽሐፍ የተጸፈ አይደለምን? ፀሐይም
በሰማይ መካከል …” (ኢያ 10:13)

ያሾቢአም ~ Jashobeam:
‘መንደርተኛ፡ ነዋሪ’ ማለት ነው፡፡በጺቅላግ
ከቂስ ልጅ ከሳኦል በተሸሸገ ጊዜ ወደ ዳዊት
ከመጡ፦ “ቆርያውያን ሕልቃና፡ ይሺያ፡
አዘርኤል፡ ዮዛር፡ **ያሾአም**” (1 ዜና 12:6)

ያቂም ~ Jakim: ያቂም፡ ያቄም፡
የቆም፡ የጸና፡ የበረታ… ማለት ነው፡፡
[ተዛማጅ ስሞች- **ቆምኤል፡ ቄሚ፡ አኪቃም**]

አዶኔቃም፡ ኢዮአቄም፡ ዓዝሪቃም፡
ኤልያቄም፡ ዮቄም፡ ዮአቄም]
‘አቆም’ ከሚለው ቃል የተገኘ ስምነው፡፡
በመጽሐፍ ቅዱስ ውስጥ በዚህ ስም
የሚጣወቁ ሰዎች:-

1. በኢየሩሳሌም የተቀመጡ
በተውልዶቻቸው አለቆች የነበሩ
ከአባቶቻቸው ቤቶች አለቆች፦ የኤልፍዓል
ልጆች፦ (1 ዜና 8:19)

2. ዳዊት ከአልዓዛር ልጆች ከሳዶቅ ጋር፦
ከኢታምርም ልጆች ከአቢሜሌክ ጋር ሆኖ
እንደ አገልግሎታቸው ሥርዓት ከፍሎ
ከመደባቸው፦ (1 ዜና 24:12)

ያቆብ ~ Jacob: ያቅብ፡ ያስቀር፡
ይጠብቅ፡ ያግድ፡ ይከለክል… ማለት ነው፡፡
[ተዛማጅ ስሞች- **ያዕቆባ፡ ያዕቆብ**]
‘አቀበ’ ከሚለው ግስ የተገኘ ስምነው፡፡
[ትርጉም “ተረከዝን ይይዛል” ማለት ነው/
መቅጻ]

. የይስሐቅ ልጅ፦ “ራሔልም ለያዕቆብ ልጆችን
እንዳልወለደች ባየች ጊዜ በእኅትዋ ቀናችባት
ያቆብንም፡፡” (ዘፍ 31:1)

. **ያዕቆብ** ፦ (ዘፍ 25:26)

ያቢ ~ Vophsi: ‘ህብታም’ ማለት
ነው፡፡ የናቢ አባት፦ “ከንፍታሌም ነገድ የ**ያቢ**
ልጅ ናቢ፡” (ዘኍ 13:14)

ያባል ~ Jabal: ‘ምንጭ፡ ወንዝ፡
ጎርፍ’ ማለት ነው፡፡ የላሜሕ እና የዓዳ ልጅ፦
“ዓዳም **ያባል**ን ወለደች እርሱም በድንኳን
የሚቀመጡት የዘላኖች አባት ነበረ፡፡” (ዘፍ
4:20)

ያቤጽ ~ Jabez: ‘ሐዘን፡ መከራ፡
ችግር፡ ጣር’ ማለት ነው፡፡

1. የይሁዳ ወገን የሆነ፦ “…እናቱም፡ በጣር
ወልጄዋለሁና ብላ ስሙን፡- **ያቤጽ** ብላ
ጠራችው፡፡” (1 ዜና 4:9፤10)

2. የቦታ ስም፦ “በ**ያቤጽ** የተቀመጡ
የጸሐፊዎች ወገኖች ቲርዓውያን፡
ሺምዓታውያን፡ …” (1 ዜና 2:55)

ያቦቅ ~ Jabbok: 'ባዶ፣ ማድረግ'
ማለት ነው። በአሞን ልጆች ድንበር ያለ
ወንዝ፣ "በሐሴቦን የተቀመጠው፣ በአርኖንም
ሻለቆ አጠገብ ካለችው ከአሮዔር፣ ... እስከ
ያቦቅ ወንዝ እስከ አሞን ልጆች ዳርቻ ድረስ፣"
(ኢያ 12:2፣5)

ያትራይ ~ Jeaterai: የሌዊያዊው፣
የጌድሶን ልጅ፣ "ልጁ ዮአከ፣ ልጁ አዶ፣ ልጁ
ዛራ፣ ልጁ **ያትራይ**" (1 ዜና 6:21)

ያኔም ~ Janum: 'ማንቀላፋት፣
እንቅልፍ' ማለት ነው። በይሁዳ ተራራዎች
ላይ ያለ ከተማ፣ "አራብ፣ ዱማ፣ ኤሽዓን፣
ያኔም፣ ቤትታጹዋ፣" (ኢያ 15:53)

ያናይ ~ Jaanai: 'የአምላክ መልስ፣
የሆነ፣ የተደረገ' ማለት ነው። ከጋድ ነገድ
አለቃ፣ "አንደኛው ኢዮኤል፣ ሁለተኛው
ሳፋም፣ **ያናይ**፣ ሳፋጥ በበሳን ተቀመጡ።" (1
ዜና 5:12)

ያኖዋ ~ Janoah: 'የኖህ፣ ኖኃዊ፣
ዕረፍት' ማለት ነው። የአሦር ንጉሥ
ቴልጌልቴልፌልሶር ወርሮ ከወሰዳቸው፣
"በእስራኤልም ንጉሥ በፋቁሔ ዘመን የአሦር
ንጉሥ ቴልጌልቴልፌልሶር መጥቶ ዒዮንና
አቤልቤትመዓካን፣ **ያኖዋን**ም፣ ቃዴስንና
አሶርንም፣ ገለዓድንና ገሊላንም፣
የንፍታሌምን አገር ሁሉ ወሰደ ..." (2 ነገ
15:29)

ያዕቃን ~ Jaakan: 'መከበብ' ማለት
ነው። "የእስራኤልም ልጆች ከብኤሮት
ብኔ**ያዕቃን** ወደ ሞሴራ ተጓዙ በዚያም አሮን
ሞተ በዚያም ተቀበረ በእርሱም ፋንታ ልጁ
አልዓዛር ካህን ሆነ። "(ዘዳ 10:6)

ያዕቆባ ~ Jaakobah: ያቆባህ፣
አቃቢ፣ ጠባቂ፣ ቆጣቢ... ማለት ነው።
[ተዛማጅ ስሞች- **ያቆብ፣ ያዕቆባ**]
'አቀብ' ከሚለው ግስ የተገኛ ስም ነው።
በወገኖቻቸው ላይ አለቆች የነበሩ፣ (1 ዜና 4:
36)

ያዕቆብ ~ Jacob, James: ያቆብ፣
ያቅብ፣ ያስቀር፣ ይጠብቅ፣ ያግድ፣
ይከልክል... ማለት ነው። [ተዛማጅ ስሞች-
ያቆብ፣ ያዕቆባ]
'አቀብ' ከሚለው ግስ የተገኛ ስም ነው።
[ትርጉሙ "ተረከዝን ይይዛል" ማለት ነው/
መቅቃ]
የይስሐቅ ልጅ፣ "ከዚያም በኋላ ወንድሙ
ወጣ፣ በእጁም የዔሳውን <u>ተረከዝ ይዞ ነበር</u>
ስሙም **ያዕቆብ** ተባለ። እርስዋ ልጆችን
በወለደቻቸው ጊዜ ይስሐቅ ስድሳ ዓመት
ሆኖት ነበር።" (ዘፍ 25:26)
የማርያም እጮኛ፣ የዮሴፍ አባት፣ "**ያዕቆብም**
ክርስቶስ የተባለውን ኢየሱስን የወለደች
የማርያምን እጮኛ ዮሴፍን ወለደ።" (ማቴ
1:16)

ያዕቆብ / James: ሐዋርያው
ያዕቆብ፣ "ከዚያም እልፍ ብሎ ሌሎችን ሁለት
ወንድማማች የዘብዴዎስን ልጅ **ያዕቆብን**
ወንድሙንም ዮሐንስን ከአባታቸው
ከዘብዴዎስ ጋር በታንኳ መረባቸውን
ሲያበጁ አየ፣ ጠራቸውም።" (ማቴ 4:21)
1. የዘብዴዎስና የሰሎሜ ልጅ፣ የዮሐንስ
ታላቅ ወንድም፣ "ከስድስት ቀንም በኋላ
ኢየሱስ ጴጥሮስንና **ያዕቆብን** ወንድሙንም
ዮሐንስን ይዞ ወደ ረጅም ተራራ ብቻቸውን
አወጣቸው።" (ማቴ 20:20፣ 27:56)
2. የጌታ ወንድም፣ "ነገር ግን ከጌታ ወንድም
ከ**ያዕቆብ** በቀር ከሐዋርያት ሌላ አላየሁም።"
(ገላ 1:18፣19)

ያእዛንያ ~ Jaazaniah: ያዝን ያሕ
አምላክ ያዜናል፣ እግዚአብሔር ጸሎቱን
የሰማው ማለት ነው።
'አዘን' እና 'ያሕ'(ያሕዌ ፣ ሕያው) ከሚሉ
ቃላት የተመሠረተ ስም ነው። በመጽሐፍ
ቅዱስ ውስጥ በዚህ ስም የሚታወቁ ሰዎች:-
1. የኤርምያስ ልጅ፣ (ኤር 35:3)
2. የሆሻያ ልጅ፣ (ኤር 42:1)
3. የማዕካታዊው ልጅ፣ (2 ነገ 25:23)
4. የሳፋን ልጅ፣ (ሕዝ 8:11)

5. የዓዙርን ልጅ፤ (ሕዝ 11:1)

ያኪን ~ Jachin: 'አበረታች' ማለት ነው።

1. የስምዖን አራተኛ ልጅ፤ "የስምዖን ልጆች ይሙኤል፤ ያሚን፤ አሃድ፤ **ያኪን**፤ ጸሐር፤ የከነዓናዊት ልጅ ሳኦል" (ዘፍ 46:10)

2. የሆያ አንደኛው ምድብ፤ የካህናትአለቃ፤ "ሆያኛው ለኤዜቄል፤ ሆያ አንደኛው ለ**ያኪን**፤ ሆያ ሁለተኛው ለጋሙል" (1 ዜና 24:17)

3. ከግዞት ከተመለሱ ካህናት አንዱ፤ "ከካህናቱም ዮዳሄ፤ ዮአሪብ፤ **ያኪን**" (1 ዜና 9:10)

ያካን ~ Jachan: 'በጥባጭ' ማለት ነው። ከሰባቱ የጋድ ነገድ አለቆች አንዱ፤ "የአባቶቻቸውም ቤቶች ወንድሞች ሚካኤል፤ ሜሱላም፤ ሳባ፤ ዮራይ፤ **ያካን**፤ ዙኤ፤ አቤድ ሰባት ነበሩ።" (1 ዜና 5:13)

ያዋን ~ Javan: 'አታላይ' ማለት ነው።

1. የያፌት ልጅ፤ "የያፌት ልጆች ጋሜር፤ ማጎግ፤ ማዴ፤ **ያዋን**፤ ይልሳ፤ ቶቤል፤ ሞሳሕ፤ ቴራስ ናቸው።" (ዘፍ 10:2፤4)

2. የዓረባውያን ከተማ፤ "ዌንዳንና **ያዋን** ስለ አንቺ ሸቀጥ ይነግዱ ነበር ከአሴል የተሠራ ብረትና ብርጉድ ቀረፋም ሸቀጥሽ ነበረ።" (ሕዝ 27:19)

ያዚዝ ~ Jaziz: 'ያዝዝ፤ ይምራ፤ ያስሂድ' ማለት ነው። አጋራዊው ሰው፤ የዳዊት እረኞች አለቃ፤ "በመንጎቹም ላይ አጋራዊው **ያዚዝ** ሹም ነበረ። እነዚህ ሁሉ በንጉሡ በዳዊት ሀብት ላይ ሹሞች ነበሩ" (1 ዜና 27:31)

ያዝኤል ~ Jaaziel: ያዝ ኤል፤ አምላክ የጠበቀው፤ በጌታ ያለ... ማለት ነው። [ተዛማጅ ስም- **ያዝያ**]

'ያዝ' እና 'ኤል' ከሚሉ ሁለት ቃላት የተመሠረተ ስም ነው ።

ዳዊት በዜማ ዕቃ በመስንቆና በበገና በጸናጽልም እንዲያዜሙ፤ ድምፃቸውንም

በደስታ ከፍ አንዲያደርጉ መዘምራኑን ወንድሞቻቸውን ይሾሙ ዘንድ ከተናገራቸው የሌዋውያን አለቆች፤ (1 ዜና 15:15)

ያዝያ ~ Jaaziah: ያዝ ያሕ፤ በጌታ የተያዘ፤ አምላክ የጠበቀው... ማለት ነው። [ተዛማጅ ስም- **ያዝኤል**]

Jaaziah- 'ያዝ' እና 'ያሕ' (ያሕዌ፤ ሕያው) ከሚሉ ቃላት የተመሠረተ ስም ነው። የሜራሪ ወገን፤ (1 ዜና 24:26፤27) ፤ (1 ዜና 15:18)

ያዱአ ~ Jaddua: ውዱ፤ የተወደደ፤ ተወዳጅ ማለት ነው። [ተዛማጅ ስሞች- **ዮዳሄ፤ ዮዳሄ፤ ያሕዳይ፤ ያዳ፤ ያዳይ፤ ዮዳይ፤ ይሆዓዳ፤ ይዲዳ፤ ይዲድያ፤ ዮአዳ፤ የዓዳን፤ ዮዳሄ**]

በመጽሐፍ ቅዱስ ውስጥ በዚህ ስም የሚታወቁ ሰዎች:-

1. ከነህምያ ጋር የቃል ኪዳኑን ደብዳቤ ካተሙት አለቆ ች አንዱ፤ (ነህ 10:21)

2. የዮናታን ልጅ፤ (ነህ 112:11፤22)

ያዳ ~ Jada: ውድ፤ የተወደደ፤ ተወዳጅ... ማለት ነው። [ተዛማጅ ስሞች- **ዮዳሄ፤ ዮዳሄ፤ ያሕዳይ፤ ያዱአ፤ ያዳይ፤ ዮዳይ፤ ይሆዓዳ፤ ይዲዳ፤ ይዲድያ፤ ዮአዳ፤ የዓዳን፤ ዮዳሄ**]

የኦናም ልጅ፤ (1 ዜና 2:28)

ያዳይ ~ Jadau: ውዱ፤ የተወደደ፤ ተወዳጅ... ማለት ነው። [ተዛማጅ ስሞች- **ዮዳሄ፤ ዮዳሄ፤ ያሕዳይ፤ ያዱአ፤ ያዳ፤ ዮዳይ፤ ይሆዓዳ፤ ይዲዳ፤ ይዲድያ፤ ዮአዳ፤ የዓዳን፤ ዮዳሄ**]

በዕዝራ ዘመን እንግዳ ሚስቶችን ካገቡ፤ የናባው ልጅ፤ (ዕዝ 10:43)

ያዶን ~ Jadon: የዳን፤ የዳኝ፤ ይዳኝ፤ ይፈርድ፤ ይበይን... ማለት ነው። 'ዳኝ' ከሚለው ቃል የመጣ ስምነው። የኢየሩሳሌምን ቅጥር በመጠገን የተባበረ ሜሮኖታዊው ሰው፤ (ነህ 3:7)

ያጉር ~ Jagur: 'አጉር፣ አገር፣ መኖሪያ' ማለት ነው፡፡ የኤዶም አዋሳኝ፣ በደቡብ ጫፍ የሚገኝ የይሁዳ ከተማ፣ "ቀብስኤል፣ ዔዴር፣ **ያጉር**፣ ቄና፣" (ኢያ 15:22)

ያፌዓ፣ ያፍያ ~ Japhia: 'ግርማዊ፣ መልካም' ማለት ነው፡፡

1. ከኢያሱ ጋር ለጦርነት ከተባበሩ፣ የኪሶ ንጉሥ፣ "ስለዚህም የኢየሩሳሌም ንጉሥ አዶኒጼዴቅ ወደ ... ለኪሶ ንጉሥም ወደ **ያፌዓ** ወደ አዶላም ንጉሥም ወደ ዳቤር ልኮ፡፡ ወደ እኔ ውጡ፣" (ኢያ 10:3)

2. የዳዊት ልጅ፣ **ያፍያ፣** "ናፌቅ፣ **ያፍያ**፣ ኤሊሳማ፣ ኤሊዳዔ፣ ኤሊፋላት፡፡" (2 ሳሙ 5:16)

3. በዘብሎን ደቡባዊ ድንበር የሚገኝ ከተማ፣ "ወደ ዳብራትም ወጣ፣ ወደ **ያፌዓም** ደረሰ፡፡ ከዚያም በምሥራቅ ... ወጣ፡፡" (ኢያ 19:12)

ያፌት ~ Japhet: ያፌት፣ ይፍታ፣ ይፈታ፣ የተፈታ፣ የተለቀቀ፣ የተሰፋፋ... ማለት ነው፡፡

'ፈታ' ከሚለው ቃል የመጣ ስም ነው፡፡ [ተዛማጅ ስሞች- **ኤፍታህ፣ ይፍታሕ፣ ይፍታሕኤል፣ ዮፍታሔ፣ ፈታያ**]

. የኖኅ ልጅ፣ (ዘፍ 5:32)

. "እግዚአብሔርም **ያፌትን** ያስፋ፣ በሴምም ድንኳን ይደር ከነዓንም ለእነርሱ ባሪያ ይሁን" (ዘፍ 9:27)

ያፍሌጥ ~ Japhlet: 'የዳነ፣ የተፈታ፣ ነጻ የወጣ' ማለት ነው፡፡ በበሪያ በኩል የአሴር ወገን፣ "ሔቤርም **ያፍሌጥን**፣ ሳሜንር፣ ... ሶላን ወለደ፡፡" (1 ዜና 7:32፣33)

ዮሕድያ ~ Jehdeiah: ያሕድ ያሕ በጌታ የተወደደ፣ ለአምላክ የቀረበ፣ የተመሰገነ... ማለት ነው፡፡ [ተዛማጅ ስሞች- **ዮዳ፣ ዮዳዬ፣ ያሕዳይ፣ ያዱአ፣ ያዳ ያዳይ፣ ዮዳይ፣ ይሆዳ፣ ይዲዳ፣ ይዲድያ፣ ዮአዳ የዓዳን፣ ዮዳዬ**]

**ወድ' እና 'ያሕ' (ያሕዌ፣ ሕያው) ከሚሉ ቃላት የተመሠረተ ስም ነው፡፡ የሱባኤል ልጅ፣ (1 ዜና 24:20)

ዮሬድ ~ Jered: ያሬድ፣ ከላይ የወረደ፣ ከላይ የመጣ ማለት ነው፡፡ [ተዛማጅ ስም- **ያሬድ**]

'ወረደ' ከሚለው ግስ የመጣ ስም ነው፡፡

. የጌዶር አባት፣ (1 ዜና 4:18)

. "**ያሬድ**፣ ሄኖክ፣ ማቱሳላ፣ ላሜሕ" (1 ዜና 1:3)

ዮቴር ~ Jether, Ithra: ዮቴር፣ የተከበረ፣ ግርማዊ... ማለት ነው፡፡ [ተዛማጅ ስም- **ዮቶር**]

በመጽሐፍ ቅዱስ ውስጥ በዚህ ስም የሚታወቁ ሰዎች:-

ዮቴር / Ithra: የይሁዳን ሠራዊት አለቃ፣ የይስማኤላዊ የአሜሳይ አባት፣ (2 ሳሙ 17:25)

ዮቴር / Jether:

1. የጌዴዎን ልጅ፣ (መሣ 8:20)

2. የሙሴ አማት፣ (ዘኍ 4:18)

3. "... የይሁዳንም ሠራዊት አለቃ የ**ዮቴርን** ልጅ አሜሳይን፣ በሰይፍ ገድሎአልና እግዚአብሔር ደሙን በራሱ ላይ ይመልሰው፡፡" (1 ነገ 2:32)

4. የያዳ ልጅ፣ (1 ዜና 2:32)

5. የዕዝራ ልጅ፣ (1 ዜና 4:17)

6. የአሴር ልጆች፣ የአባቶቻቸው ቤቶች አለቆች፣ ከተመረጡ ጽኑዓን ኃያላን ሰዎች፣ ከመኳንንቱ አለቆች፣ (1 ዜና 7:38)

ዮዳይ ~ Jahdo: ያሕዶ፣ ይሆዳ ውህድ፣ ተዋሃደ፣ አንድ የሆነ... ማለት ነው፡፡ 'ውህድ' ከሚለው ቃል የመጣ ስም ነው፡፡ የኢዬሳይ አባት፣የቡዝ ልጅ፣ (1 ዜና 5:14)

ዮጽር ~ Jezer: ጾር፣ ጦር፣ ፈትና... ማለት ነው፡፡ የንፍታሌም ልጅ፣ (ዘፍ 46:24)

ይሃሌልኤል ~ Jehalelel: ያሃልለ ኤል፤ ለሕያው አምላክ እልል፤ ሃሌሉያ... ማለት ነው:: [ተዛማጅ ስሞች- **ሃሌሉያ፤ ሂሌል፤ ማህሰህ፤ ማህለት**]

በመጽሐፍ ቅዱስ ውስጥ በዚህ ስም የሚታወቁ ሰዎች:-

1. የዓዛርያስ አባት፤ (2 ዜና 29:12)
2. የይሁዳ ወገን፤ (1 ዜና 4:16)

ይሑባ ~ Jehubbah: 'የተጠበቀ' ማለት ነው:: የአሴር ወገን፤ የሳሜር ልጅ፤ "የሳሜርም ልጆች አኪ፤ ሮኣጋ፤ **ይሑባ**፤ አራም ነበሩ::" (1 ዜና 7:34)

ይሁዲ ~ Jehudi: ይሁዲ፤ አይሁዳዊ፤ ውህድ፤ ተዋሃደ፤ አንድ የሆነ፤ ያይሁድ ወገን ማለት ነው::

'ይሁዳ' ከሚለው ስም የመጣ ስምነው:: የናታንያ ልጅ፤ ወደ ባሮክ የተላከ፤ (ኤር 36: 14፤21)

ይሁዳ ~ Juda, Judah, Judas, Jude, Judea: ዮዳ፤ ይሁዳ፤ ውህድ፤ ተዋሃደ፤ አንድ የሆነ፤ አይሁዳዊ... ማለት ነው:: (ውድ፤ የተወደደ፤ የተመሰገነ፤የቀረበ ተብሎም ይተረጎማል) 'ዋሐደ' ከሚለው ግስ የመጣ ስምነው::

በመጽሐፍ ቅዱስ ውስጥ በዚህ ስም የሚታወቁ ሰዎች:-

ይሁዳ / Juda:

1. በጌታ የዘር ሐረግ የተጠቀሰ፤ የዮሴፍ ልጅ፤ (ሉቃ 3:30)
2. በጌታ የዘር ሐረግ፤ የያዕቆብ ልጅ፤ (ሉቃ 3:33፤34) ፤ የአይሁድ ዘር፤ "ጌታችን ከ**ይሁዳ** ነገድ እንደወጣ የተገለጠ ነውና፤ ..." (ዕብ 7:14) (ራእ 5:5፤ 7:5)
3. የጌታ ወንድም በመባል የሚታወቀው፤ "ይህስ ጸራቢው የማርያም ልጅ የያቆብም የዮሳም የ**ይሁዳም** የስምዖንም ወንድም አይደለምን? እኅቶቹስ ..." (ማር 6:3)

ይሁዳ / Judah:

1. ከሊያ የተወለደው፤ የያዕቆብ ልጅ፤ "ደግሞም ፀነሰች፤ ወንድ ልጅንም ወለደች በዚህም ጊዜ እግዚአብሔርን አመሰግናለሁ አለች ስለዚህም ስሙን **ይሁዳ** ብላ ጠራችው..." (ዘፍ 29:35)
2. "**ይሁዳም** ባያት ጊዜ ጋለሞታን መሰለችው ፊትዋን ተሸፍና ነበርና::" (ዘፍ 38:15)

ይሁዳ / Judas:

1. የያዕቆብ ልጅ፤ **ይሁዳ**፤ (ማቴ 1:2 ፤ 3)
2. ጌታን አሳልፎ የሰጠው፤ የስምዖን ልጅ የአስቆሮቱ፤ **ይሁዳ**፤ (ዮሐ 6:71፤ 13:2፤26) ፤ (ሥራ 1:25)
3. ከ**ይሁዳ** ወገን፤ (ሥራ 9:11)
4. ሐዋርያው በርስያን፤ (ሥራ 15:22፤ 27፤ 32)

ይሁዳ / Jude: ሐዋርያው፤ የያዕቆብ ወንድም፤ **ይሁዳ**፤ (ይሁ 1:1)

ይሁዳ / Judea: በዮርዳኖስ በስተምዕራብ የፍልስጥኤም ምድር፤ ጌታ የተወለደበት ቦታ፤ (ማቴ 2:1፤ 5)

ይሁዳ ካለች ከበኣል ~ Baale of Judah: ባለ ይሁዳ፤ በኣል ይሁዳ፤ የአይሁድ በኣል፤ የይሁዳ ጌታ... ማለት ነው:: **Baale of Judah-** 'በኣል' እና 'ይሁዳ' ከሚሉ ሁለት ቃላት የተመሠረተ ስም ነው:: የእግዚአብሔር ታቦት ተቀምጦበት የነበረ፤ የቦታ ስም፤ (2 ሳሙ 6:2)

ይሁድ ~ Jehud: ውሕድ ማለት ነው:: ከዳን ነገድ ከተሞች አንዱ፤ (ኢያ 19:45)

ይሒኤል ~ Jehiel: ያሕ ኤል፤ ሕያው አምላክ፤ ሕያው ኃይል፤ ዘላለማዊ ጌታ... ማለት ነው:: [ተዛማጅ ስም- **ይዑኤል፤ ይዲኤል**]

'ያሕ' እና 'ኤል' ከሚሉ ሁለት ቃላት የተመሠረተ ስም ነው:: በመጽሐፍ ቅዱስ ውስጥ በዚህ ስም የሚታወቁ ሰዎች:-

1. በእግዚአብሔር ቤተ መቅደስ እንዲያገለግሉበዳዊት ከተሾሙ ሌዋውያን፤ (1 ዜና 15:18 ፤20)

2. የኢዮሣፍጥ ልጅ፥ (2 ዜና 21:2)

3. በንጉሥ ኢዮስያስ ዘመን፥ ከእግዚአብሔር ቤት አለቆች አንዱ፥ (2 ዜና 35:8)

4. የለአዳን ልጅ፥ (1 ዜና 23:8)

5. የሐከሞኒ ልጅ፥ (1 ዜና 27:32)

6. የአብድዩ አባት፥ የኢዮአብ ልጅ፥ (ዕዝ 8:9)

7. የኤላም ልጅ፥ (ዕዝ 10:2)፤ (ዕዝ 10:26)

8. የካሪም ልጅ፥ (ዕዝ 10:21)

. የንጉሥ ሕዝቅያስ መንግሥትን ለመመለስ ከተባበሩ አንዱ፥ ሌዊያዊው፥ **ይዒኤል**- (2 ዜና 29:14)

ይሒዝቅያ ~ Jehizkiah: የሕ ሕዝቂያ፥ የአምላክ ኃይል፥ የሕያው ብርታት፥ የሕያው አምላክ ቃል... ማለት ነው።
'ሕዝቅ' እና 'ያሕ' (ያሕዌ) ከሚሉ ቃላት የተመሠረተ ስም ነው። የሰሎሞን ልጅ፥ (2 ዜና 28:12)

ይህዌህ ንሲ ~ Jehovah-nissi:
ያሕ ነሢ፥ አምላክ እነሣ፥ ሕያው ተሸከመ... ማለት ነው። ሙሴ፥ እስራኤል ከአማሌቃውያን ጋር ሲዋጉ፥ እጁን ዘርግቶ ኃይልን ባገኙበት ኮረብታ፥ ላቆመው መቅደስ የሰጠው ስም፥ "ሙሴም መሠዊያ ሠራ፥ ስሙንም **ይህዌህ ንሲ** ብሎ ጠራው" (ዘጸ 17:15)

ይሆሐናን ~ Johanan,
Jehohanan: የሐናን፥ የጌታ የሆነ፥ እግዚአብሔር የማረው፥ የሕያው ስጦታ... ማለት ነው። [ተዘማጅ ስም- **ዮሐናን**] 'ያሕ' (ያሕዌ) እና 'አናን' (ሐና) ከሚሉ ቃላት የተመሠረተ ስም ነው። [ትርጉሙ "እግዚአብሔር ጸጋ ሰጭ ነው" ማለት ነው / **መቅቃ**]
በመጽሐፍ ቅዱስ ውስጥ በዚህ ስም የሚታወቁ ስዎች:-

1. የቤባይ ልጅ፥ (ዕዝ 10:28)

2. የጦብያ ልጅ፥ (ነህ 6:18)

3. በዮአቄም ዘመን የአባቶች ቤቶች አለቆች፥ (ነህ 12:14)

4. "ዘካርያስ፥ ሐናንያ መለከት ይዘው፥ መዕሤያ፥ ሸማያ፥ አልዓዛር፥ አዚ፥ **ይሆሐናን**፥ ..." (ነህ 12:42)

. የሜሱላም ልጅ፥ "ሰባተኛው ኤሊኤል፥ ስምንተኛው **ዮሐናን**" (1 ዜና 12:12)

ይሆሐናን / Jehohanan:
'አምላክ የሰጠው' ማለት ነው።

1. የመቅደሱ በር ጠባቂ የነበረ፥ "አራተኛው የትኔኤል፥ አምስተኛው ኤላም፥ ስድስተኛው **ይሆሐናን**፥ ሰባተኛው ኤሊሆዔናይ።" (1 ዜና 26:3)

2. የኢዮሣፍጥ ሹማምንት አንዱ፥ "ከእርሱምበኋላ አለቃው **ይሆሐናን**፥ ከእርሱም ጋር ሁለት መቶ ሰማንያ ሺህ ስዎች ነበሩ" (2 ዜና 17:15)

3. የይስማኤል አባት፥ "በሰባተኛውም ዓመት ዮዳሄ በረታ፥ የመቶ አለቆችንም፥ የይሮሐምን ልጅ ዓዛርያስን፥ የ**ይሆሐናን**ንም ልጅ ይስማኤልን፥ የዖቤድንም ልጅ ... ወስዶ ከእነርሱ ጋር ቃል ኪዳን አደረገ።" (2 ዜና 23:1)

4. እንግዳ ሚስቶቻቸውን እንዲፈቱ ከታዘዙ፥ "ከቤባይ ልጆችም፥ **ይሆሐናን**፥ ሐናንያ፥ ዘባይ፥ አጥላይ" (ዕዝ 10:28)

5. ካህን፥ "ከአማርያ **ይሆሐናን**፥ ከመሉኪ ዮናታን፥" (ነህ 12:14)

6. የኢየሩሳሌምን ቅጥር በመጠገን ከተባበሩ ካህናት፥ (ነህ 12:42) "ዘካርያስ፥ ሐናንያ መለከት ይዘው፥ መዕሤያ፥ ሸማያ፥ አልዓዛር፥ አዚ፥ **ይሆሐናን**፥ መልከያ፥ ኤላም፥ ... አለቃቸውም ይዝረሕያ ነበረ።" (ነህ 12:14)

ይሆዓዳ ~ Jehoadah: ያሕ ዓድ፥ ሕያው ውድ፥ በጌታ የተወደደ፥ የአምላክ ወዳጅ... ማለት ነው። [ተዘማጅ ስሞች- **ዮዳሄ፥ ዮዳዬ፥ ያሕዳይ፥ ያዱአ፥ ያዳ፥ ያዳይ፥ ዮሒድያ፥ ዮዳይ፥ ይዲዳ፥ ይዲድያ፥ ዮአዳ፥ ዮዓዳን፥ ዮዳሄ**]

‘ያሕ’ (ሕያው) እና ‘ውድ’ ከሚሉ ቃላት የተመሠረተ ስም ነው። የአካዝ ልጅ፤ (1 ዜና 8:36)

ይሙኤል ~ Jemuel: ‘የአምላክ ቀን’ ማለት ነው። የስምዖን ትልቁ ልጅ፤ "የስምዖን ልጆች **ይሙኤል**፤ ያሚን፤ ... ልጅ ሳኦል።" (ዘፍ 46:10፤ ዘጸ 6:15)

ይሚማ ~ Jemima: ‘የዋህ፤ ሰላማዊ’ ማለት ነው። ከመከራው በኋላ ለኢዮብ ከተወለዱለት ሦስት ሴቶች፤ ትልቁ ልጅ፤ "የመጀመሪያይቱንም ስም **ይሚማ**፤ የሁለተኛይቱንም ስም ቃስያ፤ የሦስተኛይቱንም ... ብሎ ሰየማቸው።" (ኢዮ 42:14)

ይምራ ~ Imrah: ‘ይምር፤ ይቅር ይል’ ማለት ነው። ከአሴር ነገድ፤ የጸፋ ቤተሰብ፤ "ሃጋል፤ ቤሪ፤ **ይምራ**፤ ቤጼር፤ ሆድ፤ ሳማ፤ ሰሊሳ፤ ይትራን፤ ብኤራ ነበሩ።" (1 ዜና 7:36)

ይምና ~ Imnah: ‘ያመነ፤ የታመነ... ማለት ነው። [ተዛማጅ ስሞች- **ይምና**፤ ያሚን፤ ይምና]

Imnah- ‘እሙን’ ከሚለው ቃል የተገኘ ስም ነው። በመጽሐፍ ቅዱስ ውስጥ በዚህ ስም የሚታወቁ ሰዎች:- 1. የኤላ ልጅ፤ (1 ዜና 7:5)

2. "የሌዋዊውም **የይምና** ልጅ የምሥራቁ ደጅ በረኛ ቆሬ የእግዚአብሔርን መባና ..." (2 ዜና 31:14)

3. የአሴር ልጅ፤ (1 ዜና 7:30)

ይሳኮር ~ Issachar: ‘ስጦታ፤ ካሳ’ ማለት ነው። የያዕቆብ ዘጠነኛ ልጅ፤" ልያም፤ ባሪያዬን ለባሌ ስለ ሰጠሁ እግዚአብሔር ዋጋዬን ሰጠኝ አለች ስሙንም **ይሳኮር** ብላ ጠራችው" (ዘፍ 30:18)።

ይስሐቅ ~ Isaac: ይሳቅ፤ ይስሐቅ፤ መሳቅ፤ ፈገግታ ማሳየት፤ ጥርስን መግለጥ... ማለት ነው።

‘ሳቀ’ ከሚለው ግስ የመጣ ስም ነው። [ትርጉም "ይስቃል" ማለት ነው / **መቅቃ**] የአብርሃም እና ሣራ ልጅ ፤ "አብርሃምም የተወለደለትን ሣራ የወለደችለትን የልጁን ስም **ይስሐቅ** ብሎ ጠራው።" (ዘፍ 21:1-3) ፤ "ሣራም:- እግዚአብሔር ሳቅ አድርጎልኛል ይህንንም የሚሰማ ሁሉ በእኔ ምክንያት ይስቃል አለች።" (ዘፍ 21:6)

ይስማኤላዊ ~ Israelite: እስማኤላውያን፤ የእስራኤል ወገን፤ የያዕቆብ ወገኖች፤ የአብርሃም ልጆች... ማለት ነው። ‘እስማኤል’ ከሚለው ስም የመጣ የነገድ ስም ነው። የእስማኤል ወገን፤ (2 ሳሙ 17:25) ፤ (1 ዜና 2:17)

ይስዓር ~ Izehar: ‘ግልጽነት’ ማለት ነው። የቀዓት ልጅ፤ "የቀዓትም ልጆች በየወገናቸው እንበረም፤ **ይስዓር**፤ ኬብሮን፤ ዑዝኤል።" (ዘኍ 3:19) **ይረሕምኤል ~ Jerahmeel:** ‘ይምሕረ ኤል፤ መሓሪ አምላክ’ ማለት ነው።

1. የካሌብ ወንድም፤ የሔዝሮን ልጅ፤ "ለኤስሮም የተወለዱለት ልጆች **ይረሕምኤል**፤ አራም፤ ካልብ ነበሩ" (1 ዜና 2:9፤25፤26)

2. የሌዋዊው፤ የቂስ ልጅ፤ "ከቂስ የቂስ ልጅ **ይረሕምኤል** የሙሲም ልጆች ሞሓሊ፤ ኤዳር፤ ኢያሪሙት" (1 ዜና 24:29)

3. "ንጉሡም ጸሐፊውን ባሮክንና ነቢዩን ኤርምያስን ይይዙ ዘንድ የንጉሡን ልጅ **ይረሕምኤልንና** የዓዝርኤልን ልጅ ሠራያን የዓብድኤልንም ልጅ ሰሌምያን አዘዘ፤ እግዚአብሔር ግንሰወራቸው" (ኤር 36:26)

ይሩበአል ~ Jerubbaal: ‘አየረ በዓል’ ማለት ነው። ጌዴዖን የተጠራበት ስም፤ (መሳ 6:32፤ 7:1፤ 8:29፤ 1 ሳሙ 12:11) "ስለዚህም በዚያ ቀን:- መሠዊያውን አፍርሶአልና በአል ከእርሱ ጋር ይምዋገት ብሎ ጌዴዖንን:- **ይሩበአል** ብሎ ጠራው"

ይሩኤል ~ Jeruel: አየረ ኤል፣ ታላቅ ጌ*ኸ፣ ታላቅ አምላክ፣ የሰማዩ ጌታ… ማለት ነው።* [ተዛማጅ ስም-**ይሪኤል**] 'አየረ' እና 'ኤል' ከሚሉ ሁለት ቃላት የተመሠረት ነው።
የቦታ ስም፤ "… በሸለቆውም መጨረሻ በ**ይሩኤል** ምድረ በዳ …" (2 ዜና 20:16፣ 20)

ይሪኤል ~ Jeriel: አየረ ኤል፣ ታላቅ ጌ*ኸ፣ ታላቅ አምላክ፣ የሰማዩ ጌታ… ማለት ነው።* [ተዛማጅ ስም-**ይሩኤል**] 'አየረ' እና 'ኤል' ከሚሉ ሁለት ቃላት የተመሠረት ነው። የቶላ ልጅ፤ (1 ዜና 7:2)

ይሪዮት ~ Jerioth: ከካሌብ ሚስቶች አንዱ፤ "የኤስሮምም ልጅ ካሌብ ከሚስቱ ከዓዙባ ከ**ይሪዮት**ም ልጆች ወለደ ልጆቹዋም … ነበሩ።" (1 ዜና 2:18)

ይሬማይ ~ Jeremai: 'የራማዊ፣ የላይ ቤት፣ ሰማያዊ' ማለት ነው። ከምርከ ሲመለሱ፣ እንግዳ ሴቶችን አግብተው ከነበሩ እና ከፈረቲቸው፣ የሐሱም ልጅ፤ "ከሐሱም ልጆችም፤ መትናይ፤ መተታ፣ ዛባድ፤ ኤሊፋላጥ፣ **ይሬማይ**፣ ምናሴ፣ ሰሜኢ።" (ዕዝ 10:33)

ይሬምት ~ Jeremoth: *የረ ሞት፣ አየረ ሞት፣ ታላቅ ሞት፣ ከፍተኛ… ሞት* ማለት ነው። [ተዛማጅ ስሞች- **ኢያሪሙት፤ ይሬምት**]
'አየረ' እና 'ሞት' ከሚሉ ቃላት የተመሠረት ስም ነው። በመጽሐፍ ቅዱስ ውስጥ በዚህ ስም የሚታወቁ ሰዎች: -
. በሪዓ ልጅ፤ "አሒዮ፣ ሻሻቅ፣ **ይሬምት**፣" (1 ዜና 8:14)
. የቤላ ልጅ፤ **ኢያራምት**- (1 ዜና 7:7)
☐ የቤኬርም ልጅ፤ **ኢያሪሙት**- (1 ዜና 7:8)
የኤማን ልጅ፤ **ኢያሪሙት** - (1 ዜና 25:4)
የሙሲ ልጅ፤ **ኢያሪሙት**- (1 ዜና 23:23)
የሔማን ልጅ፤ **ኢያራምት**- (1 ዜና 25:22)

ይሬምት ~ Jeremoth: *የረ ሞት፣ አየረ ሞት፣ ታላቅ ሞት፣ ከፍተኛ ሞት…* ማለት ነው። [ተዛማጅ ስሞች- **ኢያሪሙት፤ ይሬምት**]
'አየረ' እና 'ሞት' ከሚሉ ቃላት የተመሠረት ስም ነው። በመጽሐፍ ቅዱስ ውስጥ በዚህ ስም የሚታወቁ ሰዎች:-
1. የኤላ ልጅ፤ (ዕዝ 10:26፣27)
2. የዛቱዕ ልጅ፤ (ዕዝ 10:27)

ይርጵኤል ~ Irpeel: 'የአምላክ ፈውስ' ማለት ነው። ከብንያም ከተሞች አንዱ። "ሬቄም፣ **ይርጵኤል**፣ ተርአላ፣ ጼላ፣ ኤሌፍ፣ ኢያሩሳሌም የምትባል የኢያቡስ ከተማ፣ ቂርያትጊብዓት አሥራ ሦስት ከተሞችና መንደሮቻቸው። የብንያም ልጆች ርስት በየወገኖቻቸው ይህ ነበረ" (ኢያ 18:27)

ይሺያ ~ Ishiah, Ishijah, Isshiab, Jesiah: የሺህ ያሕ፣ የሺህ ሕያው፣ የብዙዎች ጌታ፣ የሸዎች አምላክ… ማለት ነው።
'ሺህ' እና 'ያሕ' (ያሕዌ ፣ ሕያው) ከሚሉ ቃላት የተመሠረት ስም ነው። በመጽሐፍ ቅዱስ ውስጥ በዚህ ስም የሚታወቁ ሰዎች: -
ይሺያ / Ishiah: የይዝረሕያ ልጅ፤ (1 ዜና 7:3)
ይሺያ / Ishijah: በዕዝራ ዘመን እንግዳ ሚስቶችን እንዲፈቱ ከተደረጉት፤ (ዕዝ 10:31)
ይሺያ / Isshiah:
1. የረዓብያ ልጅ፤ (1 ዜና 24:21-22)
2. የሚካ ወንድም፤ (1 ዜና 24:26)
ይሺያ / Jesiah: የዑዝኤል ልጅ፤ "የዑዝኤል ልጆች አለቃው ሚካ፣ ሁለተኛው **ይሺያ** ነበሩ" (1 ዜና 23:20)
1. የዳዊትን ሠራዊት በጊቅላግ ከተቀላቀሉ፤ "ቆርያውያን ሕልቃና **ይሺያ**፣ አዛርኤል የዞር፣ ያሾቢኣም" (1 ዜና 12:6)

2. የዑዝኤል ልጅ፤ "የዑዝኤል ልጆች አለቃው ሚካ፤ ሁለተኛው **ይሺያ** ነበሩ።" (1 ዜና 23:20)

ይሽማ ~ Ishma: ይሽማ፤ አሽም፤ ስም፤ ዝና... ማለት ነው።
'ስም' ከሚለው ቃል የተገኘ ስምነው። በይሁዳ የዘር ሐረግ፤ የኤጣ አባት ልጅ፤ (1 ዜና 4:3)

ይሽማያ ~ Ishmaiah: ሰማ ያሕ፤ አምላክ ሰማ፤ ሕያው ሰማ... ማለት ነው። 'ሰማ' እና 'ያሕ' (ያሕዌ ፤ ዋስ) ከሚሉ ቃላት የተመሠረተ ስም ነው። በዳዊት ዘመን በዘብሎን አለቃ የነበረ፤ የአብድዩ ልጅ፤ (1 ዜና 27፡ 19)

ይሽምራይ ~ Ishmerai: የሺህ መሪ፤ የሽዎች መሪ፤ የብዙዎች መሪ፤ የሺህ አለቃ፤ የሽዎች ጠባቂ... ማለትነው። የበሪዓ ልጅ፤ (1 ዜና 8:18)

ይሽቢብኖብ ~ Ishbi-benob: 'በኔቦ የተቀመጠ' ማለት ነው። ከራፋይ ወገን የሆነ፤ ሦስት መቶ ሰቅል ናስ የጦር መሣሪያ የታጠቀ፤ "ከራፋይም ወገን የነበረው **ይሽቢብኖብ** ዳዊትን ይገድል ዘንድ አሰበ ...አዲስም የጦር መሣሪያ ታጥቆ ነበር።" (2 ሳሙ 21:16፤17)

ይሽባ ~ Ishbah: የሺህ አባ፤ የሺህ አባት፤ የብዙዎች ጌታ፤ ታላቅ አባት፤ የተከበረ... ማለት ነው። የኤሽትሞዓ አባት፤ የዮቴር ልጅ፤ (1 ዜና 4:17)

ይሽዒ ~ Ishi: የሺህ፤ የሺ፤ ሺህ፤ ብዙ ህብት ማለት ነው። በመጽሐፍ ቅዱስ ውስጥ በዚህ ስም የሚታወቁ ስዎች:-
1. የሶሳን አባት፤ የአፋይም ልጅ፤ (1 ዜና 2:31)
2. የዞሔት አባት፤ (1 ዜና 4:20)
3. ከስምዖን ልጆች አለቆች፤ (1 ዜና4:42)
4. ከምናሴ ነገድ አለቆች፤ (1 ዜና 5:24)

ይሽጺ ~ Ispah: 'በራ' ማለት ነው። ከብንያም ወገን፤ የበሪዓውያን አለቃ፤ "ዝባድያ፤ ዓራድ፤ ዔድር፤ ሚካኤል፤ **ይሽጺ**፤ ዮሐ፤ የበሪዓ ልጆች" (1 ዜና 8:16)

ይቀብጽኤል~ Jekabzeel: ያቅብ ዜኤል፤ በአምላክ የተጠበቀ፤ ለእግዚአብሔር የተለየ... ማለትነው።
Jekabzeel- 'ያቅብ' ፤ 'ዘ' እና 'ኤል' ከሚሉ ሦስት ቃላት የተመሠረተ ነው። በይሁዳ በስተደቡብ የነበረ ከተማ፤ (ነህ 11፡ 25)

ይቁቲኤል~ Jekuthiel: 'ያምላክ ተስፈኛች' ማለት ነው። በይሁዳ የዘር ሐረግ የተጠቀስ፤ "አይሁዳዊቱም ሚስቱ የጌዶርን አባት ዬሬድን፤ የሦኮንም አባት ሔቤርን፤ የዛኖዋንም አባት **ይቁቲኤል**ን ወለደች ..." (1 ዜና 4:18)

ይቃምያ~ Jecamiah: ያቆም ያሕ፤ በሕያው የቆም፤ በእግዚአብሔር የተመሠረተ... ማለት ነው። 'ያቆም' እና 'ያሕ' (ያሕዌ፤ ሕያው) ከሚሉ ቃላት የተመሠረተ ስም ነው። የምርኮኛው የኢኮንያን ልጅ፤ "ፈዳያ፤ ሼናጾር፤ **ይቃምያ**፤ ሆሻማ፤ ነዳብያ ነበሩ።" (1 ዜና 3:8)

ይቅምዓም ~ Jakamean: ያቀመን፤ ያቆም፤ ያስነሳ፤ ያጸና... ማለት ነው። የኬብሮን ልጅ፤ (1 ዜና23:19)

ይብለዓም~ Ibleam: 'የብሉይ ሰዎች፤ የጥንት ሰዎች' ማለት ነው። የምናሴ ከተማና የመንደሩ ሰዎች፤ "ምናሴም የቤትሳንንና የመንደሮችዋን፤ የታዕናክንና የመንደሮችዋን፤ የዶርንና የመንደሮችዋን፤ የይብለዓምንና የመንደሮችዋን፤ የመጊዶንና የመንደሮችዋን ሰዎች አላወጣቸውም ነገር ግን ከነዓናውያን በዚያ አገር በመቀመጥ ጸኑ።" (መሳ 1:27)

ይብሣም ~ Jibsam: 'አስደሳች' ማለት ነው። የይሳኮር ወገን፤ የቶላ ልጅ፤

232

"የቶላም ልጆች፤ አዚ፤ ራፋያ፤ ይሪኤል፤ የሕማይ፤ **ይብሣም**፤ ሼሙኤል፤ የአባታቸው የቶላ ቤት አለቆች፤ በትውልዳቸው ጽኑዓን ኃያላን ሰዎች ነበሩ በዳዊት ዘመን ቁኖጥራቸው ሀያ ሁለት ሺህ ስድስት መቶ ነበረ፡፡" (1 ዜና 7:2)

ይትላ ~ Jethlah: 'ቆጥ፤ ሰገነት' ማለት ነው፡፡ በዳን ግዛት ዳርቻ የነበረ ከተማ፤ "ሼዐለቢን፤ ኤሎን፤ **ይትላ**፤ ኤሎን፤ ተምና፤" (ኢያ19:42)

ይትማ ~ Ithmah: 'ጽኑ' ማለት ነው፡፡ ከዳዋት ኃያላን አንዱ፤ "መሐዋዊው ኤሊኤል፤ ይሪባይ፤ ዮሻዊያ፤ የኤልናዓም ልጆች፤ ሞዓባዊው **ይትማ**፤" (1 ዜና 11:46)

ይትረጋም ~ Ithream: 'ብዙ ሕዝብ፤ የተትረፈረፈ' ማለት ነው፡፡ ስድስተኛው፤ የዳዊት ልጆች፤ በኬብሮን ከተወለዱ፤ "ስድስተኛውም የዳዊት ልጅ ሚስት የዔግላ ልጅ **ይትረጋም** ነበረ ..." (2 ሳሙ 3:5፤ 1 ዜና3:3)

ይትራን ~ Ithran: የተከበረ ማለት ነው፡፡ [ተዛማጅ ስም- **ዮቶር**] በመጽሐፍ ቅዱስ ውስጥ በዚህ ስም የሚታወቁ ሰዎች:-
1. የዲሶን ልጅ፤ (ዘፍ 36:26) ፤ (1 ዜና 1:41)
2. ከአሴር ነገድ፤ የጾፉ ልጅ፤ (1 ዜና 7:30-40)

ይዑኤል ~ Jeiel, Jeuel: የኤል፤ የአምላክ፤ የጌታ... ማለት ነው፡፡ [ተዛማጅ ስሞች- **ይሒኤል፤ ይዒኤል**] በመጽሐፍ ቅዱስ ውስጥ በዚህ ስም የሚታወቁ ሰዎች:-

ይዑኤል / Jeiel: የአዶኒቃ ልጅ፤ (ዕዝ 8:13)

ይዑኤል / Jeuel: የዛራ ልጅ፤ (1 ዜና9:6)

ይዒኤል ~ Jehiel: ያሕ ኤል፤ ሕያው አምላክ፤ ዘላለማዊ ጌታ... ማለት ነው፡፡ [ተዛማጅ ስሞች- **ይሒኤል፤ ይዑኤል**] 'ያሕ' እና 'ኤል' ከሚሉ ሁለት ቃላት የተመሠረተ ስም ነው፡፡ በመጽሐፍ ቅዱስ ውስጥ በዚህ ስም የሚታወቁ ሰዎች:-
1. የሚስቱ መዓካ የነበረው የገባዖን አባት **ይዒኤል**፤ (1 ዜና 9:35)
2. የአሮኤራዊው የኮታ ልጅ፤ (1 ዜና 11:44)
3. የኤሊጸፋን ልጅ፤ (2 ዜና 29:14)
4. ለፋሲካ መሥዋዕት እንዲሆን ካቀረቡ፤ (2 ዜና 35:8፤ 9)

ይዓሪም ~ Jearim: 'ጫካ' ማለት ነው፡፡ በይሁዳ ድንበር ላይ ያለ ተራራ፤ "ድንበሩም ከበዓላ በምዕራብ በኩል ወደ ሴይር ተራራ ዞሮ ከሳሎን ወደምትባል ወደ **ይዓሪም** ተራራ ወገን በሰሜን በኩል አለፈ ወደ ቤትሳሚስ ..." (ኢያ 15:10)

ይኮልያ ~ Jecholiah, Jecoliah: የቃለ ያሕ፤ የአምላክ ቃል፤ ቃለ ሕይወት፤ ሕገ እግዚአብሔር ማለትነው፡፡ 'የቃለ' እና 'ያሕ'(ሕያው) ከሚሉ ሁለት ቃላት የተመሠረተ ስም ነው፡፡

ይኮልያ / Jecholiah: የንጉሡ የዖዝያ እናት፤ (2 ነገ 15:2)

ይኮልያ / Jecoliah: (2 ዜና 26:3)

ይዝረሒያ~ Izrahiah, Jezrahiah: እዝር ያሕ፤ የሕያው ዘር፤ የጌታ ወገን፤ የአምላክ ቤተሰብ... ማለትነው፡፡ 'ዘረ' እና 'ያሕ'(ሕያው ፤ ያሕዌ) ከሚሉ ቃላት የተመሠረተ ስም ነው፡፡ በመጽሐፍ ቅዱስ ውስጥ በዚህ ስም የሚታወቁ ሰዎች:-

ይዝረሒያ / Izrahiah: የኦዚ ልጅ፤ (1 ዜና7:3)

ይዝረሒያ / Jezrahiah: በነህምያ ዘመን፤ የመዘምራኑ አለቃ፤ (ነህ 12:42)

ይዝረሕያ ~ Jezrahiah: 'የዘረ ያሕ፤ የሕያው ዘር' ማለት ነው። በነህምያ ዘመን ለኢየሩሳሌም ቅጥር ጥገና በተረገ ክብረ በዓል ከዘመሩ፤ "ዘካርያስ፤ ሐናንያ መለከት ይዘዉ፤ መዕሢያ፤ ሸማያ፤ ... ዘመሩ፤ አለቃቸውም **ይዝረሕያ** ነበረ፤" (ነህ 12:42)

ይዝራዊ ~ Izrahite: ዕዝራያት፤ ዕዘራውያን፤ የዕዝራ ወገኖች... ማለት ነው። "ለአምስተኛው ወር አምስተኛው አለቃ **ይዝራዊው** ሸምሁት ነበረ በእርሱም ክፍል ሃያ አራት ሺህ ጭፍራ ነበረ፤" (1 ዜና 27:8)

ይዝኤል ~ Jeziel: እዝ ኤል፤ የአምላክ እዝ፤ ሕዝበ እግዚአብሔር፤ የጌታ ታዛዥ... ማለት ነው።
'ያዝ' እና 'ኤል' ከሚሉ ቃላት የተመሠረተ ስም ነው። የዳዊትን ሠራዊት የተቀላቀለ፤ የሸማዓ ልጅ፤ (1 ዜና 12:3)

ይዝያ ~ Jeziah: 'ያዚ ያሕ፤ የሕያው ዘር' ማለት ነው። ከምርኮ ከተመለሱ፤ እንግዳ ሚስቶችን ካገቡ፤ የፋሮስ ልጅ፤ "ከእስራኤልም ከፋሮስ ልጆች፤ ራምያ፤ **ይዝያ**፤ መልክያ፤ ሚያሚን፤ አልዓዘር፤ መልክያ፤ በናያስ" (ዕዝ 10:25)

ይዲኤል ~ Jediael: 'በአምላክ የታወቀ' ማለት ነው።
1. የብንያም ልጅ፤ ያባቶች ቤት አለቃ፤ "የብንያም ልጆች ቤላ፤ ቤኬር፤ **ይዲኤል** ሦስት ነበሩ።" (1 ዜና 7:6፤11)
2. የሌዋዊው፤ የሜሱላም ሁለተኛ ልጅ፤ "ሜሱላም ልጆች ነበሩት በኩሩ ዘካርያስ፤ ሁለተኛው **ይዲኤል**፤ ሦስተኛው የዛባት" (1 ዜና 26:1፤2)
3. ከዳዊት ኃያላን አንዱ፤ የሸምሪ ልጅ፤
ይድኤል፤ "የሸምሪ ልጅ **ይድኤል**፤ ወንድሙም ይድኤል፤ ወንድሙም ቲዳዊው ዮሐ" (1 ዜና 11:45)
4. "ወደ ጺቅላግም ሲሄድ ከምናሴ ወገን የምናሴ ሻለቆች የነበሩ ዓድና፤ የዛባት፤

ይዲኤል፤ ሚካኤል፤ ... እርሱ ከዱ።" (1 ዜና 12:20)

ይዲዳ ~ Jedidah: የውድ፤ የተወደደ፤ ለአምላክ የቀረበ... ማለት ነው። [ተዛማጅ ስሞች- **ዮዳሃ፤ ዮዳዛ፤ ያሕዳይ፤ ያዱአ፤ ያዳ፤ ያዳይ፤ ዮሕድያ፤ ዮዳይ፤ ይሆዓዳ፤ ይዲድያ፤ ዮአዳ፤ ዮዓዳን፤ ዮዳዛ]** 'ይወድድ' ከሚል ቃል የተገኘ ስም ነው። የኢዮስያስ እናት፤ የአዳያ ልጅ፤ (2 ነገ 22:1)

ይዲድያ ~ Jedidiah: ያሕ ውድ፤ የሕያው ወዳጅ፤ ቤታ የተወደደ፤ ለአምላክ የቀረበ... ማለት ነው። [ተዛማጅ ስሞች- **ዮዳሃ፤ ዮዳዛ፤ ያሕዳይ፤ ያዱአ፤ ያዳ፤ ዮዳይ፤ ይሆዓዳ፤ ይዲዳ፤ ዮአዳ፤ ዮዓዳን፤ ዮዳዛ]** 'ይወድድ' እና 'ያሕ'(ያሕዌ) ከሚሉ ቃላት የተመሠረተ ስም ነው። እግዚአብሔር የንጉሥ ዳዊትን ልጅ፤ ሰሎሞንን፤ የጠራበት ስም፤ "ደግሞም በነቢዩ በናታን እጅ ልኮ ስሙን ስለ እግዚአብሔር **ይዲድያ** ብሎ ጠራው።" (2 ሳሙ 12:25)

ይዳላ ~ Idalah: 'ዕድለ ያሕ፤ የአምላክ መታሰቢያ' ማለት ነው። ከዛብሎን ከተሞች አንዱ፤ "ቀጣት፤ ነሃላል፤ ሺምሮን፤ **ይዳላ፤** ቤተ ልሔም አሥራ ሁለት ከተሞችና መንደሮቻቸው።" (ኢያ 19:15)

ይዳያ ~ Jedaiah: 'ወደ ያሕ፤ ሕያውን ወደድ፤ አምላክን ማመስገን' ማለት ነው።
1. የስምዖንውያን አለቃ፤ የሺምሪ ልጅ፤ "የሺፌ ልጅ ዚዛ፤ የአሎን ልጅ የ**ይዳያ** ልጅ የሺምሪ ልጅ የሸማያ ልጅ" (1 ዜና 4:37)
2. ከባቢሎን ምርኮ መልስ፤ የኢየሩሳሌምን ቅጥር በመጠገን ከተባበሩ፤ "በአጠገባቸውም የኤርማፍ ልጅ **ይዳያ** በቤቱ አንጻር ያለውን አደሰ። በአጠገቡም የአሰብንያ ልጅ ሐጡሽ አደሰ።" (ነህ 3:10)
3. ከካህናቱ ምድብ፤ የአንዱ አለቃ፤ **ዮዳኤ፤** "መጀመሪያውም ዕጣ ለዮአሪብ ወጣ፤ ሁለተኛው ለ**ዮዳኤ**" (1 ዜና 24:7)

4. **ዮዳኄ፤** "ከካህናቱም **ዮዳኄ፤** የአሪብ፤ ያኪን" (1 ዜና 9:10)

ይድባሽ ~ Idbash:

'ጆግና' ማለት ነው። ከይሁዳ ወገን፤ የኤጣም ልጅ፤ "እነዚህም የኤጣም አባት ልጆች ናቸው ኢይዝራኤል፤ ይሽማ፤ **ይድባሽ፤** እናታቸውም ሃጽሌልፎኒ።" (1 ዜና 4:3)

ይጋር ሠህዱታ ~ Jegar-sahadutha:

'የቃል ኪዳን ምልክት፤ የምስክር ሐውልት' ማለት ነው። የያዕቆብ አማት፤ ላባ በእሰና በያዕቆብ መካከል ለተደረገ ቃልኪዳን፤ መታሰቢያ እንዲሆን ያስቀመጠው የድንጋይ ክምር፤ "ላባም **ይጋር ሠህዱታ** ብሎ ጠራት ያዕቆብም ገለዓድ አላት።" (ዘፍ 31:47)

ይግአል ~ Igal:

'መርገም፤ አምላካዊ ቅጣት' ማለት ነው።

1. የይሳኮር ወገን የሆነ፤ ከሰላዮች አንዱ፤ የዮሴፍ ልጅ፤ "ከይሳኮር ነገድ የዮሴፍ ልጅ **ይግአል**" (ዘኍ 13:7)

2. "የሱባ ሰው የናታን ልጅ **ይግዓል፤** ጋዳዊው" (2 ሳሙ 23:36)

ይግአል ~ Igeal:

'በቀል፤ ቅጣት' ማለት ነው። ከይሁዳ ንጉሣዊ ወገን፤ የነህምያ ልጅ፤ "የሴኬንያም ልጅ ሸማያ ነበረ። የሸማያም ልጆች ሐጡስ፤ **ይግአል፤** ባርያሕ፤ ነዓርያ፤ ሻፋጥ ስድስት ነበሩ።" (1 ዜና 3:22)

ይጽሐር ~ Jezoar:

የሔላ ልጅ፤ ከአሴር ሚስቶች አንዲ፤ "የሔላም ልጆች ጼሬት፤ **ይጽሐር፤** ኤትናን ናቸው።" (1 ዜና 4:7)

ይጽሪ~ Izri:

ይዝሬ፤ ዘሬ፤ ወገኔ... ማለት ነው። በእግዚአብሔር ቤት በጸናጽልና በበገና በመሰንቆም ይዘምሩ፤ በእግዚአብሔርም ቤት ያገለግሉ ከነበሩ፤ (1 ዜና 25:11)

ይፍታሕ ~ Jiphtah:

ይፍታሕ፤ የተፈታ፤ ያልታሰረ፤ የተለቀቀ የተስፋፋ...

ማለት ነው። [ተዛማጅ ስሞች- **ኤፍታህ፤ ያፌት፤ ይፍታሕኤል፤ ዮፍታሔ፤ ፌታያ**]

ከይሁዳ ነገድ ከተሞች፤ የቦታ ስም፤ (ኢያ 15:43)

ይፍታሕኤል ~ Jiphthahel:

ይፍታህ ኤል፤ በጌታ የተፈታ፤ በአምላክ ነጻ የወጣ፤ እግዚአብሔር የማረው... ማለት ነው። [ተዛማጅ ስሞች- **ኤፍታህ፤ ያፌት፤ ይፍታሕ፤ ዮፍታሔ፤ ፌታያ**]

'ይፍታህ' እና 'ኤል' ከሚሉ ሁለት ቃላት የተመሠረተ የቦታ ስም ነው። ዛቡሎን እና የአሴር ልጆች በየወገኖቻቸው የርስታቸው ድንበር፤ (ኢያ 19:14)

ይፍዴያ ~ Iphedeiah:

'ሕያው የፈታው፤ አምላክ ነጻ ያወጣው' ማለት ነው። ከብንያም ነገድ፤ ከሻሻቅ ልጆች አንዱ፤ "ሐናን፤ ሐናንያ፤ ኤላም፤ ዓንቶትያ፤ **ይፍዴያ፤** ፋኑኤል፤ የሶሴቅ ልጆች" (1 ዜና 8:25)

ዮሐ ~ Joha:

ዮሃ፤ የሕያው፤ የዘለዓለም፤ አምላካዊ... ማለት ነው። በመጽሐፍ ቅዱስ ውስጥ በዚህ ስም የሚታወቁ ሰዎች:-

1. የብንያማዊው የበሪዓ ልጅ፤ (1 ዜና 8:16)

2. ከዳዊት ወታደሮች አንዱ፤ (1 ዜና 11:45)

ዮሐና ~ Joanna:

ዮሐና፤ ጸጋ፤ ለጌታ የሆነ፤ ለአምላክ የተሰጠ፤ እግዚአብሔር የማረው... ማለት ነው። [ተዛማጅ ስም- **ዮዓና**]

'የሐና' ከሚለው ቃል የተገኘ ስምነው። በዚህ ስም የሚታወቁ ሁለት ሰዎች አሉ።

. የሄሮድስ አዛዥ የኩዛ ሚስት፤ **ዮሐና**፤ (ሉቃ 8:3) ፤ (ሉቃ 24:10)

. በጌታ የዘር ሐረግ፤ የሬስ ልጅ **ዮዓናን፤** (ሉቃ 3:27)

ዮሐናን ~ Johanan:

ዮሐናን፤ ያሕ አናን፤ የጌታ የሆነ፤ የሕያው በረከት... ማለት ነው። [ተዛማጅ ስም- **ይሆሐናን**]

'ያሕ' (ያሕዌ) እና 'ሐናን' (አናን) ከሚሉ ቃላት የተመሠረተ ስም ነው። [ትርጉም "እግዚአብሔር ጸጋ ሰጭ ነው" ማለት ነው / **መቅቃ**] በመጽሐፍ ቅዱስ ውስጥ በዚህ ስም የሚታወቁ ሰዎች:-

1. ከጋድ ልጆች የጭፍራ አለቆች ዳዊት ወደነበረባት ወደ አምባይቱ ከመጡ፤ የሚሱላም ልጅ፤ (1 ዜና 12:12)

2. የዓዘርያስ ልጅ፤ የዓዘርያስ አባት፤ (1 ዜና 6:9፤ 10) ፤ (2 ዜና 28:12)

3. የኤልዮዔናይ ልጅ፤ (1 ዜና 3:24)

4. የቃሬያ ልጅ፤ (ኤር 41:11-16)

5. የኢዮስያስ ልጅ፤ (1 ዜና 3:15)

6. ዳዊት ከሳኦል ሸሽቶ ወደ ነበረባት ወደ አምባይቱ ከመጡ፤ (1 ዜና 12:4)

7. ከኤፍሬም ልጆች አለቆች፤ (2 ዜና 28:12)

8. ከዕዝራ ጋር ከግዞት ከተመለሱ፤ የሃቃጣን ልጅ፤ (ዕዝ 8:12)

9. ከሌዋውያን አለቆች አንዱ፤ የኤልያሴብ ልጅ፤ (ነህ 12:23)

. **ይሆሐናን**- (ነህ 6:18)

ዮሐንስ ~ John: የሕያዋን ዋስ፤
የሕያዋንዋስ ፤ ሐያው ዋስ፤ ዘላለማዊ አዳኝ... ማለት ነው።

'ሐያው' እና 'ዋስ' ከሚሉ ቃላት የተመሠረተ ስም ነው። [ትርጉም "እግዚአብሔር ጸጋ ነው" ማለት ነው / **መቅቃ**]
በመጽሐፍ ቅዱስ ውስጥ በዚህ ስም የሚታወቁ ሰዎች:-

1. መጥምቁ ዮሐንስ፤ (ማቴ 3:1-2)

2. የዘብዴዎስ ልጅ የያዕቆብ ወንድም፤ ሐዋርያው ዮሐንስ፤ (ማር 1:19)

3. "በነገውም አለቆቻቸውና ሽማግሌዎች ጸሐፍትም ሊቀ ካህናቱ ሐናም ቀያፋም ዮሐንስም እስክንድሮስም የሊቀ ካህናቱም ዘመዶች የነበሩት ሁሉ በኢየሩሳሌም ተሰበሰቡ" (ሥራ 4:6) ፤ (ሥራ 6:6)

4. የሐዋርያው የማርቆስ ሌላ ስም፤ "...ማርቆስ ወደ ተባላው ወደ **ዮሐንስ** እናት ወደ ማርያም ቤት መጣ።" (ሥራ 12:12፤ 25፤ 13:5፤ 13፤ 15:37)

ዮሲፍያ ~ Josiphiah: ያሰፍ ያሕ፤
ሕያው ያስፋ፤ አምላክ ያስፋፋው፤ እግዚአብሔር ያበዛው... ማለት ነው።
'ያስፉ' እና 'ያሕ' (ሕያው) ከሚሉ ቃላት የተመሠረተ ስም ነው። ከዕዝራ ጋር ከግዞት ከተመለሱ፤ የሰሎሚት ልጅ፤ (ዕዝ 8:10)

ዮሳ ~ Joses: የሺህ፤ ብዙ ማለት ነው።
[ተዛማጅ ስም- **ዮሴዕ**]

. የጌታ ወንድም ተብሎ የተጠራ፤ "ይህ የጸራቢ ልጅ አይደለምን? እናቱስ ማርያም ትባል የለምን? ወንድሞቹስ ያዕቆብና **ዮሳ** ስምዖንንም ይሁዳም አይደሉምን?" (ማቴ 13:55፤ ማር 6:3)

. **ዮሴዕ** - (ሉቃ 3:29)

ዮሳቤት ~ Jehosheba: ያሕ ሳባ፤
ያሕ ሰብ፤ የጌታ ሰው፤ ሕያው ሰው፤ የቃል ኪዳን ልጅ... ማለት ነው።
Jehosheba- 'ያሕ' (ሕያው) እና 'ሳባ' ከሚሉ ሁለት ቃላት የተመሠረተ ስም ነው። የንጉሡ የኢዮራም ልጅ፤ የአካዝያስ እኅት **ዮሳቤት**፤ (2 ነገ 11:2)

ዮሴዕ ~ Jose: የሺህ፤ የብዙ... ማለት ነው። [ተዛማጅ ስም- **ዮሳ**]

. በጌታ የዘር የተጠቀሰ፤ የኤልዓዘር ልጅ **ዮሴዕ**፤ (ሉቃ 3:29)

. **ዮሳ** - (ማቴ 13:55፤ ማር 6:3)

ዮሴፍ ~ Joses, Joseph: ያስፋ፤
ዘርን ያበዛ፤ ወገንን ያበረከት፤ ይስፋፋ... ማለት ነው።

'ሰፋ' ከሚለው ግስ የመጣ ስምነው። [ትርጉም "ይጨምር" ማለት ነው / **መቅቃ**] በመጽሐፍ ቅዱስ ውስጥ በዚህ ስም የሚታወቁ ሰዎች:-

ዮሴፍ / Joses: ትውልዱ የቆጵሮስ ሰው የነበረ አንድ ሌዋዊ፤ ባርናባስ በመባል የሚታወቀው። (ሥራ 4:36)

ዮሴፍ / Joseph:

1. የያቆብ ልጅ፤ "ስሙንም። እግዚአብሔር ሁለተኛ ወንድ ልጅን <u>ይጨምርልኝ</u> ስትል **ዮሴፍ** ብላ ጠራችው" (ዘፍ 30:23፤ 24)

2. ምድሪቱን ይሰልሉ ዘንድ ሙሴ ከላካቸው የይግአል ልጅ፤ (ዘኑ 13:7)

3. እንግዶቹን ሚስቶች አግብተው ከነበሩ፤ (ዕዝ 10: 41፤42)

4. በነህምያ ዘመን ከግዞት ከተመለሱ፤ (ነህ 12:14፤15)

5. በጌታ የዘር ሐረግ የተጠቀሰ፤ (ሉቃ 3:30)

6. ሌላ በጌታ የዘር ሐረግ የተጠቀሰ፤ የዮዳ ልጅ፤ (ሉቃ 3:26)

7. ሌላ በጌታ የዘር ሐረግ የተጠቀሰ፤ የማታትዩ ልጅ፤ (ሉቃ 3:25)

8. የማርያም እጮኛ፤ (ሉቃ 3:23)

9. ወደ ጲላጦስ ቀርቦ የኢየሱስን ሥጋ የለመነ እና የቀበረ፤ (ሉቃ 23:50)

10. በርስያን የተባለው፤ (ሥራ 1:23)

ዮስካ ~ Iscah: 'ቀጣይ፤ የወደፊቱን የሚያይ፤ አስተዋይ' ማለት ነው። የአብርሃም ወንድም፤ የናኮር ልጅ፤ የሚልካ እናት ፤ "አብራምና ናኮርም ሚስቶችን አገቡ የአብራም ሚስት ስምዋ ሦራ ነው የናኮር ሚስት የሐራን ልጅ ሚልካ ናት። ሐራንም የሚልካና የዮስካ አባት ነው።" (ዘፍ 11:29)

ዮራ ~ Jorah: 'የበልግ ዝናብ' ማለት ነው። ከግዞት ከተመለሱ የዮራ ልጆች ይገኙበታል፤ "የዮራ ልጆች፤ መቶ አሥራ ሁለት" (ዕዝ 2:18)

ዮራም ~ Jorim: 'የራማ፤ ከፍተኛ፤ የተከበረ' ማለት ነው። በጌታ የዘር ሐረግ፤ የማጣት ልጅ፤ "የዮሴዕ ልጅ፤ የኤልዓዘር ልጅ **የዮራም** ልጅ፤ የማጣት ልጅ፤ የሌዊ ልጅ፤" (ሉቃ 3:29)

ዮርማሮዴቅ ~ Evil-merodach: 'ክፉ መርዶ፤ መጥፎ ዜና' ማለት ነው። የንጉሡ ናቡከደነፆር ልጅና አልጋ ወራሽ፤ "እንዲህም ... የባቢሎን ንጉሥ **ዮርማሮዴቅ** በነገሠ በአንደኛው ዓመት የይሁዳ ንጉሥ ዮአኪንን ከወህኒ አወጣው" (2 ነገ 25:27 ኤር 52:31፤34)

ዮርዳኖስ ~ Jordan: ይወርድ ዳኝ፤ የወርደን ዋስ፤ ከላይ የወረደ ዋስ፤ ከላይ የመጣ አዳኝ፤ ከላይ የመጣ ዳኛ ... ማለት ነው። 'ወረደ' ከሚለው ግስ የተገኘ ስምነው። [ወራጅ ማለት ነው / **መቅቃ**]

. የፍልስጥኤም አገር ወንዝ፤ (ዘፍ 13:10)

. "ያን ጊዜ ኢየሩሳሌም ይሁዳም ሁሉ በዮርዳኖስም ዙሪያ ያለ አገር ሁሉ ወደ እርሱ ይወጡ ነበር" (ማቴ 3:5)

ዮሻብሒሴድ ~ Jushabhesed: 'መኖሪያ ቦታ' ማለት ነው። የዘሩባቤል ልጅ፤ "ሐሹባ፤ አኄል፤ በራክያ፤ ሐሳድያ፤ **ዮሻብሒሴድ** አምስት ናቸው" (1 ዜና 3:20)

ዮሻዊያ ~ Joshaviah: 'ህይወት ሰጪ' ማለት ነው። ከዳዊት ዘበኞች አንዱ፤ "መሐዋዊው ኤሊኤል ይሪባይ፤ **ዮሻዊያ**፤ የኤልናዓም ልጆች፤ ሞዓባዊው ይትማ፤" (1 ዜና 11:46)

ዮቄም ~ Jokim: ያሕ ቄም፤ አምላክ ያቆመው፤ በጌታ የጸና፤ ብርቱ... ማለት ነው። [ተዛማጅ ስሞች- **ቃምኤል፤ ቁሚ፤ አኪቃም፤ አዶኒቃም፤ ኢዮአቄም፤ ዓዝሪቃም፤ ኤልያቄም፤ ያቄም፤ ዮአቄም**]

'ቆም' ከሚለው ግስ የተገኘ ስምነው። ከይሁዳ ነገድ፤ ከአሼቤዓ ቤት የሴሎ ልጅ፤ (1 ዜና 4:22)

ዮቅምዓም ~ Jokmeam: ዮቄም፤ ቄም፤ ያቆመው፤ የጸና፤ ብርቱ... ማለት ነው። [ተዛማጅ ስም- **ዮቄም**]

'የቆም' ከሚለው ቃል የተገኘ ስምነው።

በተራራማው በኤፍሬም አገር ካሉት የመማፀኛ ከተሞች፤ (1 ዜና 6:68)

ዮቅሳን ~ **Jokshan**: አብርሃም ከኬጡራ ከወለዳቸው ልጆች አንዱ፤ "እርስዋም ዘምራንን፤ **ዮቅሳንን**፤ ሜዳንን፤ ምድያምን፤ የስቦቅን፤ ስዌሕን ወለደችለት።" (ዘፍ 25:2፤3፤ 1 ዜና 1:32)

ዮቅንዓም ~ **Jokneam**: ያቀንያም፤ አምላክ ያቀናው፤ አምላክ ያቆመው፤ በጌታ የተሠራ… ማለት ነው።
'የቀና' ከሚለው ቃል የተገኘ ስምነው።
ለዛብሎን ልጆች በየወገኖቻቸው ከወጣ የርስታቸው ድንበር፤ (ኢያ 19:11)

ዮቅድዓም ~ **Jokdeam**: ያቀድም፤ የቀደመ፤ ቀዳማዊ፤ ጥንታዊ… ማለት ነው።
በይሁዳ ተራሮች ላይ የነበረ ከተማ፤ "**ዮቅድዓም**፤ ዛኖዋሕ፤ ቃይን፤ ጊብዓ፤ ተምና አሥር ከተሞችና መንደሮቻቸው።" (ኢያ 15:57)

ዮቅጣን ~ **Joktan**: ቅንጣት፤ ትንሽ፤ ቀጭን… ማለት ነው። ከዔበር ሁለት ልጆች አንዱ፤ "ለዔቦርም ሁለት ልጆች ተወለዱለት የአንደኛው ስሙ ፋሌቅ ነው፤ … የወንድሙም ስም **ዮቅጣን** ነው" (ዘፍ 10:25፤ 1 ዜና 1:19)

ዮብ ~ **Job**: ያብ፤ ኢዮብ፤ የአብ፤ የእግዚአብሔር ሰው፤ የአምላክ የሆነ… ማለት ነው። [ተዛማጅ ስሞች- **ኢዮብ፤ ያሱብሺምር**]
'አብ' ከሚለው ቃል የተገኘ ስምነው።
. የይሳኮር ልጅ፤ "የይሳኮርም ልጆች ቶላ፤ ፉዋ፤ **ዮብ**፤ ሺምሮን" (ዘፍ 46:13)
. **ኢዮብ**- (ሕዝ 14:14፤ 20) ፤ **ያሱብ** ሺምር- (1 ዜና 7:1)

ዮቶር ~ **Jether, Jethro**: ከቡር፤ ግርማዊ… ማለት ነው። [ተዛማጅ ስም- **ዮቴር**] የሙሴ አማት፤ ካህኑ ዮቶር፤

"ሙሴ ሄደ፤ ወደ አማቱ ወደ **ዮቶር** ተመለሰ…" (ዘጸ 4:18፤ 18:1)

ዮና ~ **Jona**: ዋና፤ ዋኖስ፤ ርግብ፤ ትሑት፤ ቅን ማለት ነው። [ተዛማጅ ስም- **ዮናስ**]
[ትርጉሙ "ርግብ" ማለት ነው /**መቅቃ**]
የስምዖን አባት፤ "ወደ ኢየሱስም አመጣው። ኢየሱስም ተመልክቶ፤ አንተ የ**ዮና** ልጅ ስምዖን ነህ፤ አንተ ኬፋ ትባላለህ አለው፤ ትርጓሜው ጴጥሮስ ማለት ነው።" (ዮሐ 1:42፤ 43)

ዮና ልጅ ~ **Bar-jona**: በር ዮና፤ የዮና ልጅ፤ የዋዋሁ ልጅ… ማለት ነው። [ተዛማጅ ስሞች- **ዮና፤ ዮናስ**]
Bar-jona- 'በር' (ቤት ፤ ልጅ) እና 'ዮና' ከሚሉ ቃላት የተመሠረተ ስም ነው።
. ሐዋርያው ጴጥሮስ፤ (ማቴ 16:17)
. "ወደ ኢየሱስም አመጣው። ኢየሱስም ተመልክቶ፤ አንተ የ**ዮና ልጅ** ስምዖን ነህ…" (ዮሐ 1:42)

ዮና ~ **Janna**: 'ፍካት' ማለት ነው። በጌታ የዘር ሐረግ፤ የዮሴፍ ልጅ፤ የመልኪ አባት፤ "የ**ዮና** ልጅ፤ የዮሴፍ ልጅ፤ የማታትዮ ልጅ፤ የአሞጽ ልጅ፤ የናሆም ልጅ፤ የኤሲሊም ልጅ" (ሉቃ 3:25)

ዮናስ ~ **Jonah, Jonas**: ዋኖስ፤ ርግብ፤ የዋህ፤ ትሑት፤ ቅን… ማለት ነው። [ተዛማጅ ስም- **ዮና**]
[ትርጉሙ "ርግብ" ማለት ነው /**መቅቃ**]

ዮናስ / **Jonah**: የአማቴ ልጅ፤ ነቢዩ ወደ **ዮናስ**፤ (2 ነገ 14:25-27) ፤ (ዮናስ 1:1)

ዮናስ / **Jonas**: ነቢዩ **ዮናስ**፤ (ማቴ 12:39፤ 40፤ 41…)

ዮናታን ~ **Jehonathan, Jonathan**: ያሕ ናታን፤ ዮናታን፤ የአምላክ ስጦታ፤ የሕያው ህብት… ማለት ነው። [ተዛማጅ ስም- **ዮናትን**] 'ያሕ'(ያሕዌ)

እና 'ናታን' ከሚሉ ሁለት ቃላት የተመሠረተ ስም ነው።

[ትርጉሙ "እግዚአብሔር ስጥቷል" ማለት ነው/ **መቅቃ**]

በመጽሐፍ ቅዱስ ውስጥ በዚህ ስም የሚታወቁ ሰዎች:-

ዮናታን / Jehonathan:

. በንጉሥ ዳዊት ልዩ ልዩ መዝገቦች ላይ የተሾመ፤ የያዝያ ልጅ፤ (1 ዜና 27:25)

. በዮአቂም ዘመን ከአባቶች ቤቶች አለቆች፤ ካህን፤ "ፈልጣይ፤ ከቢልጋ ሳሙ፤ ከሸማያ **ዮናታን**" (ነህ 12:18)

ዮናታን / Jonathan:

1. ከሙሴ ወገን፤ የጌርሳም ልጅ፤ (መሳ 18:30)

2. የአብያታር ልጅ **ዮናታን**፤ (2 ሳሙ 1:23) ፤ (2 ሳሙ 15:36፤ 17:15-21) ፤ (1 ነገ 1:42፤43)

3. የዳዊት ወታደር፤ የአሳን ልጅ፤ (2 ሳሙ 23:32፤33)

4. የሻጌ ልጅ፤ (1 ዜና 11:34)

5. ከዓዲ ልጅ፤ (ዕዝ 8:6)

6. በዕዝራ ዘመን የነበረ ካህን፤ የአሣሄል ልጅ፤ (ዕዝ 10:15)

7. በዮአቂም ዘመን ከአባቶች ቤቶች አለቆች፤ ከመሉኪ ወገን፤ (ነህ 12:14)

8. የቃሬያ ልጅ፤ (ኤር 40:8)

9. የዮአዳ ልጅ፤ (ነህ 12:11፤ 22፤ 23)

10. በቅጥሩ የእድሳት በዓል ላይ ጥሩንባ የሚነፋ፤ የሸማያ ልጅ፤ (ነህ 12:35)

ዮናትን ~ Jehonathan: ያሕ ናታን፤ ዮናታን፤ ያምላክ ስጦታ፤ የሐያው ሀብት... ማለት ነው። [ተዛማጅ ስም- **ዮናታን**]

'ያሕ'(ያሕዌ) እና 'ናታን' ከሚሉ ሁለት ቃላት የተመሠረተ ስም ነው።

በንቱሥ ኢዮሳፍጥ ዘመን የሕጉን መጽሐፍ ይዘው በይሁዳ ያስተምሩ ከነበሩ፤ (2 ዜና 17:8)

ዮናን ~ Joanna, Jonan: ያሐናን፤ ጸጋ፤ ከጌታ የሆነ፤ ከአምላክ የተሰጠ፤ እግዚአብሔር የማረው... ማለት ነው።

[ተዛማጅ ስም- **ዮሐና**]

'የሐና' ከሚለው ቃል የተገኘ ነው።

በመጽሐፍ ቅዱስ ውስጥ በዚህ ስም የሚታወቁ ሰዎች:-

ዮናን / Joanna: በጌታ የዘር ሐረግ የተጠቀሰ፤ የሬስ ልጅ፤ (ሉቃ 3: 27)

. የኩዛ ሚስት፤ **ዮሐና**- (ሉቃ 8:3) ፤**ዮሐና**- (ሉቃ 24:10)

ዮናን / Jonan: (ሉቃ 3:30፤31)

ዮአስ ~ Joah: 'የ አያ፤ የወንድም' ማለት ነው።

1. የአሳፍ ልጅ፤ የኤልያቄም መዝገብ ቤት ሐላፊ፤ "የቤቱም አዛዥ የኬልቅያስ ልጅ ኤልያቄም ጸሐፊውም ሳምናስ ታሪክ ጸሐፊም የአሳፍ ልጅ **ዮአስ** ወደ እርሱ ወጡ" (ኢሳ 36:3፤11፤22)

2. **ዮአከ**፤ "ልጁ **ዮአከ** ልጁ አዶ፤ ልጁ ዛራ፤ ልጁ ያትራይ።" (1 ዜና 6:21)

3. የያቤድኤዶም ልጅ፤ **ኢዮአስ**፤ "እግዚአብሔርም ባርኮታልና ያቤድኤዶም ልጆች ነበሩት። በኩሩ ሸማያ፤ ሁለተኛው የዛባት፤ ሦስተኛው **ኢዮአስ**፤ አራተኛው ሣካር፤ አምስተኛው ናትናኤል፤" (1 ዜና 26:4)

4. የዘማት ልጅ፤ **ዮአከ**፤ "ሌዋውያኑም፤ ከቀዓት ልጆች የአማሣ ልጅ መሐትና የዓዛርያስ ልጅ ኢዮኤል፤ ከሜራሪም ልጆች የአብዲ ልጅ ቂስና የይሃሌልኤል ልጅ ዓዛርያስ፤ ከጌድሶንም ልጆች የዘማት ልጅ ዮአከና የ**ዮአከ** ልጅ ዔድን፤" (2 ዜና 29:12)

5. የኢዮአካዝ ልጅ፤ **ኢዮአከ**፤ "... የኤዜልያስ ልጅ ሳፋን፤ የከተማይቱም አለቃ መዕሤያ፤ ታሪክ ጸሐፊም የኢዮአካዝ ልጅ **ኢዮአከ**

የእግዚአብሔርን የአምላኩን ቤት ይጠግኑ
ዘንድ ሰደዳቸው።" (2 ዜና 34:8)

ዮአሪብ~ Jehoiarib: 'አምላክ
የጠበቀው' ማለት ነው። ከሃያ አራቱ
የካህናት ምድብ፤ የመጀመሪያው አለቃ፤
"መጀመሪያውም ዕጣ ለዮአሪብ ወጣ፤
ሁለተኛው ለዮዳኤ" (1 ዜና 24:7)

ዮአቄም ~ Joiakim: ያሕ ቄም፤
ሕያው ያቆመው፤ አምላክ ያቆመው፤ በቤታ
የጾና... ማለት ነው። [ተዛማጅ ስሞች-
**ቀም-ኤል፤ ቁሚ፤ አኪቃም፤ አዶኒቃም፤
ኢዮአቄም፤ ዓዝሪቃም፤ ኤልያቄም፤ ያቄም፤
ዮቄም**]

'ያሕ' (ሕያው) እና 'ቆመ' ከሚሉ ሁለት
ቃላት የተመሠረተ ስም ነው። የኢያሱ ልጅ፤
ሊቀ ካህኑ **ዮአቄም**፤ (ነህ 12:10፤ 12 እና
26)

ዮአኪን ~ Jehoiachin: ያሕ አቅን፤
ጌታ ያቃናው፤ የአምላክ ሥራ፤
በእግዚአብሔር የተሾመ፤ ሕያው
ያከናወነው... ማለት ነው።
[ትርጉሙ "እግዚአብሔር ያቆማል" ማለት
ነው/ **መቅቃ**]
በአባቱ እግር ተተክቶ ለሚቶ ቀን
በኢየሩሳሌም የነገሠ፤ የኢዮአቄም ልጅ፤ (2
ዜና 36:9)

ዮአዳ ~ Joaada: የወዳ፤ በሕያው
የተወደደ፤ ለአምላክ የቀረበ... ማለት ነው።
[ተዛማጅ ስሞች- **የዳዪ፤ ዮዳዬ፤ ያሕዳይ፤
ያዱአ፤ ያዳ፤ ያዳይ፤ ዬሕድያ፤ ዬዳይ፤
ይሆዓዳ፤ ይዲዳ፤ ይዲድያ፤ ዮዓዳን፤ዮዳዬ**]
ከኤልያሴብ ልጅ፤ ሊቀ ካህኑ **ዮአዳ**፤ (ነህ
13:28)

ዮዓዳን ~ Jehoaddan: ያሕ
ወደን፤ በቤታ የተወደደ፤ ለአምላክ የቀረበ፤
የሕያው ወዳጅ... ማለት ነው። [ተዛማጅ
ስሞች- **የዳዪ፤ ዮዳዬ፤ ያሕዳይ፤ ያዱአ፤ ያዳ፤
ያዳይ፤ ዬሕድያ፤ ዬዳይ፤ ይሆዓዳ፤ ይዲዳ፤
ይዲድያ፤ ዮአዳ፤ ዮዳዬ**]

የዮአኪን ልጅ፤ የንጉሥ አሜስያስ እናት፤ (2
ነገ 14:2)

ዮእድ ~ Joed: 'የእድ፤ የእጅ፤
ምስከር' ማለት ነው። የፈድያ ልጅ፤
"የብንያምም ልጆች እነዚህ ናቸው የየሻያ ልጅ
የኢቲኤል ልጅ የመዕሢያ ልጅ የቆላያ ልጅ
የፈዳያ ልጅ **ዮእድ** ልጅ የሜሱላም ልጅ
ሰሉ።" (ነህ 11:7)

ዮካል ~ Jucal: የቃል ማለትነው።
የሰሌምያ ልጅ፤ (ኤር 38:1) ፤ (ኤር 37:3)

ዮካልን ~ Jehucal: ያሕ ቃል፤
ሕያው ቃል' ማለት ነው። ሴዴቅያስ ወደ
አምላኩ እንዲጸልይለት ወደ ነቢዩ ኤርምያስ
ከላካቸው ሁለት ሰዎች አንዱ፤ የሴለምያ
ልጅ፤ "ንጉሠም ሴዴቅያስ። ወደ አምላካችን
ወደ እግዚአብሔር ስለ እኛ ጸልይ ብሎ
የሰሌምያን ልጅ **ዮካልን** ካህኑን የመዕሢያን
ልጅ ሶፎንያስን ወደ ነቢዩ ወደ ኤርምያስ
ላከ።" (ኤር 37:3)

ዮካብድ ~ Jochebed: ያከብድ፤
ከፍ ያደርግ፤ ከባድ፤ የተከበረ... ማለት ነው።
[ትርጉሙ "እግዚአብሔር ክብር" ማለት ነው
/ **መቅቃ**]
የነቢዩ ሙሴ እናት፤ የሌዊ ልጅ፤ የእንበረም
ሚስት፤ **ዮካብድ**፤ (ዘኍ 26:59)

ዮዘካር ~ Jozachar: ያዝካር፤
የተዘከረ፤ የታሰበ... ማለት ነው። [ተዛማጅ
ስም- **ዮዛባት**]
'ያሕ'(ያሕዌ ፤ ሕያው) እና 'ዝከር' ከሚሉ
ቃላት የተመሠረተ ስም ነው። የስምዓት ልጅ፤
(2 ነገ 12:21)

ዮዛባት ~ Zabad: 'ሥጦታ' ማለት
ነው። ... [ተዛማጅ ስም- **ዮዘካር**]
የሞዓባዊቱ የስማሪት ልጅ **ዮዛባት**፤ (2 ዜና
24:26)

ዮዛር ~ Joezer: 'የHC፤ የወገን፤
የረዳት' ማለት ነው። ከዳዊት ዘበኞች አንዱ፤

ቆርያዊው፥ "ቆርያውያን ሐልቃና፥ ይሺያ፥ አዛርኤል፥ **ዮዛር**፥ ያሾቢአም" (1 ዜና 12:6)

ዮዛባት ~ Jehozabad, Josabad, Jozabad, Jozabad:

የእምላክ ስጦታ፥ የሕያው ጸጋ፥ ጥሎሽ፥ ማጫ፥ ካሳ… ማለት ነው።

1. ከከሌዊያውያን በር ጠባቂዎች አንዱ፥ የያቤኤዶም ልጅ፥ "እግዚአብሔርም ባርኮታልና ያቤድኤዶም ልጆች ነበሩት በኩሩ ሽማያ፥ ሁለተኛው **ዮዛባት**፥ ሦስተኛው ኢዮአስ፥ … አምስተኛው ናትናኤል" (1 ዜና 26:4)

2. የሰምዓት ልጅ፥ "ባሪያዎቹም የሰምዓት ልጅ **ዮዘካር**ና የሾሜር ልጅ ዮዛባት መቱት፥ ሞተም በዳዊትም ከተማ … ነገሡ" (2 ነገ 12:21)

3. "ከእርሱም በኋላ **ዮዛባት**፥ ከእርሱም ጋር ለሰልፍ የተዘጋጁ መቶ ሰማኒያ ሺህ ሰዎች ነበሩ።" (2 ዜና 17:18)

ዮዛባት / Josabad: 'ጥሎሽ፥ ስጦታ፥ ሽልማት ማግኛት' ማለት ነው። ከብንያም ጦረኞች አንዱ፥ ከዳዊት ሠራዊት የተቀላቀለ፥ (1 ዜና 12:5) "ገድሮታዊው **ዮዛባት**፥ ኤሉዛይ፥ ኢያሪሙት፥ በዓልያ፥ ሰማራያ፥ ሀሩፋዊው ሰፋጥያስ፥"

ዮዛባት / Jozabad: 'አምላክ ያበለጸገው' ማለት ነው።

1. ከጊልቦ ወጊያ በፊት፥ ወደ ዳዊት ከተቀላቀለ የምናሴ ሠራዊት፥ የሺህ አለቃ፥ "ወደ ጺቅላግም ሲሄድ ከምናሴ ወገን የምናሴ ሻለቆች የነበሩ ዓድና፥ **ዮዛባት**፥ ይዲኤል፥ … ወደ እርሱ ከዱ" (1 ዜና 12:20)

2. ሌላ፥ ከጊልቦ ወጊያ በፊት፥ ወደ ዳዊት ከተቀላቀለ የምናሴ ሠራዊት፥ የሺህ አለቃ፥ "ወደ ጺቅላግም ሲሄድ ከምናሴ ወገን የምናሴ ሻለቆች የነበሩ ዓድና፥ ዮዛባት፥ ይዲኤል፥ ሚካኤል፥ **ዮዛባት**፥ ኤሊሁ፥ … ከዱ።" (1 ዜና 12:20)

3. በንቱሁ ሕዝቅያስ ዘመን የነበረ፥ "በንቱሡም በሕዝቅያስና በእግዚአብሔር ቤት አለቃ … **ዮዛባት**፥ ኤሊኤል፥ ሰማኪያ፥ መሐተ፥ በናያስ፥ ከኮናንያና ከወንድሙ ከሰሜኢ፥ እጅ በታች ተቄጣጣሪዎች ነበሩ።" (2 ዜና 31:13)

4. የሌዋውያን አለቃ የነበረ፥ "የሌዋውያኑም አለቆች …ይዒኤል፥ **ዮዛባት** ለፋሲካው መሥዋዕት እንዲሆን አምስት ሺህ በጎችና ፍየሎች፥ አምስት *መቶም* በሬዎች ለሌዋውያን ሰጡ።" (2 ዜና 35:9)

5. በዕዝራ ዘመን የነበረ፥ የኢያሱ ልጅ፥ "በአራተኛውም ቀን … ጋር ሌዋውያን የኢያሱ ልጅ **ዮዛባት**ና የቢንዊ ልጅ ኖዓድያ ነበሩ።" (ዕዝ 8:33)

6. በግዞት እንግዳ ሚስቶችን ካገቡ ካህናት፥ ፋስኩር ልጅ፥ "ከፋስኩር ልጆችም፤ ኤልዮዔናይ፥ መዕሣያ፥ ይስማኤል፥ ናትናኤል፥ **ዮዛባት**፥ ኤልዓሣ" (ዕዝ 10:22)

7. ሌላ፥ በግዞት እንግዳ ሚስቶችን ካገቡ፥ "ደግሞ ኢያሱና ባኒ፥ … **ዮዛባት**፥ ሐናን፥ ፈልያ፥ ሌዋውያኑም ሕጉን ያስተዋሉ ዘንድ ሕዝቡን ያስተምሩ ነበር ሕዝቡም በየስፍራቸው ቆመው ነበር።" (ነህ 8:7)

ዮያሪብ ~ Joiarib: 'ይራባ፥ መርባት፥ መራባት፥ መዛዘት' ማለት ነው።

1. ከካህናት ምድብ *መሠራ*ቾች አንዱ፥ "ከካህናቱ **የዮያሪብ** ልጅ ዮዳኤ፥ ያኪን" (ነህ 11:10)

2. የዘካርያስ ልጅ፥ "የሴሎናዊውም ልጅ የዘካርያስ ልጅ **ዮያሪብ** ልጅ የዓዳያ ልጅ የያዛያ ልጅ የኮልሓዜ ልጅ የባሮክ ልጅ መዕሣያ።" (ነህ 11:5)

3. "መዓድያ፥ ቢልጋ፥ ሸማያ፥ **ዮያሪብ** ዮዳኤ፥" (ነህ12:6)

4. "ወደ አለቆቹም ወደ አልዓዘር፥ ወደ አርኤል፥ … ወደ ሜሱላም፥ ደግሞም ወደ አዋቂዎቹ ወደ **ዮያሪብ**ና ወደ ኤልናታን ላከሁ።" (ዕዝ 8:16)

ዮዲት ~ Judith: ዮዲት፤ ይሁዲት፤ ውሕድ፤ ተዋሐደ፤ አንድ የሆነ፤ አይሁዳዊት... ማለት ነው። (ውዲት፤ ውድ፤ የተወደደች፤ የተፈቀረች ተብሎም ይተረጎማል።)
'ይሁዲት' ከሚለው የመጣ ስም ነው። የኬጢያዊው የብኤሪ ልጅ፤ (ዘፍ 26:34)

ዮዳሄ ~ Jehoiada: እግዚአብሔር ያወቀው፤ የሕያው ወዳጅ ማለት ነው።
[ተዛማጅ ስሞች- **ዮዳሄ፤ ዮዳሃ፤ ያሕዳይ፤ ያዱኣ፤ ያዳ፤ ያዳይ፤ ዮሐድያ፤ ዮዳይ፤ ይሆዓዳ፤ ይዳዳ፤ ይዳይድያ፤ ዮኣዳ፤ ዮዓዳን**]
ከዳዊት ወታደሮች፤ የበናያስ አባት፤ "የዮዳሄ ልጅ በናያስ ..." (2 ሳሙ 8:18) ፤ (1 ዜና 18:17)

ዮግሊ ~ Jogli: 'መሰደድ' ማለት ነው። የዳናውያን አለቃ፤ የቡቂ አባት፤ "ከዳን ልጆች ነገድ አንድ አለቃ የዮግሊ ልጅ ቡቂ" (ዘኍ 34:22)

ዮግብሃ ~ Jogbehah: 'ከፍተኛ፤ ታላቅ፤ የተከበረ' ማለት ነው። በጋድ ነገድ የተገነባና የተመሸገ፤ ከዮርዳኖስ በስተምሥራቅ የሚገኝ ከተማ፤

"ዓጥሮትሽፋንን፤ ኢያዜርን፤ **የግብሃን**" (ዘኍ 32:35)

ዮፍታሔ ~ Jephthae, Jephthah: የፈት፤ የፈታ፤ የተለቀቀ፤ ያልታሰረ፤ ፍትሕ የተሰጠው... ማለት ነው። [ተዛማጅ ስሞች- **ኤፍታህ፤ የፈት፤ ይፍታሕ፤ ይፍታሕኤል፤ ፈታያ**]
'ይፍታ' ከሚለው ቃል የመጣ ስም ነው። የቃሉ ምንጭጭ 'ፈታ' የሚለው ነው።
[ትርጉም- "እግዚአብሔር ይከፍታል" ማለት ነው።/ **መቅ**]

ዮፍታሔ / Jephthae: ሐዋርያው ጻውሎስለአይሁዳውያን በላከው ደብዳቤ የጠቀሰው፤ የገለዓድ ልጅ፤ **ዮፍታሔ** ፤ (ዕብ 11:32)

ዮፍታሔ / Jephthah: የገለዓድ ልጅ፤ (መሣ 11:1-33)

ዮፍኔ ~ Jephunneh: 'መንገዱ የቀና' ማለት ነው።
1. የኢያሱ ተባባሪ የነበረው፤ የካሌብ አባት፤ "ከይሁዳ ነገድ **የዮፍኔ** ልጅ ካሌብ" (ዘኍ 13:6)
2. የዮቴር ልጅ፤ **ዮፍኔ**፤ "የዮቴር ልጆች ዮፍኔ፤ ፊስጳ፤ አራ ነበሩ።" (1 ዜና 7:38)

ደ

ደናንነት ~ Shalem: ሻላም፤ ሰላም፤ በደኅና፤ በአማን... ማለት ነው።
Shalem- 'ሰላም' ከሚለው ቃል የተገኘ ስም ነው።
ያዕቆብ ከስደት ሲመለስ ያለፈበት፤ የቦታ ስም፤ "ያዕቆብም ከሁለት ወንዞች መካከል በተመለሰ ጊዜ በከነዓን ምድር ወዳለችው ወደ ሴኬም ከተማ በደናንነት መጣ በከተማይቱም ፊት ሰፈረ።" (ዘፍ 33:18-20)

ደሊላ~ Delilah: ደላላ፤ መደለል፤ ማባበል፤ ማግባባት፤ ማስማማት፤ ማደራደር... ማለት ነው።
'ደለለ' ከሚለው ግስ የተገኘ ስም ነው። በሶሬቅ ሸለቆ የነበረች ፍልስጤጤኤማዊት ሴት፤ ሶምሶን የወደዳት፤ (መሣ 16:4)

ደላያ ~ Dalaiah: ድለ ያሕ፤ ድለ ሕያው፤ በአምላክ ያሸነፈ... ማለት ነው። የኤልዮኤናይም ልጅ፤ "የኤልዮኤናይም ልጆች ሆዳይዋ፤ ኤልያሴብ፤ ፈልያ፤ ዓቁብ፤

ዮሐናን፥ **ደላያ፥** ዓናኒ ሰባት ነበሩ” (1 ዜና 3:24)

ደልፎን ~ Dalphon: ‘ፈጣን’ ማለት ነው። ከአሥሩ የሐማ ልጆች ሁለተኛው፥ “ፈርሰኔስ፥ **ደልፎን** ፋስጋ፥ ፋረዳታ፥” (አስ 9:7)

ደማስቆ ~ Damascus: የደም ከረጢት ማለት ነው። ከቀደሙት የምሥራቅ አገር ከተሞች፥ የሶሪያ ዋና ከተማ፥ “የሶርያ ራስ **ደማስቆ** ነው፥ የደማስቆም ራስ ረሶን ነው ... ኤፍሬም ይሰባራልና ሕዝብ አይሆንም” (ኢሳ 7:8፥ 17:3) **ደማሪስ ~ Damaris**: ‘ልጃገረድ’ ማለት ነው። በጳውሎስ ስብከት ክርስትናን ከተቀበሉ የአቴን ሰዎች፥ “አንዳንዶች ወንዶች ግን ተባብረው አመኑ፤ ከእነርሱ ደግሞ በአርዮስፋጎስ ያለው የፍርድ ቤት ፈራጅ ዲዮናስዮስ **ደማሪስ** የምትባልም አንዲት ሴት ሌሎችም ከእነርሱ ጋር ነበሩ።” (ሐዋ 17:34)

ደራል ~ Darda: ‘ዕንቁ’ ማለት ነው። ከሰለሞን ጥበብ ጋር ከተነጻጸሩ፥ በጥበበኛነታቸው ከታወቁት አራት ሰዎች፥ “ከሰውም ሁሉ ይልቅ ከኢይዝራኤላዊው ከኤታንና ከማሐል ልጆች ከሄማንና ከከልቀድ ከ**ደራል**ም ይልቅ ጠበበ ነበረ...” (1 ነገ 4:31)

ደርቆን ~ Darkon: ‘ትውልድ’ ማለት ነው። ከባቢሎን ምርኮ ከተመለሱ፥ የንጉሥ ሰሎሞን አገልጋይ ከነበሩ፥ አባት፥ “የየዕላ ልጆች፥ የ**ደርቆን** ልጆች፥ የጌዶል ልጆች፥” (ዕዝ 2:56፥ ነህ7:58)

ደርቤ ~ Derbe: ደራቢ፥ ደርብ፥ ድርብ፥ የተደረበ፥ የተደገመ... ማለት ነው። ‘ደረብ’ ከሚለው ግስ የመጣ ስምነው። ሐዋርያት በርናባስና ጳውሎስ የሸሹባት አገር፥ (ሥራ 16:1)

ደቅላ ~ Diklah: ‘ዲቃላ፥ ደቃቃ፥ ልጅ፥ ትንንሽ’ ማለት ነው። የዮቅጣን ልጅ፥

“ደቅላንም፥ ያባልንም፥ አቢማኤልንም፥” (ዘፍ 10:27፤ 1 ዜና 1:21)

ደባሼት ~ Dabbasheth: ‘ደብረ ስጥ፥ ዳገታማ ቦታ’ ማለት ነው። የዛብሎን አዋሳኝ ከተማ፥ “ድንበራቸውም በምዕራብ በኩል ወደ መርዓላ ወጣ፥ እስከ **ደባሼት**ም ደረሰ በዮቅንዓም ፊት ለፊት ወዳለው ወንዝ ደረስ” (ኢያ 19:11)

ደብራይ ~ Dibri: ደብሪ፥ ደብሬ፥ ደብር፥ ተራራ ቦታ፥ ርስት አምባ... ማለት ነው። [ተዛማጅ ስሞች- **ዲቦራ፥ ዳቤር፥ ዳብራት**]

‘ደብር’ ከሚለው ቃል የመጣ ስምነው። የሰሎሚት አባት፥ (ዘሌ24:11)

ደና ~ Dannah: ዳና፥ ዳን፥ ዳኝ፥ ዳኝነት፥ ዳኛ... ማለት ነው። [ተዛማጅ ስሞች - **ዲና፥ ዳን**]

የይሁዳ ልጆች ነገድ ርስት፥ የከተማ ስም፥ (ኢያ 15:49)

ዱራ ~ Dura: ‘ክብ፥ ዙሪያ ጥምጥም’ ማለት ነው። ናቡከደነጾር የጣዖቱን ምስል ያስቀመጠበት መስክ፥ “ንጉሡ ናቡከደነጾር ቁመቱ ስድሳ ክንድ ወርዱም ስድስት ክንድ የሆነውን የወርቁን ምስል አሠራ በባቢሎንም አውራጃ በ**ዱራ** ሜዳ አቆመው።” (ዳን 3:1)

ዱዲ ~ Dodai, Dodo: ውዱ፥ ወዳጅ... ማለት ነው። ከዳዊት አለቆች አንዱ፥ “በሁለተኛውም ወር ክፍል ላይ አሆሃዊው **ዱዲ** ነበረ በእርሱም ክፍል ሀያ አራት ሺህ ጭፍራ ነበረ።” (1 ዜና27:4)

ዱዲ ~ Dodo: ውድ፥ ወዳጅ... ማለትነው።

1. የይሳኮር ወገን፥ “ከአቤሜሌክም በኋላ ከይሳኮር ነገድ የሆነ የ**ዱዲ** ልጅ የፉሓ ልጅ ቶላ እስራኤልን ለማዳን ተነሣ ... ነበር።” (መሣ 10:1)

2. ከሦስቱ የዳዊት ኃያላን አንዱ፥ የኤልያናን (Eleazar) አባት፥ “ከእርሱም በኋላ የአሆሃዊው የ**ዱዲ** ልጅ ኤልያናን ነበረ፥

ለሰልፍ የተሰበሰቡትን ፍልስጥኤማውያንን በተገዳደሩ ጊዜ ከዳዊት ጋር ከሆስቱ ኃይላን አንዱ እርሱ ነበረ፤ የእስራኤልም ሰዎች ተመለሱ።" (2 ሳሙ 23:9፤ 1 ዜና 11:12)
3.ከሠላሳዎቹ የዳዊት ኃያላን አንዱ፣ ኤልያናን (Elhanan) አባት፣ "የኢዮአብም ወንድም አሣሄል በሠላሳው መካከል ነበረ፤ የቤተ ልሔም ሰው የ**ዲዲ** ልጅ ኤልያናን" (2 ሳሙ 23:24)

ዲልዓን ~ Dilean: 'ጠባቂ፣ ጋራጅ' ማለት ነው። በታችኛው ደልዳላ የይሁዳ መሬት ከሚገኙ ከተሞ ች አንዱ፣ "ጽናን፣ ሐዳሻ፣ ሚግዳልጋድ፣ **ዲልዓን**፣" (ኢያ 15:38)

ዲሞና ~ Dimonah: በይሁዳ የሚገኝ ከተማ፣ "**ዲሞና**፣ ዓድዓዳ፣ ቃዴስ፣ ሐጸር፣ ዮትናን፣" (ኢያ 15:23)

ዲሞን ~ Dimon: ደመኛ፣ ዲመን፣ ደምነ፣ ደማዊ፣ ደም፣ ቀይ... ማለት ነው። 'ደም' ከሚለው ቃል የተገኘ ስምነው። ስለ ሞዓብ በተነገረ ሽንም፣ የነቢዩ የኢሳይያስ ትንቢት፣ "የ**ዲሞን**ም ውኃ ደም ተሞልታለች በ**ዲሞን**ም ላይ ሥቃይን እጨምራለሁ፣ ከሞዓባውያንም በሚያመልጡ፣ ከምድርም በሚቀሩ ላይ አንበሳን አመጣለሁ።" (ኢሳ 15:9)

ዲሳን ~ Dishan: 'አጋዘን' ማለት ነው። የሴይር የመጨረሻ ልጅ፣ "በዚያች አገር የተቀመጡ የሐሪው የሴይር ልጆች እነዚህ ናቸው፣ ሎጣን፣ ሦባል፣ ጽብዖን፣ ዓና፣ ዲሶን፣ ኤጽር፣ **ዲሳን**" (ዘፍ 36:20፤28፤30፤ 1 ዜና 1:38፤42)

ዲሶን ~ Dishon: 'አጋዘን' ማለት ነው። የሴይር አምስተኛ ልጅ፣ "በዚያች አገር የተቀመጡ የሐሪው የሴይር ልጆች እነዚህ ናቸው ሎጣን፣ ሦባል፣ ጽብዖን፣ ዓና፣ **ዲሶን**፣ ኤጽር፣ ዲሳን" (ዘፍ 36:20፤28፤30፤ 1 ዜና 1:38፤42)

ዲብያ ~ Zibia: ዘበ ያሕ፣ ዘብ፣ የተጠበቀ፣ ታላቅ፣ የተከበረ... ማለት ነው። Zibia- 'ዘብ' እና 'ያሕ' (ያሕዌ ፣ ሕያው) ከሚሉ ቃላት የተመሠረተ ስም ነው። የሻሐራይም ልጅ፣ ከአባቶች ቤቶች አለቆች የነበረ፣ **ዲብያ**፣ (1 ዜና 8:9)

ዲቦራ ~ Deborah: ደቦራህ፣ ደብርህ፣ ደብር፣ ተራራ፣ ርስት፣ አምባ... ማለት ነው። [ተዛማጅ ስሞች- **ደብራይ፣ ዳቤር፣ዳብራት**]
[ትርጉም- "ንብ" ማለት ነው / **መቅ?**]
በዚህ ስም የሚታወቁ ሁለት ሰዎች አሉ።
1. የርብቃ ሞግዚት፣ (ዘፍ 35:8)
2. በእስራኤል ላይ ዳኛ የነበረች፣ ነቢይቱ ዲቦራ፣ (መሣ 4:4)

ዲና ~ Dinah: ዳኛ፣ ዳና፣ ፈረደ... ማለት ነው። [ተዛማጅ ስሞች- **ደና፣ ዳን**]
[ትርጉም- "ፈረደ" ማለት ነው / **መቅ?**]
ልያ ለያዕቆብ የወለደችለት ሴት ልጅ፣ (ዘፍ 30:21)

ዲንሃባ ~ Dinhabah: ደነ አባ፣ አባት ደነ፣ ትልቅ ዱር፣ ጫካ... ማለት ነው። 'ደን' እና 'አባ' ከሚሉ ሁለት ቃላት የተመሠረተ ስም ነው። በእስራኤልም ልጆች ላይ ገና ንጉሥ ሳይነግሥ በኤዶምያስ ምድር የነገሡ፣ ባላቅ የነገሠበት ከተማ፣ "በኤዶምም የቢዖር ልጅ ባላቅ ነገሠ የከተማውም ስም **ዲንሃባ** ናት።" (ዘፍ 36:32) ፣ (1 ዜና 1:43)

ዲያቆናት ~ Deacon: ዲያቆን፣ ድያቆን፣ ደቁና፣ ደቁና፣ ጉዳይ፣ ክንውን፣ አገልግሎት... ማለት ነው። 'ደቆነ' ከሚለው ግስ የመጣ ስምነው። [አገልጋይ ማለት ነው / **መቅ?**]
በጸውሎስ መልእክት የተጠቀሰ የቤተ ክርስቲያን ሹመት፣ (ፊሊ 1:1)

ዲዮናስዮስ~ Dionysius: 'ፈውስ ያገኘ' ማለት ነው። በጳውሎስ ስብከት ክርስትና ከተቀበሉ የግሪክ ሰዎች፣

"እንዳንዶች ወንጆች ግን ተባብረው አመኑ፤ ከእነርሱ ደግሞ በአርዮስፋጎስ ያለው የፍርድ ቤት ፈራጅ **ዲዮናስዮስ** ደማሪስ የሚሏትም አንዲት ቤት ሌሎችም ከእነርሱ ጋር ነበሩ።" (ሐዋ 17:34)

ዲዮጥራጢስ ~ **Diotrephes**:
በዮሐንስ መልእክት የተጠቀሰ ክርስቲያን፤ "ወደ ቤተ ክርስቲያን ጻፍሁ፤ ዳሩ ግን ዋናቸው ሊሆን የሚወድ **ዲዮጥራጢስ** አይቀበለንም።" (3 ዮሐ 1:9)

ዲዲሞስ ~ **Didymus**: 'መንታ፤ ጥንድ፤ እጥፍ' ማለት ነው። የሐዋርያው ቶማስ የከበር ስም፤ "ስለዚህ **ዲዲሞስ** የሚሉት ቶማስ ለባልንጀሮቹ ለደቀ መዛሙርት፤ ከእርሱ ጋር እንሞት ዘንድ እኛ ደግሞ እንሂድ አለ" (ዮሐ 11:16፤ 20:24፤ 21:2)

ዳልማኑታ ~ **Dalmanutha**:
'ገንዳ' ማለት ነው። በገሊላባስተምዕራብ የሚገኝ ከተማ፤ "አሰናበታቸውም። ወዲያውም ከደቀ መዛሙርቱ ጋር ወደ ታንኳይቱ ገብቶ ወደ **ዳልማኑታ** አገር መጣ።" (ማር 8:10)

ዳርዮስ ~ **Darius**: 'ደራሽ፤ ንቁ' ማለት ነው።

1. "**ዳርዮስም** በመንግሥቱ ሁሉ ዘንድ እንዲሆኑ መቶ ሃያ መሳፍንት በመንግሥቱ ላይ ይሾም ዘንድ ወደደ።" (ዳን 6:1፤ 11:1)

2. "በዚያ ጊዜም ንጉሡ **ዳርዮስ** መዛግብት ባሉበት በባቢሎን ቤተ መጻሕፍት እንዲመረመር አዘዘ።" (ዕዝ 5:1)

3. "ከሌዋውያንም በኤልያሴብና በዮአዳ፤ በዮሐንንናበያዱአ ዘመን የአባቶች ቤቶች አለቆች ተጻፉ ካህናቱም በፋርሳዊው በ**ዳርዮስ** መንግሥት ዘመን ተጻፉ።" (ነህ 12:22)

ዳቤር ~ **Debir**: ደብር፤ ተራራ፤ ቦታ፤ ርስት፤ ጉልት፤ አምባ... ማለት ነው። [ተዛማጅ ስሞች- **ደብራይ፤ ዲቦራ፤ ዳብራት**] 'ደብር' ከሚለው ቃል የመጣ ስምነው።

. የንጉሥ አዶላም አገር፤ (ኢያ10:3)

. "ሰኮ፤ ደና፤ **ዳቤር** የምትባለው **ቂርያትስና**" (ኢያ 15:49)

ዳብራት ~ **Dabareh, Daberath**: ደብራ፤ ደብራት፤ ደብሮች፤ ቦታዎች፤ ርስታም... ማለት ነው። [ተዛማጅ ስሞች- **ደብራይ፤ ዲቦራ፤ ዳቤር**] 'ደብር' ከሚለው ቃል የመጣ ስምነው።

ዳብራት / Dabareh: ለሌዋውያን ወገኖች ለጌድሶንልጆች ርስት እንዲሆን የተሰጠ፤ (ኢያ21:28)

ዳብራት / Daberath: (ኢያ 19: 12)

ዳታን ~ **Dathan**: 'ሕጋዊ ባለመብት' ማለት ነው። ከሮቤል ነገድ፤ ፈራጅ የነበረ፤ በቆሬ ሙሴን ከተቃዋሙት፤ "የሌዊም ልጅ የቀዓት ልጅ የይስዓር ልጅ ቆሬ ከሮቤልም ልጆች የኤልያብ ልጆች **ዳታን**ና አቤሮን የፋሌትም ልጅ አን በሙሴ ላይ ተነሡ።" (ዘኍ16:1፤ 26:9፤ 11:6፤ መዝ106:17)

ዳን ~ **Dan**: ዳኝ፤ ዳኛ፤ ዳኒ፤ ፈራዴ... ማለት ነው። [ተዛማጅ ስሞች- **ደና፤ ዲና**] 'ዳኝ' ከሚለው ቃል የተገኘ ስም ነው። [ትርጉሙ "ዳኛ" ማለት ነው / **መቅቃ**] በዚህ ስም የሚታወቁ አንድ ሰውና አንድ ቦታ አሉ።

1. የቦታ ስም፤ ሌሳ **ዳን** ተባለች፤ "አብራምም ወንድሙ እንደ ተማረከ በሰማ ጊዜ ... ፍለጋቸውንም ተከትሎ እስከ **ዳን** ድረስ ሄደ።" (ዘፍ 14:14) ፤ "ከተማይቱንም ከእስራኤል በተወለደው በአባታቸው በ**ዳን** ስም **ዳን** ብለው ጠሩአት የከተማይቱም ስም አስቀድሞ ሌሳ ነበር።" (መሳ 18:29)

2. የራሔል ባሪያ ባላ ለያዕቆብ የወለደችለት፤ "ራሔልም፡ እግዚአብሔር ፈረደልኝ፤ ቃሌንም ደግሞ ሰማ፤ ወንድ ልጅንም ሰጠኝ አለች ስለዚህ ስሙን **ዳን** ብላ ጠራችው።" (ዘፍ 30:6) ፤ "**ዳን** በወገኑ ይፈርዳል፤

ከእስራኤል ነገድ እንደ አንደ አንዱ።" (ዘፍ 49:16)

ዳንኤል ~ Daniel: ዳኛ ኤል፤ አምላክ ዳኛ፤ እግዚአብሔር ፈረደ... ማለት ነው። 'ዳኛ' እና 'ኤል' ከሚሉ ሁለት ቃላት የተመሠረተ ስም ነው። [ትርጉሙ "እግዚአብሔር ፈራጅ ነው ማለት ነው" / **መቅጋ**] በመጽሐፍ ቅዱስ ውስጥ በዚህ ስም የሚታወቁ ሰዎች:-

1. ከቀርሜሎሳዊቱ ከአቢግያ የተወለደው፤ የዳዊት ልጅ፤ (1 ዜና 3:1)

2. የኢታምር ልጅ ፤ (ዕዝ 8:2)

3. ነቢዩ ዳንኤል፤ "እነዚህ ሦስት ሰዎች፤ ኖህና **ዳንኤል** ኢዮብም፤ ቢኖሩባት በጽድቃቸው የገዛ ነፍሳቸውን ብቻ ያድናሉ፤ ይላል ጌታ እግዚአብሔር" (ሕዝ 14:14) ፤ (ዳን 1:6) ፤ (ዳን 1:3፤ 6)

4. ከነህምያ ጋር የቃል ኪዳን ደብዳቤ ካተሙት፤ (ነህ 10:6)

ዳኤል ~ Lael: ለኤል፤ ለአምላክ፤ ለጌታ፤ ለእግዚአብሔር... ማለት ነው። Lael- 'ለ 'ኤል' ከሚለው ቃል የተገኘ ስም ነው።

የኤሊሳፍ አባት፤ (ዘኍ 3:24)

ዳዊት ~ David: ደውድ፤ ዘ ውድ፤ ዘውድ የተወደደ ማለት ነው። የእሴይ ልጅ፤ የእስራኤል ንጉሥ፤ (ሩት 4:22) ፤ (2 ሳሙ 17:25)

ዳጎን ~ Dagon: 'ዓሣ' ማለት ነው። የፍልስጤማውያን አምላክ፤ ጣዖት፤ "በነጋውም የአዛጦን ሰዎች ማለዱ፤ እነሆም፤ **ዳጎን** በእግዚአብሔር ታቦት ፊት በምድር ላይ በግምባሩ ወድቆ ነበር ዳጎንንም አነሡተው ወደ ... (1 ሳሙ 5:3፤4)

ዜሬት ~ Zereth: ዘራት፤ ዘር፤ ወገናት፤ ዘመዶች... ማለት ነው። Zereth- 'ዘር' ከሚለው ቃል የመጣ ስም ነው። የአሽሐር ልጅ፤ ከሐላ የተወለደ፤ (1 ዜና 4:7)

ዴቀር ~ Dekar: 'ጦረኛ፤ ቀስተኛ...' ማለት ነው። የዴቀር ልጅ፤ የንጉሡ ሰሎሞን አማካሪና ሹም ነበር፤ "በማቃጽና በሸዓልቢም በቤትሳሚስና በኤሎንቤትሐናን የዴቀር ልጅ" (1 ነገ 4:9)

ዴቤላይም ~ Diblaim: 'ደባል፤ ድርብ፤ ድርብርብ...' ማለት ነው። የሆሴዕ ሚስት፤ የጎሜር እናት፤ "እርሱም ሄደ የዴቤላይምን ልጅ ጎሜርን አገባ እርስዋም ፀነሰች ወንድ ልጅንም ወለደችለት።" (ሆሴ 1:3)

ዴብላታ ~ Diblath: 'ደባላት' ማለት ነው። የቦታ ስም፤ "እጅንም እዘረጋባቸዋለሁ፤ በሚኖሩበትም ስፍራ ሁሉ ምድሪቱን ከዴብላታ ምድረ በዳ ይልቅ ውድማና በረሃ አደርጋታለሁ እነም እግዚአብሔር ..." (ሕዝ 6:14)

ዴቦን ~ Dibon: 'ሊቀነት' ማለት ነው።

1. የሞዓባውያን ከተማ፤ "ገተርናቸው ከሐሴቦን እስከ **ዴቦን** ድረስ ጠፋ ኖፋም እስኪደርሱ እስከ ሜድባ አፈረስናቸው።" (ዘኍ 21:30)

2. ከግዞ ት መልስ፤ የይሁዳ ነገድ መቀመጫ፤ (ነህ 11:25)

ድላያ ~ Delaiah: ድለ ያሕ፤ ድለ ሕያው፤ በአምላክ ያሸነፈ... ማለት ነው።

1. በንጉሡ ዳዊት ዘመን የነበረ ካህን፤ የሀያ ሶሥተኛው የመቅደሱና የእግዚአብሔር ቤት አለቃ፤ "ሀያ ሦስተኛው ለድላያ፤ ሀያ አራተኛው ለመዓዝያ።" (1 ዜና 24:18)

2. ከባቢሎን ምርኮ ከተመለሱ፤ **ዳላያ፤** "የዳላያ ልጆች፤ የጦብያ ልጆች፤ የኔቆዳ ልጆች፤ ስድስት መቶ አምሳ ሁለት ነበሩ።" (ዕዝ 2:60፤ ነህ 7:62)

3. የመሔጣብኤል ልጅ፤ "እነም ወደ መሔጣብኤል ልጅ ወደ **ድላያ** ልጅ ወደ ሸማያ ቤት ገባሁ እርሱም ተዘግቶ ነበርና ..." (ነህ 6:10)

4. "ነገር ግን ኤልናታንና **ድላያ** ገማርያም ክርታሱን እንዳያቃጥል ንጉሡን ለመኑት፤ እርሱ ግን አልሰማቸውም።" (ኤር36:12፤ 25)

ድልማጥያ ~ Dalmatia:

'ድንግዝግዝ' ማለት ነው። ጸውሎስ፤ ቲቶን የላከበት፤ ተራራማ ቦታ፤ "ዴማስ የአሁኑን ዓለም ወዶ ትቶኛል፤ ወደ ተሰሎንቄም ሄዶኣል፤ ቀርቂስም ወደ ገላትያ ቲቶም ወደ **ድልማጥያ** ሄደዋል" (2 ጢሞ 4:10)

ድሩሲላ ~ Drusilla:

'በጤዛ የራሰ፤ የረሰረሰ፤ ርጥብ' ማለት ነው። የሄሮድ ሴት ልጅ፤ "ከጥቂት ቀንም በኋላ ፊልክስ አይሁዳዊት ከነበረች **ድሩሲላ** ከሚሉአት ከሚስቱ ጋር መጥቶ ጸውሎስን አስመጣ፤ በኢየሱስ ክርስቶስም ስለ ማመን የሚናገረውን ሰማው።" (ሐዋ 24:24)

ድብ ~ Arcturus:

'ከምችት፤ ጥርቅም፤ ስብስብ' ማለትነው። የኮከብ ስም፤ "**ድብ** የሚባለውን ኮከብና አሪዮን የሚባለውን ኮከብ፤ ሰቡቱንም ከፍክብት፤ በደቡብም በኩል ያሉትን የከዋክብት ማደርያዎች ሥርቶኣል።" (ኢዮ 9:9፤ 38:32)

ድያ ~ Jupiter:

'ረጅ አባት' ማለት ነው። የግሪክ የጣዖት ስም፤ "በርናባስንም **ድያ** አሉት፤ ጸውሎስንም እርሱ በመናገር ዋና ስለ ነበረ ሄርሜን አሉት።" (ሐዋ 14:12፤ 13)

ድዳናውያ ~ Dedanim:

የድዳን ወገኖች፤ "ስለ ዓረብ የተነገረ ሺከም፤ **የድዳናውያን** ነጋዴዎች ሆይ፤ በዓረብ ዱር ውስጥ ታድራላችሁ።" (ኢሳ 21:13)

ድዳን ~ Dedan:

ደልዳላ፤ ዝቅተኛ ቦታ... ማለት ነው።

1. የኩሽ ልጅ፤ የራዕማ ልጅ፤ "ኩሽም ልጆች ሳባ፤ ኤውላጥ፤ ሰብታ፤ ራዕማ፤ ሰበታ ናቸው። የራዕማ ልጆችም ሳባ፤ **ድዳን** ናቸው።" (ዘፍ 10:7፤ 1 ዜና 1:9)

2. (ዘፍ 25:3፤ 1 ዜና 1:32)

ደሎሕያ ~ Chileab:

ቻለ አብ፤ ቃለ አብ፤ ቃለ ሕያው፤ ቃለ እግዚአብሔር... ማለት ነው።
የዳዊት ልጅ፤ የናባል ሚስት ከነበረች ከአቢግያ የተወለደው፤ (2 ሳሙ 3:3)

. **ዳንኤል**- (1 ዜና 3:1)

ዶር ~ Dor:

'ትውልደ ትውልድ' ማለት ነው። የከነዓውያን ጥንታዊ፤ መናገሻ ከተማ፤ "በይሳኮርና በአሴር መካከል ቤትሳንና መንደሮችዋ፤ ይብልዓምና መንደሮችዋ፤ **ዶር**ና የመንደሮችዋ ሰዎች፤ ... ነበሩ።" (ኢያ 17:11 1 ነገ 4:11)

ዶርቃ ~ Dorcas:

'ጫርቃ፤ ሊጋ፤ እንቡጥ፤ ቀንበጥ' ማለት ነው።በኢዮጴ፤ ጴጥሮስ ከሞት ያስነሣት ክርስቲያን፤ "በኢዮጴም ጣቢታ የሚሉአት አንዲት ደቀ መዝሙር ነበረች፤ ትርጓሜውም **ዶርቃ** ማለት ነው፤ እርስዋም መልካም ነገር የሞላባት ምጽዋትም የምታደርግ ነበረች።" (ሐዋ9:36-41)

ዶታይ ~ Dothan:

ሁለት ጉድጓዶች ማለት ነው። ዮሴፍ ወንድሞቹን ፍለጋ ከሄደባቸው ቦታዎች፤ "ሰውዮውም። ከዚህ ተነሥተዋል ወደ **ዶታይ**ን እንሂድ ሲሉም ሰምቼአችዋለሁ አለው። ዮሴፍም ወንድሞቹን ተከታትሎ ሄደ፤ በዶታይንም አገኛቸው።" (ዘፍ 37:17)

ዶይቅ ~ Doeg:

ደግ፤ ትሑት፤ ለጋስ፤ ርኅሩኅ፤ አምላክን የሚፈራ... ማለት ነው። **Doeg**- 'ደግ' ከሚለው ቃል የተገኘ ስም ነው። የሳኦል የእረኞቹ አለቃ የነበረ፤ (1 ሳሙ 21:7)

ዶዳያ ~ Dodavah:

ወደ ያሕ፤ የሕያው ወዳጅ፤ ወደ አምላክ የቀረበ... ማለት ነው። መሪሳ በተባለው የይሁዳ ግዛት የነበረ፤ ኢዮሣፍጥን ከአካዝያስ ጋር በመተባበር የተቃወመ፤ የአልዓዛር አባት፤ "የመሪሳው ሰው የ**ዶዳያ** ልጅ አልዓዛር። ከአካዝያስ ጋር

ተባብረሃልና እግዚአብሔር ሥራህን
አፍርሶታል ብሎ በኢዮሣፍጥ ላይ ትንቢት
ተናገረ ...” (2 ዜና 20:37)

ጀ

ጀንደረባ ~ Eunuch: እጮ፣ የታጨ፣
ለሹመት የታሰበ፣ አልጋ ጠባቂ፣ አልጋ
ወራሽ... ማለት ነው።
Eunuch- ‘እጮ’ከሚ.ለው ቃል የተገኘ
ስም ነው።
. ዮሴፍን የገዛ የግብፅ ሰው፣ “እነዚያ
የምድያም ሰዎች ግን ዮሴፍን በግብፅ ለፈርዖን
ጀንደረባ ለዘበኞቹ አለቃ ለጲጥፋራ ሸጡት።”
(ዘፍ 37:36)
. ነቢዩ ኤርምያስን በገመዱ ጕተቱት
ከጕድጓድ ያወጡት፣ “በንጉሡም ቤት
የነበረው **ጀንደረባ** ኢትዮጵያዊው አቤሜሌክ
ኤርምያስን በጉድጓዱ ውስጥ እንዳኖሩት
ሰማ። ንጉሡም በብንያም በር ተቀምጦ ነበር።
” (ኤር 38:7)
. “ፊቱንም ወደ መስኮቱ አንሥቶ። ከእኔ ጋር
ማን ነው፣ አለ። ሁለት ሦስትም **ጀንደረቦች**
ወደ እርሱ ተመለከቱ።” (2 ነገ 9:32)
. ፊልጶስ ያገኘው ኢትዮጵያዊው ባለሥልጣን
፣ “ተነሥቶም ሄደ። እነሆም፣ ህንደኬ
የተባለች የኢትዮጵያ ንግሥት አዛዥና
ጀንደረባ የነበረ በገንዘብዋም ሁሉ የሠለጠነ
አንድ የኢትዮጵያ ሰው ሊሰግድ ወደ
ኢየሩሳሌም መጥቶ ነበር፣” (ሥራ 8:27)

ገ

ገለዓድ ~ Galeed, Gilead:
‘የምስክር ክምር’ ማለት ነው። ላባ ይጋር
ሠሁዱታ ብሎ የጠራት፣ ያዕቆብና አማቱ ላባ
ቃል ኪዳን የተገባቡት ቦታ፣ (ዘፍ 31:47፣
48) “ላባም ይጋር ሠሁዱታ ብሎ ጠራት
ያዕቆብም **ገለዓድ** አላት”

ገለዓድ / Gilead:

1. ከዮርዳኖስ በስተምሥራቅ የሚገኝ የተራራ
ሰንሰለት፣ “እርሱም ያለውን ሁሉ ይዞ ኮበለለ
ተነሥቶም ወንዙን ተሻገረ፣ ፊቱንም ወደ
ገለዓድ ተራራ አቀና።” (ዘፍ 31:21፣ 3:12-
17)
2. የማኪር ልጅ፣ “የምናሴ ልጆች ከማኪር
የማኪራውያን ወገን ማኪርም **ገለዓድ**ን ወለደ
ከገለዓድየገልዓዳውያን ወገን።” (ዘኍ
26:29፣30)
3. የዮፍታሔን አባት፣ “ገለዓዳዊውም
ዮፍታሔ ጽኑዕ ኃያል ሰው የገለሞታ ሴትም
ልጅ ነበረ። **ገለዓድ**ም የፍታሔን ወለደ”
(መሳ 11:1፣2)

ገሊላ ~ Galilee: የተከለለ፣ የተገለለ፣
የተለየ... ማለት ነው። በኔታ ዘመን፣ ከሦስቱ
የፍልስጥኤም ክፍሎች [ይሁዳ፣ ሰማርያ እና
ገሊላ] አንዱ፣ “በንፍታሌም ባለው
በተራራማው አገር በ**ገሊላ** ቃዴስን፣
በኤፍሬምም ባለው በተራራማው አገር
ሴኬምን፣ በይሁዳም ባለው በተራራማው
አገር ኬብሮን የምትባለውን ቂርያትአርባቅን
ለዩ።” (ኢያ 20:7፣ 1 ነገ 9:11)

ገላትያ ~ Galatia: ‘ነጭ፣ ወተት
የመሰለ’ ማለት ነው። የቢታንያ አዋሳኝ የሆነ
የሮማ ግዛት የነበረ፣ “በእስያም ቃሉን
እንዳይናገሩ መንፈስ ቅዱስ ስለ ከለከላቸው
በፍርግያና በ**ገላትያ** አገር አለፉ፣” (ሐዋ
16:6)

ገማሊ ~ Gamalli: ገማሊ፤ ግመሊ፤ ግመለኛ፤ ግመሎች ያሉት... ማለት ነው።
Gamalli- 'ግመል' ከሚለው ቃል የተገኘ ስምነው።
ሙሴ እንደ እግዚአብሔር ትእዛዝ ከፋራን ምድረ በዳ ከላካቸው፤ ከዳን ነገድ፤ የዓሚኤል አባት፤ (ዘኍ 13:12)

ገማልኤል ~ Gamaliel: ገማለ ኤል፤ ግመለ ኤል፤ የአምላክ ግመል፤ የአምላክ አገልጋይ... ማለት ነው።
'ግመለ' እና 'ኤል' ከሚሉ ቃላት የተመሠረተ ስም ነው። ከምናሴ ነገድ የሆነ የፍዳሱ ልጅ፤ **ገማልኤል**፤ (ዘኍ 10:23)

ገማርያ ~ Gemariah: 'ገማረ ያሕ፤ ገረመ ያሕ፤ የሕያው ድንቅ ሥራ፤ አስገራሚ ከነውን' ማለት ነው። የኬልቅያስ ልጅ፤ አይሁድ በስደት በነበሩበት ዘመን፤ የኤርሚያስን ደብዳቤ አድራሽ ነበር፤ "ኤርምያስ የይሁዳ ንጉሥ ሴዴቅያስ ወደ ባቢሎን ንጉሥ ወደ ናቡከደነፆር ወደ ባቢሎን በላካቸው በሳፋን ልጅ በኤልዓሣና በኬልቅያስ ልጅ በ**ገማርያ** እጅ ደብዳቤውን እንዲህ ሲል ላከው።" (ኤር 29:3)

ገሞራ ~ Gomorrah: 'መስመጥ፤ መጥለቅ' ማለት ነው። ከአምስቱ የሲዶን ከተሞች አንዱ፤ "የከነዓናውያንም ወሰን ከሲዶን አንሥቶ ወደ ጌራራ በኩል ሲል እስከ ጋዛ ድረስ ነው ወደ ሰዶምና ወደ **ገሞራ**፤ ወደ... ነው።" (ዘፍ 10:19፤ 13:10፤ 19:24፤28)

ገሪዛን ~ Gerizim: 'ገራኸ፤ ቆራጭ' ማለት ነው። "አምላከህም እግዚአብሔር ትወርሳት ዘንድ አንተን ወደምትኼድባት ምድር ባገባህ ጊዜ፤ በረከቱን በ**ገሪዛን** ተራራ መርገሙንም በጌባል ተራራ ታኖራለህ።" (ዘዳ 11:29)

ገበታ ~ Gabbatha፤ Bigthan: ጉብታ፤ ገበታ፤ መድረክ፤ ችሎት፤ አደባባይ... ማለት ነው።

. ማዕድ፤ የምግብ ጠረጴዛ፤ "እነዚህም ሁለት ነገሥታት ክፋትን ያደርጉ ዘንድ በልባቸው ያስባሉ፤ በአንድ **ገበታም** ተቀምጠው ሐሰት ይናገራሉ ..." (ዳን 11:27)

☐ አደባባይ፤ ጲላጦስ በጌታ ላይ ለመፍረድ ችሎት የተቀመጠበት፤ "ጲላጦስም ይህን ነገር ሰምቶ ኢየሱስን ወደ ውጭ አወጣው፤ በዕብራይስጥም **ገበታ** በተባለው ጸፍጸፍ በሚሉት ስፍራ በፍርድ ወንበር ተቀመጠ።" (ዮሐ 19:13)

ገበታ / Bigthan: በጌታ፤ የአምላክ ስጦታ... ማለት ነው። የንጉሡ በር ከሚጠብቁት የንጉሡ ጃንደረቦች አንዱ፤ "በዚያም ወራት መርዶክዮስ በንጉሡ በር ተቀምጦ ሳለ ደጁን ከሚጠብቁት ከንጉሡ ጃንደረቦች ሁለቱ **ገበታና** ታራ ተቈጡ፤ እጃቸውንም በንጉሡ በአርጤክስስ ላይ ያነሡ ዘንድ ፈለጉ።" (አስ 2:21)

ገባቶን ~ Gibbethon: ግባት፤ ዳገት፤ ኮረብታ... ማለት ነው። ለነገደ ዳን የተሰጠ፤ የቦታ ስም፤ "እቃሮን፤ ኢልተቄ፤ **ገባቶን**፤ ባዕላት፤" (ኢያ19:44)

ገባዖን ~ Geba, Gibeon: ገብ፤ ጉብን፤ በር፤ የከተማ መግቢያ፤ ኬላ፤ ድንበር፤ ገበያ፤ ግባት፤ ዳገታማ ቦታ... ማለት ነው። [ተዛማጅ ስሞች- **ጊብዓ፤ ጌባ**] 'ጉብን' ከሚለው ቃል የተገኘ ስምነው።

ገባዖን / Geba: የብንያም ከተማ፤ (2 ሳሙ 5:25) ፤ (2 ነገ 23:8፤ ነህ 11:31)

ገባዖን / Gibeon: (ኢያ 9:3-15)

ገብርኤል ~ Gabriel: ገብረ ኤል፤ የጌታ አገልጋይ፤ የእግዚአብሔር ሠራተኛ፤ ገብረ አምላክ፤ ገብረ እግዚአብሔር ማለት ነው።

Gabriel: 'ገብረ' እና 'ኤል' ከሚሉ ሁለት ቃላት የተመሠረተ የመልአክ ስም ነው። ["የእግዚአብሔር ሰው" ማለት ነው / **መቅቃ**]

. ነቢዩ ዳንኤል፤ ገና በጸሎት ሲናገር አስቀድሞ በራእይ አይቶት የነበረው ሰው፤ (ዳን 8:16) ፤ (ዳን9:21)

. የጌታ ኢየሱስ እና የመጥምቁ ዮሐንስን መጸነስ ያበሠረ፤ "መልአኩም መልሶ:- እኔ <u>በእግዚአብሔር ፊት የምቆመው</u> **ገብርኤል** ነኝ፤ እንድናገርህም ይህችንም የምሥራች እንድሰብክልህ ተልኬ ነበር፤" (ሉቃ 1:9)

ገነት ~ Garden: ጋርድ ደን፤ ቢደን የተጋረደ... ማለት ነው። (ተገን፤ ተገነ፤ ገነት ተብሎም ይተረጎማል።) [ተዛማጅ ስም-ጎናት]

Garden -'ጋረደ' እና 'ደን' ከሚሉ ቃላት የመጣ ነው።

የአዳምና ሔዋን መኖሪያ፤ "እግዚአብሔር አምላክም በምሥራቅ በዔድን **ገነት**ን ተከለ የፈጠረውንም ሰው ከዚያው አኖረው።" (ዘፍ 2:8፤9)

ገንዘብ~ Mammon: 'ሀብት፤ ገንዘብ' ማለት ነው። የጣዖት ስም፤ "ለሁለት ጌቶች መገዛት የሚቻለው ማንም የለም፤ ወይም አንዱን ይጠላል ሁለተኛውንም ይወዳል፤ ወይም ወደ አንዱ ይጠጋል ሁለተኛውንም ይንቃል፤ ለእግዚአብሔርና ለ**ገንዘብ** መገዛት አትችሉም።" (ማቴ 6:24፤ ሉቃ 16:9)

ገዓል ~ Gaal: 'ጥላቻ፤ ቅያሜ' ማለት ነው። የአቤድም ልጅ፤ የሴኬም ሰዎችን አስተባብሮ በአቢሜሌክ ላይ ለጦርነት የተነሣ፤ ነገር ግን በወጊያው ተሸንፎ ወደ መጣበት አገር ሸሸ፤ "የአቤድም ልጅ **ገዓል** ከወንድሞቹ ጋር መጥቶ ወደ ሴኬም ገባ የሴኬምም ሰዎች ታመኑበት።" (መሣ9:1)

ገዓስ ~ Gaash: 'ውሽንፍር፤ ነጎድጓድ' ማለት ነው። ተራራማው የኤፍሬም አገር፤ ኢያሱ የተቀበረበት፤ "በተራራማውም በኤፍሬም አገር በ**ገዓስ** ተራራ በሰሜን ባለቸው በርስቱ ዳርቻ በተምናሴራ ቀበሩት።" (ኢያ 24:30፤ መሣ 2:9)

ጉማሬ ~ Behemoth: 'ትልቅ አውሬ' ማለት ነው። ብሬ የመሰለ፤ ትልቅ አውሬ፤ "ከአንተ ጋር የሠራሁትን **ጉማሬ**፤ እስኪ፤ ተመልከት እንደ ብሬ ሣር ይበላል።" (ኢዮ 40:15-24)

ጉር ~ Gur: ጎር፤ ጎራ፤ ምሽግ፤ መቀመጫ፤ መኖሪያ... ማለይ ነው። የይሁዳ ንጉሥ አካዝያስ የኤዩ አሽከሮች ወጋተው የገደሉበት፤ "የይሁዳ ንጉሥ አካዝያስ ያንን ባየ ... በ**ጉር** ዐቀበት ላይ ወጉተ። ወደ መጊዶም ሸሸ፤ በዚያም ሞተ።" (2 ነገ 9:27)

ጉርበአል ~ Gur-baal: ባለ ጎራ፤ ባለ መኖሪያ... ማለት ነው። በዐረብ አገር ያለ ቦታ፤ "እግዚአብሔርም በፍልስጥኤማውያንና በ**ጉርበአል** በሚኖሩ ዓረባውያን በምዑናውያንም ላይ ረዳው።" (2 ዜና 26:7)

ጉኒ ~ Guni: 'ገን፤ ተገን፤ግርጃ' ማለት ነው።

1. የንፍታሌም ልጅ፤ "የንፍታሌምም ልጆች ያሕጽኤል፤ **ጉኒ**፤ ዬጽር፤ ሺሌም።" (ዘፍ 46:24፤ 1 ዜና 7:13)

2. የአብዲኤል፤ "የአባቶቻቸውም ቤቶች አለቃ የ**ጉኒ** ልጅ የአብዲኤል ልጅ ወንድም ነበረ።" (1 ዜና 5:15)

ጉዲኤል ~ Gaddiel, Geuel: ጋዲ ኤል፤ ገደ ኤል፤ የጌታ ሀብት፤ አምላክ የረዳው... ማለት ነው። [ተዛማጅ ስሞች-ጋዲ፤ ጋድ]

'ገድ' እና 'ኤል' ከሚሉ ቃላት የተመሠረተ ስም ነው። በመጽሐፍ ቅዱስ ውስጥ በዚህ ስም የሚጣወቁ ሰዎች:-

ጉዲኤል / Gaddiel: ሙሴ አገሩን እንንዲሰልሉ ከላካቸው፤ ከዛብሎን ነገድ የሰዲ ልጅ፤ **ጉዲኤል**፤ (ዘኍ 13:10)

ጉዲኤል / Geuel: የማኪ ልጅ፤ "ከጋድ ነገድ የማኪ ልጅ **ጉዲኤል**" (ዘኍ 13:15)

ጉዲኤል ~ Geuel: ገደ ኤል፤ የአምላክ ቸርነት፤ ካሳ፤ ይቅርታ... ማለት ነው። የጋዳዊው ሰላይ፤ የሚልኪ ልጅ፤ (ዘኍ 13:15) "ከጋድ ነገድ የማኪ ልጅ **ጉዲኤል**"

ጉድጎዳ ~ Gudgodah: 'ጉድጓድ፤ ጎድጓዳ' ማለት ነው። "ከዚያም ወደ **ጉድጎዳ** ተጓዙ ከጉድጎዳም ወደ ውጎ ፈሳሾች ... ተጓዙ።" (ዘዳ 10:7)

ጊላላይ ~ Gilalai: ጊሊላዊ፤ ግልል፤ የተገለለ፤ የተለየ... ማለት ነው። የእስራኤልን ቅጥር ካቆሙ ካህናት፤ የአንዱ ልጅ፤ "ወንድሞቼም ሸማያ፤ ኤዝርኤል፤ ሚላላይ፤ **ጊላላይ**፤ መጓይ፤ ናትናኤል፤ ይሁዳ፤ አናኒ የእግዚአብሔርን ሰው የዳዊትን ... ዕዝራ በፊታቸው ነበረ።" (ነህ 12:36)

ጊልቦአ ~ Gilboa: ጋለባ፤ ጋለቢ... ማለት ነው። የተራራ ስም፤ "ፍልስጥኤማውያንም ተሰብስበው መጡ በሱነምም ሰፈሩ ሳኦልም እስራኤልን ሁሉ ሰበሰበ፤ በ**ጊልቦአ**ም ሰፈሩ።" (1 ሳሙ 28:4)

ጊሎ ~ Giloh: 'ስደተኛ' ማለት ነው። በተራራማው የይሁዳ አገር የሚገኝ ከተማ፤ "ዓናብ፤ ኤሽትሞዓ፤ ዓኒም፤ ጎሰም፤ ሐሎን፤ **ጊሎ** አሥራ አንድ ከተሞችና መንደሮቻቸው።" (ኢያ 15:51)

ጊምዞ ~ Gimzo: 'ለም' ማለት ነው። ፍልስጥኤማውያን በይሁዳ ከተሞች አደጋ ጥለው ከተቆጣጠሯቸው ከተሞች አንዱ፤ "ደግሞም ... ቤትሳሚስንና ኤሎንን፤ ግዴሮትንም፤ ሦኮንና መንደሮችዋን፤ ተምናንና መንደሮችዋን፤ **ጊምዞ**ንና መንደሮችዋን ወሰዱ በዚያ ተቀምጠው ነበር።" (2 ዜና 28:18)

ጊሽጳ ~ Gispa: ጉሰማ፤ መነሰም፤ መድቃት፤ መምታት... ማለት ነው። ከምርኮ ከተመለሱ በናታም ከተቀመጡ፤ "ናታኒምም

በዓፌል ተቀምጠው ነበር ሲሐና **ጊሽጳ** በናታኒም ላይ ነበሩ።" (ነህ 11:21)

ጊብአ ~ Gibea, Gibeah: ገበያ፤ መገበያያ ቦታ፤ ከፍ ያለ ቦታ፤ ዳገት፤ ኮረብታማ... ማለት ነው። [ተዛማጅ ስሞች-**ገባዖን**፤ **ጌቤ**]

[ጉብታ ወይም ኮረብታ ማለት ነው / **መቅቃ**] በመጽሐፍ ቅዱስ ውስጥ በዚህ ስም የሚታወቁ ሁለት ሰዎች እና ሁለት ቦታዎች አሉ።

ጊብአ / Gibea: የሱጋ ልጅ፤ (1 ዜና 2:49)

ጊብአ / Gibeah:
1. ኢያሱ የባልጫት መቀነጫ ሠርቶ የእስራኤልን ልጆች የገረዘበት ስፍራ ስም፤ "ኢያሱም የባልጫት መቀነጫ ሠርቶ የግርዛት ኮረብታ በተባለ ስፍራ የእስራኤልን ልጆች ገረዘ።" (ኢያ 5:3)፤ "የቀድዓም፤ ዛኖዋሕ፤ ቃይን፤ **ጊብአ**፤ ተምና አሥር ከተሞችና መንደሮቻቸው" (ኢያ 15:57)
2. የካሌብ ልጅ፤ (1 ዜና 2:49)
3. (1 ሳሙ 13:15)

ጋሊም ~ Gallim: 'ክምር' ማለት ነው። ሳኦል ልጁን ሚላካን፤ የዳዊትን ሚስት፤ የሰጠው ሰው አገር፤ "ሳኦል ግን የዳዊትን ሚስት ልጁን ሜልኮልን አገሩ **ጋሊም** ለነበረው ለሌሳ ልጅ ለፈልጢ ሰጥቶ ነበር።" (1 ሳሙ 25:44)

ጋላል ~ Galal: 'ግልል፤ ግልግል፤ ዕረፍት' ማለት ነው።
1. ሌዋዊው፤ ከአሳፍ ልጆች አንዱ፤ "በቅበቃር፤ ኤሬስ፤ **ጋላል**፤ የአሳፍ ልጅ የዝክሪ ልጅ የሚካ ልጅ መታንያ" (1 ዜና 9:15)
2. "በቅበቃር፤ ኤሬስ፤ **ጋላል**፤ የአሳፍ ልጅ የዝክሪ ልጅ የሚካ ልጅ መታንያ" (1 ዜና 9:16)
3. የኤዶታም ልጅ፤ "በጸሎትም ጊዜ ምስጋናን የሚቀነቅኑ ... የነበረ በቅበቃር፤ የኤዶታምም

ልጅ የ**ጋላል** ልጅ የሳሙስ ልጅ አብድያ።”
(ነህ 11:17)

ጋሌማት ~ Alameth: አለማት ...
[ተዛማጅ ስም- **ዓሌሜት**] ‘ዓለማት’-
ጋሌማት

በዚህ ስም የሚታወቁ ሦስት ሰዎች እና አንድ
ቦታ አሉ።

. ለብንያም ነገድ የተሰጠ የቦታ ስም፥ (1 ዜና
6:60)

. የቤኬር ልጅ፥ **ዓሌሜት**- (1 ዜና 7:8) ፤
የዕራ ልጅ፥ **ዓሌሜት**- (1 ዜና
9:42)፤ የይሆዓዳ ልጅ፥ **ዓሌሜት**- (1 ዜና
8:36)

ጋልዮስ ~ Gallio: ‘ባለወተት፤
በወተት ያደገ’ ማለት ነው። በአካይያ አገረ
ገዥ የነበረ፥ “**ጋልዮስም** በአካይያ አገረ ገዥ
በነበረ ጊዜ፤ አይሁድ በአንድ ልብ ሆነው
በጳውሎስ ላይ ተነሡ፤ ወደ ፍርድ ወንበርም
አምጥተው።” (ሐዋ 18:12)

ጋሙል ~ Gamul: ‘አገልግሎት፤
ካሳ፤ ክፍያ’ ማለት ነው። በቤተ መቅደስ
ያገለግሉ ከነበሩ ካህናት፤ የሀያ ሁለተኛው
ምድብ አለቃ፤ “ሀያኛው ለኤዜቅስ፤ ሀያ
አንደኛው ለያኪን፤ ሀያ ሁለተኛው ለ**ጋሙል**፤
” (1 ዜና24:17)

ጋሜር ~ Gomer: ‘ፍጻሜ፤
መጨረሻ’ ማለት ነው።

1. የያፌት ትልቁ ልጅ፥ “የያፌት ልጆች
ጋሜር፤ ማጐግ፤ ማዴ፤ ያዋን፤ ይልሳ፤ ቶቤል፤
ሞሳሕ፤ ቴራስ ናቸው።” (ዘፍ 10:2፤3)

2. የሆሴ ሚስት፤ “እርሱም ሄደ
የዶቤላይምን ልጅ **ጎሜር**ን አገባ እርስዋም
ፀነሰች ወንድ ልጅንም ወለደችለት።”
(ሆሴ1:3)

ጋሴም ~ Gazzam: ‘ማጥፋት፤
ማውደም’ ማለት ነው። ከግዞት ከተመለሱ
የጋሴም ልጆች ይገኙበታል፤ “የ**ጋሴም** ልጆች፤
የያዛ ልጆች፤ የፋሴሐ ልጆች፤” (ዕዝ 2:48፤
ነህ 7:51)

ጋሬብ ~ Gareb: ‘ገረባ፤ ሽፋን፤ ጋቢ፤
ኩታ፤ ነጠላ’ ማለት ነው።

1. ከዳዊት ኃያላን አንዱ፤ “**ጋሬብ**፤
ኬጢያዊው አዖሮ ሁሉ በሁሉ ሠላሳ ሰባት
ናቸው።” (2 ሳሙ 23:39)

2. በኢየሩሳሌም አቅራቢያ የነበረ ኮረብታ፤
“የተለካበትም ገመድ ወደ **ጋሬብ** ኮረብታ
በቀጥታ ወደ ፊት ይሄዳል፤ ወደ ጎዓም
ይዞራል።” (ኤር 31:39)

ጋቤር ~ Gibbar: ጊባር፤ ገብር፤ ገባር፤
አገልጋይ፤ ሠራተኛ... ማለት ነው።
[ተዛማጅ ስሞች- **ገብርኤል፤ ጋቤር**]
የባቢሎን ንጉሥ ናቡከደነፆር ወደ ባቢሎን
ከማረካቸው ምርኮኞች ወደ ኢየሩሳሌምና
ወደ ይሁዳ ወደ እየከተማቸው ከተመለሱት
የአገር ልጆች፤ (ዕዝ 2: 20)

ጋትሔፍር ~Gittah-hepher:
‘ቁፋሮ’ ማለት ነው። “ወደ ዳብራትም
ወጣ፤ ወደ ያፌዓም ደረስ ከዚያም በምሥራቅ
በኩል ወደ **ጋትሔፍር**ና ወደ ዒታቃጺን አለፈ
ወደ ሪምንና ወደ ኒዓ ወጣ።” (ኢያ 19:13)

ጋዛ ~ Gaza, Gazathites: ገዛ
ገዥ፤ ተቆጣጣሪ፤ አስተዳደራዊ ቦታ፤ ጠንካራ
ምሽግ ማለት ነው። ጋዛይት፤ ጋዛውያን፤ የጋ
አገር ሰዎች...
‘ገዛ’ ከሚለው ቃል የተገኘ ስምነው።
[ምሽግ ማለት ነው /**መቅቃ**]

ጋዛ /Gaza: የከነዓናውያን ወሰን፤
ከፍልስጤማውያን ከተሞች አንዱ፤ (ገላ
10:19)

ጋዛ / Gazathites: የጋዛ ነዋሪዎች፤
(ኢያ13:3)

ጋዜዝ ~ Gazez: ዔፋ ለካሌብ
የወለደችለት፤ (1 ዜና 2:46) “የካሌብም
ቁባት ዔፋ ሐራንን፤ ሞዳን፤ **ጋዜዝን** ወለደች”

ጋይ ~ Ai, Giah, Ije-
abarim, Shaashgaz:
‘የአስከሬን ክምር’ ማለት ነው።

1. በኢየሩሳሌም በስተሰሜን የሚገኝ ከተማ፤ "ኢያሱም ከቤቴል በምሥራቅ በኩል በቤትአዌን አጠገብ ወዳለቸው ወደ **ጋይ** ሰዎችን …" (ኢያ 7:2፤ 8:9)

2. የአሞናውያን ከተማ፤ "ሐሴቦን ሆይ፤ **ጋይ** ፈርሳለችና አልቅሺላት እናንተም የረባት ሴቶች ልጆች ሆይ፤ … መካከል ተርዋርዋጡ፡፡" (ኤር 49:3)

ጋይ / Giah: 'ፏፏቴ' ማለት ነው፡፡ በሳሙኤል መጽሐፍ የተጠቀሰ ቦታ፤ "ኢዮአብና አቢሳም አበኔርን አሳደዱ በገባዖንም ምድረ በዳ መንገድ በ**ጋይ** ፊት ለፊት እስካለው እስከ አማ ኮረብታ ድረስ … ፀሐይ ጠለቀት፡፡" (2 ሳሙ 2:24)

ጋይ / Ije-abarim: 'የአብርሃም ባድማ' ማለት ነው፡፡ እስራኤላውያን በምድረ በዳ ሲንከራተቱ ካረፉባቸው፤ የሞአባውያን አዋሳኝ፤ "ከአቦትም ተጉዘው በሞዓብ ዳርቻ ባለው በ**ጋይ** ሰፈሩ፡፡" (ዘኍ 33:44)

ጋይ / Shaashgaz: 'የውብት ተገኘ' ማለት ነው፡፡ የንጉሥ አርጤክስ ጃንደረባ፤ "ማታም ትገባ ነበር፤ ሲነጋም ተመልሳ ወደ ሁለተኛው ሴቶች ቤት ቁባቶችን ወደሚጠብቅ ወደ ንጉሡ ጃንደረባ ወደ **ጋይ** ትመጣ ነበር …" (አስ 2:14)

ጋይዮስ ~ Gaius: 'ባለጠጋ፤ ምድራዊ ጌታ' ማለት ነው፡፡

1. መቄዶንያዊው፤ ጳውሎስ በጉዘው ዘንድ አገልጋይ የነበረ፤ "ከተማውም በሙሉው ተደባለቀ፤ የመቄዶንያም ሰዎች የጳውሎስን ጓደኞች **ጋይዮስን** አርስጥሮኮስን ከእነሱ ጋር … ወደ ጨዋታ ስፍራ ሮጡ፡፡" (ሐዋ 19:29)

2. ከጳውሎስ ጋር ከቆሮንቶስ ወደ ኢየሩሳሌም የሔደ፤ የደርቤን ሰው፤ "የሶጶትም የቤርያው … አርስጥሮኮስና ሲኮንዱስ የደረቤኑም **ጋይዮስና** ጢሞቴዎስ የእስያ ሰዎችም ቲኪቆስ ጥሮፊሞስም ነበሩ፤" (ሐዋ 20:4)

ጋይዳድ ~ Irad: 'ራጭ' ማለት ነው፡፡ ከቀደሙ አባቶች አንዱ፤ የሜኤል አባት፤ የቃየን የልጅ ልጅ፤ "ሄኖሕም **ጋይዳድን** ወለደ ጋይዳድም ሜኤልን ወለደ ሜኤልም ማቱሣኤልን ወለደ ማቱሣኤልም ላሜሕን ወለደ፡፡" (ዘፍ 4:18)

ጋዲ ~ Gaddi, Gadi: ጋዲ፤ ገዴ፤ ገደኛ፤ ዕድለኛ፤ እጣ የወጣለት፤ የጋድ ወገን፤ የጋድ አገር ሰው… ማለት ነው፡፡ [ተዛማጅ ስሞች- **ጉዲኤል፤ ጋድ**]

'ገድ' ከሚለው ቃል የወጣ ስምነው፡፡ በመጽሐፍ ቅዱስ ውስጥ በዚህ ስም የሚታወቁ ሰዎች: -

ጋዲ / Gaddi: የሱሲ ልጅ፤ የከነዓን ምድር እንዲሰልሉ ሙሴ ከላካቸው የምናሴ ወገን፤ (ዘኍ 13:11)

ጋዲ / Gadi: የምናሔ አባት፤ የእስራኤል ንጉሥ፤ (2 ነገ 15:14፤17)

ጋዴዮን ~ Gideoni: ገደ ዓይኔ፤ ዕድለኛ ዓይኖች… ማለት ነው፡፡ ብንያማዊው፤ የአቢዳን አባት፤ "ከብንያም የ**ጋዴዮን** ልጅ አቢዳን፤ ከዳን የአሚሳዳይ ልጅ አኪዔዘር፤" (ዘኍ 1:11፤ 7:60፤65፤ 10:24)

ጋድ ~ Gad: ጋድ፤ ጎድ፤ ጉድ፤ ገድ፤ ዕድል፤ እጣ ፈንታ… ማለት ነው፡፡ [ተዛማጅ ስሞች- **ጉዲኤል፤ ጋዲ**]

'ገድ' ከሚለው ቃል የወጣ ስምነው፡፡ [መልካም ዕድል ማለት ነው/ **መቅ**] በመጽሐፍ ቅዱስ ውስጥ በዚህ ስም የሚታወቁ ሰዎች: -

1. ልያ ለያቆብ የወለደችለት፤ "ልያም፡፡ ጉድ አለች ስሙንም **ጋድ** ብላ ጠራችው" (ዘፍ 30:11-13)

2. በንጉሥ ዳዊት ዘመን የነበረ ነቢይ፤ (1 ዜና 29:29) ፤ (2 ዜና 29:25) ፤ (1 ሳሙ 22:5)

ጊልገላ ~ Gilgal: ግልግል፣ ዕረፍት፣ ሸክምን ማቅለል፣ ከባርነት መላቀቅ፣ ነጻነትን ማግኘት... ማለት ነው።

Gilgal- ‘ግልግል’ ከሚለው ቃል የተገኘ ስም ነው። የቃሉ ምንጭ ደግሞ ‘ገላገለ’የሚለው ግስ ነው።

. ከግብፅ ወጥተው ዮርዳኖስን ፈጽመው ሲሻገሩ የሰፈሩበት ቦታ፥ “እግዚአብሔርም ኢያሱን። ዛሬ የግብፅን ነውር ከእናንተ ላይ አንከባልያለሁ አለው፤ ስለዚህ የዚያ ስፍራ ስም እስከ ዛሬ ድረስ **ጌልገላ** ተብሎ ተጠራ።” (ኢያ 5፡9)

. (ኢያ 9፡6)

ጌራ~ Gera: ‘ጎራ፣ ጠበኛ፣ ጠላት’ ማለት ነው።

1. የብንያም ልጅ፣ የቤላ ልጅ፥ (1 ዜና 8:4፣ 5፣7) “**ጌራ**፥ አቢሁድ፥ አቢሱ፥ ናዕማን፥ አሖዋ፥ ጌራ...”

2. ብንያማዊው ፈራጅ፣ የናዖድ አባት፥ “የእስራኤልም ልጆች ወደ እግዚአብሔር ጮኹ እግዚአብሔርም ብንያማዊውን የ**ጌራ**ን ልጅ ናዖድን ግራኙን ሰው አዳኝ አስነሣላቸው ...” (መሣ3:15)

3. ዳዊትን የተሳደበ፣ የሳሚ አማት፥ “ንጉሡ ዳዊትም ወደ ብራቂም መጣ እነሆም፥ ሳሚ የሚባል የ**ጌራ** ልጅ ከሳኦል ቤተ ዘመድ የሆነ አንድ ሰው ከዚያ ወጣ፥ እየሄደም ይረግመው ነበር።” (2 ሳሙ 16:5፥19:16፣18)

ጌራራ ~ Gerar: ‘የመቆያ ቦታ፣ መኖሪያ’ ማለት ነው። ከጋዛ በስተደቡብ የነበረ፥ በጣም ጥንታዊ ከተማ፥ “የከነዓናውያንም ወሰን ከሲዶን አንሥቶ ወደ **ጌራራ** በኩል ሲል እስከ ጋዛ ድረስ ነው ወደ ሰዶምና ወደ ገሞራ፥ ወደ አዳማና ወደ ሰቦይም በኩልም ሲል እስከ ላሣ ድረስ ነው።” (ዘፍ 10:19፥ 20:1፥ 26:17)

ጌርሳም ~ Gershom: ‘እንግዳ፣ መጻተኛ’ ማለትነው።

1. ሙሴ ከሲፖራ የወለደው፥ “ወንድ ልጅም ወለደች። በሌላ ምድር መጻተኛ ነኝ ሲል ስሙን **ጌርሳም** ብሎ ጠራው።” (ዘጸ 2:22፥ 18:3)

ጌርጌሳውያን ~ Girgashite: ‘ከስግደት የተመለሱ’ ማለት ነው። የከነዓን አምስተኛ ልጅ ወገኖች፥ “**ጌርጌሳውያን**ንም፥ ኤዊያውያንንም” (ዘፍ 10:17)

ጌርጌሴኖ ~ Gadarenes: ‘የገደራ ሰዎች’ ማለት ነው። ‘ገረራ’ ማለት ደግሞ ግድግዳ፣ ግንብ፣ አጥር ማለት ነው። የአገር ስም፥ “ወደ ባሕር ማዶም ወደ **ጌርጌሴኖ**ን አገር መጡ።” (ማር 5:1፤ ሉቃ8:26፣37)

ጌሹር ~ Geshur: ‘መሻገሪያ፣ ድልድይ’ ማለት ነው። በሶርያ በስተሰሜን የምትገኝ፥ ትንሽ ግዛት፥ “እኔ ባሪያሕ በሶርያ **ጌሹር** ሳለሁ። እግዚአብሔር ወደ ኢየሩሳሌም ቢመልሰኝ ለእግዚአብሔር መሥዋዕት አቀርባለሁ ...” (2 ሳሙ 15:8)

ጌበር ~ Geber: ገበር፣ ገባር ፥ ሠራተኛ፣ አገልጋይ... ማለት ነው። [ተዛማጅ ስሞች - **ገብርኤል፤ ጋቤር**]

‘ገበረ’ ከሚለው ግስ የመጣ ስምነው። የኡሪ ልጅ፣ በገለዓድ አገር ሹም የነበረ፥ (1 ነገ 4:19)

ጌባል ~ Gebal: ‘ወሰን’ ማለት ነው። የወደብ ከተማ፥ “በአንቺ ውስጥ የነበሩ የ**ጌባል** ሽማግሌዎችና ጥበበኞችዋ ስብራትሽን ይጠግኑ ነበር ...” (ሕዝ 27:9)

ጌቤ ~ Gabbai: ገባይ፣ ገበያ፣ ገቢ የሚያስገኝ፣ አስገባሪ፣ ቀራጭ... ማለት ነ ው። [ተዛማጅ ስሞች- **ገባዖን፤ ጊብዓ፤ጊብዓ**] በነህምያ ዘመን፥ ከግዞት መልስ፥ ከይሁዳና ከብንያም ልጆች በኢየሩሳሌም የተቀመጡ፥ (ነህ 11:8)

ጌታችንሆይ፥ና~ Maranatha: ማረን አንተ፣ ምራን አንተ፣ ይቅር በለን፣ ነጻ አውጣን... ማለትነው።

Maranatha- ‘ምራን’ እና ‘አንተ’ ከሚሉ ሁለት ቃላት የተመሠረተ ቃል ነው።

ጳውሎስ ወደ ቆሮንጦስ በጻፈው ሰላምታ መደምደሚያ ላይ የተናገረው ቃል፥ "ጌታን ኢየሱስ ክርስቶስን የማይወድ ቢኖር የተረገመ ይሁን፤ **ጌታችን ሆይ፥ ና**" (1 ቆር 16:22)

ጌቴም ~Gittaim: 'ጋጣም፣ መንታ የወይን መጭመቂያ' ማለትነው። የከተማ ስም፥ "ብኤሮታውያንም ወደ **ጌቴም** ሸሽተው ነበር፣ እስከ ዛሬም ድረስ በዚያ ተጠግተው ነበር።" (2 ሳሙ 4:3፤ ሳሙ 11:33)

ጌቴሴማኒ ~ Gethseman: ጌታ ስመኒ፣ የጌታ ስም፣ ስም አምላክ፣ መልካም ስም፣ ቅዱስ ስም... ማለት ነው። (ዘይት ማለት ነው። ተብሎም ይተረነማል **ኪወክ / አ**)
'ጌታ' እና 'ስም' ከሚሉ ሁለት ቃላት የተመሠረተ ስም ነው።
ጌታ የጸለየበት የቦታ ስም፣ የወይን አትክልት ያለበት፣ (ማር 14:32)

ጌቴር ~ Gether: ገጠር ማለት ነው። የአራም በሦስተኛ ተራ ያለ ልጅ፣ "የአራምም ልጆች ዑፅ፣ ሁል፣ **ጌቴር**፣ ሞሶሕ ናቸው።" (ዘፍ 10:23)

ጌት ~ Gath: ጋት፣ ጋጥ፣ ጓዳ... ማለት ነው። (የወይን መጭመቂያ ተብሎም ይተረጐማል።)
. የእግዚአብሔር ታቦት በፍላስጤማውያን ተማርኮ የተወሰደበት ከተማ፣ (1 ሳሙ 5:8፤ 9)
. የአቢዳራ አገር፣ (2 ሳሙ 6:11)
. (ኢያ 11:22)

ጌትያውን ~ Gittites: ጌታይት፣ ጌታውያን፣ የጌት አገር ሰዎች... ማለት ነው። 'ጌት' ከሚለው የቦታ ስም የመጣ ስም ነው። ንጉሥ ዳዊትን ከተከተሉ ሰዎች መካከል ጌትያውን ይገኙበታል። (2 ሳሙ 15:18፤ 19)

ጌንሴሬጥ ~ Gennesaret: 'ገነተ መሳፍንት' ማለት ነው። "ተሻግረውም ወደ

ጌኔሬጥ ምድር መጡ።" (ማቴ 14:34፤ ማር 6:53)

ጌንባት ~ Genubath: 'ቀማኛ' ማለት ነው። የአዳድ ልጅ፣ እናቱ የቴቀምናስ እኅት ናት፣ ያደገው በፈርዖን ቤተመንግሥት ነው፣ "የቴቀምናስ እኅት **ጌንባትን** ወለደችለት፣ ቴቀምናስም በፈርዖን ቤት አሳደገችው ጌንባትም በፈርዖን ቤት በፈርዖን ልጆች መካከል ነበረ" (1 ነገ 11:20)

ጌዘር ~ Gazer: 'ግዝር፣ ግዝረት፣ ከፋፋይ' ማለት ነው። በዳዊት ዘመን፣ የፍልስጥኤማውያን የነበረ ቦታ፣ "ዳዊትም እግዚአብሔር እንዳዘዘው አደረገ ከገባዖንም እስክ **ጌዘር** ድረስ ፍልስጥኤማውያንን መታ።" (2 ሳሙ 5:25፤ 1 ዜና 14:16)

ጌዘር ~ Gezer: 'አፋፍ፣ ኮረብታ' ማለት ነው። ጥንታዊ፣ የከነዓውያን መናገሻ፣ "በዚያን ጊዜም የ**ጌዘር** ንጉሥ ሆራም ለኪሶን ለመርዳት ወጣኢያሱም አንድ ሰንኳ ሳይቀር እርሱንና ሕዝቡን መታ።" (ኢያ 10:33፤ 12:12)

ጌዴል ~ Giddel: ገድል፣ ትልቅ፣ ከፍተኛ... ማለት ነው።። ከባቢሎን ምርኮ ከተመለሱ የጌዴል ልጆች ይገኙበታል፣ "የ**ጌዴል** ልጆች፣ የጋሐር ልጆች፣ የራያ ልጆች፣" (ዕዝ 2:47፤ ነህ 7:49)

ጌዴልያ ~ Igdaliah: ገድለ ያሕ፣ የሕያው ገድል፣ ያምላክ ታላቅ ሥራ... ማለት ነው። የአንድ ነቢይ ስም፣ "ወደ እግዚአብሔርም ቤት በበረኛው በሰሎም ልጅ በመዕሣያ ጓዳ በላይ ባለው በአለቆች ጓዳ አጠገብ ወዳለው ወደ እግዚአብሔር ሰው ወደ **ጌዴልያ** ልጅ ወደ ሓናን ልጆች ጓዳ አገባኋቸው።" (ኤር 35:4)

ጌዴዎን ~ Gideon: ገደ ዓይን፣ ዕድለኛ ዓይኖች... ማለት ነው። የአቢዔዝራዊው፣ የኢዮአስ ትንሹ ልጅ፣ "የእግዚአብሔርም መልአክ መጥቶ በዖፍራ ባለችው ለአቢዔዝራዊው ለኢዮአስ

በነበረችው በአድባሩ ዛፍ ቢታች ተቀመጠ ልጁም **ጌዴዎን** ከምድያማውያን ለመሸሽግ በወይን ...” (*መሳ* 6:15)

ጌድሶን፤ ጌርሳም ~ Gershon:

‘መጻተኛ’ ማለት ነው።

1. **ጌድሶን**፤ “የሌዊ ልጆች **ጌድሶን**፤ ቀዓት፤ ሜራሪ።” (1 ዜና 6:16፤17፤ 20፤43፤62፤ 71፤ 15:7)

2. ከባቢሎን ምርኮ ከተመለሱ፤ ፊንሐስ ልጅ፤ **ጌርሶን**፤ “ከፊንሐስ ልጆች **ጌርሶን**፤ ከኢታምር ልጆች ዳንኤል፤ ከዳዊት ልጆች ሐጡሹ፤ ከሴኬንያ ልጆች፤” (*ዕዝ* 8:2)

ጌድር ~ Geder: ገደራ፤ ግንብ፤ አጥር፤ ድንበር... ማለት ነው። [ተዛማጅ ስም- **ጌድር**]

‘ገደረ’ ከሚለው ግስ የመጣ ስምነው። ኢያሱ ርስት አድርጎ ለእስራኤል ነገድ በሰጣት ምድር፤ የእስራኤል ልጆች ከመቱአቸው ሠላሳ አንድ የምድር ነገሥታት፤ (*ኢያ* 12:14)

ጌዶር ~ Geder, Gedor: ገደራ፤ ግንብ፤ አጥር፤ ድንበር... ማለት ነው። [ተዛማጅ ስም- **ጌድር**]

‘ገደረ’ ከሚለው ግስ የመጣ ስም ነው። በመጽሐፍ ቅዱስ ውስጥ በዚህ ስም የሚታወቁ:-

ጌዶር / Geder:

1. በደቡብ በኩል በምድራቸው ዳርቻ አጠገብ እስከ ኤዶምያስ ድንበር ካሉት ከይሁዳ ልጆች ነገድ ከተሞች፤ (1 ዜና 4:39)

2. የፋኑኤል ልጅ፤ (1 ዜና 4:4)

ጌዶር / Gedor: (*ኢያ* 15:58)

ግርግም ~ Manger: ግርግም የከብቶች ምግብ የሚቀርብበት ገበታ፤ በረት፤ ጋጥ፤ ማእድ ቤት፤ አጥር...። በረት ግርግምን፤ ግርገም በረትንይገልጻል።

. ጌታ እንደተወለደ የተኛበት ቦታ፤ “የበኩር ልጇዋንም ወለደች፤ በመጠቅለያም ጠቀለለችው፤ በእንግዶችም ማደሪያ ስፍራ ስላልነበራቸው በ**ግርግም** አስተኛችው” (*ሉቃ* 2:7 ፤ 12 ፤ 16...)

. “ጕሽ ያገለግልህ ዘንድ ይታዘዝን? ወይስ በ**ግርግም**ህ አጠገብ ያድራልን?” (*ኢዮ* 39:9)

. ግርግም፤ የቤት እንስሳ ማደሪያ መሆኑንም ከሚከተለው ጥቅስ እንገነዘባለን:- “ጌታም መልሶ፡- እናንተ ግብዞች፤ ከእናንተ እያንዳንዱ በሰንበት በሬውን ወይስ አህያውን ከ**ግርግሙ** ፈትቶ ውኃ ሊያጠጣው ይወስደው የለምን?” (*ሉቃ* 13:15)

ግቤር ~ Gebim: ‘የአንበጣ መንጋ’ ማለት ነው። በኢየሩሳሌም በስተምሥራቅ የሚገኝ ከተማ፤ “መደቤና ሸሽታለች በ**ግቤር**ም የሚኖሩ ቤተ ሰቦቻቸውን አሸሽተዋል” (*ኢሳ* 10:31)

ግብዣ ~ Feast: ፌሽታ፤ ፌስታ፤ ደስታ፤ ድግስ፤ ግብዣ፤ በዓል... ማለት ነው። [ተለዋጭ ስሞች- **ማዕድ**፤ **ሰርግ**፤ **በዓል**]

. አብርሃም ያደረገው ድግስ፤ “...አብርሃምም ይስሐቅን ጡት ባስጣለበት ቀን ትልቅ **ግብዣ**ን አደረገ።” (*ዘፍ* 21:8) ፤ (*ሉቃ* 15:23)

. **ማዕድ**- (*ዘፍ* 19:3) ፤ **በዓል**- (*መሳ* 14:10)፤**ሰርግ**- (*ዘፍ* 29:22)

ግብፅ ~ Egypt: ‘ጨቋኝ፤ የመከራ አገር’ ማለት ነው። በሰሜን ምሥራቅ አፍሪቃ የሚገኝ አገር፤ የካም አገር፤ “እስራኤልም ወደ **ግብፅ** ገባ፤ ያዕቆብም በካም አገር ተቀመጠ።” (*መዝ* 105:23፤27)

ጊያዝ ~ Gehazi: ጋዚ፤ ገዛ፤ ገኸ፤ ግዛት፤ አስተዳደር... ማለት ነው። ‘ገዛ’ ከሚለው ቃል የተገኘ ስምነው። የእግዚአብሔር ሰው የኤልሳዕ ሎሌ፤ “ሎሌውንም **ጊያዝን**:- ይህችን ሱነማዊት ጥራ አለው።” (2 ነገ 4:31)

ግዮን~ Gihon: ገዋነ፤ ወደላይ ወጣ... ማለት ነው።

1. ከገነት የሚወጣው ሁለተኛው ወንዝ፤ “የሁለተኛውም ወንዝ ስም **ግዮን** ነው።

እርሱም የኢትዮጵያን ምድር ሁሉ ይከብባል”
(ዘፍ 2:13)

2. “ንጉሡም ... የጌታችሁን ባሪያዎች
ይዛችሁ ሂዱ፤ ልጄንም ሰሎሞንን በበቅሎዬ
ላይ አስቀምጡት፤ ወደ **ግዮንም**አውርዱት”
(1 ነገ 1:33፤38፤45)

ግዴሮታይም ~ Gederothaim:

‘ወሰን፣ ድንበር፣ ግድብ፣ ግድግዳ’ ማለት
ነው። በደልዳላው የይሁዳ ክፍል የሚገኝ
ከተማ፤ “ዓዶላም፣ ስኮቶት፣ ዓዜቃ፣
ሸዓራይም፣ ዓዲታይም፣ ግዴራ፣
ግዴሮታይም አሥራ አራት ከተሞችና
መንደሮቻቸው።” (ኢያ 15:36)

ጎላን ~ Golan: ‘መጸተኛ’ ማለት

ነው። የባሳን ከተማ፤ “ለሌዋውያንም ወገኖች
ለጌድሰን ልጆች ከምናሴ ነገድ እኩሌታ ለነፍስ
ገዳይ መማፀኛ ከተማ በባሳን ውስጥ
የሆነችውን **ጎላንንና** መስለምርያዋን፣
በኤሽትራንና መስምርያዋን ሁለቱን ከተሞች
ሰጡአቸው።” (ኢያ 21:27)

ጎልያድ ~ Goliath: ገላት፣ ገላያት፣

ትልቅ አካል፣ ግዙፍ ሰው፣ ትልቅ ሰውነት...
ማለት ነው።
ዳዊት በወንጭፍ የገደለው፣ የጌት ሰው፣
የፍልስጥኤማውያን ጀግና፤ (1 ሳሙ 17:4)

ጎልጎታ ~ Golgotha: ገለ ጎታ፣ ገላ

ጎታ፣ የአካል ክምር ፤ የራስ ቅል ክምችት...
ማለት ነው።
‘ገላ’ እና ‘ጎታ’ ከሚሉ ቃላትየተመሠረተ
ነው። ጌታን የሰቀሉበት ስፍራ፤ “ትርጓሜው
የራስ ቅል ስፍራ ወደሚሆን **ጎልጎታ**
ወደሚባለው ስፍራ በደረሱ ጊዜም፤...”
(ማቴ27:33)

ጎስም ~ Goshen: ‘መቅረብ’ ማለት

ነው።
1. እስራኤላውያን ከግብፅ ወጥተው
ከሰፈሩባቸው ቦታዎች፤ “ኢያሱም ከቃዴስ
በርኔ እስክ ጋዛ ድረስ የ**ጎስም**ንም ምድር ሁሉ
እስክ ገባያን ድረስ መታ።” (ኢያ 10:41)

2. “ኢያሱም ከቃዴስ በርኔ እስክ ጋዛ ድረስ
የ**ጎስም**ንም ምድር ሁሉ እስክ ገባያን ድረስ
መታ።” (ኢያ10:41)

ጎብ ~ Gob: ‘ጉድጓድ’ ማለት ነው።

በሳሙኤል መጽሐፍ የተጠቀሰ የቦታ ስም፤
“ከዚህም በኋላ እንደ ገና በ**ጎብ** ላይ
ከፍልስጥኤማውያን ጋር ሰልፍ ሆነ፣
ኩሳታዊውም ሴቦካይ ከራፋይም ... ሳፍን
ገደለ።” (2 ሳሙ 21:18፤19)

ጎቶልያ ~ Athaliah: አታሊ፣ ያሕ፣

አታላይ፣ እግዚአብሔርን የበደለ... ማለት
ነው።

1. የእስራኤል ንጉሥ የዘንበሪ ልጅ፤ የንጉሥ
አካዝያስ እናት፤ “መንገሥ በጀመረ ጊዜ
አካዝያስ ... እናቱም **ጎቶልያ** የተባለች
የእስራኤል ንጉሥ የዘንበሪ ልጅ ነበረች።” (2
ነገ 8:26)

2. ከምርኮ ከተመለሱ፣ የሻያ አባት፤ “ከኤላም
ልጆች የ**ጎቶልያ** ልጅ የሻያ፣ ከእርሱም ጋር ሰባ
ወንዶች።” (ዕዝ8:7)

3. በትውልዶቻቸው አለቆች ከነበሩ
በኢየሩሳሌም ከተቀመጡ፣ የሶሴቅ ልጅ፤
“ሽሃሪያ፣ **ጎቶልያ**፣ ያሬሽያ፣ ኤልያስ፣ ዝክሪ፣
የይርሐም ልጆች።” (1 ዜና 8:26)

ጎቶም ~ Gatam: ‘የተቃጠለ ሸለቆ’

ማለት ነው። የዔሳው ልጅ፣ የኤልፋዝ አራተኛ
ልጅ፤ “የኤልፋዝም ልጆች እነዚህ ናቸው፣
ቴማን፣ አማር፣ ስፎ፣ **ጎቶም**፣ ቄኔዝ” (ዘፍ
36:11፤ 1 ዜና1:36)

ጎቶንያል ~ Othniel: ‘የአምላክ

አንበሳ’ ማለት ነው። የቄኔዝ ልጅ፣ የካሌብ
ወንድም፤ “የካሌብ ወንድም የቄኔዝ ልጅ
ጎቶንያል ያዛት ልጁንም ዓክሳን አገባው።”
(ኢያ 15:17፤ መሣ 1:13፤ 3:9፤ 1 ዜና
4:13)

ጎናት ~ Ginath: ገነት፣ ተገን፣ ተጋን፣

በአትክልት የተከለለ... ማለት ነው።

'ገነት' ከሚለው ቃል የተገኘ ስም ነው። [ተዛማጅ ስም- **ገነት**] የታምኒ አባት፥ (1 ነገ 16:21 ፤22)

ጎዓ ~ Goath: 'ማግሳት_ (ለበሬ)' ማለት ነው። የኢየሩሳሌም አጎራባች፥ ከጌበር ኮረብታ ተያይዞ የሚገኝ ቦታ፥ "የተለካበትም ገመድ ወደ ጋሬብ ኮረብታ በቀጥታ ወደ ፊት ይሄዳል፥ ወደ **ጎዓ**ም ይዞራል።" (ኤር 31:39)

ጎዛን ~ Gozan: 'ግጦሽ፣ ሳር ሜዳ፥ የከብት ምግብ' ማለት ነው። እስራኤላውያን በግዞት የተወሰዱበት አገር፥ "… የአሦር ንጉሥ ሰማርያን ወሰደ፥ እስራኤልንም ወደ አሦር አፈለሰ፥ በአላሔና በአቦር በ**ጎዛን**ም ወንዝ በሜዶንም ከተሞች አኖራቸው።" (2 ነገ 17:6፤ 1 ዜና 5:26፤ 2 ነገ 19:12፤ ኢሳ 37:12)

ጎዶልያስ ~ Gedaliah: ገድለ ዋስ፣ ገድለ ያሕ፣ የሕያው ገድል፣ የእግዚአብሔር ገድል፣ የአምላክ ታላቅ ሥራ፣ የአብ ሥራ… ማለት ነው። **Gedaliah-** 'ገድል' እና 'ያሕ' (ያሕዌ፣ ዋስ) ከሚሉ ቃላት የተመሠረተ ስም ነው። [ትርጉሙ "እግዚአብሔር ታላቅ ነው" ማለት ነው / **መቅቃ**] በመጽሐፍ ቅዱስ ውስጥ በዚህ ስም የሚታወቁ ሰዎች:-

1. የኤዶታም ልጅ፥ **ጎዶልያስ**፥ (1 ዜና25፡3፣ 9)
2. የአኪቃም ልጅ፥ **ጎዶልያስ**፥ (2 ነገ25:22)
3. የጳስኮርም ልጅ፥ በኤርምያስ ሴራ ከጠነሰሱ የአይሁድ ሕግ አዋቂዎች፥ **ጎዶልያስ**፥ (ኤር 38:1)
4. የአማርያ ልጅ፣ የኵሲ አባት ሁኖ የነቢዩ ሶፎንያስ አያት፥ (ሶፎ 1:1)

ጎግ ~ Gog: 'ተራራ' ማለት ነው። (ሠራዊት፣ መንጋ፣ በዝቶ የሚኼድ የሚንጋጋ' ማለት ነው፥ ተብሎ ይተረጎማል ። **ኪወክ / አ**)

1. የሸሜያ አባት፥ "ልጁ **ጎግ**፥ ልጁ ሰሜኢ፥ ልጁ ሚካ፥" (1 ዜና 5:4)
2. "በአራቱም በምድር ማዕዘን ያሉትን አሕዛብ፥ **ጎግ**ንና ማጎግን፥ እንዲያስታቸው ለሰልፍም እንዲያስከትታቸው ይወጣል፤ ቍጥራቸውም እንደ ባሕር አሸዋ የሚያሕል ነው።" (ራእይ 20:8)

ጎፈር ~ Gopher: ጎፈር ማለት ነው። 'ጎፈረ' ከሚለው ቃል የተገኘ የእንጨት ስም ነው። [ጥድን የሚመስል ዛፍ /**መቅቃ**] ኖኅ መርከብ የሠራበት የእንጨት ስም፣ "ከ**ጎፈር** እንጨት መርከብን ለአንተ ሥራ በመርከቢቱም ጉርጆችን አድርግ፥ በውስጥም በውጭም በቅጥራን ለቅልቃት" (ዘፍ 6፡14)

ጠ

ጠርሲዳ ~ Persis: ፋርሳዊት፣ የፋርስ ሴት… ማለት ነው። በሮም የነበረች ክርስቲያን፥ ጳውሎስ በደብዳቤው የጠቀሳት፥ "… በጌታ እጅግ ለደከመች ለተወደደች ለ**ጠርሲዳ** ሰላምታ አቅርቡልኝ።" (ሮሜ 16:12)

ጠርሴስ ~ Tarsus: 'ባለክንፍ፣ ባለላባ' ማለት ነው። በኪልቅያ ያለ ታዋቂ ከተማ፥ "ጳውሎስ ግን። እኔስ አይሁዳዊ በኪልቅያ ያለው የ**ጠርሴስ** ሰው ሆኜ ስመ ጥር በሆነ ከተማ የምኖር ነኝ፤," (ሐዋ 21:39)

ጠርጠሉስ ~ Tertullus: ሳልሣዊ፣ ሦስተኛ… ማለት ነው። ሊቀ ካህናቱ ሐናንያና የአይሁድ ሽማግሌዎች በጳውሎስ ክስ እንዲመሠርት የቀጠሩት ሮማዊ ሰው፥ "ከአምስት ቀንም በኋላ ሊቀ ካህናቱ ሐናንያ ከሽማግሌዎችና **ጠርጠሉስ** ከሚሉት ከአንድ ጠበቃ ጋር … ስለ ጳውሎስ ለአገረ ገዡ አመለከቱት" (ሐዋ 24:1)

ጠባት ~ Tabbath: ዕጹብ፤ ዕጹባት፤ ውብ፤ መልካም... ማለት ነው። የኤፍሬም ነገድ ርስት የነበረ፤ የከተማ ስም፤ "ሦስቱንም መቶ ... ሠራዊቱም በጅራፋ በኩል እስከ ቤትሺጣ ድረስ በ**ጠባት** አጠገብ እስካለው እስከ አቤልምሐላ ዳርቻ ድረስ ሸሹ።" (መሳ 7:22)

ጠብሪሞን ~ Tabrimon: 'ዕጹብ ሪሞን' ማለት ነው። የሶርያ ንጉሥ፤ የወልድ አዴር አባት፤ "አሳም በእግዚአብሔር ቤትና በንጉሥ ቤት መዛግብት የቀረውን ብርና ወርቅ ሁሉ ወስዶ በባሪያዎቹ እጅ ሰጣቸው ንቱሙም አሳ በደማስቆ ለተቀመጠው ለአዚ.ን ልጅ ለ**ጠብሪሞን** ልጅ ለሶርያ ንጉሥ ለወልድ አዴር።" (1 ነገ 15:18)

ጢሞቴዎስ ~ Timotheus: ጥሙት ዋስ፤ ታጋሽ፤ ትሑት፤ የታመነ አዳኝ፤ የተከበረ ዋስ፤ የተመሰገነ... ማለት ነው። 'ጥሙት' እና 'ዋስ' ከሚሉ ቃላት የተመሠረተ ስም ነው። የአንዲት ያመነች አይሁዳዊት ልጅ፤ የጳውሎስ ደቀ መዝሙር ፤ (ሥራ 16:1)

ጢሞና ~ Timon: ጢሞን፤ ጥሙን፤ ትሙን፤ የታመነ፤ የተከበረ፤ የተመሰገነ... ማለት ነው። 'ጥሞና' ከሚለው ቃል የመጣ ስም ነው። በኢየሩሳሌም ከተመረጡ ዲያቆናት፤ (ሥራ 6:5)

ጢራኖስ ~ Tyrannus: 'ነጻ አገር' ማለት ነው። ሐዋርያው ጳውሎስ በኤፌሶን በቆየበት ወቅት፤ ለሁለት ዓመት ያሕል ወንጌልን ያስተማረበት ሰው ቤት፤ "እንዳንዶች ግን ... ከእነርሱ ርቆ ደቀ መዛሙርትን ለየ፤ በ**ጢራኖስ**ም በሚሉት በትምህርት ቤት ዕለት ዕለት ይነጋገር ነበር" (ሐዋ 19:9)

ጢሮስ ~ Tyre: ጢር ማለት ነው። "ድንበሩም ወደ ራማ፤ ወደ ተመሸገውም ከተማ ወደ **ጢሮስ** ዞረ ድንበሩም ወደ ሐሳ ዞረ

መውጫውም በአክዚብ በኩል ወደ ባሕሩ ነበረ" (ኢያ 19:29)

ጢሮአዳ ~ Troas: 'ጥርስ፤ ጥርስት፤ ጥስት፤ በጦር የተወጋ' ማለት ነው። በታናሹ እስያ ሰሜናዊ ምዕራብ የነበረ የወደብ ከተማ፤ "በሚስያም አጠገብ አልፈው ወደ **ጢሮአዳ** ወረዱ።" (ሐዋ 16:8-11)

ጢሮፊሞሳ ~ Tryphosa: 'ሦስት እጥፍ ደስታ' ማለት ነው። በሮም የነበሩ እንተማማች ክርስቲያኖች፤ ጳውሎስ በሰላምታ ከጠቀሳቸው አንዱ፤ "በቤታ ሆነው ለሚደክሙ ለጥሮፊሞስና ለ**ጢሮፊሞሳ** ሰላምታ አቅርቡልኝ። በቤታ እጅግ ለደከመች ለተወደደች ለጠርሲዳ ሰላምታ አቅርቡልኝ" (ሮሜ 16:12)

ጢባርዮስ ~ Tiberius: ጹብ ራእይ፤ መልካም ራእይ... ማለት ነው። ከአውግስጦስ በኋላ የነገሠ የሮማ ንጉሥ፤ "**ጢባርዮስ** ቄሣርም በነገሠ በአሥራ አምስተኛይቱ ዓመት፤ ጴንጤናዊው ጲላጦስም በይሁዳ ሲገዛ፤ ሄሮድስም በገሊላ ..." (ሉቃ 3:1)

ጣሊታ ~ Tabitha: ጹቢት፤ ዕጹቢት፤ ውቢት፤ ቆንጆት... ማለት ነው። ጌታ በጥበቡ ከሞት ያስነሣት፤ "የብላቴናይቱንም እጅ ይዞ፤ **ጣሊታ** ቁሚ አላት፤ ፍችውም አንቺ ብላቴና ተነሽ እልሻለሁ ነው።" (ማር 5:40)

ጣብኤል ~ Tabeal: ጹብኤል፤ ዕጹብ ኤል፤ የአምላክ ውብ፤ የጌታ ቅዱስ ማለት ነው። ሶርያና ኤፍሬም ይሁዳን በመውረር በአካዝ ቦታ ሊያነግሡት ያሰቡት ሰው አባት፤ "ሶርያና ኤፍሬም የሮሜልዩም ልጅ። ወደ ይሁዳ እንውጣ እናስጨንቀውም፤ እናስበረውም፤ የ**ጣብኤል**ንም ልጅ እናንግሥበት ብለው ክፋት ስለ መከሩብህ" (ኢሳ 7:6)

ጣኔዎስ ~ Zoan: 'ጣቢያ፤ መነሻ፤ መሳፈሪያ፤ መሸኛ' ማለት ነው። በታቸኛው

ግብፅ የነበረ ጥንታዊ ከተማ፤ "በደቡብም በኩል ውጡ፤ ወደ ኬብሮንም ደረሱ በዚያም የዔናቅ ልጆች አኪመን፤ ሤሲ፤ ተላማ ነበሩ። ኬብሮንም በግብፅ ካለቸው ከ**ጣኔስ** በፊት ሰባት ዓመት ተሠርታ ነበር።" (ዘኍ 13:22)

ጣፈት ~ Taphath: ጠብታ ማለት ነው። የአሚናዳብ ልጅ ያገባት፤ የሰሎሞን ልጅ፤ "በዶር አገር ዳርቻ ሁሉ የአሚናዳብ ልጅ፤ እርሱም የሰሎሞንን ልጅ **ጣፈትን** አግብቶ ነበር" (1 ነገ 4:11)

ጤሌም ~ Telem: ጥልም፤ መሰጠም፤ ጠለላ፤ ከለላ... ማለት ነው።

1. በዕዝራ ዘመን የመቅደስ ጠባቂየነበረ፤ "ከመዘምራንም፤ ኤልያሴብ፤ ከበረኞችም፤ ሰሎም፤ **ጤሌም**፤ ኡሪ" (ዕዝ 10:24)

2. በይሁዳ ደቡባዊ ድንበር የሚገኝ ከተማ፤ "ዚፍ፤ **ጤሌም**፤ በዓሎት፤ ሐጾርሐዳታ፤ ሐጾር የምትባለውም ቂርያትሐጾር፤" (ኢያ 15:24)

ጤርጥዮስ ~ Tertius: ሣልሳዊ፤ ሦስተኛ... ማለት ነው። ሮማዊ ክርስቲያን፤ የሐዋርያው ጳውሎስን የሮሜ መልእክት በመጽፍ ያገለገለ፤ "ይህን መልእክት የጻፍሁ እኔ **ጤርጥዮስ** በጌታ ሰላ ምታ አቀርብላቸኋለሁ" (ሮሜ 16:22)

ጤግሮስ ~ Hiddekel: 'ቃጭል ድምፅ፤ እንቢልታ' ማለት ነው። ከኤደን ከሚወጡ ወንዞች፤ ወደ ሶሪያ የሚፈሰው፤ "የሦስተኛውም ወንዝ ስም **ጤግሮስ** ነው እርሱም በአሦር ምሥራቅ የሚሄድ ነው" (ዘፍ 2:14)

ጥራኮኔዶስ ~ Trachonitis: 'ኮረኮንቻማ' ማለት ነው። "... ወንድሙ ፊልጶስም በኢጡርያስ በ**ጥራኮኔዶስም** አገር የአራተኛው ክፍል ገዥ፤ ሊሳኔዮስም በሳቢላኔስ የአራተኛው ክፍል ገዥ ሆነው ሳሉ፤" (ሉቃ 3:1)

ጥሮፊሞስ ~ Trophimus: 'ምሁር' ማለት ነው። ከሚቅድንያ እስከ

እስያ ጳውሎስን በጉዞው ከሸኙት፤ "በፊት የኤፌሶኑን **ጥሮፊሞስን** ከእርሱ ጋር በከተማ አይተውት ነበርና ጳውሎስም ወደ መቅደስ ..." (ሐዋ 21:27-29)

ጠበልያ ~ Tebaliah: ጠበለ ያሕ፤ ጸበለ ያሕ፤ ቅዱስ ጸበል፤ ሕያው ውኃ... ማለት ነው።

'ጸበል' እና 'ያሕ' (የሀዌ ፤ ሕያው) ከሚሉ ሁለት ቃላት የተመሠረት ስም ነው። በእግዚአብሔር ቤት ያገለግሉ ዘንድ የበረኞች አለቆች ከስሞነኞች፤ የሐሳ ልጅ፤ **ጠበልያ**፤ (1 ዜና 26:11)

ጠባህ ~ Tebah: 'ግድያ፤ እርድ' ማለት ነው። የናኮር ትልቁ ልጅ፤ "ሬሕማ የሚሉአት ቁባቱ ደግሞ **ጠባህን**፤ ገአምን፤ ተሐሽን፤ ሞክሳን ወለደች" (ዘፍ 22:24)

ጥብርያዶስ ~ Tiberias: ጹብ ራእይ፤ ዕጹብ ራእይ፤ መልካም ራእይ... ማለት ነው። ጌታ በተወለደበት ዘመን የነበረ የገሊላ ከተማ፤ "ከዚህ በኋላ ኢየሱስ ወደ ገሊላ ባሕር ማዶ ተሻገረ፤ እርሱም የ**ጥብርያዶስ** ባሕር ነው።" (ዮሐ 6:1፤23፤ 21:1)

ጦባዶንያ ~ Tobadonijah: ጹብ ዳኛ ያሕ፤ ጦቢያዊ ሕያው አዳኝ፤ ጹባዊ ሕያው ጌታ፤ ቅዱስ አምላካዊ አዳኝ... ማለት ነው። [ተዛማጅ ስም- **አኪጦብ**፤ **ጦብያ**፤ **ጦብ**]

'ጹብ'፤ 'ዳኛ' እና 'ያሕ' ከሚሉ ቃላት የተመሠረት ስም ነው።
በንጉሥ ኢዮሳፍጥ ዘመን የእግዚአብሔርን የሕጉን መጽሐፍ ይዘው በይሁዳ እንዲያስተምሩ ከተላኩ፤ (2 ዜና 17:8)

ጦብ ~ Ishtob, Tob: ጡብ፤ ጹብ ውብ፤ መልካም፤ ቅዱስ... ማለት ነው። [ተዛማጅ ስም- **አኪጦብ**፤ **ጦብያ**፤**ጦባዶንያ**] Ishtob- 'ሺህ' እና 'ጹብ' ከሚሉ ቃላት የተመሠረት ስም ነው።

ጦብ / Ishtob: የአገር ስም፤ (2 ሳሙ 10:6፤8)

ጦብ / Tob: የልዩ ቤት ልጅ ነህና በአባታችን ቤት አትወርስም ብለው የፍታሔን ሲያሳድዱት የሸሸበት አገር፤ (መሣ 11:3፤ 5)

ጦብያ ~ Tobiah, Tobijah:
ጹብ ያሕ፤ ጹብያ፤ ጦቢያ፤ እጦቢያ፤ ኢትዮጵያ፤ የሐያው ቅዱሳን... ማለት ነው። [ተዛማጅ ስም- **አኪጦብ፤ ጦብ፤ ጦባዶንያ**] Tobiah, Tobijah- 'ጹብ' እና 'ያሕ' (ያሕዌ ፤ ሕያው) ከሚሉ ሁለት ቃላት የተመሠረተ ስም ነው።

ጦብያ / Tobiah: የባቢሎን ንጉሥ ናቡከደነጾር ወደ ባቢሎን ከማረካቸው

ምርኮኞች ወደ ኢየሩሳሌምና ወደ ይሁዳ ወደ እየከተማቸው ከተመለሱ፤ (ነህ 7:62)

ጦብያ / Tobijah: በንጉሥ ኢዮሣፍጥ ዘመን የእግዚአብሔርን የሕጉን መጽሐፍ ይዘው በይሁዳ ያስተምሩ ከነበሩ፤ (2 ዜና 17:8 ፤ 2 ዜና 17:8)

ጦፌል ~ Tophel:
ጥፉ ኤል፤ አምላክ ያጠፋው፤ ጠፍ፤ ብልሹ... ማለት ነው። በሲና ምድረ በዳ የነበረ፤ የቦታ ስም፤ "በዮርዳኖስ ማዶ በምድረ በዳ፤ በዓረባ ውስጥ በኤርትራ ባሕር ፊት ለፊት፤ በፋራን በጦፌልም በላባንም በሐጼሮትም በዲዛሃብም መካከል ሳሉ፤ ሙሴ ለእስራኤል ሁሉ የነገራቸው ቃል ይህ ነው" (ዘዳ 1:1)

ፀፀ
የሚለው ሁሉ የፍርድ ፍርድ ይገባዋል፤ ደንቆሮ የሚለውም ሁሉ የገሃነም እሳት ፍርድ ይገባዋል።" (ማቴ 5:22)

ጺ
ጹዴስ ~ Pudens: 'ዓይናፋር' ማለት ነው። ሮማዊ ክርስቲያን፤ "ከክረምት በፊት እንድትመጣ ትጋ። ኤውግሎስና **ጹዴስ** ሊኖስም ቅላውዲያም ወንድሞችም ሁሉ ሰላምታ ያቀርቡልሃል።" (2 ጢሞ4:21)

ጲላጦስ ~ Pilate: 'ጦረኛ፤ ነፍጠኛ፤ የጦር ልብስ የለበሰ' ማለት ነው። በቤታ ላይ የፈረደ ሮማዊ ገዥ፤ "አስረውም ወስደው፤ ለገዢው ለጴንጤናዊው **ጲላጦስም** አሳልፈው ሰጡት።" (ማቴ 27:2)

ጲስድያ ~ Pisidia: 'ሜዳማ' ማለት ነው። በታንሽቱ እስያ የሚገኝ የቦታ ስም፤ "እነርሱ ግን ከጴርጌን አልፈው የ**ጲስድያ** ወደምትሆን ወደ አንጾኪያ ደረሱ፤

በሰንበትም ቀን ወደ ምኵራብ ገብተው ተቀመጡ።" (ሐዋ 13:14፤14:21-24)

ጲርአም ~ Piram: 'መንጋ' ማለት ነው። ኢያሱ ከነዓንን በያዘ ጊዜ፤ የአሞራውያን ንጉሥ፤ "ስለዚህም የኢየሩሳሌም ንጉሥ አዶኔጼዴቅ ወደ ኬብሮን ንጉሥ ወደ ሆሃም፤ ወደ የርሙት ንጉሥም ወደ **ጲርአም**፤ ወደ ለኪሶ ንጉሥም ወደ ያፍዓ፤ ወደ አዶላም ንጉሥም ወደ ዳቤር ልኮ። ወደ እኔ ውጡ።" (ኢያ 10:3)

ጲርዓቶን ~ Pirathon: 'ልውላዊ' ማለት ነው ። በኤፍሬም አገር የነበረ የቦታ ስም፤ "የጲርዓቶናዊውም የሂሌል ልጅ ዓብዶን ሞተ፤ በተራራማውም በአማሌቃውያን ምድር በኤፍሬም ባለቸው በ**ጲርዓቶን** ተቀበረ።" (መሣ 12:15)

ኢጥፋራ ~ Potiphar: 'የአፍሪካ ወይፈን' ማለት ነው። "ዮሴፍ ግን ወደ ግብፅ ወረደ የፈርዖን ጃንደረባ የዘበኞቹም አለቃ የሚሆን የግብፅ ሰው **ኢጥፋራ** ወደ ግብፅ ካወረዱት ከእስማኤላውያን እጅ ገዛው።" (ዘፍ 39:1)

ጳስኮር ~ Pashur: 'የተሸረ፣ የተፈታ፣ ነጻ የሆነ' ማለት ነው።

1. ከካህናት አለቆች አንዱ፣ የመልኪያ ወገን፣ "የመልኪያ ልጅ የ**ጳስኮር** ልጅ የይሮሐም ልጅ ዓዳያ የኢጌር ልጅ የምሽላሚት ልጅ የሜሱላም ልጅ የየሕዘራ ልጅ የዓዲኤል ልጅ መዕሣይ" (1 ዜና 9:12፣ 24:9፣ ነህ 11:12)

2. "በእግዚአብሔርም ቤት የተሾመው አለቃ የካህኑ የኢጌር ልጅ **ጳስኮር** ኤርምያስ በዚህ ነገር ትንቢት ሲናገር ሰማ" (ኤር 20:1)

ጳርሜና ~ Parmenas: 'ዘላቂ፣ ቀጣይ' ማለት ነው። በሐዋርያት ከተሾሙ ከሰባቱ ዲያቆናት አንዱ፣ "ይህም ቃል ሕዝብን ሁሉ ደስ አሰኛቸው፣ እምነትና መንፈስ ቅዱስም የሞላበትን ሰው እስጢፋኖስን ፊልጶስንም ጵሮኮሮስንም ኒቃሮናንም ጢሞናንም **ጳርሜና**ንም ወደ ይሁዲነት ገብቶ የነበረውን የአንጾኪያውን ኒቆላዋስንም መረጡ።" (ሐዋ 6:5)

ጳትሮስ ~ Pathros: ባተ ራስ፣ ቤት ራስ፣ የበላይ አባት... ማለት ነው። [ተዛማጅ ስም- **ኤጥሮስ**]
'ከአርባ ዓመት በኋላ እስራኤላውያንን፣ ከተበተኑባቸው አሰበሰባለሁ' ብሎ በተናገረው ትንቢት የተጠቀሰ የቦታ ስም፣ "በዚያም ቀን እንዲህ ይሆናል የቀረውን የሕዝቡን ቅሬታ ከአሦርና ከግብፅ፣ ከ**ጳትሮስ**ና ከኢትዮጵያ..." (ኢሳ 11:11)

ጳንጦስ ~ Pontus: 'ባሕር' ማለት ነው። የታናሽቱ እስያ ከፍል ግዛት፣ "የጶርቱና የሜድ የኢላሜጤም ሰዎች፣ በሁለት ወንዝም

መካከል በይሁዳም በቀጰዶቅያም በ**ጳንጦስ**ም በእስያም" (ሐዋ 2:9)

ጳውሎስ ~ Paul: 'ንኡስ፣ ትንሽ' ማለት ነው። የሳውል ሌላ ስም፣ "**ጳውሎስ** የተባለው ሳውል ግን መንፈስ ቅዱስን ተሞልቶ ትኩር ብሎ ..." (ሐዋ 13:9)

ጳጥራ ~ Patara: ሐዋርያው ጳውሎስ ባለረገው ጉዞ ካለፈባቸው ከተሞች፣ "ከእንርሱም ተለይተን ተነሣን፣ በቀጥታም ኬዶን ወደ ቆስ በነገውም ወደ ሩድ ከዚያም ወደ **ጳጥራ** መጣን፣" (ሐዋ 21:1፣2)

ጳጥሮባ ~ Patrobas: አባት፣ አባታዊ... ማለት ነው። ጳውሎስ በሰላምታ ደብዳቤው የጠቀሰው፣ በሮም የነበረ ክርስቲያን፣ "ለአስቀሪጦንና ለአፍሌሶንጸ ለሄርሜንም ለ**ጳጥሮባ**ም ለሄርማንም ... ሰላምታ አቅርቡልኝ" (ሮሜ 16:14)

ጳፉ ~ Paphos: 'ትኩስ፣ የፈላ፣ የሞቀ' ማለት ነው። ጳውሎስና በርናባስ በጉዟቸው ከጎበጓቸው ቦታዎች፣ የቆጵሮስ ዋና ከተማ፣ "ደሴቲቱንም ሁሉ እስከ **ጳፉ** በዞሩ ጊዜ፣ በርያሱስ የሚሉትን ጠንቋይና ሐሰተኛ ነቢይ የሆነውን አንድ አይሁዳዊ ሰው አገኙ፣" (ሐዋ 13:6)

ጴርጋሞን ~ Pergamos: 'ምጡቅ፣ ዳገት' ማለት ነው። ከሰባቱ አብያተ ክርስቲያን አንዱ የሚገኝባት፣ በታናሽቲ እስያ የምትገኝ ከተማ፣ "እንዲሁም። የምታየውን በመጽሐፍ ጽፈህ ወደ ኤፌሶንና ወደ ሰምርኔስ ወደ **ጴርጋሞን**ም ወደ ትያጥሮንም ወደ ሰርዴስም ወደ ፊልድልፍያም ወደ ሎዶቅያም በእስያ ወዳሉት ወደ ሰባቱ አብያተ ክርስቲያናት ላክ አለኝ።" (ራእ 1:11፣ 2:17)

ጴርጌ ~ Phrygia: 'ደረቅ መሬት፣ የገበሪ' ማለት ነው። በታናሽቱ እስያ የምትገኝ አገር፣ "እንርሱ ግን ከ**ጴርጌ**ን አልፈው የጲስድያ ወደምትሆን ወደ አንጾኪያ ደረሱ፣

በሰንበትም ቀን ወደ ምኵራብ ገብተው ተቀመጡ።" (ሐዋ 13:14)

ኤርጌን ~ Perga: 'ፈራሽ፥ አላፊ፥ ጠፊ፥ ምድራዊ' ማለት ነው። የጵንፍልያ ከተማ፤ "ጳውሎስም ከጓደኞቹ ጋር ከጳፉ ተነሥቶ የጵንፍልያ ወደምትሆን ወደ **ኤርጌን** መጣ፤ ዮሐንስም ከእነርሱ ተለይቶ ወደ ኢየሩሳሌም ተመለሰ።" (ሐዋ 13:13)

ኤጥሮስ ~ Peter: ቤተ ራስ፥ የአባት ወገን፥ የበላይ አባት... ማለት ነው። ('ዓለት ማለት ነው' ተብሎም ይተረጎማል።) [ተዛማጅስም- **ጴትሮስ**] የስምዖን ስም፤ "...ሁለት ወንድማማች **ኤጥሮስ** የሚሉትን ስምዖንን ..." (ማቴ 4:18)

ጽልያጡ ~ Amplias: ትልቅ፥ ጉልህ፥ ደምቆ የሚታይ፥ ጎልቶ የሚሰማ... ማለት ነው። በሮም የነበረ ክርስቲያን፤ ጳውሎስ በሰላምታ ደብዳቤው የጠቀሰው፤ "በጌታ ለምወደው ለ**ጽልያጡ**ን ሰላምታ አቅርቡልኝ። " (ሮሜ 16:8)

ጽርስቅላ ~ Prisca, Priscilla: 'ጥንታዊ' ማለት ነው። ሐዋርያው ጳውሎስ ለጢሞቴዎስ በላከው የሰላምታ ደብዳቤ፤ የጠቀሰው፤ "ለ**ጽርስቅላ**ና ለአቂላ ለኔኤሲፎሩም ቤተ ሰዎች ሰላምታ አቅርብልኝ።" (2 ጢሞ 4:19)

ጽርስቅላ / Priscilla: የአቂላ ሚስት፤ "በወገኑም የጳንጦስ ሰው የሚሆን አቂላ የሚሉትን አንድ አይሁዳዊ አገኘ፤ እርሱም ከጥቂት ጊዜ በፊት ከሚስቱ ከ**ጽርስቅላ** ጋር ከኢጣልያ መጥቶ ነበር፤ አይሁድ ከሮሜ ይወጡ ዘንድ ቀላውዴዎስ አዞ ነበርና፤ ወደ እነርሱ ቀረበ።" (ሐዋ 18:2)

ጽርኮሮስ ~ Prochorus: 'የመዘምራን አለቃ' ማለት ነው። ከስባቱ

ዲያቆናት ሣስተኛው፤ "ይህም ቃል ሕዝቡን ሁሉ ደስ አሰኛቸው፤ እምነትና መንፈስ ቅዱስም የሞላበትን ሰው እስጢፋኖስን ፊልጶስንም **ጽርኮሮስን** ኒቃሮናንም ጢሞናንም ጽርሜናንም ... የአንጾኪያውን ኒቆላስንም መረጡ።" (ሐዋ 6:5)

ጽኒኤል ~ Peniel: ፐኒኤል፥ ፋና ኤል፥ የአምላክ ፊት፥ የጌታ መልክ፥ የእግዚአብሔር ፊት፥ ብርሃናማ፥ አንጸባራቂ... ማለት ነው። [ተዛማጅ ስሞች- **ፋኑኤል**] ያዕቆብ ከአንድ ሰው ጋር እስከ ንጋት ድረስ ይታገል የነበረበት ቦታ፤ "ያዕቆብም። እግዚአብሔርን ፊት ለፊት አየሁ፤ ሰውነቴም ድና ቀረች ሲል የዚያን ቦታ ስም **ጽኒኤል** ብሎ ጠራው" (ዘፍ 32:30) ፤ "**ጽኒኤል**ንም ሲያልፍ ፀሐይ ወጣችበት፤ እርሱም በጭኑ ምክንያት ያነክስ ነበር።" (ዘፍ 32:31)

ጽኒኤል ~ Penuel: 'የአምላክ ፊት' ማለት ነው። ያዕቆብ ከእግዚአብሔር ጋር የታገለበት፤ እስራኤል ተብሎ የተጠራበት ሥፍራ፤ "ያዕቆብም። እግዚአብሔርን ፊት ለፊት አየሁ፤ ሰውነቴም ድና ቀረች ሲል የዚያን ቦታ ስም **ጽኒኤል** ብሎ ጠራው" (ዘፍ 32:30)

ጽንፍልያ ~ Pamphylia: 'የተደባለቀ ሕዝብ' ማለት ነው። ጳውሎስ በሐዋርያዊ ጉዞው ካለፈባቸው ቦታዎች፤ "ጳውሎስም ከጓደኞቹ ጋር ከጳፉ ተነሥቶ የ**ጽንፍልያ** ወደምትሆን ወደ ኤርጌን መጣ፤ ዮሐንስም ከእነርሱ ተለይቶ ወደ ኢየሩሳሌም ተመለሰ።" (ሐዋ 13:13፤14)

ጽጥሬራ ~ Potipherah: የዮሴፍ ሚስት፥ የአስናት አባት፥ የምናሴና ኤፍሬም አያት፤ "ለዮሴፍም በገብፅ ምድር ምናሴና ኤፍሬም ተወለዱለት የሄልዮቱ ከተማ ካህን የ**ጽጥሬራ** ልጅ አስናት የወለደቻቸው ናቸው። " (ዘፍ 41:45፤ 50፤ 46:20)

ጸ

ጸልሞን ~ Zalmon: 'ጽልመት፣ ጨለማ፣ ጥላ፣ ጠለላ' ማለት ነው:: ከዳዊት ጠባቂዎች አንዱ፣ አሆሃዊው፣ "**ጸልሞን** ነጦፋዊው ኖኤሬ፣ የነጦፋዊው የበዓና ልጅ ሔሌብ፣ ከብንያም ወገን" (2 ሳሙ 23:29)

ጸዒር ~ Zair: 'ትንሽ' ማለት ነው:: የቦታ ስም፣ "ኢዮራምም ከሰረገሎቹ ሁሉ ጋር ወደ **ጸዒር** አለፈ፣ በሌሊትም ተነሥቶ እርሱንና ..." (2 ነገ 8:21)

ጸዕነነም ~ Zaanannim: 'መጻተኞች፣ ስደተኛ፣ ተጓዥ፣ መንገደኛ' ማለት ነው:: "ድንበራቸውም ከሔሌፍ፣ ከ**ጸዕነነም**ዛፍ፣ ከአዳሚኔቆብ፣ ከየብኔኤል እስከ ለቁም ድረስ ነበረ ..." (ኢያ 19:33)

ጸፍናት ፐዕናህ ~ Zaphnath-paaneah: 'አሳሽ፣ ዳሳሽ፣መርማሪ፣ ፈላጊ' ማለት ነው:: "ፈርዖንም የዮሴፍን ስም **ጸፍናት ፐዕናህ** ብሎ ጠራው፣ የሄልዮቱ ከተማ ካህን የጾጥሬራ ልጅ የምትሆን አስናትን አጋባው:: ዮሴፍም በግብፅ ምድር ሁሉ ወጣ" (ዘፍ 41:45)

ጹፍ ~ Zuph: 'ሰፈፍ' ማለት ነው:: "ወደ **ጹፍ** ምድር በመጡ ጊዜም ሳኦል ከእርሱ ጋር የነበረውን ብላቴና:- አባቴ ስለ አህዮች ማሰብ ትቶ ስለ እኛ እንዳይጨነቅ ና፣ እንመለስ አለው::" (1 ሳሙ 9:5)

ጺልታይ ~ Zilthai: 'ጥላዬ፣ ሕያው ጥላ፣ ጠለላ' ማለትነው::

1. ብንያማዊ፣ "ኤሊዔናይ፣ **ጺልታይ**፣ ኤሊኤል፣ዓዳያ፣ ብራያ፣ ሺምራት፣ የሰሜኢ ልጆች" (1 ዜና 8:20)
2. በጺቅላግ ከዳዊት ሠራዊት ጋር የተቀላቀለ የምናሴ ሻለቆች ከነበሩ:- "ወደ ጺቅላግም ሲሄድ ከምናሴ ወገን የምናሴ ሻለቆች የነበሩ ዓድና፣ የዛባት፣ ይዲኤል፣ ሚካኤል፣ የዛባት፣ ኤሊሁ፣ **ጺልታይ** ወደ እርሱ ከዱ::" (1 ዜና 12:20)

ጺቅላግ ~ Ziklag: ጠመዝማዛ ማለት ነው:: በይሁዳ ደቡባዊ ግዛት የነበረ ከተማ፣ "ኪሲል፣ ሔርማ፣ **ጺቅላግ**፣ ማድማና፣ ሳንሳና፣" (ኢያ 15:31)

ጺን ~ Zin: 'ረባዳ፣ ጠፍጣፋ፣ ደልዳላ' ማለት ነው:: "ወጡም ምድሪቱንም ከ**ጺን** ምድረ በዳ በሐማት ዳር እስካላቸው እስከ ረኣብ ድረስ ሰለሉ" (ዘኍ 13:21)

ጺዖር ~ Zior: 'ብልጭታ፣ ትንሽ ብርሃን' ማለት ነው:: በይሁዳ ተራራማ ክፍል የሚገኝ ከተማ፣ "አፌቃ፣ ሐምጣ፣ ኬብሮን የምትባል ቂርያትአርባቅ፣ **ጺዖር** ዘጠኝ ከተሞችና መንደሮቻቸው::" (ኢያ 15:54)

ጺጽ ~ Ziz: 'ትንበያ' ማለት ነው:: "ነገ በእነሱ ላይ ውረዱ እነሆ፣ በ**ጺጽ** ዓቀበት ይወጣሉ በሸለቆውም መጨረሻ በይሩኤል ምድረ በዳ ፊት ለፊት ታገኟቸዋላችሁ::" (2 ዜና 20:16)

ጸርታን~ Zaretan: 'መከራ፣ እንግልት' ማለት ነው:: ታቦቱን የተሸከሙት የካህናቱ እግሮች የዮርዳኖስን ውኃ ሲነኩ፣ ውኃው የቆመበት ቦታ፣ "ከላይ የሚወርደው ውኃ ቆሞ በ**ጸርታን** አጠገብ ባለቸው አዳም በምትባል ከተማ በሩቅ ቆም ... ሕዝቡም በኢያሪኮ ፊት ለፊት ተሻገሩ::" (ኢያ 3:16፣ 17)

ጼላ ~ Zelah: 'ዛለ፣ ደከመ' ማለት ነው:: ለብንያም ነገድ የተሰጠ ቦታ፣ "ሬቄም ይርጵኤል፣ ተርኣላ፣ **ጼላ**፣ ኤሌፍ ኢየፉሳሌም የምትባል የኢያቡስ ከተማ፣ ቂርያትጊብዓት አሥራ ሦስት ከተሞችና መንደሮቻቸው:: የብንያም ልጆች ርስት በየወገኖቻቸው ይህ ነበረ::" (ኢያ 18:28)

ጼሌቅ ~ Zelek: ዘ ሊቅ፣ ጠሊቅ፣ ጥልቅ፣ ዘላቂ... ማለት ነው:: [ተዘማጅ ስም-**ሊቅሕ፣ ሉቃስ**]

Zelek- 'ጥልቅ' ከሚለው ቃል የተገኘ ስም ነው፡፡ የኢዮአብ ጋሻ ጃግሬ፥ (2 ሳሙ 23:37) ፤ (1 ዜና 11:39)

ዜልጸሀ ~ Zelzah: 'ጥላ፣ ጠለላ' ማለት ነው፡ የብንያም አዋሳኝ የሆነ የቦታ ስም፥ "ዛሬ ከእኔ በተለየህ ጊዜ በብንያም ዳርቻ በዜልጸሀ አገር ባለው በራሔል መቃብር አጠገብ ሁለት ሰዎች ታገኛለህ እርሱም፡- ..." (1 ሳሙ 10:2)

ዜር ~ Zer: ጸር፣ ጣእር፣ ጦር፣ ፈተና፣ መከራ፣ አሳር... ማለት ነው፡፡ የንፍታሌም ልጆች ነገድ ርስት የሆነ የቦታ ስም፥ (ኢያ 19:35)

ጽሩዓ ~ Zeruah: ዘርህ፣ ዘር፣ ወገን፣ ዘመድ፣ ረዳት፣ አጋዥ፣ ተባባሪ... ማለት ነው፡፡ [ተዛማጅ ስሞች- **ጽሩያ፣ ጽሩዓ፣ ጽሪ**] የናባጥ ልጅ የኢዮርብ እናት፣ (1 ነገ11:26)

ጽሩያ ~ Zeruiah: ዘረያ፣ ዘረ ሕያው፣ የሕያው አምላክ ዘር፣ የጌታ ወገን፣ የእግዚአብሔር ልጅ... ማለት ነው፡፡ [ተዛማጅ ስሞች- **ዜር፣ ጽሩዓ፣ ጽሪ**] Zeruiah- 'ዘር' እና 'ያህ' (ያህዌ ፣ ሕያው) ከሚሉ ቃላት የተመሠረተ ስም ነው፡፡ የናባጥ ልጅ የኢዮርብ እናት፣ (1 ዜና2:16)

ጽሪ ~ Zeri: ዘሪ፣ ዘር የሚዘራ፣ የሚያመርት፣ የሚያበረክት... ማለት ነው፡፡ [ተዛማጅ ስሞች- **ዜር፣ ጽሩያ፣ ጽሩዓ**] በንጉሥ ዳዊት ዘመን የነበረ የኤዶታም ልጅ፣ (1 ዜና 25:3)

ጽሮር ~ Zeror: 'እስር፣ ነፃ' ማለት ነው፡፡ ቂስ የተባለ የብንያማዊ ሰው፣ የብኮራት አባት፣ "ስሙ ቂስ የተባለ አንድ ብንያማዊ ሰው ነበረ እርሱም የአቢኤል ልጅ፣ የጽሮር ልጅ፣ የብኮራት ልጅ፣ የብንያማዊው የአፌቅ ልጅ፣ ጽኑዕ ኃያል ሰው ነበረ" (1 ሳሙ 9:1)

ጽናን ~ Zenan: 'ጠማማ' ማለት ነው፡፡ የይሁዳ አዋሳኝ የሆነ የቦታ ስም፥

"**ጽናን**፣ ሐዳሻ፣ ሚግዳልጋድ፣ ዲልዓን፣" (ኢያ 15:37)

ጽዮን ~ Zion: ጽኑ፣ ጽኑዓን፣ ብርቱ፣ ጠንካራ፣ መከታ፣ አምባ፣ መመኪያ... ማለት ነው ፡፡ ኢየሩሳሌምም ጽዮን ትባላለች፡፡ [ተዛማጅ ስም- **ሲዎን**] [ቃሉ አምባ ማለት ነው /**መቅዳ**] . የኢየሩሳሌም ሌላ ስም፥ "...ዳዊት ግን አምባይቱን **ጽዮንን** ያዘ እርሷም የዳዊት ከተማ ናት፡" (1 ዜና 11:5-7) . በአዲስ ኪዳን ጽዮን የሚለው ስም ለቤተ ክርስቲያን እና ለሰማያዊ የእግዚአብሔር መንግሥት፣ መጠሪያ ስም ሁኖ ያገለግላል፡፡ (ዕብ 12:22) ፤ (ራእ 14:1)

ጽዳድ ~ Zedad: 'ገዳዳ፣ አቀበት' ማለት ነው፡፡ በሐማት አጠገብ፣ በሰሜን ፍልስጥኤም የነበረ ከተማ፥ "ከሐርም ተራራ ወደ ሐማት መግቢያ ምልክት ታመለክታላችሁ የዳርቻውም መውጫ በጽዳድ ይሆናል" (ዘኍ 34:8፣ ሕዝ 47:15)

ጽፋት ~ Zephath: 'ማማ' ማለት ነው፡፡ የከነዓን ከተማ ጥንታዊ ስም፥ "ይሁዳም ከወንድሙ ከስምዖን ጋር ሄደ፣ በጽፋት የተቀመጡትንም ከነዓናውያንን መቱ፣ ፈጽመውም አጠፋአት፡፡ የከተማይቱንም ስም ሔርማ ..." (መሳ 1:17)

ጸርዓ ~ Zareah, Zorah: ጸራ፣ ጠራ፣ ጮኸ፣ ጨረር... ማለት ነው፡፡

ጸርዓ / Zareah: በደቡብ በኩል በምድራቸው ዳርቻ አጠገብ እስከ ኤዶምያስ ድንበር ያሉት የይሁዳ ልጆች ነገድ ከተሞች፣ (ነህ 11:29)

ጸርዓ / Zorah: የዳን ነገድ ርስት፣ "በቂላው ኤሽታኦል፣ **ጸርዓ**፣ አሽና፣ ዛኖዋ" (ኢያ 15:33)

ጸርዓ ~ Zorah: 'ጢንዚዛ' ማለት ነው፡፡ ለዳን ነገድ የተሰጠ ከተማ፣

"የርስታቸውም ዳርቻ ይህ ነበረ **ጸርዓ**፥ ኤሽታአል፥ ዒርሼሜሽ፥" (ኢያ 19:41)

ጸሬም ~ Zophim: 'ጠባቂዎች' ማለት ነው። ባላቅ እስራኤላውያንን እንዲረግምለት ባላምን የወሰደበት ሜዳ፣ "ወደ **ጸሬም**ም ሜዳ ወደ ፈስጋ ተራራ ራስ ላይ ወሰደው ሰባትም መሠዊያዎች ሠራ፣

በየመሠዊያውም ላይ አንድ ወይፈን አንድም አውራ በግ አሳረገ" (ዘኍ 23:14)

ጸፋ~ Zophah: 'ሽንክላ፥ ዋርጫ፥ ጽዋ' ማለት ነው። የኤላም ልጅ፣ "የወንድሙም የኤላም ልጆች **ጸፋ**፥ ይምና፥ ሴሌስ፥ ዓማል ነበሩ።" (1 ዜና 7:35፡36)

θ

θባዖት ~ Sabaoth: ሰባዖት፥ ሰባት፥ ሰዎች፥ ሕዝብ፥ ሠራዊት ማለት ነው።። [ተዛማጅ ስም- **ሰበንያ፥ ሰባታ፥ ሰንበት፥ ሳባ ሰዎች፥ ሳባታይ፥ ሳባጥ፥ ሳቤህ ፥ ሳቤዔ]** [ሠራዊት፥ ጭፍራ ማለት ነው / **መቅቃ**] . ሐዋርያው ጳውሎስ ወደ ሮማውማውያን በላከው ደብዳቤ የጌታን ባሕሪ ለመግለጽ

የተጠቀመው ቃል፣ "ኢሳይያስም እንደዚሁ። ጌታ **θባዖት** ዘር ባላስቀረልን እንደ ሰዶም በሆንን ገሞራንም በመሰልን ነበር ብሎ አስቀድሞ ተናገረ" (ሮሜ 9:29) . በተመሳሳይ ሁኔታ ያቆብ በመልእክቱ ቃሉን ተጠቀመ፣ "... ወደ ጌታ **θባዖት** ጆሮ ገብቶአል።" (ያዕ 5:4)

ፈ

ፈሐት ሞዓብ ~ Pahath-moab: 'የሞብ ዳኛ፥ ፍትሕ ሰጭ' ማለት ነው። ከባቢሎን ምርኮ ከተመለሱት፣ የኢየሩሳሌምን ቅጥር በመጠገን የተባበረ፣ "ከኢያሱና ከኢዮአብ ልጆች የሆኑ የ**ፈሐት ሞዓብ** ልጆች፥ ሁለት ሺህ ስምንት መቶ አሥራ ሁለት፥" (ዕዝ 2:6፥ 8:4፥10:30)

ፈሉስ ~ Pallu: 'ታዋቂ' ማለት ነው። የሮቤል ልጅ፥ የኤልያብ አባት፣ "የእስራኤል በኩር ሮቤል የሮቤል ልጆች ከሄኖክ የሄኖካውያን ወገን፥ ከ**ፈሉስ** የፈሉሳውያን ወገን፥" (ዘኍ 26:5፥8፥ 1 ዜና 5:3)

ፈሉሶ ~ Phallu: 'ታዋቂ፥ የተከበረ' ማለት ነው። የሮቤል ልጅ፣ "የሮቤልም ልጆች ሄኖk፥ **ፈሉሶ**፥ አስሮን፥ ከርሚ።" (ዘፍ 46:9)

ፈሊታውያን ~ Pelethites: 'ፈራጆች፥ መኳንንት' ማለት ነው። "የዮዳሄ

ልጅ በናያስ በከሊታውያንና በ**ፈሊታውያን** ላይ ነበረ፣ የዳዊትም ልጆች አማካሪዎች ነበሩ።" (2 ሳሙ 8:18፥ 20:7፥23 ነገ 1:38፥44፥ 1 ዜና 18:17)

ፈላልያ ~ Pelaliah: 'በሕያው የተዳኘ፥ የሕያው ፍርድ' ማለት ነው። የአማሲ ልጅ፣ "የቤቱንም ሥራ የሠሩ ወንድሞቻቸው ስምንት መቶ ሀያ ሁለት የመልኪያ ልጅ የፋስኮር ልጅ የዘካርያስ ልጅ የአማሲ ልጅ የ**ፈላልያ** ልጅ የይሮሐም ልጅ ዓዳያ" (ነህ 11:12)

ፈላጥያ ~ Pelatiah: 'አምላክ የፈታው፥ በሕያው ነጻ የወጣ፥ ሕያው አምላክ ያዳነው' ማለት ነው።

1. የዘሩባቤል ልጅ፣ የሐናንያ ልጅ፣ "የሐናንያም ልጆች **ፈላጥያ**ና የሻ ነበሩ፥ የረፋያ ልጆች፥ የአርናን ልጆች፥ የአብድዩ ልጆች፥ የሴኬንያ ልጆች።" (1 ዜና 3:21)

266

2. የስምዖንንም ልጆች አለቃ፤ የይሹዒ ልጅ፤ "የስምዖንንም ልጆች አምስት መቶ ሰዎች ወደ ሴይር ተራራ ሄዱ አለቆቻቸውም የይሹዒ ልጆች፤ **ፈላጥያ**፤410 ነዓርያ፤ ረፋያ፤ ዑዝኤል ነበሩ።" (1 ዜና 4:42)

3. ከነህምያ ጋር የቃል ኪዳኑን ደብዳቤ ያተመ፤ "ኤዚር፤ ሜሰዙቤል፤ ሳዶቅ፤ ያዱአ፤ **ፈላጥያ**" (ነህ 10:22)

4. የበናያስ ልጅ፤ "ትንቢትም በተናገርሁ ጊዜ የበናያስ ልጅ **ፈላጥያ** ሞተ እኔም በግምባሬ ተደፍቼ፤ ጌታ እግዚአብሔር ሆይ፤ ወዮ ..." (ሕዝ 11:5-12)

ፈልጢ ~ Palti: ፍልጥ፤ መፍለጥ፤ መክፈል፤ መለየት፤ ነጻ ማውጣት... ማለት ነው። የራፋ ልጅ፤ ብንያማዊ ሰላይ፤ "ከብንያም ነገድ የራፋ ልጅ **ፈልጢ**፤ ከዛብሎን ነገድ የሰዲ ልጅ ጉዲኤል" (ዘኍ 13:9)

ፈልጢኤል ~ Paltiel: 'ያምላክ ነጻነት፤ ምሕረት' ማለት ነው። መሬት በማከፋፈል የተባበሩ፤ ከይሳኮር ልጆች ነገድ አለቃ፤ "ከይሳኮር ልጆች ነገድ አንድ አለቃ የሐዛ ልጅ **ፈልጢኤል**፤" (ዘኍ 34:26)

ፈስጋ ~ Pisgah: 'ጫፍ፤ ከፍል' ማለት ነው። በኢያሪኮ አንጻር፤ በዮርዳኖስ በስተምሥራቅ፤ የሞዓባውያን መስክ አዋሳኝ የሆነ፤ የቦታ ስም፤ "ከባሞትም ምድረ በዳውን ከላይ ወደሚመለከተው ወደ **ፈስጋ** ተራራ ራስ በሞዓብ በረሀ ወዳለው ሸለቆ ተጓዙ" (ዘኍ 21:20፤ 23:14፤ 3:27፤ 34:1)

ፈሪ ~ Fear: ፈሪ፤ ፈራ፤ ፍራት፤ ጭንቀት፤ ጥንቃቄ፤ ማስተዋል... ማለት ነው። Fear-'ፈሪ' ከሚለው የመጣ ቃል ነው። ከጠቢቡ ሰሎሞን ምክር፤ "የጥበብ መጀመሪያ እግዚአብሔርን **መፍራት** ነው ..." (ምሳ 1:7) ፤ (ኢዮ 28:28 ፤ መዝ 19:9)

ፈሪሳውያን ~ Pharisees: ፈራሽ፤ አፍራሽ፤ ተገንጣይ፤ መለየትን የሚፈልግ... ማለት ነው።

"በዚያን ጊዜ የዮሐንስ ደቀ መዛሙርት ወደ እርሱ ቀርበው፤ እኛና **ፈሪሳውያን**፤ ብዙ ጊዜ የምንጦመው፤ ደቀ መዛሙርትህ ግን የማይጦሙት ስለ ምንድር ነው? አሉት።" (ማቴ 9:14፤ 23:15፤ ሉቃ 11:39፤ 18:12)

ፈርባር ~ Parbar: 'ገጠር' ማለት ነው። "በምዕራብ በኩል **ፈርባር** መንገድ ላይ አራት፤ በፈርባርም አጠገብ ሁለት ነበሩ" (1 ዜና 26:18)

ፈርዖን ~ Pharaoh: 'የተበተነ፤ የተከፋፈለ፤ የተሰፋፋ' ማለት ነው። ('ታላቅ፤ ግፍ ሥሪ ማለት ነው።' ተብሎም ይተረጎማል። ኪ**ወ**ኪ / **እ**) የግብፅ ነገሥታትን የክብር መጠሪያ፤ "የፈርዖንም አለቆች አዩአት፤ በ**ፈርዖንም** ፊት አመሰገኑአት ሴቲቱንም ወደ **ፈርዖን** ቤት ወሰዱአት።" (ዘፍ 12:15)

ፈርዱናጥስ ~ Fortunatus: 'ዕድለኛ' ማለት ነው። በኤፌሶን ጸውሎስን የጎበኘ፤ ቆሮንቶሳዊ ደቀ ምዝሙር፤ "በእስጢፋኖስና በ**ፈርዱናጥስ** በአካይቆስም መምጣት ደስ ይለኛል፤ እናንተ ስለሌላችሁ የጎደለኝን ፈጽመዋልና፤ መንፈሴንና መንፈሳችሁን አሳርፈዋልና።" (1 ቆሮ 16:17)

ፈታያ ~ Pethahiah: ፍተ ያሕ፤ አምላክ የፈታው፤ ጌታ የማረው፤ ፍትን ያገኘ፤ ይቅር የተባለ ማለት ነው። [ተዛማጅ ስሞች- **ኤፍታህ፤ ያፌት፤ ይፍታሕ፤ ይፍታሕኤል፤ የፍታሔ**]

'ፍተ' እና 'ያሕ' (ያሕዌ ፤ ሕያው) ከሚሉ ቃላት የተመሠረተ ስም ነው። በመጽሐፍ ቅዱስ ውስጥ በዚህ ስም የሚታወቁ ሰዎች:-

1. በዳዊት ዘመን፤ ከአልዓዛርና ከኢታምር ልጆች መካከል የመቅደሱና የእግዚአብሔር አለቆች የነበሩ፤ (1 ዜና24:16)

2. በዕዝራ ዘመን፤ ከግዞት ከተመለሱ፤ ከካህናቱ ወገን ልጆች እንግዶችን ሴቶች ካገቡ፤ (ዕዝ10:23)

3. የሜሴዜቤል ልጅ፤ (ነህ11:24)

ፈዓራይ ~ Paarai: 'በቤታ የተፈታ' ማለት ነው። ከዳዊት ኃያላን አንዱ፤ "ቀርሜሎሳዊው ሐጽሮ፤ ዓርባዊው ፈዓራይ፤" (2 ሳሙ23:35)

ፈከራት ~ Pochereth: ፉከራት፤ ፉከራ፤ የቃላት ጦርነት... ማለት ነው። ከምርኮ ከተመለሱ የፈከራት ልጆች ይገኙበታል፤ "የሰፋጥያስ ልጆች፤ የሐጢል ልጆች፤ የፈከራት ልጆች፤ የሐፒበይም ልጆች፤ የአሚ ልጆች" (ዕዝ 2:57፤ ነህ 7:59)

ፈዳያ ~ Pedaiah: የቤታ ካሳ፤ የአምላክ ፍዳ፤ የሕያው መከራ... ማለት ነው።

1.የንጉሡ ኢዮአቄም የእናቱ አባት፤ "ኢዮአቄምም መንገሡ በጀመረ ጊዜ የሀያ አምስት ዓመት ጉልማሳ ነበረ፤ በኢየሩሳሌምም አሥራ አንድ ዓመት ነገሠ፤ እናቱም ዘቢዳ ትባል ነበር እርስዋም የሩማ ሰው የፈዳያ ልጅ ነበረች።" (2 ነገ 23:36)

2. የዘሩባቤል ልጅ፤ "ፈዳያ፤ ሼናጾር፤ ይቃምያ፤ ሆሻማ፤ ነዳብያ ነበሩ።የፈዳያ ልጆች ዘሩባቤልና ሰሜኢ ነበሩ፤ የዘሩባቤልም ልጆች ሜሱላም፤ ሐናንያ፤ እነታቸውም ሰሎሚት።" (1 ዜና 3:17-19)

3. የምናሴ ርስት እኩሌታ ጎሣ፤ የኢዩኤል አባት፤ "በኤፍሬም ልጆች ላይ የዓዛዝያ ልጅ ሆሴዕ በምናሴ ነገድ እኩሌታ ላይ የፈዳያ ልጅ ኢዩኤል" (1 ዜና 27:20)

4. የፋሮስ ልጅ፤ "የኡዛይ ልጅ ፋላል በማዕዘኑ እንጻር ያለውንና በዘበኞች አደባባይ አጠገብ ከላይኛው የንጉሡ ቤት ወጥቶ የቆመውን ግንብ ሥራ፤ ከእርሱም በኋላ የፋሮስ ልጅ ፈዳያ ሥራ።" (ነህ 3:25)

5. ዕዝራ የሕጉን መጽሐፍ ሲያነብ በቀኙ ከቆሙት፤ "ጸሐፊውም ዕዝራ ስለዚህ ነገር በተሠራ በእንጨት መረባርብ ላይ ቆም ነበር። በአጠገቡ መቲትያ፤ ሸማዕ፤ ዓናያ፤ አርዮ፤ ኬልቅያስ፤ መዕሤያ በቀኙ በኩል፤ ፈዳያ፤ ሚሳኤል፤ መልክያ፤ ሐሱም፤ ሐሽበዳና፤ ዘካርያስ፤ ሜሱላም በግራው በኩል ቆመው ነበር።" (ነህ 8:4)

6. ከግዞት ከተመለሱት፤ "የብንያምም ልጆች እነዚህ ናቸው የየሻያ ልጅ የኢቲኤል ልጅ የመዕሤያ ልጅ የቆላያ ልጅ የፈዳያ ልጅ የዮኤድ ልጅ የሜሱላም ልጅ ሰሉ።" (ነህ 11:7)

7. ሌዋውያኑ፤ "በዕቃ ቤቶችም ላይ ካህኑን ሰሌምያን፤ ጸሐፊውንም ሳዶቅን፤ ከሌዋውያኑም ፈዳያን ሾምሁ ከእነርሱም ጋር የመታንያ ልጅ የዘኩር ልጅ ሐናን ነበረ እነርሱም የታመኑ ሆነው ተገኙ፤ ሥራቸውም ለወንድሞቻቸው ማከፋፈል ነበረ።" (ነህ 13:13)

ፉራ ~ Phurah: ፈራ፤ አፈራ፤ ፍሬያማ ሆነ፤ ፍሬ ሰጠ... ማለት ነው። [ተዛማጅ ስሞች- ኤፍራታ፤ ኤፍሬም፤ ኤፍሮን፤ አፈራ፤ ፍሬ] 'ፍሬ' ከሚለው ቃል የመጣ ስም ነው። የጌዴዎን ሎሌ፤ (ይሁ 7:10 ፤11)

ፉትኤል ~ Putiel: የአሮን ልጅ፤ የአልዓላዛር ሚስት፤ "የአሮንም ልጅ አልዓዛር ከፉትኤል ልጆች ሚስት አገባ፤ እርስዋም ፊንሐስን ወለደችለት። እነዚህ እንደ ወገኖቻቸው የሌዋውያን አባቶች አለቆች ናቸው" (ዘጸ 6:25)

ፉኖን ~ Punon: 'ጨለማ' ማለት ነው። "ከፉኖንም ተጉዘው በአቦት ሰፈሩ" (ዘኍ 33:42፤43)

ፉጥ ~ Pul: 'ጌታ' ማለት ነው። "በመካከላቸውም ምልክት አደርጋለሁ፤ ከእነርሱም የዳኑትን ዝናዬን ወዳልሰሙ፤ ክብሬንም ወዳላዩ ወደ አሕዛብ ወደ ተርሴስ ወደ ፉጥ ወደ ሉድ ወደ ሞሳሕ ወደ ቶቤል ..." (ኢሳ 66:19)

ፌሀሒሮት ~ Pi-hahiroth: 'አፍ' ማለት ነው። እስራኤላውያን ከግብፅ ምድር ከወጡ በኋላ እንዲያርፉ፣ እግዚአብሔር ለሙሴ ከነገረው ቦታዎች አንዱ፣ "ተመልሰው በሚግዶልና በባሕር መካከል፣ በበአልዛፎንም ፊት ለፊት ባለው **በፌሀሒሮት** ፊት እንዲሰፍሩ ለእስራኤል ልጆች ተናገር ..." (ዘጸ 14:2፤9)

ፊሊጦስ ~ Philetus: 'ቅን፣ ተግባቢ፣ ተወዳጅ' ማለት ነው። "ከእነርሱም ሄሜኔዎስና **ፊሊጦስ** ናቸው" (2 ጢሞ 2:17፤18)

ፊልሞና ~ Philemon: 'ተወዳጅ' ማለት ነው። የቆለሲያ ነዋሪ የሆነ፣ "የክርስቶስ ኢየሱስ እስር ጳውሎስ ወንድሙም ጢሞቴዎስ፣ ለተወደደውና አብሮን ለሚሠራ ለ**ፊልሞና**፣" (ፊል 1:1)

ፊልክስ ~ Felix: 'ባለጠጋ' ማለት ነው። "እርሱም ስለ ጽድቅና ራስን ስለ መግዛት ስለሚመጣውም ኩነኔ ሲነጋገር ሳለ፣ ፊልክስ ፈርቶ፣ አሁንስ ሂድ፣ በተመቸኝም ጊዜ ልኬ አስጠራሃለሁ ብሎ መለሰለት።" (ሐዋ 24:25)

ፊልድልፍያ ~ Philadelphia: 'ወንድማዊ ፍቅር' ማለት ነው። ነቢዩ ዮሐንስ፣ ወደ ቤተክርስቲያን አለቆች እንዲልክ ከታዘዘው አንዱ፣ "በ**ፊልድልፍያም** ወዳለው ወደ ቤተ ክርስቲያን መልአክ እንዲህ ብለህ ጻፍ። ..." (ራእ 3:7-12)

ፊልጶስ ~ Philip, Philippi: 'ፈረሰኛ፣ የፈረስ ወዳጅ' ማለት ነው። "በነገው ኢየሱስ ወደ ገሊላ ሊወጣ ወደደ፣ ፊልጶስንም አገኘና። ተከተለኝ አለው።" (ዮሐ 1:44)

ፊልጶስ / Philippi: ቂሣርያ አገር ሰው፣ ሐዋርያው፣ "ኢየሱስም ወደ **ፊልጶስ** ቂሣርያ አገር በደረሰ ጊዜ ደቀ መዛሙርቱን።

ስዎች የሰውን ልጅ ማን እንደ ሆነ ይሉታል? ብሎ ጠየቀ።" (ማቴ 16:13)

ፊሎጎስ ~ Phygellus: 'ስደተኛ፣ መጻተኛ' ማለት ነው። ጳውሎስ በሮም ለሁለተኛ ጊዜ ሲታሰር ትተውት ከሸሹ አንዱ፣ "በእስያ ያሉቱ ሁሉ ከእኔ ፈቀቅ እንዳሉ ታውቃለህ፣ ከእነርሱም **ፊሎጎስና** ሄርሞጌኔስ ናቸው።" (2 ጢሞ 1:15)

ፊስጦስ ~ Festus: 'ፌስታ፣ ደስታ' ማለት ነው። አይሁድ ጳውሎስን በከሰሱት ጊዜ፣ አገረ ገዢውን፣ ፌልክስ የተካ፣ "ሁለት ዓመትም ከሞላ በኋላ ጶርቅዮስ **ፊስጦስ** በፌልክስ ፈንታ ተተካ፣ ፌልክስም አይሁድን ደስ ያሰኝ ዘንድ ወደ ጳውሎስን እንደ ታሰረ ተወው።" (ሐዋ24:27)

ፊሶን ~ Pison: 'ፍስ፣ ፌሳሽ፣ የሚፈስ' ማለት ነው። "የአንደኛው ወንዝ ስም **ፊሶን** ነው። እርሱም ወርቅ የሚገኝባትን የኤውላጥ ምድርን ይከብባል የዚያም ምድር ወርቅ ጥሩ ነው።" (ዘፍ 2:11)

ፊቶም ~ Pithom: 'ፍጹም፣ የፍትሐ ከተማ' ማለት ነው። "በበርቱ ሥራም ያስጨንቋቸው ዘንድ ግብር አስገባሪዎችን ሾመባቸው ለፈርዖንም **ፊቶም**ና ራምሴን ጽኑ ከተሞች አድርገው ሠሩ።" (ዘጸ1:11)

ፊንሐስ ~Phinehas: ፌንሐስ፣ አፈ ንሐስ፣ ንግግር አዋቂ፣ መልካም ቃል... ማለት ነው።

'አፍ' እና 'ንሐስ' ከሚሉ ሁለት ቃላት የተመሠረተ ስም ነው።

1. የአሮን ልጅ የአልዓዛር ልጅ፣ **ፊንሐስ**፣ (ዘጸ 6:25)

2. የዔሊ ልጅ፣ **ፊንሐስ**፣ (1 ሳሙ 1:3፤ 2:34፤ 4:4፤ 11፤ 17፤ 19፤ 14:3) ፣ "... ከእርሱም ጋር የ**ፊንሐስ** ልጅ አልዓዛር ነበር። ከእነርሱም ጋር ሌዋውያን የኢያሱ ልጅ ዮዛባትና የቢንዊ ልጅ ኖዓድያ ነበሩ።" (ዕዝ 8:33)

ፊኖን ~ Pinon: 'ጨለማ' ማለት ነው። የኤዶም መስፍን፤ "አህሊባማ አለቃ፤ ኤላ አለቃ፤ **ፊኖን** አለቃ፤" (ዘፍ 36:41፤ 1 ዜና 1:52)

ፊኮል ~Phichol: አፈ ቃል፤ አፈ ጉባኤ፤ ንግግር፤ መልእክት፤ ትእዛዝ... ማለት ነው።

'አፍ' እና 'ቃል' ከሚሉ ሁለት ቃላት የተመሠረተ ስም ነው።

በአብርሃም ዘመን በአቢሜሌክ መንግሥት ውስጥ የነበረ፤ የሠራዊቱ አለቃ፤ (ዘፍ 21:22፤ 32)

ፊደል ~ Alphabet: አልፋ ቤት፤ የመጀመሪያ ክፍል፤ አንደኛ ደረጃ... ማለት ነው።

Alphabet- 'አልፋ' እና 'ቤት' ከሚሉ ቃላት የተመሠረተ ስም ነው።

"እግዚአብሔርም፦ ታላቅ ስሌዳ ወስደህ፤ ምርኩ ፈጠነ፤ ብዝበዛ ቸኮለ ብለህ በሰው **ፊደል** ጻፍበት" (ኢሳ 8:1)

ፋሌቅ ~ Peleg, Phalec: 'ክፍል፤ ከፍፍል' ማለት ነው። የዔቦር ልጅ፤ የዮቅጣን ወንድም፤ "ለዔቦርም ሁለት ልጆች ተወለዱለት የአንደኛው ስም **ፋሌቅ** ነው፤ ምድር በዘመኑ ተከፍላለችና የወንድሙም ስም ዮቅጣን ነው።" (ዘፍ 10:25፤ 11:16)

ፋሌቅ / Phalec: በጌታ የዘር ሐረግ የተጠቀሰ፤ የአቤር ልጅ፤ (ሉቃ 3:35) "የናኮር ልጅ፤ የሴሩህ ልጅ፤ የራጋው ልጅ፤ የ**ፋሌቅ** ልጅ፤ የአቤር ልጅ፤ የሳላ ልጅ፤"

ፋረዳታ ~ Poratha: ፍሬያት ማለት ነው። ከሐማ ልጆች አንዱ፤ "ፈርሰኔስ፤ ደልፎን፤ ፋስጋ፤ **ፋረዳታ**፤" (አስ 9:8)

ፋራ ~ Parah: 'ጊደር' ማለት ነው። ከብንያም ከተሞች አንዱ፤ "ዓዊም፤ **ፋራ**፤ ኤፍራታ፤ ከፈርናዓምናይ፤ ዮፍኒ፤ ጋባ አሥራ ሁለት ..." (ኢያ 18:23)

ፋራን ~ Paran: 'ውበት' ማለት ነው። የሲና ምድረ በዳ ክፍል የሆነ ቦታ፤ "በ**ፋራን** ምድረ በዳም ተቀመጠ እናቱም ከምድረ ግብፅ ሚስት ወሰደችለት።" (ዘፍ 21:21)

ፋሬስ~ Peresh, Perez, Pharez, Upharsin: ፈረስ፤ ፈረሰኛ... ማለት ነው። የሚከር ልጅ፤ የኡላምና ራቄም አባት፤ "የማኪርም ሚስት መዓካ ልጅ ወለደች፤ ስሙንም **ፋሬስ** ብላ ጠራችው የወንድሙም ስም ሱሮስ ነበረ ልጆቹም ኡላም፤ ራቄም ነበሩ" (1 ዜና 7:16)

ፋሬስ / Perez: ፍርስ፤ ፈራሽ፤ ክፍተት... ማለት ነው። "እርሱ ከ**ፋሬስ** ልጆች ነበረ ለመጀመሪያው ወር በጭፍራ አለቆች ሁሉ ላይ ተሾም ነበር" (1 ዜና 27:3፤ ነህ 11:4፤6)

ፋሬስ / Pharez: ማፍረስ፤ መጣስ፤ ክፍተት... ማለት ነው። ከይሁዳ መንትያ ልጆች ትልቁ፤ "እንዲህም ሆነ እጁን በመለስ ጊዜ እነሆ ወንድሙ ወጣ እርስዋም፦ ለምን ጥስህ ወጣህ? አለች ስሙንም **ፋሬስ** ብላ ጠራችው።" (ዘፍ 38:29)

ፋሬስ / Upharsin: መፍረስ፤ መከፈል... ማለት ነው። በንጉሡ ብልጣሶር ቤተመንግሥት ግድግዳ ላይ የተጻፈ ምሥጢራዊ ቃል፤ "የተጻፈውም ጽሕፈት፤ ማኔ ቴቄል**ፋሬስ** ይላል።" (ዳን 5:25)

ፋርስ ~ Persia: 'ምርጥ፤ ንጹህ፤ የፀዳ' ማለት ነው። "ከሰይፍም ያመለጡትን ወደ ባቢሎን ማረካቸው የ**ፋርስ** ንጉሥም እስኪነግሥ ድረስ ለንጉሡና ለልጆቹ ባሪያዎች ሆኑ" (2 ዜና 36:20)

ፋርፋ ~ Pharpar: ፍራፍሬ ማለት ነው። ከደማስቆ ወንዞች ሁለተኛው። "የደማስቆ ወንዞች አባናና **ፋርፋ** ከእስራኤል ውኆች ሁሉ አይሻሉምን? በእነርሱስ ውስጥ

መታጠብና መንጻት አይቻለኝም ኖሯልን?
...” (2 ነገ5:12)

ፋቁሔ ~ Pekah: ‘ፈቷ፣ ግልጥ፣ ነጻ አውጭ’ ማለት ነው። የሮሜልዩ ልጅ፣ “የሠራዊቱም አለቃ የሮሜልዩ ልጅ **ፋቁሔ** ተማማለበት፣ ...የገለዓድ ሰዎች ከባሩ ገደለውም፣ በእርሱም ፋንታ ነገሠ” (2 ነገ 15:25)

ፋቁድ ~ Pekod: ‘ከቡር፣ ግርማዊ፣ ገዥ’ ማለት ነው። “በምራታይም ምድር ላይ በ**ፋቁድ**ም በሚኖሩት ላይ ውጣ ግደላቸው ፈጽመህም አጥፋቸው፣ ይላል እግዚአብሔር፣ እንዳዘዝሁህም ሁሉ አድርግ።” (ኤር 50:21፤ ሕዝ 23:23)

ፋቄስያስ ~ Pekahiah: ‘ሕያው ያዳነው፣ ዓይኑን ያበራለት፣ ጌታ የፈታው’ ማለት ነው። የምናሔ ልጅ፣ በአባቱ ፋንታ በእስራኤል ላይ የነገሠ። “ምናሔም ከአባቶቹ ጋር አንቀላፋ ልጁም **ፋቄስያስ** በእርሱ ፋንታ ነገሠ።” (2 ነገ 15:22)

ፋኑኤል ~ Phanuel: ፋና ኤል፣ የአምላክ ፊት፣ የጌታ መልክ፣ ብርሃናማ፣ አንጸባራቂ... ማለት ነው። ‘ፋና’ እና ‘ኤል’ ከሚሉ ሁለት ቃላት የተመሠረተ ስም ነው። የነቢይቱ የሐና አባት፣ (ሉቃ2:36)

ፋው ~ Pau: ‘እንጉርጉሮ፣ ለቅሶ፣ እሮሮ’ ማለት ነው። ሃዳድ የነገሠባት ከተማ፣ “በአልሐናንም ሞተ፣ በእርሱም ፋንታ ሃዳድ ነገሠ የከተማይቱም ስም **ፋው** ነበረ ሚስቱም የሜዛሃብ ልጅ የመጥሬድ ልጅ መሄጣብኤል ...” (1 ዜና 1:50)

ፋዶን ~ Padon: ‘አዳኝ፣ ነጻ አውጭ’ ማለት ነው። ከምርኮ ከተመለሱ፣ የነታኒም ወገን፣ “የ**ፋዶን** ልጆች፣ የልባና ልጆች፣” (ዕዝ 2:45፤ ነህ7:47)

ፋግኤል ~ Pagiel: ‘አምላክ ያደለው’ ማለት ነው። የኤክራን ልጅ፣ “ከአሴር

የኤክራን ልጅ **ፋግኤል**።” (ዘኍ 1:13፤ 2:27፤7:72፤ 77፤ 10:26)

ፌልያ ~ Pelaiah: ‘የሕያው ዕውቅ’ ማለት ነው።

1.   በይሁዳ የዘር ሐረግ፣ የኤልዮዔና ልጅ፣ “የኤልዮዔናይም ልጆች ሆዳይዋ፣ ኤልያሴብ፣ **ፌልያ**፣ ዓቁብ፣ ዮሐናን፣ ደላያ፣ ዓናኒ ሰባት ነበሩ።” (1 ዜና 3:24)

2.   ዕዝራ የሕጉን መጽሐፍ ሲያነብ፣ ይረዱት ከነበሩ ሌዋውያን አንዱ፣ “ደግሞ ኢያሱና ባኒ፣ ሰራብያ፣ ያሚን፣ ዓቁብ፣ ሳባታይ፣ ሆዲያ፣ መዕሤያ፣ ቄሊጣስ፣ ዓዘርያስ፣ ዮዛባት፣ ሐናን፣ **ፌልያ**፣ ሌዋውያኑም ሕጉን ያስተውሉ ዘንድ ሕዝቡን ያስተምሩ ነበር፣ ሕዝቡም በየስፍራቸው ቆመው ነበር።” (ነህ 8:7) የቃል ኪዳን ደብዳቤውን ሲያትምም ከነህምያ ጋር ነበረ፣ (ነህ 10:10)

ፌስቲ’ቫል ~ Festival:
(ፌስቲ’ቫል- ይህ ቃል በአማረኛው መጽሐፍ ቅዱስ ውስጥ አይገኝም።) ፌስቲ ቫል፣ ፌሽታ በዓል፣ ግብዣ፣ ድግስ፣ ዓመት ባል፣ የደስታ ቀን፣ ዓውደ ዓመት... ማለት ነው። (ዘሌ 23) Festival: ‘ፌስታ’ እና ‘በዓል’ ከሚሉ ቃላት የተመሠረተ ስም ነው።

. ለዘወትር መሥዋዕት፣ “... ለዘወትር ለሚቃጠል መሥዋዕት ነውር ...” (ዘኍ 28:1-8) ፤ “በመሠዊያውም ላይ የ**ምታቀርበው** ይህ ነው በቀን በቀን ዘወትር ሁለት የዓመት ጠቦቶች ታቀርባለህ” (ዘጸ 29:38-42) ፤ (ዘሌ 6:8-23) “እንተም መብራቱን ሁልጊዜ ያበራት ዘንድ ...” (ዘጸ 27:20)

. ሰንበት፣ “ስድስት ቀን ሥራ ይሠራል በሰባተኛው ቀን ግን የዕረፍት **ሰንበት** ነው የተቀደስ ጉባኤ ይሆንበታል ምንም ሥራ አትሥሩም በምትኖሩበት ሁሉ ለእግዚአብሔር ሰንበት ነው።” (ዘሌ 23:1-3) ፤ (ዘጸ 19:3-30) ፤ **የሰንበትን ቀን ትቀድሰው ዘንድ አስብ”** (ዘጸ 20:8-11) ፤

"... እኔ የምቀድሳችሁ እግዚአብሔር እንደ
ሆንሁ ታውቁ ዘንድ በእኔና በእናንተ ዘንድ
ለልጅ ልጃችሁ ምልክት ነውና ሰንበቶቼን
ፈጽሞ ጠብቁ" (ዘጸ 31:12፤13) ፤ (ዘኍ
28:11-15)

. የዕረፍት ሰንበት፤ "በዓመት ሦስት ጊዜ **በዓል**
ታደርግልኛለህ።" (ዘጸ 23: 14:110፤ 11)
፤ "በሰባተኛው ዓመት ግን ለምድሪቱ
የዕረፍት ሰንበት፤ ለእግዚአብሔር ሰንበት"
(ዘሌ 25:2-7)፤ (ሌዌ 2335-35፤ 25፤
816-16፤ 27:16-25)

. ድግስ፤ "... ብላ በአምላከህም
በእግዚአብሔር ፊት ደስ ይበልህ" (ዘዳ
27:7) ፤ "... ሊበሉና ሊጠጡ ዕድል ፈንታም
ሊሰዶዱ ደስታም ..." (ነህ 8:9-12)

. በእግዚአብሔር ፊት ይታይ፤ "... ወንድ
ሁሉ በእስራኤል አምላክ በጌታ
በእግዚአብሔር ፊት በዓመት ሦስት ጊዜ
ይታይ።" (ዘጸ 34:23፤ 24)

. ስለ ኃጢአት ስርየት፤ "ይህም አንድ ጊዜ
በዓመት ለእስራኤል ልጆች ስለ ኃጢአታቸው
ሁሉ ያስተሰርይ ..." (ዘሌ 16: 34፤ 23:26-
32) ፤ "ከዚህም ከሰባተኛው ወር
በአሥረኛው ቀን **የተቀደስ ጉባኤ** ይሁንላችሁ
..." (ዘኍ 29:7- 11)

. የመቅደስ መታደስ፤ "በኢየሩሳሌምም
የመቅደስ መታደስ በዓል ሆነ" (ዮሐ
10:22) ፤ "አይሁድ እነዚህን ሁለት ቀኖች
እንደ ጽሕፈቱና እንደ ጊዜው በየዓመቱ
ይጠብቁ ዘንድ፤ ... በአይሁድ ዘንድ
እንዳይሻሩ፤ ... ሥርዓት አድርገው ተቀበሉ።
" (አስ 9:24-32)

ፌርዛውያን ~Perizzites: "ነዋሪ

መንደርተኛ' ማለት ነው። ከከናውያን፤
"**ፌርዛውያንንም** ራፋይምንም
አሞራውያንንም ከነዓናውያንንም
ጌርጌሳውያንንም ኢያቡሳውያንንም" (ዘፍ
15:20፤ ዘጸ 3:8፤ 17፤23:23፤ 33:2፤
34:11)

ፌቤን ~ Phebe: 'የፀዳች፤ የነጻች'
ማለት ነው። ጳውሎስ ለሮም ሰዎች በጻፈው
ደብዳቤ የጠቀሳት፤ በከንኸራአስ ባለች ቤተ
ክርስቲያን አገልጋይ የሆነች፤ "በከንኸራአስ
ባለች ቤተ ክርስቲያን አገልጋይ የምትሆን
እኅታችንን **ፌቤን** አደራ ብያችኋለሁ" (ሮሜ
16:1፤2)

ፌጎር ~ Peor: 'ጉድጓድ፤ ክፍተት'
ማለት ነው። ባላቅ፤ በለዓም እስራኤልን
እንዲረግምላት፤ የወሰደው የተራራ ጫፍ፤
"ባላቅም ምድረ በዳውን ከላይ
ወደሚመለከተው ወደ **ፌጎር** ላይ በለዓምን
ወሰደው።" (ዘኍ 23:28) **ፍሌጎን ~**

Philologus: 'የቃላት ወዳጅ፤ አንባቢ'
ማለት ነው። በሮም የነበረ ክርስቲያን፤
ጳውሎስ በሰላምታ ደብዳቤው የጠቀሰው፤
"ለ**ፍሌጎን**ና ለዩልያ ለኔርያና ለእኅቱም
ለአልንጦንም ከእነርሱ ጋር ላሉ ቅዱሳን ሁሉ
ሰላምታ አቅርቡልኝ" (ሮሜ 16:15)

ፍልስጥኤም ~ Philistines:

ፍልስታም፤ ፍልስታ፤ ፍልስት፤ የፈለሰ፤
ፈላሻ፤ ከርስቱ ከግዛቱ የተፈናቀለ ማለት ነው።
'ፍልስታም' ከሚለው ቃል የተገኘ ስም ሲሆን
ምንጩ ደግሞ 'ፈለሰ' የሚለው ግስ ነው።

. እስራኤልን ከግብፅ ምድር እንዳወጣሁሉ
ፍልስጥኤማውያንንም ከከፍቶር ያወጣ
እግዚአብሔር ነው፤ "የእስራኤል ልጆች ሆይ፤
እናንተ ለእኔ እንደ ኢትዮጵያ ልጆች
አይደላችሁምን? ይላል እግዚአብሔር፤-
እስራኤልን ከግብፅ ምድር፤
ፍልስጥኤማውያንንም ከከፍቶር፤
ሶርያውያንንም ከቂር አላወጣሁምን?" (አሞ
9:7)

. በጌራራ ንጉሥ በአቢሜሌክ ሥር ይተዳደር
የነበር አገር፤ "በቤርሳቤህም ቃል ኪዳንን
አደረጉ፤ አቢሜሌክና የሠራዊቱ አለቃ ፊኮልም ተነሥተው
ወደ **ፍልስጥኤም** ምድር ተመለሱ።" (ዘፍ
21:32፤ 34፤ 26:1፤ 8)

ፍሩዳ ~ Perida, Peruda:

'ቅንጣት ፍሬ፤ ነጠላ' ማለት ነው። ከምርኮ ከተመለሱ፤ የፍሩዳ ልጆች ይገኙበታል፤ "የሰሎሞን ባሪያዎች ልጆች የሶጣይ ልጆች፤ የሶፌሬት ልጆች፤ የ**ፍሩዳ** ልጆች፤" (ነህ 7:57)

ፍሩዳ / Peruda: ከግዞት ከተመለሱ፤ የፍሩዳ ልጆች ይገኙበታል፤ "የሰሎሞንም ባሪያዎች ልጆች የሶጣይ ልጆች፤ የሶፌሬት ልጆች፤ የ**ፍሩዳ** ልጆች፤" (ዕዝ 2:55)

ፍሬ ~ Fruit: ፍራት፤ ፍሬያት፤ ምርት፤

ልጅ፤ ውጤት... ማለት ነው። [ተዛማጅ ስሞች- **ኤፍራታ፤ ኤፍሬም፤ ኤፍሮን፤ አሬር፤ ፉራ**]

Fruit- 'ፍሬያት' ከሚለው ቃል የተገኘ ስም ነው።

[ከሕያው ፍጥረት ሁሉ የሚገኝ /**መቅጻ**]

. የማርያም ልጅ፤ ጌታ ኢየሱስ በእናቱ ማኅፀን እያለ የተጠራበት፤ "በታላቅ ድምፅም ጮኸ እንዲህ አለች። አንቺ ከሴቶች መካከል የተባረክሽ ነሽ፤ የማኅፀንሽም **ፍሬ** የተባረከ ነው፤" (ሉቃ 1:42)

. የጽድቅ ሥራ፤ "ለዘሪ ዘርን ለመብላትም እንጀራን በብዙ የሚሰጥ እርሱም የምትዘሩትን ዘር ይሰጣችኋል፤ ያበረክትላችኋል ፤ የጽድቃችሁንም **ፍሬ** ያሳድጋል፤" (ገላ 5:22 ፣ 23)

. ውጤት፤ "የብርሃኑ **ፍሬ** በበጎነትና በጽድቅ በእውነትም ሁሉ ነውና ለጌታ ደስ የሚያሰኘውን እየመረመራችሁ፤ እንደ ብርሃን ልጆች ተመላለሱ፤" (ኤፌ 5:9)

□ በጎ ነገር፤ "ላይኛይቱ ጥበብ ግን በመጀመሪያ ንጽሕት ናት፤ በኋላም ታራቂ ገር፤ እሺ ባይ ምሕረትና በጎ **ፍሬ** የምላባት፤ ጥርጥርና ግብዝነት የሌለባት ናት።" (ያዕቆ 3:17፤ 18)

ፍናና ~ Peninnah: 'ዕንቁ፤ አበባ'

ማለት ነው። የሕልቃና ሚስት፤ "ሁለትም ሚስቶች ነበሩት የአንዲቱ ስም ሐና የሁለተኛይቱም ስም **ፍናና** ነበር ለፍናናም ልጆች ነበሯት፤ ለሐና ግን ልጅ አልነበራትም፤" (1 ሳሙ 1:2)

ፍንቄ ~ Phenice: 'ቀይ' ማለት

ነው። የቀርጤስ ወደብ፤ "ያም ወደብ ይከርሙበት ዘንድ የማይመች ስለ ሆነ፤ የሚበዙቱ ቢቻላቸው በሰሜንና በደቡብ ምዕራብ ትይዩ ወዳለው **ፍንቄ** ወደሚሉት ወደ ቀርጤስ ወደብ ደርሰው ይከርሙ ዘንድ ከዚያ እንዲነሡ መከሩ።" (ሐዋ 27:12)

ፍዳሱ ~ Pedahzur: 'የእድሳት

ዓለት' ማለት ነው። የምናሴ አገረ ገዥ፤ የገማሊኤል አባት፤ "ከዛብሎን የኬሎን ልጅ ኤልያብ፤ ከዮሴፍ ልጆች ከኤፍሬም የዓሚሁድ ልጅ ኤሊሳማ፤ ከምናሴ የ**ፍዳሱ** ልጅ ገማልኤል፤" (ዘኍ 1:10፤ 2:20)

ፍጥሞ ~ Patmos: 'ምድራዊ፤

ጊዜያዊ፤ ሟች፤ ፈራሽ፤ጠፊ' ማለት ነው። የሐንስ ራእዮን ያየበት ፤ የደሴት ስም፤ "እኔ ወንድማችሁ የሆንሁ ከእናንተም ጋር አብሬ መከራውንና መንግሥቱን የኢየሱስ ክርስቶስንም ትዕግሥት የምካፈል የሐንስ ስለ እግዚአብሔር ቃልና ስለ ኢየሱስ ምስክር **ፍጥሞ** በምትባል ደሴት ነበርሁ" (ራእ 1:9)

ፉሐ ~ Puah: 'ግሩም፤ ውብ' ማለት

ነው።

1. ከአቤሜሌክ ቀጥሎ በእስራኤል ላይ ፈራጅ የነበረ፤ የይሳኮር ነገድ፤ የቶላ አባት፤ "ከአቤሜሌክም በኋላ ከይሳኮር ነገድ የሆነ የዱዲ ልጅ የ**ፉሐ** ልጅ ቶላ እስራኤልን ለማዳን ተነሣ በተራራማውም በኤፍሬም አገር ባለችው በሳምር ተቀምጦ ነበር።" (መሣ 10:1)

2. **ፉዋ**፤ (1 ዜና 7:1)

3. **ፉሐ**፤ (ዘጸ 1:15)

ፐ

ፐራሲም ~ Perazim: 'ክፍተት'
ማለት ነው። የተራራ ስም፤ "እግዚአብሔርም
ሥራውን ማለት እንግዳ ሥራውን ይሥራ
ዘንድ፤ አድራጎቱንም ማለት ያልታወቀውን
አድራጎቱን ያደርግ ዘንድ በ**ፐራሲም** ተራራ
እንደ ነበረ ይነሣል፤ በገባዖንም ሸለቆ እንደ
ነበረ ይቤጣል።" (ኢሳ 28:21)

ፑቲዮሉስ ~ Puteoli: ሐዋርያው
ጳውሎስ ካረፈባቸው ቦታዎች፤ "ከዚያም
እየተዛወርን ወደ ሬጊዮም ደረስን። ከአንድ
ቀን በኋላም የደቡብ ነፋስ በነፈሰ ጊዜ
በሁለተኛው ቀን ወደ **ፑቲዮሉስ** መጣን።"
(ሐዋ 28:13፤14)

ፑፕልዮስ ~ Publius: 'የጋራ'
ማለት ነው። መርከባቸው በተሰባበረች ጊዜ፤
ጳውሎስንና ደቀመዛሙርቱን ተቀብሎ
ያስተናገደ የመላጥያ ሰው፤ "በዚያም ስፍራ
አጠገብ **ፑፕልዮስ** የሚሉት የደሴት አለቃ

መሬት ነበረ፤ እርሱም እንግድነት ተቀብሎን
ሦስት ቀን በፍቅር አሳደረን።" (ሐዋ28:7)

ፒላቲ ~ Peulthai: 'ዋጋዬ፤ ድርሻዬ'
ማለት ነው። የኦብዲ ኤዶም ስምንተኛ ልጅ፤
"ስድስተኛው ዓሚኤል፤ ሰባተኛው ይሳኮር፤
ስምንተኛው **ፒላቲ**" (1 ዜና 26:5)

ፒቶን ~ Pithon: "አበረታች፤
አንደበተ ርቱዕ' ማለት ነው። "የሚካም
ልጆች **ፒቶን**፤ ሜሌክ፤ ታሬዓ፤ አካዝ ነበሩ"
(1 ዜና 8:35፤ 9:41)

ፐርፌምና ~ Tryphena:
'አስደሳች' ማለት ነው። በሮም የነበሩ
እንትማማች ክርስቲያኖች፤ ጳውሎስ
በሰላምታ ከጠቀሳቸው አንዷ፤ "በጌታ ሆነው
ለሚደክሙ ለ**ፐርፌምና**ና ለጢሮፌሞሳ
ሰላምታ አቅርቡልኝ። በጌታ እጅግ ለደከመች
ለተወደደች ለጠርሲዳ ሰላምታ አቅርቡልኝ"
(ሮሜ16:12)

የእንግሊዝኛ መጽሐፍ ቅዱሳዊ ስሞች ማውጫ

275

Aaron ~ አሮን
Aaronites ~ አሮን ቤት
Abaddon ~ ዓብዶን
Abana ~ አባና
Abarim ~ ዓባሪም
Abba ~ አባ
Abda ~ ዓብዳ
Abdeel ~ ዓብድኤል
Abdi ~ አብዲ
Abdiel ~ አብዲኤል
Abdon ~ ዓብዶን
Abednego ~ አብደናጎ
Abel ~ አቤል
Abez ~ አቤጽ
Abi ~ አቡ
Abiah ~ አቢያ ~ አብያ
Abi-albon ~ አቢዓልቦ
Abiasaph ~ አቢሳፍ ~ አብያሳፍ
Abiathar ~ አብያታር
Abib ~ አቢብ
Abidan ~ አቢዳን
Abiel ~ አቢኤል
Abiezer ~ አቢዔዜር ~ አቢዔዝር
Abiezrite ~ አቢዔዝራዊ
Abigail ~ አቢግያ
Abihail ~ አቢካኤል
Abihu ~ አብዩድ
Abihud ~ ኤሁድ
Abijah ~ አብያ
Abijam ~ አብያ
Abilene ~ ሳቢላኔስ
Abimael ~ አቢማኤል
Abimelech ~ አቢሜሌክ
Abinadab Abinadab
(Amminadab, aminadab) ~
አሚናዳብ
Abinoam ~ አቢኔኤም
Abiram ~ አቤሮን

Abishag ~ አቢሳ
Abishai ~ አቢሳ
Abishalom ~ አቤሴሎም
Abishua ~ አቢሱ
Abishur ~ አቢሱር
Abital ~ አቢጣል
Abiud ~ አብዩድ
Abner ~ አበኔር
Abraham ~ አብርሃም
Abram ~ አብራም
Absalom ~ አቤሴሎም
Accad ~ አርካድ
Aceldama ~ አኬልዳማ
Achaia ~ አካይያ
Achaicus ~ አካይቆስ
Achan ~ አካ
Achaz ~ አካዝ
Achbor ~ ዓከቦር
Achim ~ አኪም
Achish ~ አንኩስ
Achmetha ~ አሕምታ
Achor ~ አኮር
Achsah ~ ዓክሳ
Achshaph ~ አዚፍ
Achzib ~ አከዚብ
Adadah ~ ዓድዓዳ
Adah ~ ዓዳ
Adaiah ~ አዳያ
Adam ~ አዳም
Adamah ~ አዳማ
Adami ~ አዳሚ
Adar ~ አዳር
Adbeel ~ ነብዳኤል
Addan ~ አዳን
Addi ~ ሐዲ
Addon ~ ዓዳን
Adiel ~ ዓዲኤል
Adin ~ ዓዲን

Adina ~ ዓዲና
Adlai ~ ዓድላይ
Admah ~ አዳማ
Admatha ~ አድማታ
Adna ~ አድና
Adnah ~ ዓድና
Adoni-bezek ~ አዶኒቤዜቅ
Adonijah ~ አዶንያስ
Adonikam ~ አዶኒቃም
Adoniram ~ አዶኒራም
Adoni-zedek ~ አዶኒጼዴቅ
Adoram ~ አዶኒራም
Adrammelech ~ አደራሜሌክ ~
አድራሜሌክ
Adramyttium ~ አድራሚጢስ
Adriel ~ ኤስድሪኤል
Adullam ~ ዓዶላም
Adummim ~ አዱሚም
Adummim ~ አዱሚም
Aeneas ~ ኤንያ
AEnon ~ ዬኖን
Agabus ~ አጋቦስ
Agag ~ አጋግ
Agar ~ አጋር
Agee ~ አጌ
Agrippa ~ አግሪጳ
Agur ~ አጉር
Ahab ~ አከዓብ
Aharah ~ አሐራ
Aharhel ~ አሐርሔል
Ahasbai ~ አሐስባይ
Ahasuerus ~ አሕሻዊሮስ
Ahava ~ አኀዋ
Ahaz ~ አካዝ
Ahaziah ~ አካዝያስ
Ahi ~ አኪ ~ ወንድም
Ahi ~ ወንድም
Ahiah ~ አኪያ
Ahiam ~ አያምና

Ahian ~ አሐያ
Ahiezer ~ አኪዔዘር ~ አሒዔዝር
Ahihud ~ አሐሑድ
Ahijah ~ አኪያ
Ahikam ~ አኪቃም
Ahilud ~ አሐሉድ
Ahimaaz ~ አኪማአስ
Ahiman ~ ሒማን ~ አኪመን
Ahimelech ~ አቢሜሌክ
Ahimoth ~ አኪሞት ~ የማአት
Ahinadab ~ አሒናዳብ
Ahinoam ~ አኪናሆም
Ahio ~ አሒዮ
Ahira ~ አኪሬ
Ahiram ~ አኪራ
Ahisamach ~ አሂሳሚክ
Ahishahar ~ አኪሳአር
Ahishar ~ አሒሳር
Ahithophel ~ አኪጦፌል
Ahitub ~ አኪጦብ
Ahlab ~ አሕላብ
Ahlai ~ አሕላይ
Ahoah ~ አሐዋ
Aholah ~ አሐላ
Aholiab ~ ኤልያብ
Aholibah ~ አሐሊባ
Aholibamah ~ አሆሊባማ
Ahumai ~ አሑማይ
Ahuzam ~ አሑዛም
Ahuzzath ~ አኮዘት
Ai ~ ጋይ
Aiah ~ አያ፣ ኢዮሄል
Aiath ~ አንጋይ
Ain ~ ዓይን
Ajalon ~ ኤሎን፣ ኤሎም
Akkub ~ ዓቁብ
Akrabbim ~ አቅረቢም
Alameth ~ ዓሌሜት
Alammelech ~ አላሜሌክ

Alemeth ~ ዓሌሜት ~ ጋሌማት

Alexander ~ እስክንድሮስ

Alian ~ ዓልዋ

Alleluia ~ ሃሌ ሉያ

Allon ~ አሎን

Allon-bachuth ~ አሎንባኩት

Almon ~ አልሞን

Alpha ~ አልፋ

Alphabet ~ ፊደል

Alphaeus ~ እልፍዮስ

Alush ~ ኤሉስ

Alvah ~ ዓልዋ

Amad ~ ዓምዓድ

Amal ~ ዓማል

Amalek ~ አማሌቅ

Amalekites ~ አማሌቅን አገር

Amana ~ አማና

Amariah ~ አማርያ

Amasa ~ አሜሳይ ~ ዓሜሳይ

Amasai ~ አማሣሂ ~ አማሳይ ~ ዓማሣይ

Amashai ~ አማሰያ

Amasiah ~ ዓማስያ

Amaziah ~ አሜስያስ

Amaziahne ~ አሜስያስ

Ambassador ~ መልእክተኞች

Amen ~ አሜን

Ami ~ አሚ

Ammiel ~ ዓሚኤል

Ammihud ~ ዓሚሁድ

Ammishaddai ~ አሚሳዳይ

Ammizabad ~ ዓሚዛባድ

Ammon ~ አሞን

Ammonite ~ አሞናውያን

Amnon ~ አምኖን

Amok ~ ዓሞቅ

Amon ~ አሞን

Amos ~ አሞጽ

Amoz ~ አሞጽ

Amplias ~ ጵልያጦ

Amram ~ እንበረም

Amraphel ~ አምራፌል

Amzi ~ አማሲ

Anab ~ ዓናብ

Anah ~ ዓና

Anaharath ~ አናሐራት

Anak ~ ዔናቅ

Anamim ~ 0ናሚም

Anammelech ~ አነሜሌክ

Anani ~ ዓናኒ

Ananias ~ ሐናንያ

Anathema ~ የተረገመ

Anathoth ~ ዓናቶት

Andrew ~ እንድርያስ

Andronicus ~ አንዲራኒቆ

Anem ~ ዓኔም

Aner ~ ዓኔር

Aniam ~ አኒዓም

Anim ~ ዓኒም

Anna ~ ሐና

Annas ~ ሐና

Antichrist ~ የክርስቶስም ተቃዋሚ

Antioch~ አንጾኪያ

Antipas ~ አንቲጳስ

Antipatris ~ አንቲጳጥሪስ

Antothijah ~ ዓንቶትያ

Anub ~ ዓኑብ

Apelles ~ ኤጤሌ

Aphek ~ አፌቅ

Aphiah ~ አፌቅ

Aphrah~ ቤትዓፍራ

Apollos ~ አጵሎስ

Apollyon ~ አጶልዮን

Appaim ~ አፋይም

Apphia ~ አፍብያ

Aquila ~ አቂላ

Ar ~ ዓር

Ara ~ አራ

Arab ~ አራብ

Arabah ~ ዓረባ
Arabia ~ ዓረብ
Arad ~ ዓራድ
Arah ~ ኤራ
Aram ~ አራም
Aran ~ አራን
Ararat ~ አራራት
Araunah ~ ኦርና
Arba ~ አርባቅ
Arbah ~ አርባቅ
Arbathite ~ ዓረባዊ
Archelaus ~ አርኬላዎስ
Archippus ~ አክሪጰ
Arcturus ~ ድብ
Ard ~ አርድ
Ardon ~ አርዶን
Areli ~ አርኤሊ
Areopagus ~ አርዮስፋጎስ
Aretas ~ አርስጦስዮስ
Argob ~ አርጎብ
Arieh ~ አርያ
Ariel ~ አርኤል
Arimathea ~ አርማትያስ
Arioch ~ አርዮክ
Aristarchus ~ አርስጥሮኮስ
Aristobulus ~ አርስጣባሉ
Armageddon ~ አርማጌዶን
Arnon ~ አርኖን
Aroer ~ አሮዔር
Arpad ~ አርፋድ
Arphaxad ~ አርፋክሰድ
Artaxerxes ~ አርጤክስስ
Artemas ~ አርጤሞን
Arumah ~ አሩማ
Asa ~ አሳ
Asahel ~ አሣኤል
Asaiah ~ ዓሣያ
Asaph ~ አሳፍ
Asareel ~ አሣርኤል

Asenath ~ አስናት
Aser ~ አሴር
Ashan ~ ዓሻን
Ashbel ~ አስቤል
Ashdod, Azotus ~ አዛጦን
Asher ~ አሴር
Asher ~ አሴር
Ashima ~ አሲማት
Ashkenaz ~ አስከናዝ
Ashnah ~ አሽና
Ashriel ~ እሥርኤል
Ashtaroth ~ አስታሮት
Ashur ~ አሽሑር
Asia ~ እስያ
Asiel ~ ዓሢኤል
Asnapper ~ አስናፈር
Asriel ~ አሥሪኤል
Asshur ~ አሦር
Assir ~ አሴር
Assir ~ አሴር
Assos ~ አሶን
Asuppim ~ ዕቃ ቤቱ
Asyncritus ~ አስቆሪጦን
Atad ~ አጣድ
Atarah ~ ዓጣራ
Ataroth ~ አጣሮት
Ater ~ አጤር
Athach ~ ዓታክ
Athaiah ~ አታያ
Athaliah ~ ጎቶልያ
Athlai ~ አጥላይ
Attai ~ ዓታይ
Attalia ~ አጣልያ
Augustus ~ አወግስጦስ
Ava ~ አዌና
Aven ~ አዌን
Avim ~ ኤዋው፤ አዋው
Avith ~ ዓዊት
Azaliah ~ ኤዜልያስ

Azaniah ~ አዛንያ
Azarael ~ ኤዝርኤል
Azareel ~ አዛርኤል ~ ዓዛርኤል ~
ኤዝርኤል
Azariah ~ አዛርያ
Azaz ~ ያዛዝ
Azekah ~ ዓዜቃ
Azgad ~ ዓዝጋድ
Azmaveth ~ ዓዝሞት
Azmon ~ ዓጽሞን
Azor ~ አዛር
Azriel ~ ዓዝርኤል
Azrikam ~ ዓዝሪቃም
Azubah ~ ዓዙባ
Azur ~ ዓዙር
Azzan ~ ሐዛ
Azzur ~ ዓዙር
Baal ~ በአል ~ ቢኤል
Baalah ~ በአላ
Baalath ~ ባዕላት
Baalath-beer ~ ባዕላትብኤር
Baal-berith ~ በአልብሪት ~ ኤልብሪት
Baale of Judah ~ ይሁዳ ካለች ከበአል
Baal-gad ~ በአልጋድ
Baal-hamon ~ ብኤላሞን
Baal-hanan ~ በአልሐና
Baal-hermon ~ በአልአርሞን
Baali ~ ባሌ
Baalim ~ በአሊም
Baalis ~ በአሊስ
Baal-meon ~ በአልሜዖን
Baal-peor ~ ብዔልፌዖር
Baal-perazim ~ አልፐራሲም
Baal-shalisha ~ በአልሻሊሻ
Baal-tamar ~ በአልታማር
Baal-zebub ~ ብዔልዜቡል
Baal-zephon ~ በአልዛፎን
Baanah ~ በዓና
Baara ~ በዕራ

Baaseiah ~ በዓሤያ
Baasha ~ ባአስ
Babel ~ ባቢሎን
Babylon ~ ባቢሎን
Babylonish garment: የስናዖር ካባ
Baca ~ ልቅሶ
Bahurim ~ ብራቂም
Bajith ~ ባይት
Balaam ~ በለዓም
Baladan ~ ባልዳን
Balak ~ ባላቅ
Bamah ~ ባማ
Bamoth ~ ባሞት
Bamoth-baal ~ ባሞትበአል
Bar ~ በር
Barabbas ~ በርባን
Barachel ~ ባርከኤል
Barachel ~ ባርከኤል
Barachias ~ በራከዩ
Barak ~ ባራቅ
Barbarian ~ ላልተማሩ ~ አረማዊያን ~
እንግዳ
Bariah ~ ባርያሕ
Bar-jesus ~ በርያሱስ
Bar-jona ~ ዮና ልጅ
Barnabas ~ በርናባስ
Barsabas ~ በርሰባ
Bartholomew ~ በርተሎሜዎስ
Baruch ~ ባሮክ
Barzillai ~ ቤርዜሊ
Bashan ~ ባሳን
Bashemath ~ ባስማት ~ ቤሴሞት
Bath-sheba ~ ቤርሳቤህ
Bathsuha ~ ቤርሳቤህ
Bealiah ~ በዓልያ
Bealoth ~ በዓሎት
Bebai ~ ቤባይ
Becher ~ ቤኬር
Bechorath ~ ብኮራት

Bedad ~ ባዳድ

Bedan ~ ባርቅ

Beeliada ~ ኤሊ,ዳዬ

Beelzebub ~ ብዔል ዜቡል

Beer ~ ብኤር

Beera ~ ቤራ

Beerelim ~ ብኤርኤሊም

Beeri ~ ብኤሪ

Beer-lahai-roi ~ ብኤርለሃይሮኢ

Beeroth ~ ብኤሮት

Beersheba ~ ቤርሳቤህ

Behemoth ~ ጉማሬ

Bekah, shekel ~ ስቅል

Bel ~ ቤል

Bela ~ ባላ

Bela ~ ባላቅ

Bela ~ ቤላ

Belah ~ ቤላ

Belial ~ ቤልሆር

Belshazzar ~ ብልጣሶር

Belteshazzar ~ ብልጣሶር

Ben ~ ቤን

Benaiah ~ በናያስ

Ben-ammi ~ ቤንአሞን

Beneberak ~ ብኔብረቅ

Bene-jaakan ~ ብኔያዕቃን

Benhadad ~ ወልደ አዴር

Benhail ~ ቤንኃይል

Benhanan ~ ቤንሐናን

Benjamin ~ ብንያም

Beno ~ በኖ

Benoni ~ ቤንአኒ

Benzoheth ~ ቢንዞሐት

Beor ~ ቢዖር

Bera ~ ባላ

Berachah ~ በራኪያ

Berachiah ~ በራኪያ

Beraiah ~ ብራያ

Berea ~ ቤርያ

Berechiah ~ በራኪያ

Bered ~ ባሬድ

Beri ~ ቤሪ

Beriah ~ በሪዓ

Berith ~ ኤልብሪት

Bernice ~ በርኒቄ

Berodach-baladan ~ መሮዳክ ባልዳን

Berothah ~ ቤሮታ

Berothai ~ ቤሮታይ

Besai ~ ቤሳይ

Besodeiah ~ በሶድያ

Besor ~ በሦር

Betah ~ ቤጣሕ

Beten ~ ቤጤን

Beth ~ ቤት

Bethabara ~ ቤታ ራባ

Beth-anath ~ ቤትዓናት

Bethany ~ ቢታንያ

Betharabah ~ ቤት ዓረባ

Beth-aram ~ ቤትሀራም

Bethaven ~ ቤትአዌን

Bethbarah ~ ቤትባራ

Beth-birie ~ ቤትቢሪ

Beth-car ~ ቤትካር

Beth-dagon ~ ቤትዳጎን

Beth-diblathaim ~ ቤት ዲብላታይም

Beth-el ~ ቤቴል

Bethemek ~ ቤትዔሜቅ

Bether ~ ቅመዓም

Bethesda ~ ቤት ሳይዳ

Bethezel ~ ቤትኤጼል

Beth-gamul ~ ቤትጋሙል

Bethgilgal ~ ቤትጌልገላ

Beth-haccerem ~ ቤትሐካሪም

Beth-horon ~ ቤትሐሮን

Beth-jeshimoth ~ ቤትየሺሞት

Beth-le-Aphrah ~ ቤትዓፍራ

Bethlebaoth ~ ቤት ለባኦት

Bethlehem ~ ቤት ልሐም

Bethmaachah ~ ቤትመዓካ
Beth-peor ~ ቤተ ፌጎር
Bethphage ~ ቤተ ፋጌ
Bethrapha ~ ቤትራ ፋን
Bethsaida ~ ቤተ ሳይዳ
Beth-shemesh ~ ቤትሳሜስ
Bethuel ~ ቡቱል ~
ባቱኤል ~ ቤቱኤል ~ ቤቱል
Bethul ~ ቡቱል
Bethzur ~ ቤትጹር
Betonim ~ ብጦኒም
Beulah ~ ባል
Bezai ~ ቤሳይ
Bezaleel ~ ባስልኤል
Bezek ~ ቤዜቅ
Bezer ~ ቤጼር ~ ቦሶር
Bichri ~ ቢክሪ
Bidkar ~ ቢድቃር
Bigthan ~ ገበታ
Bigvai ~ በጉዋይ
Bildad ~ በልዳዶስ
Bileam ~ ቢልዓም
Bilgah ~ ቢልጋ
Bilhah ~ ባላ
Bilshan ~ በላሳን
Binea ~ ቢኔዓ
Binnui ~ ቢኑዊ
Birsha ~ ብርሳ
Bishlam ~ ቢሽላም
Bithiah ~ ቢትያ
Bithron ~ ቢትሮን
Bithynia ~ ቢታንያ
Bizjothjah ~ ቢዝዮትያ
Blastus ~ ብላስጦስ
Boanerges ~ ቦአኔርጌስ
Boaz ~ ቦዔዝ
Bocheru ~ ቦከሩ
Bochim ~ ቦኪም
Bohan ~ ቦሀን

Bozrah ~ ባሶራ
Bukki ~ ቡቄ
Bukkiah ~ ቡቅያ
Bul ~ ቡል
Bunah ~ ቡናህ
Bunni ~ ባኒ
Buz ~ ቡዝ
Buzi ~ ቡዝ
Cabbon ~ ከቦን
Cabul ~ ካቡል
Caiaphas ~ ቀያፋ
Cain ~ ቃየን
Cainan ~ ቃይናን
Calah ~ ካለህ
Calcol ~ ከልኮል
Caleb ~ ካሌብ
Calneh ~ ካልኔ
Calvary ~ ቀራንዮ
Camon ~ ቃሞን
Cana ~ ቃና
Canaan ~ ከነዓን
Candace ~ ህንደኬ
Canneh ~ ካኔ
Capernaum ~ ቅፍርናሆም
Caphtor ~ ከፍቶር
Cappadocia ~ ቀጶዶቅያ
Carcas ~ ከርከስ
Careah ~ ቃሬያ
Carmel ~ ቀርሜሎስ
Carmi ~ ከርሚ
Carpus ~ አከርጹ
Carshena ~ አርቄስዮስ
Casiphia ~ ካሲፍያ
Casluhim ~ ከስሉሄም
Cedron ~ ቄድሮን
Cenchrea ~ ክንክራአስ
Cephas ~ ኬፋ
Chalcol ~ ከልቆድ
Chaldea ~ ከለዳ

Charchemish ~ ከርከሚሽ
Charran ~ ካራን
Chebar ~ ኮቦር
Chedorlaomer ~ ኮሎዶጎምር
Chelal ~ ከላል
Chelluh ~ ኬልቅያ
Chelub ~ ከሉብ
Chelubai ~ ካልብ
Chemosh ~ ከሞስ
Chenaanah ~ ከንዓና
Chenaiah ~ ከናንያ
Chephirah ~ ከፊራ
Cheran ~ ከራን
Cherith ~ ኮራት
Chesed ~ ኮዛት
Chesil ~ ኪሲል
Chesulloth ~ ከስሎት
Chidon ~ ኪዶን
Chileab ~ ዶሎሕያ
Chilion ~ ኬሌዎን
Chilmad ~ ኪልማድ
Chimham ~ መዓም
Chios ~ ኪዮ
Chisleu ~ ካሴሉ
Chislon ~ ኪስሎን
Chloe ~ ቀሎዔ
Chorazin ~ ኮራዚ
Chozeba ~ ኮዜባ
Christ ~ ክርስቶስ
Chun ~ ኩን
Chushan-rishathaim ~ ከሰርስቴም
Chuza ~ ኩዛ
Cilicia ~ ኪልቅያ
Cis ~ ቂስ
Clauda ~ ቆዳ
Claudia ~ ቅላውዲያ
Clement ~ ቀሌምንጦስ
Cleophas ~ ቀለዮጳ
Cnidus ~ ቀኒዶስ

Coffer ~ ሣጥን
Coffin ~ ሣጥን
Colhozeh ~ ኮልሐዜ
Colosse ~ ቄላሰይስ
Conaniah ~ ኮናንያ
Coniah ~ ኢኮንያ
Coos ~ ቆስ
Corban ~ ቍርባን
Corinth ~ ቆርንቶስ
Cornelius ~ ቆርኔሌዎስ
Cosam ~ ቆሳም
Coz ~ ቆጽ
Cozbi ~ ከስቢ
Crescens ~ ቄርቄስ
Crete ~ ቀርጤስ
Crispus ~ ቀርስጶስ
Cumi ~ ቁሚ
Cush ~ ኩሽ
Cushan ~ ኢትዮጵያ
Cushi ~ ኩሲ
Cuth ~ ኩታ
Cyprus ~ ቆጵሮስ
Cyrene ~ ቀሬና
Cyrenius ~ ቄሬኔዎስ
Cyrus ~ ቂሮስ
Dabareh ~ ዳብራ
Dabbasheth ~ ደባሼት
Daberath ~ ዳብራት
Dagon ~ ዳጎን
Dalaiah ~ ደላያ
Dalmanutha ~ ዳልማኑታ
Dalmatia ~ ድልማጥያ
Dalphon ~ ይልፎን
Damaris ~ ደማሪስ
Damascus ~ ደማስቆ
Dan ~ ዳን
Daniel ~ ዳንኤል
Dannah ~ ደና
Darda ~ ይራል

Darius ~ ዳርዮስ
Darkon ~ ደርቆን
Dathan ~ ዳታን
David ~ ዳዊት
Deacon ~ ዲያቆናት
Debir ~ ዳቤር
Deborah ~ ዲቦራ
Decapolis ~ አሥር ከተማ
Dedan ~ ድዳን
Dedanim: ድዳናውያ
Dekar: ዴቀር
Delaiah ~ ድላያ
Delilah ~ ደሊላ
Den ~ ዋሻ
Derbe ~ ደርቤ
Deuel ~ ራጉኤል
Deuteronomy ~ ዘዳግም
Diana ~ አርጤምስ
Diblaim ~ ዴቤላይም
Diblath ~ ዴብላታ
Dibon ~ ዴቦን
Dibri ~ ደብራይ
Didymus ~ ዲዲሞስ
Diklah ~ ደቅላ
Dilean ~ ዲልዓን
Dimon ~ ዲሞን
Dimonah ~ ዲምና
Dinah ~ ዲና
Dinhabah ~ ዲንሃባ
Dionysius ~ ዲዮናስዮስ
Diotrephes ~ ዲዮጥራጢስ
Dishan ~ ዲሳን
Dishon ~ ዲሶን
Dodai ~ ዱዲ
Dodavah ~ ዶዳይ
Dodo ~ ዱዲ
Doeg ~ ዶይቅ
Dophkah ~ ራፋቃ
Dor ~ ዶር

Dorcas ~ ዶርቃ
Dothan ~ ዶታይ
Drusilla ~ ድሩሲላ
Dura ~ ዱራ
Ebal ~ ዔባል፤ ዖባል
Ebed ~ አቤድ
Ebedmelech ~ አቤሜሌክ
Ebenezer ~ አቤንኤዘር
Eber ~ አቤር
Eber ~ ዔቤር ~ ዔቦር
Ebiasaph ~ አቢሳፍ
Ebronah ~ ዔብሮና
Ecclesiastes ~ መጽሐፈ መክብብ
Ed ~ ምስክር
Eden ~ ዔደን
Eder ~ ዔዶር
Edom ~ ኤዶም
Edrei ~ ኤድራይ
Eglah ~ ዔግላ
Eglaim ~ ኤግላይም
Eglon ~ ዔግሎም
Egypt ~ ግብፅ
Ehi ~ አኪ
Ehud ~ ናያድ ~ ኤሁድ
Eker ~ ዔቄር
Ekron ~ አቃሮን
Elah ~ ኤላ
Elam ~ ኤላም
Elasah ~ ኤልዓሣ
Elath ~ ኤላት
Elbethel ~ ኤልቤቴል
Eldaah ~ ኤልዳዓ
Eldad ~ ኤልዳድ
Elead ~ ኤልዓድ
Elealeh ~ ኤልያሊ
Eleazar ~ አልዓዛር
Eleph ~ ኤሌፍ
Elhanan ~ ኤልያና
Eli ~ ኤሊ

Eli, Eli, lama sabachthani ~ ኤሎዬ ኤሎዬ ላማ ሰበቅታኒ
Eliab ~ ኤልያብ
Eliada ~ ኤሊዳዬ
Eliah ~ ኤልያስ
Eliahba ~ ኤሊያሕባ
Eliakim ~ ኤልያቄም
Eliam ~ ኤልያብ
Elias ~ ኤልያስ
Eliasaph ~ ኤሊሳፍ
Eliashib ~ ኢልያሴብ ~ ኤልያሴብ
Eliathah ~ ኤልያታ
Elidad ~ ኤልዳድ
Eliel ~ ኤሊኤል ~ ኤልኤል
Elienai ~ ኤሊ ዔናይ
Eliezar ~ ኣልዓዛር ~ ኤሊ ዔዘር ~ ኤልዓዘር
Elihoenai ~ ኤሊ ዔናይ
Elihoreph ~ ኤልያፍ
Elihu ~ ኢሊዮ
Elijah ~ ኤልያስ
Elika ~ ኤሊቃ
Elim ~ ኤሊም
Elimelech ~ አቤሜሌክ
Elioenai ~ ኤሊሆዔናይ ~ ኤሊ ዔናይ ~ ኤልዮዔናይ
Eliphal ~ ኤሊፋል
Eliphalet ~ ኤሊፋላት
Eliphaz ~ ኤልፋዝ
Elisabeth ~ ኤልሳቤጥ
Elisha ~ ኤልሳዕ
Elishah ~ ኤሊሳ
Elishama ~ ኤሊሳማ
Elishaphat ~ ኤሊሳፋጥ
Elisheba ~ ኤልሳቤጥ
Elishua ~ ኤሊሱዔ
Eliud ~ ኤልዩድ
Elizur ~ ኤሊሱር
Elkanah ~ ሕልቃና
Elkoshite ~ ኤልቆሻዊ

Ellasar ~ እላሳር
Elmodam ~ ኤልሞዳም
Elnaam ~ ኤልናዓም
Elnathan ~ ኤልናታን
Elon ~ ኤሎን
Elpaal ~ ኤልፓዓል
Elpalet ~ ኤሊፋላት
Eltekeh ~ ኤልተቄን
Eltolad ~ ኤልቶላድ
Elul ~ ኤሉል
Eluzai ~ ኤሉዛይ
Elymas ~ ኤልማስ
Elzabad ~ ኤልዘባድ
Elzaphan ~ ኤልዳፋ
Emims ~ ኤሚም
Emmanuel ~ አማኑኤል
Emmaus ~ ኤማሁስ
Emmor ~ ኤሞር
Enam ~ ዓይናም
Enan ~ ዔናን
En-eglaim ~ ዓይንኤግላይም
En-gannim ~ ዓይንገኒም
En-hakkore ~ ዓይንሀቆሬ
Enoch ~ ሄናሕ ~ ሄኖክ
Enos ~ ሄኖስ
En-rogel ~ ዓይንሮጌል
En-shemesh ~ ቤት ሳሚስ
Epaphras ~ ኤጳፍራ
Epaphroditus ~ አፍሮዲጡ
Epenetus ~ አጤኔጦ
Ephah ~ ዔፋ
Epher ~ ዔፌር
Ephes-dammim ~ ኤፌስደሚ
Ephesus ~ ኤፌሶን
Ephphatha ~ ኤፍታህ
Ephraim ~ ኤፍሬም
Ephratah ~ ኤፍራታ
Ephrath ~ ኤፍራታ
Ephrathite ~ ኤፍሬማዊ

Ephron ~ ኤፍሮን
Er ~ ዔር
Eran ~ ዔዴን
Erastus ~ ኤርስጦስ
Erech ~ አሬክ
Eri ~ ዔሪ
Esaias ~ ኢሳይያስ
Esau ~ ዔሳው
Eshbaal ~ አስባአል
Eshcol ~ ኤስኮል
Eshean ~ ኤሸዓን
Eshek ~ አሴል
Eshtaol ~ ኤሽታኦል
Eshtemoa ~ ኤሽትሞዓ
Esli ~ ኤሲሊ
Esrom ~ ኤስሮም
Esther ~ አስቴር
Etam ~ ኤጣም
Etham ~ ኤታም
Ethan ~ ኤታን
Ethanim ~ ኤታኒም
Ethbaal ~ ኤትበአል
Ether ~ ዔቴር
Ethiopia ~ ኢትዮጵያ
Ethiopian eunuch, the ~ ኢትዮጵያዊ ጃንደረባ
Ethiopian woman ~ ኢትዮጵያዊት
Ethnan ~ ኤትና
Ethni ~ ኤትኒ
Eubulus ~ ኤውግሎስ
Eunice ~ ኤውንቄ
Eunuch ~ ጃንደረቦች
Euodias ~ ኤዎድያን
Euphrates ~ ኤፍራጥስ
Eutychus ~ አውጤኪስ
Eve ~ ሔዋን
Evi ~ ኤዊ
Evil-merodach ~ ዮርማሮዴቅ
Exodus ~ ዘጸአት

Ezbai ~ ኤዝባይ
Ezbon ~ ኤስቦን፤ ኤሴቦን
Ezekias ~ ሕዝቅያስ
Ezekiel ~ ሕዝቅኤል
Ezel ~ ኤዘል
Ezem ~ ዔጸም
Ezer ~ ኤጽር
Eziongaber, Eziongeber ~ ዔጽዮንጋብር
Eziongeber ~ ዔጽዮንጋብር
Ezra ~ ዕዝራ
Ezri ~ ዔዝሪ
Father ~ አባት
Fear ~ መፍራት ~ ፈሪ
Feast ~ ማዕድ ~ ሰርግ ~ በዓል ~ ግብዣ
Felix ~ ፊልክስ
Festival ~ ፌስቲቫል
Festus ~ ፊስጦስ
First-born ~ በኩር
Fortunatus ~ ፈርዴናጥስ
Fruit ~ ፍሬ
Fury ~ ቁጣ
Fury ~ ቁጣ
Gaal ~ ገዓል
Gaash ~ ገዓስ
Gabbai ~ ጌቤ
Gabbatha ~ ገበታ
Gabriel ~ ገብርኤል
Gad ~ ጋድ
Gadarenes ~ ጌርጌሴኖ
Gaddi ~ ጋዲ
Gaddiel ~ ጉዲኤል
Gaius ~ ጋይዮስ
Galal ~ ጋላል
Galatia ~ ገላትያ
Galeed ~ ገለዓድ
Galilee ~ ገሊላ
Gallim ~ ጋሊም
Gallio ~ ጋልዮስ

Gamaliel ~ ገማልኤል
Gamalli ~ ገማሊ
Gamul ~ ጋሙል
Garden ~ ገነት
Gareb ~ ጋሬብ
Gatam ~ ጎቶም
Gath ~ ጌት
Gaza ~ ጋዛ
Gazathites ~ ጋዛ
Gazer ~ ጌዘር
Gazez ~ ጋዜዝ
Gazzam ~ ጋሴም
Geba ~ ገባዖን
Gebal ~ ጌባል
Geber ~ ጌበር
Gebim ~ ግቤር
Gedaliah ~ ጎዶልያስ
Geder ~ ጌድር ~ ጌዶር
Gederothaim ~ ግዶርታይም
Gedor ~ ጌዶር
Gehazi ~ ግያዝ
Gemalli ~ ገማሊ
Gemariah ~ ገማርያ
Genesis ~ ዘፍጥረት
Gennesaret ~ ጌንሴሬጥ
Genubath ~ ጌንባት
Gera ~ ጌራ
Gerar ~ ጌራራ
Gerizim ~ ገሪዛን
Gershom ~ ጌርሳ
Gershon ~ ጌድሶን
Geshur ~ ጌሹር
Gether ~ ጌቴር
Gethseman ~ ጌቴሴማኒ
Geuel ~ ጉዲኤል
Gezer ~ ጌዘር
Giah ~ ጋይ
Gibbar ~ ጋቤር
Gibbethon ~ ገባቶን

Gibea ~ ጊብዓ
Gibeah ~ ጊብዓ
Gibeon ~ ገባዖን
Giddel ~ ጌዶል
Gideon ~ ጌዴዖን
Gideoni ~ ጋዴዮን
Gihon ~ ግዮን
Gilalai ~ ጊላላይ
Gilboa ~ ጊልቦዓ
Gilead ~ ገለዓድ
Gilgal ~ ጌልገላ
Giloh ~ ጊሎ
Gimzo ~ ጊምዞ
Ginath ~ ጎናት
Girgashite ~ ጌርጌሳውያን
Gispa ~ ጊሽጸ
Gittah-hepher ~ ጋትሔፍር
Gittaim ~ ጌቴም
Gittites ~ ጌትያውን
Goath ~ ጎዓ
Gob ~ ጎብ
God, the Almighty ~ ኤልሻዳይ
God, the Almighty ~ ኤልሻዳይ
Gog ~ ጎግ
Golan ~ ጎላን
Golgotha ~ ጎልጎታ
Goliath ~ ጎልያድ
Gomer ~ ጋሜር
Gomorrah ~ ገሞራ
Gopher ~ ጎፈር
Goshen ~ ጎሰም
Gourd ~ ቅል
Gozan ~ ጎዛን
Guard ~ ዘበኞቹ
Gudgodah ~ ጉድጎዳ
Guni ~ ጉኒ
Gur ~ ጉር
Gur-baal ~ ጉርበአል
Haahashtari ~ አሐሽታሪን

Habaiah ~ ኤብያ
Habakkuk ~ ዕንባቆም
Habaziniah ~ ከባስን
Habor ~ አቦር
Hachaliah ~ ሐካልያ
Hachilah ~ ኤኬላ
Hachmoni ~ አከሞናዊ
Hadad ~ ሃዳድ
Hadadezer ~ አድርአዛር
Hadadrimmon ~ ሐዳድሪሞ
Hadar ~ ኩዳን
Hadarezer ~ አድርአዛር
Hadashah ~ ሐዳሻ
Hadassah ~ ሀደሳ
Hadid ~ ሐዲድ
Hadlai ~ ሐድላይ
Hadoram ~ ሀዶራም፤አዶራም
Hadrach ~ ሴድራከ
Hagab ~ አጋብ
Hagar ~ አጋር
Hagarites ~ አጋራውያን
Haggai ~ ሐጌ
Haggeri ~ ሐጌሪ
Haggi ~ ሐጊ
Haggiah ~ ሐጊ
Haggith ~ አጌት
Hakkatan ~ ሃቃጣን
Hakkoz ~ አቆስ
Hakupha ~ ሐቁፋ
Halah ~ አላሔ
Halak ~ ወና
Halhul ~ ሐልሐል
Hali ~ ሐሊ
Hallelujah ~ ሃሌ ሉያ
Ham ~ ካም
Haman ~ ሐማ
Hamath ~ ሐማት
Hamath-zobah ~ ሐማትሱባ
Hammedatha ~ ሐመዳቱ

Hammelech ~ ንጉሡ
Hammoleketh ~ መለኬት
Hammon ~ ሐሞን
Hamonah ~ ሐሞና
Hamon-gog ~ ሐሞንጎግ
Hamor ~ ኤሞር
Hamul ~ ሐሙል
Hamutal ~ አሚጣል
Hanameel ~ አናምኤል
Hanan ~ ሐናን
Hananeel ~ ሐናንኤል
Hanani ~ ሐናኒ
Hanani ~ አናኒ
Hananiah ~ ሐናንያ ~ አናንያ
Hanes ~ ሐኔስ
Haniel ~ ሐኒኤል ~ አኒኤል
Hannah ~ ሐና
Hannathon ~ ሐናቶን
Hanniel ~ ሐኒኤል
Hanoch ~ ሄኖካ
Hanun ~ ሐኖን
Hara ~ ሃራ
Haradah ~ ሐራዳ
Haran ~ ሐራን
Harbonah ~ ሐርቦና
Hareph ~ ሐሬፍ
Harhaiah ~ ሐርሃያ
Harhur ~ ሐርሑር
Harhur ~ ሐርሑር
Harim ~ ካሪም
Harnepher ~ ሐርኔፍር
Harod ~ ሐሮድ
Harosheth ~ አሪሶት
Harsha ~ ሐርሳ
Harum ~ ሃሩም
Harumaph ~ ኤርማፍ
Haruphite ~ ሀሩፋዊው
Haruz ~ ሐሩስ
Hasadiah ~ ሐሳድያ

Hashabiah ~ ሐሽቢያ ~ ሐሽብያ ~ አሳብያ
Hashem ~ አሳን
Hashub ~ አሱብ
Hashubah ~ ሐሹባ
Hashum ~ ሐሱም፤
Hashupha ~ ሐሡፋ
Hasrah ~ ሐስራ
Hatach ~ አከራትዮስ
Hathath ~ ሐታት
Hatita ~ ሐጢጣ
Hattil ~ ሐጢል
Hattush ~ ሐጡስ
Hauran ~ ሐውራን
Haven ~ ወደብ
Havilah ~ ኤውላጥ
Havoth-jair ~ የኢያዕር መንደሮች
Hazael ~ አዛኤል
Hazaiah ~ ያዛያ
Hazar-addar ~ ሐጸርአዳር
Hazar-hatticon ~ ሐጸርሃቲኮን
Hazarmaveth ~ ሐስረሞትን
Hazar-shual ~ ሐጸርሹዓል
Hazelelponi ~ ሃጽሴልፎኒ
Hazeroth ~ ሐጸሮት
Hazezon-tamar: ሐሴሶን ታማር
Hazo ~ ሐዞ
Hazor ~ ሐጾር
Heaven ~ መቅደሱ ከፍታ ~ ሰማይ ~ በቅዱስ ማደሪያው
Heber ~ ሔቤር ~ አቤር ~ ዔቤር
Hebrew ~ ዕብራዊ
Hebron ~ ዔብሮን ~ ኬብሮን
Hegai ~ ሃጌ
Hege ~ ሃጌ
Helam ~ ኤላም
Helbah ~ ሐልባ
Heldai ~ ሐልዳይ
Helek ~ ኬሌግ
Helem ~ ኤላም

Heleph ~ ሐሌፍ
Helez ~ ሴሌስ
Heli ~ ኤሊ
Helkai ~ ሐልቃይ
Helkath-hazzurim: ~ የስለታም ሰይፍ እርሻ
Helon ~ ኬሎን
Heman ~ ሃማን ~ ኤማን
Heman ~ ሃማን፤ ኤማን
Hena ~ ሃና
Henadad ~ ኤንሐዳድ
Henoch ~ ሃኖክ፤ ሃኖነ
Hepher ~ አፌር
Hephzibah: ሐፍሴባ
Heres ~ ሔሬስ
Heresh ~ ኤሬስ
Hermas ~ ሃርማን
Hermogenes ~ ሃርዋጌኔስ
Hermon ~ አርሞንዔም
Herod ~ ሃሮድስ
Herodion ~ ሃሮድዮና
Heshbon ~ ሐሴቦን
Heshmon ~ ሐሽሞን
Heth ~ ኬጢ
Hethlon ~ ሔትሎ
Hezeki ~ ሕዝቄ
Hezekiah ~ ሕዝቅያስ
Hezrai ~ ሐጽር
Hezron ~ አስሮን፤ ኤሰር
Hiddai ~ ሂዳይ
Hiddekel ~ ጤግሮስ
Hiel ~ አኪኤል
Hierapolis ~ ኢያራ ከተማ
Hilen ~ ሐሎን
Hillel ~ ሂሌል
Hinnom ~ ሃኖም
Hirah ~ ሔራስ
Hiram ~ ኪራም
Hivites ~ ሔዊያው፡ያን

Hizkiah ~ ሕዝቅያስ

Hizkijah ~ ሕዝቅያስ

Hobab ~ አባብ

Hobah ~ ሐባ

Hod ~ ሆድ

Hodaiah ~ ሆዳይዋ

Hodaviah ~ ሆዳይዋ

Hodesh ~ ሐዴሽ

Hodijah ~ ሆዲያ

Hoglah ~ ኬሌግ

Hoham ~ ሆሃም

Holon ~ ሐሎን

Homam ~ ሔማም

Hor ~ ሐር

Horam ~ ሆራም

Horeb ~ ኮሬብ

Horem ~ ሐሬም

Hori ~ ሐሪ፤ ሱሬ

Hormah ~ ሔርማ

Horonaim ~ ሐሮናይም

Hosah ~ ሐሳ

Hosanna ~ ሆሣዕና

Hosea ~ ሆሴዕ

Hoshaiah ~ ሆሻያ

Hoshama ~ ሆሻማ

Hoshea ~ ኢያሱ

Hotham ~ ኮታም

Hothir ~ ሆቲር

Hukkok ~ ሐቆቅ

Hul ~ ሁል

Huldah ~ ሕልዳ

Hupham ~ ሐፋም

Huppim ~ ሐሬም

Hur ~ ሆር፤ ሐር፤ ሐር

Huram ~ ሐራም

Huri ~ ዑሪ

Hushah ~ ሐሻም

Hushai ~ ኩሲ

Hushathite ~ ኩሳታዊ

Huz ~ ዑፅ

Huzzab ~ ተገሰጠች

Ibhar ~ ኢያቤሐር

Ibleam ~ ይብለዓም

Ibneiah ~ ብኔያ

Ibri ~ ዔብሪ

Ibzan ~ ኢብጻን

Ichabod ~ ኢካቦድ

Iconium ~ ኢቆንዮንም

Idalah ~ ይዳላ

Idbash ~ ይድባሽ

Iddo ~ ዒዶ

Idumea ~ ኤዶምያስ

Igal ~ ይግአል

Igdaliah ~ ጌዴልያ

Igeal ~ ይግአል

Iim ~ ዒዬም

Ije-abarim ~ ጋይ

Ijon ~ ዒዮን

Ikkesh ~ ዒስካ

Illyricum ~ እልዋሪቆን

Immanuel ~ አማኑኤል

Immer ~ ኢሜር

Imnah ~ ዪምና ~ ይምና

Imrah ~ ይምራ

India ~ ህንድ

Iphedeiah ~ ይፍዴያ

Ir ~ ዒር

Ira ~ ኢያዕር

Irad ~ ጋይዳድ

Iram ~ ዒራም

Iri ~ ዒሪ

Irijah ~ ሪያ

Irpeel ~ ይርጰኤል

Irshemesh ~ ዒርሼሜሽ

Isaac ~ ይስሐቅ

Isaiah ~ ኢሳይያስ

Iscah ~ ዮስካ

Iscariot ~ አስቆሮቱ

Ishbah ~ ይሽባ

Ishbak ~ የስቦቅ

Ishbi-benob ~ ይሽቢብኖብ

Ishbosheth ~ ኢያቡስቴ

Ishi ~ ይሽዒ

Ishiah ~ ይሺያ

Ishijah ~ ይሺያ

Ishma ~ ይሽማ

Ishmael ~ እስማኤል

Ishmaiah ~ ስማያስ

Ishmaiah ~ ይሽማያ

Ishmerai ~ ይሽምራይ

Ishod ~ ኢሱድ

Ishtob ~ ጦብ

Ishuai ~ የሱዋ

Ispah ~ ይሽጻ

Israel ~ እስራኤል

Israelite ~ ይስማኤላዊ

Issachar ~ ይሳኮር

Isshiah ~ ይሺያ

Isui ~ የሱዊ

Italy ~ ኢጣልያ

Ithai ~ ኤታይ

Ithamar ~ ኢታምር

Ithiel ~ ኢቴኤል

Ithmah ~ይትማ

Ithra ~ ዮቴር

Ithran ~ ይትራን

Ithream ~ ይትረኃም

Ivah ~ ዒዋ

Izehar ~ ይስዓር

Izrahiah ~ ይዝረሕያ

Izrahite ~ ይዝራዊ

Izri ~ ይጽሪ

Jaakan ~ ያዕቃን

Jaakobah ~ ያዕቆባ

Jaala ~ የዕላ

Jaalam ~ ዕላም

Jaanai ~ ያናይ

Jaasau ~ የዕሡ

Jaasiel ~ ዕሣኤል

Jaazaniah ~ ያእዛንያ

Jaaziah ~ ያዝያ

Jaaziel ~ ያዝኤል

Jabal ~ ያባል

Jabbok ~ ያቦቅ

Jabesh ~ የኢያቢስ

Jabez ~ ያቤጽ

Jabin ~ ኢያቢስ

Jabneel ~ የብኔኤል

Jabneh ~ የብና

Jachan ~ ያካን

Jachin ~ ያኪን

Jacob ~ ያቆብ ~ ያዕቆብ

Jada ~ ያዱአ

Jadau ~ ያዱአ

Jaddua ~ ያዱአ

Jadon ~ ያዶን

Jael ~ ኢያኤል

Jagur ~ ያጉር

Jah ~ እግዚአብሔር

Jahath ~ ኢኢት ~ ኢኤት ~ ያሐት

Jahaz ~ ያሀጽ

Jahaziah ~ የሕዝያ

Jahaziel ~ የሕዚኤል

Jahdai ~ ያሕዳይ

Jahdiel ~ ኢየድኤል

Jahdo ~ ዮዳይ

Jahleel ~ ያሕልኤል ~ ያሕጽኤል

Jahmai ~ የሕማይ

Jahzeel ~ ያሕጽኤል

Jahzerah ~ የሕዜራ

Jahziel ~ ያሕጽኤል

Jair ~ ኢያዕር

Jakamean ~ ይቅምዓም

Jakan ~ ዒቃን

Jakim ~ ያቄም

Jalon ~ ያሎን

Jambres ~ ኢያንበሪስ
James ~ ያዕቆብ
Jamin ~ ያሚን
Jamlech ~ የምሌክ
Janna ~ ዮና
Janoah ~ ያኖዋን
Janum ~ ያኔም
Japhet ~ ያፌት
Japhia ~ ያፊዓ፤ ያፍያ
Japhlet ~ ያፍሌጥ
Japho ~ ኢዮጴ
Jarah ~ የዕራ
Jareb ~ ኢያሪ
Jared ~ ያሬድ
Jaresiah ~ ያሬሽያ
Jarib ~ ያሪን
Jarmuth ~ የርሙት
Jasher ~ ያሻር
Jashobeam ~ ያሾቢአም
Jashub ~ ያሱብ
Jasiel ~ ዕሚኤል
Jason ~ ኢያሶ
Jathniel ~ የትኔኤል
Jattir ~ የቲር
Javan ~ ያዋን
Jazer ~ ኢያዜር
Jaziz ~ ያዚዝ
Jearim ~ ይዓሪም
Jeaterai ~ ያትራይ
Jeberechiah ~ የበራክዩ
Jebus ~ ኢያቡሳዊ
Jebusi ~ ኢያቡሳዊው
Jecamiah ~ ይቃምያ
Jecholiah ~ ይኮልያ
Jecoliah ~ ይኮልያ
Jeconiah ~ ኢኮንያን
Jedaiah ~ ይዳያ
Jediael ~ ይዲኤል
Jedidah ~ ይዲድያ

Jedidiah ~ ይዲድያ
Jeduthun ~ ኤዱታምን
Jeezer ~ ኢዔዝር
Jegar-sahadutha ~ ይጋር ሠሀዱታ
Jehalelel ~ ይሃሌልኤል
Jehdeiah ~ ዮሕድያ
Jehezekel ~ ኤዜቄል
Jehezekel ~ ኤዜቄል
Jehiah ~ ይሐኤል
Jehiah ~ ይሐያ
Jehiel ~ ይሐኤል ~ ይዒኤል
Jehizkiah ~ ኤዜቄል ~ ይሐዝቅያ
Jehoadah ~ ይሆዓዳ
Jehoaddan, God ~ ዮዓዳን
Jehoahaz ~ አካዝያስ
Jehoash ~ ኢዮአስ
Jehohanan ~ ይሆሐናን
Jehoiachin ~ ዮአኪን
Jehoiada ~ ዮዳሄ
Jehoiakim ~ ኢዮአቄም
Jehoiarib ~ ዮአሪብ
Jehonadab ~ ኢዮናዳብ
Jehonathan ~ ዮናታን ~ ዮናትን
Jehoram ~ አዶራም
Jehoshaphat ~ ኢዮሳፍጥ
Jehosheba ~ ዮሳቤት
Jehoshua ~ ኢያሱ
Jehoshuah ~ ኢያሱ
Jehovah ~ እግዚአብሔር
Jehovah-jireh ~ ያሕዌ ይርኤ
Jehovah-nissi ~ ይህዌህ ንሲ
Jehovah-shalom ~ እግዚአብሔር ሰላም
Jehovah-shammah ~ እግዚአብሔር በዚያ አለ
Jehovah-tsidkenu ~ እግዚአብሔር ጽድቃችን
Jehozabad ~ ዮዛባት
Jehozadak ~ ኢዮሴዴቅ
Jehu ~ ኢዩ

Jehubbah ~ ይሐባ
Jehucal ~ የካልን
Jehud ~ ይሁዳ
Jehudi ~ ይሁዲ
Jehudijah ~ አይሁዳዊቱ
Jehush ~ ኢያስ
Jekabzeel ~ ይቀብጸኤል
Jekameam ~ ይቅምዓም
Jekamiah ~ የቃምያ
Jekuthiel ~ ይቁቲኤል
Jemima ~ ይሚማ
Jemuel ~ ይሙኤል
Jephthae ~ የፍታሔ
Jephthah ~ የፍታሔ
Jephunneh ~ የፎኔ
Jerah ~ ያራሕ
Jerahmeel ~ ይረሕምኤል
Jered ~ የሬድ
Jeremai ~ ይሬማይ
Jeremiah ~ ኤርምያ ~ ኤርምያስ
Jeremias ~ ኤርምያስ
Jeremoth ~ አያሪሙት ~ ይሬሞት ~
ይሬሞት
Jeriah ~ ይሪኤል
Jericho ~ ኢያሪኮ
Jeriel ~ ይሪኤል
Jerijah ~ ይሪኤል
Jerimoth ~ አያሪሙት
Jerioth ~ ይሪዮት
Jeroboam ~ ኢዮርብዓም
Jeroham ~ አያሬምኤል
Jerubbaal ~ ይሩበአል
Jeruel ~ ይሩኤል
Jerusalem ~ ኢየሩሳሌም
Jerusha ~ ኢየሩሳ
Jesaiah ~ የሻያ
Jeshaiah ~ የሻያ
Jeshebeab ~ የሼብአብ
Jesher ~ ያሳC

Jeshimon ~ የሴም
Jeshua ~ ኢያሱ
Jesiah ~ ይሺያ
Jesimiel ~ የሲምኤል
Jesse ~ እሴይ
Jesse ~ እሴይ
Jesui ~ የሱዋ
Jesus ~ ኢያሱ
Jether ~ የቴC ~ የቶC
Jetheth ~ የቴት
Jethlah ~ ይትላ
Jethro ~ የቶC
Jetur ~ ኢጡC
Jeuel ~ ይዑኤል
Jeush ~ የዑስ
Jew ~ አይሁድ
Jewess ~ አይሁዳዊት
Jewish ~ አይሁድ
Jezebel ~ ኤልዛቤል
Jezer ~ የጽC
Jeziah ~ ይዝያ
Jeziel ~ ይዝኤል
Jezoar ~ ይጽሐC
Jezrahiah ~ ይዝረሕያ
Jezreel ~ ኢይዝራኤል
Jibsam ~ ይብሣም
Jidlaph ~ የድላፍ
Jimnah ~ ዪምና
Jiphtah ~ ይፍታሕ
Jiphthahel ~ ይፍታሕኤል
Joaada ~ የአዳ
Joab ~ ኢዮአብ
Joah ~ የአስ፦
Joahaz ~ ኢዮአካዝ
Joanna ~ የሐና ~ የናን
Joash ~ ኢዮአስ
Joatham ~ ኢዮአታም
Job ~ ኢዮብ ~ የብ
Jobab ~ ኢዮባብ ~ የባብ

Jochebed ~ ዮካብድ
Joed ~ ዮእድ
Joel ~ ኢዮኤል ~ ኢዮኤል
Joelah ~ ዮኤላ
Joezer ~ ዮዛር
Jogbehah ~ ዮግብሃ
Jogli ~ ዮግሊ
Joha ~ ዮሐ
Johanan ~ ይሆሐናን ~ ዮሐናን
John ~ ዮሐንስ
Joiakim ~ ዮአቄም
Joiarib ~ ዮያሪብ
Jokdeam ~ ዮቅድዓም
Jokim ~ ዮቄም
Jokmeam ~ ዮቅምዓም
Jokneam ~ ዮቅንዓም
Jokshan ~ ዮቅሳን
Joktan ~ ዮቅጣን
Jona ~ ዮና
Jonadab ~ ኢዮናዳብ
Jonah ~ ዮናስ
Jonan ~ ዮናን
Jonas ~ ዮና ~ ዮናስ
Jonathan ~ ዮናታን
Joppa ~ ኢዮጴ
Jorah ~ ዮራ
Joram ~ ኢዮራም
Jordan ~ ዮርዳኖስ
Jorim ~ ዮራም
Josabad ~ ዮዛባት
Josaphat ~ ኢዮሣፍጥ
Jose ~ ዮሳ
Joseph ~ ዮሴፍ
Joses ~ ዮሴፍ
Joshah ~ ኢዮስያ
Joshaphat ~ ኢዮሣፍጥ
Joshaviah ~ ዮሻዊያ
Joshua ~ ኢያሱ
Josiah ~ ኢዮስያስ

Josiphiah ~ ዮሲፍያ
Jotham ~ ኢዮአታም
Jozabad ~ ዮዛባት
Jozachar ~ ዮዘካር
Jozadak ~ ኢዮሴዴቅ
Jubal ~ ዮባል
Jucal ~ ዮካል
Juda ~ ይሁዳ
Judaea ~ ይሁዳ
Judah ~ ይሁዳ
Judas ~ ይሁዳ
Jude ~ ይሁዳ
Judith ~ ዮዲት
Julia ~ ዮልያ
Julius ~ ዮልዮስ
Junia ~ ዮልያ
Jupiter ~ ድያ
Jushabhesed ~ ዮሻብሒሴድ
Justus ~ ኢዮስጦስ
Juttah ~ ዮጣ
Kabzeel ~ ቀብስኤል ~ ቀብጽኤል
Kadesh ~ ቃዴስ
Kadmiel ~ ቀድምኤል
Kadmonites ~ ቀድሞናውያን
Kallai ~ ቃላይ
Kanah ~ ቃና
Kareah ~ ቃሬያ
Karkaa ~ ቀርቃ
Karkor ~ ቀርቀር
Kartah ~ ቀርታ
Kedar ~ ቄዳር
Kedemah ~ ቄድማ
Kedemoth ~ ቅዴሞት
Kedesh ~ ቃዴስ
Kehelathah ~ ቀሄላታ
Keilah ~ ቅዒላ
Kelaiah ~ ቄልያ
Kemuel ~ ቀሙኤል
Kenan ~ ቃይናን

Kenath ~ ቄናት
Kenaz ~ ቄነዝ
Kenezite ~ ቄነዛዊ ~ ቄነዛዊው
Kenezite ~ ኬጤያውያን
Kenite ~ ቄናዊ
Kenites ~ ቄናውያን
Keren-happuch ~ አማልቶያስ ቄራስ
Kidron ~ ቄድሮን
Kinah ~ ቄና
Kir ~ ቄር
Kirharaseth ~ ቄርሐራሴት
Kirioth ~ ቄርዮት
Kirjath ~ ቄርያት
Kirjathaim ~ ቄርያታይም
Kirjath-arba ~ ቄርያትእርባቅ
Kirjath-huzoth ~ ቄርያት ሐጾት
Kirjath-jearim: ቄርያትይዓሪም
Kirjath-sannah ~ ቄርያትሰና
Kirjath-sepher ~ ቄርያትጊብዓት
Kish ~ ቄስ
Kishi ~ ቄሳ
Kishion ~ ቄሶን
Kishon ~ ቄሶን
Kithlish ~ ኪትሊሽ
Kitron ~ ቄድሮን
Kittim ~ ኪቲም
Koa ~ ቆዓ
Kohath ~ ቀዓት
Kolaiah ~ ቆላያ
Korah ~ ቆሬ
Kushaiah ~ ቄሳ
Laadah ~ ለዓዳ
Laadan ~ ለአዳን
Laban ~ ላባ
Lachish ~ ለኪሶ
Lael ~ ዳኤል
Lahad ~ ላሃድ
Lahairoi ~ ለሃይሮኢ
Lahmam ~ ለሕማስ

Lahmi ~ ለሕሚ
Laish ~ ሌሳ
Lakum ~ ለቁም
Lama ~ ላማ
Lamech ~ ላሜሕ
Laodicea ~ ሎዶቅያ
Lapidoth ~ ለፊዶት
Lasea ~ ላሴያ
Lazarus ~ አልዓዛር
Leah ~ ልያ
Lebanon ~ ሊባኖስ
Lebaoth ~ ልባዎት
Lebbaeus ~ ልብዴዮስ
Lebonah ~ ለቦና
Lecah ~ ሌካ
Lehabim ~ ላህቢም
Lehi ~ ሌሒ
Leshem ~ ሌሼም
Letushim ~ ለጡሳውያን
Leummim ~ ለኡማውያን
Levi ~ ሌዊ
Levites ~ ሌዋውያ
Libnah ~ ልብና
Libni ~ ሎቤኒ
Libya ~ ሊቢያ
Likhi ~ ሊቅሒ
Linus ~ ሊኖስ
Lo-ammi ~ ሎዓሚ
Lod ~ ሎድ
Lois ~ ሎይድ
Lo-ruhamah ~ ሎሩሃማ
Lot ~ ሎጥ
Lucas ~ ሉቃስ
Lucifer ~ አጥቢያ ኮከብ
Lucius ~ ሉክዮስ
Lud ~ ሉድ
Luhith ~ ሉሒት
Luke ~ ሉክዮስ
Luz ~ ሎዛ

Lycaonia ~ ሊቃአንያ
Lydda ~ ልዳ
Lysanias ~ ሊሳኒዮስ
Lystra ~ ልስጥራን
Maachah ~ መዓካ
Maachathi ~ ማዕካታውያን
Maadai ~ መዕዳይ
Maadiah ~ መዓድያ
Maai ~ መዓይ
Maarath ~ ማዕራት
Maaseiah ~ መሕሣያ፤ መዕሣያ
Maasiai ~ መዕሣይ
Maath ~ ማአት
Macedonia ~ መቄዶንያ
Machbenah ~ መክቤና
Machi ~ ማኪ
Machir ~ ማኪር
Machnadebai ~ መክነድባይ፧
Madai ~ ማዴ
Madian ~ ምድያም
Madmannah ~ ማድማና
Madon ~ ማዶን
Magbish ~ መጌብስ
Magdala ~ መጌዶል
Magdalene ~ መግደላዊት
Magdiel ~ መግዲኤል
Magog ~ ማጎግ
Magor-missabib ~ ማጎርሚሳቢብ
Magpiash ~ መግጲዓስ
Mahalah ~ መሕላ
Mahalaleel ~ መላልኤል
Mahalath ~ ማዕሌት
Mahali ~ ሞሐሊ
Mahanaim ~ መሃናይም
Mahanehdan ~ የዳን ሰፈር
Maharai ~ ኖኤሬ
Mahath ~ መሐት
Mahazioth ~ መሐዝዮት

Maher-shalal-hash-baz ~ ምርኮ
ረጠነቱ ብዝበዛ ቸኩሎ
Mahlah ~ ማህለህ
Mahlah ~ ማህለህ
Makheloth ~ መቅሄሎት
Makkedah ~ መቄዳ
Malachi ~ ሚልኪያስ
Malcam ~ ሚልኮም
Malchiah ~ መልኪያ
Malchiel ~ መልኪኤል
Malchijah ~ ሚካኤል
Malchi-shua ~ ሚልኪሳ
Malchus ~ ማልኮስ
Maleleel ~ መላልኤል
Mallothi ~ መሎቲ
Malluch ~ መሉኪ ~ መሉክ
Malluch ~ ማሎክ
Mammon ~ ገንዘብ
Mamre ~ መምሬ
Manaen ~ ምናሔ
Manahath ~ መናሐት
Manasseh ~ ምናሴ
Manger ~ ግርግም
Manna ~ መና
Manoah ~ ማኑሃ
Mara ~ ማራ
Maralah ~ መርዓላ
Maranatha ~ ጌታችን ሆይ፤ ና
Marcus ~ ማርቆስ
Mareshah ~ መሪሳ
Mark ~ ማርቆስ
Maroth ~ ማሮት
Marsena ~ ማሌሴዓር
Martha ~ ማርታ
Mary ~ ማርያ፤ ማርያም
Mash ~ ሞሱሕ
Mashal ~ መዓሳል
Masrekah ~ መሥሬቃ
Massa ~ ማሣ

Massah ~ ማሳህ
Mathusala ~ ማቱሳላ
Matred ~ መጥሬድ
Matri ~ ማጥሪ
Mattan ~ ማታን
Mattaniah ~ ማታንያ፤ ሙታንያ፤ መታንያ
Mattathias ~ ማታትዩ
Matthan ~ ማታን
Matthew ~ ማቴዎስ
Matthias ~ ማትያስ
Mazzaroth ~ ማዘሮት
Meadow ~ ሜዳ
Meah ~ ሃሜአ
Mearah ~ መዓራ
Mebunnai ~ ምቡናይ
Medad ~ ሞዳድ
Medan ~ ሜዳን
Medeba ~ ሜድባ
Media ~ ማዴ
Megiddo ~ መጊዶ
Mehetabeel ~ መሄጣብኤል ~ መሐጣብኤል
Mehida ~ ምሒዳ
Mehir ~ ምሒር
Mehujael ~ ሜኤል
Mehuman ~ ምሁማን
Mejarkon ~ ሜያርቆ
Mekonah ~ ምኮና
Melatiah ~ መልጥያ
Melchi ~ ሜልኪ
Melchiah ~ መልኪያ
Melchisedec ~ መልከ ጼዴቅ
Melchi-shua ~ ሜልኪሳ
Melchizedek ~ መልከ ጼዴቅ
Melea ~ ሜልያ
Melech ~ ሜሌክ
Melicu ~ መሉኪ
Melita ~ መላጥያ
Melzar ~ ሜልዓር

Memphis ~ ሜምፊስ
Memucan ~ ምሙካን
Menahem ~ ምናሔም
Menan ~ ማይናን
Mene ~ ማኔ
Meonenim ~ ምዖንኒም
Mephaath ~ ሜፍዓት
Mephibosheth ~ ሜምፊቦስቴ
Merab ~ ሜሮብ
Meraiah ~ ምራያ
Meraioth ~ መራዮት
Merari ~ ሜራሪ
Merarites ~ ሜራሪ
Mercurius ~ ሄርሜን
Mered ~ ሜሬድ
Meremoth ~ ሜሪሞት
Meres ~ ሜሬስ
Merodach ~ ሜሮዳክ
Merodach-baladan ~ መሮዳክ ባልዳን
Merom ~ ማሮን
Meroz ~ ሜሮዝ
Mesha ~ ማሴ ~ ሞሳ
Meshach ~ ሚሳቅ
Meshelemiah ~ ሜሱላም
Meshullam ~ ሜሱላም
Meshullemeth ~ ሜሰላም
Mesopotamia ~ መስጴጦምያ
Mess ~ መብል
Messiah ~ መሢሕ
Messias ~ መሢሕ
Metheg-ammah ~ ሜቴግ አማ
Methusael ~ ማቱሣኤል
Methuselah ~ ማቱሳላ
Meunim ~ ምዑናውያን
Mezahab ~ ሜዛሃብ
Miamin ~ ሚያሚን
Mibhar ~ ሚብሐር
Mibsam ~ መብሳም

Mibzar ~ ሚብሳር
Micah ~ ሚካ
Micaiah ~ ሚክያስ
Micha ~ ሚካ
Michael ~ ሚካኤል
Michaiah ~ ሚካያ ~ ሚክያስ
Michal ~ ሜልኮል
Michmethah ~ ሚከምታት
Michri ~ ሚከሪ
Middin ~ ሚዲን
Midian ~ ምድያም
Midianites ~ ምድያም
Migdalel ~ ሚግዳልኤል
Migdalgad ~ ሚግዳልጋድ
Migdol ~ ሚግዶል
Migron ~ መጌዶን
Mijamin ~ ሚያሚን
Milalai ~ ሚላላይ
Milcah ~ ሚልካ
Milcom ~ ሚልኮም
Millo ~ ሚሎ
Miniamin ~ ሚንያሚን
Minister ~ አገልጋይ
Minni ~ ሚኒ
Minnith ~ ሚኔት
Miriam ~ ማሪያም ~ ማርያም
Mishael ~ ሚሳኤል
Mishal ~ ሚሼአል
Misham ~ ሚሻም
Mishma ~ ማስማዕ
Mishmannah ~ መስመና
Misrephoth-maim ~ ማሴሮንም
Mithcah ~ ሚትቃ
Mithredath ~ ሚትሪዳጡ
Mitylene ~ ሚጤሊን
Mizpah ~ ምጽጳ
Mizraim ~ ምጽራይም
Mizzah ~ ሚዛህ
Mnason ~ ምናሶን

Moab ~ ሞዓብ
Moladah ~ ሞላዳ
Molech ~ ሚልኮም
Molid ~ ሞሊድ
Moloch ~ ሞሎጵ
Mordecai ~ መርዶከዮስ
Moreh ~ ሞሬ
Moriah ~ ሞሪያ
Moserah ~ ሞሴሮት
Moses ~ ሙሴ
Moza ~ ሞዳ ~ ሞጻ
Mozah ~ አሞጲ
Muppim ~ ማንፌን
Mushi ~ ሙሲ
Muth-labben ~ በልቤ ሁሉ
Myra ~ ሙራ
Mysia ~ ሚስያ
Mystery ~ ምሥጢር
Naam ~ ነዓም
Naamah ~ ናዕማ
Naaman ~ ንዕማን
Naarah ~ ነዐራ
Naashon ~ ነአሶን
Nabal ~ ናባል
Naboth ~ ናቡቴ
Nachon ~ ናኮን
Nadab ~ ናዳብ
Nagge ~ ናጌ
Nahaliel ~ ነሃሊኤል
Nahallal ~ ነህላል
Naham ~ ነሐም
Nahamani ~ ነህምያ
Naharai ~ ነሃራይ
Nahash ~ ናኃስ
Nahath ~ ናሐት
Nahbi ~ ናቢ
Nahor ~ ናኮርን
Nahshon ~ ነአሶን
Nahum ~ ናሆም

Nain ~ ናይ	Nergal ~ ኤርጌል
Naioth ~ ነዋት	Nergal-sharezer ~ ኤርጌል ሳራስር
Naomi ~ ኑኃሚ	Neri ~ ኔሪ
Naphish ~ ናፊስ	Neriah ~ ኔርያ
Naphtali ~ ንፍታሌም	Nethaneel ~ ናትናኤል
Narcissus ~ ንርቀሱ	Nethaniah ~ ነታንያ
Nathan ~ ናታን	Neziah ~ ንስያ
Nathanael ~ ናትናኤል	Nezib ~ አክዚብ
Nathan-melech ~ ናታንሜሌክ	Nibhaz ~ ኤልባዝር
Naum ~ ናሆም	Nibshan ~ ኒብሻ
Nazareth ~ ናዝራዊ	Nicanor ~ ኔቃርና
Neah ~ ኔዓ	Nicodemus ~ ኔቆዲሞስ
Neapolis ~ ናጽሌ	Nicolaitanes ~ ኔቆላውያን
Neariah ~ ነዓርያ	Nicolas ~ ኔቆላዎስ
Nebai ~ ኖባይ	Nicopolis ~ ኔቆጽልዮ
Nebaioth ~ ነባዮት	Niger ~ ኔጌር
Nebajoth ~ ነባዮት	Nimrah ~ ነምራ
Neballat ~ ንበላት	Nimrod ~ ናምሩድ
Nebat ~ ናባጥ	Nineveh ~ ነነዌ
Nebo ~ ናባው	Nisan ~ ኒሳን
Nebuchadnezzar ~ ናቡከደነፆር	Nisroch ~ ናሳራክ
Nebuzaradan ~ ናቡዘረዳን	No ~ ኖእ
Necho ~ ኒካው	Noadiah ~ ኖዓድያ
Nedabiah ~ ነዳብያ	Noah ~ ኖኅ
Nehelamite ~ ኔሔላማዊው	Nob ~ ኖብ
Nehemiah ~ ነህምያ	Nodab ~ ናዳብ
Nehum ~ ነህምያ	Nogah ~ ኖጋ
Nehushta ~ ኔስታ	Nohah ~ ኖሐ
Nehushtan ~ ነሐሽታ	Non ~ ነዌ
Neiel ~ ንዒኤል	Noph ~ ሜምፌስ
Nekoda ~ ኔቆዳ	Nophah ~ ኖፉ
Nemuel ~ ነሙኤል	Nun ~ ነዌ
Nepheg ~ ናፈግ	Nymphas ~ ንምፉ
Nephish ~ ናፌስ	Obadiah ~ አብድዩ
Nephishesim ~ ንፉሰሲም	Obal ~ ዖባል
Nephthalim ~ ንፍታሌም	Obed ~ ኢዮቤድ
Nephusim ~ ንፉሰሲም	Obed-Edom ~ ያቤድኤዶም
Ner ~ ኔር	Obil ~ አቢያ
Nereus ~ ኔርያ	Oboth ~ አቦት

Ocran ~ ኤክራን
Oded ~ ዖዴድ
Og ~ ዐግ
Ohad ~ አሃድ
Ohel ~ አሄል
Olympas ~ አልንጦን
Omar ~ ኦማር
Omega ~ ዖሜጋ
Omri ~ አምር
On ~ ኦን
Onam ~ አውናም
Onesimus ~ አናሲሞስ
Onesiphorus ~ ልዩኔሲፎሩ
Ono ~ ኦኖ
Ophel ~ ዖፌል
Ophir ~ ኦፊር
Ophni ~ ዖፍኒ
Ophrah ~ ኤፍራታ
Oreb ~ ሔሬብ
Ornan ~ አርና
Orpah ~ ዖርፋ
Oshea ~ አውሴ
Othni ~ ዖትኒ
Othniel ~ ጎቶንያል
Ozem ~ አሳም
Ozias ~ ዖዝያን
Ozni ~ ኤስና
Paarai ~ ፈዓራይ
Padan-aram ~ ሁለት ወንዞች
Padon ~ ፋዶን
Pagiel ~ ፋግኤል
Pahath-moab ~ ፈሐት ሞዓብ
Pallu ~ ፈሉስ
Palti ~ ፈልጢ
Paltiel~ ፈልጢኤል
Pamphylia ~ ጵንፍልያ
Paphos ~ ጳፉ
Parah ~ ፋራ
Paran ~ ፋራን

Parbar ~ ፈርባር
Parmashta ~ መርመሲማ
Parmenas ~ ጸርሜና
Pashur ~ ጳስኮር
Patara ~ ጳጥራ
Pathros ~ ጳትሮስ
Patmos ~ ፍጥሞ
Patriarch ~ አባቶች አለቃ
Patrobas ~ ጳጥሮባ
Pau ~ ፋዑ
Paul ~ ጳውሎስ
Pedahzur ~ ፍዳሱ
Pedaiah ~ ፈዳያ
Pekah ~ ፋቁሔ
Pekahiah ~ ፋቂስያስ
Pekod ~ ፋቁድ
Pelaiah ~ ፌልያ
Pelaliah ~ ፈላልያ
Pelatiah ~ ፈላጥያ
Peleg ~ ፋሌቅ
Pelethites ~ ፈሊታውያን
Peniel ~ ጵኔኤል
Peninnah ~ ፍናና
Pentecost ~ በዓለ ኀምሳ
Penuel ~ ጵኔኤል
Peor ~ ፌጎር
Perazim ~ ፐራሲም
Peresh ~ ፋሬስ
Perez ~ ፋሬስ
Perga ~ ዴርጌን
Pergamos ~ ዴርጋሞን
Perida ~ ፍሩዳ
Perizzites ~ ፌርዛውያን
Persia ~ ፋርስ
Persis ~ ጠርሲዳ
Peruda ~ ፍሩዳ
Peter ~ ዼጥሮስ
Pethahiah ~ ፈታያ
Pethuel ~ ባቱኤል

Peulthai ~ ፒላቲ

Phalec ~ ፋሌቅ

Phallu ~ ፈሉሶ

Phanuel ~ ፋኑኤል

Pharaoh ~ ፈርዖን

Pharez ~ ፋሬስ

Pharisees ~ ፈሪሳውያን

Pharpar ~ ፋርፋ

Phebe ~ ፌቤን

Phenice ~ ፍንቄ

Phichol ~ ፊኮል

Philadelphia ~ ፊልድልፍያ

Philemon ~ ፊልሞና

Philetus ~ ፊሊጦስ

Philip ~ ፊልጶስ

Philippi ~ ፊልጶስ

Philistines ~ ፍልስጥኤም

Philologus ~ ፍሌጎን

Phinehas ~ ፊንሐስ

Phlegon ~ አፍለሶንጸ

Phrygia ~ ጴርጌ

Phurah ~ ፉራ

Phygellus ~ ፊሎጎስ

Phylacteries ~ አሸንክታብ

Pi-beseth ~ ቡባስቱ

Pi-hahiroth ~ ፊሀሒሮት

Pilate ~ ጲላጦስ

Pinon ~ ፊኖን

Piram ~ ጲርአም

Pirathon ~ ጲርዓቶን

Pisgah ~ ፊስጋ

Pisidia ~ ጲሲድያ

Pison ~ ፊሶን

Pithom ~ ፊቶም

Pithon ~ ፒቶን

Pochereth ~ ፊከራት

Pontus ~ ጳንጦስ

Poratha ~ ፋረዳታ

Potiphar ~ ጲጥፋራ

Potipherah ~ ጴጥፌራ

Prisca ~ ጵርስቅላ

Priscilla ~ ጵርስቅላ

Prochorus ~ ጵሮኮሮስ

Puah ~ ፉሐ

Publius ~ ጱፕልዮስ

Pudens ~ ጱዶስ

Pul ~ ፉጥ

Punon ~ ፉኖን

Puteoli ~ ጱቲዮሉስ

Putiel ~ ፉትኤል

Quartus ~ ቈአስጥሮስ

Raamah ~ ራዕማ

Raamiah ~ ረዓምያ

Rabbah ~ ረባት

Rabbi ~ ረቢ

Rabbith ~ ረቢት

Rabmag ~ ራብማግ

Raca ~ ጨርቃም

Rachab ~ ራኬብ

Rachel ~ ራሔል

Raddai ~ ራዳይ

Ragau ~ ራጋው

Raguel ~ ራጉኤል

Rahab: ረዓብ

Raham ~ ረሐም

Rakkath ~ ረቃት

Rakkon ~ ራቆን

Ram ~ አራም

Ramah ~ ራማ፤ ሬማት፤አርማቴ

Ramath-lehi ~ ራማትሌሒ

Ramiah ~ ራምያ

Ramoth ~ ራሞት

Rapha ~ ረፋያ

Raphu ~ ራፉ

Reaiah ~ ራያ

Reba ~ ሪባ

Rebekah ~ ርብቃ

Rechab ~ ሬካብ

Rechab ~ ሬካብ
Reelaiah ~ ሬዕላያ
Regem ~ ሬጌም
Regem-melech ~ ሬጌሜሌክ
Rehabiah ~ ረዓቢያ
Rehob ~ ረኦብ
Rehoboam ~ ሮብዓም
Rehoboth ~ ሮኖቦት፤ ረሆቦት
Rehum ~ ሬሁም
Rei ~ ሬሲ
Rekem ~ ሮቆም፤ ሬቄም
Remaliah ~ ሮሜልዩ
Remmon ~ ሪሞን
Remphan ~ ሬምፋም
Rephael ~ ራፋኤል
Rephaiah ~ ረፋያ
Rephidim ~ ራፊዲም
Resen ~ ሬሴን
Reu ~ ራጋው
Reuben ~ ሮቤል
Reuel ~ ራጉኤል
Reumah ~ ሬሕማ
Rezeph ~ ራፊስ
Rezin ~ ረአሶን
Rezon ~ ሬዞን
Rhegium ~ ሬጊዮም
Rhesa ~ ሬስ
Rhoda ~ ሮዲ
Ribai ~ ሪባይ
Riblah ~ ሪብላ
Rimmon ~ ሪሞን
Rinnah ~ ሪና
Riphath ~ ሪፋት
Rissah ~ ሪሳ
Rithmah ~ ሪትማ
Rizpah ~ ሪጽፋ
Rogelim ~ ሮግሊም
Rohgah ~ ሮኅጋ
Romamti-ezer ~ ኤማን

Rome ~ ሮሜ
Rosh ~ ሮስ
Rufus ~ ሩፉስ
Ruhamah ~ ሩሃማ
Rumah ~ ሩማ
Rush ~ ራስ
Ruth ~ ሩት
Sabaoth ~ ፀባዖት
Sabbath ~ ሰንበት
Sabeans ~ ሳባም ሰዎች
Sabtah ~ ሰብታ
Sacar ~ ሣካር
Sadducees ~ ሰዱቃውያን
Sadoc ~ ሳዶቅ
Salamis ~ ሰልማና
Salathiel ~ ሰላትያል
Salcah ~ ሰልካ
Salem ~ ሳሌም
Salim ~ ሳሌም
Sallai ~ ሳላይ
Salma ~ ሰልሞን
Salmon ~ ሰልሞን
Salmone ~ ሰልሙና
Salome ~ ሰሎሜ
Samaria ~ ሰማርያ
Samlah ~ ሠምላ
Samos ~ ሳሞን
Samothracia ~ ሳሞትራቄ
Samson ~ ሶምሶን
Samuel ~ ሳሙኤል
Sanballat ~ ሰንባላጥ
Sanhedrin ~ ሸንጎ
Sansannah ~ ሳንሳና
Saph ~ ሸዓፍ
Saphir ~ ሻፊር
Sapphira ~ ሰጲራ
Sarah ~ ሣራ
Sarai ~ ሦራቿ
Sardis ~ ሰርዶስ

Sarepta ~ ሰራጥታ

Sargon ~ ሳርነ

Sarid ~ ሣሪድ

Saron ~ ሰርና

Sarsechim ~ ሡርሰኪም

Saruch ~ ሴርህ

Satan ~ ሰይጣን

Saul ~ ሳኦል

Sceva ~ አስቄዋ

Seba ~ ሳባ

Sebat ~ ሳባጥ

Secacah ~ ስካካ

Sechu ~ ሣኩ

Secundus ~ ሲኮንዱስ

Segub ~ ሡጉብ

Seir ~ ሴይር

Sela-hammahlekoth ~ ማማለጥ ዓለት

Seled ~ ሴሌድ

Seleucia ~ ሴሌዉቅያ

Sem ~ ሴም

Semachiah ~ ሰማክያ

Semei ~ ሴሜይ

Semei ~ ሴሜይ

Senaah ~ ሴናዓ

Seneh ~ ሴኔ

Senir ~ ሳኔር

Sennacherib ~ ሰናክሬ

Seorim ~ መልከያ

Sephar ~ ስፋር

Sepharad ~ ስፋራድ

Sepharvaim ~ ሴፈርዋይም

Serah ~ ሣሬሕ

Seraiah ~ ሡራያ

Seraphim ~ ሱራፌል

Sered ~ ሴሬድ

Serug ~ ሴሮሕ

Seth ~ ሴት

Sethur ~ ስቱር

Shaalbim ~ ሸዕለቢን

Shaaph ~ ሸዓፍ

Shaaraim ~ ሸዓራይም

Shaashgaz ~ ጋይ

Shabbethai ~ ሳባታይ

Shachia ~ ሻኪያ

Shadrach ~ ሲድራቅ

Shage ~ ሻጌ

Shalem ~ ደገንነት

Shalim ~ ሻዕሊም

Shalisha ~ ሻሊሻ

Shallum ~ ሰሎም ~ ሴሌም ~ ሺሌም

Shalmai ~ ስምላይ

Shalman ~ ሰልማን

Shalmaneser ~ ስልምናሶር

Shama ~ ሻማ

Shamariah ~ ሰማራያ

Shamed ~ ሻሜድ

Shamer ~ ሴሜር

Shamgar ~ ሰሜጋር

Shamhuth ~ ሸምሁት

Shamir ~ ሳምር፤ ሻሚር

Shamma ~ ሳማ

Shammah ~ ሣማ

Shammai ~ ሸማይ

Shammoth ~ ሳሞት

Shammua ~ ሰሙኤል

Shammuah ~ ሳሙስ

Shamsherai ~ ሸምሸራይ

Shaphat ~ ሰፈጥ ~ ሣፋጥ ~ ሳፋጥ ~ ሻፋጥ ~ ሻፍጥ

Shapher ~ ሻፍር

Sharai ~ ሸራይ

Sharar ~ አራር

Sharezer ~ ሳራሳር

Sharon ~ ሳርን

Shashai ~ ሴሴይ

Shashak ~ ሻሻቅ

Shaul ~ ሳኡል፤ ሳኦል

Shaveh ~ ሼዊ
Shealtiel ~ ስላትያል
Shear- jashub ~ ያሱብ
Sheariah ~ ሽዓርያ
Sheba ~ ሳባ ~ ሳቤዔ
Shebam ~ ሼባግ
Shebaniah ~ ሰበንያ
Shebarim ~ ሽባሪም
Sheber ~ ሽቤር
Shebna ~ ሳምናስ
Shebuel ~ ሱባኤ ~ ሱባኤል
Shecaniah ~ ሼኬንያ
Shechem ~ ሼኬም
Shedeur ~ ሱዴዮር
Shehariah ~ ሽሃሪያ
Shelah ~ ሼሎም
Shelemiah ~ ሰሌምያ
Sheleph ~ ሣሌፍ
Shelesh ~ ሰሌስ
Shelomi ~ ሼሌሚ
Shelomith ~ ሰሎሚት
Shelomoth ~ ሰሎሚት
Shelumiel ~ ሰለሚኤል
Shem ~ ሼም
Shema ~ ሽማዕ
Shemaah ~ ሽማዓ
Shemaiah ~ ሳማያ ~ ሽማያ
Shemeber ~ ሰሜበር
Shemer ~ ሳምር
Shemida ~ ሽሚዳ
Sheminith ~ ሰምንት
Shemiramoth ~ ሰሚራሞት
Shemuel ~ ሰላሚኤል ~ ሳሙኤል ~ ሽሙኤል
Shen ~ ሼን
Shenazar ~ ሼናጸር
Shenir ~ ሳኔር
Shephatiah ~ ስፋጥያስ፤ ስፋጥያስ
Shepho ~ ስፎ

Shephuphan ~ ስፉፋም
Sherah ~ ሲአራ
Sherebiah ~ ስራብያ
Sherezer ~ ሳራሳር
Sheriffs ~ መጋቢዎች
Sheshach ~ ሼሻክም
Sheshai ~ ሼሲ
Sheshan ~ ሶሳን
Sheshbazzar ~ ስሳብሳር
Sheth ~ ሤት
Shethar ~ ሼታር
Shethar-boznai ~ ስተርቡዝናይ
Sheva ~ ሱባ
Shibboleth ~ ሺቦሌት
Shibmah ~ ሼባግ
Shicron ~ ሽክሮን
Shihon ~ ሺኦን
Shilhi ~ ሺልሒ
Shillem ~ ሺሌም
Shiloh ~ ሼሎ
Shilshah ~ ስሊሳ
Shimea ~ ሳሙስ ~ ሳምዓ
Shimeah ~ ሣማግ ~ ሳምአ ~ ሳምዓ
Shimeam ~ ሳምአ
Shimei ~ ስሜኢ ~ ሳሚ
Shimeon ~ ስምዖን
Shimhi ~ ስሜኢ
Shimi ~ ስሜኢ
Shimon ~ ሺሞን
Shimrath ~ ሺምራት
Shimri ~ ሺምሪ ~ ሽምሪ
Shimrith ~ ስማሪት
Shimron ~ ሺምሮን
Shimron-meron ~ ሺምሮን
Shimshai ~ ሲምሳይ
Shimshai ~ ሲምሳይ
Shinab ~ ስነአብ
Shinar ~ ስናያር
Shiphi ~ ሺፊ

Shiphtan ~ ሺፍጣን
Shisha ~ ሴባ
Shishak ~ ሺሻቅ
Shittim ~ ሰጢም
Shiza ~ ሺዛ
Shoa ~ ሱሐ
Shobab ~ ሶባብ
Shobach ~ ሶባክ
Shobai ~ ሶባይ
Shobek ~ ሶቤቅ
Shochoh ~ ሰኮት
Shoham ~ ሾሃም
Shomer ~ ሳሜር ~ ሾሜር
Shophach ~ ሾፋክ
Shophan ~ ሾፋን
Shua ~ ሱሐ ~ ሱዊ ~ ሱዋ ~ ሴዋ
Shuah ~ ሴዋ ~ ስዌሕ ~ ሹሐ
Shual ~ ሦጋል
Shubael ~ ሱባኤል
Shuham ~ ሰምሜ
Shulamite ~ ሱነማይቱ
Shunem ~ ሱነም
Shuni ~ ሹኒ
Shur ~ ሱር
Shushan ~ ሱሳ
Shuthelah ~ ሱቱላ
Sia ~ ሲዓ
Sibbechai ~ ሴቦካይ
Sibmah ~ ሴባማ
Sichem ~ ሴኬም
Siddim ~ ሲዲም
Sidon ~ ሲዶን
Sihon ~ ሴዎን
Sihor ~ ሺሐር
Silas ~ ሲላስ
Silla ~ ሲላ
Silvanus ~ ስልዋኖስ
Simeon ~ ስምዖን
Simon ~ ሲሞን ~ ስምዖን

Sin ~ ሲን
Sinai ~ ሲና
Sinim ~ ሲኔም
Sion ~ ስዖን
Sippai ~ ሲፋይ
Sisamai ~ ሲስማይ
Sisera ~ ሲሣራ
Sitnah ~ ስጥና
Sivan ~ ኒሳን
Smyrna ~ ስምርኔስ
So ~ ሴጎር
Socoh ~ ስኮት፤ ሶኮ
Sodi ~ ስዲ
Sodom ~ ስዶም
Solomon ~ ሰሎሞን
Sopater ~ ሱሲጳጥሮስ
Sophereth ~ ሶፌሬት
Sorek ~ ሶሬቅ
Sosthenes ~ ሶስቴንስ
Sotai ~ ሶጣይ
Spain ~ እስጳንያ
Stachys ~ ስንጣክን
Stephanas, Stephen ~ እስጢፋኖስ
Suah ~ ሱዋ
Succoth ~ ሱኮት
Succoth-benoth ~ ሱኮትበኖት
Susanna ~ ሶስና
Susi ~ ሱሲ
Sychar ~ ሲካር
Syene ~ ሴዌኔ
Syntyche ~ ሲንጤኪን
Syracuse ~ ስራኩስ
Syria ~ ሶርያ፤ ሶሪያ
Taanach ~ ታዕናክ
Tabbath ~ ጠባት
Tabeal ~ ጣብኤል
Taberah ~ ተቤራ
Tabitha ~ ጣሊታ
Tabor ~ ታቦር

Tabrimon ~ ጠብሪሞን
Tadmor ~ ተድሞር
Tahan ~ ታሐን
Tahath ~ ታሐት
Tahpenes ~ ቴቄዎናስ
Tahrea ~ ታሬዓ
Talmai ~ ተላሚ፤ ተልማይ
Tamah ~ ቴማ
Tamar ~ ታማር፤ ትዕማር
Tammuz ~ ተሙዝ
Tanach ~ ታዕናክ
Tanhumeth ~ ተንሑሜት
Taphath ~ ጣፈት
Tappuah ~ ታጱዋ
Tarah ~ ታራ
Taralah ~ ተርኣላ
Tarea ~ ታሬዓ
Tarshish ~ ተርሴስ
Tarsus ~ ጠርሴስ
Tartak ~ ተርታቅ
Tartan ~ ተርታን
Tatnai ~ ተንትናይ
Tebah ~ ጥባህ
Tebaliah ~ ጥበልያ
Tebeth ~ አጻር
Tehinnah ~ ተሒናን
Tekel ~ ቴቄል
Tekoa ~ ቴቁሐ
Telabib ~ ቴልአቢብ
Telah ~ ቴላ
Telassar ~ ተላሳር
Telem ~ ጤሌም
Telharsa ~ ቴላሬሳ
Tel-melah ~ ቴልሜላ
Tema ~ ቴማን
Teman ~ ቴማን
Terah ~ ታራ
Teraphim ~ ተራፊም
Tertius ~ ጤርጥዮስ

Tertullus ~ ጠርጠሉስ
Tetrarch ~ የአራተኛው ክፍል ገዥ
Thaddeus ~ ታዴዎስ
Thahash ~ ተሐሽ
Thamah ~ ቴማ
Thebez ~ ቴቤስ
Theophilus ~ ቴዎፍሎስ
Thessalonica ~ ተሰሎንቄ
Theudas ~ ቴዎዳስ
Thomas ~ ቶማስ
Thummim ~ ቱሚም
Thyatira ~ ትያጥሮን
Tiberias ~ ጥብርያዶስ
Tiberius ~ ጢባርዮስ
Tibni ~ ታምኒ
Tidal ~ ቲድዓል
Tikvah ~ ቲቁዋ፤ ቴቁዋ
Tilon ~ ቲሎን
Timnah ~ ተምና
Timnah ~ ተምና፤ ቲምናዕ
Timnath-heres ~ ተምናሐሬስ
Timon ~ ጢሞና
Timotheus ~ ጢሞቴዎስ
Tiphsah ~ ቲፍሳ
Tirhakah ~ ቲርሐቅ
Tiria ~ ቲርያ
Tirzah ~ ቲርጻ
Tishbite ~ ቴስብያዊው
Titus ~ ቲቶ
Toah ~ ቶዋ
Tob ~ ጦብ
Tobadonijah ~ ጦባደንያ
Tobiah ~ ጦብያ
Tobijah ~ ጦብያ
Tochen ~ ቶኬን
Tohu ~ ቶሑ
Toi ~ ቶዑ
Tola ~ ቶላ
Tolad ~ ቶላድ

Tophel ~ ጦሬል
Tophet ~ ቶፌት
Trachonitis ~ ጥራኮኒዶስ
Troas ~ ጢሮአዳ
Trophimus ~ ጥሮፊሞስ
Tryphena ~ ፕሮፌሟና
Tryphosa ~ ጢሮፊሞሳ
Tubal ~ ቶቤል
Tubal-cain ~ ቱባልቃይን
Tychicus ~ ቲኪቆስ
Tyrannus ~ ጢራኖስ
Tyre ~ ጢሮስ
Ucal ~ ኡካል
Uel ~ ኡኤል
Ulai ~ ኡባል
Ulam ~ ኡላም
Ulla ~ ዑላ
Ummah ~ ዑማ
Unni ~ ዑኒ
Upharsin ~ ፋሬስ
Uphaz ~ አፋዝ
Ur ~ ዑር
Urbane ~ ኢሩባኖ
Uri ~ ኡሪ
Uriah ~ ኦርዮ
Urias ~ ኦርዮ
Uriel ~ ኡሩኤል
Urijah ~ ኦርያ፤ ኦርዮ
Urim ~ ኡሪም፣
Uthai ~ ዑታይ
Uz ~ ዑፅ
Uzai ~ ኡዛይ
Uzal ~ አወዛል
Uzzah ~ ዖዛ
Uzzen-sherah ~ ኡዜንሼራ
Uzzi ~ ኡዚ
Uzziah ~ ዮዝያ
Vajezatha ~ ዛቡታዮስ
Vaniah ~ ወንያ

Vashni ~ ኢዮኤል
Vashti ~ አስጢ
Vine ~ ወይን
Vophsi ~ ያቢ
Wine ~ ወይን
Zaanannim ~ ጸዕነኔም
Zaavan ~ ዛዕዋን
Zabad ~ ዛባድ
Zabbai ~ ዘባይ
Zabdi ~ ዘብዲ
Zaccai ~ ዘካይ
Zacchaeus ~ ዘኬዎስ
Zacchur ~ ዘኩር
Zaccur ~ ዘኩር
Zachariah ~ ዘካርያስ
Zacharias ~ ዘካርያስ
Zacher ~ ዛኩር
Zadok ~ ሳዶቅ
Zaham ~ ዘሃም
Zair ~ ጸዒር
Zalaph ~ ሴሌፍ
Zalmon ~ ጸልሞን
Zalmunna ~ ስልማና
Zamzummims ~ ዘምዘማዉያን
Zanoah ~ ዛኖዋ
Zaphnath-paaneah ~ ጸፍናት ፐዕናህ
Zarah ~ ዛራ
Zareah ~ ጸርዓ
Zared ~ ዘሬድ
Zarephath ~ ሰራፕታ
Zaretan ~ ጸርታን
Zatthu ~ ዛቱዕ
Zaza ~ ዛዛ
Zebadiah ~ ዝባድያ
Zebah ~ ዛብሄል
Zebedee ~ ዘብዴዎስ
Zebina ~ ዘቢና
Zebudah ~ ዘቢዳ
Zebul ~ ዜቡል

Zebulun: ዛብሎን
Zechariah ~ ዘካርያስ
Zedad ~ ጽዳድ
Zedekiah ~ ሴዴቅያስ
Zeeb ~ ዜብ
Zelah ~ ጼላ
Zelek ~ ጼሌቅ
Zelophehad ~ ሰለጸዓድ
Zelzah ~ ጼልጸህ
Zemaraim ~ ዘማራይም
Zemira ~ ዝሚራ
Zenan ~ ጽናን
Zephaniah ~ ሶፎንያስ
Zephath ~ ጸፋት
Zepho ~ ሰፎ
Zer ~ ጼር
Zerah ~`ዛራ
Zerahiah ~ ዘራእያ
Zeresh ~ ዞሳራ
Zereth ~ ዮሬት
Zeri ~ ጸሪ
Zeror ~ ጸርር
Zeruah ~ ጽሩዓ
Zerubbabel ~ ዘሩባቤል
Zeruiah ~ ጽሩያ
Zethar ~ ዜታር
Zia ~ ዞኤ
Ziba ~ ሲባ
Zibia ~ ዲብያ
Zibiah ~ ሳብያ
Zidkijah ~ ሴዴቅያስ
Zidon ~ ሲዶን
Zif ~ ዚፍ
Ziha ~ ሲሐ

Ziklag ~ ጺቅላግ
Zillah ~ ሴላ
Zilpah ~ ዘለፋ
Zilthai ~ ጺልታይ
Zimmah ~ ዛማት
Zimran ~ ዘምራን
Zin ~ ጺን
Zina ~ ዚዛ
Zion ~ ጽዮን
Zior ~ ጺዖር
Ziph ~ ዚፍ
Ziphron ~ ዚፍሮን
Zippor ~ ሴፎር
Zipporah ~ ሲፖራ
Zithri ~ ሥትሪ
Ziz ~ ጺጽ
Ziza ~ ዚዛ
Zoan ~ ጣኔዎስ
Zoar ~ ዞዓር
Zobah ~ ሱባ
Zohar ~ ስዓር
Zoheleth ~ ዞሔሌት
Zoheth ~ ዞሔት
Zophah ~ ጸፉ
Zophar ~ ሶፋር
Zophim ~ ጸራም
Zorah ~ ጸርዓ
Zorobabel ~ ዘሩባቤል
Zuar ~ ሶገር
Zuph ~ ጹፍ
Zur ~ ሱር
Zuriel ~ ሱሪኤል
Zurishaddai ~ ሱሪስዳይ
Zuzims ~ ዞዚም

<u>REFERENCES</u>:

ምጽአረ ቃላት ~ COMMON ABBREVIATIONS, PREFIXES, SUFFIXES AND THIER MEANINGS IN THIS BOOK

EBD- Easton's bible dictionary, written by Matthew George Easton, was published in 1897, [Public Domain (i.e. no one owns the copyright of this work), you may freely copy any portion of EBD]

HBN- Hitchcock's bible name dictionary; Hitchcock's Bible Names Dictionary from Hitchcock's New and Complete Analysis of the Holy Bible (c. 1869); Roswell D. Hitchcock [Public Domain (i.e. no one owns the copyright of this work), you may freely copy any portion of HBN dictionary.]

KJV- King James Bible, Authorizedversion/ king ofengland- published in the USA in 1611- no copyright information available for KJV; all verses are taken from the 'KJV', unless and otherwise it is mensioned.

SBD- Smith's bible dictionary; Dr. William Smith's Bible Dictionary was originally written in 1884[Public Domain (i.e. no one owns the copyright of this work), you may freely copy any portion of SBD]

መቅቃ- የመጽሐፍ ቅዱስ መዝገበ ቃላት- የኢትዮጵያ መጽሐፍ ቅዱስ ማኅበር /ባናዊ ማተሚያ ቤት- 1972 ዓም/ (published in 1980)

ኪወክ / አ- ኪዳነ ወልድ ክፍሌ/ አለቃ- መጽሐፈ ሰዋስው ወግስ ወመዝገበ ቃላት ሐዲስ /1862- 1936 EC) / (published in 1948)

ደተወ / አ- ደስታ ተክለ ወልድ / አለቃ- ዐዲስ ያማረኛ መዝገበ ቃላት / አርቲስቲክ ማተሚያ ቤት ዐዲስ አበባ 1962 ዓም።

ብሉይ ኪዳን

ኦሪት ዘፍጥረት- **ዘፍ**

ኦሪት ዘጸአት- **ዘጸ**

ኦሪት ዘሌዋውያን- **ዘሌ**

ዘኍልቍ- **ዘኍ**

ዘዳግም- **ዘዳ**

መጽሐፈ ኢያሱ ወልደ ነዌ- **ኢያ**

መጽሐፈ መሣፍንት- **መሣ**

መጽሐፈ ሩት- **ሩት**

መጽሐፈ ሳሙኤል ቀዳማዊ- **1ሳሙ**

መጽሐፈ ሳሙኤል ካልዕ- **2ሳሙ**

መጽሐፈ ነገሥት ቀዳማዊ- **1ነገ**

መጽሐፈ ነገሥት ካልዕ2- **2ነገ**

መጽሐፈ ዜና መዋዕል ቀዳማዊ- **1ዜና**

መጽሐፈ ዜና መዋዕል ካልዕ- **2ዜና**

መጽሐፈ ዕዝራ- **ዕዝ**

መጽሐፈ ነህምያ- **ነህ**

መጽሐፈ አስቴር- **አስ**

መጽሐፈ ኢዮብ- **ኢዮብ**

መዝሙረ ዳዊት- **መዝ**

መጽሐፈ ምሳሌ- **ምሳ**

መጽሐፈ መክብብ- **መክ**

መኃልየ መኃልይ ዘሰሎሞን- **ዘስ**

ትንቢተ ኢሳይያስ- **ኢሳ**

ትንቢተ ኤርምያስ- **ኤር**

ሰቆቃው ኤርምያስ- **ሰኤ**

ትንቢተ ሕዝቅኤል- **ሕዝ**

ትንቢተ ዳንኤል- **ዳን**

ትንቢተ ሆሴዕ- **ሆሴ**

ትንቢተ ኢዮኤል- **ኢዮ**

ትንቢተ አሞጽ- **አሞ**

ትንቢተ አብድዩ- **አብ**

ትንቢተ ዮናስ- **ዮና**

ትንቢተ ሚክያስ- **ሚክ**

ትንቢተ ናሆም- **ናሆ**

ትንቢተ ዕንባቆም- **ዕን**

ትንቢተ ሶፎንያስ- **ሶፎ**

ትንቢተ ሐጌ- **ሐጌ**

ትንቢተ ዘካርያስ -**ዘካ**

ትንቢተ ሚልክያስ- **ሚል**

አዲስ ኪዳን

የማቴዎስ ወንጌል- **ማቴ**
የማርቆስ ወንጌል- **ማር**
የሉቃስ ወንጌል- **ሉቃ**
የዮሐንስ ወንጌል- **ዮሐ**
የሐዋርያት ሥራ- **ሥራ**
ወደ ሮሜ ሰዎች- **ሮሜ**
1ኛ ወደ ቆሮንቶስሰዎች- **1 ቆር**
2ኛ ወደ ቆሮንቶስሰዎች- **2 ቆር**
ወደ ገላትያ ሰዎች- **ገላ**
ወደ ኤፌሶን ሰዎች- **ኤፌ**
ወደ ፊልጵስዩስ ሰዎች- **ፊልጵ**
ወደ ቆላስይስ ሰዎች- **ቆላ**
1ኛ ወደ ተሰሎንቄ ሰዎች- **1 ተሰ**
2ኛ ወደ ተሰሎንቄ ሰዎች- **2 ተሰ**

1ኛ ወደ ጢሞቴዎስ- **1 ጢሞ**
2ኛ ወደ ጢሞቴዎስ- **2 ጢሞ**
ወደ ቲቶ- **ቲቶ**
ወደ ፊልሞና- **ፊልሞ**
ወደ ዕብራውያን- **ዕብ**
የያዕቆብ መልእክት- **ያዕ**
1ኛ የጴጥሮስ መልእክት- **1 ጴጥ**
2ኛ የጴጥሮስ መልእክት- **2 ጴጥ**
1ኛ የዮሐንስ መልእክት- **1 ዮሐ**
2ኛ የዮሐንስ መልእክት- **2 ዮሐ**
3ኛ የዮሐንስ መልእክት- **3 ዮሐ**
የይሁዳ መልእክት- **ይሁ**
የዮሐንስ ራእይ- **ራእ**

የመጽሐፍ ቅዱሳዊ ስሞች ፍች

የመጽሐፍ ቅዱሳዊ ስሞች ፍች

የመጽሐፍ ቅዱሳዊ ስሞች ፍች

ISBN 978-99944-75-92-6

www.ingramcontent.com/pod-product-compliance
Lightning Source LLC
Chambersburg PA
CBHW061133160726
48006CB00037B/1989